സ്വാതന്ത്ര്യസമരവും കമ്മ്യൂണിസ്റ്റുകാരും

Swathandrya samaravum Communistukarum
Politcs

Collected by
G Vijayakumar

CHINTHA PUBLISHERS
Thiruvananthapuram

First Edition
May 2023

Second Impression
January 2024

Published
Chintha Publishers, Thiruvananthapuram

Printed at
Repro India ltd, Mumbai

Cover Design
Vinod Mangoes

ISBN : 978-81-19131-02-0

CO - 3284 / 6828

Email: chinthapublishers@gmail. com
Website: www. chinthapublishers. com

A version is available at National Libraries
Kolkata, Mumbai, Chennai and Delhi

Distribution
DESHABHIMANI BOOKHOUSE
H O Thiruvananthapuram 695035

Branch
Head Office Kunnukuzhi • Statue Thiruvananthapuram
KSRTC Bus Terminal Thampanoor • Saphalyam Complex Thiruvananthapuram
KSRTC Bus Station Alappuzha • KSRTC Bus Station Ernakulam
Machingal Lane Thrissur • IG Road Kozhikode
Mavoor Road Kozhikode • NGO Union Building Kannur
Central Bus Terminal Complex Thavakkara Kannur

സ്വാതന്ത്ര്യസമരവും കമ്മ്യൂണിസ്റ്റുകാരും

സമാഹരണം
ജി വിജയകുമാർ

ചിന്ത പബ്ലിഷേഴ്സ്
തിരുവനന്തപുരം-695 035

ജി വിജയകുമാർ

സംസ്ഥാന സർക്കാർ സർവ്വീസിൽ 30 വർഷം - സർവ്വേ വകുപ്പ് ജീവനക്കാരനായിരുന്നു. ഇക്കാലത്ത് കേരള എൻ ജി ഒ യൂണിയൻ സംസ്ഥാന സെക്രട്ടറി. *കേരള സർവ്വീസ്* മാസികയുടെ എഡിറ്റർ. ഇപ്പോൾ *ചിന്ത* വാരികയുടെ പത്രാധിപ സമിതി അംഗം.

കൃതികൾ : *ആണവകരാർ അടിമത്തത്തിലേക്കുള്ള കാൽവെപ്പ്, അറബ് വസന്തം മുതൽ വാൾസ്ട്രീറ്റ് പിടിച്ചെടുക്കൽ വരെ, ക്യൂബ സോഷ്യലിസത്തിന്റെ പാതയിൽ തന്നെ, മാധ്യമ നുണകളുടെ പെരുമഴക്കാലം, വധശിക്ഷ ഭീകരത യാക്കൂബ് മേമൻ, ഹ്യൂഗോ ഷാവേസും ഇരുപത്തിയൊന്നാം നൂറ്റാണ്ടിലെ സോഷ്യലിസവും, ലാറ്റിനമേരിക്കൻ ജനകീയ ചരിത്രം, ചുവന്ന സൂര്യന്റെ ഉദയാസ്തമയം, മാർക്സിന്റെ സമരങ്ങൾ, ഒക്ടോബർ വിപ്ലവം.*

പരിഭാഷകൾ: കാൾ മാർക്സിന്റെ *ഗോഥാ പരിപാടിയെക്കുറിച്ചുള്ള വിമർശനം*, ചെഗുവേരയുടെ *മോട്ടോർ സൈക്കിൾ ഡയറി*, മാർക്സ് & എംഗൽസ് ജീവചരിത്രക്കുറിപ്പ്, അന്റോണിയോ ഗ്രാംഷിയുടെ *തത്ത്വശാസ്ത്രത്തിന്റെ പഠനം*, അൽത്തൂസറിന്റെ *മൂലധനത്തിനൊരു മുഖവുര*, പ്രഭാത് പട്നായക്കിന്റെ *മുതലാളിത്തത്തിന്റെ പ്രതിസന്ധിയും സോഷ്യലിസത്തിന്റെ ഭാവിയും.*

വിലാസം : ദീപ്തി, TC 20/1884 (17)
ARA -E 40, തമലം,
പൂജപ്പുര P O
തിരുവനന്തപുരം 695 012

ഫോൺ : 9446383414

ഇ- മെയിൽ : vijayanchintha@gmail.com

ഉള്ളടക്കം

പ്രസാധകക്കുറിപ്പ്

ലോകത്തെമ്പാടുമുള്ള കൊളോണിയൽ വിരുദ്ധ പോരാട്ടങ്ങളിൽ ഏറ്റവും സുപ്രധാന പങ്കുവഹിച്ചവരാണ് കമ്മ്യൂണിസ്റ്റുകാർ. എന്നുമാത്ര മല്ല ഇരുപതാം നൂറ്റാണ്ടിന്റെ ആദ്യപകുതിയിൽ നടന്ന സാമ്രാജ്യത്വ വിരുദ്ധ പ്രക്ഷോഭങ്ങൾക്ക് ഏറ്റവും ശക്തമായ പിന്തുണ ലഭിച്ചിരുന്നത് കമ്മ്യൂണിസ്റ്റ് രാഷ്ട്രമായ സോവിയറ്റ് യൂണിയനിൽ നിന്നായിരുന്നു. ഇന്ത്യൻ സ്വാതന്ത്ര്യസമരവും വ്യത്യസ്തമായിരുന്നില്ല. മുഖ്യധാരാ ദേശീയ പ്രസ്ഥാനത്തിലും രാജ്യത്തിന്റെ പലഭാഗങ്ങളിലായി നടന്ന ഒറ്റപ്പെട്ട രാഷ്ട്രീയ പ്രസ്ഥാനങ്ങളിലും സജീവ പങ്കാളികളായിരുന്നു സാമൂഹിക വിമോചനവും സമത്വവും സ്വപ്നം കണ്ടിരുന്ന കമ്മ്യൂണിസ്റ്റു കാർ. ചരിത്രം കൃത്യമായി അടയാളപ്പെടുത്തിയ ഈ വസ്തുതകൾ മറച്ചു പിടിക്കാനും ദേശീയപ്രസ്ഥാനത്തിന്റെ കുത്തക സ്വയം ഏറ്റെടുക്കുവാനും പല രാഷ്ട്രീയപ്രസ്ഥാനങ്ങളും ഒളിഞ്ഞും തെളിഞ്ഞും ശ്രമിക്കുന്നതു കാണാം.

ഇന്ത്യയുടെ ചരിത്രമാകെത്തന്നെ തിരുത്തിയെഴുതാനും വളച്ചൊടി ക്കാനും നീചമായ ശ്രമങ്ങൾ പലതും അരങ്ങേറുന്ന ഇന്നത്തെ സാഹച ര്യങ്ങളിൽ നമ്മുടെ ഭൂതകാലത്തെ കൃത്യമായി മനസ്സിലാക്കേണ്ട ആവശ്യ കത വളരെ വലുതാണ്. ഇന്ത്യ അതിന്റെ കൊളോണിയൽ നുകത്തിൽ നിന്നും മോചനം നേടിയതിന്റെ 75-ാം വർഷത്തിൽക്കൂടി കടന്നു പോകുന്ന ഈ വേളയിൽ നമ്മുടെ സ്വാതന്ത്ര്യസമരത്തെയും അതിൽ ഈ സന്ദർഭ ത്തിൽ കമ്മ്യൂണിസ്റ്റുകാർ വഹിച്ച നിർണ്ണായക പങ്കിനെയും ആഴത്തിൽ മനസ്സിലാക്കാൻ ഈ സമാഹാരം സഹായിക്കും.

ചിന്ത പബ്ലിഷേഴ്സ്

ഇന്ത്യൻ സ്വാതന്ത്ര്യ സമരത്തിൽ തൊഴിലാളി വർഗ്ഗത്തിനുള്ള പങ്ക്

എം ബസവ പുന്നയ്യ

"ഇന്ത്യൻ സ്വാതന്ത്ര്യസമരത്തിൽ തൊഴിലാളിവർഗ്ഗത്തിനുള്ള പങ്ക്" ആണ് ഈ പ്രബന്ധത്തിന്റെ പ്രതിപാദ്യവിഷയം. ഒരൊറ്റ പ്രബന്ധ*ത്തിൽ ഒതുക്കാവതല്ല ഈ വിഷയം. എങ്കിലും ഇന്ത്യൻ ദേശീയ സ്വാതന്ത്ര്യപ്രസ്ഥാനത്തിൽ തൊഴിലാളിവർഗ്ഗം വഹിച്ച പങ്കിന്റെ ഒരു നഖ ചിത്രം നല്കാൻ കഴിയുമെന്ന് കരുതുന്നു.

തുടക്കത്തിൽ തന്നെ ഒരു കാര്യം വ്യക്തമാക്കട്ടെ. *കമ്യൂണിസ്റ്റ് മാനിഫെസ്റ്റോയിൽ* മാർക്സ് നടത്തിയ ഒരു പ്രസ്താവനയുണ്ട്. അതിനെ അടിസ്ഥാനമാക്കിയാണ് എന്റെ അപഗ്രഥനവും വിലയിരുത്തലും പ്രസ്താവന ഇതാണ്:

എന്നാൽ നമ്മുടെ കാലഘട്ടത്തിന് - ബൂർഷ്വാസിയുടെ കാലഘട്ടത്തിന് - ഈയൊരു അനന്യസ്വഭാവമുണ്ട്; അത് വർഗ്ഗവൈരങ്ങളെ കൂടുതൽ ലളിതമാക്കിയിരിക്കുന്നു. സമൂഹമാകെത്തന്നെ രണ്ട് ഗംഭീര ശത്രുപാളയങ്ങളായി, പരസ്പരം അഭിമുഖമായി നില്ക്കുന്ന രണ്ട് വലിയ വർഗ്ഗങ്ങളായി കൂടുതൽ കൂടുതൽ പിളർന്നുകൊണ്ടിരിക്കുകയാണ് - ബൂർഷ്വാസിയും തൊഴിലാളിവർഗ്ഗവും.

മാർക്സ് ഊന്നിപ്പറഞ്ഞു:

> ഇന്നുവരെയും ആദരിക്കപ്പെടുകയും ഭയഭക്തികളോടെ വീക്ഷിക്കപ്പെടുകയും ചെയ്തുപോന്ന എല്ലാ തൊഴിലുകളിൽനിന്നും അവ

---

* 1984 ആഗസ്ത് 15, 16 തീയതികളിൽ "ഇന്ത്യൻ സ്വാതന്ത്ര്യസമരവും കമ്യൂണിസ്റ്റുകാരും" എന്ന വിഷയത്തെ അധികരിച്ച് എ കെ ജി പഠനഗവേഷണ കേന്ദ്രം തിരുവനന്തപുരത്ത് സംഘടിപ്പിച്ച സെമിനാറിൽ അവതരിപ്പിച്ചത്.

> യുടെ പ്രഭാമണ്ഡലത്തെ ബൂർഷ്വാസി പിച്ചിച്ചീന്തി ഭിഷഗ്വരനെയും അഭിഭാഷകനെയും പുരോഹിതനെയും കവിയെയും ശാസ്ത്രജ്ഞനെയുമെല്ലാം അത് സ്വന്തം ശമ്പളം പറ്റുന്ന കൂലിവേലക്കാരാക്കി മാറ്റി.

136 കൊല്ലം മുമ്പാണ് മാർക്സും എംഗൽസും ഇതെഴുതിയത്. അത് വേറൊരു കാലഘട്ടമായിരുന്നു. ബൂർഷ്വാസിയുടെ കാലഘട്ടം, വ്യാവസായികവിപ്ലവം യൂറോപ്പിലും വടക്കെ അമേരിക്കയിലും ജൈത്രയാത്ര നടത്തുന്ന കാലഘട്ടം. പുതിയ വ്യാവസായിക സംസ്കാരത്തിന്റെ മുൻനിരക്കാരായി, ലോകവ്യാവസായിക വിപ്ലവത്തിന്റെ പ്രചോദനകേന്ദ്രമായി ആണ് ഈ രണ്ട് ഭൂഖണ്ഡങ്ങളെയും അവർ കണ്ടത്. മാനിഫെസ്റ്റോയുടെ കർത്താക്കൾ അതിപ്രധാനമായ മറ്റൊരു നിരീക്ഷണം കൂടി നടത്തി.

> ഉല്പന്നങ്ങൾക്ക് അനുസ്യൂതം വിപുലപ്പെടുന്ന കമ്പോളം കണ്ടുപിടിക്കേണ്ടതിന്റെ ആവശ്യം ബൂർഷ്വാസിയെ ഭൂമണ്ഡലമെങ്ങും ഓടിക്കുന്നു. അതിന് എല്ലായിടത്തും കൂടുകെട്ടണം. എല്ലായിടത്തും പാർപ്പുറപ്പിക്കണം. എല്ലായിടത്തും ബന്ധങ്ങൾ സ്ഥാപിക്കണം.

അങ്ങനെ ആധുനിക വ്യാവസായിക വിപ്ലവത്തിന്റെ മുൻനിരക്കാരായ ബ്രിട്ടീഷ് ബൂർഷ്വാസി ഇന്ത്യൻ ഉപഭൂഖണ്ഡത്തിൽ അതിന്റെ കൂടുകെട്ടി. ഇന്ത്യയെ ബലേന വ്യാവസായിക വിപ്ലവത്തിന്റെ പിടിയിലമർത്തി. അവർ വ്യാപകമായി നിർമ്മിച്ച റെയിൽപാതകൾ, അവയുടെ അറ്റകുറ്റപ്പണികൾക്കായി ഉണ്ടാക്കിയ ഏർപ്പാടുകൾ - ഇത് രണ്ടുംകൂടി ഇന്ത്യയിൽ വ്യാവസായികയുഗാരംഭത്തിനുള്ള നാന്ദികുറിച്ചു. അടുത്തതായി ഏതാനും ടെക്സ്റ്റൈൽ മില്ലുകളും മറ്റും സ്ഥാപിക്കപ്പെട്ടു. ഇതെല്ലാം കൂടി രണ്ട് പുതിയ വർഗ്ഗങ്ങളുടെ ആധുനിക വ്യവസായ-വ്യാപാരബൂർഷ്വാസിയുടെയും അതിന്റെ മറുപുറമായ ആധുനിക തൊഴിലാളിവർഗ്ഗത്തിന്റെയും ആവിർഭാവത്തിന് അടിത്തറ പാകി. 19-ാം നൂറ്റാണ്ടിന്റെ അവസാന പാദത്തിലാണ് ഇതെല്ലാം നടന്നത്.

ഇവിടെ പ്രത്യേകം ശ്രദ്ധിക്കേണ്ട ഒരു കാര്യമുണ്ട്: രണ്ട് പുതിയ വർഗ്ഗങ്ങൾ - ആധുനിക ബൂർഷ്വാസിയും തൊഴിലാളികളും - രൂപപ്പെട്ടു എന്നു പറഞ്ഞതിനർത്ഥം അതിനോടൊപ്പംതന്നെ രാഷ്ട്രീയപാർട്ടികൾ, സംഘടനകൾ മുതലായ അവയുടെ രാഷ്ട്രീയ ഉപരിഘടനകളും രൂപം കൊണ്ടു എന്നല്ല. ഈ രണ്ട് ആധുനിക വർഗ്ഗങ്ങളുടെ രാഷ്ട്രീയസംഘടനകൾ കുറേക്കാലത്തിനുശേഷമാണ് ഇന്ത്യയിൽ രൂപംകൊണ്ടത്. പുത്തനായി രൂപംകൊണ്ട ഇന്ത്യൻ ബൂർഷ്വാസിയുടെ വളർന്നുവരുന്ന സാമൂഹ്യരാഷ്ട്രീയാഭിലാഷങ്ങളുടെ പ്രതിഫലനമെന്നോണം ഇന്ത്യൻ നാഷണൽ കോൺഗ്രസ് 1885 ൽ സ്ഥാപിതമായെങ്കിൽ പിന്നീട് കാൽനൂറ്റാണ്ടിലേറെ ചെന്നതിനുശേഷമാണ് ഇന്ത്യൻ തൊഴിലാളിവർഗ്ഗത്തിന്റെ

സ്വന്തം രാഷ്ട്രീയപാർട്ടി രൂപംകൊണ്ടത് - 1920-21 ൽ ഇന്ത്യൻ കമ്യൂണിസ്റ്റ് പാർട്ടിയുടെ രൂപീകരണത്തോടുകൂടി.

ഇവിടെ, ചർച്ചയുടെ മുഖ്യധാരയിൽനിന്ന് ചെറിയൊരു വ്യതിയാനം ആവശ്യമാണ്. ബൂർഷ്വാസിയുടെ രാഷ്ട്രീയ സംഘടനയായ ഇന്ത്യൻ നാഷണൽ കോൺഗ്രസിന്റെയും തൊഴിലാളിവർഗ്ഗ സംഘടനയായ ഇന്ത്യൻ കമ്യൂണിസ്റ്റ് പാർട്ടിയുടെയും രൂപീകരണത്തിന് പ്രചോദനം നല്കിയത് ഒരേ കാര്യങ്ങളല്ല. ഈ രണ്ട് വർഗ്ഗങ്ങൾ വസ്തുനിഷ്ഠമായി നിലവിൽവരികയെന്നത് ഈ പാർട്ടികളുടെ രൂപീകരണത്തിന്റെ മുൻ ഉപാധികൾ മാത്രമായിരുന്നു.

1885 ലെ ഇന്ത്യൻ നാഷണൽ കോൺഗ്രസിന് ദേശീയ വിമോചന വികാരത്തിനുള്ള പ്രചോദനം ലഭിച്ചത് പ്രധാനമായും രണ്ടു വസ്തുതകളിൽനിന്നാണ്. ഒന്നാമത്തേത്, പാശ്ചാത്യ വ്യാവസായിക സംസ്കാരവുമായി പ്രത്യേകിച്ചും, ബ്രിട്ടനുമായി ഉണ്ടായ ബന്ധമാണ്. ഗാന്ധിയുടെ അടുത്ത സഹപ്രവർത്തകനായിരുന്ന സി എഫ് ആൻഡ്രൂസ് പറഞ്ഞതുപോലെ,

> അതിന്റെ ആരംഭം ബംഗാളിൽനിന്നായിരുന്നു. ഇത് സ്വാഭാവികവും മിക്കവാറും അനിവാര്യവുമായ ഒരു കാൽവെപ്പായിരുന്നു. എന്തുകൊണ്ടെന്നാൽ, ബ്രിട്ടീഷ് ഭരണത്തിന്റെ കേന്ദ്രസ്ഥാനമെന്ന നിലയ്ക്ക് പാശ്ചാത്യലോകവുമായി ഏറ്റവും അടുത്ത് ഇടപഴകിയ ആധുനിക ഇന്ത്യയുടെ ഭാഗം ബംഗാൾ ആയിരുന്നു. 19-ാം നൂറ്റാണ്ടിന്റെ ആരംഭത്തിൽ ബംഗാളിൽ ഉണ്ടായ നവചൈതന്യത്തിന്റേതായ ഈ ഉണർവ്വ് ഇന്ത്യയുടെ മറ്റെല്ലാ ഭാഗങ്ങളിലേക്കും പടർന്നു. (സി എഫ് ആൻഡ്രൂസ്, ഗിരിജ മുഖർജി, *ഇന്ത്യയിൽ കോൺഗ്രസിന്റെ ഉയർച്ചയും വളർച്ചയും,* പേജ് 17-19)

ആൻഡ്രൂസ് മറ്റൊരു പ്രധാന വസ്തുതകൂടി ചൂണ്ടിക്കാണിച്ചു:

> 19-ാം നൂറ്റാണ്ടിന്റെ തുടക്കത്തിൽ ബംഗാളിലുണ്ടായ വമ്പിച്ച ഈ നവോത്ഥാനത്തിന്റെ കാരണങ്ങളിൽ ഒന്ന് നിസ്സംശയമായും ഫ്രഞ്ചു വിപ്ലവമായിരുന്നു. യൂറോപ്പിലാകെ അലയടിച്ച ബുദ്ധിപരവും ആദ്ധ്യാത്മികവുമായ മാറ്റത്തിന്റെ മാറ്റൊലി ഇന്ത്യയിലും എത്തി. ഫ്രഞ്ചു വിപ്ലവത്തിന് മുമ്പത്തെ 17 ഉം 18 ഉം നൂറ്റാണ്ടുകളിലെ സാമൂഹ്യവും രാഷ്ട്രീയവുമായ ആശയങ്ങൾക്ക് ഒരുതരത്തിലുള്ള ഐകരൂപ്യം ഉണ്ടായിരുന്നു, പാശ്ചാത്യലോകത്തും പൗരസ്ത്യ ലോകത്തും. എന്നാൽ, 1783-93 ലെ വിപ്ലവം ഉയർത്തിപ്പിടിച്ച സാമൂഹ്യനീതിയെ സംബന്ധിച്ച പുതിയ സങ്കല്പങ്ങൾ തികച്ചും പുതുതും അതേവരെ കേട്ടിട്ടില്ലാത്തവയുമായിരുന്നു. സോവിയറ്റ് റഷ്യയുടെ ആശയങ്ങൾ ഇന്ന് ലോകശ്രദ്ധ ആകർഷിക്കുന്നതുപോലെ, ഈ സങ്കല്പങ്ങൾ ഒരു വ്യത്യസ്ത മനോഭാവം

ഉളവാക്കി. മനുഷ്യചിന്തയിലെ ഈ പുതുചലനങ്ങളെപ്പറ്റി ഇന്ത്യയിലെ മറ്റ് ഭാഗങ്ങളിൽ കാര്യമായ ബോധം ഇല്ലാതിരുന്നകാലത്തും ബംഗാൾ തികച്ചും ഉദ്ബുദ്ധമായിരുന്നു. (*അതേപുസ്തകം*, പേജ് 20-21, ഊന്നൽ ലേഖകന്റെ)

ആൻഡ്രൂസിന്റെ പുസ്തകത്തിൽ നിന്നുള്ള ഭാഗങ്ങൾ ഇവിടെ ഉദ്ധരിച്ചതിന് രണ്ട് ഉദ്ദേശ്യങ്ങളുണ്ട്. അതായത്, ഇന്ത്യൻ നാഷണൽ കോൺഗ്രസിന്റെ തുടക്കം മുതല്ക്കുതന്നെ അതിന്റെ നേതാക്കൾക്ക് ആധുനിക വ്യാവസായിക സംസ്കാരവും 17-18 നൂറ്റാണ്ടുകളിലെ ബൂർഷ്വാ ജനാധിപത്യവിപ്ലവങ്ങളുമായിരുന്നു മുഖ്യ പ്രചോദനമെങ്കിൽ (1917 ൽ ഒക്ടോബറിലെ റഷ്യൻ സോഷ്യലിസ്റ്റ് വിപ്ലവവും അവർക്ക് പ്രചോദനം നല്കിയിരുന്നുവെങ്കിലും), 1920 കളുടെ ആദ്യത്തിൽ കമ്യൂണിസ്റ്റ് പാർട്ടിയുടെ സ്ഥാപനത്തിന്റെയും വികാസത്തിന്റെയും കാര്യത്തിൽ അതുമാത്രമായിരുന്നില്ല. അക്കാലത്തുതന്നെ കമ്യൂണിസ്റ്റുകാർ അത്യന്തം ദീർഘദൃഷ്ടി പ്രദർശിപ്പിച്ചിരുന്നു. ലോകത്തിന്റെ വ്യവസായവല്ക്കരണത്തിൽനിന്നും യൂറോപ്പിലെയും മറ്റ് പ്രദേശങ്ങളിലെയും ബൂർഷ്വാജനാധിപത്യവിപ്ലവങ്ങളിൽനിന്നും അവർക്ക് പ്രചോദനം ലഭിച്ചിരുന്നു. എന്നാൽ അവർ കുറേക്കൂടി അപ്പുറം കണ്ടു. ആധുനിക മുതലാളിത്തസമൂഹങ്ങൾ അപരിഹാര്യമായ വർഗ്ഗ-സാമൂഹ്യ വൈരുദ്ധ്യങ്ങൾ നേരിട്ടുകൊണ്ടിരിക്കുകയാണ്, അവ ജീർണ്ണതയുടെതായ ഒരു കാലഘട്ടത്തിലേക്കും ഒരു പുത്തൻ സാമ്രാജ്യത്വത്തിന്റെ കാലഘട്ടത്തിലേക്കും പ്രവേശിക്കുകയാണ്, ലോകരാഷ്ട്രീയത്തിൽ സോഷ്യലിസ്റ്റ് വിപ്ലവം ഒരു ഇനമായിക്കഴിഞ്ഞിരിക്കുന്നു— ഇതെല്ലാം കൂടുതൽ നന്നായി അവർ മനസ്സിലാക്കി. ഇന്ത്യൻ തൊഴിലാളിവർഗ്ഗത്തിനും അതിന്റെ രാഷ്ട്രീയവും ആശയപരവും സംഘടനാപരവുമായ മുന്നണിപ്പടയാളിയായ കമ്യൂണിസ്റ്റ് പാർട്ടിക്കും ലഭിച്ച പ്രചോദനത്തിന്റെ മുഖ്യ ഉറവിടം മഹത്തായ ഒക്ടോബർ സോഷ്യലിസ്റ്റ് വിപ്ലവവും അതിന്റെ വിജയവുമായിരുന്നു.

എന്നാൽ ഒക്ടോബർ റഷ്യൻ വിപ്ലവവും അതിന്റെ വിജയവും ഇന്ത്യൻ ദേശീയവിമോചന പ്രസ്ഥാനത്തിന് പൊതുവായി കാര്യമായ സംഭാവനയൊന്നും നല്കിയിട്ടില്ലെന്ന് ഇതിനർത്ഥമില്ല. ഇന്ത്യയിലെ വിവിധവിഭാഗം ജനങ്ങളും വർഗ്ഗങ്ങളും ഒക്ടോബർ റഷ്യൻ വിപ്ലവത്തെയും ലെനിനെയും എത്രകണ്ട് പ്രകീർത്തിക്കുകയും ബഹുമാനിക്കുകയും ചെയ്തിട്ടുണ്ടെന്ന് ഭാവിതലമുറകൾക്ക് മനസ്സിലാക്കുന്നതിന് വിവിധ ഭാഷകളിൽ, പ്രത്യേകിച്ച് ഇംഗ്ലീഷിൽ, അച്ചടിച്ച ധാരാളം പുസ്തകങ്ങൾ ഇന്നുണ്ട്.

ബൂർഷ്വാ ലിബറലുകൾ മുതൽ പെറ്റി - ബൂർഷ്വാ ബുദ്ധിജീവികൾ വരെയുള്ള ഇന്ത്യയുടെ വിവിധ ഭാഗങ്ങളിലുള്ള ആയിരക്കണക്കിന് ആളുകൾ പുതിയ പ്രചോദനത്തിനും മാർഗ്ഗദർശനത്തിനും വിപ്ലവറഷ്യയുടെ നേരെ ഉറ്റുനോക്കാൻ തുടങ്ങി. ഡോക്ടർ പട്ടാഭി സീതാരാമയ്യ, ബിപിൻ

ചന്ദ്രപാൽ, ലാലാ ലജ്പത്റായ് തുടങ്ങിയ ഇന്ത്യൻ നാഷണൽ കോൺഗ്രസിന്റെ സമുന്നത നേതാക്കളും ബൂർഷ്വാ ദേശീയ വിമോചന പ്രസ്ഥാനത്തിന്റെ പടനായകന്മാരും വിജയശ്രീലാളിതമായ റഷ്യൻ സോഷ്യലിസ്റ്റ് വിപ്ലവത്തെ, ലോകഗതിയെയാകെ സ്വാധീനിച്ചിട്ടുള്ള കാലഘട്ടത്തെക്കുറിക്കുന്ന മഹാസംഭവമായി സ്വാഗതം ചെയ്തിട്ടുണ്ട്.

റഷ്യൻ സോഷ്യലിസ്റ്റ് വിപ്ലവത്തിന്റെ വിജയത്തെ വിലയിരുത്തുന്നതിനും വിലമതിക്കുന്നതിനും നിരവധി പത്രമാസികകൾ എത്രയോ സ്ഥലം ഉപയോഗപ്പെടുത്തിയിട്ടുണ്ട്. *ആന്ധ്രപത്രിക, അമൃതബസാർപത്രിക, സ്വരാജ്* തുടങ്ങി നിരവധി ദിനപത്രങ്ങൾ വിപ്ലവറഷ്യയെയും അതിന്റെ സമുന്നതനേതാവായ ലെനിനെയുംകുറിച്ചുള്ള റിപ്പോർട്ടുകൾക്ക് വമ്പിച്ച പ്രചാരം നല്കുകയുണ്ടായിട്ടുണ്ട്.

ഇന്ത്യയിലേതടക്കം ലോകത്താകെയുള്ള ദേശീയ വിമോചനപ്രസ്ഥാനങ്ങളിൽ ഒക്ടോബർ റഷ്യൻ വിപ്ലവം വമ്പിച്ച സ്വാധീനം ചെലുത്തി. 1918, 1919, 1920 എന്നീ കാലങ്ങളിലെ യുദ്ധാനന്തര മുന്നേറ്റങ്ങൾ സാറിസ്റ്റ് സ്വേച്ഛാഭരണത്തിന്റെമേൽ ബോൾഷെവിക്കുകാർ കൈവരിച്ച വിജയത്തിൽനിന്ന് വമ്പിച്ച പ്രചോദനം ഉൾക്കൊണ്ടിരുന്നു. ഇതെല്ലാം സ്വാഭാവികമായും ബ്രിട്ടീഷ് സാമ്രാജ്യത്വ ഭരണാധികാരികളെ ഭയവിഹ്വലരാക്കി. ഇന്ത്യയിലെ ബഹുജനങ്ങളിൽ റഷ്യൻ വിപ്ലവം ചെലുത്തിയ സ്വാധീനത്തെ നേരിടാൻ അവർ നിരവധി അടിയന്തരനടപടികളെടുത്തു. മാർക്സിസ്റ്റ് സാഹിത്യങ്ങൾ ഇന്ത്യയിലേക്ക് കൊണ്ടുവരുന്നത് അവർ നിരോധിച്ചു. ഇംഗ്ലണ്ടിൽ പ്രസിദ്ധീകരിക്കുന്ന ഒട്ടേറെ ആനുകാലിക പ്രസിദ്ധീകരണങ്ങൾ ബ്രിട്ടീഷ് രഹസ്യപൊലീസ് ബ്ലാക്ക് ലിസ്റ്റിൽപെടുത്തി. ഇന്ത്യയിൽ അവ ഇറക്കുമതി ചെയ്യുന്നതും വിതരണം ചെയ്യുന്നതും കർശനമായ ശിക്ഷയ്ക്ക് വിധേയമാക്കി.

എൽ വി മിത്രോഖിൻ 1981 ൽ *ലെനിൻ ഇന്ത്യയിൽ* എന്ന പേരിൽ ഒരു പുസ്തകം ഇംഗ്ലീഷിൽ തയ്യാറാക്കി പ്രസിദ്ധീകരിച്ചു. മാർക്സിസത്തിലേക്കും റഷ്യൻ സോഷ്യലിസ്റ്റ് വിപ്ലവത്തിലേക്കും രാജ്യത്തിന്റെ വിവിധ ഭാഗങ്ങളിലെ വ്യക്തികളും ഗ്രൂപ്പുകളും ആകർഷിക്കപ്പെടാൻ തുടങ്ങിയപ്പോൾ അതിനോട് അന്നത്തെ ബ്രിട്ടീഷ് ഭരണാധികാരികൾക്കുണ്ടായിരുന്ന പ്രതികരണം അദ്ദേഹം ആ പുസ്തകത്തിൽ വിവരിക്കുന്നുണ്ട്. മിത്രോഖിൻ പറയുന്നു:

> ബ്രിട്ടീഷ് ഇന്ത്യാ ഗവൺമെന്റിന്റെ ആഭ്യന്തരവകുപ്പിന്റെ 1922 ലെ രേഖകൾ (ഇപ്പോൾ അവ ഇന്ത്യൻ നാഷണൽ ആർക്കായ്വ്സിൽ സൂക്ഷിച്ചിട്ടുണ്ട്) കാണിക്കുന്നതുപോലെ, എല്ലാ കമ്യൂണിസ്റ്റ് സാഹിത്യങ്ങളും ഇന്ത്യയിൽ കൊളോണിയൽ ഭരണകർത്താക്കൾ നിരോധിച്ചു. 1920 നവംബർ 6 ലെ ഒരു ഔദ്യോഗിക കല്പന ബ്രിട്ടീഷ് കമ്യൂണിസ്റ്റ് പാർട്ടിയുടെ എല്ലാ പ്രസിദ്ധീകരണങ്ങളും പിടിച്ചെടുക്കാൻ ഇന്ത്യയിലെ കസ്റ്റംസ് ഉദ്യോഗസ്ഥന്മാർക്ക്

നിർദ്ദേശം നല്കി. 1920 ഏപ്രിൽ 22 ലെ ഒരു നിർദ്ദേശപ്രകാരം എല്ലാ കമ്യൂണിസ്റ്റ് പാർട്ടികളുടെയും പ്രസിദ്ധീകരണങ്ങളും – അവ എവിടെ അച്ചടിച്ചവയായാലും ശരി – നിരോധിക്കപ്പെട്ടു. *കമ്യൂണിസ്റ്റ് റിവ്യൂ, കമ്യൂണിസ്റ്റ് ഡെയ്‌ലി, കമ്യൂണിസ്റ്റ് ഇന്റർനാഷണൽ, ന്യൂയോർക്കിലെ റിപ്പബ്ലിക്കൻ ഇന്ത്യ, ഇന്റർനാഷണൽ പ്രസ് കറസ്പോണ്ടൻസ്* എന്നീ പത്രമാസികകളെ ബ്ലാക്ക് ലിസ്റ്റിൽപെടുത്തി. അവ ഇന്ത്യയിലേക്ക് കൊണ്ടുവരുന്നതും വിതരണം ചെയ്യുന്നതും കർശനമായ ശിക്ഷയ്ക്ക് വിധേയമാക്കി.

ദേശീയ പ്രസ്ഥാനം തൊഴിലെടുക്കുന്ന വർഗ്ഗങ്ങളുടെ മോചനമെന്ന ആശയവുമായി അടുത്ത് ബന്ധപ്പെട്ടതാണ്, അതിൽനിന്ന് ഒരടി കൂടി മുന്നോട്ടുവെച്ചാൽ തനി കമ്യൂണിസമായി – എന്നാണ് ദൽഹിയിലെ ബ്രിട്ടീഷ് ചാരവകുപ്പിന്റെ തലവനായിരുന്ന ലഫ. കേണൽ സെസിൽ കേയ് *കമ്യൂണിസം ഇന്ത്യയിൽ* എന്ന തന്റെ രഹസ്യ പുസ്തകത്തിൽ എഴുതിയിരിക്കുന്നത്. അതുകൊണ്ടാണ് 'കമ്യൂണിസത്തിനെതിരായ പോരാട്ടം' ഇന്ത്യയിൽ ബ്രിട്ടീഷ് സാമ്രാജ്യത്വനയത്തിന്റെ ഒരു പ്രധാന ഭാഗമായിത്തീർന്നത്. കോളനി ഭരണത്തിന്റെ മറ്റൊരു പ്രതിനിധിയായ ഡേവിഡ് പാട്രി പറയുന്നു:

അലയടിച്ചുയരുന്ന ദേശീയ വിമോചനപ്രസ്ഥാനം, മാർക്സിസ്റ്റ്-ലെനിനിസ്റ്റ് ആശയങ്ങളുടെ പ്രചാരം, ഇന്ത്യയിലെ കമ്യൂണിസ്റ്റ് പ്രസ്ഥാനത്തിന്റെ ശക്തി എന്നിവ നമ്മുടെ ഭരണം തുടർന്നുകൊണ്ടുപോകുന്നത് അസാദ്ധ്യമാക്കിത്തീർക്കും. അതിനുപുറമെ, ഒക്ടോബർ വിപ്ലവത്തിൽനിന്ന് പ്രചോദനം ഉൾക്കൊണ്ടുകൊണ്ടുള്ള ഇന്ത്യയിലെ വിമോചനസമരത്തിന്റെ മുന്നേറ്റത്തെ പുറമെനിന്നുള്ള സഹായമോ നിർദ്ദേശമോ ഒന്നുമില്ലെങ്കിൽപോലും ഇതേവരെയായും ഇളക്കിമറിക്കാൻ കഴിഞ്ഞിട്ടില്ലാത്ത നമ്മുടെ അധീശത്വത്തെ ഇളക്കുന്ന ഒരു മുന്നേറ്റമെന്ന് അദ്ദേഹം ചിത്രീകരിച്ചു. "കമ്യൂണിസം ഏതുരൂപത്തിൽ പ്രത്യക്ഷപ്പെട്ടാലും അതിനെ നേരിടുകയും പ്ലേഗ്പോലെ തുടച്ചുമാറ്റുകയും ചെയ്യണ"മെന്നാണ് അദ്ദേഹം ഉപസംഹരിക്കുന്നത്. (*ലെനിൻ ഇന്ത്യയിൽ,* പേജ് 18–19)

ദേശീയ വിമോചന-വിപ്ലവപ്രസ്ഥാനങ്ങളെ എതിരിടാൻ ബ്രിട്ടീഷ് സാമ്രാജ്യത്വഭരണം 'സ്പെഷ്യൽ ഇൻഫർമേഷൻ ബ്യൂറോ' എന്ന ഒരു സ്ഥാപനം ഉണ്ടാക്കി. 'ഇന്ത്യയിൽ ബോൾഷെവിക് പ്രവർത്തന'ങ്ങളെ വീക്ഷിക്കുകയെന്നതായിരുന്നു അതിന്റെ ഒരു പണി. കേന്ദ്രചാരവകുപ്പ് (CID) ശേഖരിച്ചതിന് പുറമെ, വളരെയധികം വിശദവിവരങ്ങൾ അത് ശേഖരിച്ചിരുന്നതായി ആ ബ്യൂറോവിന്റെ തലവൻ, കേണൽ ഒ'കൊണോർ പറയുന്നു. 1920 വരെയുള്ള ബോൾഷെവിക് പ്രവർത്തനങ്ങളെപ്പറ്റിയും അവയെ നേരിടുന്നതിനുള്ള നടപടികളെക്കുറിച്ചും ഒരു റിപ്പോർട്ട് തയ്യാറാക്കാൻ

> ഈ രേഖകൾ ഉപയോഗപ്പെടുത്തി. വൈസ്രോയി ചെംസ്ഫോഡ് പ്രഭു നേരിട്ട് മേൽനോട്ടം വഹിച്ച് തയ്യാറാക്കിയ ഈ രേഖ ഒക്ടോബർ വിപ്ലവത്തിനുശേഷം വളർന്നു വന്നിരുന്ന ദേശീയ വിമോചന-തൊഴിലാളി പ്രസ്ഥാനങ്ങളോടുള്ള ബ്രിട്ടീഷ് സാമ്രാജ്യത്വനയം എന്തായിരുന്നുവെന്ന് വ്യക്തമാക്കുന്നു. ഇന്ത്യയിൽ ആകമാനം സംശയിക്കപ്പെടുന്നവരെ സൂക്ഷ്മമായി വീക്ഷിച്ചുകൊണ്ടിരിക്കുകയാണെന്ന് ആ റിപ്പോർട്ടിൽ പറഞ്ഞിരുന്നു. റഷ്യയിലെ സംഭവവികാസങ്ങൾ മറ്റ് രാജ്യങ്ങളെയും അനിവാര്യമായും ബാധിക്കുമെന്നും ലോകത്താകമാനം നടന്നുകൊണ്ടിരിക്കുന്ന പ്രക്ഷുബ്ധാവസ്ഥയിൽനിന്ന് ഇന്ത്യ മാറിനില്ക്കുകയില്ലെന്നും കൂടി റിപ്പോർട്ടിൽ പറഞ്ഞിരുന്നു. ആ റിപ്പോർട്ടറോടൊപ്പം ബോൾഷെവിക്കുകാരോട് അനുഭാവമുള്ളവരെന്ന് അറിയപ്പെട്ടിരുന്ന ഇന്ത്യാക്കാരുടെ പേരുകളും ചേർത്തിരുന്നു. (പേജ് 22)

മാർക്സിസ്റ്റ്-ലെനിനിസ്റ്റ് ആശയങ്ങളെ പ്ലേഗ്പോലെ കണക്കാക്കണമെന്നും ആ നിലയിൽതന്നെ അവയെ നേരിട്ട് തുടച്ചുമാറ്റണമന്നുമുള്ള ക്രൂരമായ നിഗമനത്തിൽ 1919-20 കാലത്തുതന്നെ ബ്രിട്ടീഷ് സാമ്രാജ്യത്വഭരണാധികാരികൾ എത്തിയിരുന്നുവെന്ന് തെളിയിക്കാൻ മറ്റ് വിശദീകരണങ്ങളൊന്നും ആവശ്യമില്ലാത്തവിധം ഈ രേഖകൾ സ്വയം വ്യക്തമാണ്. ഇതിനെത്തുടർന്ന്, ഇന്ത്യയിൽ കമ്യൂണിസ്റ്റ് ആശയങ്ങൾ പടർന്നുപിടിക്കുന്നതിനെ അടിച്ചമർത്താനുള്ള പൈശാചികനടപടികളും കമ്യൂണിസ്റ്റുകാർക്കും കമ്യൂണിസ്റ്റുകാരെന്ന് പറയപ്പെടുന്നവർക്കുമെതിരായി പെഷവാർ, കാൺപൂർ, മീററ്റ് തുടങ്ങിയ കെട്ടിച്ചമച്ച ഗൂഢാലോചനകേസുകളും എടുക്കാൻ ബ്രിട്ടീഷ് സാമ്രാജ്യത്വഭരണാധികാരികൾ തുനിഞ്ഞു.

"ജർമ്മൻദർശനം, ഇംഗ്ലീഷ് അർത്ഥശാസ്ത്രം, ഫ്രഞ്ച് സോഷ്യലിസം എന്നിവയിലൂടെ പത്തൊമ്പതാം നൂറ്റാണ്ടിൽ മാനവരാശി സൃഷ്ടിച്ച ആശയങ്ങളുടെ മുറപ്രകാരമുള്ള പിൻതുടർച്ചാവകാശി" എന്നും "മാനവരാശിയിലെ ഏറ്റവും മികച്ച മനസ്സുകളിൽ ഉയർന്നുവന്ന ചോദ്യങ്ങൾക്ക് ഉത്തരം നല്കിയെന്നതാണ് മാർക്സിന്റെ പ്രതിഭ" എന്നും ലെനിൻ ശരിയായി വിശദമാക്കിയ മഹത്തായ മാർക്സിസ്റ്റ് ആശയങ്ങളിൽ ശ്രദ്ധ കേന്ദ്രീകരിക്കുകയും അവയെ ഉയർത്തിക്കാണിക്കുകയും ചെയ്യുന്നത് തികച്ചും പ്രസക്തമാണ്.

മാർക്സിസ്റ്റ് ആശയങ്ങൾക്ക്, ഇപ്പോൾ, 137 വർഷത്തെ പഴക്കമുണ്ട്. ഈ കാലത്തിനിടയ്ക്ക് അവ മനുഷ്യരാശി സൃഷ്ടിച്ച ഏറ്റവും പുരോഗമനപരവും ശാസ്ത്രീയവുമായ ആശയമായി നിലനില്ക്കുക മാത്രമല്ല, ലോകത്തിലെ മൂന്നിൽ ഒരു ഭാഗംവരുന്ന മാനവരാശിയെ പിടിച്ചടക്കി തൊഴിലാളിവർഗ്ഗത്തിന്റെ രാഷ്ട്രീയാധികാരവും സോഷ്യലിസവും സ്ഥാപിക്കുക കൂടി ചെയ്തിട്ടുണ്ട്. മാർക്സിസം ഗണിക്കപ്പെടേണ്ട ഒരു രാഷ്ട്രീ

യ-സാമ്പത്തിക-വ്യാവസായിക-സൈനിക ശക്തിയായിത്തീരുക മാത്ര മല്ല, എട്ട് കോടി അംഗത്വത്തോടുകൂടി ഇന്ന് 90 ൽപരം രാജ്യങ്ങളിൽ മാർക്സിസ്റ്റ് പാർട്ടികൾ നിലനില്ക്കുകകൂടി ചെയ്യുന്നു. മാർക്സിസത്തെ പ്പോലെ മാനവചരിത്രത്തിൽ ഇത്രയും ചുരുങ്ങിയ കാലയളവിൽ ഇത്രയും വമ്പിച്ച വിജയം നേടിയ മറ്റൊരു ആശയവും ഉണ്ടായിട്ടില്ല.

വിവിധ രാജ്യങ്ങളിലും വൻകരകളിലുമുള്ള കോടിക്കണക്കിന് ജന ങ്ങളുടെ മാത്രമല്ല, നിരവധി രാഷ്ട്രങ്ങളുടെയും മനസ്സിനെ പിടിച്ചെടുത്ത ഈ മാർക്സിസ്റ്റ് ആശയങ്ങളാണ് സാമ്രാജ്യവാദികളുടെ അണ്വായുധ ഭീഷണിക്കെതിരെ ലോകത്താകമാനം നടക്കുന്ന ഐതിഹാസിക സമര ത്തിന്റെ മുൻപന്തിയിൽ സമാധാനത്തിനും ദേശീയ സ്വാതന്ത്ര്യത്തിനും സോഷ്യലിസത്തിനുംവേണ്ടി നിലകൊള്ളുന്നത്.

ഈ അനശ്വരാശയങ്ങൾ കഴിഞ്ഞ കുറെ ദശകങ്ങളിലായി ഇന്ത്യാ ചരിത്രത്തിൽ എന്തെങ്കിലും സ്വാധീനം ചെലുത്തിയിട്ടുണ്ടോ? ഉണ്ടെങ്കിൽ നമ്മുടെ ജനങ്ങളുടെ സാമൂഹ്യ-സാമ്പത്തിക-സാംസ്കാരിക ജീവിത ത്തിന്റെ വിവിധ വശങ്ങളിൽ അവ എന്ത് മാറ്റങ്ങൾ ഉണ്ടാക്കി? ഇതി ലൊക്കെ മാർക്സിസം- ലെനിനിസത്തിൽ അടിയുറച്ചു വിശ്വസിക്കുന്ന വരെന്ന് അഭിമാനിക്കുന്ന നമുക്ക് താല്പര്യമുണ്ട്.

1917 ലെ റഷ്യൻ ഒക്ടോബർ സോഷ്യലിസ്റ്റ് വിപ്ലവത്തെ തുടർന്ന് 1920 കളുടെ ആദ്യത്തിൽ ഇന്ത്യയിൽ ആദ്യത്തെ മാർക്സിസ്റ്റ് ഗ്രൂപ്പു കൾ പ്രത്യക്ഷപ്പെട്ടു തുടങ്ങിയെന്ന് ഏതൊരു ആധുനിക ഇന്ത്യാചരിത്ര വിദ്യാർത്ഥിക്കും പറയാൻ കഴിയും. സി പി ഐ (എം) നെ സംബന്ധിച്ചി ടത്തോളം 1920 അവസാനത്തോടുകൂടി സോവിയറ്റ് യൂണിയനിലെ താഷ്ക ന്റിൽ ഇന്ത്യൻ കമ്യൂണിസ്റ്റ് പാർട്ടി രൂപീകരിക്കപ്പെട്ടതോടെയാണ് ഇന്ത്യ യിലെ കമ്യൂണിസ്റ്റ് പ്രസ്ഥാനത്തിന്റെ ചരിത്രം ആരംഭിക്കുന്നത്. അതു മുതൽ നിലവിലുള്ള സാർവ്വദേശീയ സാഹചര്യങ്ങളനുസരിച്ച് ഇന്ത്യൻ പരിതഃസ്ഥിതിയിൽ മാർക്സിസ്റ്റ് ആശയങ്ങൾ പ്രയോഗിക്കാൻ ഇന്ത്യ യിലെ കമ്യൂണിസ്റ്റുകാർ നിരന്തര പരിശ്രമങ്ങൾ നടത്തിയിട്ടുണ്ട്.

1850-1870 കാലത്ത് മാർക്സും എംഗൽസുംകൂടി ഇന്ത്യയെ സംബ ന്ധിച്ച് നടത്തിയിരുന്ന പഠനങ്ങൾക്കുപുറമെ, 1920 ലെ കമ്യൂണിസ്റ്റ് ഇന്റർനാഷണലിന്റെ രണ്ടാം കോൺഗ്രസിൽ ഇന്ത്യയുടെ പ്രശ്നങ്ങളെ പ്പറ്റി ചർച്ചചെയ്യുകയും തീരുമാനമെടുക്കുകയും ഉണ്ടായിട്ടുണ്ട്. ഇത് പല സഖാക്കൾക്കും അറിയാം. ഇന്ത്യൻ വിപ്ലവത്തിന്റെ വർഗ്ഗപരമായ അടവും തന്ത്രവും നിർണ്ണയിക്കുന്നതിനുവേണ്ടി മാർക്സിസ്റ്റ്-ലെനിനിസ്റ്റ് ധാരണ കളെ ഇന്ത്യൻ പരിതഃസ്ഥിതികൾക്ക് അനുയോജ്യമായി പ്രയോഗിക്കാ നുള്ള പോരാട്ടം ആരംഭിച്ചത് 1920 കളിലാണ്. മുരത്ത കമ്യൂണിസ്റ്റ് വിരോ ധികളും വേദപുരാണങ്ങളിലും *മനുസ്മൃതി*യിലും *ഭഗവദ്ഗീത*യിലും മറ്റും അടങ്ങിയിരിക്കുന്ന പഴഞ്ചൻ ആശയങ്ങൾക്ക് അധീനപ്പെട്ടവരും മറിച്ച് പറയുന്നുണ്ടെങ്കിലും കഴിഞ്ഞ 60 കൊല്ലക്കാലത്തെ ഇന്ത്യാചരിത്ര ത്തിന്റെ ഗതിയിൽ അത് ചെലുത്തിയിട്ടുള്ള സ്വാധീനം വളരെ പ്രാധാന്യ മുള്ളതാണ്.

ഇന്ത്യൻ സ്വാതന്ത്ര്യ സമരത്തിൽ തൊഴിലാളി വർഗ്ഗത്തിനുള്ള പങ്ക്

എം ബസവ പുന്നയ്യ

"ഇന്ത്യയെക്കുറിച്ചുള്ള തന്റെ നിരീക്ഷണങ്ങളുടെ ഉപസംഹാര"മെന്ന് മാർക്സ് തന്നെ വിശേഷിപ്പിച്ച 1853 ജൂലൈ 22 ന്റെ സുപ്രസിദ്ധമായ കത്തിൽ അന്നത്തെ ഇന്ത്യയെ മാർക്സ് വിവരിച്ചത് ഇപ്രകാരമായിരുന്നു:

> ആ രാജ്യം ഹിന്ദുക്കളും മുസൽമാന്മാരും തമ്മിൽ മാത്രമല്ല, ഗോത്രങ്ങളും ഗോത്രങ്ങളും തമ്മിലും ജാതികളും ജാതികളും തമ്മിലും വിഭജിക്കപ്പെട്ടുകിടക്കുകയായിരുന്നു. ദേശാചാരപരമായ അകല്ചയുടെ ഫലമായുണ്ടായ ഒരുതരം സമതുലിതാവസ്ഥയുടെ ചട്ടക്കൂടിന്മേലാണ് ഇവിടത്തെ സാമൂഹ്യവ്യവസ്ഥ നിലനിന്നിട്ടുള്ളത്. ഇത്തരമൊരു രാജ്യവും ഇത്തരമൊരു സമൂഹവും ആക്രമണത്തിനിരയാകാതിരിക്കുകയില്ലെന്ന് വ്യക്തമല്ലേ? ഇന്ത്യയുടെ പൂർവ്വകാലചരിത്രത്തെപ്പറ്റി നമുക്ക് യാതൊന്നും അറിഞ്ഞുകൂടെങ്കിൽ തന്നെയും ഈ അവസരത്തിൽപോലും ഇന്ത്യയെ ഇംഗ്ലീഷുകാരന്റെ പിടിയിലമർത്തി നിർത്തുന്നത് ഇന്ത്യയുടെ ചെലവിൽ സംഘടിപ്പിക്കപ്പെടുന്ന ഒരു ഇന്ത്യൻ പട്ടാളത്തെക്കൊണ്ടാണെന്നുള്ളത് അനിഷേദ്ധ്യമായ ഒരു വസ്തുതയല്ലേ? ആക്രമണത്തിന് വിധേയമാവുക എന്ന തലയിലെഴുത്തിൽനിന്ന് ഇന്ത്യക്ക് രക്ഷപ്പെടുവാൻ കഴിയുമായിരുന്നില്ല. ഇന്ത്യയുടെ ചരിത്രം, അതെന്തെങ്കിലുമാണെങ്കിൽ, തുടരെത്തുടരെയുണ്ടായ കീഴടക്കലുകളുടെ ചരിത്രമാണ്. നാം ആ രാജ്യത്തിന്റെ ചരിത്രമെന്ന് വിശേഷിപ്പിക്കുന്നത് ചെറുത്തുനില്പോ മാറ്റമോ ഇല്ലാത്ത സമൂഹത്തിന്റെ നിർജ്ജീവമായ അടിത്തറയിന്മേൽ തങ്ങളുടെ സാമ്രാജ്യങ്ങൾ കെട്ടിയുറപ്പിച്ച, ഒന്നിന് പുറകെ ഒന്നായി കടന്നുവന്നവരുടെ ചരിത്രമാണ്.

"ഇന്ത്യൻ സമൂഹത്തിന് ചരിത്രമില്ല" എന്നും മറ്റുമുള്ള മാർക്സിന്റെ പരാമർശങ്ങൾ മഹത്തും പുരോഗമനോന്മുഖവുമായ എന്തെങ്കിലുമൊന്നിനെ നിന്ദിക്കുവാൻ വേണ്ടിയായിരുന്നില്ല. മറിച്ച്, കൃത്യമായ ശാസ്ത്രീയനിലപാടിൽനിന്ന് ഉത്ഭവിച്ചവയായിരുന്നു. എന്നാൽ ഈ സ്ഥിതിവിശേഷം മാറ്റമില്ലാതെ തുടർന്നില്ല. ബ്രിട്ടീഷ് സാമ്രാജ്യവാദികൾ "ഏറ്റവും നികൃഷ്ടമായ താല്പര്യങ്ങളാൽ പ്രചോദിതരാ"യിട്ടാണെങ്കിലും റെയിൽവെ ഗതാഗതത്തിന്റെ ശൃംഖലയ്ക്ക് ഇന്ത്യയിൽ തുടക്കം കുറിച്ചിരുന്നുവെന്ന് മാർക്സ് ചൂണ്ടിക്കാണിച്ചു. "റെയിൽവെ സമ്പ്രദായത്തോട് ബന്ധപ്പെട്ട് ഉയർന്നുവരുന്ന ആധുനികവ്യവസായം ഇന്ത്യയുടെ പുരോഗതിക്കും ശക്തിക്കും മുന്നിലുള്ള നിർണ്ണായക പ്രതിബന്ധങ്ങളെ, ജാതിയെ അടിസ്ഥാനമാക്കിയുള്ള പാരമ്പര്യതൊഴിൽ വിഭജനത്തെ, ഇല്ലായ്മ ചെയ്യും."

ഇന്ത്യൻ റെയിൽവെയുടെ വികസനവും തൽഫലമായുണ്ടായ കച്ചവടത്തിന്റെയും വ്യവസായത്തിന്റെയും പരസ്പരസമ്പർക്കത്തിന്റെയും

വളർച്ചയും 19-ാം നൂറ്റാണ്ടിന്റെ അവസാന കാൽ നൂറ്റാണ്ടിൽ പുതിയ വസ്തുനിഷ്ഠമായ സാമ്പത്തിക അടിത്തറയ്ക്ക് അടിസ്ഥാനമിട്ടു. ഇതാവട്ടെ നവജാത ഇന്ത്യൻ ബൂർഷ്വാ വർഗ്ഗത്തിനും അതോടൊപ്പം ബ്രിട്ടീഷ് ഭരണത്തിനെതിരായ ഒരു പരിഷ്കരണ പ്രതിഷേധ പ്രസ്ഥാനത്തിനും രൂപം നല്കി. നൂറുകൊല്ലം മുമ്പുണ്ടായ ഇന്ത്യൻ നാഷണൽ കോൺഗ്രസിന്റെ ജനനം ദേശീയ ബൂർഷ്വാ എതിർപ്പിന്റെ രാഷ്ട്രീയവും സംഘടനാപരവുമായ പ്രകാശനത്തിന്റെ തുടക്കമായിരുന്നു. അതുവരെ 'അറിയപ്പെട്ട ചരിത്രമില്ലാത്ത' ഇന്ത്യൻ സമൂഹം, ബൂർഷ്വാ നേതൃത്വത്തിലുള്ള, പിന്നീട് ബൂർഷ്വാ നേതൃത്വത്തിലുള്ള ദേശീയ വിമോചന പ്രസ്ഥാനമായി ക്രമേണ വികസിച്ച, വർഗ്ഗബോധമുള്ള സംഘടനയുടെ ആവിർഭാവത്തോടെ, അതിന്റെ ചരിത്രം ആരംഭിച്ചു എന്നുവേണമെങ്കിൽ പറയാം. ചില നിസാര ആവശ്യങ്ങൾക്കും അവകാശങ്ങൾക്കുംവേണ്ടി 'യാചിച്ചു' കൊണ്ടാണ് അവർ ആരംഭിച്ചത്.

വ്യവസായത്തിന്റെയും കച്ചവടത്തിന്റെയും വളർച്ചയുടേതായ ഒന്ന് രണ്ട് പതിറ്റാണ്ടുകൾ കഴിഞ്ഞപ്പോൾ ആധുനിക വ്യവസായ തൊഴിലാളികളുടെ പുതിയ വർഗ്ഗവും ഉടലെടുത്തു. 1920 ൽ ഇന്ത്യൻ കമ്യൂണിസ്റ്റ് പാർട്ടിയുടെ രൂപീകരണം കൗമാരം വിടാത്ത ഇന്ത്യൻ ദേശീയപ്രസ്ഥാനത്തിന്റെ മറ്റൊരു മുഖമായിരുന്നു. അങ്ങനെ ഇന്ത്യ 1853 ൽ മാർക്സ് കുറിച്ച 'ചരിത്രമില്ലാത്ത' കാലത്തോട് എന്നെന്നേക്കുമായി വിട പറഞ്ഞു.

രണ്ട് ആധുനിക വർഗ്ഗങ്ങളും ബൂർഷ്വാസിയും തൊഴിലാളിവർഗ്ഗവും യൂറോപ്പിലെയും അമേരിക്കയിലെയും തങ്ങളുടെ സമാന്തര വർഗ്ഗങ്ങളുടെ അനുഭവത്തിൽനിന്ന് പാഠങ്ങൾ ഉൾക്കൊണ്ടുകൊണ്ട് ഇന്ത്യയിൽ ഒരു പുതിയ ചരിത്രം സൃഷ്ടിക്കാൻ തുടങ്ങി. ഈ ചരിത്രത്തെയാണ് സമഗ്രമായ ഒരു മാർക്സിസ്റ്റ് പരിശോധനയ്ക്കും വിലയിരുത്തലിനും വിധേയമാക്കേണ്ടത്.

നേരത്തെ സൂചിപ്പിച്ചതുപോലെ ഈ അവസരത്തിൽ ഈ കർത്തവ്യം ഏറ്റെടുക്കാനാവില്ല. ഒരു പ്രധാനപ്പെട്ട പ്രശ്നത്തെ സംബന്ധിച്ച്, അതായത്, ഭാരതത്തിലെ സംഭവവികാസങ്ങളിൽ മാർക്സിസ്റ്റ് തത്ത്വശാസ്ത്രം ചെലുത്തിയ സ്വാധീനത്തെക്കുറിച്ചുള്ള പരാമർശങ്ങളിൽ ഈ പ്രബന്ധം ഒതുക്കുവാൻ ഞാൻ ആഗ്രഹിക്കുന്നു.

ഇന്ത്യയുടെ സാമൂഹ്യ-രാഷ്ട്രീയ ജീവിതത്തിൽ മാർക്സിസത്തിന്റെ മഹത്തായ പ്രത്യാഘാതത്തെ പൂർണ്ണമായി നിഷേധിക്കുന്ന ആവശ്യത്തിലധികം പണ്ഡിതന്മാർ ഇന്നുണ്ട്. അവർ സത്യവിരുദ്ധമായും ഏകപക്ഷീയമായും ആധുനിക ദേശീയ വിമോചനപ്രസ്ഥാനത്തിന്റെ ഉത്ഭവവും വളർച്ചയും ഗാന്ധിയെപ്പോലെയോ നെഹ്റുവിനെപ്പോലെയോ ഏതെങ്കിലുമൊരു പ്രമുഖ ബൂർഷ്വാ നേതാവിന്റെ ബുദ്ധിസാമർത്ഥ്യത്തിലോ മൗലികചിന്തയിലോ ഊന്നുന്നു. ചരിത്രത്തിലേക്കൊരെത്തിനോട്ടം മതി ഇത്തരം വാദങ്ങളെ പൊളിക്കുവാൻ. സാമ്രാജ്യവിരുദ്ധ ദേശീയ വിമോചന സമര

ത്തിൽ മാർക്സിസ്റ്റ് ചിന്ത അനന്യമായ സംഭാവന നല്കിയിട്ടുണ്ടെന്നത് വ്യക്തമാകും.

മൂന്നാം ഇന്റർനാഷണലിന്റെ സഹായത്തോടെ ഇന്ത്യയിലെ കമ്യൂണിസ്റ്റുകാരായിരുന്നു 1922 ൽ അഹമ്മദാബാദ് കോൺഗ്രസിൽവച്ച് ബ്രിട്ടീഷ് അടിമത്തത്തിൽനിന്നുള്ള "പൂർണ്ണമായ ദേശീയ സ്വാതന്ത്ര്യം" എന്ന മുദ്രാവാക്യം ആദ്യമായി ഉയർത്തിയത്. ഇന്ത്യൻ ദേശീയ ബൂർഷ്വാ വർഗ്ഗത്തിനും അവരുടെ രാഷ്ട്രീയ പ്രതിനിധികൾക്കും നിരവധി വർഷങ്ങൾ കഴിഞ്ഞ് 1929 ൽ ലാഹോർ കോൺഗ്രസിൽവച്ച് മാത്രമേ ഇത്തരം വെട്ടിത്തുറന്ന നിലപാടെടുക്കുവാൻ കഴിഞ്ഞുള്ളൂ.

ഇന്ത്യൻ നാഷണൽ കോൺഗ്രസ് - അതെങ്ങനെ രൂപീകരിക്കപ്പെട്ടു?

കോൺഗ്രസിന്റെ ഔദ്യോഗിക ചരിത്രകാരന്മാരടക്കമുള്ള ബൂർഷ്വാ ചരിത്രകാരന്മാർ 1885 ൽ ഇന്ത്യൻ നാഷണൽ കോൺഗ്രസ് പോലുള്ള സംഘടനകൾ രൂപീകൃതമായതിന്റെ അന്തർദ്ദേശീയ പശ്ചാത്തലം വിസ്മരിക്കുന്നു. മാത്രമല്ല, ഇത്തരം സംഘടനകളുടെ രൂപീകരണത്തിന് കാരണഭൂതമായ വസ്തുനിഷ്ഠ സാമ്പത്തിക-രാഷ്ട്രീയ സാമൂഹ്യഘടകങ്ങളെയും വിസ്മരിപ്പിക്കുന്നു.

1881 ൽ കാൾ മാർക്സ് എഴുതിയ താഴെ ഉദ്ധരിക്കുന്ന ഭാഗത്തു നിന്ന് ഈ വസ്തുത നിഷ്ഠ പശ്ചാത്തലത്തെക്കുറിച്ച് ചില സൂചനകൾ നമുക്ക് ലഭിക്കും:

> സർവ്വവ്യാപകമായ ഒരു ലഹളയല്ലെങ്കിൽപോലും അതിഗുരുതരമായ പ്രശ്നങ്ങൾ ബ്രിട്ടീഷ് സർക്കാരിന് ഇന്ത്യയിൽ അഭിമുഖീകരിക്കേണ്ടിവരും. അഫ്ഗാനിസ്ഥാനിലെയും മറ്റിടങ്ങളിലെയും യുദ്ധങ്ങളുടെ പേരിലും, സൈനികവും സിവിലുമായ ഉദ്യോഗസ്ഥന്മാരുടെ പെൻഷനായും ഇന്ത്യാക്കാർക്ക് യാതൊരു ഉപയോഗവുമില്ലാത്ത റെയിൽവെയുടെ ലാഭവിഹിതമായും പാട്ടമായും വർഷംതോറും ഇംഗ്ലീഷുകാർ ഇവിടെനിന്ന് കടത്തിക്കൊണ്ടുപോകുന്ന തുകയെ, അതായത്, ഇന്ത്യയിൽ അവർ സ്വയം ഉപയോഗിക്കുന്നതിനുപുറമേ പകരം ഒന്നും കൊടുക്കാതെ കടത്തിക്കൊണ്ടുപോകുന്ന തുകയെ, എന്നുവെച്ചാൽ, വർഷംതോറും ഇന്ത്യാക്കാർ ഒരു പ്രതിഫലവും പറ്റാതെ ഇംഗ്ലണ്ടിലേക്കയച്ച ചരക്കുകളുടെ മൂല്യത്തെക്കുറിച്ചുമാത്രം പറയുകയാണെങ്കിൽ, അത് ഇന്ത്യയിലെ ആറുകോടി കർഷകരുടെയും വ്യവസായതൊഴിലാളികളുടെയും മൊത്തം വരുമാനത്തെക്കാൾ അധികം വരും! ഇത് പകയോടുകൂടിയ രക്തമൂറ്റിക്കുടിക്കലാണ്. യൂറോപ്പിൽ ഊഹിക്കാൻകൂടി കഴിയാത്ത തോതിൽ ക്ഷാമവർഷങ്ങൾ ഒന്നിനുപുറകെ ഒന്നായി വരികയാണ്. ഹിന്ദുക്കളും മുസ്ലീങ്ങളും സഹകരിക്കുന്ന ഒരു ഗൂഢാ

ലോചന തുടങ്ങിക്കഴിഞ്ഞു. എന്തോ ഒന്ന് പുകയുന്നുണ്ടെന്ന് ബ്രിട്ടീഷ് സർക്കാരിനും ബോദ്ധ്യമുണ്ട്. പക്ഷേ, തങ്ങളുടെ പാർല മെന്ററി ചിന്തയിലും വാചകമടിയിലും മുഴുകിയ ഈ മണ്ടന്മാർക്ക് (ഞാനുദ്ദേശിക്കുന്നത് സർക്കാർ വക്താക്കളെയാണ്) സത്യം കാണുന്നതിനോ അനിവാര്യമായ അപകടത്തിന്റെ വ്യാപ്തിയെ ക്കുറിച്ച് ബോദ്ധ്യപ്പെടുന്നതിനോ ഉള്ള ആഗ്രഹം പോലുമില്ലാതാ യിരിക്കുന്നു. മറ്റുള്ളവരെ പറ്റിക്കുക, മറ്റുള്ളവരെ പറ്റിക്കുന്നതു വഴി നിങ്ങളെത്തന്നെ പറ്റിക്കുക. ഇതാണ് ചുരുക്കത്തിൽ പാർല മെന്ററി സാമർത്ഥ്യം! നല്ലതുതന്നെ..!

മുകളിൽ വിവരിച്ച പരിതഃസ്ഥിതികൾ ബഹുജന അസംതൃപ്തിക്ക് ഇടവരുത്തി. ഈ അസംതൃപ്തിയാവട്ടെ, ഇംഗ്ലീഷ് ഭരണവർഗ്ഗ വൃത്ത ങ്ങളിലെ, രാഷ്ട്രീയമായി ദീർഘവീക്ഷണമുള്ള ചിലരും മനസ്സിലാക്കിയി രുന്നു — ഇന്ത്യൻ സാമ്രാജ്യവിരുദ്ധപ്രസ്ഥാനത്തിന്റെ സ്ഥാപകനേതാ ക്കളിലൊരാളായിരുന്ന ഗോപാലകൃഷ്ണഗോഖലെ 1912 ൽ ലണ്ട നിൽവെച്ച് ഇപ്രകാരം പ്രസ്താവിച്ചു:

ഇന്ത്യൻ നാഷണൽ കോൺഗ്രസ് സ്ഥാപിക്കുന്നതിന് ഒരു ഇന്ത്യാ ക്കാരനും കഴിയുമായിരുന്നില്ല ഇത്രയും ഭീമമായ ഒരു കടമ ഏറ്റെ ടുക്കുന്ന ഒരാൾക്ക് മി. ഹ്യൂമിന്റെ ഉജ്ജ്വലമായ വ്യക്തിത്വം വേണ്ടി യിരുന്നു. ഇനി ഒരു ഇന്ത്യക്കാരന് ഇതുണ്ടായിരുന്നെങ്കിൽതന്നെ, ഇന്ത്യ മുഴുവൻ വ്യാപിക്കുന്ന അത്തരം ഒരു പ്രസ്ഥാനത്തിന് തുടക്കം കുറിക്കുന്നതിന് തയ്യാറായാൽ അത് നിലവിൽ വരുന്ന തിന് അധികാരികൾ സമ്മതിക്കുകയില്ലായിരുന്നു.

ഇത് സ്വാഭാവികമായി നമ്മുടെ ജിജ്ഞാസ ഉണർത്തുന്നു: ഈ ഹ്യൂം എന്ന ഇംഗ്ലീഷുകാരൻ ആരായിരുന്നു? ഇന്ത്യൻ നാഷണൽ കോൺഗ്രസ് പോലുള്ള ഒരു സംഘടന തുടങ്ങാൻ അദ്ദേഹത്തിന് പ്രചോ ദനം നല്കിയത് എന്താണ്? എന്തുകൊണ്ട് ബ്രിട്ടീഷ് അധികൃതർ ഈ സംരംഭത്തിന് അവരുടെ അനുവാദം നല്കി?

എ ഒ ഹ്യൂ സിംലയിൽ താമസമുറപ്പിച്ചിരുന്ന റിട്ടയർ ചെയ്ത ഒരു ഇംഗ്ലീഷ് ഉദ്യോഗസ്ഥനായിരുന്നു.

ഗ്രാമീണരുടെ ഇടയിൽ വർദ്ധിച്ചുവരുന്ന അസംതൃപ്തിയെ വ്യക്ത മാക്കുന്ന രഹസ്യറിപ്പോർട്ടുകളുടെ നിരവധി വാള്യങ്ങൾ കൊല്ല ങ്ങൾക്കുമുമ്പ് ഔദ്യോഗിക നിലയിൽ അദ്ദേഹത്തിന്റെ കൈവശ ത്തിൽ വന്നു ചേർന്നു. രഹസ്യസംഘങ്ങളുടെയും ഗൂഢാലോച നകളുടെയും നിരവധി റിക്കാർഡുകൾ അതിലുണ്ടായിരുന്നു... ഇന്ത്യയുടെ വിവിധ പ്രദേശങ്ങളിലെ കൃഷിക്കാർ ഒരു കാർഷിക കലാപത്തിന്റെ വക്കിലായിരുന്നു എന്ന് അവ കാണിച്ചു.

ബോംബെ പ്രവിശ്യയിൽ ലഹളകൾ തുടങ്ങിക്കഴിഞ്ഞിരുന്നു. കോൺഗ്രസ് രൂപീകരണത്തിന് തൊട്ടുമുമ്പുള്ള വർഷങ്ങൾ, 1857 നുശേഷം ഏറ്റവും *അപകടകരമായ കാലമായിരുന്നു* (പേജ് 128, സി എഫ് ആൻഡ്രൂസിന്റെ ഗ്രന്ഥം).

ആൻഡ്രൂസ് തുടർന്ന് എഴുതുന്നു:

നമ്മൾ കണ്ടതുപോലെ ഈ അഖിലേന്ത്യാ പ്രസ്ഥാനത്തിന് കാലം തികച്ചും പക്വമായിരുന്നു. അഭ്യസ്തവിദ്യരായ വിഭാഗങ്ങളുടെ ആനുകൂല്യവും പിന്തുണയും ആർജ്ജിക്കുവാൻ കഴിയുമായിരുന്നു. *കാർഷിക കലാപത്തിനുപകരം* അത് (ഇന്ത്യൻ നാഷണൽ കോൺഗ്രസിന്റെ രൂപീകരണം - എം ബി) ഒരു പുത്തൻ ഇന്ത്യ സൃഷ്ടിക്കുന്നതിനുള്ള ദേശീയവേദി വളരുന്ന ശക്തികൾക്ക് നല്കി. ബലപ്രയോഗത്തിനടിസ്ഥാനമായ വിപ്ലവസാഹചര്യം ഒരിക്കൽക്കൂടി സൃഷ്ടിക്കുവാൻ അനുവദിക്കാതിരുന്നത് ദീർഘകാല താല്പര്യങ്ങൾ അനുകൂലമായിരുന്നു. വീണ്ടുമൊരു കലാപം അനാവശ്യമായ രക്തച്ചൊരിച്ചിലിനും വർഗ്ഗീയ വിദ്വേഷത്തിന്റെ വളർച്ചയ്ക്കും മാത്രമെ ഇടവരുത്തുമായിരുന്നുള്ളൂ. (പേജ് 129)

'ആസന്നമായ ദുരന്തത്തെ മുൻകൂട്ടിക്കണ്ട് അത് തടയുന്നതിനുള്ള ശ്രമം നടത്തിയ' ആളായിരുന്നു എ ഒ ഹ്യൂം. അദ്ദേഹം ഇംഗ്ലണ്ടിലേക്ക് പോകുകയും നിരവധി പാർലമെന്റുമെമ്പർമാരെ കണ്ട് വളർന്നുകൊണ്ടിരിക്കുന്ന ജനകീയ അസംതൃപ്തിയെ കർഷകരുടെ വിപ്ലവപരമായ മുന്നേറ്റത്തിൽനിന്ന് വഴിതിരിച്ച് വ്യവസ്ഥാപിതവും പരിഷ്കരണപരവുമായ ചാലുകളിലൂടെ തിരിച്ചുവിടുന്നതിനുവേണ്ടി ഇന്ത്യൻ നാഷണൽ കോൺഗ്രസുപോലുള്ള ഒരു സംഘം സ്ഥാപിക്കുന്നതിന്റെ ആവശ്യകത ബോദ്ധ്യപ്പെടുത്താൻ ശ്രമിക്കുകയും ചെയ്തു. ഇത്തരം ഒരു നടപടി എടുക്കുന്നതിന്റെ രാഷ്ട്രീയ ആവശ്യകതയെക്കുറിച്ച് വൈസ്രോയിയെയും ബോദ്ധ്യപ്പെടുത്താൻ അദ്ദേഹം പരമാവധി ശ്രമിച്ചു. *ഹിന്ദു* കോൺഗ്രസ് ജൂബിലി പതിപ്പിൽ പ്രസിദ്ധീകരിച്ച രസകരവും വിജ്ഞാനപ്രദവുമായ ഒരു കഥയിതാ:

ഹ്യൂം സിംലയിലായിരിക്കുമ്പോൾ റിപ്പൺപ്രഭുവിന്റെ പിൻഗാമിയായി ഇന്ത്യയിൽ എത്തിച്ചേർന്ന വൈസ്രോയി ഡഫ്രിൻപ്രഭുവിനെ പലതവണ സന്ദർശിച്ചു. ഇത്തരം ഒരു സന്ദർശനവേളയിൽ ഇന്ത്യയുടെ രാഷ്ട്രീയ ഐക്യത്തിനും പുനരുദ്ധാരണത്തിനുമായി ഒരു പ്രസ്ഥാനം തുടങ്ങുന്നതിനായി ഇംഗ്ലീഷ് പൊതുജനാഭിപ്രായത്തെ സ്വാധീനിക്കുന്നതിനും രൂപപ്പെടുത്തുന്നതിനുമുള്ള മി. ഹ്യൂമിന്റെ ആഗ്രഹത്തിലേക്ക് സംഭാഷണം തിരിഞ്ഞു. ഇന്ത്യയുമായി ഔദ്യോഗിക ബന്ധമുണ്ടെങ്കിലും ഇല്ലെങ്കിലും ഇംഗ്ലീഷു

> കാരോ സ്കോട്ടിഷുകാരോ ആയ ഇന്ത്യയുടെ പ്രധാന സുഹൃത്തുക്കളുടെ പിന്തുണയോടെ ഇംഗ്ലീഷ് ജനതയുടെ മനഃസാക്ഷിയെ ഉണർത്തുന്നതിനായി ഇംഗ്ലണ്ടിൽ നിരന്തരമായ പ്രചാരണം നടത്തുകയെന്നതായിരുന്നു മി. ഹ്യൂമിന്റെ പരിപാടി. ഡഫ്രിൻപ്രഭു ഈ പ്രശ്നത്തെ കേവലം അനുഭാവിയായ ഒരു സ്വകാര്യവ്യക്തിയുടെ വീക്ഷണത്തോടുകൂടിയാണ് പരിഗണിച്ചത്. ഇംഗ്ലണ്ടിൽ ഇത്തരമൊരു പ്രചാരണം പരാജയപ്പെടുമെന്നത് സുനിശ്ചിതമാണെന്നുള്ള അഭിപ്രായമാണ് അദ്ദേഹം പ്രകടിപ്പിച്ചത്. കാരണം ബൃഹത്തും നിർജ്ജീവവുമായ ഈ അധീനരാഷ്ട്രത്തിൽനിന്ന് ഗ്രേറ്റ്ബ്രിട്ടന് ലഭിച്ചുകൊണ്ടിരുന്ന സാമ്പത്തികവും രാഷ്ട്രീയവും ഭരണപരവുമായ നേട്ടങ്ങളെക്കുറിച്ച് ബുദ്ധിയുള്ള എല്ലാ ഇംഗ്ലീഷുകാരും ബോധവാന്മാരായിരുന്നു. തന്റെ ലക്ഷ്യം നേടുന്നതിനുള്ള ഏറ്റവും നല്ല മാർഗ്ഗം തല്ക്കാലം പ്രചാരണം ഇന്ത്യയിൽ മാത്രമായി ചുരുക്കുകയും തന്റെ ധീരവും അനുഭവപൂർണ്ണവുമായ നേതൃത്വത്തിലും രാജ്യത്തെമ്പാടുമുള്ള ഇന്ത്യക്കാരായ പൊതുപ്രവർത്തകരുടെ ഉത്സാഹപൂർണ്ണവും വിവേകത്തോടുകൂടിയതുമായ സഹകരണത്തോടെയും ഇന്ത്യയിൽതന്നെ ഒരു ദേശീയ സംഘടന രൂപീകരിക്കുകയും ശക്തിപ്പെടുത്തുകയുമാണ് ചെയ്യേണ്ടത് എന്ന് ഹ്യൂമിനെ ബോധ്യപ്പെടുത്താൻ അദ്ദേഹത്തിന് കഴിഞ്ഞു. (പേജ് 122-123)

1885 ൽ കോൺഗ്രസിന്റെ രൂപീകരണത്തിന് വഴി തെളിയിച്ച വസ്തുനിഷ്ഠവും ആത്മനിഷ്ഠവുമായ ഘടകങ്ങളെക്കുറിച്ചുള്ള ഈ ഭാഗം അവസാനിപ്പിക്കുന്നതിനു മുമ്പ് സംഘടനയെ സംബന്ധിച്ച ബ്രിട്ടീഷ് ഭരണാധികാരികളുടെ സങ്കല്പം എന്തായിരുന്നു എന്നറിയാൻ ഈ ഗ്രന്ഥകർത്താക്കളിൽ നിന്നുതന്നെ ഒരു ഉദ്ധരണികൂടി എടുക്കുന്നത് ഉപയോഗപ്രദമായിരിക്കും.

> പല ഭാഗത്തുനിന്നും അധികം താമസിയാതെ, വളരെയധികം ഉൽക്കണ്ഠയും വിദ്വേഷവും പ്രകടമായിരുന്നുവെങ്കിലും ആദ്യവർഷങ്ങളിൽ കോൺഗ്രസ് ഇന്ത്യാ ഗവൺമെന്റിന്റെ എടുത്തുപറയാവുന്ന ശത്രുതയ്ക്ക് വിധേയമായിരുന്നില്ല. ഡഫ്രിൻപ്രഭു തന്നെ കല്ക്കത്തയിൽ വെച്ചുനടന്ന രണ്ടാം കോൺഗ്രസ് സമ്മേളനപ്രതിനിധികളെ ഉദ്യാനവിരുന്നിന് വിശിഷ്ട അതിഥികളായി ക്ഷണിക്കുകപോലും ചെയ്തിട്ടുണ്ട്. കോൺഗ്രസിന്റെ മൂന്നാം സമ്മേളനം മദിരാശി നഗരത്തിൽ ചേർന്നപ്പോൾ മദിരാശി ഗവർണർ ആയിരുന്ന കോണ്ണിമറെപ്രഭു ഈ മാതൃകതന്നെ തുടർന്നു. ഈ ഗ്രന്ഥത്തിൽമുമ്പുതന്നെ വിശദീകരിച്ചിട്ടുള്ളതുപോലെ രാഷ്ട്രീയപ്രശ്നങ്ങളെ കൈകാര്യം ചെയ്യുന്നതിന് ഒരഖി

> ലേന്ത്യാ കോൺഗ്രസ് വേണമെന്നുള്ള നിർദ്ദേശം അന്തിമമായി വന്നത് മി. ഹ്യൂമുമായി ഡഫ്രിൻപ്രഭു നടത്തിയ സംഭാഷണങ്ങളിൽനിന്നായിരുന്നു. അതുകൊണ്ട് ആദ്യകാലത്ത് കോൺഗ്രസും ഇന്ത്യാ സർക്കാരും തമ്മിലുള്ള ബന്ധം വളരെ സൗഹാർദ്ദപരമായിരുന്നത് സ്വാഭാവികം മാത്രമാണ്. (പേജ് 145-146)

ഇന്ത്യൻ നാഷണൽ കോൺഗ്രസിന്റെ ബൂർഷ്വാ ചരിത്രകാരന്മാർ വളരെ വിദഗ്ദ്ധമായി മറച്ചുവെച്ച ഒരു സത്യം തെളിയിക്കേണ്ടത് അവശ്യമായി വന്നതിനാലാണ് ചരിത്ര രേഖകളിൽനിന്ന് ഇത്രയും ഉദ്ധരണികൾ ഇവിടെ എടുത്തു ചേർത്തത്.

1885 മുതൽ 1947 വരെയുള്ള 62 കൊല്ലക്കാലത്ത് പരിമിതമായ ബഹുജനപങ്കാളിത്തത്തോടെ നടന്ന 1921, 1931, 1941, 1942 എന്നീ കാലങ്ങളിലെ സമരങ്ങളെ ഉയർത്തിക്കാട്ടുകയും കോൺഗ്രസിന്റെ അനുരഞ്ജനപരവും പരിഷ്കരണവാദപരവുമായ പങ്കിനെ വെള്ളപൂശുകയുമാണ് ഈ ചരിത്രകാരന്മാർ ചെയ്തിരിക്കുന്നത്.

ബ്രിട്ടീഷ് ഭരണാധികാരികളുമായി 'തുറന്ന് ഏറ്റവുമുട്ടിയ' മൂന്നു സന്ദർഭങ്ങൾ ഇവർ ഉയർത്തിക്കാണിക്കുന്നു: എന്നാൽ തികച്ചും നിയമവിധേയമായ പരിപാടികളായിരുന്നു അവയെല്ലാമെന്ന വസ്തുത മറച്ചുപിടിക്കുന്നു.

1921, 1931, 1941, 1942 കളിലെ സമരങ്ങളിൽ ത്യാഗങ്ങൾ സഹിച്ചവരെ പാടിപ്പുകഴ്ത്തുന്ന കോൺഗ്രസ്, ജനസാമാന്യം ഉശിരൻ പ്രവർത്തനങ്ങളിൽ, പ്രത്യേകിച്ചും കർഷക ജനസാമാന്യം നാടുവാഴിത്ത-അർദ്ധനാടുവാഴിത്ത ചൂഷണങ്ങൾക്കെതിരായ പോരാട്ടങ്ങളിൽ, ഏർപ്പെടുന്നതിന് തീർത്തും എതിരായിരുന്നു എന്ന ഹീനസത്യം അവർ മറച്ചുപിടിക്കുന്നു.

കോൺഗ്രസ് നേതൃത്വം അടിസ്ഥാനപരമായി, വൻകിട ബൂർഷ്വാ ഭൂപ്രഭുവർഗ്ഗങ്ങളുടെ താല്പര്യങ്ങളെയാണ് പ്രതിനിധാനം ചെയ്യുന്നതെന്നും ഹിന്ദുവർഗ്ഗീയമായ കാഴ്ചപ്പാടാണ് അതിനുള്ളതെന്നും ഉള്ള വസ്തുത അവർ മറച്ചു പിടിക്കുന്നു.

എന്നിട്ട് ഹിന്ദു മുസ്ലീം മൈത്രിക്കുവേണ്ടിയും ജാതീയതയ്ക്കും അയിത്തത്തിനും എതിരായും സമരം നടത്തിയതായി അവകാശപ്പെടുന്നു; 'ദരിദ്രനാരായണ'ന്മാർക്ക് 'രാമരാജ്യം' സ്ഥാപിക്കുകയാണ്, എന്തിന് 'സമത്വസുന്ദര'മായ 'സോഷ്യലിസം' ആണ് തങ്ങളുടെ ലക്ഷ്യമെന്ന് ഉളുപ്പില്ലാതെ ഉദ്ഘോഷിക്കുന്നു. ജനസാമാന്യത്തിന് പൊള്ളയായ വാഗ്ദാനങ്ങളും പിച്ചക്കാശും നല്കി വൻകിടക്കാരുടെ താല്പര്യങ്ങൾ സംരക്ഷിക്കുകയെന്നതായിരുന്നു അധികാരാരോഹണത്തിനുമുമ്പുള്ള 62 വർഷക്കാലവും അതിനു ശേഷമുള്ള 37 വർഷക്കാലവും കോൺഗ്രസ് ചെയ്തിരുന്നത്.

കിറ്റ് ഇന്ത്യാ സമരത്തിൽ ഈ നേതൃത്വത്തിന്റെ നാണംകെട്ട പ്രക

ടനത്തെക്കുറിച്ച് അവർക്ക് ഒന്നും പറയാനില്ല; “ചെയ്യുക അല്ലെങ്കിൽ മരിക്കുക” എന്ന മുദ്രാവാക്യം നല്കിക്കൊണ്ട് നേതാക്കൾ ജയിലിൽ പോയി. ജനങ്ങൾക്ക് നേതൃത്വം നല്കാനാളില്ലായിരുന്നു. അടിച്ചമർത്തലിനെതിരായ സ്വാഭാവിക പ്രതികരണമാണ് ജനങ്ങളുടെ അക്രമം എന്ന് പറഞ്ഞ് അവരുടെ ഉശിരൻ സമരങ്ങളെ തള്ളിപ്പറഞ്ഞു.

ഈ ചരിത്രകാരന്മാർ 1942 ലെ സമരത്തിൽ കമ്യൂണിസ്റ്റുകാർ പങ്കെടുക്കാത്തതിനെയും അതിനെ എതിർത്തതിനെയുംപറ്റി അപവാദങ്ങൾ പരത്തുന്നു. കമ്യൂണിസ്റ്റുകാർ സമരത്തെ എതിർത്തു എന്നുള്ളത് സത്യമാണ്. ഈ എതിർപ്പിന്റെ അടിസ്ഥാനം അത്തരം ഒരു സമരം ആ ദശാസന്ധിയിൽ ലോകഫാസിസ്റ്റ് കടന്നാക്രമണത്തെ സഹായിക്കുകയും എകീകൃത ഫാസിസ്റ്റ് വിരുദ്ധ എതിർപ്പിനെ തകർക്കുകയും ചെയ്യുമെന്നതായിരുന്നു. എന്നാൽ യുദ്ധത്തിനുശേഷം കരസേനയിലെയും നാവികസേനയിലെയും ലഹളകളിലൂടെയും തൊഴിലാളികളുടെ പണിമുടക്കുകളിലൂടെയും പൊലീസുകാരുടെ ഒട്ടനവധി ലഹളകളിലൂടെയും സമരോത്സുക കർഷകരുടെ പൊട്ടിത്തെറികളിലൂടെയും നാട്ടുരാജ്യങ്ങളിലെ ജനകീയ പ്രക്ഷോഭങ്ങളിലൂടെയും ഇന്ത്യയിലാകെ ഒരു മുന്നേറ്റമുണ്ടായപ്പോൾ, ദേശീയവിമോചനത്തിന്റെ താല്പര്യത്തിനെതിരും കമ്യൂണിസ്റ്റ് കുതന്ത്രങ്ങളുടെ ഫലവും ആണെന്ന് പറഞ്ഞ് കോൺഗ്രസ് നേതൃത്വം അവയെ എതിർത്തു.

1940 മുതൽ ’47 വരെ കോൺഗ്രസും ബ്രിട്ടീഷ് ഗവൺമെന്റും തമ്മിൽ നടത്തിയ കത്തിടപാടുകൾ രണ്ട് തടിയൻ പുസ്തകങ്ങൾ വരും. സമാധാനപരമായ ഒരു ഒത്തുതീർപ്പുണ്ടാക്കുകയായിരുന്നു ലക്ഷ്യം. ഹിന്ദു-മുസ്ലീം ഐക്യത്തിനുള്ള എല്ലാ ശ്രമങ്ങളും ഉപേക്ഷിച്ചു. അതിനകം ആടാൻ തുടങ്ങിയിരുന്ന ബ്രിട്ടീഷ് ഭരണത്തെ ബഹുജനങ്ങളുടെ സംഘടിതമായ ആക്രമണം വഴി തറപറ്റിക്കാൻ ശ്രമിക്കുന്നതിനുപകരം അപമാനകരമായ നിബന്ധനകളുടെ അടിസ്ഥാനത്തിലുള്ള അധികാരക്കൈമാറ്റം അംഗീകരിക്കുകയാണ് അവർ ചെയ്തത്. ഇന്ത്യയെ ഹിന്ദു, മുസ്ലീം വർഗ്ഗീയതയുടെ അടിസ്ഥാനത്തിൽ രണ്ടായി മുറിക്കുവാൻ നാണമില്ലാത്ത അവർ സമ്മതിച്ചു. അന്ന്, 37 വർഷംമുമ്പ് ഇന്ത്യൻ ഉപഭൂഖണ്ഡത്തിന്മേൽ ഏല്പിക്കപ്പെട്ട മുറിവ് ഇന്നും ഉണങ്ങിയിട്ടില്ല. ഒരുവശത്ത് ഇന്ത്യയും മറുവശത്ത് പാക്കിസ്ഥാനും ബംഗ്ലാദേശും. ഇന്ത്യയിൽതന്നെ 60 കോടി ഹിന്ദുക്കൾ ഒരുവശത്ത്. 10 കോടി മുസ്ലീങ്ങൾ മറുവശത്ത് - ഇങ്ങനത്തെ ഒരു സ്ഥിതിയിൽ എത്തിച്ചു കോൺഗ്രസ്. അതിന് ഇനിയും പരിഹാരം കാണുവാൻ കഴിഞ്ഞിട്ടില്ല.

ഫാസിസ്റ്റ് വിരുദ്ധ ശക്തികളുടെ വിജയവും ലോകസോഷ്യലിസ്റ്റ് വ്യവസ്ഥയുടെ ഉയർച്ചയും ലോകവ്യാപകമായി നടന്ന യുദ്ധാനന്തര ദേശീയ വിമോചന വേലിയേറ്റവും ആണ് അധികാരക്കൈമാറ്റത്തിന് ബ്രിട്ടീഷുകാരെ നിർബ്ബന്ധിച്ചത്. മതത്തിന്റെ പേരിൽ രാജ്യത്തെ രണ്ടായി വെട്ടിമുറിച്ചുകൊണ്ട് ‘സമാധാനപരമായി’ നേടിയ ദേശീയസ്വാതന്ത്ര്യം

ഭൂതകാലങ്ങളിൽ ഇന്ത്യയെ കടന്നാക്രമണങ്ങൾക്ക് വിധേയമാക്കിയിരുന്ന എല്ലാ ദൗർബല്യങ്ങളും നിറഞ്ഞതാണ്.

വർഗ്ഗീയവും ജാതീയവുമായ ശക്തികൾ രാജ്യത്തെ വെട്ടിമുറിക്കുന്നതിനും ഉലയ്ക്കുന്നതിനുമുള്ള അമേരിക്കൻ സാമ്രാജ്യത്വശക്തികളുടെ ഗൂഢാലോചനകൾക്ക് വളക്കൂറുള്ള മണ്ണ് സൃഷ്ടിക്കുന്നു. ഇന്ത്യൻ യൂണിയനിൽ യഥാർത്ഥ സ്വയം ഭരണാവകാശങ്ങൾക്കും മാന്യമായ സ്ഥാനത്തിനും വേണ്ടി സംസ്ഥാനങ്ങൾ സമരങ്ങൾ നടത്തുന്നു: കോൺഗ്രസ് കേന്ദ്ര ഭരണമാവട്ടെ സ്വേച്ഛാധിപത്യപരവും ഫെഡറൽ വിരുദ്ധവുമായ ഒരു ഘടന സൃഷ്ടിക്കുവാൻ ശ്രമിക്കുന്നു; ഇതിന്റെ ഫലമായി കേന്ദ്ര-സംസ്ഥാന ബന്ധങ്ങൾ ക്രമേണ വഷളായിക്കൊണ്ടിരിക്കുകയാണ്. കേന്ദ്ര കോൺഗ്രസ് ഭരണാധികാരികളുടെ സ്വേച്ഛാധിപത്യത്തിലേക്കുള്ള നീക്കം അവസാനിപ്പിച്ചില്ലെങ്കിൽ ദേശീയ ഉദ്ഗ്രഥനത്തിനും സംസ്ഥാനങ്ങളുടെ സ്വയംഭരണത്തിനുമായുള്ള സമരം തുടർന്നുകൊണ്ടുപോകുകയല്ലാതെ നിവൃത്തിയില്ലെന്നുവരും.

'സമാധാനപരമായി' ഇന്ത്യയിലെയും പാകിസ്ഥാനിലെയും ബൂർഷ്വാ-ഭൂപ്രഭുവർഗ്ഗങ്ങൾക്കും അവരുടെ രാഷ്ട്രീയ സംഘടനകളായ കോൺഗ്രസിനും ലീഗിനും ലഭിച്ച രാഷ്ട്രീയ അധികാരം ഈ രാജ്യങ്ങളിലെ രാഷ്ട്രീയ ഘടനയെയോ ജനങ്ങളെയോ ഒന്നിപ്പിക്കുന്നതിന് പര്യാപ്തമായില്ല.

ഇന്ത്യൻ യൂണിയന്റെയും ഈ ഉപഭൂഖണ്ഡത്തിലെ ഇതര പ്രദേശങ്ങളുടെയും ഐക്യത്തിനും ജനാധിപത്യത്തിനും സ്വാതന്ത്ര്യത്തിനും സോഷ്യലിസത്തിനും വേണ്ടിയുള്ള സമരത്തിന് നേതൃത്വം കൊടുക്കുകയെന്ന കടമ തൊഴിലാളിവർഗ്ഗവും അതിന്റെ യഥാർത്ഥ മുന്നണിപ്പടയാളിയായ കമ്യൂണിസ്റ്റ് പാർട്ടിയും ഏറ്റെടുക്കേണ്ടിയിരിക്കുന്നു. ഇന്ത്യൻ ഉപഭൂഖണ്ഡത്തെ അമേരിക്കൻ സാമ്രാജ്യത്വ ക്യാമ്പിന്റെ ഗൂഢാലോചനകളിൽനിന്ന് രക്ഷിക്കാൻ ഇതല്ലാതെ മറ്റൊരു വർഗ്ഗമോ മറ്റൊരു മാർഗ്ഗമോ ഇല്ല എന്ന് വ്യക്തമാക്കട്ടെ.

ബൂർഷ്വാ ദേശീയപ്രസ്ഥാനം 1885 ൽ ആരംഭിച്ചത് ബ്രിട്ടീഷ് ഭരണാധികാരികളോടുള്ള പ്രാർത്ഥനങ്ങളും അഭ്യർത്ഥനകളുമായിട്ടായിരുന്നു. "സ്വരാജ്യം എന്റെ ജന്മാവകാശമാണ്" എന്ന ബാലഗംഗാധര തിലകന്റെ മുദ്രാവാക്യം അതിവിപ്ലവകരമാണെന്ന് കരുതിയതുകൊണ്ട് അതിൽ വെള്ളംചേർത്ത് 'ഹോം റൂളിനും' 'ഡൊമിനീയൻ പദവി'ക്കും എല്ലാ വേണ്ടിയുള്ള യാചനാഭ്യർത്ഥനകൾ വീണ്ടും തുടങ്ങുകയാണുണ്ടായത്. 1929 ൽ മാത്രമാണ് 'ധീരമായ' ദേശീയ ബൂർഷ്വാവർഗ്ഗം തിലകന്റെ നിലപാട് സ്വീകരിച്ചത്.

ബൂർഷ്വാ ദേശീയനേതാക്കളും അവരുടെ കൂലിയെഴുത്തുകാരും തങ്ങളുടെ നേതൃത്വത്തിൽ നടന്ന 'വിമോചന' പ്രസ്ഥാനത്തെക്കുറിച്ച് വീമ്പിളക്കുന്നു; ഇന്ത്യൻ നാഷണൽ കോൺഗ്രസിന്റെ ശതാബ്ദി ആഘോഷപൂർവ്വം ആചരിക്കണമെന്ന് പ്രഖ്യാപിക്കുന്നു. എന്തുകൊണ്ട് സ്വാത

ന്ത്ര്യസമരം 1885 മുതൽ 1947 വരെ ആറ് പതിറ്റാണ്ടുകാലം നീണ്ടുപോയി എന്ന് അവരാരും പരിശോധിച്ചിട്ടില്ല. 1947 ആഗസ്തിൽ രാഷ്ട്രീയ സ്വാതന്ത്ര്യം ലഭിക്കുന്നതിന് സാഹചര്യമൊരുക്കിയ ദേശീയ അന്തർദ്ദേശീയ പരിതഃസ്ഥിതികളുടെ പ്രത്യേകതകളെക്കുറിച്ച് അവർ സ്വയം സത്യസന്ധതയോടെ ചോദിച്ചിട്ടില്ല.

'അഹിംസ', 'അക്രമരാഹിത്യം', 'നിയമലംഘനം' തുടങ്ങിയ സിദ്ധാന്തങ്ങളെ ഇവർ വാനോളം പുകഴ്ത്തുന്നു. ബഹുജനങ്ങളെ ഉശിരൻ സമരങ്ങളിൽനിന്ന് പിന്തിരിപ്പിക്കുന്നതിനുള്ള ഉപായമല്ലാതെ മറ്റെന്തായിരുന്നു ഇത്? എന്നിട്ട് സാമ്രാജ്യത്വ യജമാനന്മാരുമായി അനന്തമായ ചർച്ചകളും വിലപേശകളും നടത്തുക, നാണമില്ലാതെ യാചിക്കുക!

> ലോകഫാസിസ്റ്റ് ശക്തികളുടെ ഭീകരമായ സൈനികശക്തിയെ തവിടുപൊടിയാക്കുന്നതിനും സാമ്രാജ്യത്വത്തിന്റെ അടിത്തറ ഇളക്കുന്നതിനും അതുവഴി ആത്യന്തിക വിശകലനത്തിൽ രണ്ടാം ലോകമഹായുദ്ധത്തിനു ശേഷം കോളനിവാഴ്ചയുടെ തകർച്ചയ്ക്ക് കളമൊരുക്കുന്നതിനും കമ്യൂണിസ്റ്റ് റഷ്യ കാഴ്ച വെച്ച അന്യാദൃശമായ ധീരതയെയും സഹിച്ച മഹത്തായ ത്യാഗത്തെയുംപറ്റി മിണ്ടുവാൻപോലും ഇക്കൂട്ടർ ധൈര്യപ്പെടുന്നില്ല.

മാത്രമല്ല, ഇന്ന് സാമ്രാജ്യത്വ കടന്നാക്രമണത്തെയും അവരുടെ വികസന മോഹത്തെയും തടഞ്ഞുനിർത്തി പുതുതായി മോചനം നേടിയ രാജ്യങ്ങളുടെ ദേശീയ സ്വാതന്ത്ര്യത്തെയും ലോകസമാധാനത്തെയും സംരക്ഷിക്കുന്നതിൽ ലോകകമ്യൂണിസ്റ്റ് ശക്തികളുടെ വ്യാവസായി-സൈനിക കഴിവ് വഹിക്കുന്ന പങ്കിനെ സത്യസന്ധമായി തുറന്ന് അംഗീകരിക്കുന്നതിനും അവർ മടിക്കുന്നു. ഈ ചരിത്രനേട്ടങ്ങൾക്ക് ആധാരം മാർക്സിസ്റ്റ് ചിന്താസരണിയല്ലാതെ മറ്റെന്താണ്?

മറ്റൊരു കാര്യം എടുക്കുക. പഴഞ്ചൻ ചിന്താഗതികൾക്കും ഫ്യൂഡൽ ഭൂപ്രഭുത്വത്തിനും എതിരെ കർഷകസമാന്യത്തെ ഉണർത്തുന്നതിൽ വൻകിട ഇന്ത്യൻ ബൂർഷ്വാവർഗ്ഗത്തിന് എന്നും എതിരായിരുന്നു. അത് അംഗീകരിക്കപ്പെട്ട വസ്തുതയാണ്. വിപ്ലവകരമായ കാർഷിക പരിഷ്കരണത്തിന്റെയും കാർഷിക വിപ്ലവത്തിന്റെയും ചിന്ത മുന്നോട്ടുവച്ചതു തന്നെ മാർക്സിസ്റ്റ് ചിന്താസരണിയും അതിന്റെ ഇന്ത്യയിലെ വക്താക്കളുമായിരുന്നു. സ്വാതന്ത്ര്യം ലഭിച്ച് 37 വർഷം കഴിഞ്ഞതിനുശേഷവും ബൂർഷ്വാ-ഭൂപ്രഭു നേതാക്കളും ഇന്ത്യാസർക്കാരും കൃഷിഭൂമിയുടെ 35 -40 ശതമാനം അഞ്ചോ ആറോ ശതമാനം വരുന്ന ഭൂപ്രഭുക്കന്മാർക്ക് വിട്ടുകൊടുത്തുകൊണ്ട് കാർഷിക പരിഷ്കരണങ്ങളുടെ കാര്യത്തിൽ പരുങ്ങി നില്ക്കുകയാണ്. എന്തുകൊണ്ട് കേന്ദ്രസർക്കാർ കേരളത്തിലെയും പശ്ചിമബംഗാളിലെയും സംസ്ഥാന സർക്കാരുകൾക്ക് എതിരായും സന്ദർഭം കിട്ടിയപ്പോഴെല്ലാം അവയെ പുറത്താക്കിയും കൊണ്ടുള്ള,

ഒരു നിലപാട് സ്വീകരിച്ചു? വിതരണം ചെയ്യപ്പെട്ട മിച്ചഭൂമിയുടെ 75 ശതമാനവും ഈ രണ്ട് സംസ്ഥാനങ്ങളിലെ കർഷക സാമാന്യത്തിനാണ് എന്ന വസ്തുത ആർക്കെങ്കിലും നിഷേധിക്കുവാൻ കഴിയുമോ? മാർക്സിസ്റ്റ് തത്ത്വശാസ്ത്രത്തിനല്ലാതെ മറ്റെന്തെങ്കിലും ഇന്ത്യയിലെ കാർഷിക ഭൂപ്രശ്നത്തിന്മേൽ ഇത്തരമൊരു സ്വാധീനം ചെലുത്തി എന്ന് അവകാശപ്പെടാനാവുമോ?

സ്വാതന്ത്ര്യാനന്തര ഇന്ത്യയിൽ കർഷകർക്കുവേണ്ടി നിലകൊള്ളുകയും ആയിരക്കണക്കിന് ജീവൻ ബലിയർപ്പിക്കുകയും ചെയ്തവർ കമ്യൂണിസ്റ്റുകാരായിരുന്നു. 'കൃഷിഭൂമി കൃഷിക്കാരന്' എന്ന മുദ്രാവാക്യമുയർത്തി തെലങ്കാനയിൽ, പശ്ചിമബംഗാളിൽ, ത്രിപുരയിൽ, കേരളത്തിൽ മറ്റനവധി സംസ്ഥാനങ്ങളിൽ 10,000 ത്തിലേറെ കമ്യൂണിസ്റ്റുകാർ തങ്ങളുടെ ജീവൻ ബലിയർപ്പിച്ചിട്ടുണ്ട്. ഇത് ഇന്ത്യയിലെ കാർഷിക പ്രശ്നത്തിൽ മാർക്സിസ്റ്റ് തത്ത്വശാസ്ത്രം സൃഷ്ടിച്ച പ്രത്യാഘാതമല്ലേ?

സാമുദായിക സാഹോദര്യത്തിനും ഹിന്ദു- മുസ്ലീം ഐക്യത്തിനും ദേശീയ ഉദ്ഗ്രഥനത്തിനുംവേണ്ടി കഴിഞ്ഞ കാലത്ത് ബൂർഷ്വാ നേതാക്കൾ ഉയർത്തിയ മുദ്രാവാക്യങ്ങൾ അതിലെത്രയോ ശക്തമായി ഇന്നും ഉയർത്തപ്പെടുന്നു. എല്ലാ ബൂർഷ്വാപാർട്ടികളിലെയും പ്രത്യേകിച്ച് ഭരണകോൺഗ്രസ് പാർട്ടിയിലെ ബൂർഷ്വാനേതാക്കളോട് ഒരു ചോദ്യം ചോദിക്കട്ടെ: എന്തുകൊണ്ട് കോൺഗ്രസ് നേതൃത്വത്തിലുള്ള സംസ്ഥാനങ്ങളെ അപേക്ഷിച്ച് കഴിഞ്ഞ ദശാബ്ദങ്ങളിൽ കേരളത്തിലും ബംഗാളിലും ഹിന്ദു -മുസ്ലീം ലഹളകൾ ഇല്ലാതിരുന്നു? അല്ലെങ്കിൽ കുറവായിരുന്നു? ഈ രണ്ട് സംസ്ഥാനങ്ങളിലെയും ബഹുജനങ്ങളുടെമേൽ മാർക്സിസ്റ്റ് ദർശനത്തിനുള്ള സ്വാധീനം കാരണമാണ് മതേതരത്വത്തിന്റെ സങ്കല്പവും ഹിന്ദു-മുസ്ലീം ഐക്യവും പ്രാവർത്തികമാക്കാൻ കഴിഞ്ഞത്. ഇതെല്ലാം പറയുന്നത് ഇന്ത്യയുടെ മുന്നിലുള്ള അതിഭീമങ്ങളായ പ്രശ്നങ്ങളോട് തുലനം ചെയ്യുമ്പോൾ കമ്യൂണിസ്റ്റുകാർ നേടിയത് വളരെ ലഘുവും അപര്യാപ്തവുമായിരുന്നു എന്ന വസ്തുത വിസ്മരിച്ചുകൊണ്ടല്ല.

മറ്റൊന്ന്, കഴിഞ്ഞ 37 വർഷക്കാലത്തെ ബൂർഷ്വാ-ഭൂപ്രഭു വാഴ്ചയുടെ കീഴിൽ ഹരിജനങ്ങൾ എന്ന് വിളിക്കപ്പെടുന്നവരുടെ മോചനത്തിന്റെ പ്രശ്നമാണ്. എന്തുകൊണ്ട് ഹരിജനമർദ്ദനവും കൊലയും കോൺഗ്രസ് ഭരിക്കുന്ന സംസ്ഥാനങ്ങളിൽ കൊടികുത്തിവാഴുമ്പോൾ കമ്യൂണിസ്റ്റുകാർക്ക് ശക്തമായ ബഹുജന പിന്തുണയുള്ള സംസ്ഥാനങ്ങളിൽ വളരെ അപൂർവ്വമോ ഇല്ലാതെയോ ഇരിക്കുന്നു? ബൂർഷ്വാ നേതാക്കന്മാർക്കും അവരുടെ മാപ്പുസാക്ഷികളായ ബുദ്ധിജീവികളും മറുപടി പറയേണ്ടിയിരിക്കുന്നു.

ഇന്ത്യ വെറും ഒരു രാജ്യമല്ല. അനേകം ഭാഷാ ദേശീയതകളും വംശീയ ഗ്രൂപ്പുകളും അടങ്ങുന്ന ഒരു വലിയ ഉപഭൂഖണ്ഡം തന്നെയാണ് ഇന്ത്യ. എന്തുകൊണ്ട് ബൂർഷ്വാ നേതാക്കൾ ഭാഷാസംസ്ഥാനങ്ങൾ രൂപീകരിക്കുന്നത് സംബന്ധിച്ച അവരുടെ മുൻ വാഗ്ദാനങ്ങളിൽനിന്ന് ആ

നിലപാടെടുപ്പിക്കുവാൻ 1956 ൽ വമ്പിച്ച ബഹുജനപ്രക്ഷോഭം വേണ്ടി വന്നു? എന്തുകൊണ്ട് രാഷ്ട്രത്തിന്റെ ഭരണഘടനയുടെ ഫെഡറൽ സ്വഭാവങ്ങൾ നശിപ്പിച്ച് ഇന്ത്യയിൽ യൂണിറ്ററി ഭരണം സ്ഥാപിക്കുന്നതിന് സ്ഥാപിത ശക്തികൾ നിരന്തരം ശ്രമിക്കുന്നു? ഇന്ത്യയുടെ ഐക്യത്തെ സംരക്ഷിക്കുന്നതിനും കേന്ദ്ര-സംസ്ഥാന ബന്ധപ്രശ്നം ജനാധിപത്യപരമായി പരിഹരിക്കുന്നതിനും കഴിയാതെ ഇരുട്ടിൽ തപ്പിത്തടയുന്നതിനുള്ള കാരണം ഇന്ത്യൻ ബൂർഷ്വാ വർഗ്ഗത്തിന്റെ രാഷ്ട്രീയ പാപ്പരത്തമാണെന്ന് വീണ്ടും തെളിയുന്നു. ഇന്ത്യയുടെ ഐക്യം നിലനിർത്തുകയും ഉദ്ഗ്രഥനം സാധിതമാക്കുകയും ചെയ്യുന്നതിലേക്ക് സംഭാവന ചെയ്യുന്നതിന് ഏതെങ്കിലും ചിന്താസരണിക്ക് കഴിഞ്ഞിട്ടുണ്ടെങ്കിൽ അത് മാർക്സിസത്തിനാണ്.

ഇതുവരെ ചർച്ച ചെയ്ത കാര്യങ്ങൾ ആധുനിക ഇന്ത്യയുടെ വികാസത്തിൽ മാർക്സിസം നല്കിയ സംഭാവന നാമമാത്രമോ, ശൂന്യമോ ആണെന്ന ജല്പനങ്ങളെ തുറന്നുകാണിക്കുന്നു. കഴിഞ്ഞ ആറ് ദശാബ്ദക്കാലത്തിനിടയിൽ ഇന്ത്യയുടെ മുന്നോട്ടുള്ള പുരോഗതിയിൽ മാർക്സിസം വഹിച്ച പങ്ക് വിവരിക്കുന്നതിന് നിരവധി വാള്യങ്ങൾ വേണ്ടിവരും. വളരെയധികം ശാരീരികവും ബുദ്ധിപരവുമായ പ്രയത്നം വേണ്ടിവരും. ഒറ്റക്കാര്യംകൂടി പറഞ്ഞുകൊണ്ട് ഈ ഭാഗം അവസാനിപ്പിക്കട്ടെ: ഇന്ത്യയെ ആധുനികവും വികസിതവും പുരോഗമനോന്മുഖവും ശക്തവുമായ ഒരു രാഷ്ട്രം ആക്കുന്നതിന് കഴിവുള്ള ഏതെങ്കിലുമൊരു ദർശനം ഉണ്ടെങ്കിൽ അത് മാർക്സിസം - ലെനിനിസം മാത്രമാണ്. മറ്റ് വാക്കുകളിൽ പറഞ്ഞാൽ ഇന്ത്യയിലെ അദ്ധ്വാനിക്കുന്ന ജനകോടികൾക്ക് തങ്ങളുടെ ദർശനമായി ഉറ്റുനോക്കാൻ കഴിയുന്ന ചിന്താസരണി തകർന്നുകൊണ്ടിരിക്കുന്ന ബൂർഷ്വാ ഭൂപ്രഭു വർഗ്ഗങ്ങളുടേതല്ല മറിച്ച്, അതിവേഗം വളർന്നുകൊണ്ടിരിക്കുന്ന ലോകതൊഴിലാളി വർഗ്ഗത്തിന്റേതും അതിന്റെ വിമോചനത്തിന്റേതുമാണ്; മാർക്സിസം മാത്രമാണ്.

ഇന്ത്യൻ സ്വാതന്ത്ര്യവും അതിന്റെ പേറ്റുനോവും

രണ്ട് നൂറ്റാണ്ടുകാലം, തുടക്കത്തിൽ ഈസ്റ്റിന്ത്യാ കമ്പനിയുടെയും പിന്നീട് ബ്രിട്ടീഷ് ചക്രവർത്തിയുടെയും കീഴിൽ, നീണ്ടുനിന്ന ബ്രിട്ടീഷ് ആധിപത്യത്തിൽനിന്ന് 1947 ആഗസ്ത് 15 ന് ഇന്ത്യ രാഷ്ട്രീയ സ്വാതന്ത്ര്യം നേടി. ദേശീയവും സാർവ്വദേശീയവുമായി സാമൂഹ്യ രാഷ്ട്രീയ പ്രാധാന്യമുള്ള സംഭവമായിരുന്നു അത്. ഏറ്റവും വലിയ ലോക സാമ്രാജ്യത്വ ഭരണത്തിന്റെ തകർച്ചയുടെ തുടക്കമാണത് കുറിച്ചത്.

ആധുനിക ഇന്ത്യൻ ചരിത്രം പഠിക്കുന്നവരെ സംബന്ധിച്ചിടത്തോളം താല്പര്യജനകമായ പ്രശ്നം 1947 ആഗസ്തിൽ രാഷ്ട്രീയാധികാരം കൈമാറുവാൻ ബ്രിട്ടീഷുകാരെ നിർബ്ബന്ധിച്ച ഘടകങ്ങൾ ഏവ? ആരുടെ കൈകളിലേക്ക്, അതായത് ഏത് വർഗ്ഗങ്ങളുടെ അല്ലെങ്കിൽ ഏത് രാഷ്ട്രീ

യപാർട്ടികളുടെ കൈകളിലേക്ക്, ആണ് അധികാരം കൈമാറിയത് എന്നതാണ് ചോദ്യം. ഈ ചോദ്യത്തിന് ചരിത്രപരമായ താല്പര്യം മാത്രമല്ല ഉള്ളത്. നമ്മുടെ രാജ്യത്തെ ഇന്നത്തെ രാഷ്ട്രീയ സംഭവവികാസങ്ങളുടെ നാനാവശങ്ങൾ ബുദ്ധിപൂർവ്വമായി അപഗ്രഥിക്കാനും വിലയിരുത്താനും ഇതാവശ്യമാണ്. 1921 ലെയും 1931 ലെയും സാമ്രാജ്യവിരുദ്ധ വിമോചന സമരങ്ങളെയും 1942 ലെ ക്വിറ്റ് ഇന്ത്യാസമരത്തെയും ക്രൂരമായി അടിച്ചമർത്തിയ ബ്രിട്ടീഷുകാർ, ഫാസിസ്റ്റ് ശക്തികളുടെമേൽ നിർണ്ണായക വിജയം നേടി രണ്ട് വർഷത്തിനുള്ളിൽ തന്നെ അധികാരം ഉപേക്ഷിക്കാൻ എങ്ങനെ നിർബ്ബന്ധിതരായി?

ഇന്ത്യ കൈവരിച്ച ദേശീയ സ്വാതന്ത്ര്യത്തിന്റെ സ്വഭാവമെന്തായിരുന്നു? വെറും ഔപചാരികം മാത്രമായിരുന്നോ? അതോ യഥാർത്ഥമായിരുന്നോ? പ്രത്യക്ഷാധിപത്യം മാറി പരോക്ഷാധിപത്യം വരികയായിരുന്നോ? സാമ്പത്തികവും സൈനികവും നയതന്ത്രപരവുമായ കാര്യങ്ങളിൽ ബ്രിട്ടീഷുകാർ തങ്ങളുടെ മേൽക്കൈ നിലനിർത്തുകയായിരുന്നുവോ? ഇത്തരം സംശയങ്ങൾ ഏറിയപങ്കും കമ്യൂണിസ്റ്റുകാരുടെ മനസ്സിലാണുണ്ടായിരുന്നതെന്നത് ശരിതന്നെ. ആധുനിക സാമ്രാജ്യത്വത്തിന്റെ സങ്കീർണ്ണരീതികൾ അപഗ്രഥിക്കാനാവശ്യമായ സൈദ്ധാന്തിക ശേഷി നേടിയിട്ടുള്ള കമ്യൂണിസ്റ്റുകാർക്ക് മുന്നിലൊളിഞ്ഞുകിടക്കുന്ന ചതിക്കുഴികൾ കാണാൻ കഴിയാത്ത ബൂർഷ്വാ-പെറ്റിബൂർഷ്വാ ദേശീയവാദികളുടെ ഉത്സാഹത്തിമിർപ്പിൽ പങ്കുകൊള്ളാൻ കഴിയുമായിരുന്നില്ല.

1947 ആഗസ്തിൽ ഇന്ത്യയിൽ കോൺഗ്രസിനും പാകിസ്ഥാനിൽ മുസ്ലീംലീഗിനും അധികാരം കൈമാറിയതിന്റെ സ്വഭാവത്തെയും ഉള്ളടക്കത്തെയും കുറിച്ച് കമ്യൂണിസ്റ്റുകാർ സംശയാലുക്കളായതെന്തുകൊണ്ട്? ഇത്തരം സന്ദർഭങ്ങളിൽ അതീവ ശ്രദ്ധാലുക്കളാകേണ്ടതിന്റെ ആവശ്യം 1920 ൽ തന്നെ ലെനിൻ ചൂണ്ടിക്കാട്ടിയിട്ടുണ്ട്. 1920 ജൂണിൽ കമ്യൂണിസ്റ്റ് ഇന്റർനാഷണലിന്റെ രണ്ടാം കോൺഗ്രസിൽ ദേശീയ-കൊളോണിയൽ പ്രശ്നങ്ങളെക്കുറിച്ചുള്ള തന്റെ തീസിസ് അവതരിപ്പിച്ചുകൊണ്ട് ലോക തൊഴിലാളിവർഗ്ഗത്തിനോടും അതിന്റെ കമ്യൂണിസ്റ്റ് പാർട്ടികളോടും ലെനിൻ ഇപ്രകാരം ഉദ്ബോധിപ്പിച്ചു:

> സാമ്രാജ്യത്വശക്തികൾ കരുതിക്കൂട്ടി നടത്തുന്ന തട്ടിപ്പുകളെപ്പറ്റി ലോകത്തെമ്പാടുമുള്ള അദ്ധ്വാനിക്കുന്ന ജനസാമാന്യത്തിന്, പ്രത്യേകിച്ചും പിന്നണിരാജ്യങ്ങളിലുള്ളവർക്ക്, മനസ്സിലാക്കിക്കൊടുക്കണം. ഇവർ രാഷ്ട്രീയമായി സ്വാതന്ത്ര്യമുള്ളവയെന്ന രൂപത്തിൽ രാഷ്ട്രങ്ങൾ സ്ഥാപിക്കുന്നു. പക്ഷേ, സാമ്പത്തികമായും സൈനികമായും അവ തങ്ങളെ ആശ്രയിക്കുന്നുവെന്ന് ഉറപ്പുവരുത്തുന്നു! ഇന്ന് നിലവിലുള്ള സാർവ്വദേശീയ പരിതഃസ്ഥിതിയിൽ സോവിയറ്റ് റിപ്പബ്ലിക്കുകളുടെ യൂണിയൻ എന്ന നിലയ്ക്കല്ലാതെ ദുർബ്ബലരാഷ്ട്രങ്ങൾക്കും ആശ്രിത രാജ്യങ്ങൾക്കും മറ്റൊരു മോചനമാർഗ്ഗമില്ല.

ലെനിന്റെ ഈ മുന്നറിയിപ്പിനുപുറമെ, ബ്രിട്ടീഷുകാർ അടിച്ചേല്പിച്ച ഇന്ത്യാ വിഭജനത്തെ അംഗീകരിച്ചത്, ബ്രിട്ടീഷ് കോമൺവെൽത്തിൽ അംഗത്വം തുടർന്നത്, ഇന്ത്യയിലെ ബ്രിട്ടീഷ് മൂലധനത്തിന്റെ സുരക്ഷിതത്വത്തിന് ഉറപ്പു നല്കിയത് ജനറൽ മൗണ്ട് ബാറ്റനെ ഗവർണ്ണറായി തുടരാൻ അനുവദിച്ചത്, ഐക്യരാഷ്ട്രസഭയിൽ നിർണ്ണായക പ്രശ്നങ്ങളുടെ കാര്യത്തിൽ ചാഞ്ചാട്ടം കാണിക്കുകയും എല്ലാ തർക്കവിഷയങ്ങളിലും അമേരിക്കൻ സാമ്രാജ്യത്വത്തോടൊപ്പം വോട്ട് ചെയ്യുകയും ചെയ്തത് - ഇതെല്ലാം തന്നെ ഇന്ത്യൻ സ്വാതന്ത്ര്യത്തിന്റെ സ്വഭാവത്തെക്കുറിച്ച് നമ്മുടെ മനസ്സിൽ ഭയാശങ്കകൾ വളർത്തി. അതിനെ കപടസ്വാതന്ത്ര്യമെന്നുപോലും ഞങ്ങൾ വിളിച്ചു.

പക്ഷേ, ചരിത്രത്തിന്റെ ഗതി മറ്റൊരു വഴിക്കായിരുന്നു. പുതുതായി രൂപംകൊണ്ട ഇന്ത്യൻ യൂണിയനും അതിന്റെ ബൂർഷ്വാ ഭൂപ്രഭു ഗവൺമെന്റിനും തങ്ങളുടെ രാഷ്ട്രീയ സ്വാതന്ത്ര്യത്തെ ഉറപ്പിക്കുന്നതിനും അതിനെ ദുർബ്ബലപ്പെടുത്തുന്നതിനുള്ള സാമ്രാജ്യത്വശക്തികളുടെ ശ്രമങ്ങളെ ചെറുക്കുന്നതിനും കുറെയൊക്കെ കഴിഞ്ഞു. അപ്പോൾ മറ്റൊരു പ്രശ്നം പൊന്തിവരുന്നു. പുതിയ ഇന്ത്യൻ ഭരണവർഗ്ഗത്തിന്, തങ്ങളുടെ മേധാവിത്തം നിലനിർത്താനുള്ള സാമ്രാജ്യത്വശക്തികളുടെ ശ്രമങ്ങളെ ചെറുക്കാൻ കഴിഞ്ഞതെങ്ങനെ? 1920 ൽ ലെനിൻ മുന്നറിയിപ്പു നല്കിയ സാമ്രാജ്യത്വശക്തികളുടെ കുതന്ത്രങ്ങൾ എന്തുകൊണ്ട് വിജയിച്ചില്ല?

നമ്മുടെ ഭരണവർഗ്ഗങ്ങൾ, പ്രത്യേകിച്ച് കോൺഗ്രസ് പാർട്ടി തങ്ങളുടെ രാഷ്ട്രീയ കഴിവിലും നയതന്ത്രപരതയിലും ഊറ്റം കൊള്ളുന്നു. സമർത്ഥമായി സമാധാനപരമായി അധികാരക്കൈമാറ്റം സാധിച്ചെടുത്ത്, മികവുറ്റ ആഭ്യന്തര-വിദേശനയങ്ങളിലൂടെ ഈ അധികാരത്തെ ഉറപ്പിച്ചു എന്നൊക്കെ അവകാശപ്പെടുന്നു. ഈ അവകാശവാദങ്ങൾ അർദ്ധസത്യങ്ങളാണ്, സാർവ്വദേശീയ സ്ഥിതിയിൽ വന്നുചേർന്ന ചില മൗലിക വസ്തുനിഷ്ഠ യാഥാർത്ഥ്യങ്ങളെ മറച്ചുവെക്കുന്നു.

ഒന്നാമതായി, ഫാസിസ്റ്റുകൾക്കെതിരായ ജനകീയയുദ്ധത്തിലുണ്ടായ വിജയം ലോക സാമ്രാജ്യത്വത്തിന്റെ ഒരു അംശത്തെ - ഫാസിസ്റ്റ് രാജ്യങ്ങളെ തകർക്കുകയും അമേരിക്ക ഒഴികെയുള്ള മറ്റ് സാമ്രാജ്യത്വ രാഷ്ട്രങ്ങളെ അങ്ങേയറ്റം ക്ഷീണിപ്പിക്കുകയും ചെയ്തു. രണ്ടാമതായി, സോഷ്യലിസ്റ്റ് സോവിയറ്റ് യൂണിയൻ ഫാസിസത്തിനെതിരെ വിജയം വരിച്ചതിന് പുറമെ അതിന്റെ രാഷ്ട്രീയവും സൈനികവുമായ ശക്തി കിഴക്കൻ യൂറോപ്പിലും ഏഷ്യയിലുമുള്ള ഒട്ടേറെ രാജ്യങ്ങളിൽ ജനകീയ-ജനാധിപത്യ വിപ്ലവങ്ങൾ വിജയിപ്പിക്കുന്നതിന് സഹായിക്കുകയും ചെയ്തു. ഫലമോ? സാമ്രാജ്യത്വശക്തികളുടെ വികസന മോഹത്തിനും ആക്രമണത്തിനും തടയായി ശക്തമായ ഒരു ലോക സോഷ്യലിസ്റ്റ്ചേരി രൂപം കൊണ്ടു. അവസാനമായി, യുദ്ധാവസാനത്തിന് തൊട്ട് പിന്നാലെ ലോകമെമ്പാടും ദേശീയ വിമോചനസമരങ്ങളുടെ ഒരു വേലിയേറ്റം തന്നെ ഉണ്ടായി. അധീശശക്തികളുടെ സൈനികശക്തി തന്നെ ഉലഞ്ഞുപോയി - ഐ എൻ എയും നാവികകലാപവും ഒക്കെ ഇതിന് തെളിവാണ്.

ഇത് മാത്രമല്ല. കോളനിരാജ്യങ്ങളിലെ വിവിധ ദേശീയ വിമോചന പ്രസ്ഥാനങ്ങൾക്ക് നേതൃത്വം കൊടുത്തിരുന്ന ബൂർഷ്വാ നേതാക്കൾ, ഫാസിസത്തെ തകർക്കുന്നതിലും ലോക സാമ്രാജ്യത്വത്തെ ക്ഷീണിപ്പിക്കുന്നതിലും സോവിയറ്റ് യൂണിയനിലെയും ചൈനയിലെയും മറ്റ് രാജ്യങ്ങളിലെയും കമ്യൂണിസ്റ്റ് സൈനികർ വഹിച്ച പങ്കും അവർ നടത്തിയ ഭീമമായ ത്യാഗങ്ങളും ഇകഴ്ത്തിക്കാണിക്കുകയോ അവഗണിക്കുകയോ ആണ് ചെയ്തത്. ഈ നേതാക്കളുടെ കമ്യൂണിസ്റ്റ് വിരോധമാണിതിന് കാരണം.

മൂന്നാം ലോകരാജ്യങ്ങളിലെ ബൂർഷ്വാ-ഭൂപ്രഭു ഭരണവർഗ്ഗങ്ങൾ സോഷ്യലിസ്റ്റ് രാജ്യങ്ങളിൽനിന്ന് കൂടുതൽ കൂടുതൽ സഹായങ്ങൾ ആവശ്യപ്പെടുന്നു. എന്തിനെന്നോ? സാമ്രാജ്യത്വരാജ്യങ്ങളുമായി വിലപേശി ബഹുരാഷ്ട്രകമ്പനികളും വിദേശ ഫൈനാൻസ് മൂലധനവുമായി വർദ്ധമാനമായ തോതിൽ സഹകരണക്കരാറുകൾ ഉണ്ടാക്കുന്നതിനുവേണ്ടി! പുതിയ ലോക പരിതഃസ്ഥിതിയിൽ, തങ്ങളുടെ മുതലാളിത്ത വികസന പാത പിന്തുടരുന്നതിനായി സോഷ്യലിസവും സാമ്രാജ്യത്വവും തമ്മിലുള്ള വൈരുദ്ധ്യങ്ങളെ ചൂഷണം ചെയ്യാൻ ഇവർക്ക് കഴിയുന്നു. ലോക കമ്യൂണിസ്റ്റ് പ്രസ്ഥാനം ദേശീയ വിമോചനത്തിൽ വഹിക്കുന്ന പങ്ക് ഇവർ കാണാൻ കൂട്ടാക്കുന്നില്ല. പാപ്പരായ തങ്ങളുടെ മുതലാളിത്ത വികസന പാതയെ തുറന്നുകാട്ടുകയും എതിർക്കുകയും ചെയ്യുന്ന കമ്യൂണിസ്റ്റ് പാർട്ടികളെ അവർ നിർദ്ദയം അടിച്ചമർത്തുന്നു. സ്വാതന്ത്ര്യത്തെയും പ്രബുദ്ധതയെയും പറ്റിയുള്ള പടിഞ്ഞാറൻ രാജ്യങ്ങളിലെ ആശയങ്ങളിൽനിന്ന് പ്രചോദനം ഉൾക്കൊണ്ട് ഉത്ഭവിക്കുകയും വളരുകയും ചെയ്തതാണ് ഇന്ത്യൻ നാഷണൽ കോൺഗ്രസ് എന്നുവരികിലും നാട്ടിൽ നടക്കുന്ന എണ്ണമറ്റ സാമൂഹ്യ-സാമ്പത്തിക-രാഷ്ട്രീയ സംഭവങ്ങൾക്ക് കാലഹരണപ്പെട്ട മതപരിവേഷം നല്കാൻ അവർ മടിയേതും കാട്ടുന്നില്ല.

അമിതമായ മതബോധവും സസ്യമാത്ര ഭക്ഷണവും ഇന്ത്യൻ ജനതയുടെ ഉൾക്കാമ്പിനെപ്പോലും ക്ഷയിപ്പിച്ചിരിക്കുന്നു എന്ന കാൾ മാർക്സിന്റെ നിരീക്ഷണം എത്ര ശരിയാണ്. ഈ 20 ാം നൂറ്റാണ്ടിന്റെ അന്ത്യത്തിൽപ്പോലും മതത്തിന്റെയും ജാതിയുടെയും പേരിൽ ഇന്ത്യയിലെ ജനങ്ങൾ പോരടിക്കുന്നത് നോക്കുക! ആശയപരമായ പിന്നോക്കാവസ്ഥയുടെയും ശാസ്ത്രീയ ചിന്തയുടെ ദാരിദ്ര്യത്തിന്റെയും മൂർത്ത ലക്ഷണങ്ങളാണിവ.

ഇന്ത്യൻ ഉപഭൂഖണ്ഡം ബ്രിട്ടീഷ് സാമ്രാജ്യത്വത്തിന് കീഴിലായ രീതി, 16 ാം നൂറ്റാണ്ടുമുതൽ ഇന്നേവരെയുള്ള ലോകചരിത്രത്തിന്റെ വികാസം, ലോകത്തിലെ വിവിധ സാമൂഹ്യ ദേശീയ വിമോചന പ്രസ്ഥാനങ്ങളുടെ ഉല്പത്തിയുടെയും വളർച്ചയുടെയും രീതി, ഇന്ത്യൻ ദേശീയ വിമോചന പ്രസ്ഥാനത്തിന്റെ ഗതിവിഗതികൾ-ഇതെല്ലാം ഒറ്റ മാനവരാശിയുടെ വിമോചനസമരത്തിന്റെ ഭാഗങ്ങളാണ്. കോൺഗ്രസിന്റെ ചരിത്രകാരന്മാർ, പട്ടാഭിസീതാരാമയ്യ അടക്കം ഈ വസ്തുത കാണുന്നില്ല.

രാഷ്ട്രീയാധികാരക്കൈമാറ്റം: മാർക്സിസ്റ്റുകാരുടെ കാഴ്ചപ്പാട്

കമ്യൂണിസ്റ്റ് പാർട്ടി (മാർക്സിസ്റ്റ്) അതിന്റെ പരിപാടിയിൽ ജനകീയ ജനാധിപത്യവിപ്ലവമാണ് തങ്ങളുടെ ആസന്ന ലക്ഷ്യമെന്ന് വ്യക്തമാക്കിയിട്ടുണ്ട്. ഭൂപ്രഭുത്വവും കുത്തക മുതലാളിത്തവും വിദേശ ഫൈനാൻസ് മൂലധനവും അവസാനിപ്പിക്കുകയെന്നത് ഇന്ത്യൻ സമൂഹത്തിന്റെ യഥാർത്ഥവും വിപ്ലവകരവുമായ മുന്നേറ്റത്തിന്റെ മുൻ ഉപാധിയായി അത് കാണുന്നു, അങ്ങനെ ഇന്ത്യൻ വിപ്ലവത്തെ ഭൂപ്രഭുവിരുദ്ധ-കുത്തകവിരുദ്ധ-സാമ്രാജ്യത്വവിരുദ്ധ വിപ്ലവമായി ചിത്രീകരിക്കുന്നു. പ്രഥമ ദൃഷ്ടിയിൽ ഈ നിലപാട് ആശ്ചര്യകരമായി തോന്നിയേക്കാം. നമ്മുടെ രാജ്യത്തിനുമേൽ സാമ്രാജ്യത്വത്തിനുള്ള പിടിമുറുക്കം ഇല്ലാതായിട്ടില്ല. അതവസാനിപ്പിക്കുന്നത് തൊഴിലാളിവർഗ്ഗത്തിന്റെ കടമയാണ് - ഇതാണ് കമ്യൂണിസ്റ്റ് പാർട്ടി (മാർക്സിസ്റ്റ്) പറയുന്നത്. എന്നാൽ കോൺഗ്രസിന്റെയും ബൂർഷ്വാ ഭൂപ്രഭുവർഗ്ഗങ്ങളുടെയും അഭിപ്രായത്തിൽ 1947 ആഗസ്തിൽ തന്നെ ഈ കടമ പൂർത്തീകരിക്കപ്പെട്ടിരിക്കുന്നു. ദേശീയ വിമോചനം പൂർണ്ണമായിരിക്കുന്നു. അതിന് തിരിച്ചടിയുണ്ടാകുന്ന പ്രശ്നമില്ല എന്നാണവരുടെ അഭിപ്രായം. എന്നാൽ ഇന്ത്യയിലെ വിപ്ലവതൊഴിലാളിവർഗ്ഗവും അതിന്റെ മുന്നണിപ്പടയാളിയായ കമ്യൂണിസ്റ്റ് പാർട്ടി (മാർക്സിസ്റ്റ്)യും ഇതിനോട് യോജിക്കുന്നില്ല.

ഇന്ത്യൻ സ്വാതന്ത്ര്യം ഔപചാരികവും 'വ്യാജവും' ആണെന്ന നമ്മുടെ ധാരണ തിരുത്തേണ്ടിവന്നിട്ടുണ്ട്. എന്നിരുന്നാലും നമ്മുടെ നാട്ടിലെ ബൂർഷ്വാ-പെറ്റിബൂർഷ്വാ വൃത്തങ്ങൾ കരുതുന്നതിന് വിപരീതമായി രാഷ്ട്രീയാധികാരക്കൈമാറ്റം സാമ്രാജ്യത്വത്തിന്മേലുള്ള സാമ്പത്തിക ആശ്രയത്വം അവസാനിപ്പിക്കുന്നതല്ല എന്ന മാർക്സിസ്റ്റ്-ലെനിനിസ്റ്റ് ധാരണയിൽ ഒരു തിരുത്തലും വേണ്ടിവന്നിട്ടില്ല. രാഷ്ട്രീയമായി സ്വതന്ത്രമായ ഒരു രാജ്യത്തെ നിർവീര്യമാക്കാനും തങ്ങളുടെ വരുതിയിൽ കൊണ്ടുവരാനും സാമ്രാജ്യത്വത്തിന് കഴിവുണ്ട്. ഈ അപകടത്തിനെതിരായാണ് 'സാമ്രാജ്യത്വ സാമ്പത്തികവാദവും മാർക്സിസത്തിന്റെ വികൃതവൽക്കരണവും' എന്ന ലേഖനത്തിൽ ലെനിൻ വിസ്തരിച്ച് എഴുതിയത്:

> സാമ്രാജ്യത്വത്തിന്റെ അഥവാ കുത്തക മുതലാളിത്തത്തിന്റെ പരമോന്നത രൂപമാണ് അമേരിക്കയിലെ ട്രസ്റ്റുകൾ. എതിരാളികളെ വകവരുത്താൻ സാമ്പത്തികമാർഗ്ഗങ്ങൾ മാത്രമല്ല അവർ അനുവർത്തിക്കുന്നത്. രാഷ്ട്രീയവും പലപ്പോഴും സൈനികവുമായ രീതികൾ അവർ അനുവർത്തിക്കാറുണ്ട്. എന്നിരുന്നാലും സാമ്പത്തികമാർഗ്ഗങ്ങളിലൂടെ മാത്രം ട്രസ്റ്റുകൾക്ക് അവയുടെ കുത്തക നില നിർത്താൻ ആകില്ലെന്ന ധാരണ വലിയ അബദ്ധമാണ്. ഇത് സാദ്ധ്യമാണെന്നതിന് എത്രയോ തെളിവുകളുണ്ട്.
>
> ഒരു രാജ്യത്തെ വൻ മുതലാളിക്ക്, രാഷ്ട്രീയമായി സ്വതന്ത്രമായ മറ്റൊരു രാജ്യത്തെ എതിരാളികളെ വിലയ്ക്ക് വാങ്ങാവുന്നതാണ്.

> വാങ്ങുന്നുമുണ്ട്. സാമ്പത്തികമായി ഇത് തികച്ചും സാദ്ധ്യമാണ്. രാഷ്ട്രീയമായി കീഴടക്കാതെ സാമ്പത്തികമായി കീഴടക്കുകയെന്നത് നൂറ് ശതമാനവും സാദ്ധ്യമാണ്. ഇത് വ്യാപകമായി നടക്കുന്നുണ്ട്. സാമ്രാജ്യത്വത്തെക്കുറിച്ചുള്ള ലേഖനങ്ങളിൽ, അർജന്റീന ബ്രിട്ടന്റെ ഒരു 'കച്ചവടക്കോളനി' ആണ്; പോർച്ചുഗൽ യഥാർത്ഥത്തിൽ ബ്രിട്ടന്റെ വാല്യക്കാരനാണ് എന്ന് തുടങ്ങിയുള്ള പരാമർശങ്ങൾ കാണാം. അത് യഥാർത്ഥമാണുതാനും. ബ്രിട്ടീഷ് ബാങ്കുകളിന്മേലുള്ള സാമ്പത്തികാശ്രിതത്വം; ബ്രിട്ടനോടുള്ള കടബാദ്ധ്യത; റെയിൽവെ, ഖനികൾ, ഭൂമി മുതലായവ ബ്രിട്ടനധീനപ്പെടുക തുടങ്ങിയതൊക്കെ ഈ രാജ്യങ്ങളെ, അവരുടെ രാഷ്ട്രീയസ്വാതന്ത്ര്യം നിലനിർത്തിക്കൊണ്ടുതന്നെ സാമ്പത്തികമായി കീഴടക്കുവാൻ ബ്രിട്ടനെ സഹായിക്കുന്നു.
>
> ദേശീയമായ സ്വയംനിർണ്ണയാവകാശം എന്നാൽ രാഷ്ട്രീയ സ്വാതന്ത്ര്യമാണ്. സാമ്രാജ്യത്വം പലപ്പോഴും ഈ സ്വാതന്ത്ര്യത്തെ ആക്രമിക്കാറുണ്ട്. കാരണം, രാഷ്ട്രീയമായ കീഴടക്കൽ സാമ്പത്തികമായ കീഴടക്കലിനെ എളുപ്പമാക്കുന്നു, ചെലവ് കുറഞ്ഞതാക്കുന്നു. (ഉദ്യോഗസ്ഥന്മാർക്ക് കൈക്കൂലി കൊടുക്കാം, ഇളവുകൾ നേടാം. അനുകൂലമായ നിയമങ്ങൾ പാസാക്കിയെടുക്കാം അങ്ങനെ പലതും). ബുദ്ധിമുട്ടുകൾ കുറയ്ക്കുന്നു. ജനാധിപത്യത്തിനുപകരം വ്യക്തികളുടെ ആധിപത്യം സ്ഥാപിക്കാനാണല്ലോ എല്ലായ്പ്പോഴും സാമ്രാജ്യത്വം ശ്രമിക്കുന്നത്. പക്ഷേ, സാമ്രാജ്യത്വത്തിൻ കീഴിൽ സ്വയം നിർണ്ണയാവകാശം സാമ്പത്തികമായി 'നേടാനാകാത്ത' താണ് എന്ന് ശഠിക്കുന്നതൊക്കെ ശുദ്ധമഠയത്തരമാണ് (ലെനിൻ, സമാഹൃതകൃതികൾ, വാല്യം 23, പേജ് 44)

68 കൊല്ലം മുമ്പെ, 1916 ൽ ആണ് ലെനിൻ ഇതെഴുതിയത്. അക്കാലത്തെ ട്രസ്റ്റുകളും കാമ്പയിനുകളും സിൻഡിക്കേറ്റുകളും ഒക്കെ ഇന്നത്തെ കുത്തകകളും ബഹുരാഷ്ട്ര കമ്പനികളുമായി താരതമ്യപ്പെടുത്തുമ്പോൾ വെറും അശുക്കളാണ്. ഇന്നത്തെ ബഹുരാഷ്ട്ര കുത്തകകൾ വൻസാമ്രാജ്യത്വ ഭരണകൂടങ്ങളെയും ഗവൺമെന്റുകളെയും നിയന്ത്രിക്കുന്നു. ഗവൺമെന്റുകൾ ഉണ്ടാക്കാനും പൊളിക്കാനും അവയ്ക്ക് കഴിയും. അപ്പോൾ പിന്നെ ദേശീയ വിമോചനത്തിന്റേതായ കടമ പൂർത്തീകരിച്ചതായി ബൂർഷ്വാ എഴുത്തുകാർ അവകാശപ്പെടുന്നതിൽ എന്തർത്ഥമാണുള്ളത്.

പഴയ രീതിയിലുള്ള കൊളോണിയലിസം ഇല്ലാതായിരിക്കുന്നു എന്നത് ശരിതന്നെ. പക്ഷേ, അതിന്റെ പുത്തൻ രൂപങ്ങൾ, ഇക്കാലത്തെ അതിന്റെ നാനാപ്രകടനങ്ങൾ, അവഗണിക്കുന്നത് അപകടമായിരിക്കും. 'അർദ്ധകോളനി രാജ്യങ്ങൾ' എന്ന പദം ഉപയോഗിക്കാതെ 'മാന്യത' സൂചിപ്പിക്കുന്ന 'പുതുതായി സ്വാതന്ത്ര്യം നേടിയ രാജ്യങ്ങൾ,' 'വികസ്വര

രാജ്യങ്ങൾ,' 'മൂന്നാം ലോകരാജ്യങ്ങൾ' എന്നൊക്കെ വിളിച്ചതുകൊണ്ടൊന്നും ഇവയുടെ സാമ്പത്തിക പരാധീനത ഇല്ലാതാവുകയില്ല. 77 ചേരിചേരാ രാജ്യങ്ങൾ മുന്നോട്ടുവെച്ചിട്ടുള്ള അവകാശ പത്രിക. 'ഉത്തര-ദക്ഷിണ സംവാദം,' 'പുത്തൻ സാമ്പത്തികവ്യവസ്ഥ' എന്ന മുദ്രാവാക്യം തുടങ്ങിയവയൊക്കെ പുതുതായി വിമോചിതമായ രാജ്യങ്ങൾ സാമ്പത്തിക സ്വാതന്ത്ര്യത്തിനായി നടത്തുന്ന സമരങ്ങളുടെ ബാഹ്യരൂപങ്ങളാണ്. ലോകത്തിലെ വികസിതരാജ്യങ്ങളിൽ പത്താം സ്ഥാനത്തെത്തി ഇന്ത്യ എന്ന തരത്തിലുള്ള അവകാശവാദങ്ങളൊന്നുംതന്നെ. ലോകത്തിലെ ഏറ്റവും കുറഞ്ഞ ആളോഹരി വരുമാനമുള്ള രാജ്യങ്ങളിലൊന്നും ലോകത്തിലെ ഏറ്റവും കൂടുതൽ ദരിദ്രരുള്ള രാജ്യവുമാണ് ഇന്ത്യ എന്ന വസ്തുതയെ മറച്ചുവെക്കാൻ ഉതകുന്നവയല്ല.

മുതലാളിത്തചേരിയും സോഷ്യലിസ്റ്റ് ചേരിയും തമ്മിലുള്ള വൈരുദ്ധ്യങ്ങളും മുതലാളിത്തചേരിക്കുള്ളിലെ വൈരുദ്ധ്യങ്ങളും ഉപയോഗിച്ച് തങ്ങൾ തെരഞ്ഞെടുത്ത മുതലാളിത്ത വികസനപാത പിന്തുടരാനുള്ള സാമർത്ഥ്യവും കഴിവും തങ്ങൾക്കുണ്ടെന്നാണ് ഇന്ത്യയുടെ ബൂർഷ്വാ നേതൃത്വം കരുതുന്നത്. ഇന്നത്തെ ലോകത്തിലെ വസ്തുനിഷ്ഠ സാമ്പത്തികനിയമങ്ങൾ അതിശക്തങ്ങളാണെന്നും, മുതലാളിത്ത ലോകത്തിലെയും സോഷ്യലിസ്റ്റ് ലോകത്തിലെയും വിഭവങ്ങൾ ഉപയോഗിച്ച് മുതലാളിത്തം കെട്ടിപ്പടുക്കുകയെന്ന തന്ത്രമൊന്നും അവിടെ ഫലിക്കില്ലെന്നും കഴിഞ്ഞ 37 വർഷത്തെ അനുഭവം വേണ്ടത്ര തെളിയിക്കുന്നുണ്ട്. ഈ പാതയിലൂടെയുള്ള 'മുന്നേറ്റം' 'ഒരടി മുന്നോട്ടും രണ്ടടി പിന്നോട്ടും' എന്ന നിലയിലാണ്.

വിദേശശക്തികൾ നമ്മുടെ രാജ്യത്തെ ഛിന്നഭിന്നമാക്കാൻ ശ്രമിക്കുകയാണെന്ന് ഇന്ദിരാഗാന്ധി മുറവിളികൂട്ടുന്നു; ജാതീയവും വിഘടനവാദപരവുമായ ശക്തികൾ ദിനംപ്രതി ശക്തിയാർജ്ജിക്കുകയാണ്. വിദേശശക്തികളും മതമൗലികതാവാദികളും അവയ്ക്ക് അരുനില്ക്കുന്നു: പഞ്ചാബ്, കാശ്മീർ, വടക്ക് കിഴക്കൻ സംസ്ഥാനങ്ങൾ എന്നിവയിൽ കാണുന്നപോലെ സിവിൽ ഭരണം പടിപടിയായി തകരുകയാണ്; സൈനികഭരണം ഏർപ്പെടുത്തുകയാണ്; കോൺഗ്രസിന്റെ ആശയപരവും രാഷ്ട്രീയവുമായ പാർട്ടി സംഘടന ഒന്നൊഴിയാതെ എല്ലാ സംസ്ഥാനങ്ങളിലും തകരുകയാണ്; എല്ലാ സംസ്ഥാനങ്ങളിലും ഭരണഘടനയിൽ അനുശാസിക്കുന്ന പൗരസ്വാതന്ത്ര്യങ്ങളും ജനാധിപത്യാവകാശങ്ങളും ധ്വംസിക്കപ്പെടുകയാണ് - ഇതെല്ലാം കാണിക്കുന്നത് ദേശീയ വിമോചനത്തിന്റെ കടമകൾ പൂർത്തീകരിക്കുന്ന കാര്യത്തിൽ ഭരിക്കുന്ന ബൂർഷ്വാ-ഭൂപ്രഭുവർഗ്ഗം അമ്പേ പരാജയപ്പെട്ടിരിക്കുന്നു എന്നാണ്. ഈ കടമ പൂർത്തീകരിക്കാനുള്ള ചുമതല വിപ്ലവ തൊഴിലാളിവർഗ്ഗത്തിന്റെയും അതിന്റെ മുന്നണി സേനയായ കമ്യൂണിസ്റ്റ് പ്രസ്ഥാനത്തിന്റെയും തോളുകളിൽ നിക്ഷിപ്തമായിരിക്കയാണ്.

ഇന്ത്യൻ സ്വാതന്ത്ര്യ സമരത്തിൽ തൊഴിലാളി വർഗ്ഗത്തിനുള്ള പങ്ക്

എം ബസവ പുന്നയ്യ

ഇന്ത്യൻ തൊഴിലാളിവർഗ്ഗം എന്ന് പറയുമ്പോൾ, ലോകതൊഴിലാളിവർഗ്ഗത്തിന്റെ ഒരു ഭാഗമാണതെന്ന വസ്തുത മറക്കുന്നില്ല. നമ്മുടെ കാലഘട്ടം നമ്മിൽ അർപ്പിച്ചിരിക്കുന്ന സവിശേഷ ദേശീയകടമകൾ നാം നിറവേറ്റേണ്ടിയിരിക്കുന്നു. ഇന്ത്യൻ തൊഴിലാളിവർഗ്ഗത്തിന്റെയും കമ്യൂണിസ്റ്റ് പ്രസ്ഥാനത്തിന്റെയും ഇന്നത്തെ പോരായ്മകൾ ആധുനിക തൊഴിലാളിവർഗ്ഗത്തിൽ അർപ്പിതമായ ചരിത്രപരമായ കടമകൾക്ക് മാറ്റം വരുത്തുന്നില്ല. കഴിഞ്ഞ ഒരു നൂറ്റാണ്ടിലേറെക്കാലത്തെ, പ്രത്യേകിച്ച് കഴിഞ്ഞ 67 കൊല്ലത്തെ, ലോകചരിത്രം പരിശോധിച്ചാൽ ഇത് എത്രകണ്ട് വാസ്തവമാണെന്ന് വ്യക്തമാക്കും.

ലോക തൊഴിലാളിവർഗ്ഗവും നിരവധി രാജ്യങ്ങളിൽ അത് വിജയകരമായി നടത്തിയ സോഷ്യലിസ്റ്റ് വിപ്ലവങ്ങളുമാണ് ഇന്ന് ലോകസമാധാനത്തിന്റെയും ജനാധിപത്യത്തിന്റെയും ദേശീയ സ്വാതന്ത്ര്യത്തിന്റെയും സോഷ്യലിസത്തിന്റെയും സംരക്ഷകരായി വന്നിരിക്കുന്നതെന്നത് തർക്കമറ്റ വസ്തുതയാണ്. ശക്തമായ ലോക സോഷ്യലിസ്റ്റ് ചേരിയാണ് സാമ്പത്തികമായി പിന്നോക്കം നില്ക്കുന്ന ദുർബ്ബല രാജ്യങ്ങളെ ലോക സാമ്രാജ്യത്വത്തിന്റെ ആക്രമണങ്ങൾ ചെറുത്ത് തങ്ങളുടെ ദേശീയസ്വാതന്ത്ര്യം സംരക്ഷിക്കുന്നതിൽ പ്രധാന പങ്ക് വഹിക്കുന്നതെന്നതും തർക്കമറ്റ വസ്തുതയാണ്.

എന്നാൽ, മാർക്സിസം-ലെനിനിസത്തിന്റെ വിമർശകർ, സോഷ്യലിസ്റ്റ് രാജ്യങ്ങളിലും ലോക കമ്യൂണിസ്റ്റ് പ്രസ്ഥാനത്തിലും ഇന്ന് കാണുന്ന അഭിപ്രായവ്യത്യാസങ്ങളെയും പ്രയാസങ്ങളെയും പൊക്കിക്കാട്ടുന്നതിൽ ആനന്ദിക്കുന്നു. ലെനിൻ പറഞ്ഞ ഒരു കാര്യം അവരെ ഓർമ്മിപ്പിക്കട്ടെ:

> ഒരു പുതിയ വർഗ്ഗം സമൂഹത്തിന്റെ നേതാവും വഴികാട്ടിയുമെന്ന നിലയിൽ ചരിത്രരംഗത്ത് പ്രത്യക്ഷപ്പെടുമ്പോൾ, തീക്ഷ്ണമായ 'പൊട്ടിത്തെറി'കളുടെയും സമരങ്ങളുടെ ഏറ്റുമുട്ടലുകളുടെയും ഒരു കാലഘട്ടം ഉണ്ടാകുമെന്നത് തീർച്ചയാണ്; പുതിയ വസ്തുനിഷ്ഠ സാഹചര്യങ്ങൾക്കനുസൃതമായ പുതിയ രീതികൾ തെരഞ്ഞെടുക്കുന്നതിൽ പുതിയ പരീക്ഷണങ്ങൾ, സംശയങ്ങൾ, ചാഞ്ചാട്ടങ്ങൾ, ഇടർച്ചകൾ ഒക്കെയുള്ള ഒരു കാലഘട്ടം ഉണ്ടാകുമെന്നതും തീർച്ചയാണ്.

സ്വാതന്ത്ര്യ പ്രസ്ഥാനം വിവിധ ധാരകളുടെ സമന്വയം

ഹർകിഷൻസിങ് സുർജിത്

ഈ ആഗസ്ത് 15 ന് രാജ്യം മുഴുവൻ സ്വാതന്ത്ര്യത്തിന്റെ അമ്പതാം വാർഷികം ആഘോഷിക്കുന്നു. ഈ ആഘോഷങ്ങളിൽ രാജ്യത്തെ സകല രാഷ്ട്രീയ ശക്തികളും പങ്കെടുക്കും. ഈ അവസരത്തിൽ ഇന്ത്യയിലെ ജനകോടികളിലെ സമസ്ത വിഭാഗങ്ങളെയും അണിനിരത്തണം.

വിവിധ ധാരകളുടെ സംഭാവനകളെക്കുറിച്ച് അവരെ ഓർമ്മിപ്പിക്കണം. ബ്രിട്ടീഷ് സാമ്രാജ്യവാദികളുടെ കഴുമരങ്ങൾ ചുംബിച്ചവരും വെടിയുണ്ടകൾക്ക് മാറുകാട്ടിയവരും ജീവിതകാലം മുഴുവൻ ആന്തമാനിലെ ഏകാന്ത അറകളടക്കമുള്ള തടവുകളിൽ കിടന്നു നരകിക്കേണ്ടിവന്നവരും കോൺഗ്രസിന്റെ കൊടിക്കീഴിൽ സത്യഗ്രഹം അനുഷ്ഠിച്ചവരുമായ പതിനായിരക്കണക്കിന് ജനങ്ങളുടെ ത്യാഗങ്ങളെക്കുറിച്ചും അവരെ അനുസ്മരിപ്പിക്കണം. ഈ ധാരകളെല്ലാം ചേർന്നതാണ് നമ്മുടെ ദേശീയ സ്വാതന്ത്ര്യപ്രസ്ഥാനം.

ഇവരെല്ലാം ഒത്തുചേർന്ന് നമ്മുടെ രാജ്യത്തിലെ ബ്രിട്ടീഷ് സാമ്രാജ്യത്വത്തിന്റെ അടിത്തറ ഇളക്കി. നമ്മുടെ ജനങ്ങളിൽ ദേശാഭിമാനത്തിന്റെയും മതനിരപേക്ഷതയുടെയും ദേശീയ ഐക്യത്തിന്റെയും വികാരങ്ങൾ ഉത്തേജിപ്പിച്ചു. അങ്ങനെ സാമ്രാജ്യത്വത്തിന്റെ വാഴ്ച തുടരാനുള്ള തന്ത്രങ്ങൾ പൊളിച്ചു. തങ്ങളുടെ സഹായികളും കൊള്ളമുതലിൽ പങ്കുപറ്റുന്നവരുമായി മാറിയ നാട്ടുരാജാക്കന്മാരെ മാത്രമല്ല ബ്രിട്ടീഷ് ഭരണാധികാരികൾ തങ്ങളുടെ ഭരണം നിലനിർത്താൻ ഉപയോഗിച്ചത്. തുടക്കത്തിലേ ജനങ്ങളെ സാമുദായിക അടിസ്ഥാനത്തിൽ ഭിന്നിപ്പിക്കാനും അവർ ശ്രമിച്ചു.

കോൺഗ്രസിന്റെ രൂപവല്ക്കരണത്തോടെയല്ല ദേശീയ വിമോചന പ്രസ്ഥാനം ആരംഭിച്ചത്. ഈസ്റ്റ് ഇന്ത്യാ കമ്പനിയുടെ വരവോടൊപ്പം

പഴക്കം ഉണ്ടതിന്. പലേടത്തും കർഷക കലാപങ്ങൾ നടന്നു. അവ 1857 ലെ ഒന്നാമത്തെ സ്വാതന്ത്ര്യ സമരത്തിൽ ചെന്നെത്തി. ബ്രിട്ടീഷുകാർക്കെതിരെ വെല്ലുവിളി ഉയർത്തി. ഇതിൽ കർഷകർ മാത്രമല്ല പട്ടാളക്കാരും പങ്കെടുത്തു.

എങ്കിലും നാടുവാഴി പ്രഭുത്വം നല്കിയ വഴിപിഴച്ച നേതൃത്വംമൂലം ഈ സ്വാതന്ത്ര്യസമരം പരാജയപ്പെട്ടു. എന്നാൽ അതിന് പ്രത്യാഘാതം ഉണ്ടാവാതിരുന്നില്ല. കലാപത്തെ അടിച്ചമർത്താൻ ഒടുവിൽ ബ്രിട്ടീഷുകാർക്ക് കഴിഞ്ഞു. പക്ഷേ, കൊളോണിയൽ മേധാവിത്തം സ്ഥാപിക്കാൻ തന്ത്രം മാറ്റേണ്ടി വന്നു.

ബ്രിട്ടീഷ് ഗവൺമെന്റുതന്നെ ഈസ്റ്റ് ഇന്ത്യാ കമ്പനിയുടെ കൈകളിൽനിന്ന് ഭരണത്തിന്റെ കടിഞ്ഞാൺ ഏറ്റെടുത്തു. നാടുവാഴി പ്രഭുക്കളുടെ അനുഭാവവും പിന്തുണയും നേടാൻ അവർക്ക് നാനാതരം സൗജന്യങ്ങൾ നല്കി. കലാപത്തിന്റെ പരാജയത്തെ തുടർന്ന് അസംസ്കൃത വസ്തുക്കളുടെ ഉറവിടമായും വ്യാപാരച്ചരക്കുകളുടെ വൻകമ്പോളമായും ഇന്ത്യയെ ഉപയോഗിക്കാനുള്ള കൊളോണിയൽ ചൂഷണം ഊർജ്ജിതപ്പെടുത്തി.

ഇത് പട്ടണങ്ങളിലും ഗ്രാമങ്ങളിലും നാണയത്തിന് ചരക്കു കൈമാറുന്ന ചരക്ക്-നാണയബന്ധത്തിന്റെ വികസനത്തെ പ്രോത്സാഹിപ്പിച്ചു. ലളിതമായ ചരക്കുല്പാദനത്തിന്റെയും കരകൗശലവസ്തുക്കളുടെയും മേഖലകളിൽ കൂടുതൽ കടന്നുകയറാൻ വ്യാപാരികളെയും അന്യായപലിശയ്ക്കു പണം കടം കൊടുക്കുന്ന ഹുണ്ടിക വ്യാപാരികളെയും സഹായിച്ചു. നിർദ്ധനരായ കൃഷിക്കാർ അരങ്ങത്തുവരാൻ തുടങ്ങി. മുതലാളിത്തരീതിയിലുള്ള ഉല്പാദനത്തിന്റെ വികസനത്തിനുള്ള സാഹചര്യങ്ങൾ സാവധാനം സൃഷ്ടിക്കപ്പെട്ടു.

ഇരുപതാം നൂറ്റാണ്ടിന്റെ ആരംഭത്തോടെ കർഷകസമരങ്ങൾ ഏറി വന്നു. ബംഗാൾ വിഭജനം 1905 മുതൽ 1911 വരെയുള്ള ഒരു നീണ്ട സമരത്തിന് കാരണമായി. ഇത് ദേശാഭിമാനവികാരത്തെ ആളിക്കത്തിച്ചു. വിഭജനത്തിനെതിരായ പ്രസ്ഥാനത്തിന് ഉത്തേജനമായി. അതിന്റെ ഒരു ഉയർന്ന ഘട്ടത്തെ കുറിക്കുന്നതാണ് 1905 ആഗസ്ത് 7 ലെ വിദേശച്ചരക്കുകൾ ബഹിഷ്കരിക്കാനുള്ള ആഹ്വാനം.

കോളനി രൂപവല്ക്കരണ നിയമത്തിനെതിരെ പഞ്ചാബിൽ ലാലാ ലജ്പത് റായിയുടെയും അജിത് സിങ്ങിന്റെയും നേതൃത്വത്തിൽ ശക്തമായ പ്രസ്ഥാനം ഉയർന്നു. കൊടിയ മർദ്ദനം ഉണ്ടായിട്ടും കർഷകരുടെ ആവശ്യങ്ങൾ നേടുന്നതിൽ പ്രസ്ഥാനം വിജയിച്ചു.

ബ്രിട്ടീഷുകാർ ഇതേസമയത്ത് സമ്പന്ന വർഗ്ഗങ്ങളുടെ താല്പര്യങ്ങൾ സംരക്ഷിക്കാനും ദേശീയ പ്രസ്ഥാനത്തിലെ മിതവാദി നേതൃത്വത്തെ പാട്ടിലാക്കാനും പലതരം രാഷ്ട്രീയ നടപടികൾ സ്വീകരിച്ചു. 1904 നും 1914 നുമിടയിൽ ബ്രിട്ടീഷ് ഭരണത്തെ എതിർത്ത ഉശിരൻപ്രവർത്തകരെ മൃഗീയ മർദ്ദനത്തിനിരയാക്കാനുള്ള നിയമങ്ങൾ നിർമ്മിച്ചു.

സ്വദേശി പ്രസ്ഥാനത്തോട് ഇന്ത്യൻ മുതലാളിത്തത്തിലെ പ്രമുഖ വിഭാഗങ്ങൾ അനുഭാവം കാട്ടി. വിദേശച്ചരക്കുകളുടെ ബഹിഷ്കരണത്തിൽനിന്ന് അവർ ലാഭമുണ്ടാക്കി. ഉദാഹരണത്തിന്, ഇന്ത്യൻ തുണിത്തരങ്ങളുടെ വില എട്ടുശതമാനം വർദ്ധിച്ചപ്പോൾ ബ്രിട്ടീഷ് തുണിത്തരങ്ങളുടെ വില 25 ശതമാനം ഇടിഞ്ഞു. സ്വദേശി മനോഭാവം വളരെക്കാലം നിലനിന്നു. അതിനിടെ 1907 നുശേഷം, പ്രത്യേകിച്ചും റഷ്യയിലെ 1905-07 ലെ ഒന്നാമത്തെ മുതലാളിത്ത വിപ്ലവാനന്തരം, സ്വരാജ് എന്ന ആശയം ഉയർന്നുവന്നു.

ഒന്നാംലോകമഹായുദ്ധം ദേശീയവാദികളിൽ സ്വാതന്ത്ര്യം സമ്പാദിക്കാൻ സാധിക്കുമെന്ന ആശയുളവാക്കി. വിദേശത്തുപോയ ഇന്ത്യൻ വിപ്ലവകാരികൾ പല മാർഗ്ഗങ്ങളിലൂടെ ഇന്ത്യൻ സ്വാതന്ത്ര്യപ്രസ്ഥാനത്തിനുവേണ്ടി പ്രചാരവേല നടത്താനുള്ള കേന്ദ്രങ്ങൾ സ്ഥാപിച്ചു. ഹർദയാലും മറ്റും അമേരിക്കയിൽ 1913 ൽ ഗദർപാർട്ടി സംഘടിപ്പിച്ചു. ഇന്ത്യയെ സ്വതന്ത്രമാക്കാൻ പട്ടാളത്തിൽ കലാപമുണ്ടാക്കാനായി അവർ 8000 വിദേശ ഇന്ത്യക്കാരെ ഇന്ത്യയിലേക്കയച്ചു. ഇവരിൽ കുറേപ്പേർ തൂക്കിലേറ്റപ്പെട്ടു. നൂറുകണക്കിനുപേർ ജീവപര്യന്തമടക്കമുള്ള തടവുശിക്ഷ അനുഭവിച്ചു. 1500 ഓളം പേർ സ്വന്തം ഗ്രാമങ്ങളിൽ തടവുകാരാക്കപ്പെട്ടു.

മഹേന്ദ്ര പ്രതാപും മൗലാന ബർകത്തുള്ളയും കാബൂളിൽ സ്വതന്ത്ര ഇന്ത്യയുടെ ഗവൺമെന്റ് രൂപവല്ക്കരിച്ച് ഇന്ത്യൻ സ്വാതന്ത്ര്യത്തിനുവേണ്ടി വിവിധ വിദേശ ഗവൺമെന്റുകളുടെ സഹായം തേടി. വിപ്ലവകാരികളുടെ ഇത്തരം സംഘങ്ങൾ ജർമ്മനിയിലും മറ്റു ചില വിദേശ രാജ്യങ്ങളിലും പ്രവർത്തിച്ചു. യുദ്ധത്തിൽനിന്നുളവായ പരിതഃസ്ഥിതിയെ പൂർണ്ണമായും ഉപയോഗപ്പെടുത്താൻ അവർ ശ്രമിച്ചു.

ഇവിടെ ഒരു കാര്യം ഓർമ്മിക്കേണ്ടതുണ്ട്. യുദ്ധകാലം മുഴുവൻ പാസാക്കിയ പ്രമേയങ്ങളിൽ ഇന്ത്യൻ നാഷണൽ കോൺഗ്രസ് സാമ്രാജ്യത്വ യുദ്ധത്തെ പിൻതാങ്ങുകയാണ് ചെയ്തത്. 1918 ൽ ദില്ലിയിൽ ചേർന്ന കോൺഗ്രസ് സമ്മേളനത്തിൽപ്പോലും ബ്രിട്ടീഷ് രാജാവിനോടുള്ള കൂറു പ്രഖ്യാപിക്കുന്നതും യുദ്ധത്തിന്റെ വിജയകരമായ പരിസമാപ്തിയിൽ അദ്ദേഹത്തെ അഭിനന്ദിക്കുന്നതുമായ പ്രമേയമാണ് അംഗീകരിച്ചത്. ഈ കാലഘട്ടത്തിൽ തൊഴിലാളിവർഗ്ഗ പ്രസ്ഥാനവും വേഗത്തിൽ വളരാൻ തുടങ്ങി. 1920 ൽ എ ഐ ടി യു സി രൂപവല്കൃതമായി. അതിനുമുമ്പ് തന്നെ 1908 ൽ ബാലഗംഗാധര തിലകന്റെ അറസ്റ്റിൽ പ്രതിഷേധിച്ച് മുംബൈയിലെ പരുത്തിമിൽ തൊഴിലാളികൾ രാഷ്ട്രീയ പണിമുടക്കു നടത്തിയിരുന്നു.

അടുത്ത പതിറ്റാണ്ടിൽ ബഹുജന പ്രസ്ഥാനത്തിന് ക്ഷയം നേരിട്ടു. അപ്പോൾ ദേശാഭിമാനത്താൽ പ്രചോദിതരായ ചില ചെറുപ്പക്കാരായ വിപ്ലവകാരികൾ ഭീകരപ്രവർത്തനത്തിന്റെ പാത സ്വീകരിച്ചു. ഇവർക്ക് വർഗ്ഗബോധമില്ലായിരുന്നു. ഇവർ ബ്രിട്ടീഷ് ഭരണാധികാരികളുടെ മൃഗീയ പീഡനത്തിന് ഇരയായി.

സ്വാതന്ത്ര്യത്തിലേക്കുള്ള മാർഗ്ഗത്തെക്കുറിച്ച് ഇവർക്കുള്ള അഭിപ്രായം ഏറെ സാങ്കല്പികമായിരുന്നു. എങ്കിലും ഇടത്തരക്കാരിൽപ്പെട്ട ഈ ചെറുപ്പക്കാരുടെ നിസ്വാർത്ഥ ത്യാഗവും വിദേശാധിപത്യം അവസാനിപ്പിക്കുന്നിനെക്കുറിച്ചുള്ള സ്വപ്നവും പട്ടണങ്ങളിലെയും ഗ്രാമങ്ങളിലെയും സാധാരണ ജനങ്ങളിൽ സഹതാപമുളവാക്കി. ഇവരുടെ ത്യാഗവും ധീരതയും നമ്മുടെ സ്വാതന്ത്ര്യപ്രസ്ഥാന ചരിത്രത്തിലെ അമൂല്യമായ അദ്ധ്യായമാണ്.

യുദ്ധം അവസാനിപ്പിച്ചതോടെ ഇന്ത്യയിലെ സാധാരണജനങ്ങളിൽ അസംതൃപ്തി അതിവേഗം വളർന്നു. ഒക്ടോബർ വിപ്ലവത്തിന്റെ വിജയത്തോടെ അതിന് രൂക്ഷതയേറി. സാമ്രാജ്യത്വത്തിനെതിരായി കൊളോണിയൽ രാജ്യങ്ങളിലെ സ്വാതന്ത്ര്യസമരങ്ങൾക്ക് ഉറച്ച പിന്തുണ നല്കാനുള്ള ലെനിന്റെ ആഹ്വാനം സ്വാതന്ത്ര്യത്തിനുവേണ്ടി ദാഹിക്കുന്ന ജനമനസ്സുകളിൽ ആവേശത്തിന്റെ പുത്തനുണർവ്വ് പകർന്നു. ഇന്ത്യക്കു പുറത്തുണ്ടായിരുന്ന പല വിപ്ലവകാരി സംഘങ്ങളും റഷ്യയിൽ എത്തി ലെനിനും മറ്റു നേതാക്കളുമായി ചർച്ച നടത്തി. ഈ നേതാക്കളുടെ പ്രതിബദ്ധതയും സാമ്രാജ്യത്വത്തിനെതിരായ പോരാട്ടവും ഒക്ടോബർ വിപ്ലവം കൈവരിച്ച വിജയവും ഇന്ത്യൻ വിപ്ലവകാരികളെ പ്രചോദിതരാക്കി. വിദേശത്തെ ഈ വിപ്ലവകാരികൾ റഷ്യയിലേക്ക് ആകർഷിക്കപ്പെടുകയും ബോൾഷെവിക് ഗവൺമെന്റിൽനിന്ന് സഹായവും പിന്തുണയും പ്രതീക്ഷിക്കുകയും ചെയ്തു.

ബ്രിട്ടീഷ് സാമ്രാജ്യവാദികൾ ആ സമയത്ത് സ്വാതന്ത്ര്യ പ്രസ്ഥാനത്തെ അടിച്ചമർത്താൻ കർക്കശ നടപടികൾ സ്വീകരിച്ചു. അതിന് ഒരു ഉദാഹരണമാണ് ജാലിയൻ വാലാബാഗ് കൂട്ടക്കൊല. ജാലിയൻ വാലാബാഗിൽ പ്രതിഷേധിക്കാൻ യോഗം ചേർന്ന നിരപരാധികളെ മുന്നറിയിപ്പുകൂടാതെ ജനറൽ ഡയർ വെടിവച്ചു. നൂറുകണക്കിനാളുകൾ കൊല്ലപ്പെട്ടു. രാജ്യത്തിന്റെ സ്വാതന്ത്ര്യത്തിനുവേണ്ടി ഹിന്ദുക്കളും മുസ്ലീങ്ങളും സിഖുകാരും ഒരുമിച്ചു ചോരചിന്തിയ ഒരു സംഭവമായിരുന്നു അത്. ഈ കൂട്ടക്കൊലയും തുടർന്ന് പാസാക്കിയ പട്ടാളനിയമവും രാജ്യത്തെമ്പാടുമുള്ള ജനങ്ങളുടെ മനസ്സിനെ പിടിച്ചുകുലുക്കി. സാമ്രാജ്യവാദികളുടെ ഭരണത്തിന് അറുതിവന്നുകാണാൻ അവർ ആഗ്രഹിച്ചു. ഈ ആഗ്രഹമാണ് കോൺഗ്രസിന്റെ കൊടിക്കീഴിൽ മഹാത്മാഗാന്ധിയുടെ നേതൃത്വത്തിൽ ആരംഭിച്ച നിസ്സഹകരണപ്രസ്ഥാനത്തിന് അടിത്തറയായത്.

എന്നാൽ ചൗരിചൗരാ സംഭവത്തിനുശേഷം പൊലീസ് സ്റ്റേഷൻ തീവെപ്പിലും (22 പൊലീസുകാരുടെ മരണത്തിലും കലാശിച്ച സംഭവം), ഗാന്ധി പ്രസ്ഥാനം പിൻവലിച്ചു. ഈ കാലഘട്ടത്തിൽ ജനങ്ങളുടെ അസംതൃപ്തി പലതരത്തിൽ പ്രകടമായി. ടർക്കിയിൽ ഖാലിഫയുടെ ഭരണം പുനഃസ്ഥാപിക്കാനായി ഖിലാഫത്ത് പ്രസ്ഥാനം തുടങ്ങി. അത് നമ്മുടെ ദേശീയ സമരത്തിന്റെ ഭാഗമായി. ഇന്ത്യയിൽനിന്ന് അനേകം മുസ്ലീങ്ങൾ പ്രത്യേകിച്ചും പഞ്ചാബിലും ഉത്തർപ്രദേശിലും നിന്ന് വീടും നാടും ഉപേ

ക്ഷിച്ച് ഖിലാഫത്ത് പ്രസ്ഥാനത്തിൽ പങ്കെടുത്ത് സമരം ചെയ്യാനായി ടർക്കിയിലേക്ക് പോയി. ഇവരിൽ ചിലർ താഷ്കന്റിൽകടന്നു. ബോൾഷെവിക്കുകാരുമായി ബന്ധപ്പെട്ടു. ഒക്ടോബർവിപ്ലവം അവരെ ആവേശഭരിതരാക്കി. അദ്ധ്വാനിക്കുന്നവരുടെ പൗരസ്ത്യ സർവ്വകലാശാലയിൽ ചേർന്നുപഠിക്കുകയും ജീവിതം ഇന്ത്യൻ സ്വാതന്ത്ര്യത്തിനായി ഉഴിഞ്ഞുവെക്കുകയും ചെയ്തു.

പഞ്ചാബിൽ ജനങ്ങളുടെ അസംതൃപ്തി രൂപംകൊണ്ടത് ശക്തമായ അകാലി പ്രസ്ഥാനമായിട്ടാണ്. വിശ്വാസ്യത നഷ്ടപ്പെട്ട മഹന്തകളുടെ (പുരോഹിതരുടെ) കൈയിൽനിന്ന് ഗുരുദ്വാരകളെ മോചിപ്പിക്കുക എന്നതായിരുന്നു ലക്ഷ്യം. ബ്രിട്ടീഷ് സാമ്രാജ്യവാദികൾ മഹന്തകളുടെ രക്ഷകർത്താക്കളായിരുന്നു. അവർ ബ്രിട്ടീഷ് ദാസന്മാരായി പ്രവർത്തിച്ചുവരികയായിരുന്നു. ഈ സമരം അല്പകാലത്തിനുള്ളിൽ ദേശീയ വിമോചന സമരത്തിന്റെ ഭാഗമായി. ഗുരുദ്വാരകളുടെ മോചനത്തിനുശേഷം അവയേക്കാൾ വലിയ ഗുരുദ്വാരയായ ഇന്ത്യയുടെ മോചനത്തിനുവേണ്ടി അകാലിദൾ മുദ്രാവാക്യം ഉയർത്തി.

ഈ കാലഘട്ടത്തിലാണ് നൗജവാൻ ഭാരത് സഭയും ഹിന്ദുസ്ഥാൻ സോഷ്യലിസ്റ്റ് റിപ്പബ്ലിക്കൻ സേനയും രൂപവല്കൃതമായത്. ബംഗാളിലെ അനുശീലൻ- ജുഗന്തർ സംഘങ്ങളും ബോംബെയിലെയും യു പിയിലെയും ചെന്നൈയിലെയും മറ്റു വിപ്ലവകാരി സംഘങ്ങളും ഇക്കാലത്ത് സ്വാതന്ത്ര്യംനേടാൻ ഭീകരപ്രവർത്തനം നടത്തി. ഇതേ കാലഘട്ടത്തിൽതന്നെ കാർഷിക വിപ്ലവത്തെ സ്വാതന്ത്ര്യസമരവുമായി സംയോജിപ്പിക്കുന്ന വ്യക്തമായ പരിപാടിയോടുകൂടി തൊഴിലാളി-കർഷക പാർട്ടിയും ഉദയം ചെയ്തു.

എന്നാൽ ബ്രിട്ടീഷ് സാമ്രാജ്യവാദികൾ ഈ പ്രസ്ഥാനത്തെ അടിച്ചമർത്താനൊരുങ്ങി. തൊഴിലാളി-കർഷക പാർട്ടികളുടെയും മറ്റും നേതാക്കളെ അറസ്റ്റ് ചെയ്തു. അവർക്കെതിരെ ഗൂഢാലോചനക്കേസുകൾ കെട്ടിച്ചമച്ചു. അങ്ങനെ മീററ്റ് ഗൂഢാലോചനക്കേസ് രൂപപ്പെട്ടു. ഇതിന്റെ വിചാരണ നാലരവർഷം നീണ്ടു. ഈ വിചാരണയിൽ സ്വാതന്ത്ര്യ പ്രസ്ഥാനത്തിന്റെയും സോഷ്യലിസത്തിൽ അധിഷ്ഠിതമായ പുതിയ സമൂഹത്തിന്റെ നിർമ്മാണത്തെക്കുറിച്ച് തങ്ങൾക്കുള്ള കാഴ്ചപ്പാടിന്റെയും പ്രചാരണത്തിനായി കോടതിയെ പ്രതികൾ പൂർണ്ണമായും ഉപയോഗപ്പെടുത്തി.

മുതലാളിത്ത ലോകത്തിൽ സാമ്പത്തികക്കുഴപ്പം അതിരൂക്ഷമായ കാലമായിരുന്നു ഇത്. ഇന്ത്യയിലും അതിന്റെ പ്രത്യാഘാതമുണ്ടായി. 1930 ൽ ലാഹോറിൽ ചേർന്ന കോൺഗ്രസ് സമ്മേളനം പൂർണ്ണസ്വതന്ത്ര്യ പ്രമേയം അംഗീകരിച്ചു. 1920 കളുടെ തുടക്കം മുതൽ കമ്യൂണിസ്റ്റുകാർ ഉയർത്തുന്ന മുദ്രാവാക്യമായിരുന്നു ഇത്. കോൺഗ്രസിന്റെ ഈ പ്രമേയം ഇന്ത്യൻ ജനമനസ്സുകളിൽ പുതിയ ആത്മവിശ്വാസം ജനിപ്പിച്ചു. കോൺഗ്രസ് നിയമനിഷേധപ്രസ്ഥാനം ആരംഭിച്ചു.

ഈ കാലത്താണ് പുഞ്ചിരിയോടെ ഭഗത്സിങ്ങും സഖാക്കളും തൂക്കു

മരത്തിൽ പ്രാണബലിയർപ്പിച്ചത്. ഈ പരമമായ ത്യാഗം ഈ രാജ്യത്തെ യുവജനങ്ങളെ ആവേശം കൊള്ളിച്ചു. സ്വാതന്ത്ര്യവും സാമൂഹിക പരിവർത്തനവും നേടിയെടുക്കാനുള്ള മാർഗ്ഗം തൊഴിലാളിവർഗ്ഗത്തിന്റെയും കർഷക ജനസാമാന്യത്തിന്റെയും വർഗ്ഗസമരങ്ങൾ ഊർജ്ജിതപ്പെടുത്തുകയാണെന്ന് തന്റെ മരണശാസനത്തിൽ ഭഗത്സിങ് പ്രഖ്യാപിക്കുകയുണ്ടായി.

സോഷ്യലിസത്തിന്റെ ആശയങ്ങൾക്കും ജനമദ്ധ്യത്തിൽ പ്രചാരം ലഭിക്കാൻ തുടങ്ങി. ഈ ജനമുന്നേറ്റംകണ്ട് സാമ്രാജ്യവാദികൾ വട്ടമേശ സമ്മേളനപരമ്പര സംഘടിപ്പിച്ചു. പക്ഷേ, ഒത്തുതീർപ്പുണ്ടായില്ല. അപ്പോൾ ഇന്ത്യാ ഗവൺമെന്റ് നിയമത്തിന്റെ രൂപത്തിൽ പുതിയ ഭരണഘടന അടിച്ചേല്പിക്കുകയാണ് സാമ്രാജ്യവാദികൾ ചെയ്തത്. ഇതനുസരിച്ച് വിവിധ ജനവിഭാഗങ്ങളിൽ സാമുദായികവികാരം സൃഷ്ടിക്കുകയെന്ന ഉദ്ദേശ്യത്തോടെ പ്രത്യേക നിയോജകമണ്ഡലങ്ങളും അടിച്ചേല്പിക്കപ്പെട്ടു.

നിയമനിഷേധ പ്രസ്ഥാനം ശക്തിപ്പെടുകയും കൃഷിക്കാർ ഭൂപ്രഭുക്കളെ ആക്രമിക്കാനാരംഭിക്കുകയും ചെയ്തപ്പോൾ ഗാന്ധി പ്രസ്ഥാനം പിൻവലിച്ചു. ഇത് ഇടത്തരക്കാരായ ബുദ്ധിജീവികളെയും യുവതലമുറയെയും ഏറെ നിരാശരാക്കി. സ്വാതന്ത്ര്യസമരത്തെ സോഷ്യലിസത്തിന്റെ ആശയങ്ങളുമായി ബന്ധിപ്പിക്കുന്നതിനായി അവർ കോൺഗ്രസ് സോഷ്യലിസ്റ്റ് പാർട്ടിക്ക് രൂപം നല്കി. സമൂല പരിവർത്തനത്തിന്റേതായ വീക്ഷണഗതി കോൺഗ്രസിനുണ്ടാക്കാൻ ഈ പാർട്ടി പ്രധാന പങ്കുവഹിച്ചു. നിയമവിധേയമായി പ്രവർത്തിക്കാൻ അനുവദിക്കാതിരുന്ന കമ്യൂണിസ്റ്റുകാർക്ക് ഇതൊരു പ്രവർത്തനവേദിയായി.

ഈ കാലഘട്ടത്തിലാണ് കോൺഗ്രസിന്റെ നേതൃത്വത്തിലുള്ള ദേശീയ പ്രസ്ഥാനത്തിൽ പൂർണ്ണമായി പങ്കെടുക്കാൻ കമ്യൂണിസ്റ്റുകാർ തീരുമാനിച്ചത്. അതോടൊപ്പം ഈ പ്രസ്ഥാനത്തിൽ തങ്ങളുടെ ഇടപെടൽ വർദ്ധിപ്പിക്കാനായി തൊഴിലാളി വർഗ്ഗത്തെയും കർഷക ജനസാമാന്യത്തെയും ഇതര അദ്ധ്വാനിക്കുന്ന ജനങ്ങളെയും സ്വതന്ത്രമായി സംഘടിപ്പിക്കാനും ശ്രമിച്ചു. കോൺഗ്രസിലെ ഈ പരിവർത്തനവാദികളായ കോൺഗ്രസ് സോഷ്യലിസ്റ്റുകാരും കമ്യൂണിസ്റ്റുകാരുമാണ് 1936 ൽ അഖിലേന്ത്യാ കിസാൻസഭയും പിന്നീട് അഖിലേന്ത്യാ വിദ്യാർത്ഥി ഫെഡറേഷനും അഖിലേന്ത്യാ സാഹിത്യസംഘടനയും മറ്റും രൂപവല്ക്കരിക്കാൻ മുൻകൈയെടുത്തത്.

1936 നുശേഷം ജവാഹർലാൽ നെഹ്റു കോൺഗ്രസ് പ്രസിഡന്റായി സോഷ്യലിസ്റ്റ് ആശയങ്ങൾ പ്രചരിപ്പിച്ചപ്പോൾ ജനങ്ങളിൽ പ്രതീക്ഷകൾ ഉണർന്നു. കോൺഗ്രസിനു പരിവർത്തനാത്മകമായ വീക്ഷണശക്തിയുണ്ടായി. പല സംസ്ഥാനങ്ങളിലും കോൺഗ്രസ് സംഘടനയിൽ സോഷ്യലിസ്റ്റുകാരും കമ്യൂണിസ്റ്റുകാരും പ്രമുഖ സ്ഥാനങ്ങൾ വഹിച്ചു. നെഹ്റുവിനുശേഷം സുഭാഷ് ചന്ദ്രബോസ് ചുമതലയേറ്റു. 1939 ൽ ഇടതുപക്ഷ

ത്തിന്റെ പന്തുണയോടെ ഗാന്ധിയുടെ സ്ഥാനാർത്ഥിയായ പട്ടാഭി സീതാരാമയ്യയെ പരാജയപ്പെടുത്തി സുഭാഷ് ചന്ദ്രബോസ് വീണ്ടും പ്രസിഡന്റായി തിരഞ്ഞെടുക്കപ്പെട്ടു. പക്ഷേ, കോൺഗ്രസിൽ മേധാവിത്തമുണ്ടായിരുന്ന നേതൃത്വത്തിന് ഇത് ഇഷ്ടമായില്ല. അദ്ദേഹത്തിന് പ്രവർത്തനസ്വാതന്ത്ര്യം അനുവദിക്കാത്ത ഒരു പ്രവർത്തകസമിതിയെ അവർ അദ്ദേഹത്തിന്റെ മേൽ കെട്ടിവെച്ചു. അവസാനം അദ്ദേഹം കോൺഗ്രസ് വിട്ട്, ഫോർവേഡ് ബ്ലോക്ക് ഉണ്ടാക്കി.

1939 ൽ യുദ്ധമുണ്ടായപ്പോൾ കോൺഗ്രസിന് ആ സ്ഥിതിവിശേഷം പ്രയോജനപ്പെടുത്താനായില്ല. ഗവൺമെന്റിന്റെ യുദ്ധപരിശ്രമങ്ങളെ സഹായിക്കാൻ ഉപാധികൾ നിരത്തിക്കൊണ്ടിരുന്നു. സോവിയറ്റ് യൂണിയൻ ആക്രമിക്കപ്പെട്ടപ്പോൾ പുതിയ ലോകസ്ഥിതിവിശേഷം ഉണ്ടായി. ലോകത്തിലെങ്ങുമുള്ള ജനങ്ങൾ ഫാസിസ്റ്റ് കാട്ടാളന്മാരെ പരാജയപ്പെടുത്താൻ ഒത്തുചേർന്നു. ഇത് ഫാസിസത്തിന്റെ പരാജയത്തിൽ കലാശിച്ചു. ഇതിൽ സോവിയറ്റ് യൂണിയൻ പ്രധാനപങ്കുവഹിച്ചു. ഇത് ലോകസ്ഥിതിവിശേഷത്തെയാകെ മാറ്റി. ദേശീയവിമോചനത്തിനുവേണ്ടി പോരാടുന്ന ശക്തികൾക്ക് പുതിയ കരുത്തും ഉത്തേജനവും ഏകി. ലോകത്തിലാകെ ബഹുജനമുന്നേറ്റമുണ്ടായി. ദേശീയ വിമോചന സമരങ്ങൾ മുന്നോട്ടു കുതിച്ചു.

ഇന്ത്യയിൽ 1945 ൽ ഐ എൻ എ തടവുകാരുടെ മോചനത്തിനായി വൻ ജനകീയ പ്രകടനമുണ്ടായി. അനേകം രൂപങ്ങളിലുള്ള തൊഴിലാളിവർഗ്ഗ സമരങ്ങൾ ഉയർന്നുവന്നു. കർഷകരുടെ ഇടയിലെ അസ്വാസ്ഥ്യം പലേടങ്ങളിലും സായുധ കലാപത്തിന്റെ രൂപംപൂണ്ടു. അതിൽ അത്യുജ്ജ്വലമായത് തെലങ്കാന സമരമായിരുന്നു. 1946 ഫെബ്രുവരിയിലെ നാവിക കലാപം തങ്ങളുടെ അവസാനം അടുത്തുവെന്ന് ബ്രിട്ടീഷ് സാമ്രാജ്യവാദികൾക്ക് മുന്നറിയിപ്പു നല്കി. ബഹുജനമുന്നേറ്റത്തിന്റെ ഈ പശ്ചാത്തലത്തിലാണ് ഇന്ത്യയെ സ്വതന്ത്രമാക്കാൻ സാമ്രാജ്യവാദികൾ കോൺഗ്രസ് പാർട്ടിയുമായി വിലപേശിയത്.

ഇവിടെ ഒരു കാര്യം വ്യക്തമായി ഓർമ്മിക്കണം. മുഴുവൻ സ്വാതന്ത്ര്യസമരകാലത്തും തൊഴിലാളിവർഗ്ഗത്തിലും കർഷകരിലും മറ്റ് അദ്ധ്വാനിക്കുന്നവരിലും ബുദ്ധിജീവികളിലുംപെട്ട ജനസാമാന്യം പ്രധാനമായ പങ്കുവഹിച്ചിട്ടുണ്ട്. കോൺഗ്രസ് അടക്കമുള്ള വിവിധ ശക്തികൾ ജനങ്ങളുടെ സ്വപ്നങ്ങൾ സാക്ഷാൽക്കരിക്കപ്പെടുമെന്ന പ്രതീക്ഷ ഉണർത്തിയിരുന്നു. അവരെല്ലാം ദരിദ്രരുടെ സ്ഥിതി മെച്ചപ്പെടുത്തുമെന്നും ദാരിദ്ര്യവും വിശപ്പും തൊഴിലില്ലായ്മയും ഇല്ലാതാക്കുമെന്നും വിദ്യാഭ്യാസത്തിന് ഉറപ്പുവരുത്തുമെന്നും വികസനം സാദ്ധ്യമാക്കുമെന്നും വാഗ്ദാനം ചെയ്തിരുന്നു.

സ്വാതന്ത്ര്യസമരത്തിനിടയിൽ നല്കിയ വാഗ്ദാനങ്ങൾ എത്രത്തോളം നടപ്പാക്കിയെന്ന് തുടർന്ന് പരിശോധിക്കാം. ഓരോ പ്രസ്ഥാനധാരയും സ്വാതന്ത്ര്യസമരത്തിന് നല്കിയ സംഭാവനയും സ്വാതന്ത്ര്യസ

മരത്തിൽ വഹിച്ച പങ്കും ഉയർത്തിക്കാട്ടാൻ ഈ അമ്പതാം സ്വാതന്ത്ര്യ വാർഷികാഘോഷം ഉപയോഗപ്പെടുത്തണമെന്നു മാത്രം ഇപ്പോൾ പറയട്ടെ.

ബ്രിട്ടീഷ് സാമ്രാജ്യവാദികളെ ഇന്ത്യയിൽനിന്ന് പുറത്താക്കാൻ സമരം ചെയ്യുമ്പോൾ ജനകോടികളുടെ സ്വപ്നം എന്തായിരുന്നു? സ്വാതന്ത്ര്യത്തിന്റെ അർത്ഥം എന്തായിരുന്നു? ബ്രിട്ടീഷ് ഭരണത്തിനുപകരം നാടൻ ഭരണാധികാരികളെ വാഴിക്കുക എന്നതായിരുന്നോ ആ സ്വപ്നം?

അന്തിമലക്ഷ്യത്തെക്കുറിച്ച് ഓരോ രാഷ്ട്രീയശക്തിക്കും വ്യത്യസ്തമായ വീക്ഷണങ്ങൾ ഉണ്ടായിരുന്നുവെങ്കിലും അവർക്കെല്ലാം പൊതുവായ ഒരു സങ്കല്പമുണ്ടായിരുന്നു. അവർ സ്വപ്നം കണ്ടത് ബ്രിട്ടീഷ് അടിമത്തത്തിൽനിന്ന് മോചിപ്പിച്ച ഇന്ത്യയെക്കുറിച്ചു മാത്രമല്ല, തങ്ങൾക്ക് അഭിമാനിക്കാവുന്ന, തല ഉയർത്തിനില്ക്കാവുന്ന, വിശപ്പും ദാരിദ്ര്യവും അവകാശനിഷേധവും ഇല്ലാത്ത ഇന്ത്യയെക്കുറിച്ച് കൂടിയാണ്. സ്വാതന്ത്ര്യം കൊണ്ട് അർത്ഥമാക്കിയത് രാജ്യത്തിലെ വമ്പിച്ച പ്രകൃതി വിഭവങ്ങൾ ജനങ്ങളുടെ പൊതുനന്മയ്ക്കായി ഉപയോഗിക്കുമെന്നാണ്.

ഈ ധാരണയിൽ പങ്കാളികളാകുമ്പോൾതന്നെ കമ്യൂണിസ്റ്റുകാർ ഒരടികൂടി മുന്നോട്ടുപോയി. പൂർണ്ണ സ്വാതന്ത്ര്യം ആദ്യം ആവശ്യപ്പെട്ടത് അവരായിരുന്നു. കൊളോണിയൽ ചൂഷണമില്ലാത്ത ഇന്ത്യക്കൊപ്പം യഥാർത്ഥ സ്വാതന്ത്ര്യത്തിന്റെ സത്തായ കാർഷികവിപ്ലവം പൂർത്തീകരിക്കാനും അവർ യത്നിച്ചു.

നാം തന്നെ നമ്മുടെ മുമ്പിൽവെച്ച പൊതുലക്ഷ്യത്തിലേക്ക് പുരോഗമിക്കുന്നതിൽ നാം എത്രത്തോളം വിജയിച്ചുവെന്നും ഏതെല്ലാം വാഗ്ദാനങ്ങൾ നിറവേറ്റിയെന്നും എവിടെയാണ് നാം പിന്നിലായതെന്നും എന്തെല്ലാമാണ് പോരായ്മകളെന്നും പരിശോധിക്കാനും വിശകലനം ചെയ്യാനുമാണ് ഇവിടെ ശ്രമിക്കുന്നത്.

അന്ന് ദേശീയ പ്രസ്ഥാനത്തിന്റെ നേതൃത്വം വഹിച്ച കോൺഗ്രസ് ജനങ്ങളുടെ അഭിലാഷങ്ങൾക്കുവേണ്ടി വാദിക്കുകയുണ്ടായി. കോൺഗ്രസ് രാഷ്ട്രത്തിന്റെ മുമ്പിൽ സമർപ്പിച്ച ആ ആദർശത്തിന്റെ ഏറ്റവും നല്ല സംക്ഷിപ്ത രൂപം പണ്ഡിറ്റ് ജവാഹർലാൽ നെഹ്റുവിന്റെ വാക്കുകളിലടങ്ങിയിരിക്കുന്നു. സ്വാതന്ത്ര്യത്തിന്റെ തലേന്ന് 1947 ആഗസ്ത് 14 ന് ഭരണഘടനാ നിർമ്മാണസഭയിൽ സംസാരിക്കവെ നെഹ്റു പറഞ്ഞു:

> ഭാവി ആയാസരഹിതമോ വിശ്രമത്തിന്റേതോ അല്ല, പിന്നെയോ, നാം പലപ്പോഴും എടുത്ത പ്രതിജ്ഞകളും ഇന്നെടുക്കുന്ന പ്രതിജ്ഞയും നിറവേറ്റാനായുള്ള നിരന്തരപരിശ്രമത്തിന്റേതാണ്. ഇന്ത്യയെ സേവിക്കുക എന്നതിനർത്ഥം കഷ്ടതയനുഭവിക്കുന്ന ജനലക്ഷങ്ങളെ സേവിക്കുക എന്നാണ്. ദാരിദ്ര്യവും അജ്ഞതയും രോഗവും അവസര അസമത്വവും അവസാനിപ്പിക്കുക എന്നാണ്.

നമ്മുടെ തലമുറയിലെ ഏറ്റവും മഹാനായ മനുഷ്യന്റെ മോഹം ഓരോ കണ്ണിലെയും ഓരോ കണ്ണീർത്തുള്ളിയും തുടയ്ക്കുക എന്നതാണ്. അത് നമ്മുടെ കഴിവിനപ്പുറമായിരിക്കാം. പക്ഷേ, കണ്ണീരും കഷ്ടപ്പാടും ഉള്ളിടത്തോളം നമ്മുടെ പ്രവൃത്തി അവസാനിക്കില്ല.

അടുത്ത ദിവസം ഇന്ത്യ സ്വാതന്ത്ര്യം നേടിയ ദിവസം, 1947 ആഗസ്ത് 15 ന് പത്രങ്ങൾക്ക് നല്കിയ സന്ദേശത്തിൽ നെഹ്റു പറഞ്ഞു:

ഭാവി നമ്മെ മാടിവിളിക്കുന്നു. എങ്ങോട്ടാണ് നാം പോകേണ്ടത്; എന്തിനായിരിക്കണം. നമ്മുടെ പരിശ്രമം? ഇന്ത്യയിലെ തൊഴിലാളികൾക്കും കർഷകർക്കും സാധാരണക്കാരനും സ്വാതന്ത്ര്യവും അവസരവും കൈവരുത്താൻ. ഓരോ പുരുഷനും സ്ത്രീക്കും നീതിയും ജീവിതപൂർണ്ണതയും ഉറപ്പുവരുത്തുന്ന സാമൂഹിക-സാമ്പത്തിക-രാഷ്ട്രീയ സ്ഥാപനങ്ങൾ സൃഷ്ടിക്കാൻ.

അന്നുതന്നെ രാഷ്ട്രത്തോട് ചെയ്ത പ്രക്ഷേപണത്തിൽ നെഹ്റു പറഞ്ഞു.

നമുക്കീ പ്രശ്നത്തിൽ പെട്ടെന്ന് പരിഹരിക്കാനോ അവയുടെ പരിഹാരം വൈകിക്കാനോ പറ്റില്ല. അതിനാൽ നാം സാധാരണ ജനങ്ങളുടെ ഭാരം കുറയത്തക്കവിധവും ജീവിതനിലവാരം ഉയർത്തക്കവിധവും ബുദ്ധിപൂർവ്വം ആസൂത്രണം ചെയ്യണം. ദീർഘകാലമായി കഷ്ടപ്പെടുന്ന സാധാരണ ജനങ്ങളുടെ താല്പര്യത്തിനാണ് പ്രഥമഗണനയെന്നും അതിന് തടസ്സമായി വരുന്ന ഓരോ നിക്ഷിപ്ത താല്പര്യവും അതിന് വഴങ്ങണമെന്നും വ്യക്തമായി മനസ്സിലാക്കണം. നമ്മുടെ കാലഹരണപ്പെട്ട ഭൂവുടമ സമ്പ്രദായം വേഗത്തിൽ മാറ്റേണ്ടതുണ്ട്. വലുതും സന്തുലിതവുമായ തോതിൽ വ്യവസായവല്ക്കരണം പ്രോത്സാഹിപ്പിക്കണം. എങ്കിലേ രാജ്യത്തിന്റെ സമ്പത്ത് വർദ്ധിപ്പിക്കാനാവൂ; ദേശീയ വിഹിതം ന്യായമായി വിതരണം ചെയ്യാൻ കഴിയൂ.

പിന്നീട് 1948 ജനുവരി 30 ന് മഹാത്മാഗാന്ധി വധിക്കപ്പെട്ടു. 1948 ഫെബ്രുവരി 12 ന് ഗാന്ധിയുടെ ചിതാഭസ്മം നിമജ്ജനം ചെയ്തപ്പോൾ, സംസാരിക്കവെ നെഹ്റു നിരീക്ഷിച്ചു:

നാം ജാഗരൂകരായില്ലെങ്കിൽ, തക്കസമയത്ത് നടപടിയെടുക്കാതിരുന്നാൽ നമ്മുടെമേൽ വിതറിയ വർഗ്ഗീയ വിഷം നമ്മുടെ സ്വാതന്ത്ര്യത്തിന്റെയും അവസാനം കുറിക്കും. ആസന്നമായ ഈ ആപത്തിനെക്കുറിച്ച് നമ്മെ ഉണർത്താനാണ് രണ്ടുമൂന്നാഴ്ച മുമ്പു ഗാന്ധിജി തന്റെ അവസാന ഉപവാസം അനുഷ്ഠിച്ചത്. അദ്ദേഹ

ത്തിന്റെ സ്വയം പീഡനം രാഷ്ട്രത്തിന്റെ മനഃസാക്ഷിയെ ഉണർത്തി. നാം നന്നായി പെരുമാറുമെന്ന് അദ്ദേഹത്തിന്റെ മുമ്പാകെ പ്രതിജ്ഞ ചെയ്തു. അതിനുശേഷമാണ് അദ്ദേഹം ഉപവാസം അവസാനിപ്പിച്ചത്.

1948 ഏപ്രിൽ 3 ന് ഭരണഘടനാ നിർമ്മാണ സഭാംഗമായിരുന്ന അനന്തശയനം അയ്യങ്കാർ താഴെപ്പറയുന്ന പ്രമേയം അവതരിപ്പിച്ചു:

> ജനാധിപത്യത്തിന്റെ ശരിയായ പ്രവർത്തനത്തിനും ദേശീയ ഐക്യത്തിന്റെയും ദാർഢ്യത്തിന്റെയും വളർച്ചയ്ക്കും വർഗ്ഗീയതയെ തുടച്ചുനീക്കണം. അതിനാൽ സ്വന്തം ഭരണഘടനയനുസരിച്ചോ ഭാരവാഹികളിലും സംഘടനാ സമിതികളിലും നിക്ഷിപ്തമായ സ്വേച്ഛാധികാരം ഉപയോഗിച്ചോ മതത്തിന്റെയും വംശത്തിന്റെയും ജാതിയുടെയും അടിസ്ഥാനത്തിലോ അവയിൽ ഏതെങ്കിലും ഒന്നിന്റെ അടിസ്ഥാനത്തിലോ അംഗങ്ങളെ ചേർക്കുകയും ചേർക്കാതിരിക്കുകയും ചെയ്യുന്ന വർഗ്ഗീയ സംഘടനയെ, സമുദായത്തിന്റെ ഉത്തമബോദ്ധ്യമുള്ള മതപരവും സാംസ്കാരികവുമായ ഒഴിച്ചുകൂടാനാവാത്ത ആവശ്യങ്ങൾക്കുവേണ്ടിയല്ലാതെ, മറ്റൊന്നിന് വേണ്ടിയും പ്രവർത്തിക്കാൻ അനുവദിക്കാൻ പാടില്ല. അതുകൊണ്ട് അത്തരം പ്രവർത്തനങ്ങളെ തടയാനാവശ്യമായ നിയമപരവും ഭരണപരവുമായ എല്ലാ നടപടികളും എടുക്കണം.

ഈ പ്രമേയത്തെക്കുറിച്ച് സംസാരിക്കവെ നെഹ്റു പറഞ്ഞു:

> രാഷ്ട്രീയത്തിലെ വർഗ്ഗീയത എവിടംവരെ നമ്മെ എത്തിച്ചുവെന്ന് വസ്തുതാപരമായി നാം കണ്ടതാണ്. എത്ര ഗൗരവതരമായ ആപത്തിലൂടെ നമുക്ക് കടന്നുപോകേണ്ടിവന്നുവെന്ന് നാമെല്ലാവരും ഓർമ്മിക്കുന്നു. വർഗ്ഗീയതയുടെ രൂപത്തിലുള്ള മതത്തിന്റെയും രാഷ്ട്രീയത്തിന്റെയും സഖ്യം അത്യന്തം ആപല്ക്കരമായ സഖ്യമാണെന്ന് നമ്മുടെ മനസ്സിലും രാജ്യത്തിന്റെ മനസ്സിലും വ്യക്തമായിരിക്കണം. അതിൽനിന്ന് ജന്മംകൊള്ളുന്നത് അത്യപൂർവ്വതരം ജാരസന്തതികളാണ്.

ഇതേ പ്രസംഗത്തിൽതന്നെ ജനാധിപത്യത്തെക്കുറിച്ച് നെഹ്റു നിരീക്ഷിച്ചു:

ജനാധിപത്യം രാഷ്ട്രീയകാര്യം മാത്രമല്ല, 19-ാം നൂറ്റാണ്ടിലെ ഓരോ ആൾക്കും ഓരോ വോട്ട് എന്ന ജനാധിപത്യാശയം അക്കാലത്തിന് പറ്റിയ നല്ല ആശയമായിരുന്നു. പക്ഷേ, ഇന്ന് കുറേക്കൂടി വലുപ്പവും ആഴവുമുള്ള ജനാധിപത്യത്തെക്കുറിച്ചാണ് ജനങ്ങൾ ചിന്തിക്കുന്നത്. ഒരു വോട്ടുള്ള നിർദ്ധനനും ഒരു വോട്ടുള്ള കോടീശ്വരനും തമ്മിൽ സമത്വമില്ലല്ലോ.

വിദ്യാസമ്പന്നനും വിദ്യാവിഹീനനും തമ്മിലും സമത്വമില്ലല്ലോ. അതിനാൽ വിദ്യാഭ്യാസപരമായും സാമ്പത്തികമായും മറ്റും ജനങ്ങൾ തമ്മിൽ വലിയ വ്യത്യാസമുണ്ട്. മുകൾത്തട്ടിലുള്ളവരും താഴത്തെ തട്ടിലുള്ളവരും തമ്മിൽ വലിയ വിടവുണ്ട്. നമുക്ക് ജനാധിപത്യം ഉണ്ടാവണമെങ്കിൽ ഈ വിടവ് നികത്തേണ്ടത് ആവശ്യവും അനിവാര്യവുമാണ്.

അന്ന് ദേശീയ പ്രസ്ഥാനത്തിന്റെ അഭിലാഷങ്ങൾ ഇവയായിരുന്നു. എന്നാൽ ഈ വാഗ്ദാനങ്ങൾ നിറവേറ്റിയോ? ഈ വാഗ്ദാനങ്ങൾ നിറവേറ്റിയില്ലെന്ന് മനസ്സിലാവുമ്പോൾ രാജ്യത്തിന്റെ സ്വാതന്ത്ര്യത്തിനായി പോരാടിയവർ നിരാശരാകും.

എന്നാൽ ഇതിനിടയിൽ രാജ്യത്തിന് ചില കാര്യങ്ങളിൽ പുരോഗതിയുണ്ടായിട്ടുണ്ട്. നല്ല അടിസ്ഥാനസൗകര്യങ്ങൾ നിർമ്മിച്ചു. മുഖ്യ വ്യവസായങ്ങൾ വികസിപ്പിച്ചു. വിവിധ രംഗങ്ങളിൽ സ്വയംപര്യാപ്തത നേടി.

പക്ഷേ, സ്വതന്ത്ര ഇന്ത്യ വിഭാവനം ചെയ്തതിന്റെ അടുത്തെങ്ങും എത്തില്ല ഈ നേട്ടങ്ങൾ. വ്യവസായത്തോടൊപ്പം കുത്തക ഭവനങ്ങളും വളർന്നു. ചെറു-ഇടത്തരം വ്യവസായങ്ങൾ തളർന്നു. സമ്പന്നരും ദരിദ്രരും തമ്മിലുള്ള അന്തരം വളരെ വർദ്ധിച്ചു.

ഔദ്യോഗിക കണക്കനുസരിച്ച് 39 ശതമാനത്തിലധികം ജനങ്ങൾ ഇപ്പോഴും രണ്ടുനേരം ഭക്ഷണം കഴിക്കാൻ വകയില്ലാത്തവരാണ്. എംപ്ലോയ്മെന്റ് എക്സ്ചേഞ്ചുകളിൽ രജിസ്റ്റർ ചെയ്ത തൊഴിലില്ലാത്തവരുടെ എണ്ണം നാലുകോടിയുടെ അടുത്തുവരും. അനൗദ്യോഗിക കണക്കനുസരിച്ചാകട്ടെ ഇത് 12 കോടിയാണ്.

നാട്ടിൻപുറത്തെ സ്ഥിതി ഇപ്പോഴും പരിതാപകരമാണ്. രാജ്യത്തിന്റെ ചില ഭാഗങ്ങളിൽ ശുദ്ധജലം പോലും ലഭ്യമല്ല. ചിലേടങ്ങളിൽ വെള്ളപ്പൊക്കമുണ്ടാകുമ്പോൾ മറ്റുചില സ്ഥലങ്ങളിൽ വരൾച്ചയും ശുദ്ധജലക്ഷാമവും അനുഭവപ്പെടുന്നു.

നഗരങ്ങളിൽ ശുചീകരണ ഏർപ്പാടുകളോ അടിസ്ഥാന ജീവിത സൗകര്യങ്ങളോ ഇല്ലാത്ത ചേരികളിലെ നിവാസികളുടെ സ്ഥിതി ദയനീയമാണ്. ഇടതുപക്ഷത്തിന് ശക്തിയുള്ള സ്ഥലങ്ങളിലൊഴിച്ച് മറ്റെല്ലായിടത്തും ഭൂപ്രഭുക്കളുമായുള്ള സന്ധിനിമിത്തം പഴയ ഭൂവുടമ സമ്പ്രദായം തുടരുന്നു.

“ജനങ്ങളുടെ ജീവിതനിലവാരം ഉയരത്തക്കവിധം നാം ബുദ്ധിപൂർവ്വം ആസൂത്രണം ചെയ്യണ”മെന്ന് നെഹ്റു പറഞ്ഞപ്പോൾ ഇതാണോ ഉദ്ദേശിച്ചത്?

സ്വാതന്ത്ര്യാനന്തര കാലഘട്ടത്തിൽ തുടക്കത്തിൽ ഊന്നൽ നല്കിയത് സ്വാശ്രയത്വത്തിനും ദേശീയ സാങ്കേതികവിദ്യക്കുമായിരുന്നു. എന്നാൽ ഇപ്പോഴത്തെ മന്ത്രം ഉദാരവല്ക്കരണമെന്നും ആഗോളവല്ക്കരണമെന്നുമാണ്. ഇതിന്റെ ആന്തരാർത്ഥം ബഹുരാഷ്ട്ര കുത്തക കോർപ്പറേഷനുകളെ പരസ്യമായി ക്ഷണിക്കുന്നുവെന്നും രാജ്യാന്തര നാണയ നിധിയുടെയും ലോക ബാങ്കിന്റെയും കല്പനകളെ അധികമധികം അനു

സരിക്കുന്നുവെന്നുമാണ്.

ഈ നയം തുടർന്നാലുള്ള ഫലമെന്തെന്ന് അറിയാത്തവരാണ് ഇപ്പോഴത്തെ ഭരണാധികാരികൾ എന്ന് തോന്നുന്നു. ഈസ്റ്റ് ഇന്ത്യാ കമ്പനി ചെയ്തത് എന്തെന്നും സാമ്പത്തിക ചൂഷണത്തിന്റെ രാഷ്ട്രീയമായ പ്രത്യാഘാതങ്ങൾ എന്തെന്നും ഇവർ പാടെ മറന്നുപോയിരിക്കുന്നു.

ഇതിനുപുറമെ വിദ്യാഭ്യാസം, ആരോഗ്യപരിപാലനം, ഗതാഗതം മുതലായ സാമൂഹിക മേഖലകളിൽനിന്ന് രാഷ്ട്രം പിൻവാങ്ങാൻ ശ്രമിക്കുകയാണ്. കാർഷികരംഗത്ത് ഹരിതവിപ്ലവത്തിനുശേഷവും നമ്മുടെ സാധാരണ ജനങ്ങളിൽ ഏറിയപങ്കും ഇന്നും പോഷകാഹാരക്കുറവുമൂലം വലയുന്നു.

കർഷകത്തൊഴിലാളികളുടെ കുറഞ്ഞ കൂലിയും സേവനവ്യവസ്ഥകളും നിർണ്ണയിക്കുന്ന കേന്ദ്രനിയമം ഇനിയും പാസാക്കിയിട്ടില്ല. എത്രയോ കാലമായി ഉന്നയിച്ചുവരുന്ന ആവശ്യമാണിത്.

കുറച്ചു അധികാരവികേന്ദ്രീകരണം, പ്രത്യേകിച്ചും സംസ്ഥാനതലത്തിൽ പഞ്ചായത്തുകളിലേക്ക് നടന്നിട്ടുണ്ടെങ്കിലും കേന്ദ്ര-സംസ്ഥാന പട്ടികയിൽനിന്ന് കേന്ദ്രത്തിലേക്ക് അധികാരം കൈമാറുന്ന സംഭവങ്ങളുമുണ്ട്. ശക്തമായ ജനാധിപത്യ രാഷ്ട്രം കെട്ടിപ്പടുക്കുന്നതിനെക്കുറിച്ച് പറയവെ നെഹ്റുവോ, ഭരണഘടനാ നിർമ്മാതാക്കളോ, മിസ, എൻ എസ് എ, എസ്മ പോലുള്ള കിരാതനനിയമങ്ങൾ പാസാക്കുമെന്നോ, അടിയന്തരാവസ്ഥയിലെ പോലുള്ള കാളരാത്രികൾ ഉണ്ടാകുമെന്നോ വിചാരിച്ചിരുന്നില്ല. ഭരണഘടനയുടെ 356-ാം അനുച്ഛേദം ഇത്രയേറെ ദുരുപയോഗപ്പെടുത്തുമെന്നും അവർ നിനച്ചിരിക്കില്ല.

അസമമായ സാമ്പത്തിക വികാസവും ചില പ്രദേശങ്ങളുടെ അവഗണനയും അവിടങ്ങളിൽ നിന്നുയരുന്ന ആവശ്യങ്ങളും വിഘടന-വിഭാഗീയ പ്രവണതകൾക്ക് ഹേതുവാകുന്നു. ഇത് വർഗ്ഗീയവിഷം വ്യാപിക്കാൻ ഇടവരുത്തിയിട്ടുണ്ട്. വർഗ്ഗീയവാദികളോട് സന്ധിമനോഭാവം കാണിക്കുന്ന സ്വതന്ത്ര ഇന്ത്യാ ഭരണാധികാരികളും ഇതിൽ തങ്ങളുടേതായ സംഭാവന നല്കി. മതത്തെയും രാഷ്ട്രീയത്തെയും വേർതിരിച്ചു നിർത്തേണ്ടതിന്റെ ആവശ്യകതയെക്കുറിച്ച് ഭരണഘടനാ നിർമ്മാണസഭയിൽ നടന്ന വാദപ്രതിവാദം ഒരിക്കൽക്കൂടി അനുസ്മരിക്കേണ്ടിയിരിക്കുന്നു.

സംശുദ്ധ ഭരണത്തെക്കുറിച്ചുള്ള വാഗ്ദാനത്തെപ്പറ്റി പറയാതിരിക്കുകയാണ് ഭേദം. ലോകത്തിന്റെ മുമ്പിൽ രാജ്യത്തിന്റെ യശസ്സിൽ കരിപുരട്ടിക്കൊണ്ട് അപവാദങ്ങൾ ഓരോന്നായി പുറത്തുവരികയാണ്. രാഷ്ട്രീയക്കാരോട് ഇപ്പോൾ ജനങ്ങൾക്ക് പൊതുവെ അവജ്ഞയാണ്. അപവാദച്ചുഴിയിൽ ഒരു മുൻപ്രധാനമന്ത്രിയും അദ്ദേഹത്തിന്റെ പല സഹമന്ത്രിമാരുംപോലും അകപ്പെട്ടിരിക്കുന്നു.

സ്വാതന്ത്ര്യത്തിന്റെ അമ്പതാം വാർഷികം ആഘോഷിക്കുന്ന ഈ സന്ദർഭത്തിൽ നാം സ്വാതന്ത്ര്യസമരത്തിൽ പങ്കെടുക്കവെ നമ്മുടെ പൂർവ്വികർ എടുത്ത പ്രതിജ്ഞകൾ ഓർമ്മിക്കേണ്ടിയിരിക്കുന്നു. ലക്ഷക്കണക്കിന്

ജനങ്ങൾക്കിന്നും ദാരിദ്ര്യവും വിശപ്പും തൊഴിലില്ലായ്മയും രോഗവും നിരക്ഷരതയും ശാപമായി തുടരുന്നു. അവർക്ക് സ്വപ്നങ്ങൾ ഇല്ലാതായിരിക്കുന്നു. പുതിയ സ്വതന്ത്ര ഇന്ത്യയെക്കുറിച്ചുള്ള അവരുടെ സ്വപ്നം സാധിതപ്രായമാകാതെ അവശേഷിക്കുന്നു.

അതിനാൽ ദേശീയപ്രസ്ഥാനം അതിന്റെ മുമ്പിൽവെച്ച് ലക്ഷ്യങ്ങൾ നേടിയെടുക്കുന്നതിന് നാം നമ്മെ പുനർസമർപ്പണം ചെയ്യേണ്ട സമയമായിരിക്കുന്നു. കമ്യൂണിസ്റ്റുകാർക്ക് തങ്ങളുടെ നേട്ടങ്ങളിൽ അഭിമാനിക്കാനവകാശമുണ്ട്. സ്വാതന്ത്ര്യപ്രസ്ഥാനത്തിന്റെ അഭേദ്യഭാഗമെന്ന നിലയിൽ അവർ ബ്രിട്ടീഷ് ഭരണത്തിന്റെ മൃഗീയ മർദ്ദനങ്ങളെ നേരിട്ട് വലിയ ത്യാഗങ്ങൾ സഹിച്ചു. ബ്രിട്ടീഷ് ഭരണാധികാരികൾ അവരെ നിയമവിധേയമായി പ്രവർത്തിക്കാൻ അനുവദിച്ചില്ല.

സ്വാതന്ത്ര്യത്തിനുശേഷം കമ്യൂണിസ്റ്റുകാർ, പ്രത്യേകിച്ചും സി പി ഐ (എം) ദേശീയ പ്രസ്ഥാനത്തിന്റെ ലക്ഷ്യങ്ങൾ നേടുന്നതിനുവേണ്ടിയുള്ള പ്രസ്ഥാനങ്ങൾ കെട്ടിപ്പടുക്കാൻ പരിശ്രമിക്കുകയാണ്. പാർട്ടി ഗവൺമെന്റിന്റെ സാമ്പത്തിക നയത്തിനെതിരായും ജനാധിപത്യത്തിന്റെ മീതെയുള്ള ആക്രമണങ്ങൾക്കെതിരായും മറ്റും സമരം നടത്തിക്കൊണ്ടിരിക്കുകയാണ്.

സ്വാതന്ത്ര്യത്തിന്റെ 50-ാം വാർഷികത്തിൽ സ്വാതന്ത്ര്യത്തിനുവേണ്ടി പ്രാണനർപ്പിച്ച രക്തസാക്ഷികളെ ഞങ്ങൾ പ്രണമിക്കുന്നു. ദാരിദ്ര്യവും വിശപ്പും തൊഴിലില്ലായ്മയും ഇല്ലാത്ത, മനുഷ്യനെ മനുഷ്യൻ ചൂഷണം ചെയ്യാത്ത, സമത്വമുള്ള നല്ല ഒരു നാളെയാണ് അവർ വിഭാവനം ചെയ്തത്.

അതിനുവേണ്ടിയുള്ള സമരം മുന്നോട്ട് കൊണ്ടുപോകുമെന്ന് ഞങ്ങൾ പ്രതിജ്ഞ ചെയ്യുന്നു. സ്വാതന്ത്ര്യപ്രസ്ഥാനത്തിന് പ്രചോദനമായ ലക്ഷ്യങ്ങൾ നിറവേറ്റുന്നതിനുള്ള പരിശ്രമത്തിന് ഞങ്ങൾ ഞങ്ങളെ പുനരർപ്പണം ചെയ്യുന്നു.

ഇന്ത്യൻ സ്വാതന്ത്ര്യസമരം വിവിധ ധാരകൾ

സി ഭാസ്കരൻ

പ്ലാസിയുദ്ധ (1757)ത്തെത്തുടർന്ന് ബ്രിട്ടീഷുകാർ ഇന്ത്യയിൽ ആധിപത്യമുറപ്പിച്ചത് മുതൽ അവർക്കെതിരായ സമരവും ആരംഭിച്ചു. ആദ്യം തന്നെ കലാപക്കൊടി ഉയർത്തിയത് ആദിവാസികളും കൃഷിക്കാരും അവയിൽ പലതും സ്വയംഭൂവായി പൊട്ടിപ്പുറപ്പെട്ടതും ചില പ്രത്യേക പ്രദേശങ്ങളിൽ മാത്രമായി ഒതുങ്ങി നിന്നതുമായിരുന്നു. പരിമിതമായ ആവശ്യങ്ങളെ ആസ്പദമാക്കി പൊട്ടിപ്പുറപ്പെട്ട സമരങ്ങൾ നാടുവാഴിത്തത്തിനും ബ്രിട്ടീഷ് ഭരണത്തിനും എതിരായ കലാപങ്ങളായി രൂപാന്തപ്പെടുകയായിരുന്നു. ഈ കലാപങ്ങൾ 1857 ലെ ഒന്നാം സ്വാതന്ത്ര്യ സമരത്തിൽ ചെന്നു കലാശിച്ചു. ഈ കലാപത്തിൽ കൃഷിക്കാർ മാത്രമല്ല പട്ടാളക്കാരും പങ്കെടുത്തു.

എങ്കിലും കലാപം പരാജയപ്പെട്ടു. എന്തുകൊണ്ട് (1) കലാപകാരികൾ നേതൃത്വത്തിനായി ഫ്യൂഡൽ പ്രഭുക്കളെ ഉറ്റുനോക്കി. (2) സ്വതന്ത്രമായി പ്രവർത്തിക്കുന്ന ഒട്ടേറെ കലാപകേന്ദ്രങ്ങൾ ഉയർന്നുവന്നു. (3) ഭരണം കൈക്കലാക്കിയ നാടുവാഴി പ്രഭുക്കൾ കൃഷിക്കാരുടെ ദുരവസ്ഥ ലഘൂകരിക്കാൻ ഒരു നടപടിയും കൈക്കൊണ്ടില്ല. (4) ബ്രിട്ടീഷ് ഗവൺമെന്റ് ഏതാനും സൗജന്യങ്ങൾ അനുവദിച്ചപ്പോൾ ഫ്യൂഡൽ പ്രഭുക്കൾ കലാപകാരികളുമായി ബന്ധം വിടർത്തി.

കലാപം അടിച്ചമർത്തുന്നതിൽ ബ്രിട്ടീഷ് ഗവൺമെന്റ് വിജയം വരിച്ചെങ്കിലും കൊളോണിയൽ ആധിപത്യ തന്ത്രത്തിൽ മാറ്റം വരുത്തേണ്ടി വന്നു. ഇന്ത്യയുടെ ഭരണം ബ്രിട്ടീഷ് ഈസ്റ്റ് ഇന്ത്യാ കമ്പനിയിൽ നിന്ന് അവർ നേരിട്ട് ഏറ്റെടുത്തു. ഫ്യൂഡൽ പ്രഭുക്കൾക്ക് ഒട്ടേറെ സൗജന്യങ്ങൾ നല്കി. അവരുടെ അനുഭാവവും പിന്തുണയുമാർജ്ജിച്ചു.

1857 ലെ കലാപത്തിനും അതിനുമുമ്പ് നടന്ന കൊളോണിയൽ

വിരുദ്ധ കലാപങ്ങൾക്കും ഒട്ടേറെ ദൗർബല്യങ്ങളുണ്ടായിരുന്നു. വ്യക്തമായ ലക്ഷ്യം, പ്രത്യയശാസ്ത്രം, സംഘടന, നേതൃത്വം എന്നിവയുടെ അഭാവമാണ് ആ ദൗർബല്യങ്ങൾ. ദേശവ്യാപകമായ ദേശീയ വിമോചനസമരത്തിന്റെ കാഴ്ചപ്പാടും അവയ്ക്കുണ്ടായിരുന്നില്ല. തൊഴിലാളിവർഗ്ഗത്തിനോ ബൂർഷ്വാസിക്കോ ആയിരുന്നു ആ കാഴ്ചപ്പാട് നല്കാൻ കഴിയുമായിരുന്നത്. പക്ഷേ, ആ രണ്ട് വർഗ്ഗങ്ങളും ശ്രദ്ധേയമായ ഒരു രാഷ്ട്രീയ-സാമൂഹ്യശക്തിയായി വളർന്നുവന്നത് ഏതാനും വർഷം കഴിഞ്ഞാണ്.

1885 ൽ ഇന്ത്യൻ നാഷണൽ കോൺഗ്രസിന്റെ സ്ഥാപനത്തോടെയാണ് ദേശീയ പ്രസ്ഥാനം ദേശവ്യാപകമായി ഏകീകരിക്കപ്പെട്ടത്. ഇതിന് മുമ്പത്തെ കൊളോണിയൽ വിരുദ്ധ കലാപങ്ങളുടെ ദൗർബല്യങ്ങൾ തരണം ചെയ്തുകൊണ്ട് ഇന്ത്യൻ നാഷണൽ കോൺഗ്രസ് അതിന്റെ ചരിത്രപരമായ ദൗത്യം നിർവ്വഹിച്ചു. എങ്കിലും ആദ്യകാല കൊളോണിയൽ വിരുദ്ധകലാപങ്ങളുടെ മർമ്മപ്രധാനമായ വശം അത് അവഗണിച്ചു. കൃഷിക്കാരുടെയും ഗിരിവർഗ്ഗക്കാരുടെയും നാടുവാഴിത്ത വിരുദ്ധ ആവശ്യങ്ങൾക്ക് നേരെ അതു പുറംതിരിഞ്ഞുനിന്നു. ദേശീയ വിമോചനസമരത്തിന്റെ അഭേദ്യഭാഗമായി കാർഷികവിപ്ലവത്തെ അംഗീകരിക്കാൻ അത് വിസമ്മതിച്ചു. എന്നല്ല, നാടുവാഴിത്ത വിരുദ്ധസമരം ദേശീയ വിമോചനത്തിനായുള്ള നമ്മുടെ സമരത്തെ ശിഥിലമാക്കുമെന്ന തെറ്റായ പ്രചാരണംപോലും അവർ നടത്തി. രണ്ടാമതായി, ഒരു സാഹചര്യത്തിലും കലാപത്തിന്റെ പാത അവലംബിക്കാൻ പാടില്ലെന്ന നിലപാട് അത് വെച്ചുപുലർത്തി. നാടുവാഴിത്ത ചൂഷണത്തിനെതിരായ കൃഷിക്കാരുടെയും കൊളോണിയൽ തൊഴിൽ പരിതഃസ്ഥിതിക്കെതിരായ തൊഴിലാളികളുടെയും സമാധാനപരമായ സമരത്തെപ്പോലും എതിർക്കാൻ അത് മടിച്ചില്ല. തൊഴിലാളികളുടെയും കൃഷിക്കാരുടെയും സ്വതന്ത്രവർഗ്ഗസംഘടനകൾ കെട്ടിപ്പടുക്കുന്നതിനെ അത് നിശിതമായി എതിർത്തു. അങ്ങനെ പഴയ കൊളോണിയൽ വിരുദ്ധ സമരങ്ങളുടെ ദൗർബല്യങ്ങളെ മറികടന്ന കോൺഗ്രസ് അത്തരം സമരങ്ങളുടെ അമൂല്യമായ ഘടകങ്ങൾ നിഷ്കരുണം നിരാകരിച്ചു.

അങ്ങനെ ദേശീയപ്രസ്ഥാനത്തെ അഖിലേന്ത്യാതലത്തിൽ ഏകീകരിച്ച കോൺഗ്രസ് നേതൃത്വംതന്നെ കാർഷിക വിപ്ലവത്തെ എതിർത്തുകൊണ്ട് അതിന്റെ വളർച്ചയെ മുരടിപ്പിക്കാനും അനിവാര്യമായ ഘട്ടങ്ങളിൽ പോലും കലാപത്തിന്റെ പാത അവലംബിക്കുന്നതിനെ എതിർത്തുകൊണ്ട് അതിനെ ദുർബ്ബലമാക്കാനും ശ്രമിച്ചു. എപ്പോഴൊക്കെ സമരം കോൺഗ്രസ് വരച്ച സത്യഗ്രഹത്തിന്റെ ലക്ഷ്മണരേഖയ്ക്കപ്പുറം കടക്കാനുള്ള പ്രവണത കാണിച്ചിട്ടുണ്ടോ (ഉദാഹരണത്തിന് ചൗരിചൗരയും ഷോലപ്പൂരും പെഷാവാറും ആർ ഐ എൻ കലാപവും) അപ്പോഴൊക്കെ ഇന്ത്യൻ നാഷണൽ കോൺഗ്രസ് അതിനെതിരെ മുറവിളി കൂട്ടിയിട്ടുണ്ട്.

ബ്രിട്ടീഷ് ഭരണാധികാരികളോടുള്ള പ്രാർത്ഥനകളും അഭ്യർത്ഥനകളുമായിട്ടായിരുന്നു കോൺഗ്രസിന്റെ തുടക്കം. അവിടെനിന്നാണ്

വൈസ്രോയിയുടെ കൗൺസിലിൽ കൂടുതൽ പ്രാതിനിദ്ധ്യം വേണമെന്ന ആവശ്യവും പടിപടിയായി ഹോംറൂൾ, ഡൊമിനിയൻ പദവി, സ്വരാജ് എന്നീ ആവശ്യങ്ങളും ഉന്നയിക്കുന്നതിലേക്ക് അത് എത്തിച്ചേർന്നത്. പൂർണ്ണസ്വരാജ് എന്ന മുദ്രാവാക്യം മുഴക്കിയത് 1929 ൽ മാത്രം. അതും കമ്യൂണിസ്റ്റ് പാർട്ടിയും തൊഴിലാളി വർഗ്ഗവും കൃഷിക്കാരും മറ്റു വിപ്ലവ ജനാധിപത്യശക്തികളും നിരന്തരം ആവശ്യപ്പെടുകയും സമ്മർദ്ദം ചെലുത്തുകയും ചെയ്തതു കൊണ്ടുമാത്രം. കോൺഗ്രസ് ഈ ആവശ്യം അംഗീകരിക്കണമെന്ന് ആദ്യമായി ആവശ്യപ്പെട്ടത് കമ്യൂണിസ്റ്റ് പാർട്ടിയാണെന്ന് ആനുഷംഗികമായി ഇവിടെ പറഞ്ഞുകൊള്ളട്ടെ.

സമരരൂപങ്ങൾ തെരഞ്ഞെടുത്തതും ഇങ്ങനെതന്നെ. പെറ്റീഷൻ സമർപ്പണത്തിൽനിന്ന് തുടങ്ങി നിസ്സഹകരണ സമരത്തിൽ അത് എത്തിച്ചേരുകയായിരുന്നു. സ്വാതന്ത്ര്യസമരത്തിന്മേലുള്ള തങ്ങളുടെ പിടിവിട്ടുപോകാതിരിക്കാനും അതിൽ തൊഴിലാളികളും കൃഷിക്കാരും തങ്ങളുടെ മുദ്രപതിപ്പിക്കാതിരിക്കാനും അത് അത്യന്തം ജാഗ്രത പുലർത്തി. ബൂർഷ്വാസിയുമായി ഒത്തുതീർപ്പുണ്ടാക്കാൻ ബ്രിട്ടീഷ് ഗവൺമെന്റിന്റെമേൽ സമ്മർദ്ദം ചെലുത്തുന്നതിന് നിയന്ത്രിത ബഹുജനപ്രസ്ഥാനത്തെ ഉപയോഗിക്കണമെന്ന് കോൺഗ്രസ് നേതാക്കൾ ആഗ്രഹിച്ചു. സ്വാതന്ത്ര്യസമരം വിജയിച്ചാൽ അധികാരം ബൂർഷ്വാസിയുടെ കൈകളിലെത്തിച്ചേരണമെന്നും ജനങ്ങളുടെ ട്രസ്റ്റികളെന്ന നിലയിൽ അവർ ഭരണം നടത്തണമെന്നുമായിരുന്നു കോൺഗ്രസ് നേതാക്കളുടെ മോഹം.

സ്വാതന്ത്ര്യസമരത്തിൽ ഇന്ത്യൻ നാഷണൽ കോൺഗ്രസിന്റെയും അതിന്റെ നേതാക്കളുടെയും പങ്ക് ഇതായിരിക്കെ സംഘടിത തൊഴിലാളികളും കൃഷിക്കാരും ഉല്പതിഷ്ണുക്കളായ പെറ്റിബൂർഷ്വാ വിഭാഗവും കമ്യൂണിസ്റ്റ് പാർട്ടിതന്നെയും ഇന്ത്യൻ നാഷണൽ കോൺഗ്രസിൽനിന്നും അതിന്റെ നേതാക്കളിൽനിന്നും സ്വതന്ത്രമായി സ്വാതന്ത്ര്യസമര രംഗത്തേക്ക് കടന്നുവരിക അനിവാര്യം. അത്തരം സംഘടനകളും പ്രസ്ഥാനങ്ങളും ഉയർന്നുവരികയും സ്വാതന്ത്ര്യസമരത്തിൽ സുപ്രധാന പങ്ക് വഹിക്കുകയും ചെയ്തു. ഗദർപാർട്ടി, ദേശീയ വിപ്ലവകാരികളുടെ സംഘടനകൾ, അഖിലേന്ത്യാ ട്രേഡ് യൂണിയൻ കോൺഗ്രസ്, അഖിലേന്ത്യാ കിസാൻസഭ, കോൺഗ്രസ് സോഷ്യലിസ്റ്റ്പാർട്ടി, നാട്ടുരാജ്യങ്ങളിൽ തിരുവിതാംകൂറിലെ സ്റ്റേറ്റ് കോൺഗ്രസ് പോലെ വിവിധ പേരുകളിൽ അറിയപ്പെട്ട സംഘടനകൾ, കമ്യൂണിസ്റ്റ് പാർട്ടി തുടങ്ങിയവ ഇന്ത്യൻ നാഷണൽ കോൺഗ്രസിൽനിന്ന് സ്വതന്ത്രമായി നമ്മുടെ ദേശീയപ്രസ്ഥാനത്തിൽ ശക്തമായ സ്വാധീനം ചെലുത്തി.

ഇവിടം ആദ്യംപറഞ്ഞ രണ്ട് സംഘടനകളുടെ, അതായത് ഗദർ പാർട്ടിയുടെയും ദേശീയവിപ്ലവകാരികളുടെ സംഘടനകളുടെയും കാര്യം പ്രത്യേകം പറയേണ്ടതുണ്ട്. നമ്മുടെ ദേശീയ പ്രസ്ഥാനത്തിലെ മറ്റൊരു ധാരയെയാണ് അവ പ്രതിനിധാനം ചെയ്യുന്നത്. തോക്കും ബോംബുമായി സായുധസമരത്തിലൂടെ ബ്രിട്ടീഷുകാരെ ഇന്ത്യയിൽനിന്ന് കെട്ടുകെട്ടി

ക്കാൻ ദൃഢവ്രതമെടുത്ത വിപ്ലവകാരികൾ രൂപംനല്കിയ സംഘടനക ളാണവ. മഹാരാഷ്ട്രയിലെ മിത്രമേള, അഭിനവഭാരത്, ബംഗാളിലെ അനുശീലൻ, യുഗന്തർ, ആത്മോന്നതി സമിതി, പഞ്ചാബിലെയും യു പിയിലെയും ഭാരത്മാതാ സൊസൈറ്റി, ഈ സംസ്ഥാനങ്ങളിൽതന്നെ പില്ക്കാലത്ത് രൂപംപൂണ്ട ഹിന്ദുസ്ഥാൻ റിപ്പബ്ലിക്കൻ അസോസിയേഷൻ എന്നിവ അവയിൽ ചിലത് മാത്രം. ഭഗത്സിങ്, രാജഗുരു, സുഖദേവ്, ചന്ദ്രശേഖർ ആസാദ്, ഭഗവതിചരൻവോറ, സൂര്യസെൻ തുടങ്ങിയവർ ആ സംഘടനകളിലെ അതിപ്രശസ്തരായ ചില വിപ്ലവകാരികൾ. ഇവരുടെ പ്രവർത്തനങ്ങളും രക്തസാക്ഷിത്വവും നമ്മുടെ സ്വാതന്ത്ര്യസമരചരിത്രത്തിലെ കോരിത്തരിപ്പിക്കുന്ന ചില അദ്ധ്യായങ്ങൾ.

ഈ ദേശീയവിപ്ലവകാരികൾക്ക് ചില പരിമിതികളുണ്ടായിരുന്നു. പ്രത്യേകിച്ചും ആദ്യഘട്ടത്തിൽ സ്വാതന്ത്ര്യത്തിന്റെ ഉള്ളടക്കത്തെ സംബന്ധിച്ച് അവർക്ക് വ്യക്തത ഉണ്ടായിരുന്നില്ല. മദ്ധ്യകാലഘട്ടത്തിലെ മതപരമായ സങ്കല്പങ്ങളായിരുന്നു അവരിൽ ചിലരുടെ മനസ്സിൽ. ആശയപരവും രാഷ്ട്രീയവുമായ അപക്വത ചിലപ്പോൾ പരസ്പരം കലഹിക്കുന്നതിനുതന്നെ ഇടയാക്കി. ഇങ്ങനെയുള്ള പരിമിതികളൊക്കെയുണ്ടെങ്കിൽതന്നെയും അവരുടെ ധീരോദാത്തതയും അർപ്പണബോധവും ആത്മത്യാഗവും ജനങ്ങളെ ആവേശം കൊള്ളിച്ചു. അവരുടെ മനസ്സിൽ അവർ ഇതിഹാസനായകരായി.

ഈ ദേശീയവിപ്ലവകാരികളിൽ പലരും 1930 കളിൽ വ്യക്തിപരമായി സാഹസിക പ്രവർത്തനങ്ങളുടെ പാത ഉപേക്ഷിച്ചു. ബഹുജന സമരങ്ങളുടേതായ പാത അവലംബിച്ചു. കമ്യൂണിസ്റ്റ് പാർട്ടിയിൽ ചേരുകയോ പാർട്ടിയുമായി ബന്ധപ്പെടുകയോ ചെയ്തു.

ഇവർ കമ്യൂണിസ്റ്റ് പാർട്ടിയിൽ ചേരുകയോ പാർട്ടിയുമായി ബന്ധപ്പെടുകയോ ചെയ്യുന്നതിനുമുമ്പ് പാർട്ടിയും തൊഴിലാളിവർഗ്ഗവും ഇന്ത്യൻ സ്വാതന്ത്ര്യസമരത്തിൽ സുപ്രധാനപങ്ക് വഹിക്കാൻ തുടങ്ങിയിരുന്നു. തൊഴിലാളിവർഗ്ഗത്തിന്റെ കാര്യമെടുക്കുക. 1908 ൽ അന്നത്തെ ദേശീയനേതാവായിരുന്ന ബാലഗംഗാധരതിലകന്റെ അറസ്റ്റിൽ പ്രതിഷേധിച്ച് ബോംബെയിലെ തൊഴിലാളികൾ പണിമുടക്കി – ഇന്ത്യയിലെ ആദ്യത്തെ രാഷ്ട്രീയ പണിമുടക്കം. അതേ നഗരത്തിലെ തൊഴിലാളികൾ 1921 നവംബർ 17 ന് വെയിൽസ് രാജകുമാരൻ ബോംബെ സന്ദർശിച്ചപ്പോൾ അദ്ദേഹത്തെ സ്വീകരിച്ചത് പണിമുടക്കി പ്രകടനം സംഘടിപ്പിച്ചാണ്. ഈ പണിമുടക്കിനെയും പ്രകടനത്തെയും ഗാന്ധി അപലപിച്ചു. 1928 ൽ സൈമൺ കമ്മീഷൻ ഇന്ത്യ സന്ദർശിച്ചപ്പോൾ പല വ്യവസായിക കേന്ദ്രങ്ങളിലെയും തൊഴിലാളികൾ അതിൽ പ്രതിഷേധിച്ചു. ബോംബെയിൽ 30,000 തൊഴിലാളികളാണ് രംഗത്തിറങ്ങിയത്. 1928 ൽ തന്നെ കല്ക്കത്തയിൽ നടന്ന ഇന്ത്യൻ നാഷണൽ കോൺഗ്രസിന്റെ സമ്മേളനപ്പന്തലിലേക്ക് 50,000 തൊഴിലാളികൾ മാർച്ച് ചെയ്ത് കോൺഗ്രസിന്റെ ലക്ഷ്യം പൂർണ്ണ സ്വാതന്ത്ര്യമായി പ്രഖ്യാപിക്കണമെന്ന് ആവശ്യപ്പെട്ടു.

ദേശീയസമരത്തിന്റെ ലക്ഷ്യത്തിൽ സമൂലമായ കാർഷിക പരിഷ്കരണവും വിദേശമൂലധനത്തിന്റെയും മർമ്മപ്രധാനവ്യവസായങ്ങളുടെയും ദേശസാല്ക്കരണവും രാഷ്ട്രീയസ്ഥാപനങ്ങളുടെ സമ്പൂർണ്ണജനാധിപത്യവല്ക്കരണവും ഉൾപ്പെടുത്തണമെന്ന് കമ്യൂണിസ്റ്റുകാരും സോഷ്യലിസ്റ്റുകാരും മറ്റും വിപ്ലവജനാധിപത്യശക്തികളും വ്യക്തമായും ആവശ്യപ്പെട്ടു. ദേശീയമായ ഉയിർത്തെഴുന്നേല്പിന്റെ പാതയിലേക്ക് ഇത്തരം നടപടികൾക്ക് മാത്രമേ നമ്മെ നയിക്കാൻ കഴിയൂ എന്ന് അവർ ന്യായവാദം നടത്തി. ഈ ആവശ്യങ്ങളൊന്നും കോൺഗ്രസ് കേട്ട ഭാവം നടിച്ചില്ല. അവസാനം ശക്തമായ സമ്മർദ്ദത്തെത്തുടർന്ന് അവയിൽ ചിലത് മൗലികാവശ്യങ്ങളിലും സാമ്പത്തിക പരിപാടിയിലും ഉൾപ്പെടുത്താൻ അതിന്റെ കറാച്ചി സമ്മേളനം തീരുമാനിച്ചു.

1937 ൽ കോൺഗ്രസ് മന്ത്രിസഭകൾ അധികാരത്തിൽ വന്നപ്പോൾ കറാച്ചി പ്രമേയത്തിലെ ചില ആവശ്യങ്ങൾ നടപ്പാക്കണമെന്നാവശ്യപ്പെട്ട് കർഷകസമരത്തിന്റെ കാറ്റ് രാജ്യത്താകെ വീശിയടിക്കാൻ തുടങ്ങി. കോൺഗ്രസ് ഗവൺമെന്റുകൾ ഈ സമരങ്ങളുടെ നേരെ മർദ്ദനത്തിന്റെ കെട്ടഴിച്ചുവിട്ടു എന്നു മാത്രമല്ല കിസാൻ സഭയുമായി കോൺഗ്രസുകാർ ഏതെങ്കിലും തരത്തിൽ ബന്ധപ്പെടുന്നതിനെ നിരോധിക്കുകപോലും ചെയ്തു. കാർഷിക വിപ്ലവത്തിന്റെ ചില ഇനങ്ങൾ സ്വാതന്ത്ര്യലബ്ധിക്കുശേഷം അഞ്ചുപതിറ്റാണ്ട് കഴിഞ്ഞിട്ടും നടപ്പാക്കിയിട്ടില്ലെന്ന വസ്തുത ഇത്തരുണത്തിൽ അനുസ്മരിച്ചു കൊള്ളട്ടെ.

കൃഷിക്കാരോട് മാത്രമല്ല തൊഴിലാളികളോടും ഇതേ സമീപനം തന്നെ കൈക്കൊണ്ടു. തൊഴിലാളികൾ ദീർഘകാലമായി ഉന്നയിച്ചുപോന്ന ആവശ്യങ്ങൾ നടപ്പാക്കുന്നതിനുപകരം കുപ്രസിദ്ധമായ ബോംബെ തൊഴിൽതർക്ക നിയമം കൊണ്ടുവരികയാണ് ആ പ്രവിശ്യയിലെ കോൺഗ്രസ് ഗവൺമെന്റ് ചെയ്തത്. അതിനെതിരായ പണിമുടക്കിനെ തോക്കും ലാത്തിയും ഉപയോഗിച്ച് നേരിടാൻ ഗവൺമെന്റ് മടിച്ചില്ല. വെടിവെപ്പിൽ പ്രതിഷേധിച്ച് പണിമുടക്കിയ ആസാമിലെയും മദിരാശിയിലെയും തൊഴിലാളികളെയും ഇതുപോലെതന്നെ നേരിട്ടു.

രണ്ടാം ലോകമഹായുദ്ധം പൊട്ടിപ്പുറപ്പെട്ടപ്പോൾ ബോംബെയിലെ തൊഴിലാളികൾ അതിനെതിരെ പണിമുടക്കി. തുടർന്ന് രാജ്യത്തിന്റെ മറ്റു ഭാഗങ്ങളിൽ തൊഴിലാളികളുടെ വ്യാപകവും തീക്ഷ്ണവുമായ പണിമുടക്കുകളും കൃഷിക്കാരുടെ പ്രക്ഷോഭങ്ങളും നടന്നു. കോൺഗ്രസാകട്ടെ പ്രതീകാത്മകമായ വ്യക്തിസത്യഗ്രഹത്തിൽ തങ്ങളുടെ എതിർപ്പ് ഒതുക്കിനിർത്തി. അതുതന്നെ ബ്രിട്ടീഷുകാരുമായി നടത്തിയ വിലപേശൽ പരാജയപ്പെട്ടതിനുശേഷം ബൂർഷ്വാ നേതാക്കളുടെ നിയന്ത്രണത്തിൽനിന്ന് സമരം കെട്ടുപൊട്ടിച്ച് പോകാതിരിക്കാൻ കോൺഗ്രസ് പ്രത്യേകം ശ്രദ്ധിച്ചു. യുദ്ധാനന്തര മുന്നേറ്റത്തിൽ കോൺഗ്രസിൽനിന്ന് സ്വതന്ത്രമായ ശക്തികളുടെ പ്രത്യേകിച്ച് തൊഴിലാളിവർഗ്ഗത്തിന്റെ പങ്ക് നാടകീയമാംവിധം വെളിച്ചത്ത് വന്നു. സോവിയറ്റ് യൂണിയന്റെ ചെമ്പട

ഹിറ്റ്ലറുടെ ഫാസിസ്റ്റ് ശക്തികൾക്ക് ഏല്പിച്ച കനത്ത പ്രഹരം സാമ്രാജ്യത്വത്തെ ദുർബ്ബലമാക്കി ദേശീയ വിമോചനസമരങ്ങളുടെ അണക്കെട്ട് തുറന്നുവിട്ടു. ചുവരെഴുത്ത് മനസ്സിലാക്കിയ ബ്രിട്ടീഷ് ഗവൺമെന്റ് ഒരു വശത്ത് കൊളോണിയൽ വിരുദ്ധ മുന്നേറ്റം ശിഥിലമാക്കാൻ ശ്രമിച്ചപ്പോൾ മറുവശത്ത്, ബൂർഷ്വാ നേതാക്കളുമായി കൂടിയാലോചനകൾ നടത്തി. ഇന്ത്യയിലെ വിപ്ലവമുന്നേറ്റം അഭൂതപൂർവ്വമായി. അതൊക്കെ 1946 ഫെബ്രുവരിയിലെ ഐതിഹാസികമായ ആർ ഐ എൻ കലാപത്തിൽ ചെന്നു കലാശിച്ചു. കലാപകാരികൾ കോൺഗ്രസിന്റെയും കമ്യൂണിസ്റ്റ് പാർട്ടിയുടെയും മുസ്ലീംലീഗിന്റെയും പതാകകൾ കപ്പലുകളുടെ മുകളിലുയർത്തി. കലാപകാരികളുടെ അഭ്യർത്ഥന പ്രകാരം ബോംബെയിലെ തൊഴിലാളികൾ അവരോട് അനുഭാവം പ്രകടിപ്പിച്ച് പണിമുടക്കി. ബോംബെയിലെ പ്രബുദ്ധരായ ജനത അനുഭാവസൂചകമായി ഹർത്താലാചരിച്ചു. കലാപത്തെയും കലാപത്തോടുള്ള അനുഭാവപ്രകടനങ്ങളെയും കോൺഗ്രസ് അപലപിച്ചില്ലെങ്കിലും ജനങ്ങൾ അവരെ അനുസരിക്കാൻ തയ്യാറല്ലായിരുന്നു. എങ്കിലും അവസാനം കോൺഗ്രസിന്റെയും മുസ്ലീംലീഗിന്റെയും സമ്മർദ്ദംമൂലം കലാപകാരികൾക്ക് അവരുടെ മുമ്പിൽ കീഴടങ്ങി വന്നു.

ഇവിടെ മുസ്ലീംലീഗിന്റെ പങ്കിനെപ്പറ്റി അല്പം തുടക്കത്തിൽതന്നെ കോൺഗ്രസിന് ഒരു സാമുദായിക പരിവേഷമുണ്ടായിരുന്നു. സ്വാതന്ത്ര്യസമരത്തിൽ ജനങ്ങളെ അണിനിരത്താൻ കോൺഗ്രസ് നേതാക്കൾ ചില ഹിന്ദു ആചാരങ്ങളും അനുഷ്ഠാനങ്ങളും ഉപയോഗിച്ചത് മുസ്ലീങ്ങളെ കോൺഗ്രസിൽനിന്ന് അകറ്റി. ഈ അകൽച്ച വർദ്ധിപ്പിക്കാൻ "ഭിന്നിപ്പിച്ച് ഭരിക്കുക"യെന്ന തന്ത്രം ബ്രിട്ടീഷുകാർ പ്രയോഗിച്ചു. അതിന്റെ ഭാഗമായി ബംഗാളിനെ വിഭജിച്ചപ്പോൾ മുസ്ലീങ്ങൾ അതിനനുകൂലമായ നിലപാട് സ്വീകരിച്ചു. ഈ നിലപാട് സ്വീകരിച്ച മുസ്ലീങ്ങൾക്കിടയിലെ പ്രമാണിമാർ 1906 ൽ മുസ്ലീംലീഗ് രൂപീകരിച്ചു. 1909 ലെ ഭരണപരിഷ്കാരം മുസ്ലീങ്ങൾക്ക് പ്രത്യേക മണ്ഡലവും വോട്ടർപട്ടികയുമെന്ന നിർദ്ദേശം മുമ്പോട്ടുവെച്ചപ്പോൾ ലീഗ് അതിനെ അനുകൂലിച്ചു. കോൺഗ്രസ് എതിർത്തു. അതിനാൽ രണ്ടു സംഘടനകളും സമാന്തരമായി മുമ്പോട്ടുപോയി. ഇത് ദേശീയ പ്രസ്ഥാനത്തെ ശക്തമായി മുമ്പോട്ടുകൊണ്ടുപോകുന്നതിന് തടസ്സമാണെന്ന് മനസ്സിലാക്കിയ കോൺഗ്രസ് ലീഗിന്റെ ആവശ്യം അംഗീകരിക്കാൻ തയ്യാറായി. ഇതു സംബന്ധിച്ച് 1916 ൽ കോൺഗ്രസും ലീഗും തമ്മിൽ ഒരു കരാറുണ്ടാക്കുകയും തുടർന്ന് യോജിച്ച പ്രവർത്തനം ആരംഭിക്കുകയും ചെയ്തു.

നിസ്സഹകരണ പ്രസ്ഥാനത്തെ ഖിലാഫത്ത് പ്രസ്ഥാനവുമായി കൂട്ടിയിണക്കിയപ്പോൾ കോൺഗ്രസും ലീഗും തമ്മിലുള്ള സംയുക്ത പ്രവർത്തനം കൂടുതൽ ശക്തമായി. നിസ്സഹകരണപ്രസ്ഥാനം ഗാന്ധി പിൻവലിച്ചതിനുശേഷം കോൺഗ്രസ് - ലീഗ് ബന്ധം തകർക്കുന്നതിന് ബ്രിട്ടീഷുകാർ വർഗ്ഗീയലഹളകൾ ആസൂത്രണം ചെയ്തു. അത് വിജ

യിച്ചപ്പോൾ കോൺഗ്രസും ലീഗും തമ്മിൽ അകന്നു. ആ അകല്ച്ച സ്വാതന്ത്ര്യലബ്ധിവരെ അവസാനിച്ചില്ല. അതിനുശേഷം സ്വാതന്ത്ര്യസമരത്തിൽ ലീഗ് പങ്കെടുത്തതുമില്ല. 1940 ൽ അത് പാകിസ്ഥാൻ വാദമുയർത്തി. ആ വാദം അവസാനം ഇന്ത്യയുടെ വിഭജനത്തിൽ ചെന്നു കലാശിച്ചു.

മുസ്ലീംലീഗിനെപ്പോലെതന്നെ ആർ എസ് എസും ഇന്ത്യയുടെ സ്വാതന്ത്ര്യസമരത്തിൽ പങ്കുവഹിച്ചില്ല. ലീഗ് 1916 മുതൽ 1923 വരെ കോൺഗ്രസുമായി സഹകരിച്ച് പ്രവർത്തിക്കുകയുണ്ടായി എന്ന കാര്യം വിസ്മരിക്കുന്നില്ല. അതുപോലും സഹകരണമോ പങ്കാളിത്തമോ ആർ എസ് എസിനുണ്ടായിരുന്നുമില്ല. തന്നെയുമല്ല അത് വളർന്നത് ബ്രിട്ടീഷുകാരുടെ സഹായത്തോടും സംരക്ഷണത്തോടും കൂടിയാണുതാനും.

രാജ്യത്താകെ അലയടിച്ചുയർന്ന തൊഴിലാളി സമരങ്ങളോടും ആർ ഐ എൻ കലാപത്തോടും കൂടി പഴയതുപോലെ ഭരിക്കാൻ സാദ്ധ്യമല്ലെന്ന് ബ്രിട്ടീഷുകാർക്ക് ബോദ്ധ്യമായി എന്നുപറഞ്ഞുവല്ലോ. ഈ സാഹചര്യത്തിൽ ബ്രിട്ടീഷുകാരുടെ മുമ്പിൽ രണ്ടേരണ്ടു മാർഗ്ഗങ്ങൾ തുറന്നു കിടന്നു.

സൈനികബലം ശക്തിപ്പെടുത്തി അധികാരം നിലനിർത്തുക, അല്ലെങ്കിൽ ഒത്തുതീർപ്പിന്റെ അടിസ്ഥാനത്തിൽ അധികാരം കൈമാറുക. ആദ്യത്തേത് ബുദ്ധിപൂർവ്വകമല്ലെന്ന് ബ്രിട്ടീഷുകാർക്ക് തോന്നി.

അതിനാൽ രണ്ടാമത്തെ മാർഗ്ഗം സ്വീകരിച്ചു. അത് സ്വീകരിച്ചിരുന്നില്ലെങ്കിൽ ക്യാബിനറ്റ് മിഷനിലെ അംഗം എ വി അലക്സാണ്ടർ ബ്രിട്ടീഷ് പാർലമെന്റിൽ മുന്നറിയിപ്പു നല്കിയതുപോലെ ഒരു പൊതുദേശീയ കലാപത്തിന് രാജ്യം സാക്ഷ്യം വഹിക്കേണ്ടിവരുമായിരുന്നു. അങ്ങനെ ബ്രിട്ടീഷ് ഗവൺമെന്റും ഇന്ത്യൻ ബൂർഷ്വാസിയും തമ്മിലുണ്ടാക്കിയ ഒത്തുതീർപ്പിന്റെ ഫലമായി രാജ്യത്തിന് 1947 ആഗസ്ത് 15 ന് സ്വാതന്ത്ര്യം ലഭിച്ചു.

നമ്മുടെ സ്വാതന്ത്ര്യ സമരചരിത്രം വളച്ചൊടിച്ച് കമ്യൂണിസ്റ്റുകാർക്കെതിരെ അപവാദം പ്രചരിപ്പിക്കുന്നവരുണ്ട്. അവരെ ഒരു കാര്യം ഓർമ്മിപ്പിച്ചുകൊള്ളട്ടെ. ഹിറ്റ്ലറുടെ നേതൃത്വത്തിലുള്ള ഫാസിസ്റ്റ് ശക്തികളുടെ മേൽ സോവിയറ്റ് ചെമ്പട നേടിയ ഐതിഹാസിക വിജയത്തെത്തുടർന്ന് സാമ്രാജ്യത്വം ദുർബ്ബലമാവുകയും വർഗ്ഗശക്തികളുടെ ബലാബലത്തിൽ മാറ്റം വരികയും ചെയ്ത പശ്ചാത്തലത്തിലാണ് ഒരു പൊതുദേശീയ കലാപം കൂടാതെ ഇന്ത്യൻ നാഷണൽ കോൺഗ്രസ് നേതാക്കൾക്ക് ബ്രിട്ടീഷുകാരുമായി ഒത്തുതീർപ്പുണ്ടാക്കാൻ കഴിഞ്ഞത്.

ഇന്ത്യയുടെ സ്വാതന്ത്ര്യസമരത്തെ വിലയിരുത്തിയാൽ കോൺഗ്രസ് മാത്രമാണ് സ്വാതന്ത്ര്യത്തിനുവേണ്ടി സമരം ചെയ്തതെന്നും ആ സംഘടന മാത്രമാണ് സ്വാതന്ത്ര്യം നേടിത്തന്നതെന്നുമുള്ള അവകാശവാദം തെറ്റാണെന്ന് തെളിയും. ഒട്ടേറെ ശക്തികളും വർഗ്ഗങ്ങളും സംഘടനകളും സ്വാതന്ത്ര്യത്തിനുവേണ്ടി സമരം ചെയ്യുകയുണ്ടായി എന്നതാണ് വസ്തുത. എന്നാൽ ബ്രിട്ടീഷുകാർക്കെതിരെ സമഗ്രവും സമൂലവുമായ

വിപ്ലവസമരം നടത്തുന്നതിനുവേണ്ടി നിലകൊണ്ട തൊഴിലാളിവർഗ്ഗത്തിനും മറ്റു ജനാധിപത്യ വിപ്ലവശക്തികൾക്കും ദേശീയ സമരത്തിന്റെ നേതൃത്വത്തിലേക്കുയരാൻ സാധിച്ചില്ല. ദേശീയ ബൂർഷ്വാസിയെ പ്രതിനിധീകരിക്കുന്ന ഇന്ത്യൻ നാഷണൽ കോൺഗ്രസിനാണ് അത് സാധിച്ചത്. അവരാകട്ടെ, കലാപത്തിന്റെ മാർഗ്ഗം തിരസ്കരിച്ചു. കാർഷികവിപ്ലവത്തെയും വിപ്ലവജനാധിപത്യ പരിവർത്തനത്തെയും എതിർത്തു. അതിന്റെ ഫലം നാം ഇപ്പോഴും അനുഭവിക്കുന്നു.

കമ്യൂണിസ്റ്റുകാരും സ്വാതന്ത്ര്യപ്രസ്ഥാനവും

ജ്യോതിബസു

ആയിരത്തിയെണ്ണൂറ്റിയെൺപത്തിയഞ്ചിൽ ഇന്ത്യൻ നാഷണൽ കോൺഗ്രസിന്റെ സ്ഥാപനത്തോടെ ഇന്ത്യൻ ദേശീയപ്രസ്ഥാനം തുടങ്ങിയെന്ന് സാധാരണ പറയാറുണ്ട്. എന്നാൽ ബ്രിട്ടീഷ് കൊളോണിയലിസത്തിന്റെ തുടക്കത്തിൽതന്നെ ജനകീയ എതിർപ്പുകളും ഉണ്ടായി. ആദിവാസികലാപങ്ങളും ഇടയ്ക്കിടയ്ക്കുള്ള കർഷകകലാപങ്ങളും അതിനു തെളിവാണ്. ഒന്നാമത്തെ സ്വാതന്ത്ര്യയുദ്ധം എന്ന് കാൾ മാർക്സ് വിശേഷിപ്പിച്ച 1857 ലെ കലാപം ഇന്ത്യയിലെ ഇംഗ്ലീഷ് അധികാരത്തിന് ആദ്യത്തെ ഞെട്ടലുണ്ടാക്കി. കോൺഗ്രസിനു മുമ്പുള്ള കാലത്തെ രാഷ്ട്രീയ അസോസിയേഷനുകളുടെ പങ്കും കുറച്ചുകാണാനാവില്ല. കുറഞ്ഞപക്ഷം ഇംഗ്ലീഷ് വിദ്യാഭ്യാസം സിദ്ധിച്ച ഇന്ത്യാക്കാരുടെയിടയിലെങ്കിലും അവ ദേശീയബോധം വളർത്തി. എങ്കിലും ഇന്ത്യൻ നാഷണൽ കോൺഗ്രസിൽകൂടിയാണ് ഇന്ത്യൻ ദേശീയത്വം സംഘടിത രൂപം പ്രാപിച്ചത്.

കോൺഗ്രസിന്റെ ആഭിമുഖ്യത്തിൽ നടന്ന ദേശീയസമരം, ഘട്ടംഘട്ടമായി വികസിച്ച, മുഖ്യധാരാദേശീയത്വമായി പരിഗണിക്കപ്പെടുന്നു. ആദ്യതലമുറയിലെ കോൺഗ്രസുകാർക്ക് ഇന്ത്യൻ നാഷണൽ കോൺഗ്രസിനെ ബഹുജനസംഘടനയാക്കുന്നതിൽ താല്പര്യമില്ലായിരുന്നു. പ്രാർത്ഥനകളും അപേക്ഷകളും മുഖേന ഇന്ത്യയിലെ ബ്രിട്ടീഷ് ഭരണത്തിന്റെ 'ബ്രിട്ടീഷല്ലാത്ത' സ്വഭാവം ബ്രിട്ടീഷ് പൊതുജനങ്ങൾക്ക് കാണിച്ചുകൊടുക്കുന്ന തന്ത്രത്തെയാണ് അവർ ആശ്രയിച്ചത്. ഈ പ്രക്രിയയിൽ കോൺഗ്രസുകാരുടെ ആദ്യതലമുറ ബ്രിട്ടീഷ് കൊളോണിയലിസത്തിന്റെ സാമ്പത്തിക വശത്തിന്റെ ക്രമാനുഗതമായ വിമർശനം വികസിപ്പിച്ചു. ഉദാഹരണത്തിന്, ബ്രിട്ടനെ ലോകത്തിന്റെ 'വർക്ക്ഷോപ്പ്' ആയി

രൂപാന്തരപ്പെടുത്തിയത് ഇന്ത്യയിൽ നിന്ന് കടത്തിയ സമ്പത്തുകൊണ്ടാണെന്ന വസ്തുതയിലേക്ക് ദാദാഭായ് നവ്റോജി നമ്മുടെ ശ്രദ്ധ ക്ഷണിക്കുന്നു. കോൺഗ്രസുകാരുടെ ആദ്യതലമുറയുടെ പഠനപ്രബന്ധങ്ങളിൽ നിന്നുണ്ടായ സാമ്പത്തിക ദേശീയത്വമാണ് ഭാവിയിലെ പരിവർത്തനാത്മക കോൺഗ്രസ് ദേശീയത്വത്തിനു കളമൊരുക്കിയത്.

1905 ലെ കുപ്രസിദ്ധ ബംഗാൾ വിഭജനത്തിനെതിരെ വളർന്ന സ്വദേശി പ്രസ്ഥാനം മുഖ്യധാര ഇന്ത്യൻ ദേശീയത്വത്തിലെ അടുത്ത പ്രധാനഘട്ടത്തെക്കുറിക്കുന്നു. 1907 ൽ കോൺഗ്രസിൽ മിതവാദികളും തീവ്രവാദികളും തമ്മിലുണ്ടായ ഭിന്നിപ്പിന്റെ മുന്നോടിയായി ഇത് മാറ്റമില്ലാത്തതെന്നു പ്രഖ്യാപിച്ച ബംഗാൾ വിഭജനം 1911 ൽ റദ്ദാക്കേണ്ടിവന്നു, അത്ര ശക്തമായിരുന്നു വിഭജന വിരുദ്ധ പോരാട്ടം. എങ്കിലും സ്വാതന്ത്ര്യത്തിനായുള്ള ഇന്ത്യൻ സമരത്തിലെ നൂതനവും നിർണ്ണായകവുമായ ഘട്ടം തുടങ്ങുന്നത് 1920 ൽ ഗാന്ധി ഇന്ത്യൻ രാഷ്ട്രീയത്തിലേക്ക് കടന്നു വരുന്നതോടെയാണ്.

സഹനാത്മകമായ എതിർപ്പിന്റെയും സത്യാഗ്രഹത്തിന്റെയും തന്ത്രം സ്വീകരിച്ച് ഗാന്ധി ഇന്ത്യൻ സ്വാതന്ത്ര്യസമരത്തെ ജനകീയ സമരമാക്കി. ഇടത്തരക്കാർ, കൃഷിക്കാർ, തൊഴിലാളിവർഗ്ഗം, യുവാക്കൾ, സ്ത്രീകൾ എന്നിങ്ങനെ സമൂഹത്തിലെ സകലവിഭാഗങ്ങളെയും അണിനിരത്തി അദ്ദേഹം കോൺഗ്രസിനെ ബ്രിട്ടീഷ് സാമ്രാജ്യത്തിലെ ഏറ്റവും വലിയ കൊളോണിയൽ വിരുദ്ധ സംഘടനയാക്കി. ചമ്പാരൻ, കേഡ, അഹമ്മദാബാദ് എന്നിവിടങ്ങളിലെ സത്യഗ്രഹത്തിലൂടെ ഇന്ത്യൻ ദേശീയവാദി രാഷ്ട്രീയത്തിൽ തന്റെ ഒന്നാമത്തെ ഫലപ്രദമായ മുദ്രപതിപ്പിച്ചു. റൗലത്ത് സത്യഗ്രഹം ദേശീയതലത്തിൽ 'പൈശാചിക' ബ്രിട്ടീഷ് രാജ്യമായുള്ള തന്റെ ഒന്നാമത്തെ മുഖാമുഖമായിരുന്നു. സൈമൺ കമ്മീഷനെതിരായ പ്രക്ഷോഭം, ഖിലാഫത്ത്-നിസ്സഹകരണ പ്രസ്ഥാനം, സിവിൽ നിയമലംഘന പ്രസ്ഥാനം, അവസാനം ക്വിറ്റ് ഇന്ത്യാ പ്രസ്ഥാനം എന്നിവ ബ്രിട്ടീഷ് രാജിന്റെ ധാർമ്മികാടിത്തറ വിജയകരമായി ഇളക്കുകയും അധികാരക്കൈമാറ്റം അനിവാര്യമാക്കുകയും ചെയ്തു.

ഗാന്ധിയൻ ദേശീയത്വത്തിന്റെ ഈ പൊതുരൂപം സുപ്രസിദ്ധമാണ്. ഉപഭൂഖണ്ഡത്തിൽ കൊളോണിയലിസമില്ലാതാക്കുന്നതിൽ അതിന്റെ സംഭാവന അംഗീകരിച്ചേ മതിയാകൂ. എങ്കിലും ഗാന്ധിയൻ ദേശീയത്വത്തിനു നിഷേധാത്മകമായ ഒരു സ്വഭാവവിശേഷം കൂടിയുണ്ട്. ഗാന്ധി വർഗ്ഗസമരത്തിൽ വിശ്വസിച്ചിരുന്നില്ല. അതിനുപകരം അദ്ദേഹം ഭൂപ്രഭുവും കർഷകരും മുതലാളിയും തൊഴിലാളിയും ചേർന്നുള്ള സാമൂഹിക ട്രസ്റ്റിഷിപ്പിൽ വിശ്വാസം ആചരിക്കുകയാണ് ചെയ്തത്. അതേസമയത്ത് അതേ സമയത്ത് അദ്ദേഹം കോൺഗ്രസ് ഭൂപ്രഭുവും കർഷകനും മുതലാളിയും തൊഴിലാളിയും ഉയർന്ന ജാതിയും താഴ്ന്ന ജാതിയും നിരക്ഷരനും സാക്ഷരനും എല്ലാം അടങ്ങിയ, രാജ്യത്തിനെതിരായ, വിശാല ഐക്യ മുന്നണിയാകണമെന്നാഗ്രഹിച്ചു. അതിനനുസരിച്ച് തന്റെ ബഹുജന

പ്രക്ഷോഭത്തിന് ഒരിക്കലും വർഗ്ഗപരമായ അതിപ്രസരം ഉണ്ടാവാതിരിക്കാൻ ജാഗ്രത കാണിച്ച്, തന്റെ പ്രക്ഷോഭം താൻ വിചാരിച്ചതിലും വിപ്ലവകരമാകാൻ തുടങ്ങിയാൽ അഹിംസാതത്വത്തിന്റെ സീമ ലംഘിച്ചുവെന്ന് പറഞ്ഞ് അത് പിൻവലിച്ചിരുന്നു.

ദേശീയവാദപരമായ മുന്നേറ്റത്തിന്റെ പിന്നാലെ വളർന്നു വരുന്ന തൊഴിലാളികളുടെയോ, കർഷകരുടെയോ ഉശിരൻ പ്രകടനങ്ങളെ തടയാനാണ് യഥാർത്ഥത്തിൽ അദ്ദേഹം തന്റെ സമരങ്ങൾക്ക് കടിഞ്ഞാണിട്ടത്. അല്ലെങ്കിൽ രാജിനെതിരായ ഐക്യമുന്നണി എന്ന തന്റെ ആശയം തകിടംമറിയുമെന്ന് അദ്ദേഹം കരുതി. നിസ്സഹകരണപ്രസ്ഥാനവും സിവിൽനിയമലംഘന പ്രസ്ഥാനവും പെട്ടെന്നു പിൻവലിച്ചതിൽനിന്ന് ഇത് വ്യക്തമാകുന്നുണ്ട്. കോൺഗ്രസിലെ ഇടതുപക്ഷം തന്നെ ഇതിനെതിരായി പ്രതികരിക്കുകയുണ്ടായി.

ഇന്ത്യൻ സ്വാതന്ത്ര്യ സമരത്തിന് ഇത്തരം ഗാന്ധിയൻ ദേശീയത്വത്തിന്റെ സ്വഭാവവിശേഷമേ ഉള്ളുവെന്ന വാദം തെറ്റാണ്. ഇതിനുപുറമെ മുഖ്യധാര കോൺഗ്രസ് ദേശീയത്വത്തെ നിരന്തരം ശക്തിപ്പെടുത്തുകയും നിലനിർത്തുകയും ചെയ്ത ഏറെ പ്രതിഷേധ രാഷ്ട്രീയമുണ്ട്. വിപ്ലവ ദേശീയത്വം, തൊഴിലാളിവർഗ്ഗ - കർഷക സമരങ്ങൾ, ആദിവാസി കലാപങ്ങൾ, വിദ്യാർത്ഥി - യുവജന പ്രസ്ഥാനങ്ങൾ എന്നിവ അതിലുൾപെടുന്നു. കോൺഗ്രസിന്റെ സ്ഥാപനച്ചട്ടക്കൂടിന് പുറത്താണ് ഇവ പ്രവർത്തിച്ചത്. ഈ പ്രതിഷേധ രാഷ്ട്രീയം സജീവമായി നിലനിർത്താനും അതിനെ മുഖ്യധാര, ദേശീയത്വമായി ബന്ധപ്പെടുത്താനും ഇന്ത്യൻ കമ്യൂണിസ്റ്റ് പാർട്ടി പ്രമുഖ പങ്കുവഹിച്ചു.

ചരിത്രപരമായ ഒരു ദശാസന്ധിയിലാണ് ഇന്ത്യൻ കമ്യൂണിസ്റ്റ് പാർട്ടി രൂപവല്കൃതമായത്. തീവ്രവാദരാഷ്ട്രീയത്തിന്റെ മുരടിപ്പ്, ഖിലാഫത്ത് പ്രസ്ഥാനത്തിന്റെ പരാജയം, തൊഴിലാളിവർഗ്ഗത്തിന്റെയും കർഷകരുടെയും വർദ്ധിച്ചുവന്ന അസംതൃപ്തി എന്നിവയുടെ പശ്ചാത്തലത്തിൽ പുതിയ ആശയസംഹിതയ്ക്കും നേതൃത്വത്തിനും വേണ്ടിയുള്ള തിരച്ചിൽ ആരംഭിച്ച ഘട്ടമായിരുന്നു അത്. 1920 ൽ താഷ്കന്റിൽ മാനബേന്ദ്ര നാഥ് അബാനി മുഖർജി, രണ്ടു ഖിലാഫത്ത് പ്രവർതകർ എന്നിവർ മുൻകൈയെടുത്ത് കമ്യൂണിസ്റ്റ് പാർട്ടി സ്ഥാപിച്ചു. അതിനു ശേഷം കൽക്കത്ത, ബോംബെ, മദിരാശി, ലാഹോർ എന്നിവിടങ്ങളിൽ നാലു കമ്യൂണിസ്റ്റ് ഗ്രൂപ്പുകൾ രൂപംകൊണ്ടു. തുടക്കത്തിൽ ഇവർ ഇടതു ദേശീയത്വത്തിനു വേണ്ടി ഒറ്റതിരിഞ്ഞു പ്രചാരണം നടത്തി. എന്നാൽ രാജ്യത്തെ ഇടതുരാഷ്ട്രീയത്തിന് ഏകീകൃത രൂപമുണ്ടാക്കാൻ 1925 ഡിസംബറിൽ ഈ നാലു ഗ്രൂപ്പുകളുടെ പ്രതിനിധികൾ കാൺപൂരിൽ സമ്മേളിച്ചു.

ഇന്ത്യയിൽ കമ്യൂണിസം പ്രചരിക്കുന്നതിനെ ബ്രിട്ടീഷ് ഗവൺമെന്റ് വലിയ ആപൽഭീതിയോടെയാണ് വീക്ഷിച്ചത്. അത് അതിനെ അടിച്ചമർത്താൻ സാദ്ധ്യമായതെല്ലാം ചെയ്തു. ഇതിനർത്ഥം തുടക്കത്തിൽ

തന്നെ ഇന്ത്യൻ കമ്യൂണിസ്റ്റുകാർക്ക് പ്രവർത്തിക്കാൻ വൻ എതിർപ്പിനെ നേരിടേണ്ടിവന്നു എന്നാണ്. വിദേശത്ത് എം എൻ റോയ് പരിശീലിപ്പിച്ച് ഇന്ത്യയിലേക്ക് അയച്ച മിക്കവാറും എല്ലാവരും രാജ്യത്തിലെത്തിയ ഉടനെ അറസ്റ്റ് ചെയ്യപ്പെട്ടു. 1923 ൽ ഇവരിൽ മിക്കവരെയും പെഷാവാർ ഗൂഢാലോചനക്കേസിൽ പ്രതികളാക്കുകയും വിവിധ കാലഘട്ടങ്ങൾക്ക്, തടവു ശിക്ഷ വിധിക്കുകയും ചെയ്തു. 1924 ൽ കൊളോണിയൽ അധികാരികൾ കാൺപൂർ ഗൂഢാലോചനക്കേസ് പടച്ചുണ്ടാക്കി. അതിൽ ബ്രിട്ടീഷ് ചക്രവർത്തിക്കെതിരെ ഗൂഢാലോചന നടത്തി എന്ന കുറ്റംചുമത്തി മുസഫർ അഹമ്മദ്, ഷൗഖത്ത് ഉസ്മാനി, എസ് എ ഡാങ്കെ, പി സി ജോഷി എന്നീ അന്നത്തെ നാലു പ്രമുഖ കമ്യൂണിസ്റ്റുകാരെ ശിക്ഷിച്ചു.

എന്നാൽ ഈ കേസിന്റെ വിചാരണ തൊഴിലാളിവർഗ്ഗത്തിലും ബുദ്ധിജീവികൾക്കിടയിലും ബ്രിട്ടീഷുകാർക്കെതിരായ വലിയ വെറുപ്പുളവാക്കി. സോഷ്യലിസത്തിന്റേയും കമ്യൂണിസത്തിന്റെയും ആശയങ്ങൾക്ക് പ്രചാരം ലഭിച്ചു. കമ്യൂണിസ്റ്റ് പാർട്ടി രൂപവല്ക്കരിക്കാനുള്ള ഇന്ത്യക്കാരുടെ അവകാശം സ്ഥാപിക്കാനായി ബോംബെയിൽ ഇന്ത്യൻ കമ്യൂണിസ്റ്റ് ഡിഫൻസ് കമ്മിറ്റി സംഘടിപ്പിച്ചു. എങ്കിലും ബ്രിട്ടീഷ് ഭരണകാലത്തധികവും ഇന്ത്യൻ കമ്യൂണിസ്റ്റ് പാർട്ടിക്ക്, നിരോധിക്കപ്പെട്ട രാഷ്ട്രീയ സംഘടന എന്ന നിലയിൽ, അണ്ടർഗ്രൗണ്ടിൽ (ഒളിവിൽ) പ്രവർത്തിക്കേണ്ടിവന്നു.

ആദ്യകാലത്ത് കമ്യൂണിസ്റ്റുകാർ കർഷക - തൊഴിലാളി വർഗ്ഗ സമരങ്ങളെ ദേശീയവാദി സംഘടനയുമായി ബന്ധിപ്പിക്കാൻ ശ്രമിച്ച കോൺഗ്രസിൽകൂടി പ്രവർത്തിച്ചു. ഈ പ്രാരംഭകാലഘട്ടത്തിൽ രാജ്യത്തിന്റെ വിവിധഭാഗങ്ങളിൽ പ്രവർത്തിച്ചിരുന്ന തൊഴിലാളി - കർഷകപാർട്ടിയുടെ വേദിയും ഇന്ത്യൻ കമ്യൂണിസ്റ്റുകാർ ഉപയോഗപ്പെടുത്തി. 1928 ൽ വിവിധ പ്രാദേശിക ഘടകങ്ങളെ ഒരുമിച്ചുകൊണ്ടുവരാൻ തൊഴിലാളി - കർഷകപാർട്ടി അഖിലേന്ത്യാ സമ്മേളനം ചേർന്നു. ആ കൊല്ലംതന്നെ ഇന്ത്യൻ നാഷണൽ കോൺഗ്രസിന്റെ കല്ക്കത്താ സമ്മേളനത്തിലേക്ക് 50,000 പേരുടെ വൻകൂട്ടം ഘോഷയാത്രയായി ചെന്നു. മിൽ തൊഴിലാളികളും സമൂഹത്തിന്റെ താഴ്ന്ന തലത്തിലുള്ളവരുമായിരുന്നു ഇവർ. പ്രധാന ദേശീയവാദി നേതൃത്വം ഡൊമിനിയൻ പ്രുത്രികാരാജ്യ) പദവിയെപ്പറ്റി മാത്രം ചിന്തിച്ചിരുന്ന ഈ അവസരത്തിൽ, പൂർണ്ണ സ്വാതന്ത്ര്യം ആവശ്യപ്പെട്ട് ഇന്ത്യൻ നാഷണൽ കോൺഗ്രസ് സമ്മേളനം പ്രമേയം പാസാക്കണമെന്ന് ആവശ്യപ്പെടാനായിരുന്നു ഇവരുടെ ഘോഷയാത്ര. ഈ സന്ദർഭത്തിൽ സുഭാഷ് ചന്ദ്രബോസും പൂർണ്ണ സ്വാതന്ത്ര്യത്തെ പിന്താങ്ങി. 1921 ലെ അഹമ്മദാബാദ് കോൺഗ്രസ് സമ്മേളനത്തിൽ പൂർണ്ണ സ്വാതന്ത്ര്യപ്രമേയം അവതരിപ്പിച്ചതും അനുകൂലിച്ചതും കമ്യൂണിസ്റ്റുകാരായിരുന്നു. 1927 ൽ മദിരാശി കോൺഗ്രസ് സമ്മേളനത്തിൽ ജവാഹർലാൽ നെഹ്റു പൂർണ്ണസ്വരാജ് പ്രമേയം അവതരിപ്പിച്ചപ്പോൾ അതിനെ പിന്താങ്ങിയതും കമ്യൂണിസ്റ്റ് പ്രതിനിധി ജോഗ്ലേക്കർ ആയിരുന്നു.

1920 കളുടെ അവസാനമാകുമ്പോഴേക്കും ഇന്ത്യയിലെ തൊഴിലാളി വർഗ്ഗത്തിനിടയിൽ കമ്യൂണിസ്റ്റുകാരുടെ സ്വാധീനം ഗണ്യമായി വർദ്ധിച്ചു. തൊഴിലാളിവർഗ്ഗം കമ്യൂണിസ്റ്റുകാരുടെ നേതൃത്വത്തിൽ രാജ്യവ്യാപകമായി സൈമൺകമീഷൻ വിരുദ്ധപ്രസ്ഥാനത്തിൽ പങ്കെടുത്തു. 1928 ൽ മാത്രം അഞ്ചുലക്ഷം വ്യവസായത്തൊഴിലാളികൾ പങ്കെടുത്ത 200 ൽ അധികം പണിമുടക്കുകൾ രാജ്യത്താകമാനം സംഘടിപ്പിക്കുകയുണ്ടായി. ഇവയിൽ പ്രധാനം കമ്യൂണിസ്റ്റ് നിയന്ത്രണത്തിലുള്ള ഗിർണികാംഗാർ യൂണിയന്റെ നേതൃത്വത്തിൽ മഹാരാഷ്ട്രയിൽ നടത്തിയ ടെക്സ്റ്റൈൽ മിൽ തൊഴിലാളി പണിമുടക്കാണ്. ഈ പ്രസ്ഥാനം 1928 ൽ ആരംഭിച്ചപ്പോൾ യൂണിയന്റെ അംഗസംഖ്യ 324 ആയിരുന്നു. അക്കൊല്ലം ഡിസംബറിൽ അത് 54,000 ആയി വർദ്ധിച്ചു. 1929 ആദ്യം 65,000 ആയും.

കോൺഗ്രസിന്റെ പ്രമുഖ നേതൃത്വം തൊഴിലാളികളുടെ ഈ പ്രക്ഷോഭങ്ങളെ അംഗീകരിക്കാതിരിക്കുകയോ ഗവൺമെന്റ് മൃഗീയ മർദ്ദനനടപടികൾ സ്വീകരിച്ചപ്പോൾ മൗനമവലംബിക്കുകയോ ആണ് ചെയ്തത്. 1928–29 ലെ ഒരു ഗവൺമെന്റ് റിപ്പോർട്ട് തൊഴിലാളി പ്രക്ഷോഭത്തിന്റെ രൂക്ഷത എത്ര ശക്തമായിരുന്നുവെന്ന് വ്യക്തമാക്കുന്നുണ്ട്. അതിൽ പറയുന്നു: കമ്യൂണിസ്റ്റ് ആശയങ്ങൾ വ്യവസായത്തൊഴിലാളികളുടെ വിവിധ ഭാഗങ്ങളിൽ പ്രചരിക്കുന്നു. അത് ഗ്രാമീണ ഇന്ത്യയിലേക്കു കൂടി ഒരളവുവരെ വ്യാപിക്കുന്നു. പല യുവജന സംഘടനകളും കമ്യൂണിസ്റ്റ് ചിഹ്നങ്ങളും സിദ്ധാന്തങ്ങളും സ്വീകരിക്കുന്നു. കമ്യൂണിസ്റ്റ് പ്രസ്ഥാനം ആശങ്കയ്ക്കു കാരണമായി തുടരുന്നു. അധികൃതർ നിതാന്ത ജാഗ്രതപുലർത്തണം.

തൊഴിലാളിവർഗ്ഗത്തിന്റെ രാഷ്ട്രീയം സംഘടിപ്പിക്കുമ്പോൾ കമ്യൂണിസ്റ്റുകാർ ഒരിക്കലും ദേശീയസമരത്തിന്റെ കാഴ്ചപ്പാട് ഉപേക്ഷിച്ചില്ല. 1930 ൽ അങ്ങനെ സി പി ഐ 'കർമ്മവേദി' പ്രസിദ്ധീകരിച്ചു. പിന്നീട് 1934 ലെ പാർട്ടി പ്ലീനം അതിനെ സി പി ഐയുടെ പരിപാടിയായി വികസിപ്പിച്ചു. പാർട്ടി മാർക്സിസം-ലെനിനിസത്തെ ആധാരമാക്കി കോൺഗ്രസിന്റെ ബൂർഷ്വാ നാടുവാഴിവീക്ഷണഗതിയിൽ നിന്നുവിട്ടു പോയി. സാമ്രാജ്യ വിരുദ്ധ ദേശീയ സമരത്തിന്റെ വിജയത്തെ കാർഷിക വിപ്ലവവുമായി ബന്ധിച്ചു. പരിപാടിയിൽ പറയുന്നു:

> ഇന്ത്യൻ ജനതയുടെ അടിമത്തം നശിപ്പിക്കാനും തൊഴിലാളിവർഗ്ഗത്തെയും കർഷകരെയും തങ്ങളെ ഞെരുക്കുന്ന ദാരിദ്ര്യത്തിൽ നിന്നു മോചിപ്പിക്കാനും രാജ്യത്തിന്റെ സ്വാതന്ത്ര്യം നേടേണ്ടതും കാർഷിക വിപ്ലവത്തിന്റെ കൊടി ഉയർത്തേണ്ടതും ഒഴിച്ചുകൂടാത്ത ആവശ്യമാണ്. കാർഷിക വിപ്ലവം മദ്ധ്യയുഗങ്ങൾ മുതൽ തുടരുന്ന ജന്മിത്വസമ്പ്രദായത്തെ തകർത്ത് നിലത്തിൽ നിന്നാകെ എല്ലാ മദ്ധ്യകാല അഴുക്കുകളും തുടച്ചുനീക്കും. ഇന്ത്യയുടെ വിപ്ലവകരമായ വിമോചനത്തിന്റെ അടിത്തറ ബ്രിട്ടീഷ് മുതലാളിത്തത്തിനും

ജന്മിത്വത്തിനും എതിരായ കാർഷികവിപ്ലവമാണ്.

'കമ്യൂണിസ്റ്റ് ഭീഷണി'യായി കരുതപ്പെട്ട സ്ഥിതിവിശേഷത്തെ നേരിടാൻ ബ്രിട്ടീഷ് രാജ് വിപ്ലവനേതാക്കന്മാരെയും ട്രേഡ് യൂണിയൻ പ്രവർത്തകരെയും കൂട്ടത്തോടെ അറസ്റ്റുചെയ്തു. 1929 മാർച്ചിൽ മൂന്ന് ഇംഗ്ലീഷുകാരായ കമ്യൂണിസ്റ്റുകാരും മുൻനിര ഇന്ത്യൻ കമ്യൂണിസ്റ്റുകാരായ മുസഫർ അഹമ്മദ്, എസ് എ ഡാങ്കെ, പി സി ജോഷി എന്നിവരും അടക്കം 33 പ്രമുഖ ട്രേഡ് യൂണിയൻ പ്രവർത്തകരുടെ മേൽ രാജിനെതിരായ ഗൂഢാലോചനക്കുറ്റം ചുമത്തി. മീററ്റ് ഗൂഢാലോചനക്കേസ് എന്നറിയപ്പെട്ട ഈ കേസിന്റെ വിചാരണ 1933 വരെ തുടർന്നു. വിചാരണകാലത്തെ കമ്യൂണിസ്റ്റുകാരുടെ പെരുമാറ്റം പ്രശംസനേടി. ആ അവസരം അവർ മാർക്സിസം-ലെനിനിസത്തിന്റെ തത്ത്വങ്ങൾ പ്രചരിപ്പിക്കാനും ദേശീയതത്വത്തോടു തങ്ങൾക്കുള്ള പ്രതിബദ്ധത പ്രഖ്യാപിക്കാനും ഉപയോഗിച്ചു. അതിനിടയിൽ കോടതിക്കുപുറത്ത് വിചാരണ ജനരോഷം ആളിക്കത്തിച്ചു. രാജ്യത്താകമാനം നടന്ന തൊഴിലാളി പണിമുടക്കുകൾ അത് പ്രകടമാക്കി.

മോത്തിലാൽ നെഹ്റു പ്രസിഡന്റും ജവാഹർലാൽ നെഹ്റു സെക്രട്ടറിയുമായി ഒരു ഡിഫൻസ് കമ്മിറ്റി രൂപവല്കൃതമായി. പ്രതിഭാഗം അഭിഭാഷകർക്ക് പ്രതിഫലം നല്കാനും തടവുകാർക്ക് ഭക്ഷണവും വർത്തമാനപ്പത്രവും പുസ്തകങ്ങളും വാങ്ങിക്കൊടുക്കാനും പണം പിരിക്കാനുള്ള കമ്മിറ്റികളും സംഘടിപ്പിക്കപ്പെട്ടു. കമ്യൂണിസ്റ്റുകാരുടെ കേസിനു വേണ്ടിയുള്ള പണപ്പിരിവ് അത്ര എളുപ്പമല്ലെന്ന് പിന്നീട് ജവാഹർലാൽ വിലപിക്കുകയുണ്ടായി.

മീററ്റ് ഡിഫൻസ് പ്രസ്ഥാനത്തിന് സോവിയറ്റ് യൂണിയനിൽനിന്നും ഗ്രേറ്റ് ബ്രിട്ടനിലെ തൊഴിലാളി പ്രസ്ഥാനത്തിൽനിന്നുപോലും ഗണ്യമായ പിന്തുണ ലഭിച്ചു. ഐൻസ്റ്റീൻ, റൊളാങ്, ഹാരോൾഡ് ലാസ്കി എന്നിവരെപ്പോലുള്ള അക്കാലത്തെ വിശ്വപ്രതിഭകൾ മീററ്റ് വിപാരണയെ അപലപിച്ചു. കോടതി പ്രതികളെ നീണ്ടകാലത്തെ കഠിനതടവുകൾക്ക് ശിക്ഷിച്ചു. എന്നാൽ മീററ്റ് ഗൂഢാലോചനക്കേസ് ഇന്ത്യയിൽ വളർന്നുവന്ന കമ്യൂണിസത്തിന്റെ ശക്തി തെളിയിച്ചു.

മീററ്റിന്റെ ആഘാതത്തിൽനിന്നു മുക്തരായി 1934 ൽ കമ്യൂണിസ്റ്റുകാർ പുത്തൻ ഉണർവ്വോടെ ഇന്ത്യൻ തൊഴിലാളികളെ പുനഃസംഘടിപ്പിക്കാനാരംഭിച്ചു. ഒരു വൻ അഖിലേന്ത്യാ ടെക്സ്റ്റൈൽ പണിമുടക്കു സംഘടിപ്പിക്കാൻ അക്കൊല്ലം കമ്യൂണിസ്റ്റുകാർ മറ്റ് ഇടതുപക്ഷ ഗ്രൂപ്പുകളുമായി കൈകോർത്തുപിടിച്ചു. പണിമുടക്കിയ തൊഴിലാളികൾ തങ്ങളുടെ ആവശ്യങ്ങളോടൊപ്പം രാഷ്ട്രീയ തടവുകാരെ വിട്ടയക്കണമെന്ന ആവശ്യവും ഉന്നയിച്ചു. അക്കാലത്ത്. കമ്യൂണിസ്റ്റുകാർ കോൺഗ്രസ് സോഷ്യലിസ്റ്റു ഗ്രൂപ്പുമായി ബന്ധം വികസിപ്പിക്കുകയും 1935 ലെ ഇന്ത്യാ ഗവൺമെന്റ് നിയമം സ്വീകരിക്കുന്നതിനെ യോജിച്ച്

എതിർക്കുകയും ചെയ്തു.

എന്നാൽ 1937 ലെ തിരഞ്ഞെടുപ്പിനുശേഷം 11 പ്രവിശ്യകളിൽ ഏഴിൽ കോൺഗ്രസ് മന്തിസഭ രൂപവല്ക്കരിച്ചപ്പോൾ സി പി ഐ പുതിയ രാഷ്ട്രീയ പരിതഃസ്ഥിതിയോട് ഇരട്ട സമീപനം സ്വീകരിച്ചു. ഉദ്യോഗസ്ഥമേധാവികളുടെയും കേന്ദ്ര ഗവൺമെന്റിന്റെയും ഇടപെടൽ ഒഴിവാക്കാൻ കോൺഗ്രസ് മന്ത്രിസഭയോടൊപ്പംനിന്നു. അതേസമയത്ത്; പ്രതിഷേധ രാഷ്ട്രീയം അടിച്ചമർത്തുന്ന നയം സ്വീകരിച്ചപ്പോൾ കോൺഗ്രസ് ഗവൺമെന്റുകളെ എതിർക്കുകയും ചെയ്തു.

ഇതിനിടയിൽ കമ്യൂണിസ്റ്റുകാർ ഇന്ത്യൻ കർഷകരെയും യുവജനങ്ങളെയും സംഘടിപ്പിക്കുന്നതിൽ പുരോഗതി കൈവരിച്ചു. ഇടതുദേശീയ വാദികളുമായി സഹകരിച്ച് കമ്യൂണിസ്റ്റുകാർ 1936 ൽ അഖിലേന്ത്യാ വിദ്യാർത്ഥി ഫെഡറേഷൻ സ്ഥാപിച്ചു. ഏതാണ്ടിതേകാലത്തുതന്നെ പുരോഗമന സാഹിത്യകാരന്മാരുടെ ദേശീയവേദി സംഘടിപ്പിക്കുന്നതിനും മുൻകൈ എടുത്തു. ഈവർഷം തന്നെയാണ് അഖിലേന്ത്യാ കിസാൻസഭയും രൂപവല്കൃതമായത്. കമ്യൂണിസ്റ്റ് നേതൃത്വത്തിൽ കിസാൻസഭ, പ്രത്യേകിച്ചും ബംഗാളിലും കേരളത്തിലും ആന്ധ്രപ്രദേശിലും പഞ്ചാബിലും ശക്തി പ്രാപിച്ചു. സഹജാനന്ദ സരസ്വതിയെപ്പോലുള്ള നേതാക്കൾ ഇതിൽ വഹിച്ച പങ്ക് അവിസ്മരണീയമാണ്. കിസാൻസഭ കർഷകരുടെ പരാതികൾ പ്രകാശിപ്പിക്കുക മാത്രമല്ല ചെയ്തത്. ഗാന്ധിയൻ നേതൃത്വത്തിൽ വളർച്ചയെത്തിയ മുഖ്യധാരാ ദേശീയത്വത്തെ പിന്തുണയ്ക്കുകയും ചെയ്തു.

രണ്ടാം ലോകമഹായുദ്ധം ഇന്ത്യയിലെ കമ്യൂണിസ്റ്റ് രാഷ്ട്രീയത്തിന്റെ വളർച്ചയിലെ പുതിയ വഴിത്തിരിവായി. തുടക്കത്തിൽ സി പി ഐ യുദ്ധത്തെ സാമാജ്യത്വയുദ്ധമായി വിശേഷിപ്പിക്കുകയും ഇന്ത്യയെ ഏകപക്ഷീയമായി യുദ്ധത്തിൽ പങ്കാളിയാക്കാനുള്ള ബ്രിട്ടീഷ് നീക്കത്തെ കോൺഗ്രസിനോടൊപ്പം എതിർക്കുകയും ചെയ്തു. അതിനുപുറമെ അന്ന് യുദ്ധത്തിന്റെ പ്രതികൂല സാമ്പത്തിക പ്രത്യാഘാതങ്ങളെ തുറന്നുകാട്ടാൻ ഒരു പ്രചാരണ പ്രക്ഷോഭം നയിച്ചത് കമ്യൂണിസ്റ്റുകാരാണ്. 1939 ഒക്ടോബർ രണ്ടിന് ബോംബെയിലെ 90,000 മിൽ തൊഴിലാളികൾ 24 മണിക്കൂർ പണിമുടക്കി, രാജ്യത്തിന്റെ ഇതരഭാഗങ്ങളിലും സി പി ഐ യുദ്ധവിരുദ്ധ പ്രകടനങ്ങൾ സംഘടിപ്പിച്ചു. കമ്യൂണിസ്റ്റുകാരുടെ പ്രവർത്തനങ്ങളിൽ പരിഭ്രമിച്ച് ബിട്ടീഷ് ഗവൺമെന്റ് അക്കാലത്തെ എല്ലാം പ്രമുഖ കമ്യൂണിസ്റ്റുകാരെയും തടവിലാക്കി. എങ്കിലും കമ്യൂണിസ്റ്റ് പ്രവർത്തനം കൊളുത്തിയ പ്രതിഷേധത്തിന്റെയും എതിർപ്പിന്റെയും ആവേശജ്വാലയെ ചവിട്ടിക്കെടുത്താനായില്ല.

നാസി ജർമ്മനി സോവിയറ്റ് യൂണിയനെ ആക്രമിച്ചതോടെ രണ്ടാംലോകമഹായുദ്ധത്തിന്റെ സ്വഭാവത്തിൽ മാറ്റം സംഭവിച്ചു. തുടക്കത്തിൽ സാമാജ്യത്വയുദ്ധമായിരുന്നത് ജനകീയ യുദ്ധമായി മാറി. ലോകമെങ്ങുമുള്ള കമ്യൂണിസ്റ്റുകാർ അംഗീകരിച്ച തത്ത്വമനുസരിച്ച്

നാസിസത്തിനും ഫാസിസത്തിനും എതിരായി പോരാടാൻ ജനാധിപത്യശക്തികളെ സഹായിക്കുക എന്നത് പ്രാഥമിക സാർവ്വദേശീയ കടമയാണെന്ന് സി പി ഐ കരുതി. അതുകൊണ്ട് 1942 ൽ കോൺഗ്രസ് ആഗസ്ത് വിപ്ലവത്തിന് ആഹ്വാനം ചെയ്തപ്പോൾ സി പി ഐ ഔദ്യോഗികമായി അതിൽനിന്ന് വിട്ടുനിന്നു. എങ്കിലും അത് ജനാധിപത്യ-സാമ്പത്തിക അവകാശങ്ങൾക്കും സമുദായ സൗഹാർദ്ദത്തിനും വേണ്ടി ജനകീയ പ്രസ്ഥാനങ്ങൾ സംഘടിപ്പിക്കുന്നത് തുടർന്നു. ക്വിറ്റ് ഇന്ത്യാ പ്രസ്ഥാനത്തെ തുടർന്ന് തുറുങ്കിലടയ്ക്കപ്പെട്ട കോൺഗ്രസ് നേതാക്കളെ മോചിപ്പിക്കാനുള്ള പ്രക്ഷോഭവും സി പി ഐ നടത്തി. പ്രാദേശികതലങ്ങളിൽ ദേശീയ പ്രക്ഷോഭത്തിന് കർഷകരുടെയും തൊഴിലാളിവർഗ്ഗത്തിന്റെയും ആദിവാസികളുടെയും പിന്തുണ ഉറപ്പു വരുത്തി, അനേകം കമ്യൂണിസ്റ്റ് പ്രവർത്തകർ വ്യക്തിപരമായി ദേശീയസമരത്തിൽ പങ്കെടുത്തു.

1943 ൽ ബംഗാളിൽ മനുഷ്യസൃഷ്ടിയായ ക്ഷാമം ഉണ്ടായപ്പോൾ കമ്യൂണിസ്റ്റുകാർ നടത്തിയ ദുരിതാശ്വാസ-പുനരധിവാസ പ്രവർത്തനങ്ങൾ പ്രശംസയ്ക്ക് പാത്രമായി. ഈ കാലത്താണ്, കമ്യൂണിസ്റ്റുകാർ നടത്തിയ അനുനയപ്രവർത്തനം നിമിത്തം ബുദ്ധിജീവികൾ, പ്രത്യേകിച്ചും ബംഗാളിൽ, മാർക്സിസം- ലെനിനിസത്തിന്റെ അഗാധ സ്വാധീനത്തിൽപെട്ടത്. ഇന്ത്യൻ പീപ്പിൾസ് തിയറ്റർപോലുള്ള സാംസ്കാരിക സംഘടനകളുടെ പ്രവർത്തനത്തിന്റെ മാറ്റൊലി ഇപ്പോഴും മുഴങ്ങുന്നുണ്ട്.

1942-43 ൽ സി പി ഐയുടെ അംഗസംഖ്യയിൽ ഗണ്യമായ വർദ്ധനയാണ് ഉണ്ടായത്. സി പി ഐക്ക് അത് രാഷ്ട്രീയമായി വലിയ പ്രയാസമുള്ള കാലമായിരുന്നു. ക്വിറ്റിന്ത്യാ പ്രസ്ഥാനത്തോടുള്ള നിലപാട് നിമിത്തം പാർട്ടി മുഖ്യ ദേശീയവാദി ധാരയിൽനിന്ന് ഒറ്റപ്പെട്ടുപോയിരുന്നു. കമ്യൂണിസ്റ്റുകാരെ 'ദേശിയ ദ്രോഹികളായി' ചിത്രീകരിച്ച് കോൺഗ്രസ് നടത്തിയ വിരുദ്ധപ്രചാരവേല പ്രത്യേകിച്ചും വിഷമത സൃഷ്ടിച്ചു. എന്നാൽ കമ്യൂണിസ്റ്റുകാർ ജനങ്ങളോടൊപ്പം നില്ക്കാനുള്ള തീരുമാനത്തിൽ ഉറച്ചുനിന്നു. സി പി ഐക്ക് അതിന്റെ രാഷ്ട്രീയ പദവി നിലനിർത്താൻ കഴിഞ്ഞത് അതുകൊണ്ടാണ്.

രണ്ടാംലോകമഹായുദ്ധത്തിൽ സങ്കലിതശക്തികൾ നേടിയ വിജയം, യുദ്ധാനന്തര ബ്രിട്ടനിലെ സാമ്പത്തിക പ്രതിസന്ധി, സാമാജ്യത്വവും ഇന്ത്യൻ ദേശീയത്വവും തമ്മിലുള്ള വൈരുദ്ധ്യത്തിന്റെ രൂക്ഷത എന്നിവ തെക്കനേഷ്യയിൽ കൊളോണിയലിസത്തിന്റെ അവസാനം അനിവാര്യമാക്കി. രാഷ്ട്രീയശക്തികളുടെ ഈ പുതിയ-പരസ്പര ബന്ധത്തിന്റെ പശ്ചാത്തലത്തിൽ ഇന്ത്യയിൽ യുദ്ധാനന്തര ജനകീയ പ്രസ്ഥാനമുണ്ടായി. അതിൽ കമ്യൂണിസ്റ്റുകാർ നേതൃത്വപരമായ പങ്കുവഹിച്ചു. വിവിധ പ്രതിഷേധ രാഷ്ട്രീയം മുഖ്യധാരാ ദേശീയത്വത്തിൽ ഒത്തുചേർന്നു.

ബ്രിട്ടീഷ്‌വിരുദ്ധ പ്രസ്ഥാനം വികസിപ്പിക്കുന്നതിൽ തൊഴിലാളിവർഗ്ഗവും കർഷകരും യുവജനങ്ങളും രാഷ്ട്രീയ ആവശ്യങ്ങളോടൊപ്പം

സാമ്പത്തിക ആവശ്യങ്ങളും ഉന്നയിച്ചു. ചെങ്കോട്ടയിൽ നടന്ന ഐ എൻ എ തടവുകാരുടെ വിചാരണക്കെതിരെ പൊട്ടിപ്പുറപ്പെട്ട ജനകീയ പ്രതിഷേധത്തിൽ കമ്യൂണിസ്റ്റുകാർ ഉത്സാഹപൂർവ്വം പങ്കെടുത്തു.

ആസാദ് ഹിന്ദ് പടയാളി അബ്ദുൾ റഷീദിനെതിരെ കോടതി വിധി പറഞ്ഞപ്പോൾ കല്ക്കത്ത രോഷംകൊണ്ടു പൊട്ടിത്തെറിച്ചു. 1946 ഫെബ്രുവരി 12 ന് സി പി ഐ പൊതു പണിമുടക്കിന് ആഹ്വാനം ചെയ്തപ്പോൾ നഗരമാകെ സ്തംഭിച്ചു. കലാപക്കൊടി ഉയർത്തിയ കല്ക്കത്തയുടെ പ്രധാന സവിശേഷത ഹിന്ദു-മുസ്ലിം ഐക്യത്തിന്റെ അനുപമമായ പ്രദർശനമായിരുന്നു. കല്ക്കത്തയിലെ കമ്യൂണിസ്റ്റ് നേതൃത്വത്തിലുള്ള വിദ്യാർത്ഥി-യുവജന പ്രസ്ഥാനങ്ങൾ കോൺഗ്രസ് നേതാവ് അരുണ ആസിഫ് അലിയെ ഏറെ ആകർഷിച്ചു. രാജ്യം ഇത് കർമ്മമാതൃകയാക്കണം എന്നവർ അഭിപ്രായപ്പെട്ടു. രഹസ്യ സ്വകാര്യ റിപ്പോർട്ടിൽ അന്നത്തെ കല്ക്കത്ത പൊലീസ് കമ്മീഷണർ കമ്യൂണിസ്റ്റുകാർ ഏറ്റവും വലിയ അപകടകാരികളാണെന്ന് തുറന്നെഴുതി.

ഈ കാലഘട്ടത്തിലെ ബ്രിട്ടീഷ് വിരുദ്ധ പോരാട്ടത്തിലെ ഒരു പ്രധാന സവിശേഷത അതിലെ ബ്രിട്ടീഷ ഇന്ത്യൻ സായുധസേനയുടെ പങ്കാളിത്തമാണ്. 1946 ഫെബ്രുവരിയിൽ ബോംബെയിൽ വിമാനസേനയിലെ ഇന്ത്യനംഗങ്ങൾ വംശീയ വിവേചനത്തെ എതിർത്തും പിരിച്ചുവിട്ടാൽ പകരം ജോലി ആവശ്യപ്പെട്ടും പണിമുടക്കി. അതിലും പ്രധാനമായ സംഭവമാണ് 1946 ഫെബ്രുവരിയിൽ ബോംബെയിൽ റോയൽ ഇന്ത്യൻ നേവിയിലെ ഭടന്മാർ നടത്തിയ കലാപം. കപ്പലുകളിലെ കൊടിമരങ്ങളിൽ നിന്ന് യൂണിയൻ ജാക്ക് വലിച്ചിറക്കി, ആ സ്ഥാനത്ത് കോൺഗ്രസിന്റെയും ലീഗിന്റെയും കൊടികളും ചെങ്കോടിയും അവർ ഉയർത്തി. എന്നാൽ ഇതിലേറെ ബ്രിട്ടീഷ് രാജിനെ പരിഭ്രാന്തമാക്കിയത് നാവിക സൈനികരുടെ കലാപത്തോടു സാധാരണജനങ്ങൾ പ്രദർശിപ്പിച്ച ഐക്യദാർഢ്യമാണ്. നാവികസേനയുടെയും സൈനികേതര ജനങ്ങളുടെയും ഈ കലാപങ്ങൾക്ക് ഉത്തരവാദി സി പി ഐ ആയിരുന്നു.

ഫെബുവരി 21 ന് കമ്യൂണിസ്റ്റുകാരുടെ ആഹ്വാനമനുസരിച്ച് ബോംബെ കലാപം നടത്തുന്ന നാവിക സൈനികരോട് ഐക്യദാർഢ്യം പ്രകടിപ്പിച്ച് ഹർത്താൽ ആചരിച്ചു. അടുത്തദിവസം മിക്കവാറുമെല്ലാ ബോംബെ ഫാക്ടറികളിലെയും തൊഴിലാളികൾ കലാപത്തെ അനുകൂലിച്ചു പണിമുടക്കി. പൊതുയോഗങ്ങളിലും പ്രകടനങ്ങളിലും പങ്കെടുത്തു. കാംഗാർ മൈതാനത്തുചേർന്ന പടുകൂറ്റൻ റാലിയിൽ ഡാങ്കെയടക്കമുള്ളവർ സംസാരിച്ചു. ബോംബെയിലെ നാവിക സൈനിക കലാപം അതിവേഗം കറാച്ചി, കല്ക്കത്ത, വിശാഖപട്ടണം മുതലായ തുറമുഖങ്ങളിലേക്ക് വ്യാപിച്ചു. ഇവിടങ്ങളിലെല്ലാം ഉടൻതന്നെ ജനങ്ങൾ കലാപകാരികൾക്ക് പിന്തുണ നല്കി.

24 മണിക്കൂറിനുള്ളിൽ കീഴടങ്ങിയില്ലെങ്കിൽ ബോംബിടുമെന്ന്

ഗവൺമെന്റ് ഭീഷണിപ്പെടുത്തി. ഇതിനെതിരെ പ്രതിഷേധിക്കാൻ കമ്യൂണിസ്റ്റുകാരുടെ ആഹ്വാനമനുസരിച്ച് ബംഗാൾ-അസം റെയിൽവേയിലെ ജീവനക്കാർ ഉത്സാഹത്തോടെ പണിമുടക്കിയത് ഞാനിപ്പോഴും ഓർക്കുന്നു. ബംഗാൾ-അസം റെയിൽവേ മെൻസ് യൂണിയൻ സംഘടിപ്പിച്ച ഒന്നാമത്തെ രാഷ്ട്രീയ പണിമുടക്കായിരുന്നു ഇത്. ഈ യൂണിയനുമായി എനിക്കും മുഹമ്മദ് ഇസ്മയിലിനും അഗാധമായ ബന്ധം ഉണ്ടായിരുന്നു.

സൈനികേതര-സൈനിക കലാപത്തിന്റെ ഈ ഒത്തുചേരൽ നമ്മുടെ മഹത്തായ സ്വാത്രന്ത്ര്യസമരത്തിന്റെ ചരിത്രത്തിലെ ചരിത്രപ്രധാനമായ ഒരദ്ധ്യായമാണ്. നിർഭാഗ്യവശാൽ പ്രമുഖ കോൺഗ്രസ് നേതൃത്വത്തിന് ഈ വിപ്ലവ സ്ഥിതിവിശേഷം അംഗീകരിക്കാനായില്ല. ഗാന്ധി അക്രമത്തെ അപലപിച്ചു. മൗലാന അബുൾകലാം ആസാദും സർദാർ പട്ടേലും വ്യക്തിപരമായി ഇടപെട്ട് നാവികസൈനികരോട് പണിമുടക്ക് പിൻവലിക്കാനാവശ്യപ്പെട്ടു. നാവികസൈനിക കലാപം സൃഷ്ടിച്ച രാഷ്ട്രീയ കാലാവസ്ഥയെ അനുകൂലിക്കാൻ മുസ്ലിംലീഗ് നേതാവ് ജിന്നയ്ക്കും കഴിഞ്ഞില്ല.

സ്വാതന്ത്ര്യത്തിന് തൊട്ടുമുമ്പത്തെ കാലഘട്ടത്തിൽ കർഷകാസ്വാസ്ഥ്യം. ഉച്ച കോടിയിലെത്തി. സി പി ഐയായിരുന്നു ഇതിന്റേയും പ്രേരകശക്തി. പങ്കുകൃഷിക്കാർക്ക് വിളവിന്റെ മൂന്നിലൊന്നാവശ്യപ്പെട്ട് 1946-47 ൽ ബംഗാൾ പ്രദേശ് കിസാൻസഭ തേഭാഗാ പ്രസ്ഥാനം സംഘടിപ്പിച്ചു.

1946 ആഗസ്തിൽ കല്ക്കത്തെയെയും നവഖാലിയെയും കിടിലം കൊള്ളിച്ച വർഗ്ഗീയ കൂട്ടക്കൊലകൾ മതനിരപേക്ഷതാ രാഷ്ട്രീയത്തിന് താല്ക്കാലികമായി മരവിപ്പുണ്ടാക്കി. എങ്കിലും ദീർഘകാലത്തേക്ക് പ്രതിഷേധ രാഷ്ട്രീയം നിഷ്ക്രിയമാക്കാനായില്ല. ഉചിതമായ ചരിത്രസന്ധിയിൽ അത് കർമ്മനിരതമായി.

ഈ കാലഘട്ടത്തിൽ ബംഗാളിന് പുറത്തും രണ്ടു കർഷക കലാപങ്ങൾ ഉണ്ടായി. 1946 ൽ തിരുവിതാംകൂറിൽ കമ്യൂണിസ്റ്റ് നേതൃത്വത്തിൽ പുന്നപ്ര-വയലാർ സമരം നടന്നു. ഏതാണ്ട് അതേകാലത്ത് തെലങ്കാനയിലെ കർഷകർ നാടുവാഴിത്ത ചൂഷണത്തിനെതിരെ ചൊങ്കൊടിക്കു കീഴിൽ കലാപം നടത്തി. 1946 ജൂലായ് മുതൽ 1951 ഒക്ടോബർവരെ അഞ്ചുകൊല്ലം നീണ്ട ഈ കലാപമാണ് ആധുനിക ഇന്ത്യയിലെ ഏറ്റവും നീണ്ടുനിന്ന ഗറില്ലാ കർഷക കലാപം. ഇതിൽ 4000 കർഷകർക്ക് ജീവൻ നഷ്ടപ്പെട്ടു. മെച്ചപ്പെട്ട സമൂഹത്തിനു വേണ്ടിയുള്ള ഇത്തരം കർഷകകലാപങ്ങൾ മനുഷ്യനെ മനുഷ്യൻ ചൂഷണം ചെയ്യാത്ത സമൂഹം പടുത്തുയർത്തുന്നതിൽ നമുക്കെന്നും പ്രചോദനമരുളും.

ദേശീയവാദികളിൽനിന്നും ഇടതുപക്ഷക്കാരിൽനിന്നും പ്രചോദനം ഉൾക്കൊണ്ട് പ്രതിഷേധ രാഷ്ട്രീയം സംയോജിപ്പിച്ച് കമ്യൂണിസ്റ്റുകാർ സ്വാതന്ത്ര്യസമരത്തിൽ സുപ്രധാന പങ്ക് വഹിച്ചിട്ടുണ്ടെന്ന് മേല്പറഞ്ഞ വസ്തുതകൾ വെളിവാക്കുന്നു. അതിനു പുറമെ കമ്യൂണിസ്റ്റുകാർ എന്നും ഹിന്ദു-മുസ്ലീം സൗഹാർദ്ദത്തിനുവേണ്ടിയും മതനിരപേക്ഷ രാഷ്ട്രീയ

സംസ്കാരത്തിനുവേണ്ടിയും ഇടതടവില്ലാതെ പ്രയത്നിച്ചിട്ടുണ്ട്. 1926 ൽ തന്നെ ഹിന്ദു-മുസ്ലീം ലഹളകൾക്കെതിരായും സമുദായ ഐക്യത്തിനായും സി പി ഐ മാനിഫെസ്റ്റോ (പ്രകടനപത്രിക) ഇറക്കുകയുണ്ടായി. 1946 ലെ കല്ക്കത്ത- നവഖാലി വർഗ്ഗീയലഹളയുടെ മൂർദ്ധന്യത്തിൽ സി പി ഐയാണ് സുദൃഢമായ മതനിരപേക്ഷതാ നിലപാട് സ്വീകരിച്ചത്. കല്ക്കത്തയിലെ വർഗ്ഗീയ ലഹളക്കെതിരായ പോരാട്ടത്തിൽ ട്രാം തൊഴിലാളിയൂണിയൻ ക്രിയാത്മകമായ പങ്കു വഹിച്ചു. അതേസമയത്ത് കിസാൻസഭാ ഘടകങ്ങൾ വർഗ്ഗീയ വിഷം പരക്കാതിരിക്കാൻ സദാ ജാഗരൂകരായി പ്രവർത്തിച്ചു. നവഖാലിയിൽനിന്ന് ലഹളക്കാരുടെ സംഘങ്ങൾ ത്രിപുരയിലേക്ക് കടക്കാൻ ശ്രമിച്ചപ്പോൾ ലാത്തിയേന്തിയ 10,000 കമ്യൂണിസ്റ്റ് വളണ്ടിയർമാർ അവരെ ആട്ടിയോടിച്ച സംഭവം മറക്കാനാവില്ല. സ്വാതന്ത്ര്യത്തിന്റെ തലേന്ന് ഗാന്ധിജി കല്ക്കത്തയിൽ വന്നപ്പോൾ ഞങ്ങൾ അദ്ദേഹത്തെ ചെന്നുകാണുകയും അദ്ദേഹത്തിന്റെ ഉപദേശമനുസരിച്ച് സമാധാന മാർച്ചുകൾ നടത്തുകയും ചെയ്തു.

എന്തുകൊണ്ട് വിഭജനം തടയാൻ നമുക്ക് കഴിഞ്ഞില്ലെന്ന ചോദ്യം ഇവിടെ സംഗതമാണ്. ബ്രിട്ടീഷ് ഗവൺമെന്റിന് അതിൽ കൈയുണ്ടെന്നത് തീർച്ചയാണ്. സായുധ സേനയെപ്പോലും ബാധിച്ച യുദ്ധാനന്തര കാലത്തെ വിപ്ലവകരവും ഉശിരനുമായ ജനകീയ പ്രസ്ഥാനത്തെ തുടർന്ന് ഇന്ത്യയെ ഇനിയും തങ്ങൾക്ക് ഭരിക്കാനാവില്ലെന്ന് ബ്രിട്ടീഷ് ഗവൺമെന്റിനു ബോദ്ധ്യമായി. കമ്യൂണിസ്റ്റ് പ്രവർത്തനം സ്ഥാപിക്കുന്നത് അതിനെ കൂടുതൽ പരിഭ്രാന്തമാക്കി. വൈസ്രോയി വേവലിന്റെ സ്മരണകളിലും ഉദ്യോഗസ്ഥ മേധാവി വി പി മേനോന്റെ കുമ്പസാരത്തിലുംനിന്ന് ഇതു വ്യക്തമാവുന്നുണ്ട്. കമ്യൂണിസ്റ്റ് - ഇടതുപക്ഷ പ്രസ്ഥാനത്തിന് പകരം നേതൃത്വം നല്കാനുള്ള ശക്തി കൈവന്നിരുന്നു. എന്നാൽ ഹിന്ദുക്കളെയും മുസ്ലിങ്ങളെയും യോജിപ്പിച്ച് നീണ്ട ബഹുജനസമരം നടത്താമെന്ന വിശ്വസം കോൺഗ്രസിന് ഇല്ലാതെ പോയി. വിപ്ലവകാരികൾക്കും ഇടതുദേശീയവാദികൾക്കും പ്രാധാന്യം സിദ്ധിക്കുന്നതിനെ അവർ ഭയന്നു. അതിനാൽ കോൺഗ്രസ് ബ്രിട്ടീഷ് ഗവൺമെന്റിന്റെ കുതന്ത്രങ്ങൾക്ക് ഇരയായി. ഇതിനിടയിൽ പല കാരണങ്ങളാലും മുസ്ലിംലീഗ് മുസ്ലിങ്ങളുടെ വൻവിഭാഗങ്ങൾക്കിടയിൽ വൻശക്തിയായിക്കഴിഞ്ഞിരുന്നു. ഈ സാഹചര്യം മുതലെടുത്ത് അത്: ബ്രിട്ടീഷ് ഗവൺമെന്റുമായി വിഭജനത്തിനുള്ള കരാറുണ്ടാക്കി. തുടർന്നുണ്ടായത് 1947 ആഗസ്ത് 15 ലെ വെട്ടിമുറിക്കൽ ഒത്തുതീർപ്പായിരുന്നു.

എങ്കിലും ആഗസ്ത് 15 ലെ പാതിരാത്രിയിൽ നടന്നത് അപൂർണ്ണമായ അധികാര കൈമാറ്റമാണ്. രാഷ്ട്രീയ പരിവർത്തനത്തോടൊപ്പം സാമൂഹിക-സാമ്പത്തിക പരിവർത്തനം ഉണ്ടായില്ല. പലവിധത്തിലും കൊളോണിയൽ യുഗത്തിന്റെ തുടർച്ച നിലനിർത്തുന്നതായിരുന്നു ഭരണ ചട്ടക്കൂട്. പുതിയ ഭരണാധിപന്മാരായ കോൺഗ്രസുകാർ വൻ

ഭൂപ്രഭുക്കളുടെയും നാടൻ മുതലാളിവർഗ്ഗത്തിന്റെയും താല്പര്യത്തിനൊത്താണ് ഭരണം നടത്തിയത്. അതിന്റെ ഫലമായി നഗരങ്ങളിലും നാട്ടിൻപുറങ്ങളിലും വർഗ്ഗപരമായ ചേരിതിരിവ് വർദ്ധിച്ചു. ഇന്ത്യൻ രാഷ്ട്രഘടന വർദ്ധമാനമായ തോതിൽ കേന്ദ്രീകൃത സ്വഭാവം കൈക്കൊണ്ടു. അതിന്റെ ഫലമായി പ്രാദേശികമായ അസന്തുലിതാവസ്ഥയുണ്ടായി.

പരിഷ്കൃത സമൂഹത്തിന്റെ അടിസ്ഥാന പരിതഃസ്ഥിതികൾ ഉല്പന്നമാക്കുന്നതിൽ ഇന്ത്യൻ ഭരണകൂടം പരാജയപ്പെട്ടു. ഭരണഘടന ജനാധിപത്യപരമായിരുന്നു. എങ്കിലും അതിലെ തന്നെ ചില അനുച്ഛേദങ്ങൾ ഉപയോഗിച്ച് ഇന്ദിരാഗാന്ധി അടിയന്തരാവസ്ഥ പ്രഖ്യാപിച്ചു. എല്ലാ പൗരസ്വാത്രന്ത്ര്യങ്ങളും നിർമ്മാർജ്ജനം ചെയ്യപ്പെട്ടു. പക്ഷേ, ജനങ്ങൾ ചെറുത്തുനിന്നു. അടിയന്തരാവസ്ഥക്കെതിരെ ജനങ്ങളെ ഉണർത്തുന്നതിൽ ജയപ്രകാശ് നാരായൺ മുഖ്യ പങ്ക് വഹിച്ചു. ഞങ്ങൾ ആദ്യാവസാനം അദ്ദേഹവുമായി ബന്ധം പുലർത്തുകയും അദ്ദേഹത്തെ സഹായിക്കുകയും ചെയ്തു.

കേന്ദ്രത്തിൽ തുടർച്ചയായി വന്ന കോൺഗ്രസ് ഗവൺമെന്റുകളാകട്ടെ മതമൗലികവാദത്തിന്റെയും വിഭാഗീയതയുടെയും മേൽ മതനിരപേക്ഷതയുടേതായ നിർണ്ണായക പ്രഹരം ഏല്പിക്കുന്നതിൽ പരാജയപ്പെട്ടു. ഇന്നവ ഭയാനകരൂപം പ്രാപിച്ചിരിക്കുന്നു. കേന്ദ്രത്തിലെ ഇതിനു മുമ്പത്തെ കോൺഗ്രസ് ഗവൺമെന്റ് ലോകമുതലാളിത്തത്തിന്റെ സമ്മർദ്ദങ്ങൾക്ക്, കീഴ്പെട്ട് പുതിയ സാമ്പത്തികനയത്തിന്റെ പിന്നാലെ ബഹുരാഷ്ട്രകുത്തക കോർപറേഷനുകൾക്ക് രാജ്യത്തിന്റെ പടിവാതിൽ മലർക്കെ തുറന്നുകൊടുത്തപ്പോൾ നെഹ്റുവിന്റേതായ സ്വാശ്രയനിലപാടിനും പരിക്കുപറ്റി.

അമ്പതു വർഷത്തെ സ്വതന്ത്രമായ നിലനില്പിനിടയിൽ രാഷ്ട്രങ്ങളുടെ സമുച്ചയത്തിൽ ഇന്ത്യാ രാജ്യം ഒന്നും നേടിയില്ലെന്നല്ല ഇതിന്റെയെല്ലാം അർത്ഥം. 1940 കളിലെ കൊളോണിയലിസ നിർമ്മാർജ്ജന പ്രക്രിയയിൽ സ്വാതന്ത്ര്യം നേടിയ രാജ്യങ്ങളിൽ സ്ഥായിയായ ജനാധിപത്യ രാഷ്ട്രഘടന നിലനിർത്താൻ കഴിഞ്ഞത് ഇന്ത്യക്കാണ്. തെറ്റായ നയങ്ങൾ മൂലം ചില നിഷേധാത്മക സ്വഭാവവിശേഷങ്ങൾ ഉളവായിയെങ്കിലും നമ്മുടെ രാജ്യത്തിന് വ്യാവസായിക അടിത്തറ സ്ഥാപിക്കാൻ കഴിഞ്ഞിട്ടുണ്ട്. കാർഷികോല്പാദനം വർദ്ധിച്ചു. എന്നാൽ ഭൂപരിഷ്കാരം എല്ലായിടത്തും നടപ്പാക്കിയിരുന്നെങ്കിൽ ജനങ്ങൾക്ക്, കൂടുതൽ പ്രയോജനം ഉണ്ടാകുമായിരുന്നു. ഭൂപരിഷ്കാരം സാമാന്യജനങ്ങൾക്ക് ഉപകാരപ്രദമാകുമായിരുന്നു അത് ഉറച്ച വ്യാവസായിക അടിത്തറയും സൃഷ്ടിക്കുമായിരുന്നു. സാർവ്വദേശീയ ബന്ധങ്ങളിലും ഇന്ത്യ സ്തുത്യർഹമായ പങ്ക് വഹിച്ചിട്ടുണ്ട്. ചേരിചേരാ പ്രസ്ഥാനത്തിന്റെ സ്ഥാപകാംഗങ്ങളിൽ ഒന്നാണ് ഇന്ത്യ. സാർവ്വദേശീയ തർക്കങ്ങൾ പരിഹരിക്കുന്നതിൽ, പ്രത്യേകിച്ചും ഐക്യരാഷ്ട്ര സംഘടനയുടെ മാദ്ധ്യമത്തിലൂടെ ഇടപെട്ടിട്ടുണ്ട്.

എങ്കിലും സ്വാത്രന്ത്ര്യസമരസേനാനികൾ, ജീവൻ ബലിയർപ്പിക്കാൻ

പ്രചോദനമായ നീതിപൂർവ്വകമായ, മെച്ചപ്പെട്ട സമൂഹക്രമം എന്ന സ്വപ്നം ഇനിയും സാക്ഷാൽക്കരിക്കപ്പെട്ടിട്ടില്ല. നമുക്കിന്നാവശ്യം, കേന്ദ്ര-സംസ്ഥാന ബന്ധങ്ങൾ പുനഃസംഘടിപ്പിക്കുന്നതും രാഷ്ട്രഘടന കൂടുതൽ ജനാധിപത്യവല്ക്കരിക്കുന്നതും സാമൂഹിക-സാമ്പത്തിക വിവേചനങ്ങൾ ഇല്ലായ്മ ചെയ്യുന്നതും നമ്മുടെ ബഹുവിധ സാംസ്കാരിക പാരമ്പര്യത്തിലെ നല്ലതെല്ലാം പുഷ്പിക്കുന്നതുമായ ഒരു പകര രാഷ്ട്രനിർമാണ തന്ത്രമാണ്.

പശ്ചിമബംഗാളിൽ കഴിഞ്ഞ 20 വർഷമായി ഇടതുമുന്നണി ഗവൺമെന്റ് അത്തരം ഒരു ഭരണസമ്പ്രദായം, പരിമിതമായ അധികാരങ്ങൾ വെച്ചുകൊണ്ട് പരീക്ഷിച്ചുവരികയാണ്. നിലവിലുള്ള ഭരണഘടനാപരമായ ചട്ടക്കൂട്ടിനകത്തുനിന്ന്, ജനങ്ങളുടെ മുമ്പു നിറവേറ്റാനാവാതിരുന്ന ചില ആവശ്യങ്ങൾ നിറവേറ്റാൻ ഈ ഗവൺമെന്റിനു കഴിഞ്ഞിട്ടുണ്ട്. ജനങ്ങൾക്ക്, അധികാരം നല്കിയും നീതി വീട്ടുവാതിലിൽ എത്തിച്ചും മൗലിക ഭൂപരിഷ്കാരം നടപ്പാക്കിയും പ്രാദേശിക സ്വയംഭരണം ശക്തിപ്പെടുത്തിയും സംസ്ഥാനത്തിന്റെ ആവശ്യമനുസരിച്ച് വ്യവസായവല്ക്കരണം പ്രോത്സാഹിപ്പിച്ചും തൊഴിലാളിവർഗ്ഗത്തിന്റെ താല്പര്യം ബലികഴിക്കാതെയും പശ്ചിമബംഗാൾ ഗവൺമെന്റ് ഇന്ത്യ ഭരിക്കുന്നതിന് ഒരു പുതിയ മാതൃക ഉയർത്തിക്കാട്ടുന്നു.

കോൺഗസിന്റെ മേധാവിത്തം അവസാനിക്കുകയും അതിന് ജനവിശ്വാസം നഷ്ടപ്പെടുകയും നയങ്ങൾ മാറ്റാൻ കഴിവില്ലാതാവുകയും അത് വർഗ്ഗീയ ശക്തികളോട് സന്ധിചെയ്യുകയും ചെയ്തതോടെ അഖിലേന്ത്യ-സംസ്ഥാന ജനകീയകക്ഷികൾ ചേർന്ന മൂന്നാംമുന്നണി ഇന്ത്യൻ രാഷ്ട്രീയത്തിൽ അനിവാര്യമായി ഭവിച്ചിരിക്കയാണ്. ബി ജെ പി യെപ്പോലുള്ള വർഗ്ഗീയപാർട്ടിയുടെ ഉയർച്ച അതിന്റെ ആവശ്യം വർദ്ധിപ്പിക്കുന്നു. ഇത് യാഥാർത്ഥ്യമാക്കാൻ ഇടതു -ജനാധിപത്യ ശക്തികളെ ശക്തിപ്പെടുത്തുകയാണാവശ്യം.

കേന്ദ്രത്തിൽ പൊതു മിനിമം പരിപാടിയോടുകൂടിയ മതനിരപേക്ഷവും ജനാധിപത്യപരവുമായ പകരം ഗവൺമെന്റ് സ്ഥാപിക്കുന്നതിൽ സഹായിക്കാനും വർഗ്ഗീയതയ്ക്കും മതമൗലികവാദത്തിനും എതിരെ അഖിലേന്ത്യാ അടിസ്ഥാനത്തിൽ പ്രത്യയശാസ്ത്രപരമായ പോരാട്ടം നടത്താനും സി പി ഐ (എം) നും ഇടതുപാർട്ടികൾക്കും ഇപ്പോൾ അവസരം ലഭിച്ചിരിക്കുകയാണ്. ജനങ്ങളോടൊപ്പം ഉറച്ചുനിന്നാൽ, താൽക്കാലികമായ തിരിച്ചടികളെ അതിജീവിച്ച് നമുക്ക് നമ്മുടെ രാഷ്ട്രീയ ചുവടുകൾ ഉറപ്പിച്ചുനിർത്താനാവുമെന്ന് ഇന്ത്യൻ സ്വാതന്ത്ര്യസമരം, പ്രത്യേകിച്ചും വിഷമംപിടിച്ച 1942-44 കാലഘട്ടം, നമ്മെ പഠിപ്പിക്കുന്നു. ഇന്ത്യ ഇന്ന് അതിന്റെ ചരിത്രത്തിലെ ഒരു പുതിയ അദ്ധ്യായത്തിന്റെ രചനയിൽ ഏർപെടാൻ പോകുന്ന ഈ അവസരത്തിൽ നാം ഈ രാഷ്ട്രീയ ഗുണപാഠം ഓർത്തിരിക്കണം.

കിറ്റിന്ത്യാസമരവും അതിനുശേഷവും

ഇ എം എസ് നമ്പൂതിരിപ്പാട്

സി പി ഐ (എം) ജനറൽ സെക്രട്ടറി ഹർകിഷൻ സിങ് സുർജിത്തും പശ്ചിമബംഗാൾ മുഖ്യമന്ത്രി ജ്യോതിബസുവും ഞാനുമടങ്ങുന്ന ഒരു കിറ്റ് ഇന്ത്യാസമര ജൂബിലിയാഘോഷ കമ്മിറ്റി രൂപീകരിച്ചിട്ടുണ്ട്. നരസിംഹറാവു ഗവൺമെന്റാണ് അത് രൂപീകരിച്ചത്. കിറ്റ് ഇന്ത്യാസമരത്തെ എതിർത്ത ഞങ്ങളെ കമ്മിറ്റിയിൽ എടുത്ത ഗവൺമെന്റിന്റെയും കമ്മിറ്റിയിൽ അംഗത്വം സ്വീകരിച്ച ഞങ്ങളുടെയും നടപടി ഉചിതമായോ എന്ന സംശയം ചില സുഹൃത്തുക്കൾ ഉന്നയിച്ചിട്ടുണ്ട്.

ഇതിൽ ഗവൺമെന്റിന്റെ നടപടിയുടെ ഔചിത്യത്തെക്കുറിച്ച് എന്തെങ്കിലും പറയാൻ എനിക്ക് കഴിവോ ബാദ്ധ്യതയോ ഇല്ല. ഞങ്ങളുടെ നടപടിയെക്കുറിച്ച് എനിക്ക് ചിലത് പറയാനുണ്ട്. അതാണ് ഈ ലഘുലേഖയുടെ ഉദ്ദേശ്യം.

ആദ്യമായി ഒരുകാര്യം വ്യക്തമാക്കട്ടെ: കിറ്റ് ഇന്ത്യാസമരത്തിന് മുമ്പും പിമ്പും ഒട്ടേറെ സമരങ്ങളുണ്ടായിട്ടുണ്ട്. പഴയ തിരുവിതാംകൂറിൽ വേലുത്തമ്പി ദളവയുടെയും കൊച്ചിയിൽ പാലിയത്തച്ചന്റെയും മലബാറിൽ പഴശ്ശിത്തമ്പുരാന്റെയും കലാപങ്ങൾ എന്നിവയടക്കം ബ്രിട്ടീഷ് ഭരണത്തിന്റെ ആദ്യകാലത്ത് രാജ്യത്തിന്റെ നാനാഭാഗത്തും ഒട്ടേറെ സമരങ്ങൾ നടന്നു. അവയെല്ലാം അടിച്ചമർത്തപ്പെട്ടു. (അവയിൽ അവസാനത്തെ സംഭവമാണ് 1857 ലും തുടർന്ന് ഏതാനും മാസങ്ങളിലും ദില്ലിയുടെ പരിസരങ്ങളിൽ നടന്ന സൈനിക കലാപവും ബഹുജനമുന്നേറ്റവും. അതും അടിച്ചമർത്തപ്പെട്ടു).

തുടർന്നുള്ള പതിറ്റാണ്ടുകളിൽ സ്വാതന്ത്ര്യസമരം മറ്റ് രൂപങ്ങൾ കൈക്കൊണ്ടു. 1885 ൽ ഇന്ത്യൻ നാഷണൽ കോൺഗ്രസ് രൂപംകൊണ്ടു അതിനകത്തും പുറത്തുമായി ഇടതുപക്ഷ വിപ്ലവ സ്വഭാവമുള്ള പല ഗ്രൂപ്പു

കളും സംഘടനകളും നിലവിൽവന്നു. 20-ാം നൂറ്റാണ്ടിലെ ആദ്യവർഷങ്ങളിൽ നടന്ന വിപ്ലവ ബഹുജനപ്രസ്ഥാനം, 1920-21 കാലത്ത് നടന്ന നിസ്സഹകരണ ഖിലാഫത്ത് പ്രസ്ഥാനങ്ങൾ, 1930 ലെ ഉപ്പുസത്യഗ്രഹം, തുടർന്നുനടന്ന സിവിൽ നിയമലംഘന പ്രസ്ഥാനം മുതലായ പല ഘട്ടങ്ങളും കടന്നുപോയിട്ടാണ് 1942 ൽ ക്വിറ്റ് ഇന്ത്യാസമരം തുടങ്ങിയത്.

ആ സമരം അവസാനിച്ചതിൽ പിന്നീടാവട്ടെ, ഐ എൻ എ തടവുകാരെ മോചിപ്പിച്ചു കിട്ടുന്നതിനുവേണ്ടി നടന്ന പ്രകടനങ്ങൾതൊട്ട് 1946 ൽ ബോംബെ നേവിയിലെ കലാപവും തൊഴിലാളി പണിമുടക്കും അതെ തുടർന്ന് രൂപപ്പെട്ട പുന്നപ്ര-വയലാറും തെലങ്കാനയുമടക്കമുള്ള സായുധസമരങ്ങളും നാട്ടിലങ്ങോളമിങ്ങോളം അലയടിച്ചുയർന്നു. ഇതെല്ലാമടങ്ങുന്ന സ്വാതന്ത്ര്യസമര ശൃംഖലയുടെ അവസാനത്തെ കണ്ണിമാത്രമാണ് ക്വിറ്റ് ഇന്ത്യാസമരം.

നീണ്ടകാലത്ത് നടന്ന ഈ സ്വാതന്ത്ര്യസമരത്തിനിടയ്ക്ക് അതിന് നേതൃത്വം കൊടുക്കുന്ന മൂന്ന് വർഗ്ഗങ്ങൾ ഒന്നിനുപകരം മറ്റൊന്നായി മുന്നോട്ടുവന്നു. ആദ്യഘട്ടത്തിലെ സമരങ്ങൾക്ക് നേതൃത്വം നല്കിയത് ഫ്യൂഡൽ പ്രമാണിമാരായിരുന്നു. പിന്നീട് ഭരണഘടനാവിധേയമോ അക്രമരഹിതമെങ്കിലുമോ ആയ സമരമാർഗ്ഗം അംഗീകരിച്ചുകൊണ്ടുള്ള ബൂർഷ്വാസിയും അതിന്റെ നേതൃത്വത്തിൽ രൂപംകൊണ്ടതാണെങ്കിലും സ്വതന്ത്ര നിലപാട് എടുത്തിരുന്ന തൊഴിലാളിവർഗ്ഗവും സമരരംഗത്തേക്ക് കടന്നുവന്നു.

ഫ്യൂഡൽ വർഗ്ഗങ്ങളുടെ സമരനേതൃത്വം 1857 ലെ കലാപം അടിച്ചമർത്തപ്പെട്ടതോടെ അവസാനിച്ചു. കാൽനൂറ്റാണ്ടിന് ശേഷമാണ് ബൂർഷ്വാസി രംഗപ്രവേശം ചെയ്ത് കോൺഗ്രസ് എന്ന സംഘടനയ്ക്ക് രൂപംനല്കിയത്. അതിന്റെ അണികളിൽതന്നെ അസംതൃപ്തരായ യുവാക്കൾ വിപ്ലവമാർഗ്ഗങ്ങൾ അംഗീകരിക്കുന്ന ഗ്രൂപ്പുകളായി സ്വയം സംഘടിപ്പിച്ചു. ഈ പ്രക്രിയയ്ക്കിടയ്ക്കാണ് തൊഴിലാളിവർഗ്ഗം ഒരു സ്വതന്ത്ര രാഷ്ട്രീയ ശക്തിയായി വളർന്നുവന്നത്.

തൊഴിലാളിവർഗ്ഗത്തിന്റെ വളർച്ച ഒട്ടും സുഗമമായിരുന്നില്ല. അതിന്റെ നേതൃത്വത്തിലുള്ള വിപ്ലവപ്രസ്ഥാനത്തെ മുളയിൽത്തന്നെ നുള്ളിക്കളയാൻ ബ്രിട്ടീഷ് ഭരണാധികാരികൾ എല്ലാ മാർഗ്ഗങ്ങളും ഉപയോഗിച്ചു. പക്ഷേ, കോൺഗ്രസ് സംഘടനയ്ക്കകത്ത് ഇടതുപക്ഷക്കാരുടെ അനുഭാവം തൊഴിലാളിവർഗ്ഗത്തിനുണ്ടായിരുന്നു. അങ്ങനെ വിപ്ലവകാരികളായ പെറ്റി ബൂർഷ്വാ വിഭാഗങ്ങളുടെയും തൊഴിലാളിവർഗ്ഗത്തിന്റെയും പ്രാതിനിദ്ധ്യം യഥാക്രമം വഹിക്കുന്ന കോൺഗ്രസ് സോഷ്യലിസ്റ്റ് പാർട്ടി, കമ്യൂണിസ്റ്റ് പാർട്ടി എന്ന രണ്ട് സംഘടനകൾ 1930 കളുടെ രണ്ടാം പകുതിയോടുകൂടി രൂപപ്പെടുകയും കോൺഗ്രസിനകത്തെ ഇടതുപക്ഷ ചിന്താഗതിക്കാരുമായി ഒരു സാമ്രാജ്യ വിരുദ്ധമുന്നണി രൂപപ്പെടുത്തുകയും ചെയ്തു. ഇത് കോൺഗ്രസിനകത്തെ ഇടതു വലതു വിഭാഗങ്ങൾ തമ്മിൽ രൂക്ഷമായ ഒരു സമരത്തിൽ ചെന്നെത്തുകയും അതിന്റെ ഒരു ഘട്ടത്തിൽ

(1939 ലെ കോൺഗ്രസ് പ്രസിഡന്റ് തെരഞ്ഞെടുപ്പിൽ) ഇടതുപക്ഷം ജയിക്കുകയും ചെയ്തു.

ഇതിനിടയ്ക്ക് രണ്ടാം ലോകമഹായുദ്ധം പൊട്ടിപ്പുറപ്പെട്ടു. അതിന്റെ ആദ്യഘട്ടം രണ്ടുചേരികളായി മാറിനിന്ന് പടപൊരുതുന്ന സാമ്രാജ്യക്കോയ്മകൾക്ക് മാത്രം പങ്കുള്ള ഒന്നായിരുന്നുവെങ്കിൽ, രണ്ടാം ഘട്ടത്തിൽ സോവിയറ്റ് യൂണിയൻ കൂടി യുദ്ധത്തിൽ പങ്കാളിയായിരുന്നു. സോവിയറ്റ് യൂണിയനുകൂടി പങ്കുള്ള ഫാസിസ്റ്റ് വിരുദ്ധചേരി ജയിച്ചുകാണാനാണ് ഇന്ത്യ ആഗ്രഹിക്കുന്നതെന്ന് ഇടതുപക്ഷ പാർട്ടികൾ മാത്രമല്ല ഔദ്യോഗിക കോൺഗ്രസ്പോലും പ്രഖ്യാപിച്ചു.

ഈ പശ്ചാത്തലത്തിലാണ് ഇന്ത്യയുടെ ദേശീയാവശ്യം അംഗീകരിക്കാൻ തയ്യാറാവാത്ത രാജ്യത്തിന്റെ ധനശക്തിയും ജനശക്തിയും സ്വന്തം സാമ്രാജ്യ മേധാവിത്തത്തിന്റെ രക്ഷയ്ക്കുവേണ്ടി ബ്രിട്ടീഷ് ഭരണാധികാരികൾ ഉപയോഗിച്ചത്. ഇതിനെതിരെ ജനകീയ പ്രക്ഷോഭം ഉയർന്നുവന്നു. അതിനെ സംഘടിപ്പിച്ച് ബ്രിട്ടീഷ് ഭരണത്തിന്നെതിരായ ഒരു ദേശവ്യാപക സമരം ഉദ്ഘാടനം ചെയ്യുന്ന കാര്യം കോൺഗ്രസിന്റെ നേതൃത്വം പരിശോധിക്കാൻ തുടങ്ങി.

ഈ പുതിയ സമീപനത്തോട് കമ്യൂണിസ്റ്റുകാർക്ക് യോജിക്കാൻ കഴിഞ്ഞില്ല. ആഗോള പ്രത്യാഘാതങ്ങളുണ്ടാക്കുന്ന യുദ്ധം നടക്കുന്നതിനിടയ്ക്ക് ഇന്ത്യയിൽ ദേശവ്യാപകമായ ഒരു സമരം സംഘടിപ്പിക്കുന്നത് ഫാസിസ്റ്റ് വിരുദ്ധശക്തികളെ ക്ഷീണിപ്പിക്കുകയും ഫാസിസ്റ്റ് ശക്തികളെ സഹായിക്കുകയും ചെയ്യുമെന്ന് പാർട്ടി ഭയപ്പെട്ടു.

ഈ നിലപാട് തന്നെയാണ് നെഹ്റുവിന്റെയും ആസാദിന്റെയും നേതൃത്വത്തിലുള്ള ഇടതുപക്ഷ കോൺഗ്രസ് നേതൃത്വം ആദ്യം എടുത്തത്. പക്ഷേ, ബ്രിട്ടീഷ് ഭരണാധികാരികളുടെ പിടിവാശി മൂലം അവർ പിന്നീട് സമീപനം മാറ്റി. അങ്ങനെയാണ് 1942 ആഗസ്തിൽ ചേർന്ന എ ഐ സി സി യോഗത്തിൽ ക്വിറ്റ് ഇന്ത്യാ സമരം തുടങ്ങാനുള്ള പ്രമേയം നെഹ്റു തന്നെ അവതരിപ്പിച്ചത്. എ ഐ സി സി അംഗമായിരുന്ന കമ്യൂണിസ്റ്റുകാർ അതിനെ ശക്തിയുക്തം എതിർത്തു. കോൺഗ്രസ് സോഷ്യലിസ്റ്റുകാർ അത്രതന്നെ ശക്തിയോടെ പ്രമേയത്തെ പിന്താങ്ങി. അങ്ങനെ കോൺഗ്രസ് നേതൃത്വത്തിലെ വലതും ഇടതും വിഭാഗത്തിൽപ്പെട്ട കോൺഗ്രസുകാരും സോഷ്യലിസ്റ്റുകാരും ഒരുവശത്തും കമ്യൂണിസ്റ്റുകാർ മറുവശത്തുമായി ഒരു ചേരിതിരിവ് പ്രത്യക്ഷപ്പെട്ടു.

ഇതിനുമുമ്പുതന്നെ സുഭാഷ് ചന്ദ്രബോസിന്റെ നേതൃത്വത്തിലുള്ള ഒരു വിഭാഗം ഇടതുപക്ഷ കോൺഗ്രസുകാർ ഫാസിസ്റ്റ് കോയ്മകളുടെ സഹായത്തോടെ ഇന്ത്യയെ മോചിപ്പിക്കാൻ ഒരു സായുധസമരം സംഘടിപ്പിക്കുകയെന്ന നിലപാടിൽ എത്തിയിരുന്നു. ബോസ് ഇന്ത്യ വിട്ട് ആദ്യം ജർമ്മനിയിലും പിന്നീട് ജപ്പാനിലും പോയി ഇന്ത്യൻ വിപ്ലവപ്രസ്ഥാനത്തിന് നേതൃത്വം നല്കുകയായിരുന്നു. ജപ്പാനിൽ എത്തിയതിനെ തുടർന്ന് ഇന്ത്യൻ ദേശീയസേന (ഐ എൻ എ) രൂപീകരിച്ച് ജാപ്പനീസ്

പട്ടാളത്തിന്റെ സഹായത്തോടെ ഇന്ത്യയിൽനിന്ന് ബ്രിട്ടീഷുകാരെ തുരത്താനുള്ള പദ്ധതികൾ അദ്ദേഹം ആസൂത്രണം ചെയ്തുവരികയായിരുന്നു.

ബ്രിട്ടീഷുകാരാവട്ടെ, കോൺഗ്രസിന്റെ നേതൃത്വത്തിൽ ഉയർന്നുവരുന്ന ക്വിറ്റ് ഇന്ത്യാസമരപ്രസ്ഥാനത്തെ അടിച്ചമർത്താൻ എല്ലാ മാർഗ്ഗങ്ങളും ആരായുകയായിരുന്നു. എ ഐ സി സി യോഗം അംഗീകരിച്ച ക്വിറ്റ് ഇന്ത്യാസമരപ്രമേയം നടപ്പിൽ വരുത്താനുള്ള പ്രായോഗിക നടപടികൾ തുടങ്ങുന്നതിന് മുമ്പുതന്നെ കോൺഗ്രസ് നേതാക്കളെയെല്ലാം അറസ്റ്റു ചെയ്തു. അവരെ കോടതിയിൽ ഹാജരാക്കുന്നതിന് പകരം വിചാരണകൂടാതെ തടങ്കലിൽവെച്ചു. ഇതിൽ പ്രതിഷേധം പ്രകടിപ്പിക്കുന്ന ജനലക്ഷങ്ങളെ അമർച്ച ചെയ്യുന്നതിന് വേണ്ടി ക്രൂരമായ മർദ്ദന സംവിധാനങ്ങൾ ഭരണാധികാരികൾ അഴിച്ചുവിട്ടു. പക്ഷേ, ജനലക്ഷങ്ങൾ സമരക്കാരുടെ കൂടെയായിരുന്നു. പ്രധാന വ്യവസായ രംഗങ്ങളിലെല്ലാം നീണ്ടുനില്ക്കുന്ന പണിമുടക്കുകളടക്കം എല്ലാ സമരമുറകളും ജനങ്ങളംഗീകരിച്ചു.

ഇങ്ങനെ ദേശീയപ്രസ്ഥാനത്തെ അടിച്ചമർത്താൻ ബ്രിട്ടീഷ് ഭരണാധികാരികൾ അഴിച്ചുവിട്ട മർദ്ദനസംവിധാനങ്ങളും അവയെ ചെറുത്തുനില്ക്കുന്ന ജനങ്ങളുടെ മുന്നേറ്റവും ചേർന്ന സ്ഥിതി വിശേഷത്തെയാണ് 'ആഗസ്ത് വിപ്ലവം' അല്ലെങ്കിൽ ക്വിറ്റ് ഇന്ത്യാസമരം എന്ന് വിളിക്കുന്നത്. യഥാർത്ഥം പറയുകയാണെങ്കിൽ സമരം പ്രഖ്യാപിച്ച് പ്രമേയം പാസാക്കിയതല്ലാതെ അത് നടപ്പിൽ വരുത്തുന്നതിന് ആവശ്യമായ യാതൊരു മുന്നൊരുക്കങ്ങളും കോൺഗ്രസ് നേതൃത്വം നടത്തിയിരുന്നില്ല; അതിനു മുമ്പുതന്നെ അവർ അറസ്റ്റിലായിരുന്നു. ഈ സാഹചര്യം ഉപയോഗിച്ച് സമരം നടത്താനാവശ്യമായ ഒരു രഹസ്യ സംഘടനയുണ്ടാക്കിയത് കോൺഗ്രസ് സോഷ്യലിസ്റ്റുകാരായിരുന്നു. ജയപ്രകാശ് നാരായണൻ, അരുണാ ആസഫലി, ഡോക്ടർ ലോഹ്യ, അച്ചുത്പട്ട് വർദ്ധൻ മുതലായ കോൺഗ്രസ് സോഷ്യലിസ്റ്റുകാരായിരുന്നു ക്വിറ്റ് ഇന്ത്യാ സമരസംഘടനയുടെ അമരക്കാർ.

ഈ രഹസ്യസംഘടനയുടെ നേതൃത്വത്തിൽ നടന്ന സമരത്തിന്റെ മാർഗ്ഗങ്ങളോട് കമ്യൂണിസ്റ്റുകാർക്ക് വ്യക്തമായ വിയോജിപ്പുണ്ടായിരുന്നു. അത് ഫാസിസ്റ്റ് ശക്തികളെ സഹായിക്കുകയേയുള്ളൂവെന്ന് അവർ അഭിപ്രായപ്പെട്ടു. ആ ദുരുപദിഷ്ട നീക്കത്തിൽനിന്ന് തങ്ങളുടെ നേതൃത്വത്തിലുള്ള ബഹുജനങ്ങളെ നീക്കിനിർത്താനും അതോടൊപ്പം ബ്രിട്ടീഷ് ഭരണാധികാരികളുടെ മർദ്ദനനയത്തിനെതിരെ ജനങ്ങളെ അണിനിരത്താനുമുള്ള ഒരു പദ്ധതി കമ്യൂണിസ്റ്റ് പാർട്ടി ആവിഷ്കരിച്ചു.

ആഗസ്ത് സമരത്തോട് വിയോജിപ്പ് പ്രകടിപ്പിക്കുകയും അത് ദുരുപദിഷ്ടിതമാണെന്ന് ജനങ്ങളോട് പറയുകയും ചെയ്യുന്ന ഒരേ ഒരു വിപ്ലവ ശക്തി താല്ക്കാലികമായി തങ്ങൾക്ക് സഹായകരമാണെന്ന് കണ്ട ബ്രിട്ടീഷുകാർ ഇതിനിടെ കമ്യൂണിസ്റ്റ് പാർട്ടിയെ നിയമവിധേയമാക്കുകയും

നിയമവിധേയ പ്രവർത്തനങ്ങൾക്ക് സൗകര്യം നല്കുകയും ചെയ്തിരുന്നതിനാൽ പാർട്ടിയെ 'ബ്രിട്ടീഷ് ഏജന്റെന്ന്' മുദ്രകുത്താൻ കോൺഗ്രസുകാർക്കും സോഷ്യലിസ്റ്റുകാർക്കും കഴിഞ്ഞു.

രണ്ടു പതിറ്റാണ്ടോളം കാലം ദൈർഘ്യമുള്ള കമ്യൂണിസ്റ്റു പാർട്ടിയുടെ ചരിത്രത്തിൽ ഏറ്റവും വിഷമം പിടിച്ച ഒരു കാലഘട്ടമായിരുന്നു അത്. സാമ്രാജ്യവിരോധികളിൽ ബഹുഭൂരിപക്ഷവും, കമ്യൂണിസ്റ്റുകാർ 'ബ്രിട്ടീഷ് ഏജന്റുകളാ'ണെന്ന പ്രചാരവേലയിൽ കുടുങ്ങിപ്പോയിരുന്നു.

പക്ഷേ, യുദ്ധമവസാനിച്ച് പുതിയ ഒരു വിപ്ലവമുന്നേറ്റം രാജ്യത്ത് രൂപപ്പെട്ടപ്പോൾ അതിന്റെ മുന്നണിയിൽ നില്ക്കാൻ കമ്യൂണിസ്റ്റുകാർക്ക് കഴിഞ്ഞു. ബോംബെയിലെ നാവിക കലാപത്തോട് സാഹോദര്യം പ്രകടിപ്പിച്ചുകൊണ്ടുള്ള പണിമുടക്ക്, പുന്നപ്ര-വയലാറിലെയും തെലങ്കാനയിലെയും സായുധസമരങ്ങൾ മുതലായവയടക്കമുള്ള യുദ്ധാനന്തര വിപ്ലവ മുന്നേറ്റത്തിൽ കമ്യൂണിസ്റ്റുകാർ മുൻനിന്നു. അതിന്റെ ഫലമായി സ്വാതന്ത്ര്യലബ്ധിക്ക് ശേഷമുള്ള കാലത്ത് അവർ ഇന്ത്യൻ രാഷ്ട്രീയത്തിന്റെ നിർണ്ണായകമായ പങ്കുവഹിച്ചു.

2. വിരുദ്ധവർഗ്ഗങ്ങൾ, വിരുദ്ധസമീപനങ്ങൾ

1939 ലാണല്ലോ രണ്ടാം ലോകമഹായുദ്ധം പൊട്ടിപ്പുറപ്പെട്ടത്. അന്നേക്ക് ഇന്ത്യൻ ബൂർഷ്വാസിയും ഇവിടത്തെ തൊഴിലാളിവർഗ്ഗവും രണ്ട് സ്വതന്ത്ര വർഗ്ഗശക്തികളായി ഉയർന്നുവരികയും വിരുദ്ധങ്ങളായ നയസമീപനങ്ങൾ അംഗീകരിക്കുകയും ചെയ്തിരുന്നു. ബൂർഷ്വാസിയുടെ മുന്നണി വിഭാഗമായി കോൺഗ്രസും തൊഴിലാളിവർഗ്ഗത്തിന്റേതായി കമ്യൂണിസ്റ്റ് പാർട്ടിയും അണിനിരന്നിരുന്നു.

പക്ഷേ, ബൂർഷ്വാസിയുടെ മുഴുവൻ പ്രാതിനിദ്ധ്യം കോൺഗ്രസിനില്ലായിരുന്നു. ഹിന്ദുമഹാസഭ, മുസ്ലീംലീഗ് മുതലായ മതവിഭാഗങ്ങളെ ആസ്പദമാക്കിയതും തമിഴ്നാട്ടിലെ രാമസ്വാമിനായ്ക്കർ ഗ്രൂപ്പുപോലെ പ്രാദേശിക-ജാതി-ഭാഷാ പ്രശ്നങ്ങൾ നിലവിലിരുന്നേടങ്ങളിൽ അവയുടേതുമായ ശിഥിലീകരണ ശക്തികളെയും നാട്ടുരാജ്യഭരണാധികാരികളെയും കോൺഗ്രസിനെതിരെ അണിനിരത്തുന്നതിൽ ബ്രിട്ടീഷ് ഭരണാധികാരികൾ ഒരതിരുവരെ വിജയിച്ചിരുന്നു.

കോൺഗ്രസിനകത്തുതന്നെയും വ്യക്തമായ ഒരു വലതുവിഭാഗം നേതൃസ്ഥാനത്തിരുന്നപ്പോൾ ശക്തമായ ഒരു ഇടതുപക്ഷ വിഭാഗം രൂപം കൊള്ളുകയായിരുന്നു. അതിന്റെ നേതൃത്വത്തിലേക്ക് ജവാഹർലാൽ നെഹ്റുവിനെയും സുഭാഷ് ചന്ദ്രബോസിനെയും പോലുള്ളവർ ഉയർന്നിരുന്നു. അവരും വലതുവിഭാഗവും തമ്മിൽ ആശയപരമായും പ്രായോഗികമായും വിയോജിപ്പുള്ള ഒട്ടേറെ പ്രശ്നങ്ങളുണ്ടായിരുന്നു. കൂടാതെ, സാധാരണ കോൺഗ്രസുകാരിൽ ഗണ്യമായ ഒരു വിഭാഗം ഇടതുപക്ഷ ചിന്താഗതിക്കാരായിരുന്നു.

തൊഴിലാളിവർഗ്ഗത്തിന്റെ മുന്നണിവിഭാഗമെന്ന സ്ഥാനത്തേക്ക് കമ്യൂണിസ്റ്റ് പാർട്ടി ഉയർന്നുവന്നു കഴിഞ്ഞിരുന്നു. കൂടാതെ കമ്യൂണിസ്റ്റുകാരല്ലാത്ത സോഷ്യലിസ്റ്റ് ചിന്താഗതിക്കാർ കോൺഗ്രസ്- സോഷ്യലിസ്റ്റു പാർട്ടിയെന്ന പേരിൽ സംഘടിപ്പിച്ചുകഴിഞ്ഞിരുന്നു. കമ്യൂണിസ്റ്റു പാർട്ടിയും കോൺഗ്രസ് സോഷ്യലിസ്റ്റ് പാർട്ടിയും തമ്മിൽ യോജിച്ച് പ്രവർത്തിക്കുന്നതിന് സഹായകമായ ഒരു കരാറിൽ ഇരു പാർട്ടികളും ഔപചാരികമായിത്തന്നെ ഒപ്പുവെച്ചിരുന്നു. ഈ രണ്ട് പാർട്ടികളും നെഹ്റു-ബോസ് നേതൃത്വത്തിലുള്ള സാധാരണ കോൺഗ്രസുകാരും ചേർന്നാൽ കോൺഗ്രസിലെ ഭൂരിപക്ഷം തന്നെയാവുമെന്ന സ്ഥിതിയിലേക്ക് കാര്യങ്ങൾ നീങ്ങിക്കഴിഞ്ഞിരുന്നു.

ഇതിന്റെ ഉജ്ജ്വലമായ തെളിവാണ് 1939 ൽ നടന്ന കോൺഗ്രസ് പ്രസിഡന്റ് തിരഞ്ഞെടുപ്പ്. മഹാത്മാഗാന്ധി തൊട്ടുള്ള വലതുപക്ഷ നേതാക്കളുടെ ശക്തമായ പിന്തുണയുണ്ടായിരുന്ന പട്ടാഭി സീതാരാമയ്യക്കെതിരെ പോരാടിയ ഇടതുപക്ഷ സ്ഥാനാർത്ഥി ബോസ് ഭൂരിപക്ഷം വോട്ടോടെ വിജയിച്ചു. ഈ വിജയത്തെക്കാൾ പ്രധാനമായ ഒരു വസ്തുതയാണ് പ്രസിഡന്റ് സ്ഥാനാർത്ഥിയെന്ന നിലയ്ക്ക് ബോസ് ഇറക്കിയ പരസ്യ പ്രസ്താവന.

യുദ്ധം പൊട്ടിപ്പുറപ്പെടാൻ ഇടയുള്ള സാഹചര്യത്തിൽ ബ്രിട്ടീഷ് ഗവൺമെന്റുമായി കൂടിയാലോചനകൾ നടത്തി അധികാരത്തിലേറാൻ ശ്രമിക്കുന്നുവെന്ന പരസ്യമായ ആരോപണം വലത് നേതാക്കൾക്ക് എതിരെ ബോസ് ഉയർത്തി. ഇതോടെ കോൺഗ്രസിനകത്തെ ഇടതും വലതും തമ്മിലുള്ള അഭിപ്രായവ്യത്യാസത്തിന്റെ കാതൽ എന്തെന്ന് വ്യക്തമായി. ദേശീയ സ്വാതന്ത്ര്യം നേടാൻ ബ്രിട്ടീഷ് ഗവൺമെന്റുമായി വിലപേശി ബൂർഷ്വാസിക്ക് ഭരണവർഗ്ഗമായി മാറാനുള്ള നീക്കങ്ങളാണ് കോൺഗ്രസിലെ വലതുപക്ഷ നേതൃത്വം അംഗീകരിച്ചിരുന്നത്. അതിനെതിരെ ബഹുജനങ്ങളെ അണിനിരത്തി വിപ്ലവ സമരങ്ങളിലൂടെ സ്വാതന്ത്ര്യം നേടാനാണ് ഇടതുപക്ഷം ശ്രമിച്ചിരുന്നത്.

യുദ്ധം പൊട്ടിപ്പുറപ്പെടുന്നതിന് മുമ്പുള്ള സ്ഥിതിയാണിത്. യുദ്ധകാലത്താകട്ടെ ഇടതുപക്ഷക്കാർക്കിടയിൽതന്നെ അഭിപ്രായഭേദങ്ങൾ പൊന്തിവന്നു. ഇടതുപക്ഷ ചിന്താഗതിക്കാരനെന്ന നിലയ്ക്ക് താൻ എടുക്കുന്ന നിലപാടിൽനിന്ന് പൂർണ്ണമായും വ്യതിചലിക്കാതെയാണെങ്കിലും വലതുപക്ഷ നേതൃത്വത്തിന് വലിയൊരളവുവരെ കീഴടങ്ങുന്ന നിലപാട് നെഹ്റു എടുത്തു. ബോസാകട്ടെ, 'ശത്രുവിനെ നേരിട്ട ആപത്ത് ദേശീയ പ്രസ്ഥാനത്തിനുള്ള അവസരം' എന്ന സിദ്ധാന്തമനുസരിച്ച് ബ്രിട്ടീഷ് വിരുദ്ധ സാമ്രാജ്യകോയ്മകളുമായി അടുക്കാൻ തുടങ്ങി. ഇടതുപക്ഷ കോൺഗ്രസുകാരിൽ ഒരു വിഭാഗം ബോസിന്റെ നിലപാടിലേക്ക് തന്നെ നീങ്ങി. കോൺഗ്രസ് സോഷ്യലിസ്റ്റ് പാർട്ടിയാവട്ടെ, മറ്റ് ഇടതുപക്ഷ പാർട്ടികളോടെന്നതിനേക്കാൾ കൂടുതൽ കോൺഗ്രസുകാരുമായി അടുക്കുന്ന നിലപാടെടുത്തു.

ഈ സാഹചര്യത്തിലാണ് രണ്ടാം ലോകമഹായുദ്ധത്തോട് കോൺഗ്രസിന്റെ നിലപാട് വ്യക്തമായത്. ഇന്ത്യൻ ജനതയുടെ ദേശീയ നേതാവെന്ന നിലയ്ക്ക് ബ്രിട്ടന്റെ യുദ്ധശ്രമങ്ങളെ എതിർക്കുക, പക്ഷേ, യുദ്ധവിരോധപ്രസ്ഥാനം രാജ്യവ്യാപകമായ ഒരു വിപ്ലവ സമരമായി മാറാതെ നോക്കുക. ഈ രണ്ട് അംശങ്ങളുള്ള ഒരുനയമാണ് കോൺഗ്രസ് ആദ്യം അംഗീകരിച്ചത്. അതിന്റെ പ്രകടരൂപമായാണ് മഹാത്മാഗാന്ധി ആവിഷ്കരിച്ച 'വ്യക്തി സത്യഗ്രഹം' എന്ന നയം ആവിഷ്കരിക്കപ്പെട്ടത്. മഹാത്മാഗാന്ധി തെരഞ്ഞെടുക്കുന്ന വ്യക്തികൾ, ഒരാൾക്ക് പിറകെ മറ്റൊരാൾ എന്ന രീതിയിൽ യുദ്ധവിരുദ്ധ സത്യഗ്രഹമനുഷ്ഠിക്കുക, യുദ്ധവിരോധത്തെ ഒരു ബഹുജനപ്രസ്ഥാനമായി മാറ്റാതിരിക്കുക- ഈ നയമാണ് മഹാത്മാഗാന്ധിയുടെ നേതൃത്വത്തിൽ കോൺഗ്രസ് തുടർന്നുപോന്നത്.

ഈ സമീപനത്തെ കമ്യൂണിസ്റ്റ് പാർട്ടി എതിർത്തു. തൊഴിലാളി വർഗ്ഗത്തിന്റെ പണിമുടക്കുകൾ, കർഷക ജനസാമാന്യത്തിന്റെ ഉശിരൻ സമരങ്ങൾ എന്നിവയടക്കം രാജ്യവ്യാപകമായി ഒരു യുദ്ധവിരുദ്ധ ബഹുജനപ്രസ്ഥാനം രൂപപ്പെടുത്തണമെന്ന് പാർട്ടി ആവശ്യപ്പെട്ടു. അതിന്റെ പ്രതിഫലനമായാണ് കേരളത്തിലെ മൊറാഴ-മട്ടന്നൂർ-തലശ്ശേരി സംഭവങ്ങളും കയ്യൂർ സമരവുമടക്കം ഒട്ടേറെ സമരങ്ങൾ രാജ്യത്താകെ അരങ്ങേറിയത്.

ഇതെല്ലാം സംഘടിപ്പിക്കുന്ന ജോലിയിൽ കമ്യൂണിസ്റ്റ് പാർട്ടി മുഴുകിയിരുന്നപ്പോൾ കോൺഗ്രസ് നേതൃത്വം ബ്രിട്ടീഷ് ഗവൺമെന്റുമായി വിലപേശുകയായിരുന്നു. ഇന്ത്യയുടെ സ്വാതന്ത്ര്യം അംഗീകരിക്കുകയും ആ വഴിക്കുള്ള നീക്കമെന്ന നിലയ്ക്ക് ഭരണപരമായ ചില മാറ്റങ്ങൾ വരുത്തുകയും ചെയ്താൽ ഇന്ത്യയുടെ ജനശക്തിയും ധനശക്തിയും യുദ്ധനടത്തിപ്പിന് ഉപയോഗിക്കാമെന്ന് കോൺഗ്രസ് പരസ്യമായി പ്രഖ്യാപിച്ചു. അതിന്റെ അടിസ്ഥാനത്തിൽ കൂടിയാലോചനകൾ നടന്നു. കോൺഗ്രസ് പ്രസിഡന്റ് തെരഞ്ഞെടുപ്പിന്റെ സന്ദർഭത്തിൽ ബോസ് നടത്തിയ ആരോപണം അടിസ്ഥാനരഹിതമല്ലെന്ന് വ്യക്തമായി.

ഇതിനിടയ്ക്ക് യുദ്ധത്തിന്റെ സ്വഭാവത്തിൽ മാറ്റം വന്നു. ഒരുവശത്ത് ബ്രിട്ടനും ഫ്രാൻസുമടക്കമുള്ള സാമ്രാജ്യകോയ്മകൾ, മറുവശത്ത് ജർമ്മനിയും ഇറ്റലിയും അടങ്ങുന്ന ഫാസിസ്റ്റ് കോയ്മകൾ എന്നിവ തമ്മിൽ തുടങ്ങിയ യുദ്ധത്തിന്റെ സാമ്രാജ്യസ്വഭാവം 1941 ഓടെ മാറ്റി; സോവിയറ്റ് യൂണിയൻകൂടി യുദ്ധത്തിൽ സജീവ പങ്കാളിയാണെന്ന് വന്നു. അന്നത്തെ ഏക സോഷ്യലിസ്റ്റ് രാജ്യമായിരുന്ന സോവിയറ്റ് യൂണിയൻ, സാമ്രാജ്യകോയ്മകളായ ബ്രിട്ടൻ, ഫ്രാൻസ് എന്നിവ യുദ്ധത്തിൽ ഒരേ ചേരിയിൽ നില്ക്കുന്നു എന്ന സ്ഥിതി ഉളവായി. ഇതിൽ സോവിയറ്റ് യൂണിയന് സജീവ പങ്കാളിത്തമുള്ള ചേരിയുടെ വിജയം ഇന്ത്യയടക്കം ലോകത്തെങ്ങുമുള്ള അധീനജനതകളുടെ ഭാവികൂടി നിശ്ചയിക്കുന്ന ഒന്നാണെന്ന് ഇന്ത്യൻ കമ്യൂണിസ്റ്റ് പാർട്ടി അഭിപ്രായപ്പെട്ടു. അതിന്റെ അടി

സ്ഥാനത്തിലാണ് അതേവരെ 'സാമ്രാജ്യയുദ്ധ'മായിരുന്ന രണ്ടാം ലോക മഹായുദ്ധം 'ജനകീയ യുദ്ധ'മായി മാറി എന്ന് കമ്യൂണിസ്റ്റ് പാർട്ടി വിലയിരുത്തിയത്.

ഇതിന് സമാന്തരമായി കോൺഗ്രസിന്റെ നിലപാടിലും കാര്യമായ ഒരു മാറ്റം വന്നു. അതേവരെ 'ആപത്തിൽപ്പെട്ട ബ്രിട്ടനെ ആവശ്യത്തിലധികം അലട്ടരുതെ'ന്ന അഭിപ്രായത്തിൽ വ്യക്തി സത്യഗ്രഹം മാത്രം സംഘടിപ്പിച്ചിരുന്ന അതേ നേതാക്കൾ വ്യാപകമായ ഒരു ബഹുജന സമരത്തിന് തയ്യാറെടുക്കാൻ തുടങ്ങി. ആ പരിപാടി നടപ്പിലായാൽ സോവിയറ്റ് യൂണിയനും ചൈനയ്ക്കും ബുദ്ധിമുട്ടാവുമെന്ന കാരണത്താൽ ഈ പരിപാടിയോട് ആദ്യം വിയോജിപ്പ് പ്രകടിപ്പിച്ചിരുന്ന നെഹ്റു, ആസാദ്, മുതലായവരെക്കൂടി സമരത്തിന്റെ മാർഗ്ഗത്തിലേക്ക് കൊണ്ടുചെന്നെത്തിക്കുന്നതിൽ മഹാത്മാഗാന്ധിയും സഹപ്രവർത്തകരും വിജയിച്ചു. അങ്ങനെയാണ് എ ഐ സി സിയിൽ ക്വിറ്റ് ഇന്ത്യാ സമര പ്രമേയം ബഹുഭൂരിപക്ഷത്തോടെ പാസായത്.

ഇതിനോട് കമ്യൂണിസ്റ്റ് പാർട്ടിക്കുള്ള വിയോജിപ്പ് ഇതിനുമുമ്പ് പരാമർശിച്ചിട്ടുണ്ടല്ലോ. നെഹ്റുവും ആസാദും ആദ്യം എടുത്തിരുന്ന നിലപാടിൽതന്നെ കമ്യൂണിസ്റ്റുകാർ എ ഐ സി സി യോഗത്തിലും അതിനുശേഷവും ശ്ച്ചുനിന്നു. സമരത്തിന് നേതൃത്വം നല്കുന്നവരും അതിൽ പങ്കെടുക്കുന്നവരും ഉദ്ദേശിക്കുന്നതെന്തായാലും, ക്വിറ്റ് ഇന്ത്യാസമരത്തിന്റെ ഫലം ഫാസിസ്റ്റ് കോയ്മകൾക്ക് സഹായകമായിരിക്കുമെന്ന് കമ്യൂണിസ്റ്റ് പാർട്ടി വെട്ടിത്തുറന്നുപറഞ്ഞു. ഫാസിസ്റ്റ് വിരുദ്ധശക്തികളുടെ യുദ്ധശ്രമങ്ങൾക്ക് തുരങ്കം വെക്കുന്ന എല്ലാ നീക്കങ്ങളെയും പാർട്ടി നിരുത്സാഹപ്പെടുത്തുമെന്ന് വ്യക്തമാക്കി. ഇതിനെയാണ് ക്വിറ്റ് ഇന്ത്യാ സമരത്തെ കമ്യൂണിസ്റ്റുകാർ പിന്നിൽനിന്ന് കുത്തി എന്ന വിലയിരുത്തലായി പാർട്ടിയുടെ എതിരാളികൾ പറഞ്ഞു പരത്തിയത്.

കമ്യൂണിസ്റ്റുകാർക്ക് എതിരെ ക്വിറ്റ് ഇന്ത്യാസമരകാലത്ത് നടത്തിയ ആരോപണത്തിന്റെ മറുപുറമെന്ന നിലയ്ക്ക് ക്വിറ്റ് ഇന്ത്യാ സമരക്കാർക്ക് എതിരെ കമ്യൂണിസ്റ്റുകാരും ഒരു ആരോപണം ഉന്നയിച്ചു. 'ബ്രിട്ടീഷ് ഏജന്റന്മാരായി' പ്രവർത്തിച്ച് സമരത്തെ പിന്നിൽനിന്ന് കുത്തിയെന്ന ആരോപണമാണ് ഒരുവശത്തുനിന്ന് ഉയർത്തുന്നതെങ്കിൽ മറുവശത്ത് യൂറോപ്പിലെ ഇറ്റാലിയൻ, ജർമ്മൻ ഫാസിസത്തിനും ഏഷ്യയിലെ ജാപ്പ് പട്ടാള മേധാവിത്തത്തിനും വിടുപണിചെയ്തുവെന്ന ആരോപണം ക്വിറ്റ് ഇന്ത്യാസമരക്കാർക്ക് എതിരെ കമ്യൂണിസ്റ്റുകാരും ഉയർത്തി. ഇത് രണ്ടിനും വസ്തുനിഷ്ഠമായ അടിസ്ഥാനമില്ലെന്നും നേരെമറിച്ച് ഇരുവരും അന്നത്തെ സാഹചര്യത്തിൽ സ്വാഭാവികമായും ഉന്നയിച്ച ആരോപണമായിരുന്നു അതെന്നും പിന്നീട് വ്യക്തമായി.

ക്വിറ്റ് ഇന്ത്യാ സമരക്കാരും സുഭാഷ് ബോസിന്റെ സഹപ്രവർത്തകരും പ്രത്യക്ഷത്തിൽ ഫാസിസത്തിന് സഹായകരമായ നിലപാട് എടുത്തുവെങ്കിലും, ഉയർന്ന നിലവാരത്തിലുള്ള ദേശാഭിമാനത്തിന്റെയും

സാമ്രാജ്യവിരോധത്തിന്റെയും വികാരങ്ങളാണ് അവരെ നയിച്ചിരുന്നതെന്ന് കമ്യൂണിസ്റ്റുകാർപോലും പിന്നീട് സമ്മതിച്ചു. നേരെമറിച്ച് ക്വിറ്റ് ഇന്ത്യാസമരത്തിന് മുമ്പെന്നപോലെ ആ സമരം നടന്നിരുന്നപ്പോഴും അതിൽ പിന്നീടും സാമ്രാജ്യവിരോധത്തിന്റെ പതാക ഉയർത്തിപ്പിടിച്ചുകൊണ്ടാണ് കമ്യൂണിസ്റ്റുകാർ സമരത്തെ എതിർത്തതെന്ന് എതിരാളികളും സമ്മതിച്ചു. ഇന്ത്യയിൽ തേർവാഴ്ച നടത്തുന്ന ബ്രിട്ടീഷ് സാമ്രാജ്യവാദികളെയും ലോകത്താകെ മേധാവിത്തം സ്ഥാപിക്കാൻ ശ്രമിക്കുന്ന ഫാസിസ്റ്റ് ശക്തികളെയും എതിർക്കാനുള്ള മാർഗ്ഗമെന്തെന്ന കാര്യത്തിലുള്ള അഭിപ്രായവ്യത്യാസമാണ് ക്വിറ്റ് ഇന്ത്യാ സമരക്കാരും കമ്യൂണിസ്റ്റുകാരും തമ്മിൽ ഉണ്ടായതെന്നർത്ഥം.

ക്വിറ്റ് ഇന്ത്യാസമരത്തിന്റെയും കമ്യൂണിസ്റ്റുകാരുടെയും അനന്തരകാല വളർച്ചയെക്കൂടി പരാമർശിക്കാതെ ഇതവസാനിപ്പിക്കാൻ വയ്യ. ദേശീയ സ്വാതന്ത്ര്യത്തിന് വേണ്ടിയുള്ള അന്ത്യസമരമെന്ന പേരിലാണ് തുടങ്ങിയതെങ്കിലും ക്വിറ്റ് ഇന്ത്യാസമരം ഏതാനും ആഴ്ചകൾക്കുള്ളിൽ അടിച്ചമർത്തപ്പെട്ടു. 'മൃഗീയ ഭീകരത'യെന്ന് മഹാത്മാഗാന്ധി വിശേഷിപ്പിച്ച മർദ്ദനസംവിധാനത്തിൽ പ്രതിഷേധിച്ചുകൊണ്ട് അദ്ദേഹം അധികൃതർക്ക് എഴുതിയ ഒരു കത്ത് ഭാവി കൂടിയാലോചനകളുടെ മുന്നോടിയായിരുന്നു. അങ്ങനെ 'വിജയം അല്ലെങ്കിൽ മരണം' എന്ന മുദ്രാവാക്യത്തോട് കൂടി തുടങ്ങിയ സമരം രാജ്യത്തിന്റെ ഭരണസംവിധാനത്തിന്റെ ഭാവിയിലും ഇടക്കാല ഗവൺമെന്റിന്റെ ഘടനയും സംബന്ധിച്ചുള്ള കൂടിയാലോചനകളിൽ ചെന്നെത്തി.

മഹാത്മാഗാന്ധിയുടെയും മറ്റ് സമരനേതാക്കളുടെയും മോചനത്തോടുകൂടി ഈ പ്രക്രിയ അതിവേഗം മുമ്പോട്ടുപോയി. അതിന്റെ ഭാഗമായിതന്നെ മുസ്ലീം ലീഗിന്റെ ദ്വിരാഷ്ട്രവാദം സംബന്ധിച്ച കൂടിയാലോചനകൾ കോൺഗ്രസും ലീഗും തമ്മിലും തുടങ്ങി. കോൺഗ്രസും ലീഗും തമ്മിൽ നിലനിന്നിരുന്ന സംഘർഷാവസ്ഥ സമർത്ഥമായി ഉപയോഗിച്ച് ഇന്ത്യയെ രണ്ടാക്കി വെട്ടിമുറിക്കുകയെന്ന അടിസ്ഥാനത്തിൽ ബ്രിട്ടീഷ് ഭരണാധികാരികൾ ഇന്ത്യവിട്ടുപോയി. അതിൽ ഹൃദയം നൊന്ത് "ഇന്ത്യയെ വെട്ടിമുറിക്കുന്നത് എന്റെ ശരീരം വെട്ടിമുറിക്കുന്നതുപോലെ"യാണ് എന്ന് പ്രഖ്യാപിച്ച മഹാത്മാഗാന്ധിക്ക് അവസാനനാളുകളിൽ ഭയങ്കരമായ മോഹഭംഗമാണ് വന്നുകൂടിയത്.

നെഹ്റു, പട്ടേൽ തുടങ്ങിയ മറ്റ് കോൺഗ്രസ് നേതാക്കളാകട്ടെ വെട്ടിമുറിക്കപ്പെട്ട് ഇന്ത്യയുടെ മുഖ്യഭാഗത്തെങ്കിലും തങ്ങൾക്ക് ഭരണാധികാരികളാവാൻ കഴിഞ്ഞതിൽ ആശ്വസിച്ചു. ഭരണത്തിലേറിയതിൽ പിന്നീട് അവരുടെ സ്വഭാവത്തിൽവന്ന മാറ്റവും മഹാത്മാവിനെ വേദനിപ്പിച്ചു. അങ്ങനെ കോൺഗ്രസ് ഒരു രാഷ്ട്രീയകക്ഷിയായി തുടരരുതെന്ന നിർദ്ദേശം എഴുതിവെച്ചിട്ടാണ് അദ്ദേഹം രക്തസാക്ഷിത്വം വരിച്ചത്.

ക്വിറ്റ് ഇന്ത്യാ സമരകാലത്ത് സാമ്രാജ്യവിരുദ്ധ ബഹുജനങ്ങളിൽനിന്ന് ഒറ്റപ്പെട്ടിരുന്ന കമ്യൂണിസ്റ്റുകാരാകട്ടെ ഇതിനുമുമ്പ് ചൂണ്ടിക്കാ

ണിച്ചതുപോലെ, യുദ്ധാനന്തര വർഷങ്ങളിൽ ഒരു പുതിയ വിപ്ലവമുന്നേറ്റം പ്രത്യക്ഷപ്പെട്ടപ്പോൾ അതിന്റെ മുന്നിൽനിന്നു. അതിൽ പ്രകടമാക്കിയ സാമ്രാജ്യവിരുദ്ധ സ്വഭാവവും സംഘടനാശേഷിയും നിമിത്തം സ്വാതന്ത്ര്യലബ്ധിയെ തുടർന്നുള്ള അടുത്തമാസങ്ങളിൽതന്നെ ബൂർഷ്വാ കോൺഗ്രസ് ഭരണത്തിനെതിരായി ജനലക്ഷങ്ങളെ ആദ്യം അണിനിരത്തിയ കക്ഷിയെന്ന പ്രശസ്തി പാർട്ടി നേടി. ഒന്നാം പൊതുതെരഞ്ഞെടുപ്പ് വന്നപ്പോൾ ക്വിറ്റ് ഇന്ത്യാകാലഘട്ടത്തിൽ സമരനേതാക്കളായി തിളങ്ങിനിന്ന സോഷ്യലിസ്റ്റുകാരെ പുറകോട്ട് തള്ളി ഏറ്റവും വലിയ ഇടതുപക്ഷ പ്രതിപക്ഷ ശക്തിയെന്ന സ്ഥാനം കൈക്കലാക്കി. അങ്ങനെ ബൂർഷ്വാ നേതൃത്വത്തിലുള്ള കോൺഗ്രസിന്റെ വളരെ പിറകിലാണെങ്കിലും തൊഴിലാളിവർഗ്ഗത്തിന്റെ രാഷ്ട്രീയ പാർട്ടി സ്വാതന്ത്ര്യലബ്ധിയെ തുടർന്നുള്ള വർഷങ്ങളിൽ ഒരു ഗണനീയ രാഷ്ട്രീയശക്തിയായി ഉയർന്നു.

3. മുസ്ലീംലീഗിന്റെ ക്വിറ്റിന്ത്യ

ബ്രിട്ടീഷുകാർ ഇന്ത്യ വിടണമെന്നാണല്ലോ 'ക്വിറ്റിന്ത്യ' എന്ന പദത്തിന്റെ അർത്ഥം. അതേ മുദ്രാവാക്യം ഒരു ചെറിയ ഭേദഗതിയോടെ മുസ്ലീം ലീഗ് അംഗീകരിച്ചു. ഇന്ത്യ വിട്ടു പോകുന്നതിനുമുമ്പ് ഇന്ത്യയെ രണ്ടാക്കി വെട്ടിമുറിക്കണമെന്നായിരുന്നു ലീഗിന്റെ ഭേദഗതി.

ഇതിൽ ബ്രിട്ടീഷ് ഭരണാധികാരികൾക്ക് യാതൊരു എതിർപ്പുമില്ലായിരുന്നു. എന്തുകൊണ്ടെന്നാൽ ഏകീകൃതമായ ഇന്ത്യ സ്വതന്ത്രമായാൽ അതിന്റെ സാമ്പത്തിക രാഷ്ട്രീയ നീക്കങ്ങൾ സാമ്രാജ്യാധിപത്യത്തിന് ഒരാപത്താകും. നേരെമറിച്ച് ലീഗ് ആവശ്യപ്പെടുന്നതുപോലെ രണ്ടാക്കി വെട്ടിമുറിക്കുന്ന ഇന്ത്യക്കാണ് സ്വാതന്ത്ര്യം നല്കുന്നതെങ്കിൽ അന്യോന്യ വൈരുദ്ധ്യങ്ങളുള്ള രണ്ട് രാഷ്ട്രങ്ങൾ ഇന്ത്യൻ ഉപഭൂഖണ്ഡത്തിൽ രൂപം കൊള്ളും; അവ തമ്മിലുള്ള വൈരുദ്ധ്യം ഉപയോഗിച്ച് സാമ്രാജ്യതാല്പര്യം സംരക്ഷിക്കാൻ കഴിയും.

ഇക്കാരണത്താൽതന്നെ ഇന്ത്യാവിഭജനം ഒഴിവാക്കണമെന്ന ആഗ്രഹം കമ്യൂണിസ്റ്റുകാരടക്കമുള്ള ഇന്ത്യൻ ദേശീയവാദികൾക്ക് മുഴുവനുണ്ടായിരുന്നു. കോൺഗ്രസിന്റെ ക്വിറ്റിന്ത്യാ പ്രമേയത്തിൽതന്നെ ഒരു മതന്യൂനപക്ഷമെന്ന നിലയ്ക്ക് മുസ്ലീങ്ങൾക്ക് ന്യായമായി കിട്ടേണ്ട അവകാശങ്ങൾ ഉറപ്പുവരുത്തിക്കൊണ്ടുള്ള പരാമർശങ്ങൾ ഉണ്ടായിരുന്നു. ക്വിറ്റിന്ത്യാ സമരം അടിച്ചമർത്തപ്പെടുകയും മഹാത്മാഗാന്ധി തൊട്ടുള്ള നേതാക്കൾ ജയിൽവിമുക്തരാകുകയും ചെയ്തതിനെത്തുടർന്ന് ബ്രിട്ടീഷ് ഭരണാധികാരികളുമായിട്ടെന്നപോലെ ലീഗ് നേതാക്കളുമായും കോൺഗ്രസ് നേതാക്കൾ കൂടിയാലോചനകളിൽ ഏർപ്പെട്ടു. സ്വതന്ത്ര ഇന്ത്യയുടെ ഭരണഘടന ഫെഡറൽ ആയിരിക്കുമെന്നും അതിൽ മുസ്ലീം ന്യൂനപക്ഷത്തിന് ഭൂരിപക്ഷമുള്ളവയടക്കം സംസ്ഥാനങ്ങൾക്ക് വ്യാപകമായ സ്വയംഭരണാവകാശം ഉണ്ടായിരിക്കുമെന്നും കോൺഗ്രസ് ഉറപ്പു നല്കി.

എന്നാൽ, കോൺഗ്രസ് നല്കിയ ഈ ഉറപ്പുകൊണ്ട് ലീഗ് നേതൃത്വം തൃപ്തിപ്പെട്ടില്ല. ഹിന്ദുക്കളും മുസ്ലീങ്ങളും വിഭിന്ന രാഷ്ട്രങ്ങളാണെന്നും ആ നിലയ്ക്ക് ഹിന്ദു ഇന്ത്യ, മുസ്ലീം ഇന്ത്യ എന്ന് രണ്ടു പുതിയ രാഷ്ട്ര ങ്ങൾ രൂപപ്പെടുത്തണമെന്നും അവർ വാദിച്ചു. അതിന് ബ്രിട്ടീഷ് ഭരണാ ധികാരികളുടെ പിന്തുണ ഉണ്ടായിരുന്നുതാനും. അങ്ങനെ ഒന്നുകിൽ ഇന്ത്യ സ്വതന്ത്രയാകാതെ ബ്രിട്ടീഷ്ഭരണം തുടരുക. അല്ലെങ്കിൽ മത ത്തിന്റെ അടിസ്ഥാനത്തിൽ രണ്ട് പുതിയ രാഷ്ട്രങ്ങൾ ഇന്ത്യൻ ഉപഭൂഖ ണ്ഡത്തിൽ രൂപംകൊള്ളുക. ഇതിലേതെങ്കിലും ഒന്ന് അനിവാര്യമായും നടക്കുമെന്ന സ്ഥിതിയായി.

ഈ രണ്ട് മാർഗ്ഗങ്ങളിൽ ഏത് സ്വീകരിക്കണമെന്ന കാര്യത്തിൽ കോൺഗ്രസ് നേതൃത്വത്തിനകത്ത് അഭിപ്രായ ഭിന്നത പൊട്ടിപ്പുറപ്പെട്ടു. രണ്ടായി വെട്ടിമുറിച്ചുകൊണ്ടാണെങ്കിലും ഇന്ത്യൻ സ്വാതന്ത്ര്യം, ഒരു യാഥാർത്ഥ്യമാക്കണമെന്ന് നെഹ്റു, പട്ടേൽ തൊട്ടുള്ള ഭൂരിപക്ഷം നേതാ ക്കൾ വാദിച്ചു. മഹാത്മാഗാന്ധി അതിനോട് യോജിച്ചില്ല. ഇന്ത്യാവിഭജ നത്തെ അവസാന നിമിഷം വരെ അദ്ദേഹം എതിർത്തു. പക്ഷേ, അദ്ദേഹം നേതൃത്വതലത്തിൽ തന്നെ ഒറ്റപ്പെട്ടു. മറ്റ് നേതാക്കളും ബ്രിട്ടീഷ് ഭരണാ ധികാരികളും ചേർന്ന് ഇന്ത്യാവിഭജനം യാഥാർത്ഥ്യമാക്കി.

ഈ സംഭവവികാസത്തിന്റെ പൂർണ്ണമായ ഉത്തരവാദിത്വം മഹാത്മാ ഗാന്ധി ഒഴിച്ചുള്ള കോൺഗ്രസ് നേതാക്കൾക്കാണെന്ന് ഈ കഥാകഥനം വ്യക്തമാക്കുമല്ലോ. പക്ഷേ, അനന്തരകാലങ്ങളിൽ ഇന്ത്യാ വിഭജന ത്തിന്റെ ഉത്തരവാദിത്വം കമ്യൂണിസ്റ്റുകാരുടെ തലയിൽ ചുമത്താനുള്ള ഒരു ശ്രമം കോൺഗ്രസ് നേതാക്കളും ഹിന്ദുവർഗ്ഗീയതയെ പ്രതിനിധാനം ചെയ്യുന്ന കോൺഗ്രസിതര നേതാക്കളും സംഘടിതമായി നടത്തിപ്പോ ന്നിട്ടുണ്ട്.

ഇതിന് അവർ പറയുന്ന ന്യായം കോൺഗ്രസ് നേതാക്കൾ അവകാ ശപ്പെടുന്നതുപോലെ ഇന്ത്യ ഒരു ഏക രാഷ്ട്രമോ ലീഗ് അവകാശപ്പെടു ന്നതുപോലെ ഇന്ത്യക്കകത്ത് ഹിന്ദുക്കൾ, മുസ്ലീങ്ങൾ എന്ന രണ്ട് രാഷ്ട്ര ങ്ങളോ അല്ലെന്ന് കമ്യൂണിസ്റ്റുകാർ അഭിപ്രായപ്പെട്ടുവെന്നാണ്. യഥാർത്ഥ ത്തിൽ ഇത് ഒരു അർദ്ധസത്യം മാത്രമാണ്. സത്യമെന്താണെന്ന് പരി ശോധിക്കുകയാണിവിടെ.

ഇന്ത്യയുടേത് ഒരു ബഹുരാഷ്ട്ര സംവിധാനമാണെന്നും ഹിന്ദു-മുസ്ലീം പ്രശ്നം അതിന്റെ ഭാഗമാണെന്നുമുള്ള വസ്തുത ദേശീയ പ്രസ്ഥാനം 1916 തൊട്ടെങ്കിലും അംഗീകരിച്ചിരുന്നു. അന്നാണ് കോൺഗ്ര സിന്റെയും ലീഗിന്റെയും അഖിലേന്ത്യാനേതാക്കൾ ഒരു കരാറിൽ ഒപ്പി ട്ടത് അതിൽ രണ്ട് വ്യവസ്ഥകൾ ഉണ്ടായിരുന്നു.

ഒന്നാമത്, ഇന്ത്യയുടെ ഭാവി ഭരണഘടനയിൽ സംസ്ഥാനങ്ങൾക്ക് വ്യാപകമായ സ്വയംഭരണാവകാശമുണ്ടായിരിക്കും. ആ അർത്ഥത്തിൽ സ്വതന്ത്ര ഇന്ത്യയുടെ ഭരണഘടന ഫെഡറൽ ആയിരിക്കും.

രണ്ടാമത്, ഇന്ത്യയിലാകെ നോക്കിയാൽ മുസ്ലീം സമുദായം ഒരു

ന്യൂനപക്ഷമാണ്. അതിന്റെ താല്പര്യങ്ങൾ സംരക്ഷിക്കുന്നതിന് ചില രക്ഷാവ്യവസ്ഥകൾ ആവശ്യമാണ്. അവയിൽ പ്രധാനമാണ് മുസ്ലീം സമുദായാംഗങ്ങളുടെ മാത്രം പേരടങ്ങുന്ന വോട്ടേഴ്സ് ലിസ്റ്റനുസരിച്ച് മുസ്ലീം സ്ഥാനാർത്ഥികൾക്ക് മാത്രം വോട്ട് രേഖപ്പെടുത്തുക എന്ന അർത്ഥത്തിൽ പ്രത്യേകം മുസ്ലീം നിയോജക മണ്ഡലങ്ങൾ ഏർപ്പെടുത്തൽ. പിന്നീട് നടന്ന ഭരണഘടനാസംബന്ധമായ എല്ലാ ചർച്ചകളിലും ഈ രണ്ട് തത്ത്വങ്ങൾ അടങ്ങിയിരുന്നു.

മുസ്ലീം സമുദായത്തിലെ പ്രമാണിമാരെ തൃപ്തിപ്പെടുത്തുന്നതാണെങ്കിലും ഈ നിലപാട് ഇന്ത്യയിൽ മതത്തെ അടിസ്ഥാനമാക്കി രണ്ട് രാഷ്ട്രങ്ങൾ ഉണ്ടെന്ന ലീഗ് വാദത്തിന്റെ നിഷേധമായിരുന്നു. ഏകീകൃത രാഷ്ട്രമെന്ന നിലയ്ക്ക് ഇന്ത്യയിലെ വിവിധ പ്രദേശ (സംസ്ഥാന)ങ്ങൾക്ക് വ്യാപകമായ സ്വയം ഭരണാധികാരവും ഒരു ന്യൂനപക്ഷ സമുദായമെന്ന നിലയ്ക്ക് മുസ്ലീങ്ങൾക്ക് പ്രത്യേക രക്ഷാവ്യവസ്ഥകളും അടങ്ങുന്ന ഒരു സംവിധാനമാണ് ഹിന്ദുക്കളും മുസ്ലീങ്ങളും അടക്കമുള്ള ഇന്ത്യൻ ദേശീയ പ്രസ്ഥാനം അംഗീകരിച്ചിരുന്നത്.

ഇതിനോട് കമ്യൂണിസ്റ്റ് പാർട്ടിക്കും പൂർണ്ണമായ യോജിപ്പായിരുന്നു. മതത്തെ ആസ്പദമാക്കി ഇന്ത്യയെ രണ്ട് രാഷ്ട്രങ്ങളായി ചിത്രീകരിക്കുന്ന ലീഗ് സമീപനത്തോട് പാർട്ടി വിയോജിച്ചു. അതേയവസരത്തിൽ മുസ്ലീങ്ങൾക്ക് ഭൂരിപക്ഷമുള്ളതടക്കം സംസ്ഥാനങ്ങൾക്ക് വ്യാപകമായ സ്വയം ഭരണാവകാശം വേണമെന്ന നിലപാടിനോടും പാർട്ടിക്ക് പൂർണ്ണമായ യോജിപ്പായിരുന്നു. ഇത് ന്യായീകരിക്കുന്നതിന് പുതിയ ഒരു രാഷ്ട്രീയ സിദ്ധാന്തം പാർട്ടി അവതരിപ്പിച്ചു. അതിന്റെ സാരമിതാണ്.

ഇന്ത്യ ഒരേകീകൃതരാജ്യമാണെങ്കിലും അതിനകത്ത് വിവിധ ദേശീയ ജനവിഭാഗങ്ങൾ അധിവസിക്കുന്നുണ്ട്. അവയെല്ലാം താത്ത്വികമായും പ്രായോഗികമായും നോക്കിയാൽ സ്വന്തം വ്യക്തിത്വമുള്ള രാഷ്ട്രങ്ങളാണ് (ഈ സത്യം കോൺഗ്രസുതന്നെ 1920 ൽ അംഗീകരിച്ചു. കോൺഗ്രസ് ഭരണഘടനയനുസരിച്ച് സംഘടനാ പ്രവർത്തനത്തിന് രാജ്യത്തെയാകെ വിവിധ ഭാഷാ സംസ്ഥാനങ്ങളാക്കി തിരിച്ചിരുന്നു) കൂടാതെ കോൺഗ്രസിന്റെ സംഘടനാ പ്രവർത്തനം മുഴുവൻ അതത് സംസ്ഥാനത്തിന്റെ ഭാഷയിൽ നടത്താനും തീരുമാനിച്ചു. വിവിധ ഭാഷകൾ സംസാരിക്കുന്ന ജനവിഭാഗങ്ങൾ അധിവസിക്കുന്ന ഓരോ പ്രദേശത്തിനും അതതിന്റേതായ സ്വതന്ത്ര വ്യക്തിത്വമുണ്ടെന്നാണല്ലോ ഇതിനർത്ഥം. ഇതിന് താത്ത്വികമായ ഒരടിത്തറയുണ്ടാക്കുകയാണ് കമ്യൂണിസ്റ്റ് പാർട്ടി ചെയ്തത്.

കമ്യൂണിസ്റ്റ് പാർട്ടി അംഗീകരിച്ച സമീപനത്തിൽ യാതൊരു പിശകുമില്ലെന്ന് ഇതിനർത്ഥമില്ല. കോൺഗ്രസിനെയും ലീഗിനെയും ഒരേപോലെ ബൂർഷ്വാ പാർട്ടികളായി കണക്കാക്കി ആദ്യത്തേതിന്റെ ഏകരാഷ്ട്രവാദവും രണ്ടാമത്തേതിന്റെ ദ്വിരാഷ്ട്രവാദവും ഒരേപോലെയാണെന്ന് വിലയിരുത്തുകയാണ് പാർട്ടി ചെയ്തത്. വാസ്തവത്തിൽ ലീഗിന്റെ ദ്വിരാ

ഷ്ട്രവാദത്തിന് ബ്രിട്ടീഷ് സാമ്രാജ്യാധിപത്യത്തിന്റെ പ്രത്യക്ഷമായ പിന്തുണയുണ്ടായിരുന്നു. ഈ നൂറ്റാണ്ടിന്റെ ആദ്യവർഷങ്ങളിൽ ലീഗിന്റെ പ്രത്യേക നിയോജക മണ്ഡലത്തിനുള്ള അവകാശം അംഗീകരിച്ചതിൽ പിന്നീട് സ്വാതന്ത്ര്യസമരത്തിന്റെ ഓരോഘട്ടത്തിലും അതിനെതിരെ ആദ്യം മുസ്ലീം സമുദായത്തിന്റെയും പിന്നെ മറ്റ് സമുദായങ്ങളുടെയും വിഭാഗീയ പ്രസ്ഥാനങ്ങളെ ബ്രിട്ടീഷ് ഭരണാധികാരികൾ പ്രോത്സാഹിപ്പിച്ചു. ആ പ്രക്രിയയുടെ പരിണാമമാണ് ലീഗിന്റെ ദ്വിരാഷ്ട്രവാദമെന്ന് താല്ക്കാലികമായെങ്കിലും പാർട്ടി മറന്നു. അങ്ങനെ ക്വിറ്റിന്ത്യാ സമരത്തിന്റെ പേരിൽ പൊതുവിലെന്നപോലെ പാകിസ്ഥാൻ പ്രശ്നത്തിലും കമ്മ്യൂണിസ്റ്റ് പാർട്ടി താല്ക്കാലികമായി ഒറ്റപ്പെട്ടു.

അതേയവസരത്തിൽ ബ്രിട്ടീഷ് ഭരണാധികാരികളുടെ പൂർണ്ണ പിന്തുണയോടെ ലീഗ് ഉന്നയിച്ച ദ്വിരാഷ്ട്രവാദത്തിന് ഒരേ ഒരു ബദൽ കേന്ദ്രീകൃത ഭരണമാണെന്ന കോൺഗ്രസിന്റെ വാദത്തെ എതിർത്ത കാര്യത്തിൽ പാർട്ടി എടുത്ത നിലപാട് തികച്ചും ശരിയായിരുന്നു. അതുകൊണ്ടാണ് സ്വാതന്ത്ര്യലബ്ധിയെ തുടർന്നുള്ള വർഷങ്ങളിൽ മറ്റ് ജനാധിപത്യവാദികളെപ്പോലെ കമ്മ്യൂണിസ്റ്റുകാരും കേന്ദ്രീകൃത ഭരണത്തിനെതിരെ ഭാഷയുടെ അടിസ്ഥാനത്തിൽ വിവിധ സംസ്ഥാനങ്ങൾക്ക് വിപുലമായ സ്വയം നിർണ്ണയാവകാശം വേണമെന്ന ആവശ്യം ഉയർത്തിപ്പിടിച്ചത്. അതിനുവേണ്ടിയുള്ള രാഷ്ട്രീയ സമരത്തിൽ ഒരു നാഴികക്കല്ലായിരുന്നു 1956 ൽ രൂപീകരിച്ച കേരളമടക്കമുള്ള ഭാഷാ സംസ്ഥാനങ്ങൾ.

ഈ ആവശ്യത്തെ ആദ്യം ശക്തിയായി തള്ളിക്കളഞ്ഞ കോൺഗ്രസ് ഗവൺമെന്റിന് പിന്നീടത് അംഗീകരിക്കേണ്ടിവന്നു. ഈ പ്രശ്നം പരിശോധിക്കുന്നതിനുവേണ്ടി ഇന്ദിരാഗാന്ധിയുടെ ഗവൺമെന്റ് നിയമിച്ച സർക്കാരിയാ കമ്മീഷൻ ഇന്നു നിലവിലുള്ള ഭാഷാ സംസ്ഥാനങ്ങൾ "ഇന്ത്യയെന്ന വലിയ രാഷ്ട്രത്തിനകത്തുള്ള ഉപരാഷ്ട്രങ്ങളാ"ണെന്ന് റിപ്പോർട്ടു ചെയ്തത് ശ്രദ്ധാർഹമാണ്. സ്വന്തം വ്യക്തിത്വമുള്ള വിവിധ ജനവിഭാഗങ്ങൾ അധിവസിക്കുന്നതും അവർക്ക് വിപുലമായ സ്വയം ഭരണാവകാശം ഉള്ളതുമായ ഒരു ഫെഡറൽ സംവിധാനമാണ് ഇന്ത്യയിൽ ഉള്ളതെന്നും ഉണ്ടാകേണ്ടതെന്നും ഇന്ന് പരക്കെ അംഗീകരിക്കപ്പെട്ടിരിക്കുന്നു.

ക്വിറ്റിന്ത്യാ സമരത്തിന്റെ കാര്യത്തിൽ പൊതുവിലെന്നപോലെ പാകിസ്ഥാൻ പ്രശ്നത്തിലും പാർട്ടിക്ക് പറ്റിയ പിശക് സത്യസന്ധമായി പിന്നീട് വിലയിരുത്താൻ പാർട്ടിക്ക് കഴിഞ്ഞു. രണ്ടിന്റെ കാര്യത്തിലും പാർട്ടിയുടെ നിലപാട് വലിയൊരളവുവരെ ശരിയായിരുന്നു. പക്ഷേ, അത് വ്യാഖ്യാനിക്കുന്നതിലും നടപ്പിലാക്കുന്നതിലും ഗൗരവാവഹമായ പിശകുപറ്റി എന്നാണ് 1948 ഫെബ്രുവരി-മാർച്ചിൽ നടന്ന പാർട്ടി കോൺഗ്രസ് വിലയിരുത്തിയത്. ഇതുപോലെ സ്വയം വിമർശനപരമായ പരിശോധന നടത്താൻ കോൺഗ്രസിനോ ലീഗിനോ കഴിഞ്ഞിട്ടില്ലെന്നുകൂടി ഇവിടെ എടുത്തു പറയേണ്ടതുണ്ട്.

4. സാമ്രാജ്യവിരോധം: അന്നും ഇന്നും

ക്വിറ്റ് ഇന്ത്യാ സമരത്തിന് ആഹ്വാനം നല്കിയ കോൺഗ്രസ്, അത് നടപ്പിൽ വരുത്തിയ സോഷ്യലിസ്റ്റ് പാർട്ടി, അതിനെ എതിർത്ത കമ്യൂണിസ്റ്റ് പാർട്ടി-ഈ മൂന്നു രാഷ്ട്രീയശക്തികൾ തമ്മിൽ ബ്രിട്ടീഷ് സാമ്രാജ്യാധിപത്യത്തിന്റെ ഭരണം അവസാനിപ്പിക്കണമെന്ന കാര്യത്തിൽ അഭിപ്രായവ്യത്യാസമില്ലായിരുന്നു. പക്ഷേ, മൂന്ന് ശക്തികളും ബ്രിട്ടീഷ് സാമ്രാജ്യാധിപത്യത്തിൽ നിന്ന് ഇന്ത്യയെ മോചിപ്പിക്കാനുള്ള മാർഗ്ഗം സംബന്ധിച്ച് ഭിന്നാഭിപ്രായക്കാരായിരുന്നു. അതാണ് ക്വിറ്റ് ഇന്ത്യാ സമരകാലത്ത് കമ്യൂണിസ്റ്റ് വിരുദ്ധവികാരം അലയടിക്കാൻ കാരണമാക്കിയത്.

ഇത് 1946 ൽ നടന്ന സംസ്ഥാന നിയമസഭാ തിരഞ്ഞെടുപ്പുകളിലും സ്വാതന്ത്ര്യലബ്ധിക്കുശേഷമുള്ള കാലത്തും ശക്തിയായി തുടർന്നു. 'നാം ഒരു നിർണ്ണായക സമരത്തിൽ ഏർപ്പെട്ടിരുന്നപ്പോൾ കമ്യൂണിസ്റ്റുകാർ മറുചേരിയിലായിരുന്നു' എന്ന നെഹ്റുവിന്റെ വിലയിരുത്തലാണ് കമ്യൂണിസ്റ്റ് വിരുദ്ധപ്രചാരത്തിന് അടിസ്ഥാനമാക്കിയിരുന്നത്. സ്വാതന്ത്ര്യലബ്ധിക്കുശേഷം നെഹ്റു ഗവൺമെന്റിന് അംഗീകരിക്കേണ്ടിവന്ന വിദേശനയം, സാമ്പത്തികനയം എന്നിവയുടെ കാര്യത്തിലും സോവിയറ്റ് യൂണിയന്റേതിനേക്കാൾ സാമ്രാജ്യകോയ്മകളുടെ സഹായസഹകരണങ്ങൾ നേടാനാണ് നെഹ്റു ഗവൺമെന്റ് ആദ്യം ശ്രമിച്ചത്. സ്വതന്ത്രയായ ഇന്ത്യയുടെ സാമ്പത്തിക നവീകരണത്തിനും പുരോഗതിക്കും ബ്രിട്ടീഷ് ഭരണാധികാരികളുടെയും അമേരിക്കക്കാരുടെയും സഹായം കിട്ടുമെന്നാണ് ഗവൺമെന്റ് ആദ്യം പ്രതീക്ഷിച്ചത്.

ഈ കണക്കുകൂട്ടൽ പിഴച്ചു. ബ്രിട്ടന്റെയോ അമേരിക്കയുടെയോ സഹായം കിട്ടുകയില്ലെന്നുറപ്പായി. പോരെങ്കിൽ, മാരകമായ യുദ്ധത്തിന്റെ ഫലമായി ഉണ്ടായ നാശനഷ്ടങ്ങളിൽനിന്ന് അതിവേഗം കരകയറിയ സോവിയറ്റ് യൂണിയൻ സാമ്പത്തിക വളർച്ചയുടെ കാര്യത്തിലും നയതന്ത്രബന്ധപരമായും ഇന്ത്യയെ സഹായിക്കാൻ കെല്പുള്ള ഒരു ശക്തിയായി ഉയർന്നുവന്നു. അതോടെ വിദേശ നയപ്രശ്നങ്ങളിലും സാമ്പത്തികാസൂത്രണത്തിന്റെ മേഖലയിലും ഇന്തോ സോവിയറ്റ് ബന്ധം അതിവേഗം വളർന്നു. ഇതിന്റെ ഫലമായി അന്നും സാമ്രാജ്യാധിപത്യത്തിന്റെ പിടിയിൽ അമർന്നുകിടന്നിരുന്ന കൊളോണിയൽ രാജ്യങ്ങളിലെ ജനങ്ങളുടെ മോചനത്തിനുവേണ്ടിയും ആണവായുധങ്ങളുടെ ഭീഷണിയിൽനിന്ന് മോചനമടക്കം ലോകസമാധാനത്തിനുവേണ്ടിയും ആഗോളവ്യാപകമായ ഒരു സാമ്രാജ്യവിരുദ്ധ പ്രസ്ഥാനം ഉയർന്നു വന്നു. അതിൽ നെഹ്റുവിന്റെ ഇന്ത്യ ഒരു പ്രധാന പങ്കാളിയായി ഉയർന്നു.

തുടർന്ന് മൂന്ന് പതിറ്റാണ്ടിലേറെക്കാലത്ത് ഇന്ത്യൻ കമ്യൂണിസ്റ്റുകാർ നെഹ്റു ഗവൺമെന്റിന്റെ വിദേശനയത്തിനും, സാമ്പത്തികാസൂത്രണനയത്തിനും വിമർശനാത്മകമായ പിന്തുണ നല്കി. നെഹ്റു ഗവൺമെന്റിനെ അധികാരഭ്രഷ്ടനാക്കുകയെന്ന പ്രതിപക്ഷത്തിന്റേതായ നയം

ഉപേക്ഷിക്കാതെതന്നെ, ആ ഗവൺമെന്റ് തുടർന്നുപോരുന്ന വിദേശനയത്തിനും സാമ്പത്തികാസൂത്രണത്തിനുമെതിരെ വലതുപക്ഷ പിന്തിരിപ്പൻ ശക്തികൾ അഴിച്ചുവിടുന്ന ആക്രമണങ്ങൾക്ക് ശക്തമായ തിരിച്ചടി നല്കുന്നതിൽ പാർട്ടി സജീവമായ പങ്കുവഹിച്ചു.

ഈ സ്ഥിതിവിശേഷത്തിന് തികച്ചും സഹായകരമായ ഒരു പരിതഃസ്ഥിതിയാണ് ആഗോളരാഷ്ട്രീയത്തിൽ അന്ന് നിലനിന്നിരുന്നത്. അമേരിക്കൻ സാമ്രാജ്യാധിപത്യത്തിന്റെ നേതൃത്വത്തിലുള്ള വികസിത മുതലാളിത്തലോകം സോവിയറ്റ് യൂണിയന്റെ നേതൃത്വത്തിലുള്ള സോഷ്യലിസ്റ്റ് ലോകം, ഇന്ത്യയടക്കം സമീപകാലത്ത് സ്വാതന്ത്ര്യം നേടിയതോ സ്വാതന്ത്ര്യത്തിനു വേണ്ടി പൊരുതുന്നതോ ആയ മൂന്നാം ലോകം ഇങ്ങനെ മൂന്ന് ചേരിയായി തിരിഞ്ഞ ആഗോള സാഹചര്യമാണ് അന്നുണ്ടായിരുന്നത്. ഇന്ത്യയടക്കമുള്ള മൂന്നാംലോക രാജ്യങ്ങൾ മുതലാളിത്തപാതയിലൂടെ മുന്നേറാനാണ് ശ്രമിച്ചിരുന്നതെങ്കിലും, വികസിത മുതലാളിത്തരാജ്യങ്ങളെ നേരിടുന്നതിന് സോഷ്യലിസ്റ്റ് ലോകവുമായി സഹകരിച്ചുകൊണ്ടിരിക്കുകയായിരുന്നു.

ഇത് ആഗോളമായ സാമ്രാജ്യവിരുദ്ധ പ്രസ്ഥാനത്തെ ശക്തിപ്പെടുത്തുന്ന ഒരു നീക്കമായിരുന്നു അതുകൊണ്ട് ഇന്ത്യൻ കമ്യൂണിസ്റ്റുകാർ അതിന് വിമർശനാത്മകമായ പിന്തുണ നല്കി.

പക്ഷേ, ഇപ്പോൾ സ്ഥിതിയാകെ മാറിയിരിക്കുന്നു. കിഴക്കൻ യൂറോപ്യൻ രാജ്യങ്ങളും സോവിയറ്റ് യൂണിയനും തകർന്നതോടെ സാമ്രാജ്യാധിപത്യത്തെ എതിർക്കാൻ ഇന്ത്യയിലെ ബൂർഷ്വാ നേതാക്കന്മാർക്കുള്ള കഴിവ് കുറഞ്ഞിരിക്കുന്നു. വിദേശനയരംഗത്തും ആസൂത്രണത്തിന്റെ മേഖലയിലും സാമ്രാജ്യാധിപത്യത്തിന് സ്വയം കീഴടങ്ങുകയെന്ന സ്ഥിതിയിലേക്ക് ഇന്ത്യൻ ഭരണവർഗ്ഗം നീങ്ങിക്കൊണ്ടിരിക്കുകയാണ്.

അമേരിക്കൻ സാമ്രാജ്യാധിപത്യവുമായി നയതന്ത്രബന്ധപരവും രാഷ്ട്രീയവുമായി മാത്രമല്ല, സൈനികമായും ഗാഢമായ ബന്ധം നരസിംഹറാവു ഗവൺമെന്റ് സ്ഥാപിച്ചുകൊണ്ടിരിക്കുകയാണ്. പരമ്പരാഗതമായി ഇന്ത്യ നിലനിർത്തിപ്പോന്നിട്ടുള്ള സാമ്രാജ്യവിരുദ്ധ നയസമീപനത്തിന്റെയും സ്വാശ്രയത്വത്തെ ആസ്പദമാക്കിയ സാമ്പത്തികാസൂത്രണനയത്തിന്റെയും അടിതകർന്നുകൊണ്ടിരിക്കുകയാണ്. ഈ വഴിക്കുപോയാൽ ക്വിറ്റ് ഇന്ത്യാ സമരത്തിന്റെ നേതാക്കൾ ലക്ഷ്യംവച്ചിരുന്ന ഇന്ത്യയുടെ ദേശീയസ്വാതന്ത്ര്യവും പരമാധികാരവും നഷ്ടപ്പെടുമെന്ന് - ക്വിറ്റ് ഇന്ത്യാ സമരത്തെ തുടർന്ന് നാം നേടിയ ദേശീയ സ്വാതന്ത്ര്യം നഷ്ടപ്പെട്ട് ഇന്ത്യ വീണ്ടും സാമ്രാജ്യാധിപത്യത്തിന്റെ പിടിയിലമരുമെന്ന് - സാമ്രാജ്യവിരോധികളായിരുന്ന ദേശാഭിമാനികൾ ഉൽക്കണ്ഠപ്പെട്ടിരിക്കുകയാണ്.

ക്വിറ്റ് ഇന്ത്യാ സമരം നടന്നത് അന്നിവിടെ അധികാരത്തിലിരുന്ന ബ്രിട്ടീഷുകാർക്കെതിരായിരുന്നു. ആ ലക്ഷ്യം എന്തെല്ലാം പരിമിതികളോടുകൂടിയാണെങ്കിലും, 1947 ൽ നാം നേടി. ഇപ്പോഴിതാ വീണ്ടും ലോകസാമ്രാജ്യാധിപത്യത്തിന്റെ കാല്ക്കീഴിൽ അമരാൻ ഇന്ത്യ തുടങ്ങുക

യാണ്. അതിൽ പ്രതിഷേധമുള്ള തൊഴിലാളികളും മറ്റ് അദ്ധ്വാനിക്കുന്ന ബഹുജനങ്ങളും മാത്രമല്ല, മുതലാളിമാരിലും മറ്റ് ഭരണവർഗ്ഗവിഭാഗങ്ങളിലും പെട്ട ദേശാഭിമാനികൾപോലും മുന്നോട്ടുവരികയാണ്.

ഇത് തികച്ചും ഉപയോഗപ്പെടുത്തി നരസിംഹറാവു ഗവൺമെന്റിന്റെ ജനവിരുദ്ധവും ദേശവിരുദ്ധവുമായ സാമ്പത്തികനയങ്ങൾക്കും ആഗോള രാഷ്ട്രീയത്തിൽ സാമ്രാജ്യാധിപത്യത്തെ ആശ്രയിക്കുന്ന വിദേശനയങ്ങൾക്കുമെതിരെ രാജ്യവ്യാപകമായ ഒരു ബഹുജനപ്രസ്ഥാനം വളർത്തിയെടുക്കുന്നത് നമ്മുടെ അടിയന്തരകടമയായി തീർന്നിരിക്കുന്നു. അതാണ് ക്വിറ്റ് ഇന്ത്യാ സമരത്തിൽ പങ്കെടുത്തിരുന്ന നമ്മുടെ സഹോദരീസഹോദരന്മാരോട് നമുക്കുള്ള ബഹുമാനം പ്രകടിപ്പിക്കാനുള്ള ഏറ്റവും നല്ല മാർഗ്ഗം.

ക്വിറ്റ് ഇന്ത്യാ സമരം: ഒരവലോകനം

ഇ കെ നായനാർ

രണ്ടാം ലോകയുദ്ധം നാം ജീവിക്കുന്ന കാലഘട്ടത്തിന്റെ പരിണാമത്തിലെ ഒരു സുപ്രധാന ദശാസന്ധിയായിരുന്നു. ഫാസിസ്റ്റ്കോയ്മകളുടെ പരാജയവും കൊളോണിയൽ ശക്തികളുടെ തളർച്ചയും കരുത്തുറ്റ ഒരു സോഷ്യലിസ്റ്റ് ചേരിയുടെ ആവിർഭാവത്തിനും കൊളോണിയലിസത്തിന്റെ തിരോധാനത്തിനും വഴിയൊരുക്കി. യുദ്ധംകൊണ്ട് കുഴഞ്ഞുപോയ സാമ്രാജ്യത്വശക്തികൾ, അലയടിച്ചുയർന്ന ദേശീയ വിമോചന പോരാട്ടങ്ങളുടെ മുമ്പിൽ മുട്ടുമടക്കാൻ നിർബ്ബന്ധിതരായി. ഇന്ത്യൻ സ്വാതന്ത്ര്യലബ്ധിയുടെ സാർവ്വദേശീയ പശ്ചാത്തലമിതായിരുന്നു.

ഈ സംഭവവികാസങ്ങൾ മുൻകൂട്ടി കാണുകയും ഫാസിസത്തെ പരാജയപ്പെടുത്തുന്നതിനും പ്രഥമ സോഷ്യലിസ്റ്റ് രാഷ്ട്രത്തിന്റെ നിലനില്പുറപ്പാക്കാനും സഹായകരമായി അവരുടെ അടവുകൾ രൂപപ്പെടുത്തുകയുംചെയ്ത ഇന്ത്യാക്കാരെ യുദ്ധകാലത്ത് ഇന്ത്യൻ ദേശീയ പ്രസ്ഥാനത്തെ വഞ്ചിച്ചവർ എന്ന് അപകീർത്തിപ്പെടുത്തുന്നത് ചരിത്രത്തിലെ വിരോധാഭാസമാണ്. എന്നാൽ കമ്യൂണിസ്റ്റുകാരെയും അവരുടെ വിമർശകരെയും നയിക്കുന്ന വിരുദ്ധവർഗ്ഗതാല്പര്യങ്ങൾ മനസ്സിലാക്കുന്നവർക്കിതിൽ അത്ഭുതപ്പെടാൻ ഒന്നുംതന്നെയില്ല.

ഇന്ത്യൻ കമ്യൂണിസ്റ്റ് പാർട്ടിയും ഇന്ത്യൻ നാഷണൽ കോൺഗ്രസും ദേശീയ പ്രസ്ഥാനത്തിനുള്ളിൽ രണ്ട് വിരുദ്ധ പ്രവണതകളെയാണ് പ്രതിനിധീകരിച്ചിരുന്നത്. കമ്യൂണിസ്റ്റു പാർട്ടി ഇന്ത്യയിൽ തൊഴിലാളിവർഗ്ഗത്തിന്റെയും മറ്റദ്ധ്വാനിക്കുന്ന ബഹുജനങ്ങളുടെയും താല്പര്യങ്ങളെയും കോൺഗ്രസ് ബൂർഷ്വാ ഭൂസ്വാമിമാരുടെ താല്പര്യങ്ങളെയുമാണ് പ്രതിനിധീകരിച്ചിരുന്നത്. ദേശീയപ്രസ്ഥാനം ബ്രിട്ടീഷ് സാമ്രാജ്യത്വത്തിനെതിരെ ഇന്ത്യയിലെ മുഴുവൻ ജനങ്ങളുടെയും പോരാട്ടമായിരുന്നു. സാമ്രാജ്യവിരുദ്ധ സമരത്തിൽ ഇന്ത്യൻ ബൂർഷ്വാസിക്കും ഒരു പങ്ക് വഹിക്കു

വാനുണ്ടെന്ന് കമ്യൂണിസ്റ്റുകാർ അംഗീകരിച്ചിരുന്നു. അതുകൊണ്ടാണ് കോൺഗ്രസ് നേതൃത്വത്തിന്റെ ബൂർഷ്വാ സ്വഭാവത്തെക്കുറിച്ച് വ്യക്തമായ ധാരണയുണ്ടായിരുന്നിട്ടും കമ്യൂണിസ്റ്റുകാർ ആ പാർട്ടിയുമായി ദേശീയ സ്വാതന്ത്ര്യപ്രസ്ഥാനത്തിൽ സഹകരിക്കുവാൻ തയ്യാറായത്. എന്നാൽ ആ സമയം ബൂർഷ്വാസിയെ നേതൃത്വത്തിൽനിന്ന് ബഹിഷ്കരിക്കുവാൻ വേണ്ടി തൊഴിലാളികളുടെയും കൃഷിക്കാരുടെയും സ്വതന്ത്ര വർഗ്ഗ സംഘടനകൾ വളർത്തുവാനും കമ്യൂണിസ്റ്റ് പാർട്ടി പ്രവർത്തിച്ചു. അതുകൊണ്ട് ദേശീയ പ്രസ്ഥാനത്തിന്റെ നേതൃത്വത്തിലായിരുന്ന ബൂർഷ്വാസിയുടേതിൽനിന്നും വ്യത്യസ്തമായി സ്വതന്ത്രമായ രാഷ്ട്രീയ നയം കമ്യൂണിസ്റ്റ് പാർട്ടിക്ക് ആവിഷ്കരിക്കേണ്ടിവന്നത് സ്വാഭാവികമായിരുന്നു. ആ ശ്രമങ്ങളെ ദേശീയ പ്രസ്ഥാനത്തോടുള്ള വഞ്ചനയായി ചിത്രീകരിക്കുകയും കമ്യൂണിസ്റ്റുകാരെ അപകീർത്തിപ്പെടുത്തുകയും ചെയ്യാൻ ബൂർഷ്വാ വിമർശകർ ശ്രമിച്ചതെന്തുകൊണ്ടെന്ന് മനസ്സിലാക്കാവുന്നതേയുള്ളൂ. യുദ്ധകാലത്ത് പൊതുവെയും ക്വിറ്റ് ഇന്ത്യാ പ്രസ്ഥാന കാലത്ത് പ്രത്യേകിച്ചും കമ്യൂണിസ്റ്റ് പാർട്ടി സ്വീകരിച്ച നയം ആണ് ഇക്കൂട്ടത്തിൽ ഏറ്റവും വലിയ വിവാദവിഷയമായി തീർന്നിട്ടുള്ളത്.

യുദ്ധാരംഭത്തിൽ കമ്യൂണിസ്റ്റുകാരും ഇന്ത്യൻ നാഷണൽ കോൺഗ്രസും പൊതുവിൽ സമാനമായ നയങ്ങളായിരുന്നു സ്വീകരിച്ചിരുന്നത്. യൂറോപ്പിൽ പൊട്ടിപ്പുറപ്പെട്ട യുദ്ധം സാമ്രാജ്യത്വശക്തികൾ തമ്മിൽ ആധിപത്യത്തിനുവേണ്ടിയുള്ള യുദ്ധമായാണ് കമ്യൂണിസ്റ്റ് പാർട്ടി വിലയിരുത്തിയത്. കോൺഗ്രസ് പ്രവർത്തകസമിതിയും ഇപ്രകാരം തീരുമാനിച്ചിരുന്നു. "സാമ്രാജ്യത്വത്തെയും ഫാസിസത്തെയും ഒരുപോലെ അവസാനിപ്പിക്കുകയാണ് ജനാധിപത്യത്തിന്റെ യഥാർത്ഥ മാനദണ്ഡം. കഴിഞ്ഞ കാലത്തും ഇപ്പോഴും രണ്ടിന്റെയും സഹചാരിയായിരുന്നിട്ടുള്ള ആക്രമണയുദ്ധങ്ങൾ അവസാനിപ്പിക്കുകയാണ് ജനാധിപത്യത്തിന്റെ ഉറപ്പ്. അതുകൊണ്ട് സാമ്രാജ്യത്വമോഹങ്ങൾ വച്ചുകൊണ്ട് ഇന്ത്യയിലും മറ്റിടങ്ങളിലും സാമ്രാജ്യാധിപത്യം കൂടുതൽ കരുത്തുറ്റതാക്കി തീർക്കുവാൻവേണ്ടി നടത്തുന്ന ഒരു യുദ്ധവുമായി ഏതെങ്കിലും തരത്തിൽ ബന്ധപ്പെടുവാനോ സഹകരിക്കുവാനോ കമ്മിറ്റിക്ക് കഴിയുകയില്ല."

യുദ്ധത്തിന് എതിരാണെന്ന് പ്രഖ്യാപനം നടത്തിക്കൊണ്ട് യുദ്ധത്തിന് സഹായങ്ങൾ നല്കുന്നതിന് പകരമായി ചില സൗജന്യങ്ങൾക്കുവേണ്ടി തിരശ്ശീലയ്ക്ക് പിന്നിൽ ബ്രിട്ടീഷ് ഗവൺമെന്റുമായി കൂടിയാലോചനകളിൽ വ്യാപൃതരായിരുന്നു കോൺഗ്രസ് നേതൃത്വം. ഗാന്ധിജിയും ബ്രിട്ടീഷ് ഗവൺമെന്റും തമ്മിൽ നടത്തിയ കത്തിടപാടുകൾ ബൃഹത്തായ ഒരു വാല്യം തന്നെയുണ്ട്.

ഇതിൽനിന്ന് തികച്ചും വ്യത്യസ്തമായി കമ്യൂണിസ്റ്റുകാർ സാമ്രാജ്യത്വ യുദ്ധത്തിനെതിരെ ജനങ്ങളെ അണിനിരത്തുന്നതിലാണ് വ്യാപൃതരായത്. സാമ്രാജ്യത്വ യുദ്ധത്തെ ബ്രിട്ടീഷ് സാമ്രാജ്യത്വത്തിനെതിരെയുള്ള ഇന്ത്യൻ സ്വാതന്ത്ര്യയുദ്ധമാക്കി മാറ്റുവാൻ ജനങ്ങളെ ആഹ്വാനം ചെയ്തു. യുദ്ധത്തിന്റെ ആദ്യ രണ്ടു വർഷങ്ങളിലും സാമ്രാജ്യത്വ മർദ്ദന

സംവിധാനത്തിന്റെ പ്രഹരങ്ങൾ മുഴുവനും ധീരമായി നേരിട്ടത് കമ്യൂണിസ്റ്റുകാരായിരുന്നു. അപ്പോഴൊന്നും അതിൽ പ്രതിഷേധിക്കുവാൻ കോൺഗ്രസ് ഒരു ചെറുവിരൽ പോലും അനക്കിയതുമില്ല. കോൺഗ്രസിന്റെതന്നെ പ്രഖ്യാപിത യുദ്ധവിരുദ്ധ നിലപാടിനനുയോജ്യമായി യുദ്ധത്തിനെതിരെ ജനങ്ങളെയണിനിരത്താൻ കോൺഗ്രസ് ശ്രമിച്ചില്ല. അക്കാര്യം കമ്യൂണിസ്റ്റുകാർ ദേശീയ താല്പര്യങ്ങളെ വഞ്ചിക്കുകയായിരുന്നുവെന്ന് പറയുന്ന ബൂർഷ്വാവിമർശകർ കാണുന്നില്ല.

ഇതിനിടയ്ക്ക് യൂറോപ്പിലെ സ്ഥിതിഗതികളിൽ നാടകീയമായ ചില മാറ്റങ്ങളുണ്ടായി. ജർമ്മനിയുമായി ഒരാക്രമണ സന്ധി ഒപ്പുവച്ചുകൊണ്ട് കൗമാരം കടന്നിട്ടില്ലായിരുന്ന സോഷ്യലിസ്റ്റ് രാഷ്ട്രത്തിനെതിരെ ഹിറ്റ്ലറെ തിരിച്ചുവിടുവാൻ പാശ്ചാത്യശക്തികൾ നടത്തിക്കൊണ്ടിരുന്ന ഗൂഢമായ നീക്കങ്ങളെ സ്റ്റാലിൻ തകിടം മറിച്ചു. ജർമ്മനിയുടെ മിന്നൽ പ്രഹരങ്ങൾക്ക് മുമ്പിൽ സഖ്യശക്തികൾ ചീട്ടുകൊട്ടാരംപോലെ തകർന്നുവീണു. പിന്നീട് ജർമ്മനി കിഴക്ക് സോവിയറ്റ് യൂണിയനെതിരെ അതിന്റെ രണ്ടാംമുഖം തുറന്നു. സോഷ്യലിസ്റ്റ് രാഷ്ട്രത്തിന്റെ നിലനില്പുതന്നെയും അപകടത്തിലായി. ശാക്തിക ബലാബലം ഫാസിസത്തിനനുകൂലമായി. ഈ സംഭവവികാസങ്ങൾ സ്ഥിതിഗതികളിൽ ഗുണപരമായ മാറ്റം വരുത്തിയിരുന്നുവെന്നതിന് വിശദീകരണമാവശ്യമാണോ?

പുതിയ സ്ഥിതിഗതികൾക്കനുയോജ്യമായ നയസമീപനം ആവിഷ്കരിക്കുവാൻ കമ്യൂണിസ്റ്റ് പാർട്ടി ശ്രമിച്ചു. ഇന്ത്യയുടെ വടക്കുകിഴക്കൻ അതിർത്തികളിൽ ജപ്പാനെത്തി മുട്ടിക്കൊണ്ടിരിക്കെ ഇന്ത്യക്കുമേൽ ഫാസിസത്തിന്റെ നേരിട്ടുള്ള ഭീഷണി തൂങ്ങിനിന്നിരുന്നുവെന്നത് സങ്കല്പമോ ഭ്രമമോ ആയിരുന്നില്ല. ഏറ്റവും വിഷമം പിടിച്ച സാഹചര്യങ്ങളിൽ ആറുമാസത്തെ ഉൾപ്പാർട്ടി ചർച്ചകളിലൂടെ സോവിയറ്റ് യൂണിയനെക്കൂടി ഉൾപ്പെടുത്തിയതോടെ ഉണ്ടായ യുദ്ധത്തിന്റെ പുതിയ ഘട്ടം സാമ്രാജ്യത്വരാജ്യങ്ങൾ തമ്മിലുള്ള യുദ്ധമായി കരുതാൻ സാദ്ധ്യമല്ല. ഫാസിസത്തിനെതിരെയുള്ള ജനകീയ യുദ്ധമായി അത് മാറിക്കഴിഞ്ഞിരുന്നു എന്ന വിലയിരുത്തലിലെത്തി. ലോകത്തെയാകമാനം ഭീഷണിപ്പെടുത്തിക്കൊണ്ടിരുന്ന ഫാസിസ്റ്റ് വിജയത്തിനെതിരെയുള്ള ഐക്യമുന്നണിയുടെ ഭാഗമാവുക എല്ലാ കമ്യൂണിസ്റ്റുകാരുടെയും സാർവ്വദേശീയ കടമയായിരുന്നു. ഫാസിസത്തിന്റെ പരാജയവും ഇന്ത്യൻ ദേശീയ താല്പര്യങ്ങളും തമ്മിൽ ഒരു വൈരുദ്ധ്യവുമുണ്ടായിരുന്നില്ല. എന്നാൽ ആ പരാജയം ഇന്ത്യൻ സ്വാതന്ത്ര്യലബ്ധിക്കും ലോകജനതയുടെ ആകമാനം സ്വാതന്ത്ര്യത്തിനുമുള്ള അവശ്യോപാധിയായിരുന്നു. ഫാസിസത്തിന്റെ പരാജയത്തിലും സോഷ്യലിസ്റ്റ് ക്യാമ്പിന്റെ വിജയത്തിലുമായിരുന്നു ഇന്ത്യൻ സ്വാതന്ത്ര്യത്തിന്റെ ഏറ്റവും വലിയ ഉറപ്പ്.

ഫാസിസ്റ്റ് ജർമ്മനിയുടെയും ജപ്പാന്റെയും ആധിപത്യത്തിൽ കീഴിലുള്ള ഒരു ലോകത്ത് സ്വതന്ത്ര ഇന്ത്യ അസാദ്ധ്യമാകുമായിരുന്നു. അതുവരെ യുദ്ധത്തിനെതിരെ ഏതെങ്കിലും പ്രത്യക്ഷമായ പ്രക്ഷോഭം നടത്തുവാൻ തയ്യാറാകാതെ നിന്നിരുന്ന ഇന്ത്യൻ നാഷണൽ കോൺഗ്രസ്

പുതിയ സ്ഥിതിഗതികളിൽ ഇതുതന്നെ പറ്റിയ അവസരം എന്നുകണ്ട് ബ്രിട്ടീഷ് ഭരണത്തിനെതിരെ പ്രക്ഷോഭമാരംഭിച്ചത് വിചിത്രമായിരുന്നു. അതിന് മുൻപ് നിരവധി സന്ദർഭങ്ങളിൽ സഖ്യശക്തികളോടനുഭാവം പ്രകടിപ്പിച്ച ഗാന്ധിജി പെട്ടെന്ന് സഖ്യശക്തികളും അച്ചുതണ്ടുശക്തികളും തമ്മിലുള്ള വ്യത്യാസം കാണാതായി.

"സമരം അല്ലെങ്കിൽ മരണം" എന്ന മുദ്രാവാക്യവുമായി 'ക്വിറ്റ് ഇന്ത്യാ' പ്രസ്ഥാനമാരംഭിക്കുവാൻ കോൺഗ്രസ് പ്രവർത്തകസമിതി തീരുമാനിച്ചു. രണ്ടും തമ്മിലുള്ള വൈരുദ്ധ്യങ്ങൾ വിശദീകരിക്കേണ്ടയാവശ്യമില്ല. ഈ ഏറ്റുമുട്ടലിനെ സംബന്ധിച്ച് വസ്തുനിഷ്ഠമായും സമചിത്തതയോടും വിലയിരുത്താൻ അൻപതുകൊല്ലം കഴിഞ്ഞ ഇന്നു കഴിയും എന്ന് അനന്തരകാല സംഭവങ്ങൾ തെളിയിച്ചിട്ടുണ്ട്. എന്നു മാത്രമേ ഈ അവസരത്തിൽ ഞാൻ പറയുന്നുള്ളൂ.

തെറ്റുകളൊന്നും പറ്റിയിട്ടില്ലെന്ന വാദമല്ല, ആ നയം നടപ്പാക്കുന്നതിൽ ക്വിറ്റ് ഇന്ത്യാ പ്രസ്ഥാനത്തിലണിനിരന്ന ബഹുജനങ്ങളുടെ സാമ്രാജ്യത്വവിരുദ്ധ വികാരത്തിന്റെ ആഴം പൂർണ്ണമായി കണക്കിലെടുത്തില്ല എന്ന് വർഷങ്ങൾക്കുമുമ്പ്, 1948 ൽ തന്നെ വിശദവും സ്വയം വിമർശനപരവുമായ പുനഃപരിശോധനയ്ക്കുശേഷം, സി പി ഐ സമ്മതിച്ചിട്ടുണ്ട്. ക്വിറ്റ് ഇന്ത്യാ പ്രസ്ഥാനത്തെ വഞ്ചിച്ചുവെന്ന് കമ്യൂണിസ്റ്റുകാർക്കെതിരെ ആരോപണമുന്നയിക്കുന്നവരോട് എനിക്കുറപ്പിച്ചു പറയാനുള്ള മറുപടി കമ്യൂണിസ്റ്റുകാരല്ല, കോൺഗ്രസ് നേതൃത്വമാണ് ക്വിറ്റ് ഇന്ത്യാപ്രസ്ഥാനത്തെ വഞ്ചിച്ചതെന്നാണ്. പ്രക്ഷോഭത്തിന് ആഹ്വാനം നല്കിയശേഷം പ്രസ്ഥാനത്തെ ബഹുജനസമരത്തിലേക്ക് തള്ളിവിട്ടുകൊണ്ട് ബ്രിട്ടീഷ് ഭരണാധികാരികളുമായി കൂടിയാലോചന നടത്താൻ കോൺഗ്രസ് നേതൃത്വം തിരശ്ശീലയ്ക്ക് പിന്നിലേക്ക് വലിഞ്ഞു. ഒരു വർഷത്തിനുള്ളിൽ സമരം ഛിന്നഭിന്നമായി. എന്നാൽ കോൺഗ്രസ് നേതൃത്വത്തിന്റെ ഉദ്ദേശ്യം സാധിച്ചു. ബ്രിട്ടീഷുകാരുമായി വിലപേശാൻ തങ്ങളുടെ നിലപാടുകൾ ശക്തിപ്പെടുത്തുക.

കോൺഗ്രസ് നേതൃത്വത്തിന്റെ ഉദ്ദേശ്യത്തെ മുഖം മൂടി പൊളിച്ചുമാറ്റി തുറന്നുകാണിക്കുന്നതിൽവന്ന പരാജയമായിരുന്നു കമ്യൂണിസ്റ്റ് പാർട്ടിയുടെ യഥാർത്ഥ ദൗർബല്യം. കോൺഗ്രസ് പിന്തുടർന്നുവന്ന 'ഒത്തുതീർപ്പ് സമരം - ഒത്തുതീർപ്പു നയത്തിലെ മറ്റൊരുപകഥ മാത്രമായിരുന്നു ക്വിറ്റ് ഇന്ത്യാ സമരം. കോൺഗ്രസ് ആരംഭിച്ച ഓരോ സമരവും സാമ്രാജ്യത്വവുമായി ഒത്തുതീർപ്പ് ഉണ്ടാക്കുന്നതിന്റെ നാന്ദി മാത്രമായിരുന്നുവെന്ന് ഇന്ത്യൻ ദേശീയ പ്രസ്ഥാനത്തെ സൂക്ഷ്മപരിശോധനയ്ക്ക് വിധേയമാക്കിയാൽ വ്യക്തമാവും. 1942 ലെ ക്വിറ്റിന്ത്യാ പ്രസ്ഥാനവും വ്യത്യസ്തവുമായിരുന്നില്ല. ഈ ഒത്തുതീർപ്പിന്റെ ഫലത്തെക്കുറിച്ച് വിശദീകരിക്കേണ്ടതില്ല - വിഭക്തമായ ഒരിന്ത്യാ ബൂർഷ്വാ ഭൂസ്വാമിഭരണം, ജനങ്ങളുടെ ദാരിദ്ര്യം, പുത്തൻ കൊളോണിയലിസത്തിന്റെ രൂപങ്ങളിൽ സാമ്രാജ്യത്വത്തിന്റെ പുനരാധിപത്യത്തിന്റെ പിടിവിടാതെ നിലനില്ക്കുന്ന ഭീഷണി.

ക്വിറ്റ് ഇന്ത്യാസമരത്തിന്റെ സുവർണ്ണജൂബിലി

ഹർകിഷൻസിങ് സുർജിത്

ആയിരത്തിത്തൊള്ളായിരത്തി തൊണ്ണൂറ്റിരണ്ട് ആഗസ്ത് 9 മുതൽ ഒരുവർഷം ഇന്ത്യാഗവൺമെന്റ് ഔദ്യോഗികമായി ക്വിറ്റിന്ത്യാ സമരത്തിന്റെ അമ്പതാം വാർഷികം ആഘോഷിക്കും. ഈ ആഘോഷപരിപാടികൾ നടത്തുന്നതിനായി ഇ എം എസ് നമ്പൂതിരിപ്പാടും ജ്യോതിബസുവും ഞാനുമുൾപ്പെടെ വിപുലമായ ഒരു കമ്മിറ്റി രൂപീകരിച്ചിട്ടുണ്ട്. ഈ ആഘോഷപരിപാടികൾ ഐതിഹാസികമായ ആ സംഭവത്തിന്റെ മാത്രമല്ല, സ്വാതന്ത്ര്യസമരകാലത്തെയൊട്ടാകെ ഓർമ്മകൾ പുതുക്കുന്നതിന് സഹായിക്കുമെന്ന് ഞങ്ങൾ പ്രത്യാശിക്കുന്നു.

ബ്രിട്ടീഷ് സാമ്രാജ്യത്വത്തിനെതിരായ നമ്മുടെ സമരത്തിലെ ഏറ്റവും പ്രധാനപ്പെട്ട സംഭവങ്ങളിലൊന്നാണ് ക്വിറ്റ് ഇന്ത്യാസമരം. സ്വാതന്ത്ര്യത്തിനുവേണ്ടി ആത്മത്യാഗം ചെയ്യാൻ ആയിരക്കണക്കിന് ചെറുപ്പക്കാർക്ക് ആ സമരം ആവേശം പകർന്നു. സമരപ്രഖ്യാപനത്തെത്തുടർന്ന് കോൺഗ്രസ് നേതാക്കൾ അറസ്റ്റിലായെങ്കിലും കോൺഗ്രസ് പ്രവർത്തകസമിതി മുന്നോട്ടുവെച്ച "പ്രവർത്തിക്കുക അല്ലെങ്കിൽ മരിക്കുക" എന്ന മുദ്രാവാക്യം അരുണാ ആസഫ് അലിയെപ്പോലുള്ളവർ ഏറ്റെടുക്കുകയും മുമ്പോട്ട് കൊണ്ടുപോവുകയും ചെയ്തു. അതുവഴി അരുണാ ആസഫ് അലി ഒരു ഇതിഹാസ നായികയായിത്തീർന്നു.

സമരമാരംഭിക്കുന്ന സമയത്തെക്കുറിച്ച്, അതിന്റെ രീതിയെക്കുറിച്ച് അഭിപ്രായ വ്യത്യാസങ്ങളുയർന്നു. എങ്കിലും ദേശീയ സ്വാതന്ത്ര്യത്തിനുവേണ്ടി എന്തും ത്യജിക്കാൻ അതിന്റെ സംഘാടകർ സന്നദ്ധമായിരുന്നു എന്ന വസ്തുത തന്നെ പതിനായിരക്കണക്കിനാളുകളെ അതിലേക്കാകർഷിക്കുന്നതിനിടയാക്കി. അഹിംസാ ചട്ടക്കൂടിനപ്പുറത്തേക്ക് കടക്കാൻ മഹാത്മാഗാന്ധി തയ്യാറായിരുന്നില്ല മാത്രമല്ല. അക്രമത്തിലേർപ്പെടുന്ന

വരുമായി തനിക്കൊരു ബന്ധവുമില്ലെന്ന് അദ്ദേഹം ഖണ്ഡിതമായി പറയുകയും ചെയ്തു. എന്നാൽ കമ്യൂണിസ്റ്റ് പാർട്ടിയാവട്ടെ സ്വാതന്ത്ര്യസമരത്തിൽ അർപ്പണ്ണബോധത്തോടെ പങ്കെടുത്തപ്പോൾ തന്നെ അന്നത്തെ ലോകസാഹചര്യത്തിൽ ഈ സമരം, അന്തിമവിശകലനത്തിൽ, ഇന്ത്യയുടെ സ്വാതന്ത്ര്യലബ്ധിക്ക് അപകടകരമായിരിക്കുമെന്ന് അഭിപ്രായപ്പെട്ടു. ബ്രിട്ടീഷ് സാമ്രാജ്യത്വത്തിനെതിരായ സമരത്തെ ആഗോളതലത്തിൽ ഫാസിസത്തിനെതിരായി നടക്കുന്ന സമരത്തിൽനിന്ന് വേർപെടുത്താൻ കഴിയുകയില്ലെന്ന ഖണ്ഡിതമായ അഭിപ്രായമായിരുന്നു പാർട്ടിക്കുണ്ടായിരുന്നത്. സി പി ഐയുടെ ഈ വിശകലനത്തെ കമ്യൂണിസ്റ്റ് പാർട്ടിക്കെതിരെ അപവാദം പ്രചരിപ്പിക്കുന്നതിന് എതിരാളികൾ ദുരുപയോഗിച്ചു. കമ്യൂണിസ്റ്റുകാർ ബ്രിട്ടീഷുകാരെ സഹായിക്കുകയാണെന്ന കല്ലുവെച്ച നുണ അവർ പ്രചരിപ്പിച്ചു. ഈ പ്രചാരണത്തിന് കോൺഗ്രസ് നേതൃത്വം നല്കി. സോഷ്യലിസ്റ്റുകാർ ചെറിയ തോതിൽ അവർക്ക് പിന്തുണ നല്കി.

ജനങ്ങളുടെ മനോഭാവവും ബോധനിലവാരവും സമരം നയിക്കുന്നവരുടെ ലക്ഷ്യവും ശരിക്കും മനസ്സിലാക്കാൻ കമ്യൂണിസ്റ്റ് പാർട്ടിക്ക് കഴിഞ്ഞില്ല എന്ന കാര്യത്തിൽ സംശയമില്ല. എങ്കിലും ഫാസിസത്തിനെതിരെയും സോവിയറ്റ് യൂണിയനെ ന്യായീകരിച്ചും കമ്യൂണിസ്റ്റ് പാർട്ടി പിന്തുടർന്ന നയം തികച്ചും ശരിയായിരുന്നു. കാരണം ആഗോളതലത്തിൽ ഫാസിസത്തെ ചെറുത്തുകൊണ്ടും സോവിയറ്റ് യൂണിയനെ സംരക്ഷിച്ചും നടക്കുന്ന സമരമാണ് ഇന്ത്യയുടെ സ്വാതന്ത്ര്യസമരത്തിന്റെ ഭാവിതന്നെ നിർണ്ണയിക്കുകയെന്ന കാഴ്ചപ്പാടോടെ പ്രവർത്തിക്കുമ്പോൾ ജനങ്ങളുടെ ബോധനിലവാരം പൂർണ്ണമായും മനസ്സിലാക്കുന്നതിൽ പാർട്ടി പരാജയപ്പെട്ടു. അതിനെ പാർട്ടിക്കെതിരെ ദുഷ്പ്രചാരണം കെട്ടഴിച്ചുവിടുന്നതിന് കമ്യൂണിസ്റ്റുകാർ ഉപയോഗിച്ചു.

ദേശീയ-സാർവ്വദേശീയ പ്രശ്നങ്ങൾ തമ്മിലുള്ള കെട്ടുപിണച്ചിലും ആന്തരികബന്ധവും ജനങ്ങളുടെ മുമ്പിൽ കമ്യൂണിസ്റ്റുകാർ ശരിയാംവിധം വിശദീകരിച്ചില്ലെങ്കിലും ബ്രിട്ടീഷ് സാമ്രാജ്യത്വവുമായി അവർ കൂട്ടുകൂടുകയാണെന്ന ദുഷ്പ്രചാരണം ജനങ്ങൾക്കിടയിൽ വിലപ്പോയില്ല. കാരണം സ്വാതന്ത്ര്യസമരത്തിൽ മഹത്തായ പങ്കാണ് കമ്യൂണിസ്റ്റുകാർ വഹിച്ചത്. സ്വാതന്ത്ര്യസമര പ്രസ്ഥാനത്തിന്റെ ഉത്തമമായ വിപ്ലവപൈതൃകത്തിന് അവകാശികളാണവർ.

പൂർണ്ണസ്വാതന്ത്ര്യം എന്ന മുദ്രാവാക്യം ആദ്യംതന്നെ മുഴക്കിയത് കമ്യൂണിസ്റ്റുകാരാണ്. 1920 കളിൽ പിറവിയെടുത്ത കാലം മുതൽ പാർട്ടി ആ മുദ്രാവാക്യം മുഴക്കിയിരുന്നു. കോൺഗ്രസിനകത്ത് കമ്യൂണിസ്റ്റുകാർ നടത്തിയ നിരന്തരസമരമാണ് 1930 ലെ ലാഹോർ സമ്മേളനത്തിൽവെച്ച് ആ മുദ്രാവാക്യം ഔദ്യോഗികമായി മുന്നോട്ടുവെക്കുന്നതിന് കോൺഗ്രസിനെ പ്രേരിപ്പിച്ചത്. കമ്യൂണിസ്റ്റുകാരുടെ ഇടപെലിന്റെ പ്രാധാന്യം ബ്രിട്ടീഷ് സാമ്രാജ്യത്വ ഭരണാധികാരികൾ അതിവേഗം മനസ്സിലാക്കി. അവർ പാർട്ടിയെ കയറിയടിച്ചു. ഒന്നിനു പിറകെ മറ്റൊന്നായി നാല് ഗൂഢാ

ലോചനക്കേസുകൾ - രണ്ട് പെഷവാർ ഗൂഢാലോചനക്കേസുകളും കാൺപൂർ ഗൂഢാലോചനക്കേസും ഐതിഹാസികമായ മീററ്റ് ഗൂഢാലോചനക്കേസും അവർ പാർട്ടിക്കെതിരെ കെട്ടിച്ചമച്ചു. വെറും ഏഴു വർഷത്തിനിടയിലാണ് ഈ ഗൂഢാലോചനക്കേസുകൾ അവർ ചമച്ചുണ്ടാക്കിയതെന്നോർക്കണം. നാലുവർഷം നീണ്ടുനിന്ന മീററ്റ് ഗൂഢാലോചനക്കേസിലൂടെ ഇന്ത്യൻ സ്വാതന്ത്ര്യത്തെയും വിപ്ലവത്തെയും സംബന്ധിച്ച തങ്ങളുടെ സങ്കല്പനം ഇന്ത്യൻ ജനതയുടെ മുന്നിൽ അവതരിപ്പിക്കാൻ കമ്യൂണിസ്റ്റുകാർക്ക് കഴിഞ്ഞു. കമ്യൂണിസ്റ്റുകാരുടെ ഈ പ്രവർത്തനങ്ങളുടെ പേരിലാണ് അവർക്ക് ബ്രിട്ടീഷ് ഭരണാധികാരികൾ നിയമസാധുത്വം നിഷേധിച്ചത്.

കമ്യൂണിസ്റ്റുകാരാണ് സോഷ്യലിസ്റ്റുകാരോടൊപ്പം രാജ്യത്ത് ട്രേഡ് യൂണിയൻ പ്രസ്ഥാനം വളർത്തിയെടുക്കുന്നതിന് മുൻകൈ എടുത്തതെന്നതും സ്മരണീയമാണ്. തൊഴിലാളിവർഗ്ഗ താല്പര്യം സംരക്ഷിക്കുകയും മുമ്പോട്ടു കൊണ്ടുപോവുകയും ചെയ്യുന്നതോടൊപ്പം സ്വാതന്ത്ര്യത്തിനുവേണ്ടിയുള്ള സമരത്തിലും ട്രേഡ് യൂണിയൻ പ്രസ്ഥാനം സജീവ പങ്ക് വഹിച്ചു.

സ്വാതന്ത്ര്യത്തിനും ഗ്രാമീണ സമ്പദ് വ്യവസ്ഥയ്ക്കുമേൽ ഫ്യൂഡൽ ഭൂപ്രഭുക്കൾക്കുള്ള പിടി അവസാനിപ്പിക്കുന്നതിനുംവേണ്ടിയുള്ള സമരത്തിൽ കൃഷിക്കാരെ അണിനിരത്താനുള്ള മുൻ ഉപാധി എന്ന നിലയിൽ കാർഷികവിപ്ലവം എന്ന മുദ്രാവാക്യം മുമ്പോട്ടുവെച്ചത് കമ്യൂണിസ്റ്റുകാരാണ്. കർഷകപ്രസ്ഥാനത്തിന്റെ സമ്മർദ്ദഫലമായാണ് കോൺഗ്രസിന്റെ ഹരിപുരി സമ്മേളനം അതിന്റെ അവകാശപത്രികയിൽ കൃഷിക്കാരുടെ ചില ആവശ്യങ്ങൾക്കുകൂടി ഉൾപ്പെടുത്തിയത്.

ഇന്ത്യൻ ജനതയുടെ ഒരു വലിയ വിഭാഗത്തെ സ്വാതന്ത്ര്യസമരപ്രസ്ഥാനം ആകർഷിച്ചു. 1937 ലെ തിരഞ്ഞെടുപ്പിൽ കോൺഗ്രസിനുണ്ടായ വിജയവും മിക്ക സംസ്ഥാന നിയമസഭകളിലും അതിന്റെ നേതൃത്വത്തിൽ മന്ത്രിസഭകൾ രൂപംകൊണ്ടതും കാണിക്കുന്നത് അതാണ്.

1939 സെപ്തംബർ 3 ന് രണ്ടാം ലോകമഹായുദ്ധം പൊട്ടിപ്പുറപ്പെട്ടു. സ്വാതന്ത്ര്യസമരം മുമ്പോട്ടുകൊണ്ടുപോകുന്നിന് രണ്ടുതരം സമീപനങ്ങൾ മുമ്പോട്ടുവന്നതായി അനന്തരസംഭവങ്ങൾ തെളിയിച്ചു. കമ്യൂണിസ്റ്റുകാർ യുദ്ധത്തെ എതിർത്തു. ബ്രിട്ടീഷുകാരെ പുറത്താക്കുന്നതിന് ബഹുജനസമരങ്ങൾ വളർത്തിയെടുക്കണം എന്നായിരുന്നു അവരുടെ അഭിപ്രായം. ഈ അഭിപ്രായം പ്രകടിപ്പിക്കുകയും പ്രചരിപ്പിക്കുകയും ചെയ്തതിന്റെ പേരിൽ രാജ്യവ്യാപകമായി കമ്യൂണിസ്റ്റുകാർ വേട്ടയാടപ്പെട്ടു. ആയിരക്കണക്കിന് കമ്യൂണിസ്റ്റുകാർ തടവറകളിലായി. കോൺഗ്രസ് അതിന്റെ പ്രമേയങ്ങളിൽ താഴെ പറയുന്ന നിലപാടെടുത്തു:

> ഫാസിസത്തിന്റെയും നാസിസത്തിന്റെയും പ്രത്യയശാസ്ത്രത്തെയും പ്രയോഗത്തെയും യുദ്ധത്തെയും അക്രമത്തെയും അത്

മഹത്ത്വവല്ക്കരിച്ചതിനെയും മാനുഷിക വികാരങ്ങളെ തച്ചമർത്തിയതിനെയും അംഗീകരിക്കുന്നില്ലെന്ന് കോൺഗ്രസ് ആവർത്തിച്ച് പ്രഖ്യാപിച്ചിട്ടുണ്ട്. ഫാസിസവും നാസിസവും ആവർത്തിച്ചു നടത്തിയ ആക്രമണങ്ങളെയും വ്യവസ്ഥാപിത തത്ത്വങ്ങളും പരിഷ്കൃതമായ പെരുമാറ്റവും കാറ്റിൽ പറത്തിയ നടപടികളെയും അത് അപലപിക്കുകയുണ്ടായി. ഇന്ത്യൻ ജനത അതിന്റെ സമരത്തിന്റെ കുന്തമുന തിരിച്ചുവെച്ച സാമ്രാജ്യത്വ തത്ത്വങ്ങളുടെ സാന്ദ്രീകരണമായി ഫാസിസത്തെയും നാസിസത്തെയും അത് കണക്കാക്കി. അതുകൊണ്ട് പോളണ്ടിനെതിരെ ജർമ്മനിയിലെ നാസിഗവൺമെന്റ് നടത്തിയ ഏറ്റവും ഒടുവിലത്തെ ആക്രമണത്തെ പ്രവർത്തകസമിതി നിസ്സംശയം എതിർക്കുകയും അതിനെ ചെറുക്കുന്നവരോട് അനുഭാവം പ്രകടിപ്പിക്കുകയും ചെയ്യണം.

....ഇപ്പോഴത്തെ യൂറോപ്യൻ യുദ്ധംതന്നെ വെഴ്സയിൽസ് കരാറിന്റെയും അതിന്റെ കർത്താക്കളുടെയും പരാജയത്തെയാണ് കുറിക്കുന്നത്. അവർ തങ്ങളുടെ പ്രതിജ്ഞ ലംഘിക്കുകയും പരാജിത രാഷ്ട്രങ്ങളെ വരുതിക്ക് നിർത്തുന്നിനുള്ള ശ്രമങ്ങൾ ആരംഭിക്കുകയും ചെയ്തു. ആ കരാറിന്റെ നല്ല വശമായിരുന്ന ലീഗ് ഓഫ് നാഷൻസിനെ തുടക്കത്തിലേ അവർ നിശ്ശബ്ദമാക്കുകയും ശ്വാസം മുട്ടിക്കുകയും പിന്നീട് അതിന്റെ രക്ഷാകർതൃ രാഷ്ട്രങ്ങൾ അതിനെ കൊല്ലുകയും ചെയ്തു.

....യുദ്ധത്തിന്റെ ഗതിക്രമവും ബ്രിട്ടീഷ്-ഫ്രഞ്ച് ഗവൺമെന്റുകൾ പിന്തുടർന്ന നയവും നോക്കുമ്പോൾ — പ്രത്യേകിച്ച് ഇന്ത്യയെ സംബന്ധിച്ച് ബ്രിട്ടീഷ് ഗവൺമെന്റിനുവേണ്ടി നടത്തിയ പ്രഖ്യാപനം — ഇപ്പോഴത്തെ യുദ്ധം 1914-18 ലെ ലോക യുദ്ധത്തെപ്പോലെ സാമ്രാജ്യത്വ ലക്ഷ്യങ്ങൾക്കുവേണ്ടിയാണ് തുടരുന്നതെന്നും ബ്രിട്ടീഷ് സാമ്രാജ്യത്വം ഇന്ത്യയിൽ അടിയുറപ്പോടെ നില്ക്കുമെന്നും തെളിയിച്ചുകാട്ടുന്നതായി തോന്നിപ്പോകുന്നു. ഇങ്ങനെയൊരു യുദ്ധത്തിലേർപ്പെട്ട ബ്രിട്ടീഷുകാരുമായി, ഇങ്ങനെയൊരു നയം തുടരുന്ന ബ്രിട്ടീഷുകാരുമായി ബന്ധപ്പെടാൻ കോൺഗ്രസിന് കഴിയില്ല. ഈദൃശലക്ഷ്യത്തിനുവേണ്ടി ഇന്ത്യയുടെ മേലുള്ള ചൂഷണം അനുവദിക്കാനും അതിനാവില്ല.

1939 സെപ്തംബർ മുതൽ 1942 ആഗസ്ത് വരെ കോൺഗ്രസ് എന്തെങ്കിലും തരത്തിലുള്ള പ്രക്ഷോഭം നടത്തുകയോ യുദ്ധത്തിനെതിരെ ക്യാമ്പെൻ നടത്തുകയോ ചെയ്തില്ല. ഇതെന്താണ് കാണിക്കുന്നത്? യുദ്ധത്തോടുള്ള എതിർപ്പ് രേഖപ്പെടുത്തണമെന്ന ആഗ്രഹം മാത്രമേയുള്ളൂ അവർക്ക്. ഫലത്തിൽ അവരുടെ നേതാക്കൾ മറ്റെന്തോ ഗാഢമായ ആലോചനയിലാണ്. 1939 സെപ്തംബർ ആദ്യവാരത്തിൽ ബ്രിട്ടീഷ്

വൈസ്രോയിയെ കണ്ടശേഷം മഹാത്മാഗാന്ധി പത്രപ്രസ്താവനയിൽ ഇക്കാര്യം വ്യക്തമാക്കി:

> ......അതുകൊണ്ട് കോൺഗ്രസിന്റെ നിലപാട് വ്യക്തമാക്കിയശേഷം വൈസ്രോയിയോട് ഞാൻ പറഞ്ഞു: എന്റെ അനുഭാവം ഇംഗ്ലണ്ടിനോടും ഫ്രാൻസിനോടുമാണെന്ന്. അതാവട്ടെ, തികച്ചും മാനുഷിക പരിഗണനയുടെ അടിസ്ഥാനത്തിലാണുതാനും. ലണ്ടന്റെ നാശത്തെക്കുറിച്ച് എനിക്ക് ചിന്തിക്കാനാവില്ല. അതെന്റെ മനസ്സിനെ അങ്ങേയറ്റം അലട്ടും. പാർലമെന്റിന്റെ, വെസ്റ്റ് മിൻസ്റ്റർ ആബിയുടെ നാശത്തിന്റെ ചിത്രം ഞാനവരുടെ മുമ്പിൽ വരച്ചുകാട്ടി. അതിനെക്കുറിച്ച് ചിന്തിച്ചപ്പോഴേ ഞാനാകെ തളർന്നു. സ്വയം ആശ്വസിപ്പിക്കാൻ പോലും എനിക്കായില്ല. ഇത്തരം സംഭവങ്ങളുണ്ടാകാനനുവദിക്കുന്നതിൽ ഞാനെന്നെത്തന്നെ ശപിക്കുകയായിരുന്നു... അതുകൊണ്ട് ഞാനിപ്പോൾ ഇന്ത്യയുടെ മോചനത്തെക്കുറിച്ചല്ല ചിന്തിക്കുന്നത്. അത് സംഭവിക്കും. ഇംഗ്ലണ്ടോ ഫ്രാൻസോ വീഴുകയോ ജർമ്മനിക്കുമേൽ അവർ വിജയം വരിക്കുകയോ ചെയ്താൽ അതിന് നല്കേണ്ടിവരുന്ന വില എന്തായിരിക്കും?

കോൺഗ്രസിന്റെ ഈ അടവുകളെ പരിഷ്കരണവാദപരമെന്നും കാലവിളംബം വരുത്തുന്നതെന്നും വിട്ടുവീഴ്ചാപരമെന്നും പറഞ്ഞ് ഞങ്ങൾ വിമർശിച്ചു. ആ പാർട്ടിയുടെ ഈ നിലപാട് ഇന്ത്യൻ ജനതയുടെ താല്പര്യങ്ങൾക്ക് എതിരാണെന്ന് ഞങ്ങൾ വിലയിരുത്തി. സ്വാതന്ത്ര്യസമര പ്രശ്നത്തിൽ കമ്യൂണിസ്റ്റുകാരുടെയും കോൺഗ്രസുകാരുടെയും സമീപനങ്ങൾ തമ്മിൽ മൗലികമായ വ്യത്യാസമുണ്ടെന്ന കാര്യം സ്പഷ്ടമായിരുന്നു. ബഹുജനസമരങ്ങൾ കെട്ടഴിച്ചുവിട്ട് സ്വാതന്ത്ര്യസമരത്തിൽ തൊഴിലാളികളെയും കൃഷിക്കാരെയും മറ്റദ്ധ്വാനിക്കുന്ന ജനവിഭാഗങ്ങളെയും അണിനിരത്തണമെന്ന് ഞങ്ങൾ കമ്യൂണിസ്റ്റുകാർ ആഗ്രഹിച്ചു. കോൺഗ്രസാവട്ടെ, പെറ്റിഷനുകളയക്കുന്നതിലും വിട്ടുവീഴ്ചകൾ കാണിക്കുന്നതിലുമായി സമരം ഒതുക്കി നിർത്തണമെന്നാണ് ആഗ്രഹിച്ചത്. ജനങ്ങൾ ഉശിരൻ സമരങ്ങളിലേക്കെടുത്തു ചാടുന്നതിന് നിയന്ത്രിക്കാൻ അത് ശ്രമിച്ചു. ബ്രിട്ടീഷ് സാമ്രാജ്യത്വത്തോടുള്ള കോൺഗ്രസിന്റെ എതിർപ്പ് ബ്രിട്ടീഷ് വൈസ്രോയിയോടും അയാളുടെ ഉദ്യോഗസ്ഥന്മാരോടും ഏറക്കുറെ വാക്‌യുദ്ധം നടത്തുന്നതിൽ മാത്രമായി ഒതുങ്ങി.

ജർമ്മനി, ഇറ്റലി, ജപ്പാൻ എന്നീ ഫാസിസ്റ്റ് അച്ചുതണ്ടുശക്തികളുടെ മുന്നേറ്റവും ആ മുന്നേറ്റം തടയുന്നതിൽ അമേരിക്കയും ബ്രിട്ടനും ഫ്രാൻസുമടങ്ങുന്ന സഖ്യശക്തികൾക്കുണ്ടാകുന്ന പരാജയവും ഭയാനകമായിരുന്നു. ജർമ്മനി സോവിയറ്റ് യൂണിയനുനേരെ ആക്രമണം നടത്തിയതോടെ സ്ഥിതിഗതികളിൽ കാര്യമായ മാറ്റംവന്നു. ലോകമാകെ

ഉരുണ്ടുകൂടിനിന്ന ഫാസിസ്റ്റ് വിപത്ത് ഇതോടെ ഒരു യാഥാർത്ഥ്യമായി ത്തീർന്നു.

1940 ഫെബ്രുവരി 22 ന് പണ്ഡിറ്റ് ജവാഹർലാൽ നെഹ്റു അബ്ദുൾകലാം ആസാദിനയച്ച കത്ത് ഇക്കാര്യം അദ്ദേഹത്തിന് ശരിക്കും അറിയാമായിരുന്നുവെന്ന് വ്യക്തമാക്കുന്നു. കത്തിൽ പറയുന്നു:

> യുദ്ധം തുടങ്ങിയതിനുശേഷമുള്ള ബ്രിട്ടീഷ് ഗവൺമെന്റിന്റെ നയ മാകെ കാണിക്കുന്നത് അവർ സാമ്രാജ്യത്വനയം ബോധപൂർവ്വ മായും വിട്ടുവീഴ്ചകൂടാതെയും അവലംബിക്കുന്നുവെന്നാണ്. യുദ്ധ ത്തിനുമുമ്പ് അങ്ങേയറ്റം പിന്തിരിപ്പൻ സ്വഭാവത്തോടുകൂടിയതെന്ന നിലയിൽ ചേംബർ ലെയ്ൻ ഗവൺമെന്റ് കുപ്രസിദ്ധിനേടി. പല അവസരങ്ങളിലും ആ ഗവൺമെന്റ് ഫാസിസ്റ്റ്-നാസി ശക്തികളെ പ്രോത്സാഹിപ്പിക്കുകയും യൂറോപ്പിൽ ജനാധിപത്യം അടിച്ചമർത്തു കയും ചെയ്തു. അബിസീനിയ, സ്പെയിൻ, ഓസ്ട്രിയ, ചെക്കോ സ്ലോവാക്യ, അൽബേനിയ എന്നീ രാജ്യങ്ങളുടെ കാര്യത്തിൽ ഇത് വ്യക്തമാണ്. മഞ്ചൂറിയയിൽ അവരുടെ നയവും ഇതിൽനിന്ന് വ്യത്യസ്തമായിരുന്നില്ല. ഒരു ദശകത്തിനിടയിൽ ഇംഗ്ലണ്ട് കണ്ട ഏറ്റവും പിന്തിരിപ്പനായ ഗവൺമെന്റായിരുന്നു ചേംബർ ലെയ്ൻ ഗവൺമെന്റ് ....
>
> ...അതുകൊണ്ട് റഷ്യയുടെ നേർക്കുള്ള ഇപ്പോഴത്തെ ബ്രിട്ടീഷ് നയത്തെക്കുറിച്ച് നമുക്ക് വ്യക്തതയുണ്ടായിരിക്കേണ്ടത് വളരെ പ്രധാനപ്പെട്ട കാര്യമാണ്. നാം അതിനെതിരാണെന്നും റഷ്യക്കെ തിരായ ബ്രിട്ടീഷുനടപടിയെ ഒരു കാരണവശാലും നമ്മൾ അംഗീ കരിക്കുകയില്ലെന്നും നാം പ്രഖ്യാപിക്കണം.

1940 ജനുവരി 24 ന് മഹാത്മാഗാന്ധിക്കയച്ച മറ്റൊരു കത്തിൽ നെഹ്റു എഴുതി:

> അതുകൊണ്ട് നാം വളരെ കരുതലോടെ ഇരിക്കണമെന്നും ഈ സാമ്രാജ്യത്വ യുദ്ധലക്ഷ്യത്തിന് നാം പിന്തുണ നല്കാൻ പോകു ന്നില്ലെന്നും നമ്മൾ വ്യക്തമാക്കണമെന്നാണ് എനിക്ക് തോന്നു ന്നത്. ഞാൻ മുകളിൽ വ്യക്തമാക്കിയതുപോലെ റഷ്യക്കെതിരെ പടിഞ്ഞാറൻശക്തികൾ അണിനിരക്കുകയും ഇറ്റലിയുമായുള്ള അവരുടെ ഉപജാപകവൃത്തികൾ വിജയിക്കുകയുമാണെങ്കിൽ സ്ഥിതിഗതികൾ അതിവേഗം സങ്കീർണ്ണമാവാനാണ് പോകുന്നത്. അവരതിനെ കമ്യൂണിസത്തിനെതിരായ വിശുദ്ധ യുദ്ധമായി ചിത്രീ കരിക്കും. അതിന്റെ മറവിൽ സ്വന്തം സാമ്രാജ്യം ശക്തിപ്പെടു ത്താൻ മാത്രമല്ല, സോവിയറ്റ് റഷ്യയിലെ സോഷ്യലിസ്റ്റ് ഭരണ കൂടത്തെ തകർക്കാനും നോക്കും. റഷ്യൻ നയത്തോട് നാം യോജി

ക്കുന്നുണ്ടോ ഇല്ലയോ എന്നതിനപ്പുറം വലിയൊരു വിപത്തായിരിക്കും അത് സൃഷ്ടിക്കുക. ഇക്കാര്യം മനസ്സിൽവെക്കാനും ഈ കാഴ്ചപ്പാടോടെ ഇന്ത്യൻ സംഭാഷണങ്ങളെ നോക്കിക്കാണാനും ഞാൻ താങ്കളോട് അഭ്യർത്ഥിക്കുന്നു.

കൃത്യമായും അത്തരമൊരു സമയത്താണ്, യുദ്ധമുന്നണിയിലെ സ്ഥിതിഗതികൾ സങ്കീർണ്ണമായിത്തീർന്നപ്പോഴാണ്, ക്വിറ്റിന്ത്യാ സമരം സംബന്ധിച്ച പ്രമേയം കോൺഗ്രസ് പ്രവർത്തകസമിതി അംഗീകരിച്ചത്. പ്രമേയം അംഗീകരിച്ചുകഴിഞ്ഞ ഉടനെതന്നെ പ്രവർത്തകസമിതി ഒന്നടങ്കം അറസ്റ്റിന് സന്നദ്ധമായി. എന്താണിത് കാണിക്കുന്നത്? പ്രമേയം അംഗീകരിച്ചത് ഗവൺമെന്റിനെ ഭീഷണിപ്പെടുത്തുന്നതിനാണ്; പ്രത്യക്ഷസമരം നടത്താനുള്ള ആഹ്വാനം എന്ന നിലയിലല്ല.

ബഹുജനങ്ങൾ പക്ഷേ, ഈ അവസരം ഉപയോഗിച്ചു. അവർ സമരത്തിന്റെ കൊടി ഉയർത്തി. പലേടത്തും സ്വയമേവ സമരം പൊട്ടിപ്പുറപ്പെട്ടു. കോൺഗ്രസ് പ്രവർത്തകർ യുദ്ധശ്രമങ്ങളെ ചെറുക്കാനും സ്വാതന്ത്ര്യസമരത്തിന് പിന്നിൽ ബഹുജനങ്ങളെ അണിനിരത്താനും തുടങ്ങി. ആയിരക്കണക്കിനാളുകൾ തങ്ങളുടെ ജീവൻ ബലിയർപ്പിച്ചു. മറ്റൊരനേകായിരംപേർ അറസ്റ്റിലായി. ജനങ്ങൾ നടത്തിയ ആത്മത്യാഗം ചോദ്യം ചെയ്യാനാവാത്തതാണ്. പക്ഷേ, സമരം ഒരു മാസത്തിലധികം നീണ്ടുനിന്നില്ല. മഹാത്മാഗാന്ധി വൈസ്രോയിക്കെഴുതി:

ബഹുജനസമരം, അതിന് അനുമതി നല്കുന്ന പ്രമേയം നിസ്സംശയം വ്യക്തമാക്കിയതുപോലെ, തുടങ്ങുന്നതിന് അനുമതി നല്കിയത് റഷ്യയുടെയും ചൈനയുടെയുമുൾപ്പെടെ സഖ്യശക്തികളുടെയാകെ താല്പര്യം സംരക്ഷിക്കുന്നതിന് അഖിലേന്ത്യാതലത്തിലുള്ള ഒരു പ്രചാരണം ശക്തിപ്പെടുത്തുന്നതിനാണ്. കഴിഞ്ഞ ആഗസ്തിൽ അത് വല്ലാത്ത ആപത്തിലായിരുന്നു. അതിൽനിന്ന് അവ ഇപ്പോഴും മോചിതമല്ലെന്നാണ് എന്റെ അഭിപ്രായം.

സമരത്തിന്റെ നടുവിൽ ജനങ്ങളുടെ മനോഭാവത്തിനെതിരെ കോൺഗ്രസ് അംഗീകരിച്ച നിലപാടിന്റെ വൈരുദ്ധ്യമാണ് ഈ കത്ത് വെളിപ്പെടുത്തുന്നത്.

നേരത്തെ പറഞ്ഞതുപോലെ, സ്വാതന്ത്ര്യസമരപ്രസ്ഥാനത്തിനകത്തെ രണ്ട് വിരുദ്ധപ്രവണതകൾ ഒരിക്കൽക്കൂടി മുൻപന്തിയിലേക്ക് വന്നു. അതിലൊന്ന് കമ്യൂണിസ്റ്റുകാരുടെയും മറ്റുള്ളവരുടെയും നേതൃത്വത്തിലായിരുന്നു. ഈ പ്രവണതയുടെ വക്താക്കൾ സ്വാതന്ത്ര്യസമരത്തിൽ ജനസാമാന്യത്തെ ഒന്നടങ്കം അണിനിരത്തണമെന്ന് വാദിച്ചു. അതിന്റെ പേരിൽ അവർ ക്രൂരമായി പീഡിപ്പിക്കപ്പെട്ടു. രണ്ടാമത്തെ പ്രവണതയുടെ വക്താക്കൾ കോൺഗ്രസുകാരായിരുന്നു. ഏറ്റുമുട്ടലിന്റേതായ സമീപനം ഒഴിവാക്കണമെന്ന് അവർ അഭിപ്രായപ്പെട്ടു. സ്വാതന്ത്ര്യസമരപ്രസ്ഥാനത്തെ തങ്ങളുടെ വരുതിയിൽനിർത്തണമെന്ന് അവർ ആഗ്രഹി

ച്ചു. അത് തങ്ങളുടെ കൈയിൽനിന്ന് വഴുതിപ്പോകുന്നതിനെ അവർ ഭയപ്പെട്ടു. 1920 കളിലും 30 കളിലും പില്ക്കാലത്തും കമ്യൂണിസ്റ്റുകാരുടേതിന് തികച്ചും വിരുദ്ധമായി കോൺഗ്രസ് നടത്തിയ പ്രവർത്തനങ്ങൾ ഈ വസ്തുതയാണ് അടിവരയിട്ട് കാണിക്കുന്നത്.

യുദ്ധം തുടങ്ങിയതുമുതൽ അവസാനിക്കുന്നതുവരെ അതിനോട് സ്വീകരിച്ച സമീപനം ഈ വിരുദ്ധപ്രവണതകൾ പുറത്തുകൊണ്ടുവന്നു. അന്നത്തെ സാർവ്വദേശീയ പശ്ചാത്തലത്തിൽ യുദ്ധത്തിന്റെ സ്വഭാവം കമ്യൂണിസ്റ്റുകാർ വിലയിരുത്തി. ഫാസിസത്തിൻമേലുള്ള വിജയവും സ്വാതന്ത്ര്യസമരവും അഭേദ്യമായി ബന്ധപ്പെട്ടു കിടക്കുകയാണെന്ന് അവർ മനസ്സിലാക്കി. അതുകൊണ്ട് സോവിയറ്റ് യൂണിയനെ സംരക്ഷിക്കുന്നതിനും ഫാസിസത്തെ പരാജയപ്പെടുത്തുന്നതിനും അവർ ഊന്നൽ നല്കി. ഫാസിസത്തിന് മുകളിൽ സോവിയറ്റ് യൂണിയൻ കൈവരിക്കുന്ന വിജയം ഇന്ത്യക്ക് സ്വാതന്ത്ര്യം ലഭിക്കുന്നതിനുള്ള സുപ്രധാന ഘടകമായിത്തീരും. മാത്രമല്ല, മറ്റ് രാജ്യങ്ങളിലെ സ്വാതന്ത്ര്യപ്രസ്ഥാനത്തെയും അത് ശക്തിപ്പെടുത്തും.

1943 ൽ ജപ്പാൻകാർ ഇന്ത്യൻ നഗരങ്ങളിൽ ബോംബിടാൻ തുടങ്ങി എന്ന വസ്തുതയ്ക്കുനേരെ നമുക്ക് കണ്ണടയ്ക്കാൻ കഴിയില്ല എന്ന ധാരണയാണ് അത്തരമൊരു സമീപനം സ്വീകരിക്കുന്നതിന് നമുക്ക് വഴികാട്ടിയായിത്തീർന്നത്. ഫാസിസ്റ്റ് അച്ചുതണ്ടുശക്തികൾ വിജയിച്ചാലുണ്ടാകുന്ന പ്രത്യാഘാതം എന്താകുമായിരുന്നു എന്ന് ആർക്കും മനസ്സിലാക്കാവുന്നതേയുള്ളൂ. കോൺഗ്രസ് നേതാക്കൾ, പ്രത്യേകിച്ച് ബഹുജനസമരം നയിക്കുന്ന കോൺഗ്രസ് നേതാക്കൾ സ്ഥിതിഗതികളുടെ ഗുരുതരാവസ്ഥ മനസ്സിലാക്കിയപ്പോൾത്തന്നെ ഇന്ത്യക്ക് സ്വാതന്ത്ര്യമനുവദിക്കുന്നതിന് ബ്രിട്ടീഷുകാരുടെമേൽ സമ്മർദ്ദം ചെലുത്താൻ ഈ അവസരം സമർത്ഥമായി ഉപയോഗിച്ചു. ഫാസിസം വിജയിച്ചാലുണ്ടാകുന്ന ഗുരുതരമായ പ്രത്യാഘാതം മനസ്സിലാക്കുന്നതിൽ അവരും അവരുടെ അനുയായികളും പരാജയപ്പെട്ടു. സ്വാതന്ത്ര്യസമരത്തിന്റെ വിജയവും ഫാസിസ്റ്റ് വിരുദ്ധശക്തികളുടെ വിജയവും തമ്മിലുള്ള നിർണ്ണായക ബന്ധം മനസ്സിലാക്കാൻ അവർക്ക് സാധിച്ചില്ല.

രാജ്യത്തെ കമ്യൂണിസ്റ്റുകാരുടെയും മറ്റ് പുരോഗമനശക്തികളുടെയും ഈ വിലയിരുത്തൽ എത്രമാത്രം ദീർഘദർശനത്തോടുകൂടിയതായിരുന്നുവെന്ന് തുടർന്നുള്ള ചരിത്രം തെളിയിച്ചു. ഈ ധാരണയെ ചരിത്രം സാധൂകരിച്ചുവെങ്കിലും ഇന്ത്യൻ ജനതയുടെ മനോഭാവവും 1942 ലെ സമരത്തിന് നേതൃത്വം നല്കിയവരുടെ ദേശാഭിമാനപരമായ വികാരങ്ങളും ശരിയായി മനസ്സിലാക്കുന്നതിൽ പാർട്ടിക്ക് പരാജയം സംഭവിച്ചു. കമ്യൂണിസ്റ്റുകാരുടെയും 1942 ലെ സമരത്തിന് നേതൃത്വം നല്കിയവരുടെയും ആഗ്രഹാഭിലാഷങ്ങൾ ഒന്നുതന്നെയായിരുന്നുവെന്ന് പ്രത്യേകം പറയേണ്ടതില്ല. എങ്കിലും അവരുടെ അടവുകളും സമീപനങ്ങളും വ്യത്യസ്തമായിരുന്നു.

ഫാസിസം പരാജയപ്പെടുകയും യുദ്ധം അവസാനിക്കുകയും ചെയ്തതോടെ നാം ഒരിക്കൽക്കൂടി സ്വാതന്ത്ര്യസമരത്തിലേക്ക് എടുത്തുചാടി. ഇപ്പോഴും പരസ്പരവിരുദ്ധമായ രണ്ട് ധാരണകളുയർന്നുവന്നു. ഒരുഭാഗത്ത് സ്വാതന്ത്ര്യത്തിനുവേണ്ടി വമ്പിച്ച മുന്നേറ്റമുണ്ടായി. മറുഭാഗത്ത് കോൺഗ്രസിന്റെ ഒത്തുതീർപ്പുനയം പ്രത്യക്ഷപ്പെട്ടു.

ഐ എൻ എ തടവുകാരെ മോചിപ്പിക്കണമെന്നാവശ്യപ്പെട്ട് തൊഴിലാളികളും കൃഷിക്കാരും അദ്ധ്വാനിക്കുന്ന ജനലക്ഷങ്ങളുമടങ്ങിയ വമ്പിച്ചൊരു ബഹുജനപ്രക്ഷോഭം പൊട്ടിപ്പുറപ്പെട്ടു. ഇന്ത്യയിൽ ബ്രിട്ടീഷ് സാമ്രാജ്യത്വത്തിന്റെ നാളുകൾ എണ്ണപ്പെട്ടുകഴിഞ്ഞെന്ന് ആർ ഐ എൻ കലാപം തെളിയിച്ചു. കോൺഗ്രസിന്റെയും മുസ്ലീം ലീഗിന്റെയും പതാകയോടൊപ്പം ചെങ്കൊടി ഉയർത്തിയ കലാപകാരികൾ ദേശീയപ്രസ്ഥാനത്തിന്റെ മൂന്ന് മുഖ്യ പ്രവണതകൾ ചൂണ്ടിക്കാട്ടുകയായിരുന്നു. ഹൈദരാബാദിലെ നൈസാമിനെതിരെ നടന്ന ഐതിഹാസികമായ തെലങ്കാന സമരത്തെത്തുടർന്ന് നാട്ടുരാജ്യങ്ങളിൽ നടന്ന ശക്തമായ പ്രക്ഷോഭം, കാശ്മീരിൽ നാഷണൽ കോൺഫറൻസിന്റെ നേതൃത്വത്തിൽനടന്ന പ്രക്ഷോഭം, മഹാരാഷ്ട്രയിൽ നടന്ന ഗിരിവർഗ്ഗസമരം, രാജ്യത്തിന്റെ വടക്കും തെക്കും പടിഞ്ഞാറും ഭാഗങ്ങളിൽ നടന്ന സമരങ്ങൾ ഇവയെല്ലാം രാജ്യവ്യാപകമായി നടന്ന പ്രക്ഷോഭത്തിന്റെ ആഴവും പരപ്പും വ്യക്തമാക്കി.

ഈ ഘട്ടത്തിലാണ് കോൺഗ്രസിന്റെ ഒത്തുതീർപ്പു നയം കൂടുതൽ വ്യക്തമായത്. രാജ്യം രണ്ടായി വെട്ടിപ്പിളർക്കാൻ അനുവദിച്ചുകൊണ്ടു തന്നെ ബ്രിട്ടീഷ് സാമ്രാജ്യത്വവാദികളുമായി ഒത്തുതീർപ്പുണ്ടാക്കുന്നതിന് കോൺഗ്രസ് മുമ്പോട്ടുപോയി. അതേസമയം ബ്രിട്ടീഷുകാരെ പുറത്താക്കുന്നതിന് മാത്രമല്ല, അവരുടെ ഫ്യൂഡൽ പിണിയാളുകളുടെയും രാജാക്കന്മാരുടെയും ഭൂപ്രഭുക്കളുടെയും പിടി അവസാനിപ്പിക്കുന്നതിനും കമ്യൂണിസ്റ്റുകാർ നിലകൊണ്ടു.

വിപ്ലവകാരികളുടെയും സ്വാതന്ത്ര്യപ്രസ്ഥാനത്തിന്റെയും പിൻമുറക്കാരും അതിന്റെ ഉത്തമപാരമ്പര്യങ്ങൾ മുമ്പോട്ടുകൊണ്ടുപോകുന്നവരുമെന്ന നിലയിൽ കമ്യൂണിസ്റ്റുകാർക്ക് തീർച്ചയായും അഭിമാനമുണ്ട്. ഗദ്ദർ വീരനായകരുടെ, ബബ്ബാർ അകാലികളുടെ, ജുഗാന്തർ- അനുശീലൻ വിപ്ലവകാരികളുടെ, ഭഗത്സിങ്ങിന്റെയും അദ്ദേഹത്തിന്റെ സഹപ്രവർത്തകരുടെയും ദേശീയ പ്രസ്ഥാനത്തിന് പിന്തുണ നല്കിക്കൊണ്ട് ബ്രിട്ടീഷ് പട്ടാളക്കാർക്കെതിരെ കലാപം നടത്തുകയും അവസാനം കമ്യൂണിസ്റ്റ് പാർട്ടിയിലേക്ക് കടന്നുവരികയും ചെയ്തവരുടെ, മാതൃഭൂമിക്കുവേണ്ടി രക്തം ചിന്തിയ എണ്ണമറ്റ രക്തസാക്ഷികളുടെയും വിപ്ലവകാരികളുടെയും വിപ്ലവകരമായ പാരമ്പര്യം നമ്മൾ മുമ്പോട്ടുകൊണ്ടുപോകുന്നു. കമ്യൂണിസ്റ്റ് പാർട്ടിയെപ്പോലെ സ്വാതന്ത്ര്യത്തിനുവേണ്ടി രക്തസാക്ഷികളെ സംഭാവനചെയ്ത പാർട്ടി മറ്റൊന്നില്ല. കമ്യൂണിസ്റ്റ് പാർട്ടിയെപ്പോലെ മർദ്ദനവും പീഡനവും സഹിക്കേണ്ടിവന്ന പാർട്ടിയും മറ്റൊ

ന്നില്ല. രാജ്യത്തിന്റെയും രാജ്യത്തിലെ ജനങ്ങളുടെയും സ്വാതന്ത്ര്യത്തിനുവേണ്ടി തങ്ങളുടെ യുവത്വത്തിന്റെ നല്ലൊരു ഭാഗം ഹോമിക്കുകയും തടവറകൾക്കുള്ളിൽ ചെലവഴിക്കുകയും ചെയ്ത വിപ്ലവകാരികളടങ്ങിയ പാർട്ടി കമ്യൂണിസ്റ്റ് പാർട്ടിയല്ലാതെ മറ്റേതാണുള്ളത്?

സ്വാതന്ത്ര്യത്തിനുവേണ്ടി കമ്യൂണിസ്റ്റുകാർ നല്കിയ സംഭാവനകളുടെയും നടത്തിയ അളവറ്റ ത്യാഗങ്ങളുടെയും അംഗീകാരമായിരുന്നു 1952 ലെ ഒന്നാമത്തെ പൊതുതിരഞ്ഞെടുപ്പിൽ കമ്യൂണിസ്റ്റ് പാർട്ടിക്കുണ്ടായ വിജയം. പാർലമെന്റിലെ പ്രധാന പ്രതിപക്ഷ ഗ്രൂപ്പായി പാർട്ടി ഉയർന്നുവന്നു. അന്നത്തെ മദിരാശി സംസ്ഥാനത്തിൽ പാർട്ടി കോൺഗ്രസിന് ശക്തമായ വെല്ലുവിളി ഉയർത്തി. കമ്യൂണിസ്റ്റുകാർക്കുനേരെ കോൺഗ്രസ് ഗവൺമെന്റ് അഴിച്ചുവിട്ട കടുത്ത അടിച്ചമർത്തൽ നടപടികളെ അതിജീവിച്ചാണ് പാർട്ടി ഈ വിജയം നേടിയെടുത്തതെന്നോർക്കണം.

ഇത് കോൺഗ്രസിന്റെ നേതൃത്വത്തിൽനടന്ന സമരത്തെ നിഷേധിക്കാനോ അതിന്റെ വിലയിടിച്ചു കാണിക്കാനോ പറയുന്നതല്ല. 1942 ലെ സമരത്തിൽ പങ്കെടുക്കാത്തവർ നല്കിയ സംഭാവനയും നടത്തിയ ആത്മത്യാഗവും കാണാതിരിക്കുക ഞങ്ങളുടെ ഉദ്ദേശ്യമല്ല.

സ്വാതന്ത്ര്യത്തിന്റെ ബലിപീഠത്തിൽ ജീവൻ അർപ്പിച്ച എണ്ണമറ്റ രക്തസാക്ഷികളുടെ പറഞ്ഞറിയിക്കാനാവാത്ത തരത്തിലുള്ള ദുരിതങ്ങളും കഷ്ടപ്പാടുകളും സഹിച്ച എണ്ണമറ്റ ദേശാഭിമാനികളുടെ, രാജ്യത്തിന്റെ സ്വാതന്ത്ര്യം എന്ന മഹനീയ ലക്ഷ്യത്തിനുവേണ്ടി മർദ്ദനങ്ങളും പീഡനങ്ങളും സഹിച്ച ദശലക്ഷക്കണക്കിന് വിപ്ലവകാരികളുടെ സ്മരണയെ ഞങ്ങൾ അഭിവാദ്യം ചെയ്യുന്നു.

(പരിഭാഷ തുളസിഭാസ്കരൻ)

കിറ്റ് ഇന്ത്യാസമരം: കെട്ടുകഥകളും വസ്തുതകളും

ഇ എം എസ്

സ്വാതന്ത്ര്യലബ്ധിയുടെ 40-ാം വാർഷികമായി ഈ ആഗസ്ത് 15 കൊണ്ടാടുകയാണ്. ആഘോഷപരിപാടികളുടെ ഭാഗമായി ആഗസ്ത് 9 മുതൽ 15 വരെ ഏതെങ്കിലും ഒരുദിവസം സംസ്ഥാന നിയമസഭകളുടെ വിശേഷാൽ യോഗങ്ങൾ ചേരണമെന്ന് അടുത്ത ദിവസം വരെ വൈസ് പ്രസിഡന്റായിരുന്ന ഇന്നത്തെ പ്രസിഡന്റ് വെങ്കട്ടരാമന്റെ അദ്ധ്യക്ഷതയിൽ പ്രവർത്തിച്ചിരുന്ന ആഘോഷകമ്മിറ്റി നിർദ്ദേശിച്ചിരുന്നു.

ആഗസ്ത് 9 നെയും ആഗസ്ത് 15 നെയും കൂട്ടിക്കുഴച്ചുകൊണ്ടുള്ള ഈ നിർദ്ദേശം 1942 ആഗസ്ത് 9 ന് തുടങ്ങിയ കിറ്റ് ഇന്ത്യാ സമരവും 1947 ആഗസ്ത് 15 ന് നടന്ന സ്വാതന്ത്ര്യലബ്ധിയും തമ്മിലുള്ള വ്യത്യാസം മറച്ചുപിടിക്കുന്നു.

കിറ്റിന്ത്യാസമരം ഈ രാജ്യത്തെ ഏറ്റവുംവലിയ രാഷ്ട്രീയ പാർട്ടിയായ കോൺഗ്രസ് സ്വയം നടത്തിയതാണ്. സ്വാതന്ത്ര്യലബ്ധിയാകട്ടെ, രാഷ്ട്രീയ പാർട്ടികളുടെ അതിരുകളെയെല്ലാം മുറിച്ചുകടന്ന് ജനങ്ങളാകെ സ്വാഗതം ചെയ്ത ഒരു സംഭവമാണ്. ആഗസ്ത് 15 എന്ന ദേശീയ ദിനാഘോഷത്തെ ആഗസ്ത് 9 മായി കൂട്ടിക്കുഴയ്ക്കുന്നത് ചരിത്രപരമായും രാഷ്ട്രീയമായും ഒരുപോലെ തെറ്റാണെന്ന് അർത്ഥം.

ഇത് പറയുമ്പോൾ ഒരു കാര്യം സംശയത്തിനിടയില്ലാത്തവിധം വ്യക്തമാക്കട്ടെ; കിറ്റിന്ത്യാ സമരം സംഘടിപ്പിച്ചവരോടും അതിൽ പങ്കെടുത്തവരോടും ഏതെങ്കിലും തരത്തിൽ ബഹുമാനക്കുറവ് ഉള്ളതുകൊണ്ടല്ല ആഗസ്ത് 9 ഉം 15 ഉം കൂട്ടിക്കുഴയ്ക്കരുതെന്ന് ഞാനിവിടെ സൂചിപ്പിക്കുന്നത്.

കിറ്റിന്ത്യാ സമരം സംഘടിപ്പിക്കുകയും അതിൽ പങ്കെടുക്കുകയും ചെയ്ത ജനലക്ഷങ്ങൾ ദേശാഭിമാന പ്രേരിതരായിട്ടാണ് അങ്ങനെ

ചെയ്തത്. പക്ഷേ, അതിന് നേതൃത്വം നല്കിയ കോൺഗ്രസ് പാർട്ടിയുടെയും മഹാത്മാഗാന്ധി അടക്കമുള്ള നേതാക്കളുടെയും നയസമീപനത്തോട് പൂർണ്ണമായും യോജിക്കാതിരുന്ന ഒരു വിഭാഗം അന്നീ രാജ്യത്തുണ്ടായിരുന്നു. അക്കൂട്ടത്തിൽ കമ്യൂണിസ്റ്റുകാരുടെപേർ വിശേഷിച്ചെടുത്തുപറയണം.

കമ്യൂണിസ്റ്റുകാർ ക്വിറ്റിന്ത്യാ സമരത്തെ എതിർത്തുവെന്നത് നേരാണ്. അക്കാരണത്താൽ ക്വിറ്റിന്ത്യാ സമരത്തിൽ പങ്കെടുത്തിരുന്ന ജനലക്ഷങ്ങളുടെ നിശിതമായ വിമർശനത്തിനും രോഷപ്രകടനത്തിനും അവർ ഇരയാവുകയും ചെയ്തു. 'റഷ്യൻ ഏജന്റ്', 'ബ്രിട്ടീഷ് ഏജന്റ്' മുതലായ ആരോപണങ്ങൾക്ക് അവർ ഇരയായി. നേരെമറിച്ച്, ക്വിറ്റിന്ത്യാ സമരത്തിന് നേതൃത്വം കൊടുത്തവരെയും അതിൽ പങ്കെടുത്തവരെയും 'ജാപ്പ് ഏജന്റ്' എന്ന് കമ്യൂണിസ്റ്റുകാരും വിളിച്ചു.

ഇത് രണ്ടും തെറ്റായിരുന്നുവെന്ന് പിന്നീട് ചരിത്രം അംഗീകരിച്ചു. ക്വിറ്റിന്ത്യാസമരം സംഘടിപ്പിച്ചവരും അതിനെ എതിർത്ത കമ്യൂണിസ്റ്റുകാരും ഒരുപോലെ സാമ്രാജ്യ വിരോധികളും ദേശസ്നേഹികളുമായിരുന്നുവെന്നും സാമ്രാജ്യാധിപത്യത്തിനെതിരായ സമരം നടത്തുന്നതിന്റെ മാർഗ്ഗം സംബന്ധിച്ചാണ് അഭിപ്രായവ്യത്യാസം ഉണ്ടായിരുന്നതെന്നും പിന്നീട് വ്യക്തമായി.

സ്വയം അപ്രമാദികളായി അവകാശപ്പെടാൻ കമ്യൂണിസ്റ്റുകാർ ഒരിക്കലും ശ്രമിക്കാറില്ല. ക്വിറ്റിന്ത്യാസമരം സംബന്ധിച്ച് അക്കാലത്ത് തങ്ങളെടുത്ത നിലപാട് പിന്നീട് അവർ സ്വയം വിമർശനപരമായി പരിശോധിച്ചു. ആ പരിശോധനയുടെ ഫലം പാർട്ടിയുടെ ഒട്ടേറെ ആധികാരിക രേഖകളിലും ഈ ലേഖകനടക്കം പാർട്ടിയുടെ പല വക്താക്കളും എഴുതിയ ലേഖനങ്ങൾ, ഗ്രന്ഥങ്ങൾ എന്നിവയിലും ഒട്ടും മറച്ചുവെക്കാതെ തുറന്നുപറഞ്ഞിട്ടുണ്ട്. സ്വയം വിമർശനങ്ങൾ, തെറ്റുതിരുത്തലുകൾ, പറ്റിയ തെറ്റിൽ നിന്ന് പാഠം പഠിക്കൽ- ഈ മാർഗ്ഗത്തിലൂടെയാണ് മറ്റു രാജ്യങ്ങളിലെന്നപോലെ ഇന്ത്യയിലും കമ്യൂണിസ്റ്റ് പാർട്ടി മുന്നേറിയിട്ടുള്ളത്.

ക്വിറ്റിന്ത്യാസമരത്തിന് നേതൃത്വം കൊടുക്കുകയും അതിൽ പങ്കെടുക്കുകയും ചെയ്ത കോൺഗ്രസുകാർക്കും സോഷ്യലിസ്റ്റുകാരടക്കമുള്ള മറ്റു പാർട്ടിക്കാർക്കും ഇത് അവകാശപ്പെടാൻ കഴിയുമോ? ക്വിറ്റിന്ത്യാസമരം നടത്തിയതിൽ തങ്ങൾക്കൊരു പിശകും പറ്റിയിട്ടില്ല, ആ സമരത്തിന്റെ സമ്മർദ്ദംമൂലമാണ് അഞ്ചുവർഷത്തിനുശേഷം ബ്രിട്ടീഷ് ഭരണക്കാർ ഇന്ത്യയിൽനിന്ന് കെട്ടുകെട്ടിയത് എന്ന് ഹൃദയത്തിൽ കൈവെച്ച് അവർക്കു പറയാൻ കഴിയുമോ?

എങ്കിൽ എന്തുകൊണ്ടാണ് 'അന്തിമമായ വിപ്ലവ സമര'മെന്ന പേരിൽ തുടങ്ങിയ ക്വിറ്റിന്ത്യാസമരം നയിച്ച കോൺഗ്രസ് നേതാക്കൾ പിന്നീട് വേവൽ, മൗണ്ട് ബാറ്റൻ എന്ന രണ്ടു വൈസ്രോയിമാരോടും മറ്റനവധി ബ്രിട്ടീഷ് ഭരണക്കാരോടും കൂടിയാലോചനയ്ക്ക് മുതിർന്നത്?

മുസ്ലീംലീഗിന്റെ പാകിസ്ഥാൻവാദത്തെ അടിമുടി എതിർത്തുകൊണ്ടിരുന്ന കോൺഗ്രസ് നേതാക്കൾ സുദീർഘമായ കൂടിയാലോചനകൾ നടത്തി. അവസാനം ഇന്ത്യൻ യൂണിയനും പാകിസ്ഥാനുമെന്ന രണ്ടു രാജ്യങ്ങൾക്ക് സ്വാതന്ത്ര്യം നല്കുക എന്ന ബ്രിട്ടീഷ് പദ്ധതി എന്തുകൊണ്ട് അംഗീകരിച്ചു?

കിറ്റിന്ത്യാസമരത്തിനുള്ള ആഹ്വാനം കൊടുത്തുവെങ്കിലും, അത് സംഘടിതമായി നടത്താനുള്ള യാതൊരു ഏർപ്പാടും കോൺഗ്രസ് നേതാക്കൾ ഉണ്ടാക്കിയിരുന്നില്ലെന്നത് നേര്. ബ്രിട്ടീഷ് ഭരണാധികാരികളുടെ മർക്കടമുഷ്ടിക്കെതിരെ ആളിക്കത്തിക്കൊണ്ടിരുന്ന ജനവികാരം രാജ്യത്താകെ അരാജകാവസ്ഥ സൃഷ്ടിക്കുമെന്നും അതുനിമിത്തം തകരുന്ന യുദ്ധ സന്നാഹങ്ങളെ രക്ഷിക്കാൻ ബ്രിട്ടീഷുകാർ കോൺഗ്രസ് ഉന്നയിച്ച ആവശ്യം അംഗീകരിക്കാമെന്നുമുള്ള വ്യാമോഹത്തോടെയാണ് കിറ്റിന്ത്യാസമരത്തിനുള്ള ആഹ്വാനം മഹാത്മാഗാന്ധി നല്കിയത്. ഇതിലെ ആദ്യത്തെ ഭാഗം ശരിയായിരുന്നുവെന്ന് ആഗസ്ത് 9 തൊട്ടുള്ള ഏതാനും ആഴ്ചകളിലെ സംഭവങ്ങൾ തെളിയിക്കുകയും ചെയ്തു. ജനരോഷം ആളിക്കത്തുന്നതിന് സംഘടിത രൂപം നല്കാൻ കേന്ദ്രീകൃത നേതൃത്വമില്ലായിരുന്നുവെങ്കിലും പ്രാദേശികമായി പലേടത്തും ജനങ്ങൾ ഇളകി പുറപ്പെട്ടു. "ഓരോ ഇന്ത്യൻ പൗരനും സ്വയം നേതാവാകുക" എന്ന മഹാത്മാഗാന്ധിയുടെ നിർദ്ദേശം ഏതാനും ആഴ്ചകൾക്കകം നടപ്പിലാവുകതന്നെ ചെയ്തു.

എന്നാൽ, കോൺഗ്രസ് നേതാക്കളുടെ കണക്കുകൂട്ടലിന്റെ രണ്ടാമത്തെ ഭാഗം ശരിയായില്ല. നാട്ടിൽ വ്യാപകമായി വരുന്ന അരാജകാവസ്ഥ അവസാനിപ്പിക്കുന്നതിന് സമര നേതാക്കളുമായി കൂടിയാലോചന തുടങ്ങാൻ ഭരണാധികാരികൾ തയ്യാറായില്ല. കൂടിയാലോചനകളുടെ മാർഗ്ഗം നിർദ്ദേശിച്ചുകൊണ്ടുള്ള മഹാത്മാഗാന്ധിയുടെ കത്തുകൾ മുഴുവൻ അവർ പുച്ഛിച്ചു തള്ളുകയാണ് ചെയ്തത്. യൂറോപ്പിലും ഏഷ്യയിലുമുള്ള യുദ്ധരംഗമാകെ ബ്രിട്ടന് അനുകൂലമായി വരാൻ തുടങ്ങുകയും ചെയ്തു.

ഈ സാഹചര്യത്തിലാണ് മഹാത്മാഗാന്ധിയടക്കം നേതാക്കളെ ജയിലിൽനിന്നുവിട്ട് കൂടിയാലോചനയ്ക്കുള്ള വഴി ഭരണാധികാരികൾ തുറന്നത്. അതോടൊപ്പംതന്നെ, തങ്ങളും കോൺഗ്രസും തമ്മിലല്ല, കോൺഗ്രസും ലീഗും തമ്മിലാണ്, പ്രധാന തർക്കമെന്ന് വരുത്തത്തക്ക നിലയിലേക്ക് കൂടിയാലോചനകളെ അവർ കൊണ്ടുപോവുകയും ചെയ്തു. ഇതിന്റെ പരിണതഫലമാണ് 1947 ആഗസ്ത് 15 ന് നടന്നതും ഇന്ത്യയെ രണ്ടാക്കി വെട്ടിമുറിച്ചുകൊണ്ടുള്ളതുമായ സ്വാതന്ത്ര്യലബ്ധി.

കിറ്റ് ഇന്ത്യാ സമരത്തിന്റെ പേരിൽ ഒരു വിപ്ലവം അഴിച്ചു വിടുകയല്ല കോൺഗ്രസ് നേതാക്കൾ ചെയ്തതെന്ന് ഇതിൽനിന്ന് വ്യക്തമാകുമല്ലോ. മുമ്പെല്ലാമെന്നപോലെ ഇപ്പോഴും ബ്രിട്ടീഷുകാരോട് വിലപേശാനുള്ള തന്ത്രമെന്ന നിലയ്ക്കാണ് മഹാത്മാഗാന്ധി സമരത്തിനാഹ്വാനം നല്കിയത്. സാർവ്വദേശീയമായി ഏറ്റവും വലിയ പ്രതിസന്ധിയിൽ ബ്രിട്ടീ

ഷുകാർ ഏർപ്പെട്ടിരുന്ന സന്ദർഭമായിരുന്നതിനാൽ വ്യാപകമായ ഒരു ബഹുജന സമരത്തിനു മുന്നിൽ കീഴടങ്ങുകയല്ലാതെ മറ്റൊരു വഴിയും അവരുടെ മുമ്പിലില്ലെന്ന് അദ്ദേഹവും മറ്റു നേതാക്കളും കണക്കാക്കി. അതുകൊണ്ടാണ് മുമ്പത്തെ എല്ലാ സമരങ്ങളിലും ചെലുത്തിയിരുന്ന എല്ലാ നിയന്ത്രണങ്ങളും മാറ്റിവെച്ച തനിക്ക് ശരി എന്ന് തോന്നുന്ന എന്തും ചെയ്യാനുള്ള സ്വാതന്ത്ര്യം മഹാത്മാഗാന്ധി അനുയായികൾക്ക് നല്കിയത്.

ഇതിന്റെ ഫലമാകട്ടെ, ഏതാനും ആഴ്ചകളോളം മാത്രം നീണ്ടുനിന്ന പൂർണ്ണമായ അരാജകാവസ്ഥയായിരുന്നു. ഇതിൽനിന്ന് മുതലെടുക്കാൻ പരമാവധി ശ്രമിച്ച രാഷ്ട്രീയഗ്രൂപ്പാണ് സോഷ്യലിസ്റ്റു പാർട്ടി. ചിലേടത്ത് ഗാന്ധിയൻ നേതാക്കൾ സോഷ്യലിസ്റ്റുകാരോട് സഹകരിച്ചു.

പക്ഷേ, സാമ്രാജ്യവിരുദ്ധ രോഷപ്രകടനത്തിൽ പങ്കെടുത്ത ജനലക്ഷങ്ങൾ അടിച്ചമർത്തപ്പെട്ടുകഴിഞ്ഞപ്പോഴേക്ക് അട്ടിമറിപ്പണി സംഘടിപ്പിക്കുന്ന ചെറിയ ഒരു ഗ്രൂപ്പുമാത്രമേ സമരത്തിന്റെ തലപ്പത്തുള്ളൂ എന്നുവന്നു. അവരുടെ കാഴ്ചപ്പാടും ജയിലിൽനിന്ന് വിമോചിതരായ കോൺഗ്രസ് നേതാക്കളുടേതും തമ്മിൽ വൈരുദ്ധ്യം മൂർച്ഛിക്കാൻ തുടങ്ങി. ക്വിറ്റിന്ത്യാ സമരമെന്ന പേരിൽ സോഷ്യലിസ്റ്റ് നേതൃത്വത്തിൽ നടത്തിയിരുന്ന പ്രവർത്തനം ബ്രിട്ടീഷുകാരും മുസ്ലീം ലീഗുമായി കോൺഗ്രസ് നേതാക്കൾ നടത്തിക്കൊണ്ടിരുന്ന വിലപേശലിനു വഴിമാറിക്കൊടുത്തു.

ഈ വിലപേശലിൽ ഒറ്റപ്പെട്ടതും പരാജയപ്പെട്ടതും മഹാത്മാഗാന്ധിയടക്കമുള്ള നേതാക്കളാണെന്നതാണ് അനിഷേദ്ധ്യസത്യം. കോൺഗ്രസ് പ്രഖ്യാപിച്ച തരത്തിലുള്ള സ്വാതന്ത്ര്യലബ്ധിയല്ല 1947 ആഗസ്ത് 15 ന് നടന്നത്. എങ്കിലും കിട്ടിയത് മഹാനേട്ടമെന്ന നിലയ്ക്ക് ഊറ്റംകൊള്ളുകയാണ് പണ്ഡിറ്റ് നെഹ്റുവും സർദാർ പട്ടേലുമടക്കമുള്ള നേതാക്കൾ ചെയ്തത്.

എന്നാൽ, അവരുടെ നിലപാടിനോട് യോജിക്കാൻ മഹാത്മാഗാന്ധി തയ്യാറില്ലായിരുന്നു. നെഹ്റുവും പട്ടേലുമടക്കമുള്ള നേതാക്കൾ മാത്രമല്ല ജനകോടികളാകെ സ്വാതന്ത്ര്യം കരഗതമായി എന്നു പറഞ്ഞ് ആഹ്ലാദിച്ചുകൊണ്ടിരുന്നപ്പോൾ മഹാത്മാഗാന്ധി അങ്ങേയറ്റം ദുഃഖിതനായിരുന്നു. അദ്ദേഹത്തിന്റെ ജീവചരിത്രകാരനായ ടെണ്ടുൽകർ ചൂണ്ടിക്കാണിച്ചതുപോലെ, സ്വാതന്ത്ര്യലബ്ധിയുടെ ആഘോഷച്ചടങ്ങുകളിൽ നിന്നെല്ലാം അദ്ദേഹം അകന്നുനിന്നു. രാജ്യത്തിനാകെ ആഹ്ലാദപ്രദമായ ആ ദിവസം ജനങ്ങൾക്ക് ഒരു സന്ദേശം നല്കണമെന്നഭ്യർത്ഥിച്ചുകൊണ്ട് തന്നെ സമീപിച്ച ആൾ ഇന്ത്യാ റേഡിയോവിന്റെ പ്രതിനിധിയോട് തനിക്കൊരു സന്ദേശവുമില്ലെന്ന് വെട്ടിത്തുറന്നുതന്നെ അദ്ദേഹം പറഞ്ഞു.

ഇതിനെക്കാൾ അർത്ഥഗർഭമാണ് ഏതാനും ആഴ്ചകൾക്കുശേഷം അദ്ദേഹം ചെയ്തതും ടെണ്ടുൽകർ ഉദ്ധരിക്കുന്നതുമായ ഒരു പ്രസ്താവന. തന്റെ ജന്മദിനമായ ഒക്ടോബർ 2 ആണ് സന്ദർഭം. തന്റെ നേതൃ

ത്വത്തിൽ നടന്ന സ്വാതന്ത്ര്യസമരം വിജയിച്ച് ലക്ഷ്യപ്രാപ്തിയിലെത്തിയതിനുശേഷം നടക്കുന്ന ആദ്യത്തെ ജന്മദിനം. അന്ന് അദ്ദേഹം പറഞ്ഞതെന്തെന്നോ? "ഹിന്ദു എന്നോ മുസ്ലീമെന്നോ മറ്റേതെങ്കിലും പേരിട്ടോ സ്വയം വിളിക്കുന്ന മനുഷ്യൻ മൃഗമായിത്തീർന്നുകൊണ്ടിരിക്കുന്ന ഈ ദുഃഖഭൂമിയിൽനിന്ന് കഴിയുംവേഗം എന്നെ കെട്ടിയെടുക്കണമേ എന്ന് സർവ്വേശ്വരനോട് ഞാൻ പ്രാർത്ഥിക്കുന്നു."

തന്റെ നേതൃത്വത്തിൽ നടന്ന സ്വാതന്ത്ര്യസമരം ഈ മനുഷ്യക്കുരുതിയിലാണല്ലോ ചെന്നെത്തിയത് എന്ന ദുഃഖമായിരുന്നു അദ്ദേഹത്തിനുണ്ടായിരുന്നതെന്നർത്ഥം. സ്വാതന്ത്ര്യം നേടി എന്ന സംതൃപ്തിയല്ല.

ഇതുകഴിഞ്ഞ് മൂന്നരമാസത്തിനുശേഷമാണ് ജനുവരി 26 ന്റെ പൂർണ്ണസ്വാതന്ത്ര്യദിനം വന്നത്. 1921 ഡിസംബറിലെ ലാഹോർ കോൺഗ്രസ് അംഗീകരിച്ച പൂർണ്ണസ്വാതന്ത്ര്യപ്രമേയത്തെ തുടർന്ന് ജനുവരി 26 പൂർണ്ണസ്വാതന്ത്ര്യദിനമായി കൊണ്ടാടണമെന്ന് തീരുമാനിച്ചിരുന്നു. 1930 മുതൽ എല്ലാ വർഷവും ആ ദിനം കൊണ്ടാടിക്കൊണ്ടിരുന്നു. അന്ന് പ്രഖ്യാപിച്ച പൂർണ്ണ സ്വാതന്ത്ര്യം ഫലപ്രാപ്തിയിലെത്തിയതായി ജനങ്ങളാകെ കരുതിയതിനുശേഷം വരുന്ന ആദ്യത്തെ പൂർണ്ണസ്വാതന്ത്ര്യദിനമാണ്. അന്ന് മഹാത്മാഗാന്ധി ഇങ്ങനെ പ്രസ്താവിച്ചു:

"നാം കണ്ടനുഭവിച്ചിട്ടില്ലാത്ത പൂർണ്ണസ്വാതന്ത്ര്യം വരുന്നതിനുമുൻപ് ഈ ദിനത്തിന് പ്രസക്തിയുണ്ടായിരുന്നു. ഇപ്പോഴോ? കിട്ടിയ പൂർണ്ണസ്വാതന്ത്ര്യം കണ്ടനുഭവിച്ച നാം നിരാശരായിരിക്കുകയാണ്. നിങ്ങളില്ലെങ്കിൽ ഞാനേതായാലും നിരാശനാണ്."

അതായത്, ക്വിറ്റിന്ത്യാസമരത്തിന് നേതൃത്വം നല്കിയ മഹാത്മാഗാന്ധിക്ക് ആ സമരത്തിന്റെ ഫലമായി ലഭിച്ചു എന്ന് പറയപ്പെടുന്ന സ്വാതന്ത്ര്യം വന്നപ്പോൾ സന്തോഷമോ സംതൃപ്തിയോ അല്ല ഉണ്ടായത്. ദുഃഖവും വേദനയുമാണ്. താൻ കരുതിയതും ജനങ്ങൾക്ക് വിശദീകരിച്ചുകൊടുത്തതുമായ സ്വാതന്ത്ര്യമല്ല കിട്ടിയതെന്ന ബോധം അദ്ദേഹത്തെ വേദനിപ്പിച്ചു. സ്വാതന്ത്ര്യലബ്ധിക്കുശേഷം അഞ്ചുമാസത്തിലേറെ കാലത്ത് നടന്ന സംഭവവികാസങ്ങൾ അദ്ദേഹത്തെ അങ്ങേയറ്റം നിരാശനാക്കി. തന്റെ നേതൃത്വത്തിൽ സ്വാതന്ത്ര്യത്തിനുവേണ്ടി പോരാടിയ ഇന്ത്യൻ നാഷണൽ കോൺഗ്രസ് ഒരു രാഷ്ട്രീയസംഘടന എന്ന നിലയ്ക്ക് തുടരുന്നത് രാജ്യത്തിനാപത്താണെന്ന നിഗമനത്തിൽ അദ്ദേഹം ചെന്നെത്തി. ആ സംഘടന പിരിച്ചുവിടണമെന്ന നിർദ്ദേശം രേഖാമൂലം എഴുതിവെച്ചതിനുശേഷമാണ് അദ്ദേഹം ഒരു ആർ എസ് എസുകാരന്റെ വെടിയേറ്റ് രക്തസാക്ഷിയായത്.

ചുരുക്കത്തിൽ, ഇന്ത്യൻ സ്വാതന്ത്ര്യത്തിനുവേണ്ടിയുള്ള ഒരു വിപ്ലവസമരമാണ് 1942 ആഗസ്ത് 9 ന് തുടങ്ങിയതെന്നും അതിന്റെ ഫലമായി നേടിയതാണ് 1947 ആഗസ്ത് 15 ന് ലഭിച്ച സ്വാതന്ത്ര്യമെന്നുള്ള രണ്ട് കെട്ടുകഥകൾക്കെതിരെയുള്ള സത്യം ഇതാണ്. ബ്രിട്ടീഷുകാരോട് വിലപേശാനുള്ള തന്ത്രത്തിന്റെ ഭാഗമായാണ് കോൺഗ്രസ് നേതാക്കൾ

ക്വിറ്റിന്ത്യാസമരം പ്രഖ്യാപിച്ചത്. അതിന് മറുതന്ത്രമെന്ന നിലയ്ക്ക് ഒരു വശത്ത് മർദ്ദനനടപടികളെടുത്തു. മറുവശത്ത് മുസ്ലീംലീഗ് അടക്കമുള്ള വലത് പിന്തിരിപ്പൻമാരെ ഉപയോഗപ്പെടുത്തലുമാണ് ബ്രിട്ടീഷ് ഭരണാധികാരികൾ ചെയ്തത്; ഇതിൽ ബ്രിട്ടീഷുകാരുടെ മറുതന്ത്രത്തിന്റെ വിജയമാണ് 1947 ആഗസ്ത് 15.

ഈ സത്യം മറ്റാര് മനസ്സിലാക്കിയില്ലെങ്കിലും, മഹാത്മാഗാന്ധി മനസ്സിലാക്കി. പക്ഷേ, അദ്ദേഹത്തിനും കോൺഗ്രസ് പിരിച്ചുവിടുക എന്ന തികച്ചും അപ്രായോഗികമായ നിർദ്ദേശമല്ലാതെ മറ്റൊന്നും ഉന്നയിക്കാനില്ലായിരുന്നു. അതുമുതൽക്കിന്നേവരെയുള്ള നാല് പതിറ്റാണ്ടുകാലത്താകട്ടെ അന്നദ്ദേഹം പറഞ്ഞതുപോലെ "ഹിന്ദു എന്നും മുസ്ലീമെന്നും മറ്റ് എന്ത് പേര് പറഞ്ഞിട്ടായാലും മൃഗമായിത്തീർന്ന മനുഷ്യൻ" നമ്മുടെ പൊതുജീവിതത്തിൽ നടമാടുകയാണുതാനും. ഈ വസ്തുത കാണാൻ സ്വാതന്ത്ര്യലബ്ധിയുടെ 40-ാം വാർഷികം ആഘോഷിക്കുന്നവർക്ക് ദയവുണ്ടാകുമോ?

രാഷ്ട്രപിതാവിന്റെ ഒസ്യത്തും അതിനുശേഷവും

ഇ എം എസ്

ഈ ലേഖനം അച്ചടിച്ചുവരുമ്പോഴേക്ക് ഇന്ത്യൻ സ്വാതന്ത്ര്യത്തിന്റെ 40-ാം വാർഷികാചരണത്തിനുള്ള മുന്നൊരുക്കങ്ങൾ തുടങ്ങിയിരിക്കും. 48 മണിക്കൂറിനുശേഷം നടക്കുന്ന വാർഷികാചരണത്തിൽ 'രാഷ്ട്രപിതാവായ മഹാത്മാഗാന്ധി'യെ ബഹുമാനപൂർവ്വം അനുസ്മരിക്കുന്ന പ്രസംഗങ്ങൾ ധാരാളം നടക്കും. അവയ്ക്ക് കൊഴുപ്പുകൂട്ടാനെന്നോണം കമ്യൂണിസ്റ്റുകാരെ തെറിപറയുന്ന കാര്യവും ഭരണകക്ഷി നേതാക്കൾ മറക്കുകയില്ല.

പക്ഷേ, "രാഷ്ട്രപിതാവായ മഹാത്മാഗാന്ധി 40 വർഷം മുമ്പ് നടന്ന സ്വാതന്ത്ര്യലബ്ധിയെയും തുടർന്നദ്ദേഹം ജീവിച്ച അഞ്ചുമാസക്കാലത്തെ സംഭവവികാസങ്ങ"ളെയും എങ്ങനെ നോക്കിയിരുന്നുവെന്ന് ഈ കോൺഗ്രസ് നേതാക്കൾ ഓർക്കുന്നുണ്ടോ? "സ്വാതന്ത്ര്യലബ്ധിയുടെ 40-ാം വാർഷികമാചരിക്കുന്നതിൽ പങ്കുകൊള്ളാൻ കമ്യൂണിസ്റ്റുകാർക്കവകാശമില്ലെ"ന്ന് വീറോടെ വാദിച്ച കേരളത്തിലെ യുവകോൺഗ്രസ് പ്രവർത്തകർ രാഷ്ട്രപിതാവ് എഴുതിവെച്ച അവസാനത്തെ കുറിപ്പ് എന്തായിരുന്നുവെന്ന് ഓർക്കുമോ?

സ്വാതന്ത്ര്യം നേടുന്നതിനുവേണ്ടിയുള്ള സമരം സംഘടിപ്പിക്കാനാണ് കോൺഗ്രസ് ജന്മമെടുത്തത്; ആ ലക്ഷ്യം നേടിക്കഴിഞ്ഞിരിക്കുന്നു; ഇനി അത് ഒരു രാഷ്ട്രീയ തിരഞ്ഞെടുപ്പു സംഘടനയായി തുടരരുത്; അത് സ്വയം പിരിച്ചുവിട്ട് ഒരു ലോക സേവക സംഘമായി മാറുകയാണ് വേണ്ടത്. ഇതായിരുന്നു അദ്ദേഹം എഴുതി വെച്ച അവസാന നിർദ്ദേശം – തന്റെ അനുയായികൾ നടപ്പിലാക്കേണ്ട അദ്ദേഹത്തിന്റെ മരണപത്രം എന്നുതന്നെ അതിനെ വിളിക്കാം.

അദ്ദേഹത്തിന്റെ അടുത്ത ശിഷ്യന്മാരെന്ന് അറിയപ്പെട്ടിരുന്ന നെഹ്റു,

പട്ടേൽ മുതലായവർ - സമുന്നതരായ കോൺഗ്രസ് നേതാക്കൾ മുഴുവൻ എന്നർത്ഥം- ഈ നിർദ്ദേശവും തിരസ്കരിച്ചു. 'രാഷ്ട്രപിതാവിന്റെ ആഗ്രഹത്തെയും നിർദ്ദേശങ്ങളെയും ലംഘിച്ചുകൊണ്ടുതന്നെ ഒരു രാഷ്ട്രീയ പാർട്ടിയും തിരഞ്ഞെടുപ്പ് സംഘടനയുമായി അവർ കോൺഗ്രസിനെ തുടർന്ന് പ്രവർത്തിപ്പിച്ചു. അതിന്റെ ഫലമെന്തായി എന്ന് സ്വയം വിമർശനപരമായി പരിശോധിക്കാൻ ഈ 4 പതിറ്റാണ്ടുകാലത്തെ അനുഭവം കോൺഗ്രസുകാരെ നിർബ്ബന്ധിക്കേണ്ടതാണ്.

കോൺഗ്രസ് പിരിച്ചുവിടണമെന്ന നിർദ്ദേശം രാഷ്ട്രപിതാവ് എന്തുകൊണ്ട് ഉന്നയിച്ചു? 1947 ആഗസ്ത് 15 നും തുടർന്നും അദ്ദേഹം നടത്തിയ പ്രസംഗങ്ങൾ, ഇറക്കിയ പ്രസ്താവനകൾ എന്നിവ പരിശോധിച്ചാൽ ഈ ചോദ്യത്തിന് ഉത്തരം കാണാൻ കഴിയും.

ഒന്നാമത്, സ്വാതന്ത്ര്യലബ്ധിയിൽ ആഹ്ലാദിക്കുന്നതിനു പകരം ദുഃഖിക്കുകയാണ് അദ്ദേഹം ചെയ്തത്. ഇന്ത്യയുടെ ഐക്യം, ഹിന്ദുക്കളും മുസ്ലീങ്ങളുമടക്കം എല്ലാ ജാതി-മത വിഭാഗങ്ങളും തമ്മിൽ സൗഹാർദ്ദം - ഇതായിരുന്നു ഇന്ത്യൻ സ്വാതന്ത്ര്യത്തിന്റെ കാതലായ ഭാഗമായി അദ്ദേഹം കണ്ടിരുന്നത്. അതാകെ തകർന്നുകൊണ്ടിരിക്കുന്ന രീതിയിലാണ് 1947 ആഗസ്ത് 15 ന് ഇന്ത്യ സ്വതന്ത്രയായത്. "ഹിന്ദുവെന്നോ മുസ്ലീമെന്നോ മറ്റെന്തു പേർ സ്വയം ഇട്ടുകൊണ്ടാണെങ്കിലും മൃഗമായി പ്രവർത്തിക്കുന്ന മനുഷ്യ"നെയാണ് തനിക്കുചുറ്റും അദ്ദേഹം കണ്ടത്.

രണ്ടാമത്, ഭരണകർത്താക്കളായി മാറിയ തന്റെ സഹപ്രവർത്തകരും ശിഷ്യന്മാരും സ്വതന്ത്ര്യലബ്ധിയോടെ കിട്ടിയ പുതിയ അവസരങ്ങളുപയോഗിച്ച് സ്വന്തം സ്വകാര്യതാല്പര്യങ്ങൾ നേടാനാണ് ശ്രമിക്കുന്നതെന്ന് അദ്ദേഹം കണ്ടു. ഇതും അദ്ദേഹത്തെ അങ്ങേയറ്റം വേദനിപ്പിച്ചു. ഈ ദുഷ്പ്രവണത അന്ന് പ്രത്യക്ഷപ്പെട്ടിരുന്നത് സംസ്ഥാനതലത്തിലായിരുന്നു. കേന്ദ്രത്തിലേക്ക് അത് വ്യാപിച്ചിരുന്നില്ല. പക്ഷേ, കേന്ദ്രത്തെയും അത് തീണ്ടുമെന്ന് അദ്ദേഹം ഭയപ്പെട്ടു. അത് കണ്ടിട്ടാണ് സ്വാതന്ത്ര്യലബ്ധിയിൽ താൻ ദുഃഖിതനാണെന്ന് കൊലയാളിയുടെ വെടിയുണ്ടയേറ്റ് മരിക്കുന്നതിന് വെറും മൂന്നുദിവസം മാത്രമുള്ളപ്പോൾ അദ്ദേഹം പ്രഖ്യാപിച്ചത്.

മൂന്നാമത്, ഈ ചുറ്റുപാടിൽ കോൺഗ്രസ് തിരഞ്ഞെടുപ്പടക്കമുള്ള രാഷ്ട്രീയപ്രവർത്തനങ്ങൾ തുടർന്ന് നടത്തുകയാണെങ്കിൽ, വർഗ്ഗീയ സംഘടനകളടക്കം മറ്റു രാഷ്ട്രീയപാർട്ടികളുമായി അധികാരത്തിനുള്ള മത്സരത്തിൽ അതിന് ഏർപ്പെടേണ്ടിവരും. ഇതൊഴിവാക്കാനാണ് കോൺഗ്രസ് പിരിച്ചുവിടണമെന്ന് താൻ നിർദ്ദേശിക്കുന്നതെന്ന് മരണപത്രം എഴുതിവെച്ചപ്പോൾ അതിലദ്ദേഹം വ്യക്തമാക്കിയിരുന്നത്.

ഇതൊക്കെയാണെങ്കിലും അദ്ദേഹത്തിന്റെ നിർദ്ദേശം അംഗീകരിക്കാൻ വിനോബാഭാവെയെപ്പോലെ ചുരുക്കം ചിലരെ ഉണ്ടായിരുന്നുള്ളൂ. അവരെ മന്ത്രിമാരോ മറ്റു കോൺഗ്രസ് നേതാക്കളോ ജനങ്ങളോ കാര്യമായി എടുത്തുമില്ല. പോരെങ്കിൽ, അവരുടെ കൂട്ടത്തിൽവെച്ച് ഏറ്റവും

സമുന്നതനായി കണക്കാക്കപ്പെടുന്ന വിനോബാഭാവെ ഹിന്ദു-മുസ്ലീം മൈത്രിയെ അപകടപ്പെടുത്തുന്ന- ഹിന്ദുമതം നിഷിദ്ധമായി കണക്കാക്കുന്ന ഗോമാംസ ഭക്ഷണത്തിൽനിന്ന് മുസ്ലീങ്ങളെക്കൂടി പിന്തിരിപ്പിക്കുന്നതിന് ഗവൺമെന്റിന്റെ ശക്തി ഉപയോഗിക്കണമെന്ന - ആവശ്യം മുൻനിർത്തി തുടങ്ങിയ നിരാഹാരത്തിൽ മരണമടയുകയും ചെയ്തു.

അതായത്, കോൺഗ്രസ് പിരിച്ചുവിടുകയെന്ന രാഷ്ട്രപിതാവിന്റെ നിർദ്ദേശം അപ്രായോഗികമാണെന്ന് ചരിത്രം തെളിയിച്ചു. പക്ഷേ, ആ നിർദ്ദേശമുന്നയിക്കാൻ അദ്ദേഹത്തെ പ്രേരിപ്പിച്ച കാരണങ്ങൾ തികച്ചും ശരിയായിരുന്നുവെന്നുകൂടി ഈ നാല് പതിറ്റാണ്ടുകാലത്തെ അനുഭവം തെളിയിച്ചിരിക്കുന്നു.

"ഹിന്ദു എന്നോ മുസ്ലീമെന്നോ മറ്റെന്ത് പേർ പറഞ്ഞിട്ടായാലും മൃഗമായിത്തീർന്ന മനുഷ്യൻ" എന്ന അദ്ദേഹത്തിന്റെ വിശേഷണം അന്നത്തെക്കാൾ എത്രയോ പ്രസക്തമാണ് ഇന്നെന്ന് ഒരാൾക്കും നിഷേധിക്കാൻ വയ്യ.

പോരെങ്കിൽ, അധികാരം കൈയിൽ കിട്ടിയവർ അത് നിലനിർത്തുന്നതിനും മറ്റുള്ളവർ അത് കൈയടക്കുന്നതിനും വേണ്ടി നടത്തുന്ന ഗ്രൂപ്പു മത്സരം പതിന്മടങ്ങ് വർദ്ധിച്ചിരിക്കുന്നു. ആദ്യത്തെ രണ്ട് പതിറ്റാണ്ടുകളോളം കാലം സംസ്ഥാനനിലവാരത്തിൽ മാത്രമായി മിക്കവാറും ഒതുങ്ങിനിന്നിരുന്ന ഈ ഗ്രൂപ്പ് മത്സരം പിന്നീട് അഖിലേന്ത്യാതലത്തിലേക്കും വ്യാപിക്കാൻ തുടങ്ങി.

ഇന്നാകട്ടെ, അത് മൂർച്ഛിച്ച് ഒരു പൊട്ടിത്തെറിയുടെ വക്കിലെത്തിയിരിക്കുകയാണ്. ഈ അധികാരമത്സരത്തിൽ- പ്രതിപക്ഷക്കാരെയും സ്വന്തം പാർട്ടിക്കകത്തെ 'വിമത'രെയും ഒതുക്കാനുള്ള ശ്രമത്തിൽ - മഹാത്മാഗാന്ധി ഭയപ്പെട്ടതുപോലെ 'വർഗ്ഗീയശക്തികളടക്കം മറ്റു രാഷ്ട്രീയക്കാരുമായി കിടമത്സര'ത്തിലേർപ്പെടാൻ കോൺഗ്രസ് നിർബ്ബന്ധിക്കപ്പെട്ടിരിക്കുന്നു.

ഇത് ജാതി-മത വർഗ്ഗീയശക്തികളെ കൂടുതൽ ശക്തിപ്പെടുത്തുകയാണ്. തിരഞ്ഞെടുപ്പിൽ ജയിക്കുന്നതിനുവേണ്ടി ഏത് ശിഥിലീകരണ ശക്തിയുമായും കൂട്ടുകൂടുക എന്ന അവസരവാദ നയസമീപനം കോൺഗ്രസിനെയും രാജ്യത്തെയാകെയും അങ്ങേയറ്റം അപകടകരമായ ഒരു രാഷ്ട്രീയ പ്രതിസന്ധിയിൽ എത്തിച്ചേരിക്കുന്നുവെന്നർത്ഥം.

ഈ പ്രതിസന്ധി മൂർച്ഛിച്ചുവന്നിരിക്കുന്ന പശ്ചാത്തലത്തിലാണ് സ്വാതന്ത്ര്യലബ്ധിയുടെ 40-ാം വാർഷികം കൊണ്ടാടുന്നത് "ഞാനും എന്റെ കുടുംബാംഗങ്ങളും ഒരഴിമതിയും നടത്തിയിട്ടില്ല" എന്ന് പാർലമെന്റിൽ എഴുന്നേറ്റുനിന്ന് പറയേണ്ടിവന്ന ഗതികേടിലാണ് ഇന്ന് പ്രധാനമന്ത്രി രാജീവ്ഗാന്ധി എത്തിയിട്ടുള്ളത്. കഴിഞ്ഞ മൂന്നുനാല് മാസത്തിനിടെ മന്ത്രിസഭയിലും പാർട്ടി സംഘടനയിലും പൊട്ടിപ്പുറപ്പെട്ട അഗാധമായ പ്രതിസന്ധി ഇതിനുമുമ്പ് ഒരു പ്രധാനമന്ത്രിക്കും നേരിടേണ്ടിവന്നിട്ടില്ല. പ്രതിപക്ഷക്കാരും സ്വന്തം പാർട്ടിയിലെ 'വിമത' വിഭാഗക്കാരും ആവ

ശ്യപ്പെടുന്നതുപോലെ ഇപ്പോൾ ഒരു ഇടക്കാലതിരഞ്ഞെടുപ്പ് നടത്താൻ കൂട്ടാക്കാത്തപക്ഷം രണ്ട് കൊല്ലത്തിനുശേഷമെങ്കിലും നടത്താൻ നിർബ്ബന്ധിക്കപ്പെടുന്ന പൊതുതിരഞ്ഞെടുപ്പിൽ കൂട്ടിപ്പിടിക്കാവുന്ന ജാതി-മത വർഗ്ഗീയശക്തികളെയെല്ലാം ചേർത്താലും ജയിക്കാൻ പ്രയാസമാണെന്ന് പ്രധാനമന്ത്രിക്കും കൂട്ടുകാർക്കുംതന്നെ ബോദ്ധ്യപ്പെട്ടുതുടങ്ങിയിരിക്കുന്നു.

കേരളത്തിലാകട്ടെ, 1960 നുശേഷം ഇതേവരെ അധികാരത്തിലിരുന്നിട്ടുള്ളപ്പോഴെല്ലാം ജാതി-മത വർഗ്ഗീയ ശക്തികളുടെ പിൻബലമാണതിന് സഹായിച്ചത്. ഇന്ന് പ്രതിപക്ഷത്തിരിക്കുന്നതുപോലും ആ വർഗ്ഗീയശക്തികളുടെ കൂട്ടുകെട്ടിലാണ്. 'ക്വിറ്റിന്ത്യാ സമരത്തെ വഞ്ചിച്ച' മാർക്സിസ്റ്റുകാരെ എതിർക്കുന്നതിനുപോലും പാകിസ്ഥാൻ വാദം ഉന്നയിച്ചുകൊണ്ട് അതേ ക്വിറ്റിന്ത്യാസമരത്തെ എതിർത്ത ലീഗുകാരുടെ പിന്തുണവേണം ഇവിടത്തെ കോൺഗ്രസുകാർക്ക് എന്നു വന്നിരിക്കുന്നു.

എന്നാൽ ലീഗിന്റെയും ക്രിസ്ത്യൻപള്ളി മേധാവികളുടെയും നായരീഴവാദി ജാതി പ്രമാണിമാരുടെയും കൂട്ടുകെട്ടുണ്ടായാൽപോലും ഇനി കേരള ഭരണം സ്വപ്നം കാണേണ്ടെന്ന ശക്തമായ മുന്നറിയിപ്പ് കേരള ജനത ഇവിടത്തെ കോൺഗ്രസുകാർക്ക് നല്കിയിരിക്കുന്നു.

പോരെങ്കിൽ, പ്രതിപക്ഷനേതാവും കെ പി സി സി പ്രസിഡന്റും തമ്മിൽ നടക്കുന്ന പരസ്യമായ വിവാദങ്ങളടക്കം സ്വന്തം പാർട്ടിക്കകത്തെ ചേരിപ്പോരും ഇവിടത്തെ കോൺഗ്രസ് നേതാക്കൾക്ക് കണ്ടില്ലെന്നു നടിക്കാനാവില്ല.

കേരളത്തിലായാലും മറ്റേത് സംസ്ഥാനത്തായാലും അഖിലേന്ത്യാതലത്തിലായാലും, മുപ്പത്തൊമ്പതരവർഷംമുമ്പ് — 1948 ജനുവരി അവസാനം - മഹാത്മാഗാന്ധിവെച്ച നിർദ്ദേശം തികച്ചും പ്രസക്തമാണെന്നു തെളിഞ്ഞുകഴിഞ്ഞ ഒരവസരത്തിലാണ് സ്വാതന്ത്ര്യലബ്ധിയുടെ 40-ാം വാർഷികം കൊണ്ടാടുന്നതെന്നു പറയാൻ മടിക്കേണ്ടതില്ല. കോൺഗ്രസ് പിരിച്ചുവിടണമെന്ന അദ്ദേഹത്തിന്റെ നിർദ്ദേശം പ്രായോഗികമായിരുന്നില്ലെന്ന് അന്നുതന്നെ തെളിഞ്ഞുവെങ്കിൽ, സ്വാതന്ത്ര്യലബ്ധിക്കുമുമ്പെന്നപോലെ തന്നെ സംഘടന തുടരുക എന്ന നെഹ്റു-പട്ടേൽ പ്രഭൃതികളുടെ നിർദ്ദേശവും അപ്രായോഗികമായിരുന്നുവെന്ന് ഇപ്പോൾ തെളിഞ്ഞിരിക്കുന്നു. പിരിച്ചുവിടാൻ കൂട്ടാക്കാത്ത നെഹ്റു-പട്ടേൽ പ്രഭൃതികളുടെ ഇന്നത്തെ അനുയായികൾക്ക് സ്വന്തം പാർട്ടി സ്വയം പിരിഞ്ഞുപോകുന്നതിന് സാക്ഷികളാകേണ്ടി വന്നിരിക്കുന്നു.

ഇടക്കാല തിരഞ്ഞെടുപ്പ് നടത്താതെ കഴിയുന്നത്ര കാലം അധികാരത്തിലിരിക്കാൻ കഴിയുമോ എന്നു മാത്രമേ രാജീവ്ഗാന്ധിക്കും കൂട്ടർക്കും നോട്ടമുള്ളൂ. കേരളത്തിലെ കരുണാകര-പത്മരാജ പ്രഭൃതികൾകാകട്ടെ, ലീഗ്-കേരള കൂട്ടുകെട്ട് തുടർന്നാൽപോലും അധികാരം കൈവിട്ടുപോകുന്ന ഗതികേടിൽ എന്തു ചെയ്യണമെന്നറിയാതെ തപ്പിത്തടയേണ്ടിവന്നിരിക്കുകയാണ്.

കമ്യൂണിസ്റ്റ് പാർട്ടി -സ്വാതന്ത്ര്യ ലബ്ധിക്കു മുമ്പും പിമ്പും

സ്വാതന്ത്ര്യലബ്ധിയുടെ 40-ാം വാർഷികത്തിലും ക്വിറ്റ് ഇന്ത്യാ സമരത്തിന്റെ 45-ാം വാർഷികത്തിലും പങ്കെടുക്കാൻ അനുവദിക്കണമേ എന്ന് കമ്യൂണിസ്റ്റ് (മാർക്സിസ്റ്റ്) പാർട്ടി കോൺഗ്രസിനോട് അപേക്ഷിച്ചു. അതംഗീകരിക്കാൻ തങ്ങൾ തയ്യാറായില്ല - ഇതാണ് കേരളത്തിലെ ചില കോൺഗ്രസ് നേതാക്കൾ പറഞ്ഞുപരത്തുന്നത്.

സത്യമെന്താണെന്നോ? ഇന്നത്തെ പ്രസിഡന്റായ വെങ്കട്ടരാമൻ വൈസ് പ്രസിഡന്റായിരുന്നകാലത്ത് അദ്ദേഹത്തിന്റെ അദ്ധ്യക്ഷതയിൽ സ്വാതന്ത്ര്യലബ്ധിയുടെ 40-ാം വാർഷികവും ജവാഹർലാൽ നെഹ്റുവിന്റെ ജന്മശതവാർഷികവും ആഘോഷിക്കുന്നതിന് ഒരു കമ്മിറ്റി രൂപീകരിച്ചിരുന്നു. അതിൽ അംഗമായിരിക്കാൻ ആവശ്യപ്പെട്ടുകൊണ്ട് ഭാരവാഹികൾ എനിക്കൊരു കത്തയച്ചു. ഞാനതിന് ഒരു മറുപടിയും നല്കിയില്ല.

എന്തുകൊണ്ടെന്നോ? ഈ രണ്ട് ആഘോഷങ്ങളും സംഘടിപ്പിക്കാനുള്ള കമ്മിറ്റിയിൽ ഇരിക്കുന്നത് എനിക്ക് സാധാരണഗതിയിൽ സന്തോഷമേ ഉണ്ടാകുമായിരുന്നുള്ളൂ. പക്ഷേ, കോൺഗ്രസ് പാർട്ടിയും അതിന്റെ കേന്ദ്ര സംസ്ഥാന ഗവൺമെന്റുകളും ഇത്തരം ആഘോഷങ്ങളെ ഉപയോഗിക്കുന്ന രീതി കാണുമ്പോൾ അതിൽ പങ്കെടുക്കാൻ വിഷമം തോന്നി. അതുകൊണ്ട് എനിക്കു കിട്ടിയ ക്ഷണം സ്വീകരിക്കുകയോ നിരാകരിക്കുകയോ ചെയ്യാതെ ഞാൻ നിശ്ശബ്ദനായി ഇരിക്കുകയാണ് ചെയ്തത്.

ഇതിനു മുമ്പ് കോൺഗ്രസ് സ്ഥാപിച്ചതിന്റെ ശതവാർഷികം ആഘോഷിക്കുന്നതിന് ഒരു കമ്മിറ്റി ഉണ്ടാക്കിയപ്പോഴും അതിൽ ചേരാൻ എനിക്കു ക്ഷണം കിട്ടിയിരുന്നു. അതു നിരസിച്ചുകൊണ്ടുതന്നെ ഞാൻ മറുപടി അയച്ചു. എന്തുകൊണ്ടെന്നാൽ രാഷ്ട്രീയജീവിതം തുടങ്ങിയ ആദ്യകാലത്ത് ഞാനൊരു കോൺഗ്രസുകാരനായിരുന്നെങ്കിലും അന്നുതന്നെ മഹാത്മാഗാന്ധിയടക്കമുള്ള നേതാക്കളുടെ നയസമീപനങ്ങളോടു എതിർപ്പുള്ള ഒരു സോഷ്യലിസ്റ്റും കമ്യൂണിസ്റ്റുമായാണ് ഞാൻ പ്രവർത്തിച്ചിരുന്നത്.

പിന്നീട് കോൺഗ്രസുമായുള്ള ബന്ധംതന്നെ ഞാൻ വിടർത്തി. സ്വാതന്ത്ര്യലബ്ധിക്കുശേഷമാകട്ടെ കോൺഗ്രസിനെതിരെയുള്ള പ്രതിപക്ഷ നിരയിൽ അപ്രധാനമല്ലാത്ത സ്ഥാനം വഹിക്കുന്ന ഒരു പാർട്ടിയുടെ പ്രതിനിധിയും വക്താവുമായാണ് ഞാൻ തുടർന്നു പോന്നിട്ടുള്ളത്. ആ സ്ഥിതിക്ക് കോൺഗ്രസ് പാർട്ടിയുടേതായ ഒരു ആഘോഷത്തിൽ പങ്കെടുക്കാൻ ഞാൻ പുറപ്പെടുന്നത് കോൺഗ്രസിനോടോ എന്റെ പാർട്ടിയോടോ നീതി ചെയ്യലാവുകയില്ല. ഈ കാര്യം കാണിച്ചുകൊണ്ട് ശതവാർഷികാഘോഷകമ്മിറ്റിയുടെ ഭാരവാഹികൾക്ക് ഞാൻ കത്തെഴുതുകതന്നെ ചെയ്തു.

ഈ സാഹചര്യത്തിൽ രാജ്യത്തിന്റെ മുഴുവൻ കാര്യമായ സ്വാതന്ത്ര്യലബ്ധിയുടെ 40-ാം വാർഷികം, ജവാഹർലാൽ നെഹ്റുവിനെപ്പോ

ലുള്ള സമുന്നത ദേശീയ നേതാവിന്റെ ജന്മശതവാർഷികാഘോഷം എന്നിവയെ ക്വിറ്റ് ഇന്ത്യാസമരത്തിന്റെ 45-ാം വാർഷികാഘോഷവുമായി കൂട്ടിക്കെട്ടുന്നത് തെറ്റാണെന്നാണ് എന്റെ അഭിപ്രായം. ഇത് വിശദീകരിച്ചുകൊണ്ടുള്ള ഒരു ലേഖനം കഴിഞ്ഞ ആഗസ്ത് 9-ാം തീയതിയിലത്തെ *ദേശാഭിമാനി*യിൽ ഞാനെഴുതിയിരുന്നു.

ഞാൻ കൂടി അംഗമായ ഒരു കമ്മിറ്റിയുടെ പേരിലാണ് ക്വിറ്റ് ഇന്ത്യാ വാർഷികം ആഘോഷിക്കാൻ നിർദ്ദേശം നല്കിയിരുന്നതെങ്കിൽ, ആ ഒരൊറ്റ കാരണത്താൽ കമ്മിറ്റിയിൽ നിന്ന് എനിക്ക് രാജിവെക്കേണ്ടിവരുമായിരുന്നു. എന്തുകൊണ്ടെന്നാൽ, ക്വിറ്റ് ഇന്ത്യാസമരത്തിൽ പങ്കെടുത്തവരോട് ആദരബഹുമാനങ്ങൾ പുലർത്തിക്കൊണ്ടുതന്നെ ആ സമരം തെറ്റായിരുന്നുവെന്ന എന്റെ നിലപാടിൽ ഇന്നും ഞാൻ ഉറച്ചു നില്ക്കുന്നു.

ക്വിറ്റ് ഇന്ത്യാ സമരത്തിൽ പങ്കെടുത്തവർക്ക് അതിൽ തങ്ങൾ വഹിച്ച പങ്കിനെക്കുറിച്ച് അഭിമാനമുണ്ടാവുന്നത് സ്വാഭാവികമാണ്. അതേപോലെ സ്വാഭാവികമാണ് ക്വിറ്റ് ഇന്ത്യാ സമരം നടത്തുന്ന കാലത്ത് അതിന്റെ തായ ഒഴുക്കിനെതിരെ നീന്തി സ്വന്തം രാഷ്ട്രീയവ്യക്തിത്വം നിലനിർത്തിയ കമ്യൂണിസ്റ്റുകാർക്ക് തങ്ങൾ വഹിച്ച പങ്കിൽ അഭിമാനമുണ്ടാവുകയെന്നത്. ക്വിറ്റ് ഇന്ത്യാ സമരക്കാരായ സുഹൃത്തുക്കൾ അത് മനസ്സിലാക്കുന്നത് നന്ന്.

എന്നെ സംബന്ധിച്ച് പറയുകയാണെങ്കിൽ, ആറുപതിറ്റാണ്ടോളം കാലം നീണ്ടുനില്ക്കുന്ന രാഷ്ട്രീയജീവിതത്തിൽ ഞാനെന്നും അനുസ്മരിക്കുന്ന ഒരു സംഭവമാണ് ഒട്ടേറെ പ്രയാസങ്ങൾ നേരിട്ടുകൊണ്ട് കമ്യൂണിസ്റ്റുകാർ തങ്ങളുടെ സ്വതന്ത്രനിലപാടിൽ ഉറച്ചുനിന്ന ക്വിറ്റ് ഇന്ത്യാ സമരകാലഘട്ടമെന്ന് ഞാൻ കരുതുന്നു.

കോൺഗ്രസിന്റെ നേതൃത്വത്തിൽ മൂന്നുപതിറ്റാണ്ടിലേറെ കാലമായി നടന്നിരുന്ന ദേശീയസ്വാതന്ത്ര്യ സമരത്തിന്റെ അണികളിൽനിന്നാണ് മറ്റു വിപ്ലവകാരികളുടേതെന്നപോലെ കമ്യൂണിസ്റ്റുകാരുടെയും ആദ്യകാലഗ്രൂപ്പുകൾ രൂപംകൊണ്ടത്. ആ സ്ഥിതിക്ക് കോൺഗ്രസ് നേതൃത്വത്തിലുള്ള ദേശീയസമരത്തിന്റെ സന്തതിയാണ് ഇന്ത്യൻ കമ്യൂണിസ്റ്റ് പാർട്ടി എന്ന് പറയുന്നതിൽ തെറ്റില്ല. കേരളത്തിലാകട്ടെ, 1930 ലെ ഉപ്പുസത്യഗ്രഹത്തിലും തുടർന്നുള്ള സമരങ്ങളിലും പങ്കെടുത്ത യുവ കോൺഗ്രസുകാരാണ് ആദ്യം സോഷ്യലിസ്റ്റ് പാർട്ടിയും പിന്നീട് കമ്യൂണിസ്റ്റ് പാർട്ടിയും രൂപീകരിച്ചത്. ഈ പാരമ്പര്യത്തിൽ ഇന്ത്യൻ കമ്യൂണിസ്റ്റുകാരായ ഞങ്ങൾ അഭിമാനം കൊള്ളുന്നു.

എന്നാൽ, മറ്റു പല വിപ്ലവ ഗ്രൂപ്പുകളുമെന്നപോലെ കമ്യൂണിസ്റ്റുകാരും കോൺഗ്രസിനകത്തെ വലതുവിഭാഗത്തിൽപ്പെട്ട നേതൃത്വത്തെ എതിർത്തുപോന്നിരുന്നു. അതിനുവേണ്ടി അവർ സ്വന്തം പാർട്ടി തന്നെ രൂപീകരിച്ചു- അവരും മഹാത്മാഗാന്ധിയടക്കമുള്ള നേതാക്കളും തമ്മിൽ സദാ ഏറ്റുമുട്ടിക്കൊണ്ടിരുന്നു. കോൺഗ്രസിന്റെ ഓരോ സമ്മേളനവും എ ഐ സി സി പോലുള്ള ഉത്തരവാദപ്പെട്ട കമ്മിറ്റികളുടെ യോഗങ്ങളും

ഇടത് വലത് സംഘട്ടനങ്ങൾക്ക് സാക്ഷ്യം വഹിച്ചു. ഈ സംഘട്ടനത്തിൽ ചിലപ്പോൾ ഇടതുകാർ ജയിക്കുകപോലും ചെയ്തു.

ഈ സംഘട്ടനം മൂർച്ഛിച്ചരൂപത്തിലെത്തിയ ഒരു സന്ദർഭമാണ് ക്വിറ്റ് ഇന്ത്യാ സമരം. സോഷ്യലിസ്റ്റുകാരടക്കം മറ്റുപല ഇടതുപക്ഷ ഗ്രൂപ്പുകളും കോൺഗ്രസ് നേതൃത്വത്തിന്റെ പിന്നിൽ അണിനിരന്നുവെങ്കിലും കമ്യൂണിസ്റ്റുകാർ സ്വന്തം നിലപാടിൽ ഉറച്ചു നില്ക്കുക തന്നെചെയ്തു. അഖിലേന്ത്യാ നിലവാരത്തിൽ കോൺഗ്രസ് നേതൃത്വത്തെ വെല്ലുവിളിച്ചുകൊണ്ടും മറ്റിടതുപക്ഷ പാർട്ടികളുടേതിനുപോലും എതിരായ നിലപാട് എടുത്തുകൊണ്ടും കമ്യൂണിസ്റ്റ് പാർട്ടി ജനങ്ങളുടെ മുമ്പിൽ വന്ന ആദ്യത്തെ സന്ദർഭമാണിത്. ബഹുവർഗ്ഗ കൂട്ടുകെട്ടായ കോൺഗ്രസിനകത്ത് ബൂർഷ്വാസിയെ പ്രതിനിധാനം ചെയ്യുന്ന നേതൃത്വത്തിനെതിരെ തൊഴിലാളിവർഗ്ഗത്തിന്റേതായ രാഷ്ട്രീയശക്തി അഖിലേന്ത്യാനിലവാരത്തിൽതന്നെ പ്രത്യക്ഷപ്പെട്ട ആദ്യത്തെ അനുഭവമെന്ന നിലയ്ക്കാണ് ക്വിറ്റ് ഇന്ത്യാസമരത്തിന്റെ കാലത്ത് ഞങ്ങൾ അംഗീകരിച്ച നിലപാടിൽ ഞാൻ അഭിമാനം കൊള്ളുന്നത്.

സ്വന്തം നിലപാട് ഉയർത്തിപ്പിടിക്കുക മാത്രമല്ല ക്വിറ്റ് ഇന്ത്യാ സമരകാലത്ത് ഞങ്ങൾ ചെയ്തത്. ഇന്ത്യയുടെ ഭാവിരാഷ്ട്രീയം രൂപപ്പെടുത്തുന്നതിൽ അതിപ്രധാനമായ പങ്കുവഹിക്കുന്ന ഒരു പ്രശ്നം ഉയർത്തിക്കൊണ്ടുവരികകൂടി അന്ന് ഞങ്ങൾ ചെയ്തു.

ഇന്ത്യൻ സ്വാതന്ത്ര്യവും ആഗോള വിപ്ലവപ്രസ്ഥാനവും തമ്മിലുള്ള ബന്ധത്തെയാണ് ഞാനിവിടെ സൂചിപ്പിക്കുന്നത്. സോവിയറ്റ് യൂണിയന്റെ നേതൃത്വത്തിലും ബ്രിട്ടനടക്കമുള്ള സാമ്രാജ്യകോയ്മകൾ പങ്കെടുത്തും രൂപംകൊണ്ടിട്ടുള്ള ആഗോള ഫാസിസ്റ്റ് വിരുദ്ധ മുന്നണിയുടെ ഭാഗമാണ് ഇന്ത്യയുടെ ദേശീയ പ്രസ്ഥാനം. ഈ വസ്തുത അവഗണിച്ചുകൊണ്ട് അംഗീകരിക്കുന്ന ഏത് സമര മാർഗ്ഗവും ഇന്ത്യയുടെ ദേശീയ സ്വാതന്ത്ര്യസമരത്തെ ക്ഷീണിപ്പിക്കുകയേയുള്ളൂ. ആഗോളമായി നടക്കുന്ന ഫാസിസ്റ്റ് വിരുദ്ധ സമരത്തിന്റെ വിജയമാണ് ഇന്ത്യയടക്കം ഡസൻകണക്കിനുള്ള അധീന രാജ്യങ്ങളുടെ ദേശീയസ്വാതന്ത്ര്യത്തിനുള്ള സാഹചര്യം സൃഷ്ടിക്കുക - ഇതാണ് രണ്ടാം ലോകമഹായുദ്ധത്തിൽ സോവിയറ്റ് യൂണിയൻ പങ്കാളിയായതിനർത്ഥം എന്ന് ഞങ്ങൾ ചൂണ്ടിക്കാണിച്ചു. അതേവരെ സാമ്രാജ്യയുദ്ധമായിരുന്ന രണ്ടാംലോകമഹായുദ്ധം 1941 ജൂൺ 22 ന് ഒരു ജനകീയ യുദ്ധമായി മാറിയെന്ന് ഞങ്ങൾ പറഞ്ഞതിനർത്ഥം ഇതാണ്.

ബഹുഭൂരിപക്ഷം ഇന്ത്യൻ സാമ്രാജ്യവിരോധികൾക്ക് ഈ വാദഗതി അന്ന് മനസ്സിലായില്ല. അതുകൊണ്ടവർ ഞങ്ങളെ 'റഷ്യൻ ഏജന്റു'മാരും 'ബ്രിട്ടീഷ് ഏജന്റു'മാരുമായി മുദ്രയടിച്ചു. എന്നാൽ യുദ്ധം അവസാനിച്ചതിനുശേഷമുള്ള നാല് പതിറ്റാണ്ടുകളോളം കാലത്തെ അനുഭവം ഞങ്ങളുടെ ഭാഗത്താണ് ശരിയെന്നുതെളിയിച്ചു. സോവിയറ്റ് യൂണിയന്റെ നേതൃത്വത്തിലുള്ള ഫാസിസ്റ്റു വിരുദ്ധചേരി രണ്ടാം ലോകമഹായുദ്ധത്തിൽ

ജയിച്ചിരുന്നില്ലെങ്കിൽ ഇന്ത്യയടക്കം നൂറിലേറെ അധീന രാജ്യങ്ങൾ യുദ്ധാനന്തര വർഷങ്ങളിൽ സ്വാതന്ത്ര്യം നേടുമായിരുന്നില്ല.

സ്വാതന്ത്ര്യലബ്ധിക്കുശേഷമുള്ള 40 വർഷകാലത്ത് കോൺഗ്രസ് നേതൃത്വത്തിലുള്ള കേന്ദ്ര ഗവൺമെന്റ് തുടർന്നുപോന്നതും ചേരിചേരായ്മയുടേതെന്ന് വിളിക്കുന്നതുമായ വിദേശനയം തന്നെ പരിശോധിക്കുക. രണ്ടാം ലോകമഹായുദ്ധത്തിൽ സോവിയറ്റ് യൂണിയന്റെ നേതൃത്വത്തിൽ ആഗോള വിപ്ലവ പ്രസ്ഥാനത്തിനുണ്ടായ വിജയമാണ് ഇതിനടിസ്ഥാനം. ഇന്ത്യയടക്കം യുദ്ധാനന്തരകാലത്ത് സ്വാതന്ത്ര്യം നേടിയ നൂറോളം രാജ്യങ്ങളാണ് ഈ പ്രസ്ഥാനത്തിന് രൂപംനല്കിയത്. അമേരിക്കൻ നേതൃത്വത്തിലുള്ള ലോകസാമ്രാജ്യാധിപത്യത്തിന്റെ കണ്ണിലെ കരടായിത്തീർന്നിട്ടുള്ള ഈ പ്രസ്ഥാനത്തിന്റെ ഉത്ഭവംകുറിച്ച ഈ സംഭവം യുദ്ധകാലത്ത് കമ്യൂണിസ്റ്റ് പാർട്ടി ഉയർത്തിയ "ജനകീയയുദ്ധ" മുദ്രാവാക്യത്തിന്റെയും അതനുസരിച്ചുള്ള കാഴ്ചപ്പാടിന്റെയും യുക്തിസഹത്വം വ്യക്തമാക്കുന്നു.

"ജനകീയയുദ്ധ"മുദ്രാവാക്യത്തെ ചുറ്റിപ്പറ്റികൊണ്ടുള്ള കമ്യൂണിസ്റ്റുകാരുടെ നയസമീപനം മൊത്തത്തിൽ ശരിയായിരുന്നുവെന്ന് ഉറപ്പിച്ചുപറയുമ്പോൾതന്നെ, അത് പ്രയോഗത്തിൽ വരുത്തുമ്പോൾ ചില പിശകുകൾ പറ്റിയിട്ടുണ്ടെന്ന് ഞാൻ സമ്മതിക്കുന്നു. എന്നാൽ, ഞങ്ങൾക്ക് പറ്റിയതിനെക്കാൾ എത്രയോ കൂടുതൽ ഭയങ്കരമായ പിശകുകളാണ് മറ്റുള്ളവർക്ക് പറ്റിയതെന്ന് ഞാനവകാശപ്പെടുന്നു. 'ക്വിറ്റ് ഇന്ത്യാസമരത്തിന്റെ സർവ്വസൈന്യാധിപ'നായി കണക്കാക്കപ്പെട്ടിരുന്ന മഹാത്മാഗാന്ധിക്കുതന്നെ 1947 ആഗസ്ത് 15 ന് സ്വാതന്ത്ര്യം കിട്ടിയപ്പോൾ അത് തള്ളിപ്പറയേണ്ടിവന്നുവല്ലോ.

മഹാത്മാഗാന്ധിയെപ്പോലും വേദനിപ്പിക്കുന്നതരത്തിലാണ് സ്വാതന്ത്ര്യലബ്ധിയുണ്ടായതെന്ന സ്ഥിതിക്ക് 40 വർഷം മുമ്പ് നേടിയ സ്വാതന്ത്ര്യത്തിന്റെ സ്വഭാവം സംബന്ധിച്ച് കമ്യൂണിസ്റ്റുകാർക്ക് ആശയക്കുഴപ്പമുണ്ടായതിൽ അത്ഭുതപ്പെടാനില്ല. ആ കുഴപ്പം തീർത്ത് വ്യക്തമായ ധാരണകളിലെത്താൻ പാർട്ടിക്ക് സമയമെടുക്കേണ്ടിവന്നു: അതിനിടയ്ക്ക് രൂക്ഷമായ ആശയസമരങ്ങൾ പാർട്ടിക്കുള്ളിൽ നടക്കുകയും ചെയ്തു. എന്നാൽ ഈ ആശയസമരങ്ങളുടെ പരിണാമമെന്ന നിലയ്ക്ക് അവസാനം (1951 ൽ) പാർട്ടി ഒരു യോജിച്ച ധാരണയിലെത്തി. ആ ധാരണയുടെ രത്നച്ചുരുക്കമാണ് താഴെ കൊടുക്കുന്നത്.

ഒന്ന്, സ്വാതന്ത്ര്യലബ്ധിയോടുകൂടി ഇന്ത്യൻ ജനതയുടെ ദേശീയ സമരത്തിന്റെ ഒരു ഘട്ടം അവസാനിച്ചു. വിദേശീയർക്കുപകരം ഇന്ത്യയുടെ ദേശീയ നേതാക്കൾ ഭരണകർത്താക്കളായി മാറി. ഇത് ജനങ്ങളെ സംബന്ധിച്ചിടത്തോളം വിലപ്പെട്ട ഒരു നേട്ടമാണ്.

രണ്ട്, ഈ സ്ഥിതി കൈവരുത്തിയതിൽ രണ്ടാം ലോകമഹായുദ്ധത്തിൽ സോവിയറ്റ് യൂണിയന്റെ നേതൃത്വത്തിൽ ഫാസിസ്റ്റ് വിരുദ്ധശക്തികൾക്കുണ്ടായ വിജയം ഒരു പ്രധാന പങ്കുവഹിച്ചിട്ടുണ്ട്. സ്വതന്ത്ര ഇന്ത്യയുടെ ഇനിയങ്ങോട്ടുള്ള പുരോഗതിയിലും ആഗോള വിപ്ലവ ശക്തി

കളോടുള്ള സഹകരണത്തിന് അതിപ്രധാനമായ പങ്കുണ്ട്.

മൂന്ന്, ഇന്ത്യൻ ജനതയാകെയാണ് വിദേശീയ മേധാവിത്തത്തിൽ നിന്ന് മോചനം നേടിയിട്ടുള്ളതെങ്കിലും, ഭരണാധികാരം കൈവശപ്പെടുത്തിയിട്ടുള്ളത് സമൂഹത്തിന്റെ തലപ്പത്തിരിക്കുന്ന ബൂർഷ്വാ ഭൂപ്രഭു ഭരണവർഗ്ഗങ്ങളാണ്. അവരാകട്ടെ, ഒരുപിടി മാത്രം വരുന്ന മേലാളി വർഗ്ഗങ്ങളുടെ താല്പര്യം സംരക്ഷിക്കുന്നതിന് ബഹുഭൂരിപക്ഷത്തെ കൊള്ളയടിക്കുന്ന നയസമീപനങ്ങളാണ് അംഗീകരിക്കുന്നത്. ഇത് രാജ്യത്തെ കൂടുതൽ മൂർച്ഛിച്ച പ്രതിസന്ധിയിലെത്തിക്കും.

നാല്, ഈ പ്രതിസന്ധിക്ക് പരിഹാരം കാണുന്നതിന് തൊഴിലാളി വർഗ്ഗത്തിന്റെ നേതൃത്വത്തിൽ ബഹുഭൂരിപക്ഷം ജനങ്ങളെ അണിനിരത്തുന്ന ഒരു ജനകീയ ജനാധിപത്യ മുന്നണിക്ക് രൂപംനല്കണം. കർഷക ജനസാമാന്യം, വിവിധ രൂപത്തിലുള്ള ഇടത്തരക്കാർ, വിദേശീയ കുത്തകകളുമായി കൂട്ടുകച്ചവടത്തിലേർപ്പെടാത്ത സ്വദേശീയ വ്യവസായികളും വ്യാപാരികളും എന്നിവരുടെയെല്ലാം താല്പര്യം സംരക്ഷിക്കുന്ന ഒരു ജനകീയ ജനാധിപത്യ ഗവൺമെന്റ് നിലവിൽ വരുത്താൻ ശ്രമിക്കണം.

അഞ്ച്, ജനകീയ ജനാധിപത്യ മുന്നണി കെട്ടിപ്പടുക്കുകയും അതിന്റെതായ ഗവൺമെന്റ് നിലവിൽ വരുത്തുകയും ചെയ്യുന്നതിൽ പാർലമെന്ററി പ്രവർത്തനത്തിന് അതിപ്രധാനമായ പങ്കുണ്ട്. പക്ഷേ, പാർലമെന്ററി പ്രവർത്തനത്തിലൂടെ മാത്രം ഇന്നത്തെ ഭരണവർഗ്ഗങ്ങളെ അധികാരഭ്രഷ്ടമാക്കി ജനകീയ ജനാധിപത്യത്തിലേക്ക് മുന്നേറാൻ കഴിയുകയില്ല. തൊഴിലാളി-കർഷകാദി ബഹുജനങ്ങൾ വ്യാപകമായി നടത്തുന്ന സംഘടിത സമരങ്ങൾ, അവയെ ശക്തിപ്പെടുത്താൻ സഹായിക്കുന്ന പാർലമെന്ററി പ്രവർത്തനം എന്നിവയെ സംയോജിപ്പിച്ചുകൊണ്ട് മാത്രമേ ജനകീയ ജനാധിപത്യ വിപ്ലവത്തിന്റെ പാതയിലൂടെ മുന്നേറാൻ കഴിയൂ.

ആറ്, ഈ പ്രവർത്തനത്തിൽ അതിപ്രധാനമായ പങ്ക് സംഘടിതമായ യുദ്ധവിരുദ്ധ-സമാധാന പ്രസ്ഥാനത്തിനുണ്ട്. എന്തുകൊണ്ടെന്നാൽ ഫാസിസ്റ്റുവിരുദ്ധ യുദ്ധത്തിൽ വിപ്ലവ ശക്തികളോടേറ്റുമുട്ടി പരാജയപ്പെട്ട ലോകസാമ്രാജ്യാധിപത്യം അതിന്റെ മേധാവിത്തം പുനഃസ്ഥാപിക്കുന്നതിനുവേണ്ടി ആണവായുധങ്ങൾ ഉപയോഗിച്ചുകൊണ്ടുള്ള ഒരു മൂന്നാം ലോകമഹായുദ്ധത്തിന് തയ്യാറെടുത്തുകൊണ്ടിരിക്കുകയാണ്. ഈ നീക്കത്തെ പരാജയപ്പെടുത്തിയാൽ മാത്രമേ 1947 ആഗസ്ത് 15 ന് ലഭിച്ച സ്വാതന്ത്ര്യം ഉറപ്പാക്കാനും ജനകീയ ജനാധിപത്യ വിപ്ലവത്തിന്റെ പാതയിലേക്കു കടക്കാനും കഴിയൂ.

സോഷ്യലിസ്റ്റുകാരുടേതടക്കം മറ്റ് പ്രതിപക്ഷ പാർട്ടികളുടെ നിലപാടിൽനിന്ന് വ്യത്യസ്തമാണിതെന്ന് മനസ്സിലാക്കാൻ വിഷമമില്ല. ഇന്ത്യൻ രാഷ്ട്രീയത്തെ ആഗോള വിപ്ലവ രാഷ്ട്രീയവുമായി ഘടിപ്പിച്ചുകൊണ്ട് ഒന്നാം ലോകമഹായുദ്ധത്തെ തുടർന്നുള്ള വർഷങ്ങളിൽ കമ്യൂണിസ്റ്റുകാർ തുടങ്ങിയതും രണ്ടാം ലോകമഹായുദ്ധകാലത്ത് ഉയർന്ന രൂപത്തിലെത്തിയതുമായ കാഴ്ചപ്പാടിന്റെ പുതിയ രൂപമാണിത്. കോൺഗ്രസിനോ

മറ്റിടതുപക്ഷ പാർട്ടികൾക്ക് പോലുമോ ഇത് സ്വീകാര്യമാകുകയില്ല.

പക്ഷേ, കിട്ടിയ സ്വാതന്ത്ര്യം ഉറപ്പിക്കുക, അതിന്റെ ഫലമനുഭവിക്കാൻ അദ്ധ്വാനിക്കുന്ന ബഹുജനങ്ങൾക്കാകെ കഴിവുണ്ടാക്കുക എന്നീ കാര്യങ്ങളിൽ താല്പര്യമുള്ള ഒരാൾക്കും ഈ വഴിക്കുള്ള പ്രവർത്തനത്തോട് സഹകരിക്കാതിരിക്കാൻ വയ്യ. അതുകൊണ്ടാണ് ഒന്നാം പൊതുതിരഞ്ഞെടുപ്പ് തൊട്ട് ഇന്നേവരെയുള്ള മൂന്നര പതിറ്റാണ്ടുകാലത്ത് കമ്യൂണിസ്റ്റുകാർക്ക് സ്വന്തം നിലപാടിൽ ഉറച്ചുനിന്നുകൊണ്ടുതന്നെ മറ്റ് ദേശസ്നേഹികളുമായി സഹകരിക്കാൻ കഴിഞ്ഞത്.

ദേശീയബദൽ എന്തിന് എങ്ങനെ?

ഇന്ത്യൻ സ്വാതന്ത്ര്യത്തിന്റെ 40-ാം വാർഷികം ആഘോഷിക്കുമ്പോൾ നമുക്ക് തികച്ചും തൃപ്തിപ്പെടാൻ അവകാശമുള്ള ഒരു കാര്യമുണ്ട്; നമ്മുടേതിന് ഒപ്പമുള്ളതോ അതിന് മുൻപോ പിൻപോ സ്വാതന്ത്ര്യം നേടിയ പല ഏഷ്യൻരാജ്യങ്ങളിൽനിന്നും വ്യത്യസ്തമായി ഇവിടെ പാർലമെന്ററി ജനാധിപത്യ വ്യവസ്ഥ ഇക്കാലമത്രയും നിലനിന്നു.

ഈ വ്യവസ്ഥയ്ക്കെതിരെ രൂക്ഷമായ ആക്രമണം നടന്നിട്ടില്ലെന്ന് ഇതിനർത്ഥമില്ല, ആ വ്യവസ്ഥയനുസരിച്ച് തിരഞ്ഞെടുക്കപ്പെട്ട സംസ്ഥാന ഗവൺമെന്റുകളെ തികച്ചും ഏകാധിപത്യപരമായി പിടിച്ചുവിട്ട പാരമ്പര്യമാണ് ഇവിടത്തെ ഭരണകക്ഷിക്കുള്ളത്. ഒരു ഘട്ടത്തിൽ (അടിയന്തരാവസ്ഥയുടെ കാലത്ത്) പാർലമെന്ററി ജനാധിപത്യവ്യവസ്ഥയെ തകിടം മറിക്കാനുള്ള നീക്കംപോലും ആ പാർട്ടിയും അതിന്റെ ഗവൺമെന്റും നടത്തുകയുണ്ടായി.

ഈയടുത്ത അവസരത്തിൽപോലും ഭരണഘടനയുടെ വ്യക്തമായ വ്യവസ്ഥകളെ മറികടന്നുകൊണ്ട് പ്രസിഡന്റിനെ പ്രധാനമന്ത്രിയുടെ വെറുമൊരു പാവയാക്കി മാറ്റാൻ കാര്യമായ ശ്രമങ്ങൾ നടക്കുകയുണ്ടായി.

ഈ ശ്രമങ്ങളെയെല്ലാം പരാജയപ്പെടുത്തി പാർലമെന്ററി ജനാധിപത്യവ്യവസ്ഥയെ നിലനിർത്തുന്നതിൽ ഇന്ത്യൻ ജനത വഹിച്ച പങ്ക് അഭിമാനാവഹമാണ്. ദേശീയ സ്വാതന്ത്ര്യം നേടുന്നതിനുവേണ്ടി നമ്മുടെ നാട്ടുകാർ സഹിച്ച ത്യാഗവും പ്രകടിപ്പിച്ച സമര സന്നദ്ധതയും സ്വാതന്ത്ര്യലബ്ധിക്കുശേഷം പാർലമെന്ററി ജനാധിപത്യ വ്യവസ്ഥ നിലനിർത്തുന്നതിലും അവർ പ്രകടിപ്പിച്ചു. കോൺഗ്രസ് പാർട്ടിയുടെ അണികളും നേതൃത്വത്തിൽ ഒരു വിഭാഗവുമടക്കം രാഷ്ട്രീയബോധമുള്ള ഇന്ത്യക്കാരാകെ ഇതിൽ സജീവമായി പങ്കുകൊണ്ടു. അങ്ങനെയാണ് ജനാധിപത്യ വ്യവസ്ഥ നാലു പതിറ്റാണ്ടുകാലത്ത് നിലനിന്നത്.

ഇതിന്റെ ഒരു ഫലം ഇതാണ്: സ്വാതന്ത്ര്യലബ്ധിയോടെ ഭരണകക്ഷിയായി മാറിയ കോൺഗ്രസിനെ അധികാരസ്ഥാനത്തുനിന്നും മാറ്റാനുള്ള നീക്കം വിജയകരമായി മുന്നേറുന്നു.

സ്വാതന്ത്ര്യലബ്ധിക്കുശേഷം നടന്ന ആദ്യത്തെ (1952 ലെ) തിര

ഞ്ഞെടുപ്പിൽ തന്നെ 50 ശതമാനത്തിൽ കുറച്ചുമാത്രമേ വോട്ട് കോൺഗ്രസിന് കിട്ടിയുള്ളൂ.

അതുകഴിഞ്ഞ് 5 വർഷം തികയുമ്പോഴേക്ക് കേരളമെന്ന ഒരു സംസ്ഥാനത്ത് കോൺഗ്രസ് അധികാരഭ്രഷ്ടമാകുകതന്നെ ചെയ്തു.

അന്നുമുതല്ക്കിന്നേവരെ ക്രമേണ തകർന്നുകൊണ്ടിരിക്കുന്ന കോൺഗ്രസിന് ഇന്ന് പാർലമെന്റിൽ മൃഗീയ ഭൂരിപക്ഷമുണ്ടെങ്കിലും ഏതാണ്ട് അമ്പതു ശതമാനത്തോളം സംസ്ഥാനങ്ങളിൽ അത് തകർന്നിരിക്കുന്നു.

കേന്ദ്രത്തിൽതന്നെ ആ പാർട്ടിയുടെ ഭരണം തകർച്ചയുടെ വക്കത്ത് എത്തിയിരിക്കുകയാണ്. പ്രതിപക്ഷ പാർട്ടികൾ ആവശ്യപ്പെടുന്നതുപോലെ, ഇപ്പോൾ ലോക്സഭയിലേക്ക് ഇടക്കാല തിരഞ്ഞെടുപ്പ് നടത്താൻ ഭരണകക്ഷി തയ്യാറാവുന്നില്ലെങ്കിൽ രണ്ടുവർഷത്തിനുശേഷം സാധാരണഗതിയിൽ നടക്കേണ്ട തിരഞ്ഞെടുപ്പിലെങ്കിലും ആ പാർട്ടി അധികാരഭ്രഷ്ടമാകുമെന്നതിന് സംശയമില്ല. അതിന്റെ നേതാക്കൾ തന്നെ സ്വകാര്യ സംഭാഷണങ്ങളിൽ ഈ സത്യം മറച്ചുവെക്കുന്നില്ല.

പക്ഷേ, പല ചോദ്യങ്ങൾ ഉയർന്നുവരുന്നു; അനുദിനം തകർന്നുവരുന്ന കോൺഗ്രസ് അധികാരഭ്രഷ്ടമായാൽ ഈ രാജ്യത്ത് എന്തു നടക്കും? പകരം വരാൻ ഏതെങ്കിലും ഒരു ബദൽ രാഷ്ട്രീയ ശക്തി- ഒറ്റ കക്ഷിയോ ഏതാനും കക്ഷികളുടെ കൂട്ടുകെട്ടോ- രൂപപ്പെട്ടിട്ടുണ്ടോ? ഇല്ലെങ്കിൽ കോൺഗ്രസിന്റെ അധികാരഭ്രംശം രാജ്യത്ത് അരാജാകാവസ്ഥ സൃഷ്ടിക്കാനല്ലേ ഉപകരിക്കൂ? അതുപയോഗിച്ച് ഇന്ത്യയിൽ കുഴപ്പങ്ങൾ സൃഷ്ടിക്കാൻ സാമ്രാജ്യത്വാധിപത്യം മുതിരുകയില്ലേ?

കഴിഞ്ഞ ഏതാനും മാസക്കാലമായി - പ്രധാനമന്ത്രിയടക്കം ഭരണകക്ഷി നേതാക്കൾക്കെതിരെ ഗൗരവാവഹമായ അഴിമതി ആരോപണങ്ങൾ ഉയർന്നുവരാൻ തുടങ്ങിയതുതൊട്ട്-കോൺഗ്രസ് നേതാക്കൾ ഉയർത്തുന്ന ചോദ്യങ്ങളാണിവ.

ഇതേ ചോദ്യങ്ങൾ സോവിയറ്റ് യൂണിയനിലെ പ്രചാരണ മാധ്യമങ്ങളായ *ന്യൂടൈംസ്* വാരിക, *പ്രവ്ദ* ദിനപത്രം, *കമ്യൂണിസ്റ്റ് താത്ത്വിക മാസിക* എന്നിവയും ചോദിക്കുന്നുണ്ട്. അവരുടെ അഭിപ്രായത്തിന് ഇന്ത്യയിലെ വാർത്താമാധ്യമങ്ങൾ വ്യാപകമായി പ്രചാരണം നല്കുന്നുമുണ്ട്. ഇതുകൂടി ഉപയോഗിച്ചാണ് ചില പ്രതിപക്ഷ കക്ഷികളും കുത്തകപ്പത്രങ്ങളും ഇന്ത്യൻ കമ്യൂണിസ്റ്റുകൾക്കെതിരെ വ്യാപകമായ ഒരു പ്രചാരവേല അഴിച്ചുവിട്ടിട്ടുള്ളത്.

ഇവിടത്തെ കോൺഗ്രസ് നേതാക്കളോടെന്നപോലെ സോവിയറ്റ് നേതാക്കളോടും ഇക്കാര്യത്തിൽ ഇന്ത്യൻ കമ്യൂണിസ്റ്റുകാർ വിയോജിക്കുന്നു എന്നു പറയേണ്ടതില്ല.

അവിഭക്ത കമ്യൂണിസ്റ്റു പാർട്ടിയിൽ നിന്ന് വേർപിരിഞ്ഞുപോയി കമ്യൂണിസ്റ്റ് (മാർക്സിസ്റ്റ്) പാർട്ടിയിൽ സ്വയം സംഘടിച്ച സന്ദർഭംതൊട്ട് അവിഭക്ത കമ്യൂണിസ്റ്റ് പാർട്ടിയിലെ ഇടതുവിഭാഗം ഇന്ത്യൻ സ്ഥിതിഗ

തികൾ വിലയിരുത്തുന്ന കാര്യത്തിൽ സോവിയറ്റ് പാർട്ടിയോട് വിയോജിപ്പ് പ്രകടിപ്പിച്ചിട്ടുണ്ട്. അതിപ്പോഴും തുടരുകയാണുതാനും.

പോരെങ്കിൽ, പാർട്ടി ഭിന്നിച്ച കാലത്തും തുടർന്ന് കുറെ വർഷങ്ങളോളവും സോവിയറ്റ് പാർട്ടിയുടെ നിലപാട് ശരിവെച്ചിരുന്ന സി പി ഐ അക്കാലത്തുണ്ടായ അനുഭവത്തിന്റെ വെളിച്ചത്തിൽ തങ്ങളുടെ നിലപാട് മാറ്റി *ന്യൂടൈംസി*ന്റെ വിലയിരുത്തൽ തെറ്റാണെന്ന് ആ പാർട്ടിയുടെ കേന്ദ്ര മുഖപത്രമായ *ന്യൂ ഏജ്* എഴുതുകയുണ്ടായി.

രാജീവ് ഗാന്ധിയുടെ രാജിയും ലോക്സഭയിലേക്കു ഇടക്കാല തിരഞ്ഞെടുപ്പും അടക്കം പ്രധാനപ്പെട്ട ചില അടിയന്തര ആവശ്യങ്ങളെ ആസ്പദമാക്കി ഇരു കമ്യൂണിസ്റ്റ് പാർട്ടികളും മറ്റും ഇടതുപക്ഷ മതനിരപേക്ഷ-ജനാധിപത്യ ശക്തികളുമായി സഹകരിച്ച് ബഹുജനപ്രക്ഷോഭം സംഘടിപ്പിക്കുമെന്ന് പ്രഖ്യാപിച്ചിരിക്കുകയാണ്.

എന്തുകൊണ്ടാണ് ഇരു കമ്യൂണിസ്റ്റ് പാർട്ടികളും ഈ നിലപാട് എടുക്കുന്നത്? കോൺഗ്രസ് അധികാരഭ്രഷ്ടമായാൽ അതിന്റെ സ്ഥാനത്തെത്താൻ കഴിവുള്ള ഏതെങ്കിലും ഒരു പാർട്ടിയോ ഏതാനും പാർട്ടികളുടെ കൂട്ടുകെട്ടോ രൂപപ്പെട്ടിട്ടുണ്ടെന്ന വിശ്വാസത്തിലാണോ? അല്ലെങ്കിൽ രാജ്യത്തെ അരാജകാവസ്ഥയിലേക്കു തള്ളി നീക്കാനുള്ള ശ്രമത്തിൽ കമ്യൂണിസ്റ്റുകാരും പങ്കാളികളാവുകയല്ലേ? ഈ ചോദ്യങ്ങൾക്കുത്തരം പറയാനാണ് ഈ ലേഖനത്തിൽ ഞാൻ ശ്രമിക്കുന്നത്.

കോൺഗ്രസ് പോലെ അഖിലേന്ത്യാവ്യാപ്തിയുള്ളതും ഉടൻ അധികാരം ഏറ്റെടുത്ത് നടത്താൻ കഴിവുള്ളതുമായ ഒരു പാർട്ടി ഇന്നില്ലെന്നത് നേരാണ്. ഇന്ന് നിലവിലുള്ള കുറെ പാർട്ടികൾ ചേർന്ന് ഒരു കൂട്ടുകെട്ടുണ്ടാക്കിയാൽ അതിനും പെട്ടെന്ന് കോൺഗ്രസിന്റേതുപോലെ അഖിലേന്ത്യാ വ്യാപ്തിയുള്ള ഒരു ഭരണകക്ഷിയായി ഉയരാൻ കഴിയുമെന്ന വ്യാമോഹം ഞങ്ങൾക്കില്ല.

പക്ഷേ, ഇന്ത്യൻ സുഹൃത്തുക്കളും സോവിയറ്റ് സഖാക്കളും കരുതുന്നതുപോലെ ബദൽശക്തി രൂപപ്പെട്ടു കഴിഞ്ഞതിനുശേഷമേ കോൺഗ്രസിനെ അധികാരഭ്രഷ്ടമാക്കാവൂ എന്ന് വാശി പിടിക്കുന്നത് നീന്താൻ പഠിച്ചിട്ടേ വെള്ളത്തിലിറങ്ങാവൂ എന്ന് പറയുന്നതുപോലെ അസംബന്ധമാണ്. കോൺഗ്രസിനെ അധികാരഭ്രഷ്മാക്കുകയെന്ന ജോലി -വെള്ളത്തിലിറങ്ങൽ -ദേശീയബദൽ സൃഷ്ടിക്കുക അല്ലെങ്കിൽ നീന്താൻ പഠിക്കുക എന്ന ജോലിയുമായി ബന്ധപ്പെട്ടിരിക്കുന്നുവെന്നതാണ് സത്യം.

1957 ൽ കേരളത്തിലെന്നപോലെ പിന്നീട് മറ്റു പല സംസ്ഥാനങ്ങളിലും പല ഘട്ടങ്ങളിലായി കോൺഗ്രസിനെ അധികാരഭ്രഷ്ടമാക്കാൻ കഴിഞ്ഞു. അവിടങ്ങളിലെല്ലാം സംസ്ഥാനതലത്തിൽ ബദൽ രാഷ്ട്രീയ ശക്തി ഉയർന്നുവന്നിട്ടുമുണ്ട്. പകുതിയോളം സംസ്ഥാനങ്ങളിൽ ഇന്നത്തെ സ്ഥിതി ഇതാണ്.

സംസ്ഥാനതലത്തിൽ രൂപപ്പെട്ടിട്ടുള്ള ഈ ബദൽശക്തിയുടെ പുരോഗതിയിൽ ചില തടസ്സങ്ങൾ മുമ്പ് നേരിട്ടു: ഇപ്പോൾ നേരിടുന്നു എന്നതും

നേരാണ്. പക്ഷേ, അവയെ തട്ടിനീക്കിക്കൊണ്ട് ബദൽ ശക്തി വളർന്നുകൊണ്ടിരിക്കുന്നു. ഇനിയും ചില തടസ്സങ്ങൾ സംസ്ഥാനതലത്തിലുള്ള ബദൽ ശക്തികൾക്ക് തട്ടിനീക്കാനുണ്ടാവാം.

എന്നാൽ അവ തട്ടിനീക്കാൻ കഴിയുകയില്ലെന്നോ ഇപ്പോൾ രൂപപ്പെട്ടിട്ടുള്ള ബദൽ ശക്തിയെ അധികാരഭ്രഷ്ടമാക്കി കോൺഗ്രസിന് വീണ്ടും അധികാരത്തിലെത്താൻ കഴിയുമെന്നോ കോൺഗ്രസിന്റെ ഏറ്റവും ഉറച്ച അനുഭാവികൾപോലും ഇന്ന് വ്യാമോഹിക്കുന്നില്ല.

കേന്ദ്രത്തിൽ ഈ സ്ഥിതി വന്നിട്ടില്ലെന്നത് നേരാണ്. കോൺഗ്രസിനെ അധികാരഭ്രഷ്ടമാക്കുന്നതിന്റെ ഒരനുഭവമുണ്ടായത് (1977-79 കാലത്തെ ജനതാ ഗവൺമെന്റ്) പരാജയപ്പെട്ട പരീക്ഷണമായിരുന്നുവെന്നതിന് തർക്കമില്ല. പക്ഷേ, കോൺഗ്രസിന്റെ ഭരണം തുടരുന്നത് രാജ്യത്തെ രക്ഷിക്കാൻ പര്യാപ്തമാണോ? അല്ലെന്നാണ് ഇന്ത്യൻ ജനതയുടെ അനുഭവം.

കോൺഗ്രസ് ഭരണം തുടരണമെന്ന വാദത്തിന് ഈ രാജ്യത്ത് കോൺഗ്രസിന് ബദലായ ഒരു രാഷ്ട്രീയശക്തി ഇല്ലെന്ന ഒരേയൊരു ന്യായീകരണമേ അതുന്നയിക്കുന്നവർക്ക് പറയാനുള്ളൂ എന്നത് അർത്ഥഗർഭമാണ്. കഴിഞ്ഞ 40 വർഷത്തിനിടയ്ക്ക് തങ്ങളുടേതിനു ബദലായ ഒരു രാഷ്ട്രീയ ശക്തി രൂപപ്പെട്ടില്ലെന്ന ഒരൊറ്റ ന്യായം പറഞ്ഞ് ഇനിയും ഭരണത്തിൽ തുടരാൻ ശ്രമിക്കുന്നതിൽപരം രാഷ്ട്രീയ പാപ്പരത്തം കോൺഗ്രസിനുണ്ടാവാനുണ്ടോ? ആ ന്യായം പറഞ്ഞുകൊണ്ട് കോൺഗ്രസിനെ രക്ഷിക്കാൻ ഇന്ത്യൻ കമ്യൂണിസ്റ്റുകാരെ ഉപദേശിക്കുന്ന വിദേശീയ സഖാക്കളെക്കുറിച്ച് എന്തുപറയാനാണ്?

ഇന്ത്യയുടെ ദേശീയ പ്രസ്ഥാനത്തിന്റെ മുൻനിരയിലെത്തിയ കോൺഗ്രസ് സ്വയംഭൂ ആയിരുന്നില്ല. അതിന് ജന്മം നല്കിയതും അതിനെ പുരോഗമിപ്പിച്ചതും ഇന്ത്യൻ ജനതയാണ് എന്ന സത്യം ഒരാളും മറക്കരുത്. ആ ജനത തന്നെയാണ് കോൺഗ്രസിനകത്ത് ഇടതുപക്ഷ ഗ്രൂപ്പുകൾ, അതിനകത്തും പുറത്തും തൊഴിലാളി-കർഷകാദി ബഹുജനങ്ങളുടെ സമരസംഘടനങ്ങൾ, അവയുമായി സഹകരിച്ചുകൊണ്ടുള്ള കോൺഗ്രസിന്റെ തന്നെ പ്രവർത്തനം, വിവിധ ബഹുജനസംഘടനകളും ഇടതുപക്ഷ ഗ്രൂപ്പുകളും ചേർന്ന് സാമ്രാജ്യവിരുദ്ധമുന്നണിയായി കോൺഗ്രസ് സ്വയം മാറണമെന്ന നിർദ്ദേശം- ഇവയുടെയെല്ലാം പിന്നിൽ പ്രവർത്തിച്ച പ്രേരകശക്തി ഇന്ത്യൻ ജനതയാണ്. അവർ തന്നെയാണ് തകർന്നുകൊണ്ടിരിക്കുന്ന കോൺഗ്രസിനു ബദലായ ഒരു രാഷ്ട്രീയശക്തിക്ക് രൂപംനല്കാൻ പോകുന്നത്.

നിലവിലുള്ള ഏതാനും പ്രതിപക്ഷ രാഷ്ട്രീയകക്ഷികൾ ചേർന്നുണ്ടാക്കുന്ന ഒന്നു മാത്രമാണ് ദേശീയ ബദൽ എന്ന അഭിപ്രായം കമ്യൂണിസ്റ്റുകാർക്കില്ല. ഇടതുപക്ഷക്കാരും അല്ലാത്തവരുമായ മതനിരപേക്ഷ രാഷ്ട്രീയകക്ഷികൾക്ക് ദേശീയ ബദൽ രൂപീകരണത്തിന്റെ പ്രക്രിയയിൽ വഹിക്കാനുള്ള പ്രധാന പങ്ക് ഒട്ടും കുറച്ചു കാണിക്കാതെ തന്നെ, അതു

കൊണ്ടുമാത്രം ദേശീയബദൽ രൂപംകൊള്ളുകയില്ലെന്ന് മറ്റു പ്രതിപക്ഷ രാഷ്ട്രീയനേതാക്കളെ വിനയപൂർവ്വം ഓർമ്മിപ്പിക്കട്ടെ. എല്ലാ പാർട്ടികളിലും പെട്ടവരും ഒരു പാർട്ടിയിലും പെടാത്തവരുമായ ജനലക്ഷങ്ങളെ ഒരു ദേശീയ ബദലാക്കി സംഘടിപ്പിക്കുന്ന കടമയാണ് പ്രതിപക്ഷകക്ഷികൾക്കുള്ളത്.

ഇതിന്റെ ഏറ്റവും അടുത്തതും ആവേശകരവുമായ ഉദാഹരണമാണ് ഇന്ത്യൻ സ്വാതന്ത്ര്യത്തിന്റെ 40-ാം വാർഷികം ആഘോഷിക്കുന്ന ദിവസം കേരളത്തിൽ കോർത്തിണക്കപ്പെട്ട മനുഷ്യച്ചങ്ങല. അത് സംഘടിപ്പിക്കാൻ മുൻകൈയെടുത്തത് ജനാധിപത്യ യുവജന സംഘടനയാണ്. പക്ഷേ, ആ സംഘടനയുടെ പരിധി കടന്ന് മറ്റ് സംഘടനകളിൽ പെട്ടവരും ഒരു സംഘടനയിലും രാഷ്ട്രീയപാർട്ടിയിലും പെടാത്തവരുമടക്കം ജനലക്ഷങ്ങൾ ആ പ്രസ്ഥാനത്തിൽ പങ്കെടുത്തു. എന്തുകൊണ്ട്?

40 വർഷം പിന്നിട്ടുപോയ ഇന്ത്യൻ സ്വാതന്ത്ര്യത്തിന്റെ ചരിത്രത്തിലാദ്യമായി സ്വാതന്ത്ര്യസമരത്തിന്റെ ഏറ്റവും പ്രധാനമായ നേട്ടം - ജാതിമതാദി പരിഗണനകൾക്കതീതമായ ഒരു ദേശീയ ഐക്യം - അപകടപ്പെട്ടിരിക്കുന്നുവെന്ന ബോധം വ്യാപകമായി വരാൻ തുടങ്ങിയിരിക്കുന്നു. കമ്യൂണിസ്റ്റ് (മാർക്സിസ്റ്റ്) പാർട്ടിയും മറ്റിടതുപക്ഷ പാർട്ടികളും തുടങ്ങിവെച്ചതും മാർച്ച് തിരഞ്ഞെടുപ്പിൽ ആദ്യ വിജയം നേടിയതുമായ ദേശീയൈക്യത്തിനുള്ള സമരത്തിൽ പാർട്ടി പരിഗണനകൾക്കതീതമായ വലിയ ജനവിഭാഗങ്ങൾ പങ്കെടുക്കാൻ തുടങ്ങിയിരിക്കുന്നു. 27 വർഷം മുമ്പ് കോൺഗ്രസ് ഉദ്ഘാടനം ചെയ്ത ഛിദ്രവാസനാപ്രീണനത്തിനെതിരെ കേരളം ഉയർത്തെഴുന്നേല്ക്കാൻ തുടങ്ങിയിരിക്കുന്നു എന്നർത്ഥം.

ഇതേപോലെ പ്രധാനമാണ് സാർവ്വദേശീയ രംഗത്ത് സാമ്രാജ്യമേധാവികളുടെ യുദ്ധശ്രമങ്ങൾക്കെതിരായും ലോകസമാധാനം നിലനിർത്തുന്നതിനുവേണ്ടിയും സംഘടിതമാവേണ്ട പ്രസ്ഥാനം. ഇപ്പോൾ കേരളം കണ്ട മനുഷ്യച്ചങ്ങലയുടെതന്നെ ആദ്യരൂപം ചില യൂറോപ്യൻ രാജ്യങ്ങളിൽ ആണവയുദ്ധ നീക്കത്തിനെതിരായി ഉയർന്നുവന്ന വ്യാപക പ്രസ്ഥാനമാണ്. ആ സ്ഥിതിക്ക് മനുഷ്യച്ചങ്ങലയുടെ രൂപത്തിലോ മറ്റേതെങ്കിലും രൂപങ്ങളിലോ ലോക സമാധാന പ്രസ്ഥാനം വളർത്താൻ കഴിയേണ്ടതാണ്. ഇന്ത്യയുടെ ദേശീയ ഐക്യത്തിനെന്നപോലെ മാനവരാശിയെ ആണവയുദ്ധ വിപത്തിൽനിന്ന് രക്ഷിക്കാനുമുള്ള ഒരു പ്രസ്ഥാനം കക്ഷിപരിഗണനകൾക്കതീതമായി കെട്ടിപ്പടുക്കേണ്ടിയിരിക്കുന്നു.

ഈ രണ്ടു പ്രസ്ഥാനങ്ങൾക്കും അതുപോലെ പ്രധാനമായ മറ്റു രാഷ്ട്രീയപ്രസ്ഥാനങ്ങൾക്കും അടിത്തറയായി നില്ക്കുന്ന ഒരു വസ്തുതയുണ്ട്. ട്രേഡ് യൂണിയനുകൾ, കർഷസംഘങ്ങളും കർഷകത്തൊഴിലാളി യൂണിയനുകളും, വിദ്യാർത്ഥി-യുവജന-മഹിളാസംഘടനകൾ, മറ്റു ബഹുജനസംഘടനകൾ എന്നിവയോരോന്നും- അതത് ജനവിഭാഗങ്ങളുടെ ജീവിതപ്രശ്നങ്ങളെ ആസ്പദമാക്കി പോരാട്ടം നടത്തിക്കൊണ്ടിരിക്കുകയാണ്. അതിനെ കൂടുതൽ ശക്തിപ്പെടുത്തുക, വിവിധ മേഖലക

ളിലുള്ള ഈ ബഹുജന മുന്നേറ്റങ്ങളെ കോർത്തിണക്കി ഒരു സംയുക്ത ബഹുജനപ്രസ്ഥാനമാക്കി വളർത്തുക-ഇതാണ് ദേശീയബദൽ കെട്ടിപ്പടുക്കാനുള്ള പ്രധാന മാർഗ്ഗം.

അതായത്, ഇന്ത്യയുടെ ദേശീയൈക്യം, മനുഷ്യരാശിയുടെ യുദ്ധവിരുദ്ധ സമാധാന പ്രവണത, ഇന്ത്യൻ ജനതയുടെ ജീവിതനിലവാരം ഉയർത്താനുള്ള പ്രക്ഷോഭങ്ങളും സമരങ്ങളും ഇവയെ കൂട്ടിയിണക്കിക്കൊണ്ടല്ലാതെ കോൺഗ്രസിന് ബദലായ ഒരു രാഷ്ട്രീയ ശക്തി ഇവിടെ രൂപംകൊള്ളുകയില്ല. അതിനുവേണ്ടിയുള്ള പ്രവർത്തനത്തിൽ പങ്കുകൊള്ളാനാണ് മറ്റു പ്രതിപക്ഷകക്ഷികളോടും കോൺഗ്രസിലെ മതനിരപേക്ഷ-ജനാധിപത്യ വിഭാഗങ്ങളോടും കമ്യൂണിസ്റ്റുകാരടക്കമുള്ള ഇടതുപക്ഷ പാർട്ടികൾ അഭ്യർത്ഥിക്കുന്നത്.

ആശയസമരം: സ്വാതന്ത്ര്യലബ്ധിക്കുമുമ്പും പിമ്പും

അൻപത്തിമൂന്നുകൊല്ലം മുമ്പാണ് കേരളത്തിൽ കോൺഗ്രസ് സോഷ്യലിസ്റ്റ് പാർട്ടി രൂപംകൊണ്ടത്. അത് സംബന്ധിച്ച് ചർച്ച ചെയ്യാൻ വിളിച്ച പ്രാഥമിക യോഗത്തിൽ അദ്ധ്യക്ഷനായിരുന്നത് പ്രശസ്ത ഗാന്ധിയൻ നേതാവായിരുന്ന കേളപ്പനാണ്. എന്നാൽ, ഏതാനും ദിവസങ്ങൾകകത്ത് അദ്ദേഹം തന്നെ പത്രാധിപരായിരുന്ന *മാതൃഭൂമി* ഒരു മുഖക്കുറിപ്പെഴുതി – "അവരെ സൂക്ഷിക്കുക" എന്ന തലവാചകത്തിൽ.

അതേ യോഗത്തിൽ വെച്ച് കോൺഗ്രസ് സോഷ്യലിസ്റ്റ് പാർട്ടിയുടെ സംസ്ഥാന പ്രസിഡന്റായി തെരഞ്ഞെടുക്കപ്പെട്ടത് സി കെ ഗോവിന്ദൻനായരായിരുന്നു. എന്നാൽ, ഏതാനും മാസങ്ങൾക്കകത്ത് ആ സ്ഥാനം മാത്രമല്ല, പാർട്ടിയുടെ അംഗത്വംപോലും അദ്ദേഹം രാജിവെച്ചു. കമ്യൂണിസ്റ്റ് പാർട്ടി ആകുന്നതിനുമുമ്പും പിമ്പും കോൺഗ്രസ് സോഷ്യലിസ്റ്റുകാർക്കെതിരായ സമരത്തിൽ അദ്ദേഹം വലതു കോൺഗ്രസുകാർക്ക് നേതൃത്വം കൊടുത്തു.

കേളപ്പനും ഗോവിന്ദൻ നായരും അന്തരിക്കുന്നതുവരെ ഈ വൈരുദ്ധ്യാത്മക ബന്ധം തുടർന്നുപോന്നു.

1948 കാലത്ത് കമ്യൂണിസ്റ്റുകാർക്കെതിരെ കുറുവടിപ്പട സംഘടിപ്പിക്കുന്നതിന് കേളപ്പൻ മുൻനിന്നു. പക്ഷേ, സ്വന്തം കുറുവടിപ്പടക്കാർ പ്രശസ്ത ദേശീയ നേതാവും കമ്യൂണിസ്റ്റുമായ മൊയ്യാരത്ത് ശങ്കരനെ അടിച്ചുകൊന്നപ്പോൾ അദ്ദേഹത്തിന്റെ സ്വഭാവം മാറി. പിന്നീട് 1952 ലെ തിരഞ്ഞെടുപ്പിൽ കമ്യൂണിസ്റ്റുകാരുടെ പിന്തുണയോടെ മത്സരിച്ച് കേളപ്പൻ ലോക്സഭാമെമ്പറായി. പക്ഷേ, പിന്നീടും ചിലപ്പോൾ കമ്യൂണിസ്റ്റുകാർക്കെതിരും മറ്റുചിലപ്പോൾ അനുകൂലവുമായ നിലപാട് അദ്ദേഹം എടുത്തു.

ഗോവിന്ദൻനായരും തന്റെ പിന്നീടുള്ള ജീവിതകാലത്ത് പൊതുവെ കമ്യൂണിസ്റ്റ് വിരുദ്ധമായ നിലപാടിൽതന്നെ ഉറച്ചുനിന്നു. പക്ഷേ, പല

പ്പോഴും പരിമിതമായ തോതിൽ അവരുമായി അദ്ദേഹം സഹകരിച്ചു പോന്നു. മുസ്ലീംലീഗിനെ കൂട്ടിച്ചേർത്തുകൊണ്ട് ഇവിടെ ഒരു കമ്യൂണിസ്റ്റ് വിരുദ്ധ മുന്നണിക്ക് കോൺഗ്രസ് രൂപംകൊടുത്തപ്പോൾ അതിനെതിരെ ഉറച്ച നിലപാടെടുക്കുകയും കോൺഗ്രസണികളെ ആ വഴിക്ക് നീക്കുകയും ചെയ്യുന്നതിൽ അദ്ദേഹം മുൻനിന്നു. പക്ഷേ, 1952 ലെ തിരഞ്ഞെടുപ്പിൽ കേളപ്പൻ ചെയ്തതുപോലെ കമ്യൂണിസ്റ്റുകാരുമായി സഹകരിക്കുകയെന്ന നിലപാട് ഗോവിന്ദൻ നായർ ഒരിക്കലും എടുക്കുകയുണ്ടായില്ല.

ഈ ചരിത്രമൊന്നുമറിയാത്ത പുതിയൊരു തലമുറയാണ് 1959 ൽ 'വിമോചന സമര'ത്തിൽനിന്ന് ഉയർന്നുവന്ന കെ എസ് യു-യൂത്ത് കോൺഗ്രസ് എന്നീ സംഘടനകളുടെ നേതാക്കൾ. അവരിൽ ഒരാളായ എ കെ ആന്റണി ഇന്ന് കോൺഗ്രസിന്റെ അഖിലേന്ത്യാ ജനറൽ സെക്രട്ടറിയാണ്. കെ പി സി സി പ്രസിഡന്റ്, കേരള മുഖ്യമന്ത്രി എന്നീ സ്ഥാനങ്ങളും ഒരു കാലത്ത് അദ്ദേഹം അലങ്കരിച്ചിട്ടുണ്ട്. കേരളത്തിലെ വലതു കോൺഗ്രസുകാർക്കെതിരെ യുവ കോൺഗ്രസുകാരെ സംഘടിപ്പിക്കുകയും അക്കാര്യത്തിൽ സി കെ ഗോവിന്ദൻനായരുടെ അനുയായിയായി എന്നവകാശപ്പെടുകയും ചെയ്തിരുന്ന അദ്ദേഹം ഒരവസരത്തിൽ കമ്യൂണിസ്റ്റ് (മാർക്സിസ്റ്റ്) പാർട്ടിയുമായി സഹകരിച്ചുകൊണ്ട് ഇവിടത്തെ ഇടതുപക്ഷ ജനാധിപത്യ മുന്നണിക്ക് രൂപംനല്കുകപോലും ചെയ്തു.

കോൺഗ്രസും കമ്യൂണിസ്റ്റ് പാർട്ടിയും തമ്മിലുള്ള ബന്ധത്തിന്റെ ഈ ചരിത്രത്തിലേക്ക് വിരൽ ചൂണ്ടിയത് ഒരു കാര്യം വ്യക്തമാക്കാനാണ്. യൂത്തൻകാരും മൂത്തവരും എന്ന വ്യത്യാസമില്ലാതെ, കോൺഗ്രസുകാർ എത്രയേറെ ആഗ്രഹിച്ചാലും, കോൺഗ്രസും കമ്യൂണിസ്റ്റ് പാർട്ടിയും തമ്മിൽ ഒരുവശത്ത് ഗാഢമായ ബന്ധം, മറുവശത്ത് മൗലികമായ വൈരുദ്ധ്യം എന്നീ രണ്ടും അന്തർഭവിച്ചുകിടക്കുന്നു.

കമ്യൂണിസ്റ്റുകാരും കോൺഗ്രസ് സോഷ്യലിസ്റ്റുകാരും മറ്റിടതുപക്ഷക്കാരുംകൂടി ചേർന്നിരുന്ന ഒരു ദേശീയ കൂട്ടുകെട്ടാണ് കോൺഗ്രസിനെ ഇന്ത്യൻ ജനതയുടെ അനിഷേദ്ധ്യ നേതാവാക്കിയത്. അതേയവസരത്തിൽ കോൺഗ്രസിന്റേതിൽനിന്ന് - അതിന്റെ വലതുപക്ഷ നേതൃത്വത്തിന്റേതിൽ നിന്ന് വിശേഷിച്ചും- തികച്ചും വ്യത്യസ്തമായ വീക്ഷണവും രാഷ്ട്രീയ സമീപനങ്ങളും കമ്യൂണിസ്റ്റുകാരടക്കമുള്ള ഇടതുപക്ഷക്കാർക്കുണ്ടുതാനും. ഈ രണ്ടിലേതെങ്കിലുമൊന്നവഗണിച്ചുകൊണ്ട് രാഷ്ട്രീയപ്രശ്നങ്ങൾ കൈകാര്യം ചെയ്യാൻ ഒരാൾക്കും കഴിയുകയില്ല.

കേരളത്തിൽ മാത്രമല്ല ഇന്ത്യയിലാകെ ഇതാണ് സ്ഥിതി. ഈ സത്യം വ്യക്തമാക്കുന്ന ഒരനുഭവം ഈയിടെ എനിക്കുണ്ടായി.

സ്വാതന്ത്ര്യലബ്ധിയുടെ 40-ാം വാർഷികം ആചരിക്കുന്നതിന്റെ ഭാഗമായി ദൽഹിയിലെ കൃഷ്ണമേനോൻ സൊസൈറ്റിയുടെ ആഭിമുഖ്യത്തിൽ ഒരു യോഗം ചേരുകയായിരുന്നു. ഇടതുപക്ഷക്കാരായ രാജേശ്വരറാവുവും ഞാനുമടക്കം പലരും പ്രാസംഗികരായിരുന്നു. ആ യോഗത്തിൽ

എ ഐ സി സിയുടെ മുൻ വർക്കിങ് പ്രസിഡന്റ് കമലാപതി ത്രിപാഠിയും പ്രാസംഗികനായിരുന്നു.

അദ്ദേഹത്തിന്റെ പ്രസംഗത്തിൽ ഒരുവശം കമ്യൂണിസ്റ്റുകാർക്കെതിരായ ആക്രമണമായിരുന്നു. കമ്യൂണിസ്റ്റുകാർ തൊട്ടതെല്ലാം പിഴച്ചിട്ടേയുള്ളൂ എന്നാണ് അദ്ദേഹത്തിന്റെ പ്രധാനവാദഗതി. അക്കൂട്ടത്തിലൊന്നായാണ് രാജീവ് ഗവൺമെന്റിനെതിരായി കമ്യൂണിസ്റ്റുകാർ നടത്തുന്ന പ്രക്ഷോഭത്തെ അദ്ദേഹം കണക്കാക്കിയത്.

പക്ഷേ, അതേ പ്രസംഗത്തിൽ അദ്ദേഹം ഇങ്ങനെ പറഞ്ഞു: "രാജീവ് ഗവൺമെന്റിന് പകരം ഇടതുപക്ഷക്കാരുടെ ഗവൺമെന്റ് വരികയാണെങ്കിൽ എനിക്കതിൽ സന്തോഷമേയുള്ളൂ. പക്ഷേ, അത് നടക്കാൻ ഇടയില്ലല്ലോ. അതുകൊണ്ട് രാജീവ് ഗവൺമെന്റ് തുടരുകയല്ലാതെ നിവൃത്തിയില്ല."

തുടർന്ന് സംസാരിക്കേണ്ടിവന്ന എനിക്ക് ത്രിപാഠിയുടെ ഈ വാദഗതിയെ പരാമർശിക്കാതിരിക്കാൻ കഴിഞ്ഞില്ല. ഇടതുപക്ഷക്കാർ ഒറ്റയ്ക്കു നിന്ന് അധികാരമേറ്റെടുക്കുക എന്ന പ്രശ്നം ഉദിക്കുന്നതേയില്ല. ഇടതുപക്ഷക്കാരല്ലാത്ത മറ്റുരാഷ്ട്രീയ പാർട്ടികൾ, സംഘടനകൾ, ഗ്രൂപ്പുകൾ, വ്യക്തികൾ എന്നിവർ രാജ്യത്തുണ്ട്. അവരിൽ ജാതി-മത വർഗ്ഗീയ നിലപാട് എടുക്കുന്നവരൊഴിച്ച് മറ്റെല്ലാവരും ചേർന്നുകൊണ്ടുള്ള ഒരു കൂട്ടുകെട്ടാണ് ഞങ്ങൾ ഉദ്ദേശിക്കുന്നത്.

എന്നാൽ കോൺഗ്രസിന്റെ നേതൃത്വം ഇതിൽ പെടുകയില്ല. എന്തുകൊണ്ടെന്നാൽ മഹാത്മാഗാന്ധിയുടെ ഉപദേശംപോലും അവഗണിച്ച് 40 വർഷമായി രാജ്യം ഭരിക്കുന്ന ആ പാർട്ടിയുടെ നേതാക്കൾ അധികാരത്തിലിരിക്കുക എന്ന ഒരൊറ്റ ഉദ്ദേശ്യംവെച്ച് എന്തു വൃത്തികേടും കാണിക്കാൻ മടിക്കാത്തവരാണെന്ന് ജനങ്ങൾ അനുഭവത്തിൽനിന്ന് മനസ്സിലാക്കിയിരിക്കുന്നു. അവരെ അധികാരഭ്രഷ്ടരാക്കാൻ വേണ്ടിയാണ് ഇടതുപക്ഷക്കാരും മറ്റു മതനിരപേക്ഷ-ജനാധിപത്യ ശക്തികളും ചേർന്ന് ഒരു വിശാല മുന്നണി രൂപപ്പെടുത്താൻ ഞങ്ങൾ ശ്രമിക്കുന്നത്.

ഈ മുന്നണി രാജീവ് ഗവൺമെന്റിനും കോൺഗ്രസ് പാർട്ടിയുടെ നേതൃത്വത്തിനും എതിരായാണ് രൂപംകൊള്ളുന്നതെങ്കിലും, അതിൽ ചേർന്ന് രാജീവ് ഗവൺമെന്റ് രാജിവെക്കണമെന്നും ഇടക്കാല തിരഞ്ഞെടുപ്പ് സംഘടിപ്പിക്കണമെന്നും ആവശ്യപ്പെടാൻ ആയിരക്കണക്കിന് കോൺഗ്രസുകാർ ഉണ്ടാവുമെന്ന് ഞങ്ങൾക്കുറപ്പുണ്ടെന്ന് ഞാൻ വ്യക്തമാക്കി. അത്തരം കോൺഗ്രസ് സുഹൃത്തുക്കളെയെല്ലാം മതനിരപേക്ഷ-ജനാധിപത്യമുന്നണിയിലേക്ക് ഞാൻ സ്വാഗതം ചെയ്തു.

ഇതിലും, ഇതിനുമുമ്പ് വിശദീകരിച്ച ഞങ്ങളുടെ സെൻട്രൽ കമ്മിറ്റി പ്രമേയത്തിലും അടങ്ങുന്ന സമീപനത്തെ ചോദ്യം ചെയ്തുകൊണ്ട് കമ്യൂണിസ്റ്റ് (മാർക്സിസ്റ്റ്) പാർട്ടിയുടെ നേതൃത്വത്തിനെതിരെ കലാപക്കൊടി ഉയർത്താൻ പാർട്ടി മെമ്പർമാരോട് കേന്ദ്രമന്ത്രിയും ബംഗാൾ കോൺഗ്രസ് പ്രസിഡന്റുമായ ദാസ് മുൻഷി ആഹ്വാനം ചെയ്തു. അദ്ദേ

ഹത്തിന്റെ ഈ ആഹ്വാനം പോലെയാണ് കോൺഗ്രസുകാരോടുള്ള ഞങ്ങളുടെ ആഹ്വാനമെന്നാണ് അദ്ദേഹത്തിന്റെ സൂചന.

ഇതിൽ അത്ഭുതകരമായി യാതൊന്നുമില്ല. കമ്യൂണിസ്റ്റ് പാർട്ടിയുടെ ഉത്ഭവം തൊട്ട് അതിനെതിരെ എന്തെല്ലാം ചെയ്യാമോ അതെല്ലാം കോൺഗ്രസ് നേതാക്കൾ ചെയ്തിട്ടുണ്ട്. കേരളത്തിൽതന്നെ 53 വർഷം മുമ്പ് "അവരെ സൂക്ഷിക്കുക" എന്ന മുഖക്കുറിപ്പെഴുതിയ *മാതൃഭൂമി* പത്രം അപ്പക്കോയയും ചന്ത്രോത്തും തൊട്ട് ചാത്തുണ്ണിമാസ്റ്ററും എം വി രാഘവനും വരെ എത്രയാളുകളെ പൊക്കിക്കൊണ്ടുവരാൻ നോക്കി? ഓരോന്നും വരുമ്പോൾ 'ആയിരക്കണക്കിനാളുകൾ' ഞങ്ങളുടെ പാർട്ടിയിൽനിന്ന് "പുറത്തേക്ക് ഒഴുകുകയാ"ണെന്ന് പറഞ്ഞുപരത്താൻ ആ പത്രം അതിന്റെ സ്ഥലം എത്ര ചെലവാക്കി എന്നതിന് വല്ല കണക്കുമുണ്ടോ? അതിനിയും നടക്കുമെന്ന കാര്യത്തിൽ എനിക്കു യാതൊരു സംശയവുമില്ല.

പക്ഷേ, കമ്യൂണിസ്റ്റ് (മാർക്സിസ്റ്റ്) പാർട്ടി അടക്കം ഇടതുപക്ഷ പാർട്ടികൾ കേരളത്തിലും മറ്റു രണ്ട് സംസ്ഥാനങ്ങളിലും ഏറ്റവും വലിയ രാഷ്ട്രീയ ശക്തി എന്ന സ്ഥാനത്തെത്തിയിരിക്കുന്നു. അഖിലേന്ത്യാതലത്തിലാകട്ടെ, ഇടതുപക്ഷപാർട്ടികളെ ഒഴിവാക്കിക്കൊണ്ടുള്ള ഒരു പ്രതിപക്ഷമുന്നണിക്ക് കാര്യമായി ഒന്നും ചെയ്യാൻ കഴിയുകയില്ലെന്ന് വ്യക്തമാക്കിയിരിക്കുന്നു.

ഇതാണോ കോൺഗ്രസിന്റെ സ്ഥിതി? ഇന്നുള്ള പ്രതിപക്ഷപാർട്ടികളിൽ ആർ എസ് എസിന്റെ നേതൃത്വത്തിലുള്ള ബി ജെ പിയും മുസ്ലീം ലീഗ് പോലുള്ള മറ്റു വർഗ്ഗീയസംഘടനകളുമൊഴിച്ച് ബാക്കിയുള്ളതിന്റെയെല്ലാം നേതാക്കളിലും പ്രവർത്തകരിലും യുവാക്കളൊഴിച്ച് മറ്റെല്ലാവരും ഒരു കാലത്ത് കോൺഗ്രസുകാരോ കോൺഗ്രസ് അനുഭാവികളോ ആയിരുന്നില്ലേ? അഖിലേന്ത്യാതലത്തിലും കേരളത്തിലും കോൺഗ്രസിനെ ഒരു ബഹുജന പ്രസ്ഥാനമാക്കി വളർത്തുന്നതിൽ ഞങ്ങളെപ്പോലുള്ളവർ വഹിച്ച പങ്ക് നിഷേധിക്കാൻ സത്യസന്ധരായ ആർക്കെങ്കിലും കഴിയുമോ? സ്വാതന്ത്ര്യലബ്ധിയുടെ 40-ാം വാർഷികം ആഘോഷിക്കുന്ന ഈ ഘട്ടത്തിൽപോലും ആ സംഘടനയിൽ നിന്ന് അധികമധികം ആളുകൾ പുറത്തുകടക്കുകയല്ലേ?

ഇതെന്തുകൊണ്ട് വന്നു? "തൊട്ടതെല്ലാം പിഴച്ച" എന്ന് ത്രിപാഠിയെപ്പോലുള്ള ഒരു അഭിവന്ദ്യ കോൺഗ്രസ് നേതാവ് ആക്ഷേപിക്കുന്ന കമ്യൂണിസ്റ്റുകാർ വളരുന്നത് എന്തുകൊണ്ട്? നേരെമറിച്ച്, ചെയ്തതെല്ലാം ശരി എന്ന് അദ്ദേഹത്തെപ്പോലുള്ളവർ അവകാശപ്പെടുന്ന കോൺഗ്രസ് എന്തുകൊണ്ട് അടിക്കടി തകർന്നുവരുന്നു?

ഇതിന് ഒരൊറ്റ ഉത്തരമേയുള്ളൂ; സ്വാതന്ത്ര്യലബ്ധിക്കുമുമ്പുള്ള കോൺഗ്രസിൽ വിവിധ വീക്ഷണക്കാരും ചിന്താഗതിക്കാരുമുണ്ടായിരുന്നു. അവർക്കെല്ലാം ഒരുപോലെ സ്ഥാനമുള്ള ഒരു വിശാല ബഹുജന പ്രസ്ഥാനമായാണ് അത് നിലനിന്നത്. ഈ വിവിധ ചിന്താഗതിക്കാർ തമ്മിൽ

സഹകരണമെന്നപോലെ തന്നെ സംഘട്ടനവും ഉണ്ടായിരുന്നു.

ഗാന്ധിയുഗം പിറന്നതിനുശേഷം തന്നെ നിസ്സഹകരണക്കാരും സ്വരാജ് പാർട്ടിക്കാരും പൂർണ്ണ സ്വാതന്ത്ര്യത്തിനുവേണ്ടിയും ഡൊമിനിയൻ പദവിക്കുവേണ്ടിയും വാദിച്ചിരുന്നവർ, ഗാന്ധിസ്റ്റ് - സോഷ്യലിസ്റ്റ് - കമ്യൂണിസ്റ്റ് ചിന്താഗതിക്കാർ മുതലായി പല വിഭാഗക്കാരും തമ്മിലുള്ള ഏറ്റുമുട്ടലുകളോടെയാണ് കോൺഗ്രസും അതിന്റെ നേതൃത്വത്തിലുള്ള സ്വാതന്ത്ര്യസമരവും പുരോഗമിച്ചത്. അതിന്റെ അവസാനഘട്ടമാണ് ക്വിറ്റിന്ത്യാസമരവും തുടർന്നുള്ള സംഭവവികാസങ്ങളും.

സ്വാതന്ത്ര്യലബ്ധിയോടുകൂടി ഈ സംഘട്ടനം പുതിയ രൂപം കൈക്കൊണ്ടു. ഇനി കോൺഗ്രസിന്റെ ആവശ്യമില്ല. അത് പിരിച്ചുവിടണം എന്ന് നിർദ്ദേശിച്ച മഹാത്മാഗാന്ധി; ഇപ്പോൾ കിട്ടിയ സ്വാതന്ത്ര്യം ഉറപ്പിച്ച് മുന്നോട്ട് കൊണ്ടുപോകുന്നതിന് കോൺഗ്രസ് ഭരണകക്ഷിയായി തുടരണമെന്ന് തീരുമാനിച്ച മറ്റ് കോൺഗ്രസ് നേതാക്കൾ; ഇപ്പോൾ സ്വതന്ത്രയായിത്തീർന്ന ഇന്ത്യയിൽ സോഷ്യലിസം കെട്ടിപ്പടുക്കുന്നതിന് പാർലമെന്ററി പ്രവർത്തനത്തിൽ ഊന്നിനില്ക്കുന്ന യൂറോപ്യൻ സോഷ്യൽ ഡെമോക്രസിയുടെ മാർഗ്ഗം അംഗീകരിക്കാൻ തീരുമാനിച്ച സോഷ്യലിസ്റ്റ് പാർട്ടി; സ്വാതന്ത്ര്യവും ബൂർഷ്വാ ജനാധിപത്യവും നിലവിൽവന്നുകഴിഞ്ഞ സാഹചര്യത്തിൽ ബൂർഷ്വാ ജനാധിപത്യത്തെ ജനകീയ ജനാധിപത്യമാക്കി മാറ്റാനും അങ്ങനെ ഭാവി സോഷ്യലിസ്റ്റ് സമൂഹത്തിന് അടിത്തറ പാകാനും ശ്രമിക്കുന്ന കമ്യൂണിസ്റ്റുകാർ- ഈ നാല് മുഖ്യ വിഭാഗങ്ങൾ പണ്ടത്തെ സാമ്രാജ്യവിരുദ്ധ ദേശീയ പ്രസ്ഥാനത്തിൽ നിന്ന് രൂപംകൊണ്ടു.

കൂടാതെ, ജാതി, മതം, സങ്കുചിത പ്രാദേശികത, ഭാഷാപരമായ ശിഥിലീകരണ പ്രസ്ഥാനം എന്നിവയെ ആസ്പദമാക്കിയ സംഘടനകളും രൂപംകൊണ്ടു. ഈ വിവിധ വിഭാഗങ്ങൾ തമ്മിൽ തമ്മിലും അവയ്ക്കെല്ലാം ഭരണകക്ഷിയായ കോൺഗ്രസായും വളർന്നുവരുന്ന സംഘട്ടനം ഇന്ത്യൻ രാഷ്ട്രീയത്തിന്റെ കേന്ദ്രമായിത്തീർന്നു.

1952 ലെ ഒന്നാം പൊതുതിരഞ്ഞെടുപ്പുതൊട്ട് ഈയിടെ നടന്ന കേരള, ബംഗാൾ, ഹരിയാന തിരഞ്ഞെടുപ്പുകൾവരെയുള്ള രാഷ്ട്രീയ സംഭവവികാസങ്ങൾ ഈ വസ്തുതയെയാണ് ഊന്നിപ്പറയുന്നത്.

ഈ സാഹചര്യത്തിൽ കോൺഗ്രസുകാരടക്കമുള്ള കമ്യൂണിസ്റ്റ് വിരുദ്ധർ ആഗ്രഹിക്കുന്നതുപോലെ, കമ്യൂണിസ്റ്റ് (മാർക്സിസ്റ്റ്) പാർട്ടി അടക്കമുള്ള ഇടതുപക്ഷ പാർട്ടികളെ എഴുതിത്തള്ളാനാവില്ല. മറ്റു മതനിരപേക്ഷ- ജനാധിപത്യ ശക്തികളെ അവഗണിച്ച് മുന്നോട്ടുപോകാൻ ഇടതുപക്ഷക്കാർക്കും കഴിയുകയില്ല. അതുകൊണ്ടാണ് ഇടതുപക്ഷക്കാർക്ക് തനിയെ അധികാരം ഏറ്റെടുക്കാൻ കഴിവുണ്ടാകുന്നതുവരെ രാജീവ് ഗവൺമെന്റ് തുടരണമെന്ന കമലാപതി ത്രിപാഠിയെപ്പോലുള്ളവരുടെ ഉപദേശം ഇടതുപക്ഷക്കാർ സ്വീകരിക്കാത്തത്.

സ്വാതന്ത്ര്യലബ്ധിക്കുമുമ്പ് സ്വാതന്ത്ര്യം നേടുക എന്ന പൊതു

ലക്ഷ്യം ഉണ്ടായിരുന്നതുപോലെ, 40 വർഷംമുമ്പ് ലഭിച്ച സ്വാതന്ത്ര്യത്തെയും ദേശീയൈക്യത്തെയും അപകടപ്പെടുത്തുന്ന രാജീവുഭരണം അവസാനിപ്പിക്കുന്നതിന് ഇടതുപക്ഷക്കാരും അല്ലാത്തവരുമായ മതനിരപേക്ഷ-ജനാധിപത്യ ശക്തികൾ ഒന്നിക്കണമെന്ന് കമ്യൂണിസ്റ്റ് (മാർക്സിസ്റ്റ്) പാർട്ടി നിർദ്ദേശിക്കുന്നു. അതിൽ പങ്കുകൊള്ളാൻ കോൺഗ്രസിലെ മതനിരപേക്ഷ-ജനാധിപത്യ ചിന്താഗതിക്കാരെ ഞങ്ങൾ ആഹ്വാനം ചെയ്യുന്നു.

പക്ഷേ, കമ്യൂണിസ്റ്റുകാരും സോഷ്യലിസ്റ്റുകാരും മറ്റുചിന്താഗതിക്കാരുമെല്ലാം ചില പ്രധാനപ്പെട്ട കാര്യങ്ങളിൽ യോജിക്കുമ്പോൾതന്നെ, മറ്റു പലതിലും അവർ വിയോജിക്കുന്നുണ്ടെന്ന സത്യം മറന്നുകൂട. വിയോജിപ്പുള്ള കാര്യങ്ങളിൽ താന്താങ്ങളുടെ നിലപാടിൽ ഉറച്ചുനിന്നുകൊണ്ട് തന്നെ, യോജിപ്പുള്ള കാര്യങ്ങളിൽ യോജിച്ചു പ്രവർത്തിക്കുക എന്നതാണ് പ്രായോഗിക സമീപനം. അതാണ് സ്വാതന്ത്ര്യലബ്ധിക്കുമുമ്പുള്ള കാലത്ത് കോൺഗ്രസിനെ ദേശീയ ബഹുജനപ്രസ്ഥാനമാക്കി വളർത്തിയതും അതിനകത്ത് പ്രവർത്തിക്കുന്ന കമ്യൂണിസ്റ്റുകാർ, സോഷ്യലിസ്റ്റുകാർ മുതലായവർക്ക് സ്വതന്ത്രമായി പ്രവർത്തിക്കാൻ അവസരം നല്കിയതും. ആ പൊതുസമീപനം തുടർന്നുകൊണ്ടല്ലാതെ ഇന്നും ഇടതുപക്ഷ-മതനിരപേക്ഷ-ജനാധിപത്യ ശക്തികളുടെ ഐക്യം ഊട്ടിയുണ്ടാക്കാൻ കഴിയുകയില്ല.

അരുൺ ഷൂരിയുടെ നിറംപിടിപ്പിച്ച നുണകൾ

ബസവപുന്നയ്യ

(1987 ൽ അരുൺഷൂരി ഇല്ലസ്ട്രേറ്റഡ് വീക്കിലി
യിൽ എഴുതിയ ലേഖനത്തിനുള്ള മറുപടി)

ഷൂരിയുടെ വാചകക്കസർത്ത്

വിവേചനത്തോടെയുള്ള അന്വേഷണശൈലി സ്വീകരിച്ച പത്രപ്രവർത്തകൻ എന്ന നിലയ്ക്കാണ് അരുൺഷൂരി പ്രശസ്തനായത്. അദ്ദേഹത്തിന്റെ റിപ്പോർട്ടുകളിൽ പ്രസിദ്ധമായവ ഉള്ളടക്കത്തിൽ പരിമിതമാണ്. കോളിളക്കമുണ്ടാക്കുന്ന സ്വഭാവമുള്ളതാണ്. അവയിൽ ചിലത് പ്രക്ഷോഭകരമായ തുറന്നുകാട്ടലുകളായിരുന്നു. കുറച്ചുകാലം പ്രത്യക്ഷത്തിൽ നിഷ്ക്രിയനായിരുന്നശേഷം ഷൂരി വലിയ കൊട്ടിഘോഷത്തോടെ *ഇല്ലസ്ട്രേറ്റഡ്* വീക്കിലിയിൽ ഇന്ത്യയിലെ കമ്യൂണിസ്റ്റ് പ്രസ്ഥാന ചരിത്രത്തിന്റെ 'ഗവേഷക'നായി രംഗപ്രവേശം ചെയ്തപ്പോൾ സംജ്ഞകളിൽ മാത്രമെ അദ്ദേഹം മാറ്റം വരുത്തിയിട്ടുള്ളൂ എന്നത് അത്ഭുതകരമായി തോന്നി. ഒരു വാർത്ത കണ്ടെത്തിയ പത്രപ്രവർത്തകന്റെ നിലവാരത്തിൽനിന്ന് ഒട്ടും ഉയർന്നതല്ല നാഷണൽ ആർക്കൈവ്സിലുള്ള ഷൂരിയുടെ 'ഗവേഷണം'. 'സ്കൂപ്പു'കളുടെ അളവുകോൽവെച്ചാണ് ഷൂരിയുടെ ലേഖനങ്ങളെ ആദ്യം വിലയിരുത്തുന്നത്. ആ പ്രക്രിയയിൽ അദ്ദേഹം രാഷ്ട്രീയമായി തുറന്നുകാട്ടപ്പെടുകയും ചെയ്യുന്നു.

ദേശീയപ്രസ്ഥാനത്തെ കമ്യൂണിസ്റ്റുകാർ വഞ്ചിച്ചു എന്ന് പറയുന്ന 1942 ഉം നമ്മളും തമ്മിൽ 42 കൊല്ലത്തിന്റെ ദൂരമുണ്ട്. ആ കാലഘട്ടത്തെക്കുറിച്ചുള്ള രേഖകൾ നാഷണൽ ആർക്കൈവ്സ് പൊതുജനങ്ങൾക്ക് വായിക്കാനായി ഒരു പതിറ്റാണ്ടുമുമ്പ് വിട്ടുകൊടുത്തിരുന്നു. ഈ 'ചരിത്ര'ഗവേഷണവും ഈ 'തുറന്നുകാട്ടലും' ഇന്ത്യൻ രാഷ്ട്രീയത്തിലെ ഈ ഘട്ടത്തിൽ നടത്താൻ അദ്ദേഹത്തെ പ്രേരിപ്പിച്ചതെന്ത്? നമുക്ക് ഈ ചോദ്യത്തിന് ഉത്തരം കാണേണ്ടതുണ്ട്.

ഇന്ത്യ ഭരിക്കാൻ കെല്പുള്ളതായി ഇന്ദിരാഗാന്ധിയുടെ കോൺഗ്രസ് പാർട്ടിയല്ലാതെ മറ്റൊരു പാർട്ടിയും ഇല്ലെന്നവാദം ഏറെ പ്രചാരിപ്പിക്കപ്പെട്ടതാണ്. എന്നാൽ അഞ്ചാറ് കോൺഗ്രസിതര സംസ്ഥാന ഗവൺമെന്റു

കളുണ്ട്; അവയിൽ പ്രമുഖമാണ് ഏഴ്കൊല്ലത്തിലേറെ കാലമായി നിലവിലുള്ള പശ്ചിമബംഗാളിലെയും ത്രിപുരയിലെയും ഇടതുപക്ഷഗവൺമെന്റുകൾ (മുമ്പ് കേരളത്തിലെയും). ഇത് ആർക്കും അവഗണിക്കാനാവാത്ത യാഥാർത്ഥ്യമാണ്. ഇടതുപക്ഷപാർട്ടികളും ഇടതുപക്ഷഗവൺമെന്റുകളും - സി പി ഐ (എം) ഉം സി പി ഐയും അടിസ്ഥാനഘടകമായ അവയിൽ മറ്റ് മതേതര-ജനാധിപത്യപാർട്ടികളുമുണ്ട് - ഇന്ദിരാകോൺഗ്രസിന്റെ നയങ്ങൾക്കുള്ള ബദൽ മുന്നോട്ടുവെച്ചിട്ടുണ്ട്. ദേശീയ നിലവാരത്തിൽ ഇടതുജനാധിപത്യ ബദൽ ഉണ്ടാക്കാനുള്ള സാദ്ധ്യതയെ ഇടുങ്ങിയ മനഃസ്ഥിതിക്കാരായ ബൂർഷ്വാചിന്തകർ ഇഷ്ടപ്പെടുന്നില്ല. അതിനാൽ കമ്യൂണിസ്റ്റുകാർക്കെതിരെ ചിട്ടപ്പെടുത്തിയ അപവാദപ്രചാരണം നിർണ്ണായക സന്ദർഭങ്ങളിൽ പറ്റിയ ആയുധമാണ്. 1984 ൽ 1942 ലെ കാര്യങ്ങൾ കുത്തിപ്പൊക്കിയതിന് ഇങ്ങനെയൊരു ലാക്കുണ്ട്. ഇക്കാര്യം ഈ ലാക്കോടെ ഉപയോഗിക്കുന്നത് ഇതാദ്യമല്ല. കഴിഞ്ഞ 42 കൊല്ലക്കാലത്തെ ചരിത്രത്തെക്കുറിച്ചു ഷൂരിയെക്കാൾ കൂടുതൽ അറിവുള്ള ഒരു 'ഗവേഷകനും' തന്റെ പ്രചാരണലക്ഷ്യങ്ങൾക്കായി ഈ 'തുറന്നുകാട്ട്'ലിനെ മൗലികത്വമുള്ള മറയായി ഉപയോഗിക്കുന്നതിന് മടിച്ചേനെ.

ഇന്ദിരാകോൺഗ്രസിന്റെ സ്വാധീനം ഏറ്റവും കുറഞ്ഞിരിക്കുന്ന സാഹചര്യത്തിൽ ഏറെ കൊട്ടിഘോഷിക്കപ്പെട്ട ബി ജെ പി - ലോക്ദൾ ദേശീയജനാധിപത്യസഖ്യത്തിന് മുന്നേറാൻ കഴിയാതിരിക്കുകയും ഇന്ത്യയിലെ ഇടതുപക്ഷത്തിനോ അതിൽ വിശേഷിച്ച് സി പി ഐ (എം) നെക്കുറിച്ചുള്ള രാഷ്ട്രീയവും ആശയപരവുമായ മതിപ്പ് വർദ്ധിക്കുകയും ചെയ്യുന്നതിൽ ഷൂരിയെപ്പോലുള്ളവർക്ക് അലോസരമുണ്ട്. ബി ജെ പിയുടെ നേതൃത്വത്തിലുള്ള സഖ്യം വളർന്ന് ശക്തിയാർജ്ജിക്കുന്നതുവരെ വിധിവിഹിതമെന്ന നിലയിൽ ഇന്ദിരാകോൺഗ്രസിന്റെ ദുർഭരണം സഹിച്ചിരിക്കുകയേ ഇന്ത്യയിലെ ജനസാമാന്യത്തിന് ഗതിയുള്ളു എന്ന ആശയം പ്രചരിപ്പിക്കുന്നത് ചില തല്പരകക്ഷികളുടെ രണ്ടുംകല്പിച്ചുള്ള ശ്രമമാണ്.

കമ്യൂണിസ്റ്റ് വിരുദ്ധ ശകാരം ആരംഭിക്കാനുള്ള മറ്റൊരുകാരണം കമ്യൂണിസ്റ്റുകാരുടെ നേരിട്ടുള്ള സംഘടനാസ്വാധീനത്തിന് അപ്പുറത്തും മാർക്സിസ്റ്റ് സിദ്ധാന്തത്തിനും ആശയങ്ങൾക്കുമുള്ള പ്രചാരണമാണ്. മാർക്സിന്റെ ഈയിടെ അവസാനിച്ച ചരമശതാബ്ദി ആഘോഷങ്ങളിൽ സി പി ഐ (എം)നും മറ്റ് കമ്യൂണിസ്റ്റുകാർക്കും ഒപ്പം അസംഖ്യം അക്കാദമിക്കുകളും മറ്റു ബുദ്ധിജീവികളും വിദ്യാർത്ഥികളും യുവാക്കളും തൊഴിലാളികളും പങ്കെടുത്തു. ഈ സന്ദർഭത്തിൽ ഇന്ത്യൻപാർലമെന്റ് മാർക്സിനെയും അദ്ദേഹത്തിന്റെ ആശയങ്ങളെയുംകുറിച്ച് ഒരു പ്രമേയം പാസാക്കിയത് മാർക്സിന്റെ ആശയങ്ങളുടെ പ്രശസ്തിക്കും അവയ്ക്കും അവനയിക്കുന്ന പ്രസ്ഥാനങ്ങൾക്കുമുള്ള ബഹുമാന്യതയ്ക്കും തെളിവാണ്.

ഇനി ഷൂരിയുടെ ലേഖനങ്ങളിലെ ഉള്ളടക്കം നോക്കാം. ആധുനിക ഇന്ത്യാചരിത്രത്തെക്കുറിച്ച് ശരിക്കൊരു ഗവേഷണവും നടത്താൻ ഷൂരി തയ്യാറല്ല എന്ന് വ്യക്തമാണ്. ഏറ്റവും വലിയ സാമ്രാജ്യവിരുദ്ധപ്രസ്ഥാ

നങ്ങളിൽ ഒന്നെന്ന നിലയ്ക്ക് ഇന്ത്യൻ ദേശീയപ്രസ്ഥാനത്തിന്റെ ചരിത്രമോ അതിൽ വിവിധവർഗ്ഗങ്ങൾക്കും പാർട്ടികൾക്കും വ്യക്തികൾക്കുമുള്ള പങ്കോ ഷൂരിക്ക് മനസ്സിലാക്കാൻ കഴിയുമെന്ന് തോന്നുന്നില്ല. ഷൂരിയുടെ യത്നം എന്തെന്ന് വ്യക്തമാണ്: വില കുറഞ്ഞതും ആവശ്യത്തിന് യോജിച്ചതുമായ കമ്യൂണിസ്റ്റ് വിരോധം ജനങ്ങൾക്ക് പകർന്നുകൊടുക്കുക. കാരണം, അദ്ദേഹത്തിന്റെ ലേഖനങ്ങളിൽ ദേശീയപ്രസ്ഥാനത്തിന്റെ സങ്കീർണ്ണതകളെയും അത് നിലനിന്ന ചരിത്ര പരിതഃസ്ഥിതിയെയും കുറിച്ചുള്ള ഭീമമായ അജ്ഞത പ്രകടമാണ്.

'അന്വേഷക പത്രപ്രവർത്തക'നായ അദ്ദേഹം കരുതുന്നത് ഏത് സമൂഹ പ്രതിഭാസം മനസ്സിലാക്കുന്നതിനും അവയുടെ സാമൂഹ്യ-രാഷ്ട്രീയ പശ്ചാത്തലത്തെക്കുറിച്ച് തികഞ്ഞ അജ്ഞതയോടെ തനിക്ക് സൗകര്യമുള്ള രേഖകൾ മാത്രം പരിശോധിച്ച് അതേസമയം തനിക്ക് ഒട്ടും അറിഞ്ഞുകൂടാത്ത എല്ലാ കാര്യങ്ങളിലും അധികാരിയാണെന്ന് ഭാവിച്ചുനിന്നാൽ മതിയെന്നാണ്. അങ്ങനെ, നമുക്ക് ഇന്ത്യൻ സ്വാതന്ത്ര്യ സമരചരിത്രത്തിൽ മാത്രമല്ല, ആധുനികലോകചരിത്രത്തിൽകൂടി, ഒരു പുതിയ 'വിദഗ്ദ്ധനെ' കിട്ടിയിരിക്കുന്നു.

ഷൂരി തന്റെ ലേഖനപരമ്പര തുടങ്ങുന്നത് സോവിയറ്റ് യൂണിയനെയും അതും നാസിജർമ്മനിയും തമ്മിലുണ്ടായ അനാക്രമണസന്ധിയെയും പറ്റിയുള്ള മരമണ്ടൻ ശകാരത്തോടെയാണ്. അത് അദ്ദേഹത്തിന് ആ വിഷയത്തിൽ വൈദഗ്ദ്ധ്യമില്ലെന്നു തെളിയിക്കുക മാത്രമല്ല അത് കൈകാര്യം ചെയ്യാനുള്ള കഴിവു സംബന്ധിച്ച അദ്ദേഹത്തിന്റെ അവകാശവാദത്തെ തുറന്നുകാട്ടുകയും ചെയ്യുന്നു. അതിനെ ആദ്യപാപമായി അദ്ദേഹം ചൂണ്ടിക്കാട്ടുന്നു. അതാണത്രെ രണ്ടാംലോകമഹായുദ്ധത്തിലേക്ക് നയിച്ചത്. നമ്മെ ഇന്നും ബാധിച്ചിരിക്കുന്ന എല്ലാ 'ദോഷ'ങ്ങൾക്കും കാരണം അതാണത്രെ. ആദ്യത്തെ സോഷ്യലിസ്റ്റ് രാഷ്ട്രത്തിന്റെ വിദേശനയത്തെ അധിക്ഷേപിക്കുന്നതിനായി സ്റ്റാലിനെതിരായി നിരന്തരമായി വളർത്തിയെടുത്ത പക്ഷപാതം കൗശലത്തോടെ ഉപയോഗിക്കുന്നതിൽ അദ്ദേഹം സാമർത്ഥ്യം കാണിച്ചിട്ടുണ്ട്. ലെനിനും സ്റ്റാലിനും വിട്ടുവീഴ്ചയില്ലാതെ തുടർന്നുവന്ന തൊഴിലാളിവർഗ്ഗ സാർവ്വദേശീയതയുടെയും ലോകവിപ്ലവത്തിന്റെയും പ്രതിരോധത്തിന്റെയും മാനദണ്ഡമാണ് സ്റ്റാലിന്റെ വിദേശനയത്തെ നിർണ്ണയിച്ചതെന്ന് ഷൂരിക്ക് ഒട്ടും അറിയില്ല തന്നെ.

ഈ കാലഘട്ടത്തെക്കുറിച്ച് 'ഗവേഷണ'ത്തിന് പുറപ്പെടുന്ന ഒരു എഴുത്തുകാരൻ തീർച്ചയായും 1917 നു ശേഷമെങ്കിലുമുള്ള രാഷ്ട്രീയചരിത്രത്തിന്റെ വിവിധ ദശകളെക്കുറിച്ച് ബോധവാനായിരിക്കണം. ഒന്നാം ലോകയുദ്ധത്തെത്തുടർന്ന് 1917 നും '22നും ഇടയ്ക്ക് ലോക രാഷ്ട്രീയരംഗത്ത് വാസ്തവത്തിൽ എന്തു നടന്നു എന്നതിനെക്കുറിച്ച് അയാൾ ഏകദേശജ്ഞാനമെങ്കിലും നേടിയിരിക്കണം. 1922 മുതൽ 1933 വരെയും അതു മുതൽ സോവിയറ്റ് യൂണിയനും ഹിറ്റ്ലറുടെ ജർമ്മനിയും തമ്മിൽ അനാക്രമണ സന്ധി ഒപ്പിട്ട 1939 ആഗസ്ത് 23 വരെയും ഉള്ള രണ്ടാംദശയിലെ

സംഭവവികാസങ്ങൾ മനസ്സിലാക്കിയിരിക്കണം.

യുദ്ധം പ്രഖ്യാപിച്ച 1939 സെപ്തംബർ 3 മുതൽ 1941 ജൂൺ 22 വരെ - ഈ കാലഘട്ടത്തിലാണ് കിഴക്കും പടിഞ്ഞാറുമുള്ള യൂറോപ്പിനെ ഫാസിസ്റ്റ് ജർമ്മനിയും ഇറ്റലിയുംകൂടി കീഴടക്കിയത്— ഉള്ള ദശയാണ് മൂന്നാമത്തേത്. നാസിസവും ഫാസിസവും ജാപ്പനീസ് സൈനികവാഴ്ചയും തകർക്കപ്പെടുകയും യൂറോപ്പ് വിമോചിതമാവുകയും ലോകത്തിൽ നിരവധി സ്വതന്ത്രരാജ്യങ്ങൾ ഉണ്ടാവുകയും ചെയ്ത 1941 ജൂൺ 22 മുതൽ 1945 മെയ് വരെയുള്ളതാണ് അവസാനത്തെ ദശ.

തന്റെ ഗവേഷകപദവിയെക്കുറിച്ച് വീമ്പിളക്കുന്ന അരുൺ ഷൂരി ആധുനിക സമൂഹചരിത്രത്തിലെ ഈ വിഭിന്നദശകളെക്കുറിച്ച് ഒന്നുകിൽ തീർത്തും അജ്ഞനാണ്; അല്ലെങ്കിൽ വസ്തുതകൾ നേരിടാനും അവയെ വസ്തുനിഷ്ഠമായി വായനക്കാരുടെ മുമ്പിൽ വെക്കാനും മടിക്കുന്നു. ലോകമുതലാളിത്തത്തിന്റെയും സാമ്രാജ്യത്വത്തിന്റെയും വളർച്ച ലോക സമൂഹവ്യവസ്ഥയുടെ വേരുകൾപോലും പിടിച്ചുകുലുക്കിയ 1914-18 ലെയും 1939-45 ലെയും ലോകമഹായുദ്ധങ്ങൾ, ആദ്യം ഒക്ടോബർ സോഷ്യലിസ്റ്റ് വിപ്ലവത്തിന്റെ രൂപത്തിൽ റഷ്യയായും പിന്നീട് മാനരാശിയുടെ മൂന്നിലൊന്നിനെ ഉൾക്കൊള്ളുന്ന ലോകവ്യവസ്ഥയായും ലോക സോഷ്യലിസ്റ്റുവ്യവസ്ഥ വളർന്നുവന്ന കാലഘട്ടം - ഇവയുടെ നേരെ കണ്ണടയ്ക്കുന്ന ഒരു ആധുനിക ചരിത്രവിദ്യാർത്ഥിക്കും ആധുനികയുഗത്തിലെ ഒരു സാമൂഹ്യ-രാഷ്ട്രീയ പ്രതിഭാസത്തെയുംകുറിച്ച് ഒരു പിടിപാടും ഉണ്ടാകില്ല. ഈ അഗാധമായ വിവരക്കേടും വസ്തുനിഷ്ഠ യാഥാർത്ഥ്യത്തിനുനേരെ ബോധപൂർവ്വം കണ്ണടയ്ക്കുന്നതും ആണ് ഇവിടെ പരിശോധിക്കുന്നതരത്തിലുള്ള ചാട്ടപ്പിഴവുകളിലേക്ക് ഷൂരിയെപ്പോലുള്ളവരെ നയിക്കുന്നത്.

എന്തുകൊണ്ടാണ് ഒന്നാം ലോകയുദ്ധം പൊട്ടിപ്പുറപ്പെട്ടത്, അത് എങ്ങനെ അവസാനിച്ചു, എന്തെല്ലാം പ്രത്യാഘാതമുണ്ടായി. ആ സാമ്രാജ്യത്വയുദ്ധം അവസാനിപ്പിക്കുന്നതിൽ റഷ്യൻ സോഷ്യലിസ്റ്റ് വിപ്ലവവും പുതിയ സോഷ്യലിസ്റ്റ് ഭരണകൂടവും വഹിച്ച നിർണ്ണായകമായ പങ്ക് എന്ത് എന്നൊക്കെ മനസ്സിലാക്കണമെങ്കിൽ ഷൂരി മെനക്കെട്ടിരുന്ന് കുറേ പഠിക്കേണ്ടിവരും. സോവിയറ്റ് ഭരണകൂടത്തിന്റെ ആദ്യത്തെ കല്പന സമാധാനത്തിനുള്ള കല്പനയായിരുന്നു എന്ന് പറഞ്ഞുകൊണ്ട് ഷൂരിയെ കാര്യങ്ങൾ പഠിപ്പിക്കാൻ ശ്രമിക്കുന്നത് നന്നായിരിക്കും. ഒക്ടോബർ സോഷ്യലിസ്റ്റ് വിപ്ലവം ഒറ്റയടിക്ക് സാറിന്റെ സാമ്രാജ്യം തകർത്ത് നൂറ്റാണ്ടുകളായി സാറിന്റെ സ്വേച്ഛാധിപത്യത്തിൻ കീഴിൽ നരകിച്ചിരുന്ന നിരവധി രാഷ്ട്രങ്ങളെയും ന്യൂനപക്ഷദേശീയ ജനവിഭാഗങ്ങളെയും മോചിപ്പിച്ചു.

ഈ പോരാട്ടത്തിന്റെ വിജയം സാമ്രാജ്യത്വത്തിന്റെ പിടി അയച്ചു. ദേശീയവിമോചനപ്രസ്ഥാനങ്ങളുടെ ആവേശകേന്ദ്രവും പിൻബലവും ഇതായിരുന്നു. 1917 നുശേഷമുള്ള പതിറ്റാണ്ടുകളിൽ സോഷ്യലിസ്റ്റ് ലോകത്തിന് ഈ പദവി നഷ്ടപ്പെട്ടുമില്ല. സമാധാനത്തിന്റെയും ദേശീയ

ജനാധിപത്യത്തിന്റെയും സോഷ്യലിസത്തിന്റെയും കൊടിക്കൂറ ഉയർത്തിപ്പിടിച്ചതിന് ലോകസാമ്രാജ്യത്വത്തിന്റെ പരസ്യവും രൂക്ഷവുമായ ആക്രമണത്തിന് വിധേയമായ ഒന്നാമത്തെ സോഷ്യലിസ്റ്റ് റിപ്പബ്ലിക്കിന്റെ വർദ്ധിച്ച ശക്തിയും പ്രതിരോധവും ആണ് യുദ്ധത്തിന്റെ ഉറവിടവും ശൈശവാവസ്ഥയിലുള്ള ദേശീയ ജനാധിപത്യപ്രസ്ഥാനങ്ങളെ വഞ്ചിച്ചതും എന്ന് ഷൂരിയുടെ ചരിതം നമ്മെ പറഞ്ഞു ധരിപ്പിക്കാൻ ശ്രമിക്കുന്നു. അതു ശരിയല്ല. 1920 കളുടെ അന്ത്യത്തിലും 1930 കളുടെ ആദ്യവും കടുത്ത സാമ്പത്തിക പ്രതിസന്ധി നേരിട്ട സാമാജ്യത്വമാണ് ലോകത്തെ പുനർവിഭജിക്കുന്നതിന് പടപ്പുറപ്പാട് തുടങ്ങിയത്.

സാമ്രാജ്യത്വതന്ത്രം

പുതിയൊരു ലോകയുദ്ധത്തിനുള്ള തയ്യാറെടുപ്പ് തുടങ്ങിക്കഴിഞ്ഞതായി 1934 ജനുവരിയിൽ ചേർന്ന സോവിയറ്റ് കമ്യൂണിസ്റ്റ് പാർട്ടിയുടെ 17-ാം കോൺഗ്രസിന് സമർപ്പിച്ച ജനറൽ സെക്രട്ടറിയുടെ റിപ്പോർട്ടിൽത്തന്നെ വ്യക്തമാക്കിയിരിക്കുന്നു.

“ചൈനയുമായുള്ള ജപ്പാന്റെ യുദ്ധം, മഞ്ചൂറിയ കൈവശപ്പെടുത്തിയത്, ലീഗ് ഓഫ് നേഷൻസിൽനിന്ന് ജപ്പാൻ പിന്മാറിയത്, വടക്കൻ ചൈനയിലേക്ക് അത് കടന്നുകയറിയത്—ഇതെല്ലാം സ്ഥിതി കൂടുതൽ സംഘർഷഭരിതമാക്കി. ശാന്തസമുദ്രത്തിന്റെ മേൽ മേധാവിത്തത്തിനുള്ള വർദ്ധിച്ച പോരാട്ടവും ജപ്പാനും അമേരിക്കയും ബ്രിട്ടനും ഫ്രാൻസും നാവികപ്പടയുടെ ശക്തി വർദ്ധിപ്പിച്ചതും വർദ്ധിച്ച സംഘർഷത്തിന്റെ ഫലമാണ്.....

ജർമ്മനി ലീഗ് ഓഫ് നേഷൻസിൽനിന്ന് പിന്മാറിയതും നഷ്ടപ്പെട്ട പ്രദേശം വീണ്ടെടുക്കാനുള്ള അതിന്റെ ഒരുക്കവും സംഘർഷം വളർത്തി. യൂറോപ്പിലെ ആയുധപ്പുരകളുടെ വളർച്ചയ്ക്ക് അത് വേഗം കൂട്ടി.

1914-ൽ എന്നപോലെ യുദ്ധക്കൊതിയൻ സാമ്രാജ്യത്വവും പ്രതികാരമോഹികളും മുന്നോട്ടുവരികയാണ്....

ഒരു പുതിയ യുദ്ധത്തിലേക്കാണ് സംഗതികൾ നീങ്ങുന്നതെന്ന് വ്യക്തമാണ്.”

സോവിയറ്റ് പാർട്ടിയുടെ 18-ാം കോൺഗ്രസിൽ 1939 മാർച്ച് 10 ന് അവതരിപ്പിച്ച ജനറൽ സെക്രട്ടറിയുടെ റിപ്പോർട്ടിൽ ഇങ്ങനെ വ്യക്തമാക്കിയിരുന്നു: “പുതിയ സാമ്രാജ്യത്വയുദ്ധം തുടങ്ങിയിട്ട് രണ്ടു വർഷമായി. ഷാങ്ഹായ് മുതൽ ജിബ്രാൾട്ടർ വരെയുള്ള വിസ്തൃതമായ ഭൂപ്രദേശത്ത് നടക്കുന്ന യുദ്ധം. 50 കോടിയിൽപരം ആളുകളെ ബാധിക്കുന്ന യുദ്ധം. അത് യൂറോപ്പിന്റെയും ആഫ്രിക്കയുടെയും ഏഷ്യയുടെയും ഭൂപടങ്ങൾ ബലം പ്രയോഗിച്ച് മാറ്റി വരയ്ക്കുകയാണ്. ഒന്നാംലോകയുദ്ധത്തിനുശേഷം സമാധാനവാഴ്ച എന്നു വിളിക്കപ്പെടുന്ന വ്യവസ്ഥയാകെ അതിന്റെ വേരുവരെ ഇളകിയിരിക്കുന്നു.”

ജപ്പാൻ 1932 മാർച്ചിൽ മഞ്ചൂറിയ കൈയേറിയത്, നാസി ജർമ്മനി

സ്പെയിനിൽ ആഭ്യന്തരയുദ്ധം കുത്തിപ്പൊക്കിയതും ഇറ്റലി സ്പെയിനിലെ റിപ്പബ്ലിക്കൻ ഗവൺമെന്റിനെതിരായി ജനറൽ ഫ്രാങ്കൊയുടെ പിന്തിരിപ്പൻ പട്ടാളത്തിന് ആയുധങ്ങൾ നല്കിയത്, ഫാസിസ്റ്റ് ഇറ്റലി എത്യോപ്യ ആക്രമിച്ചത്, ജർമ്മനി-ഇറ്റലി—ജപ്പാൻ ഫാസിസ്റ്റ് അച്ചുതണ്ടിന്റെ പേപിടിച്ച പടപ്പുറപ്പാട്, ബ്രിട്ടനിലെയും അമേരിക്കയിലെയും ഫ്രാൻസിലെയും സാമ്രാജ്യവാദികൾ പ്രീണിപ്പിക്കൽനയംവഴി അവയെ പ്രോത്സാഹിപ്പിച്ചത്— ഈ വസ്തുതകളെക്കുറിച്ചെല്ലാം പുതുതായി നിയമിക്കപ്പെട്ട 'ചരിത്ര' ഗവേഷകൻ അരുൺഷൂരി തികച്ചും അജ്ഞനാണ്.

ബ്രിട്ടനിലെയും ഫ്രാൻസിലെയും ജർമ്മനിയിലെയും ഇറ്റലിയിലെയും ഗവൺമെന്റ് തലവന്മാർ 1928 സെപ്തംബർ 29 നുതന്നെ മ്യൂണിക്കിൽ സമ്മേളിച്ച് ചെക്കോസ്ലാവാക്യയെ വെട്ടിമുറിക്കാനും അതിൽ ഒരു ഭാഗം ഹിറ്റ്ലറുടെ ജർമ്മനിക്ക് നല്കാനും തീരുമാനിച്ച കാര്യം ഷൂരിക്കറിയില്ല.

ബ്രിട്ടൻ- ഫ്രാൻസ്—അമേരിക്ക സാമ്രാജ്യത്വ ചേരി സോവിയറ്റ് യൂണിയന്റെനേരെ അക്രമണം അഴിച്ചുവിടുന്നതിന് അച്ചുതണ്ടു ശക്തികളെ പ്രേരിപ്പിക്കുകയായിരുന്നു എന്ന വസ്തുതയെക്കുറിച്ചും അദ്ദേഹം അജ്ഞനാണ്.

അനാക്രമണസന്ധി എന്തിനായിരുന്നു?

സോവിയറ്റ് യൂണിയൻ 1933 ൽ തന്നെ കൂട്ടായ സുരക്ഷിതത്വം ഉറപ്പുവരുത്താനും പ്രതികാരദാഹിയായ ജർമ്മനിയുടെയും ഫാസിസ്റ്റ് ഇറ്റലിയുടെയും യുദ്ധോദ്യമങ്ങളെ തടയാനുമായി ഒരു ബഹുകക്ഷി സുരക്ഷിതത്വകരാർ ഉണ്ടാക്കാൻ നിർദ്ദേശിച്ചിരുന്നു; സഖ്യശക്തികൾ ഇതിനെ ചർച്ചയിലൂടെ തുരങ്കംവെക്കുകയാണ് ചെയ്തത്. ഈ വസ്തുത ഷൂരി ചരിത്രപുസ്തകങ്ങൾ വായിച്ചു മനസ്സിലാക്കട്ടെ.

രണ്ടാംലോകയുദ്ധത്തിനുമുമ്പ് നിരായുധീകരണത്തിനും സമാധാനത്തിനുംവേണ്ടി സോവിയറ്റ് യൂണിയൻ മുന്നോട്ടുവെച്ച എല്ലാ നിർദ്ദേശങ്ങളും എന്തുകൊണ്ടാണ് ലോകസാമ്രാജ്യത്വകൂട്ടം തള്ളിക്കളഞ്ഞത്? അമേരിക്കൻ കോൺഗ്രസിന്റെ രേഖകളനുസരിച്ച് അതിന്റെ യുക്തി ഇതാണ്:

സോവിയറ്റ്നിർദ്ദേശം നിരാകരിക്കുക എന്ന ആശയത്തിന് വ്യക്തമായ രൂപംനല്കിയത് സെനറ്റർ ഹാരിട്രൂമാനാണ്. അദ്ദേഹം പിന്നീട് അമേരിക്കയുടെ വൈസ് പ്രസിഡന്റും അവസാനം പ്രസിഡന്റുമായി. നാസികൾ സോവിയറ്റ് യൂണിയനുനേരെ ആക്രമണം അഴിച്ചുവിട്ടതിന്റെ പിറ്റേന്ന് ഒരു പത്രപ്രസ്താവനയിൽ അദ്ദേഹം പറഞ്ഞു: "ജർമ്മനിയാണ് ജയിക്കുന്നതെങ്കിൽ നമ്മൾ റഷ്യയെ സഹായിക്കണം; റഷ്യയാണ് ജയിക്കുന്നതെങ്കിൽ ജർമ്മനിയെയും. അങ്ങനെ അവർ കഴിയുന്നത്ര പേരെ പരസ്പരം കൊല്ലട്ടെ." മറ്റൊരു സെനറ്ററായ റോബർട്ട് ടാഫ്റ്റ് കുറേക്കൂടി തുറന്നുപറഞ്ഞു: "ഹിറ്റ്ലറുടെ വിജയമായിരിക്കും അമേരിക്കയ്ക്ക് കൂടുതൽ അഭികാമ്യം."

ഇവയായിരുന്നു സോവിയറ്റ്റഷ്യയെ നശിപ്പിക്കാനുള്ള ലോക മുതലാളിത്തശക്തികളുടെ പദ്ധതികൾ സോവിയറ്റ് യൂണിയനെയും മുതലാളിത്ത ജനാധിപത്യശക്തികളെയും ഫാസിസത്തിൽനിന്ന് ഒരേസമയം രക്ഷിക്കാൻ കൈക്കൊണ്ട ഒട്ടനവധി നടപടികളിൽ ചരിത്രം സൃഷ്ടിച്ച ഒരു നടപടിമാത്രമാണ് ഹിറ്റ്ലറുടെ ജർമ്മനിയും സോവിയറ്റ് യൂണിയനും തമ്മിലുള്ള അനാക്രമണസന്ധി. സാമ്രാജ്യത്വശക്തികളുടെ നിലപാട് പിന്നീട് വ്യക്തമായപ്പോൾ മാത്രമാണ്, തങ്ങളെ വളയാനുള്ള സാമ്രാജ്യത്വ കുതന്ത്രങ്ങളിൽനിന്ന് രക്ഷപ്പെടാനായി സോവിയറ്റ് യൂണിയൻ അനാക്രമണസന്ധിയിൽ ഏർപ്പെട്ടത്.

നേരെമറിച്ച്, ഷൂരി ചരിത്രസംഭവങ്ങളെ കോർത്തെടുത്തിട്ടുള്ളത് അത്താഴസമയത്തെ വെടിവട്ടത്തിന്റെ രൂപത്തിലാണ്. ഫാസിസ്റ്റ് ജർമ്മ നിയും സോഷ്യലിസ്റ്റ് റഷ്യയും തമ്മിൽ അനാക്രമണ സന്ധി ഒപ്പിടുന്ന തോടെയാണ് ഷൂരിയുടെ വീക്ഷണത്തിൽ, മഹാപാപത്തിന്റെ തുടക്കം, അദ്ദേഹത്തിന്റെ വാക്കുകളിതാണ്: "1939 ആഗസ്ത് 23 ന് ഏറെ പഠനോ പചാരങ്ങളുടെയും സൗഹൃദോക്തികളുടെയും ഇടയ്ക്ക് സോവിയറ്റ് യൂണിയൻ ഹിറ്റ്ലറുമായി കരാറിൽ ഏർപ്പെട്ടു. അനാക്രമണ സന്ധിയാ യാണ് അത് ചിത്രീകരിക്കപ്പെട്ടത്. തന്റെ കിഴക്കൻ അതിർത്തി ഭദ്രമായതോടെ, കരാറുണ്ടാക്കി ഒരാഴ്ചയ്ക്കകം, 1939 സെപ്തംബർ 1 ന്, ഹിറ്റ്ലർ പോളണ്ട് ആക്രമിച്ചു. സെപ്തംബർ 3 ന് ബ്രിട്ടനും ഫ്രാൻസും ജർമ്മനിയോട് യുദ്ധം പ്രഖ്യാപിച്ചു." അങ്ങനെ രണ്ടാം ലോകമഹായുദ്ധം ആരംഭിച്ചു!

ആസ്ത്രിയയും ചെക്കോസ്ലാവാക്യയും മുമ്പേ ജർമ്മനി അധീനമാ ക്കിക്കഴിഞ്ഞത് അവഗണിച്ചുകൊണ്ട്, ഹിറ്റ്ലർ യൂറോപ്പ് ആക്രമിക്കു ന്നതിന് കാരണം അനാക്രമണസന്ധിയാണെന്ന് ഉറപ്പിച്ചു പറയുന്നയാൾ എന്തുമാതിരി ചരിത്രഗവേഷകനാണ്? ഇവിടെ ഷൂരി ട്രൂമാന്റെയും ടാഫ്ടിന്റെയും *ടൈംസ്* പത്രാധിപരുടെയും കനാർഡ് ആന്റ് കമ്പനിയുടെയും കൂട്ടത്തിലാണ്. ചേംബർലെയിൻ—ദലാദിയർ കൂട്ടം ജർമ്മൻ-ഇറ്റാ ലിയൻ-ജാപ്പനിസ് ഫാസിസ്റ്റ് സഖ്യവുമായി കൂട്ടുകൂടുന്നതിലായിരുന്നു അവർക്ക് താല്പര്യം. അത് സോഷ്യലിസത്തിന്റെയും ദേശീയപ്രസ്ഥാ നത്തിന്റെ പ്രതീക്ഷകളുടെയും നാശത്തിൽ ചെന്നവസാനിച്ചേനെ.

നെഹ്റുവിന്റെ വിലയിരുത്തൽ

സോവിയറ്റ് യൂണിയനോടും അച്ചുതണ്ടുശക്തികളോടും സാമ്രാജ്യ വാദികൾ കൈക്കൊണ്ട നിലപാടിനെക്കുറിച്ചുള്ള ജവഹർലാൽ നെഹ്റു വിന്റെ വിലയിരുത്തൽ തന്റെ 'ഗവേഷണ'ത്തിനിടയ്ക്ക് ഷൂരി ശ്രദ്ധിച്ച തായി കണ്ടില്ല. ദേശീയപ്രസ്ഥാനത്തിലെ ഗണ്യമായ വിഭാഗത്തിന്റെ ധാരണ എന്തായിരുന്നു എന്ന് നെഹ്റുവിന്റെ നിരീക്ഷണങ്ങൾ വ്യക്തമാ ക്കുന്നു. സംഭവങ്ങളെ താൻ പക്ഷപാതപരമായി ചിത്രീകരിച്ചതിനെ തുറ ന്നുകാട്ടുക എന്ന ഭയംകൊണ്ടാണ് ഷൂരി അവയെ അവഗണിക്കുന്നത്.

നെഹ്റു പറഞ്ഞു:

യുദ്ധം തുടങ്ങിയതിനുശേഷമുള്ള ബ്രിട്ടീഷ് ഗവൺമെന്റിന്റെ നയമാകെ കാണിക്കുന്നത് അവർ ബോധപൂർവ്വം നിരന്തരമായി സാമ്രാജ്യത്വനയം പിന്തുടരുന്നു എന്നാണ്. യുദ്ധത്തിനുമുമ്പ് ചേംബർലെയിൻ ഗവൺമെന്റ് അറുപിന്തിരിപ്പനെന്ന് കുപ്രസിദ്ധി ആർജ്ജിച്ചിരുന്നു. പല സന്ദർഭങ്ങളിലും അവർ ഫാസിസ്റ്റ് -നാസി ശക്തികളെ പ്രോത്സാഹിപ്പിച്ചു. യൂറോപ്പിലെ ജനാധിപത്യത്തെ അടിച്ചമർത്തി. അബിസീനിയ, സ്പെയിൻ, ആസ്ത്രിയ, ചെക്കോസ്ലോവാക്യ, അൽബേനിയ എന്നിവയുടെ കാര്യത്തിലും ഇത് വ്യക്തമാണ്. മഞ്ചൂറിയയുടെ കാര്യത്തിലും അവരുടെ നയം ഇമ്മട്ടിലായിരുന്നു. ഇംഗ്ലണ്ടിൽ ഒരു നൂറ്റാണ്ടിലേറെ കാലത്ത് ഉണ്ടായിട്ടുള്ളതിൽവെച്ചു ഏറ്റവും പിന്തിരിപ്പനായ സാമ്രാജ്യത്വ ഗവൺമെന്റാണ് ചേംബർലെയിന്റേത് എന്ന് കുപ്രസിദ്ധമാണ്.

“യൂറോപ്പിലും കിഴക്കൻ ഏഷ്യയിലും അമേരിക്കയിൽപ്പോലുമുള്ള എല്ലാ പിന്തിരിപ്പന്മാരേയും പ്രോത്സാഹിപ്പിക്കുകയും എല്ലാ പിന്തിരിപ്പൻശക്തികൾക്കും സാമ്രാജ്യത്വത്തിനുതന്നെയും വെല്ലുവിളിയായി നില്ക്കുന്ന റഷ്യയെ ദുർബ്ബലപ്പെടുത്തുകയുമായിരുന്നു ഈ പഴയ നയം. ഒരുവശത്ത്, പ്രബലമായ നാസിശക്തിയെക്കുറിച്ചുള്ള ഭയംമൂലം ചിലപ്പോൾ അവർ റഷ്യയുടെ സഹായം തേടിയിരുന്നു. എന്നാൽ റഷ്യയോട് ഒരുതരത്തിലും സഹകരിക്കാൻ കഴിയാത്ത വിധം രൂക്ഷമായിരുന്നു റഷ്യയോടും ജനാധിപത്യത്തിന്റെ വളർച്ചയോടുമുള്ള അവരുടെ ഇഷ്ടക്കേട്. അതിനാൽ അവസാന നിമിഷംവരെ അവർ ഹിറ്റ്ലറെയും മുസ്സോളിനിയെയും പ്രീണിപ്പിക്കുന്ന നയം കൈക്കൊണ്ടു. അവരെ അങ്ങനെ ഏറെ ശക്തരാക്കി. ഹിറ്റ്ലറെ സോവിയറ്റ് റഷ്യയുമായുള്ള യുദ്ധത്തിൽ കൊണ്ടുചാടിച്ച് തങ്ങളുടെ രണ്ട് മുഖ്യശത്രുക്കളെ ദുർബ്ബലരാക്കുകയായിരുന്നു അവരുടെ ലാക്ക്. ജർമ്മനിയിലും ഇറ്റലിയിലും പുരോഗമന ഭരണങ്ങൾ വരണമെന്ന് അവർ ഒരുതരത്തിലും ആഗ്രഹിച്ചില്ല...

അതിനാൽ റഷ്യയോടുള്ള ബ്രിട്ടന്റെ ഇപ്പോഴത്തെ നയത്തെക്കുറിച്ച് നമുക്ക് വ്യക്തമായ ധാരണ ഉണ്ടായിരിക്കണം. നാം ആ നയത്തിനെതിരാണെന്ന് പ്രഖ്യാപിക്കണം. റഷ്യക്കെതിരായ ബ്രിട്ടീഷ് നടപടിയെ ഒരുതരത്തിലും നമുക്ക് അനുകൂലിക്കാനോ അംഗീകരിക്കാനോ കഴിയില്ല. (അബ്ദുൾകലാം ആസാദിനുള്ള കത്ത്, 1940 ഫെബ്രുവരി 22)

മഹാത്മാഗാന്ധിക്ക് 1940 ജനുവരി 24 ന് എഴുതിയ കത്തിൽ നെഹ്റു എഴുതി: അതുകൊണ്ട് നമ്മൾ വളരെ കരുതലോടെയും ശ്രദ്ധിച്ചും ഇരിക്കണമെന്ന് എനിക്ക് തോന്നുന്നു. സാമ്രാജ്യത്വത്തിന്റെ ഈ യുദ്ധലക്ഷ്യങ്ങളെ നമ്മൾ പിന്താങ്ങില്ലെന്ന് വ്യക്തമാക്കണം.

ഞാൻ മുകളിൽ പറഞ്ഞപോലെ, പാശ്ചാത്യശക്തികൾ റഷ്യക്കെതിരായി അണിനിരക്കുകയും ഇറ്റലിയുമായുള്ള അവരുടെ

ഗൂഢാലോചന വിജയിക്കുകയുമാണെങ്കിൽ സ്ഥിതി അതിവേഗം കൂടുതൽ സങ്കീർണ്ണമാവും. അവർ അതിനെ കമ്യൂണിസത്തിനെതിരായ കുരിശുയുദ്ധമെന്ന് വിളിക്കും. അതിന്റെ മറവിൽ തങ്ങളുടെ സാമ്രാജ്യം ശക്തിപ്പെടുത്താൻ മാത്രമല്ല, സോവിയറ്റ് സോഷ്യലിസ്റ്റ് ഭരണാകൂടത്തെ തകർക്കാനും ശ്രമിക്കും. നാം റഷ്യയുടെ നയത്തോട് യോജിച്ചാലും ഇല്ലെങ്കിലും ശരി, ഇതൊരു അത്യാഹിതമായിരിക്കും. ഇത് മനസ്സിൽവെക്കാനും ഈ പശ്ചാത്തലത്തിൽ ഇന്ത്യ നടത്തുന്ന സംഭാഷണങ്ങളെ വീക്ഷിക്കാനും അഭ്യർത്ഥിക്കുന്നു.

ഇന്ത്യയും റഷ്യയും 1942 ഫെബ്രുവരി 22 എന്ന ശീർഷകത്തിലുള്ള ലേഖനത്തിൽ നെഹ്റു ഇങ്ങനെ പറഞ്ഞു: “നാം ഇന്ത്യയിൽ ഇന്ന് നേരിടുന്ന പ്രശ്നങ്ങൾ കുറെ വർഷങ്ങൾക്കുമുമ്പ് റഷ്യ നേരിട്ടവ തന്നെയാണ്. റഷ്യക്കാർ അവരുടെ പ്രശ്നങ്ങൾ പരിഹരിച്ചതുപോലെ നമുക്ക് നമ്മുടെ പ്രശ്നങ്ങളും പരിഹരിക്കാനാവും. നമ്മുടെ രാജ്യത്തെ വ്യവസായവല്ക്കരിക്കുന്നതിലും വിദ്യാഭ്യാസം ചെയ്യിക്കുന്നതിലും നമുക്ക് സോവിയറ്റ് യൂണിയനിൽനിന്ന് പഠിക്കാനുണ്ട്.”

വെട്ടിപ്പിടുത്തമെന്ന മിഥ്യ

ഇന്ത്യയിൽനിന്ന് ഏറെ വ്യത്യസ്തമാണെങ്കിലും റഷ്യക്ക് ഒരേ പ്രശ്നങ്ങളാണ് നേരിടാനുണ്ടായിരുന്നത്. എന്നാൽ, പ്രസിദ്ധമായ വിപ്ലവത്തിനുശേഷം അവർക്ക് വമ്പിച്ച പുരോഗതി നേടാൻ കുഴിഞ്ഞു. കാരണം, സ്വന്തം വിധി നിശ്ചയിക്കാനുള്ള സ്വാതന്ത്ര്യം അവർക്കുണ്ടായിരുന്നു. ഈ അടിത്തറയുടെ മികവുകൊണ്ടാണ്, ജർമ്മനി രണ്ടാം ലോകമഹായുദ്ധകാലത്ത് ആക്രമിച്ച നിരവധി യൂറോപ്യൻ രാജ്യങ്ങളിൽ റഷ്യക്കു മാത്രം അതിനെ നേരിടാനും തടഞ്ഞുനിർത്താനും മാത്രമല്ല, തിരിച്ചോടിക്കാനും കഴിഞ്ഞത്. ഇതിനുകാരണം, ഇത്തരം കടന്നാക്രമണത്തെ ചെറുത്തുനില്ക്കാൻ കെല്പുള്ള സുശക്തമായ അടിത്തറ അവിടത്തെ സാമ്പത്തികഘടനയ്ക്ക് ഉണ്ടായതാണ്.

അതുപോലെ ആക്രമണം തുടങ്ങി രണ്ടരകൊല്ലം കഴിഞ്ഞപ്പോഴേക്കും മറ്റു പല രാഷ്ട്രങ്ങൾക്കും നിലനില്പില്ലാതായ സ്ഥാനത്ത് ചൈന അഞ്ചുകൊല്ലക്കാലം കടന്നാക്രമണത്തെ ചെറുത്തുനിന്നു. ഇന്ത്യക്ക് പൂർണ്ണവളർച്ച പ്രാപിക്കാൻ അവസരം കിട്ടാത്തതിൽ നെഹ്റു ഖേദിച്ചു. “റഷ്യയും ചൈനയും ഒരു വിപ്ലവത്തിന്റെ മദ്ധ്യത്തിലാണെന്ന്” അദ്ദേഹം പറഞ്ഞു. ഒന്നോ രണ്ടോ രാജ്യങ്ങളെമാത്രം ബാധിക്കുന്ന വിപ്ലവമല്ല: ഇന്ത്യയടക്കം ലോകത്തിലെ എല്ലാ രാജ്യങ്ങളെയും ബാധിക്കുന്ന വിപ്ലവം. ചൈനയിലെയും റഷ്യയിലെയും സംസ്കാരവും നാഗരികതയും ഇന്ത്യയിലെ സാമ്പത്തികഘടനയെയും സ്വാധീനിക്കുമെന്ന് തീർച്ചയാണ്. അത് പട്ടാളക്കാർ തമ്മിലുള്ള ഏറ്റുമുട്ടൽ മാത്രമല്ല; ചില ശക്തികൾ

തമ്മിലുള്ള പോരാട്ടമാണ്. ആയുധങ്ങൾ താല്ക്കാലിക വിജയം നേടിയെടുക്കുമെന്ന് ഒരു നിമിഷത്തേക്ക് സങ്കല്പിച്ചാൽ പോലും, അത് നീണ്ടുനില്ക്കില്ല. ആർക്കും ആ ശക്തികളിൽനിന്ന് രക്ഷപ്പെടാനാവില്ല. അവയെ യോജിച്ചുനിന്ന് നേരിടേണ്ടതുണ്ട്.

കഴിഞ്ഞ അരനൂറ്റാണ്ടിനിടയ്ക്ക് നെഹ്റു മാത്രമല്ല, ദേശീയ വിമോചന പ്രസ്ഥാനങ്ങളുടെ പല നേതാക്കളും ലോകസ്ഥിതിയുടെ ഈ യാഥാർത്ഥ്യം ശരിക്കും മനസ്സിലാക്കിയിട്ടുണ്ട്. കാരണം, അത് അവരുടെ താല്പര്യങ്ങൾക്ക് മർമ്മപ്രധാനമാണ്. ചില കത്തുകളും മെമ്മോകളും റിപ്പോർട്ടുകളും അവയുടെ ചരിത്രപശ്ചാത്തലത്തിൽനിന്ന് പറിച്ചെടുത്ത് പരിശോധിക്കുന്നതിൽ ഒതുങ്ങിനില്ക്കുന്ന ഷൂരിക്ക് ജീവിതയാഥാർത്ഥ്യങ്ങളുടെ ചരിത്രപരമായ അർത്ഥം മനസ്സിലാക്കാൻ കഴിയുമെന്ന് പ്രതീക്ഷിക്കുന്നതിൽ അർത്ഥമില്ല.

അതുകൊണ്ട് ഷൂരിയുടെ ഗവേഷണങ്ങൾ ചരിത്രസംഭവങ്ങളുടെ കാലഹരണംവന്നതും മതിപ്പുകെട്ടതുമായ വ്യാഖ്യാനങ്ങൾ സ്വീകരിക്കാൻ അദ്ദേഹത്തെ നിരന്തരം പ്രേരിപ്പിച്ചു. സോവിയറ്റു യൂണിയൻ പോളണ്ടിനെ വിഭജിക്കാൻ നാസി ജർമ്മനിയുമായി രഹസ്യധാരണ ഉണ്ടാക്കിയെന്നും അതിന്റെ അടിസ്ഥാനത്തിൽ പോളണ്ടിന്റെ വിപുലമായ ഭൂവിഭാഗങ്ങൾ കൈയടക്കി എന്നുമുള്ള അടിസ്ഥാനത്തിൽ അദ്ദേഹം സോഷ്യലിസ്റ്റ് സോവിയറ്റ് യൂണിയനെ വിമർശിക്കുന്നു. എന്നാൽ, നാസിപ്പട്ടാളത്തെ റഷ്യൻ അതിർത്തിയിൽനിന്ന് കഴിയുന്നത്ര ദൂരെ നിർത്തുകയായിരുന്നു ഈ നടപടിയുടെ ഉദ്ദേശ്യം; പോളണ്ടിലെ ഭൂവിഭാഗങ്ങൾ ബലം പ്രയോഗിച്ച് സോവിയറ്റ് യൂണിയന്റെ ഭാഗമാക്കുകയായിരുന്നില്ല. പോളണ്ടിലെ ബൂർഷ്വ-ഭൂപ്രഭുവർഗ്ഗങ്ങളാകട്ടെ, യൂറോപ്പിൽ നാസി ജർമ്മനിയുടെ വർദ്ധിച്ചുവരുന്ന ഭീഷണിയെ ചെറുക്കാൻ സോവിയറ്റ് യൂണിയനോട് ഒരുമിച്ചുനില്ക്കുന്നതിനെക്കാൾ ഹിറ്റ്ലർക്ക് കീഴടങ്ങുന്നതാണ് കൂടുതൽ ഇഷ്ടപ്പെട്ടത്.

ചെമ്പട 1944 ലെ ശരത്ക്കാലത്ത് സോവിയറ്റ് യൂണിയനിലെ അവസാനത്തെ ഇഞ്ച് ഭൂമിയും ഹിറ്റ്ലറുടെ പിടിയിൽനിന്ന് മോചിപ്പിച്ച ശേഷമാണ്, ബ്രിട്ടൻ-അമേരിക്ക സഖ്യം ഹിറ്റ്ലർക്കെതിരായി രണ്ടാമത്തെ സമരമുഖം തുറന്നത്. യൂറോപ്പിൽ നാസികൾ അടിമകളാക്കിവെച്ചിരുന്ന ജനതകളെ മോചിപ്പിക്കുന്നതിന് 40 ലക്ഷത്തിൽപരം സോവിയറ്റ് പട്ടാളക്കാർക്ക് ജീവാർപ്പണം ചെയ്യേണ്ടിവന്നു. പോളണ്ടിന്റെ വിമോചനയുദ്ധത്തിൽ മാത്രം ആറുലക്ഷം പട്ടാളക്കാരുടെ ജീവൻ നഷ്ടപ്പെട്ടു.

എന്നിട്ടും ഗവേഷകരെന്ന് അവകാശപ്പെടുന്ന ഒരു കൂട്ടർ, ഹിറ്റ്ലറുടെ ജർമ്മനിയുമായി കൂട്ടുകൂടി പോളണ്ടിനെ പങ്കുവെക്കാൻ സോവിയറ്റ് നേതൃത്വം പദ്ധതിയുണ്ടാക്കി എന്ന നുണ തുടരുന്നു. സാമ്രാജ്യത്വ വെട്ടിപ്പിടുത്തക്കാരെയും കൊലയാളികളെയും 'പാശ്ചാത്യ ജനാധിപത്യങ്ങൾ' എന്ന് അവർ വിശേഷിപ്പിക്കുന്നു; സോഷ്യലിസ്റ്റ് സോവിയറ്റ് യൂണിയനെ 'സ്വേച്ഛാധിപത്യവും' 'വികസനമോഹി'യുമായി ചിത്രീകരിക്കുന്നു. ഇത്തരം 'വസ്തുക്കളുടെ അടിസ്ഥാനത്തിലാണ്, ഇന്ത്യൻ കമ്യൂണിസ്റ്റ്

പാർട്ടി അടക്കമുള്ള ലോകകമ്യൂണിസ്റ്റ് പ്രസ്ഥാനത്തിലെ ഘടകങ്ങൾ സോവിയറ്റ് യൂണിയൻ രാഷ്ട്രങ്ങളെയും രാജ്യങ്ങളെയും കീഴടക്കുന്നതിന് 'അതു നില്ക്കുകയും ശരിവെക്കുകയും' ചെയ്തിരുന്നു എന്ന മിഥ്യ പ്രചരിപ്പിക്കുന്നത്.

സോവിയറ്റ് യൂണിയൻ ഫിൻലണ്ടിൽ ഇടപെട്ടതിനെച്ചൊല്ലിയാണ് വികസനമോഹികളെക്കുറിച്ചുള്ള മറ്റൊരു പ്രചാരണം. പുതിയ സോവിയറ്റ് ഭരണകൂടത്തിന്റെ തലവനെന്ന നിലയിൽ ലെനിനാണ് ഫിൻലണ്ടിന് സ്വാതന്ത്ര്യം നല്കിക്കൊണ്ടുള്ള പ്രഖ്യാപനത്തിൽ ഒപ്പുവെച്ചതും ഫിൻലണ്ടിൽനിന്നുള്ള പ്രതിനിധിസംഘത്തിന് ആ രാജ്യം ഏല്പിച്ചുകൊടുത്തതും. അതിനുശേഷം 1939 നവംബർ 30 ന് സോവിയറ്റ് പട്ടാളം അവിടെ ഇടപെടുന്നതുവരെ ആ ചെറിയ രാജ്യത്തെ സോവിയറ്റ് യൂണിയൻ ശല്യപ്പെടുത്തുന്നതായി വിദൂരമായിപ്പോലും ചിത്രീകരിക്കാവുന്ന ഒരു സംഭവവും ഉണ്ടായിട്ടില്ല.

ഫിൻലണ്ടിന്റെ അതിർത്തിയിൽനിന്ന് 20 മൈൽ പോലും ദൂരമില്ലാത്ത ലെനിൻഗ്രാദിന്റെ രക്ഷയ്ക്ക് മർമ്മപ്രധാനമായ പ്രശ്നം സമാധാനപരമായി പരിഹരിക്കാനുള്ള സോവിയറ്റ് യൂണിയന്റെ എല്ലാ ശ്രമങ്ങളും പരാജയപ്പെട്ടു.

ഫിൻലണ്ടിലെ ബൂർഷ്വാ-ഭൂപ്രഭു ഗവൺമെന്റ് സോവിയറ്റ് യൂണിയനെ ആക്രമിക്കുമെന്നും ആരും പറഞ്ഞിട്ടില്ല. അതുപോലെതന്നെ സംശയാതീതമായ കാര്യമാണ് ഫിൻലണ്ടിന് നാസി ജർമ്മനിയിൽ നിന്ന് ആയുധസഹായം കിട്ടുന്നുണ്ടായിരുന്നു എന്നും അവിടത്തെ ഗവൺമെന്റ് 'മാനർഹൈം രേഖ' എന്നൊന്ന് നിർമ്മിച്ചിരുന്നുവെന്നുമുള്ള വസ്തുത. സോവിയറ്റ് യൂണിയനിലെ ഏറ്റവും വലിയ വ്യവസായനഗരങ്ങളിൽ രണ്ടാമത്തേതായ ലെനിൻഗ്രാദിനു നേരെ നാസികൾക്ക് ആക്രമണം നടത്താനുള്ള ഒരു താവളമായിരുന്നു ഇത്. കുപ്രസിദ്ധമായ ഈ 'മാനർഹൈം രേഖ' കടപുഴക്കിയെറിഞ്ഞ് സോവിയറ്റ് സേന ഒരു സമാധാന കരാർ ഒപ്പിടുകയും ഫിൻലണ്ടിന് അത്രയും സ്ഥലം പകരം കൊടുക്കുകയും ചെയ്തു. അങ്ങനെ ലെനിൻഗ്രാദ് ആക്രമിച്ച് കൈവശപ്പെടുത്താനുള്ള നാസി ഗൂഢാലോചനയെ സോവിയറ്റ് യൂണിയൻ തകർത്തു.

നാസിപ്പടയുടെ മൂന്ന് കൊല്ലത്തെ ഉപരോധകാലത്ത് ലെനിൻഗ്രാദിലെ ലക്ഷക്കണക്കിന് പൗരന്മാർ പട്ടിണിയും നാസിബോംബിങ്ങും മൂലം മരണമടഞ്ഞത് ഏത് ചരിത്രവിദ്യാർത്ഥിക്കും അറിയാം. ലെനിൻഗ്രാദ് നാസികളുടെ കൈയിൽ അകപ്പെട്ടിരുന്നെങ്കിൽ സോവിയറ്റ്യൂണിയനെ നാസികൾക്ക് എളുപ്പത്തിൽ കീഴടക്കാൻ കഴിയുമായിരുന്നു.

ഫിൻലണ്ട് പ്രസിഡന്റ് കെക്കോണൻ 1964 സെപ്തംബർ 25 ന് ചെയ്ത പ്രസംഗം ഇവിടെ ഉദ്ധരിക്കട്ടെ: "രണ്ട് പതിറ്റാണ്ടിനുശേഷം നാം ഇന്ന് സോവിയറ്റ് യൂണിയന്റെ സ്ഥാനത്തുനിന്ന്– 1941 ൽ ഹിറ്റ്ലർ സോവിയറ്റ് യൂണിയന്റെ മേൽ നടത്തിയ ആക്രമണത്തിന്റെ വെളിച്ചത്തിൽ നോക്കിയാൽ, 1930 കളുടെ അന്ത്യത്തിൽ സോവിയറ്റ് യൂണിയന് അതിന്റെ സുരക്ഷിതത്വത്തെക്കുറിച്ച് ഉണ്ടായിരുന്ന, സ്വാഭാവികമായി ഉണ്ടാകേണ്ട,

ഉൽക്കണ്ഠ എത്രമാത്രമായിരുന്നു എന്ന് നമുക്ക് മനസ്സിലാക്കാൻ കഴിയും." (യു കെ കെക്കോണന്റെ പ്രസംഗങ്ങൾ 1963-67)

എന്നാൽ ഫിൻലണ്ടിലെ നാസി അനുകൂല വാഴ്ചയ്ക്കെതിരെ സോവിയറ്റ്യൂണിയൻ കൈക്കൊണ്ട നടപടി ശരിയായിരുന്നില്ലെന്ന് വാദിക്കുകയും ഫിൻലണ്ടിനെ സോവിയറ്റ് സാമ്രാജ്യത്തിൽ കൂട്ടിച്ചേർക്കാനായി ആക്രമിച്ചു എന്ന പഴയ പല്ലവി പാടുകയും ചെയ്യുന്ന 'ചരിത്രകാരന്മാർ' ഇന്നുമുണ്ട്. രാഷ്ട്രീയമായ കാഴ്ചശക്തി നഷ്ടപ്പെട്ടവന്റെ കണ്ണുതുറപ്പിക്കാൻ ആർക്കുകഴിയും.

സോഷ്യലിസ്റ്റ് അടവ്

അനാക്രമണസന്ധി സ്റ്റാലിന്റെ 'അവസരവാദപരമായ കുസൃതി' യുടെ സൃഷ്ടിയാണെന്ന് കാണിച്ചാൽ, നാസികളെ പ്രീണിപ്പിക്കാനുള്ള ശ്രമമായിരുന്നു അവരുമായി സോവിയറ്റ് യൂണിയൻ അനാക്രമണസന്ധി ഒപ്പിട്ടത് എന്ന് തെളിയിക്കാമെന്ന് ഷൂരിയെപ്പോലെ ചിലർ ഇപ്പോഴും വിശ്വസിക്കുന്നു.

അത്തരം വികലധാരണകൾ തിരുത്താനായി ഞങ്ങൾ ലെനിനെ ഉദ്ധരിക്കുന്നു. വളയപ്പെട്ടും യുദ്ധത്തിന് അടിപെട്ടും കിടന്ന സോവിയറ്റ് യൂണിയന്റെ വിദേശനയത്തിന്റെ അടിത്തറയിട്ടത് ലെനിനായിരുന്നല്ലോ.

ഏക റഷ്യൻ സോഷ്യലിസ്റ്റ് ഭരണകൂടത്തെ ശത്രുസാമ്രാജ്യശക്തികളുടെ ആക്രമണങ്ങളിൽനിന്ന് രക്ഷിക്കാനായി സാമ്രാജ്യശക്തികൾ തമ്മിലുള്ള ശത്രുതയെ ഉപയോഗിക്കുന്നതിലായിരുന്നു ഊന്നൽ മുഴുവൻ.

ലെനിൻ നിർദ്ദേശിച്ചു:

> രാഷ്ട്രീയവീക്ഷണകോണിൽനിന്ന് നോക്കുമ്പോൾ വിട്ടുവീഴ്ചകൾ ചെയ്യുന്ന കാര്യത്തിൽ - ഇവയിൽ രാഷ്ട്രീയവും സാമ്പത്തികവുമായ വിട്ടുവീഴ്ചകൾ പെടും - മൗലികമായ കാര്യം നാം സൈദ്ധാന്തികമായി സ്വായത്തമാക്കിയതും പ്രയോഗിച്ചുനോക്കിയതുമായ ഒരു നിയമമാണ്. ലോകമാകെ സോഷ്യലിസം ആത്യന്തികവിജയം നേടുന്നതുവരെയുള്ള നീണ്ടകാലത്ത് ഈ നിയമം മൗലികമായിരിക്കുകയും ചെയ്യും. രണ്ട് സാമ്രാജ്യത്വങ്ങൾ, മുതലാളിത്തഭരണകൂടങ്ങളിലെ രണ്ട് വിഭാഗങ്ങൾ തമ്മിലുള്ള ശത്രുതയിൽനിന്നും വൈരുദ്ധ്യങ്ങളിൽനിന്നും നാം മുതലെടുക്കണമെന്നും ഒന്നിനെ മറ്റേതിനെതിരായി അടിപ്പിക്കണമെന്നുമാണ് ആ നിയമം. നാം ലോകമാകെ വെന്നിക്കൊടി നാട്ടുന്നതുവരെ, സാമ്പത്തികമായും സൈനികമായും മുതലാളിത്തലോകത്തെക്കാൾ ദുർബ്ബലരായിരിക്കുന്ന കാലത്തോളം സാമ്രാജ്യശക്തികൾക്കിടയിലുള്ള ശത്രുതയിൽനിന്നും വൈരുദ്ധ്യങ്ങളിൽനിന്നും മുതലെടുക്കുക എന്ന നിയമത്തിൽ നാം ഉറച്ചു നില്ക്കണം. നാം ഈ നിയമം

പാലിച്ചിരുന്നില്ലെങ്കിൽ, നമ്മളെ ഓരോരുത്തരെയും എത്രയോ മുമ്പേ മുതലാളിവർഗ്ഗം കെട്ടിത്തൂക്കി സംതൃപ്തിയടഞ്ഞേനെ. ബ്രെസ്ത്-ലിതോവ്സ്കി സന്ധി ഒപ്പിട്ടതിലൂടെയാണ് ഇതുസംബന്ധിച്ച് നാം ഏറ്റവും വലിയ അനുഭവം നേടിയത്...

സോഷ്യലിസത്തെ അവസാനവിജയി ആകത്തക്കവിധം സാമ്രാജ്യശക്തികൾ തമ്മിലുള്ള വൈരുദ്ധ്യങ്ങളെ ഏറെ പ്രയാസങ്ങൾക്കിടയിൽ വൻതോതിൽ മുതലെടുക്കാൻ നമുക്ക് ആദ്യമായി കഴിഞ്ഞത് ബ്രെസ്ത്-ലിതോവ്സ്ക് സന്ധിയിലായിരുന്നു. അതാണ് അതിന്റെ പ്രാധാന്യം. (ലെനിൻ, സമാഹൃതകൃതികൾ, വാല്യം 31, പേജ് 438)

"ഇപ്പോൾ നാം രണ്ടു ശത്രുക്കൾക്കിടയിലാണ് നില്ക്കുന്നത്. അവരെ രണ്ടുപേരെയും തോല്പിക്കാൻ കഴിയുന്നില്ലെങ്കിൽ അവരെ തമ്മിൽത്തല്ലിക്കുന്ന തരത്തിലാവണം നമ്മുടെ സേനയെ നിയോഗിക്കേണ്ടത്. കള്ളന്മാർ തമ്മിൽ തല്ലുമ്പോഴാണ് സത്യസന്ധർക്ക് സ്വന്തം കഴിവ് ശരിക്കു പ്രയോഗിക്കാനാവുക." (അതേ കൃതി, പേജ് 441)

ലെനിന്റെ നിർദ്ദേശത്തെ വിലകുറഞ്ഞ അവസരവാദതന്ത്രമായി കണക്കാക്കിക്കൂടാ. അതിന്റെ സൈദ്ധാന്തിക അടിത്തറ അദ്ദേഹം ഇങ്ങനെ കെട്ടിപ്പടുക്കുന്നു:

നമ്മുടെ എതിരാളികൾക്കിടയ്ക്കുള്ള ഭിന്നിപ്പിനെ നാം രാഷ്ട്രീയമായി മുതലെടുക്കണം. അഗാധമായ സാമ്പത്തിക കാരണങ്ങളാലുള്ള പ്രധാന ഭിന്നിപ്പുകളെ മാത്രമെ ഉപയോഗിക്കാവൂ. തൊലിപ്പുറമെയുള്ള ചില്ലറ ഭിന്നതകളെ മുതലെടുക്കാൻ നമ്മൾ ശ്രമിച്ചാൽ, നമ്മൾ വില കുറഞ്ഞ നയതന്ത്രപ്രതിനിധികളെയും ഏഴാം കൂലി രാഷ്ട്രീയക്കാരെയും പോലെയാവും. അതിൽനിന്ന് പറയത്തക്ക നേട്ടമൊന്നും ഉണ്ടാക്കാനാവില്ല.

ഇന്നത്തെ മുതലാളിത്തലോകത്തിൽ ഉപയോഗിക്കേണ്ട മൗലികമായ ശത്രുതകൾ വല്ലതുമുണ്ടോ? ഉവ്വ്. പ്രധാനമായി മൂന്നെണ്ണം. അവ ഏതെന്ന് ഞാൻ പറയാം. ഒന്നാമത്, നമ്മെ ഏറ്റവും കൂടുതൽ ബാധിക്കുന്നത്, ജപ്പാനും അമേരിക്കയും തമ്മിലുള്ള ബന്ധം. അവ തമ്മിൽ യുദ്ധം പുകഞ്ഞുവരികയാണ്. ശാന്തസമുദ്രത്തിന്റെ എതിർതീരങ്ങളിൽ അവയ്ക്ക് സമാധാനത്തോടെ പാർക്കാനാവില്ല - ആ തീരങ്ങൾ തമ്മിൽ 3000 മൈൽ അകലമുണ്ടെങ്കിലും അവിടങ്ങളിലെ മുതലാളിത്തങ്ങൾ തമ്മിലുള്ള ബന്ധങ്ങളിൽനിന്നാണ് ഈ മത്സരം നിയന്ത്രിക്കാനാവാത്ത മട്ടിൽ പൊട്ടിപ്പുറപ്പെടുന്നത്. യുദ്ധം ഉരുണ്ടു കൂടിവരുന്നു. അത് അനിവാര്യമാണ് എന്ന കാര്യത്തിൽ സംശയമില്ല. (അതേകൃതി, പേജ് 442)

ഇത് കൈകാര്യം ചെയ്യാനുള്ള അടവ് ലെനിൻ വ്യക്തമായി നിർദ്ദേശിച്ചു; "നമ്മെ കുത്താൻ ഒരുങ്ങിനില്ക്കുന്ന മുതലാളിത്ത കള്ളന്മാരെ

പ്പോലുള്ള തെമ്മാടികളോടൊപ്പം കഴിയാൻ നാം നിർബ്ബന്ധിതരാണെങ്കിൽ, അവരുടെ കത്തി അവർ തമ്മിൽ ഓങ്ങിനില്ക്കാൻ ഇടവരുത്തേണ്ടത് നമ്മുടെ പ്രാഥമിക കടമയാണ്."

അമേരിക്കയും മറ്റ് രാജ്യങ്ങളും തമ്മിലുള്ള ശത്രുതയുടെ അടിസ്ഥാന സാമ്പത്തികകാരണം അമേരിക്കയാണ് കൂടുതൽ സമ്പന്നൻ എന്നതാണ്. "അമേരിക്കയും മറ്റ് മുതലാളിത്തരാജ്യങ്ങളും തമ്മിലുള്ള വിയോജിപ്പ് വളർത്താൻ കിട്ടുന്ന ഏത് അവസരവും രണ്ടുകൈയും നീട്ടി പിടിക്കണം." (പേജ് 449)

അക്കാലത്തെ മൂന്ന് ശത്രുതകൾക്കുള്ള കാരണവും അവയുടെ പ്രത്യാഘാതവും ചർച്ച ചെയ്തശേഷം ലെനിൻ പ്രഖ്യാപിച്ചു: "അതുപോലെ നമ്മൾക്ക് അമേരിക്കയെ ജപ്പാനെതിരായും യൂറോപ്പിലെ സഖ്യശക്തികളെ അമേരിക്കക്കെതിരായും ജർമ്മനിയെ സഖ്യശക്തികൾക്കെതിരായും തിരിച്ചുവിടണം." (പേജ് 450)

മേധാവിത്തത്തിനുവേണ്ടി മുതലാളിത്തം നടത്തുന്ന ശ്രമത്തെ എതിർക്കുന്ന സോഷ്യലിസ്റ്റുകളുടെ കടമ ലെനിൻ ഇങ്ങനെ വിശദമാക്കി:

> മുതലാളിത്തത്തിന്റെ മേൽവിജയം നേടാൻ വേണ്ടി, അധികാരം തൊഴിലാളികൾക്ക് കിട്ടാൻവേണ്ടി, ലോക തൊഴിലാളിവർഗ്ഗവിപ്ലവം ആരംഭിക്കാൻവേണ്ടി, നമ്മുടെ പ്രദേശങ്ങളിൽ ഒരു ഭാഗം നഷ്ടപ്പെടുന്നതും സാമ്രാജ്യത്വം നമ്മുടെമേൽ കനത്ത തോല്വി അടിച്ചേല്പിക്കുന്നതും അടക്കമുള്ള ഏത് ത്യാഗത്തെയും നേരിടാൻ നാം മടിക്കരുത്. ഇക്കാര്യം ഒരു യഥാർത്ഥ സോഷ്യലിസ്റ്റുകാരന് മനസ്സിലാക്കാതിരിക്കാനാവില്ല. സോഷ്യലിസ്റ്റ് വിപ്ലവലക്ഷ്യം ശരിക്കും മുന്നോട്ടുകൊണ്ടുപോകാനായി 'തന്റെ' രാജ്യത്തിനുവേണ്ടി എത്ര വലിയ ത്യാഗവും ചെയ്യാനുള്ള സന്നദ്ധത യഥാർത്ഥ സോഷ്യലിസ്റ്റുകാരൻ പ്രവൃത്തിയിലൂടെ തെളിയിച്ചിരിക്കും.
>
> തങ്ങളുടെ താല്പര്യാർത്ഥം, അതായത് ലോകമേധാവിത്തം നേടാനായി, ബ്രിട്ടനിലെയും ജർമ്മനിയിലെയും സാമ്രാജ്യവാദികൾ ബൽജിയം മുതൽ മെസപ്പൊട്ടേമിയവരെയും സെർബിയ മുതൽ പലസ്തീൻവരെയും ഉള്ള നിരവധി രാജ്യങ്ങളെ അപ്പാടെ ഞെക്കിക്കൊന്നു നശിപ്പിക്കാൻ മടിച്ചിട്ടില്ല. ലോകത്തിലെയാകെ അദ്ധ്വാനിക്കുന്ന ജനങ്ങളെ മുതലാളിത്തനുകത്തിൽനിന്ന് മോചിപ്പിക്കുക, സാർവ്വത്രികവും സ്ഥിരവുമായ സമാധാനം നേടുക എന്ന 'തങ്ങളുടെ' ലക്ഷ്യം നേടുന്നത് ത്യാഗംകൂടാതെയുള്ള മാർഗ്ഗം കണ്ടുപിടിക്കുന്നതുവരെ സോഷ്യലിസ്റ്റുകാർ നീട്ടിവെക്കണമോ? എളുപ്പത്തിൽ വിജയം നേടാമെന്ന് 'ഉറപ്പുകിട്ടുന്നു'വരെ കുപ്പി തുറക്കാൻ അവർ മടിച്ചിരിക്കണമോ? മുതലാളിത്തം സൃഷ്ടിച്ച 'പിതൃഭൂമി'യുടെ അഖണ്ഡതയും സുരക്ഷിതത്വവും ലോക സോഷ്യലിസ്റ്റ് വിപ്ലവത്തിന്റെ താല്പര്യങ്ങളെക്കാൾ ഉയർന്നതായി അവർ കണക്കാക്കണമോ? ഈ വിധത്തിൽ ചിന്തിക്കുന്ന സാർവ്വദേശീയ

സോഷ്യലിസ്റ്റു പ്രസ്ഥാനത്തിലെ തെമ്മാടികൾ, ബൂർഷ്വാധർമ്മ ബോധത്തിന്റെ ഈ ഭൃത്യന്മാർ മൂന്നുതവണ അധിക്ഷേപിക്കപ്പെടേണ്ടവരാണ്.

ലെനിൻ നിർദ്ദേശിച്ച അടവ് വ്യക്തമാണ്:

> ഇംഗ്ലണ്ടിന്റെയും ഫ്രാൻസിന്റെയും പട്ടാളം റഷ്യയെ ആക്രമിക്കുന്നത് ആവശ്യമാക്കിത്തീർക്കുന്നെങ്കിൽ, ജർമ്മനിയിലെ സാമ്രാജ്യത്വ കഴുകന്മാരുമായി അതുപോലൊരു 'സന്ധി' ഉണ്ടാക്കാൻ ഞാൻ ഒരു നിമിഷം പോലും മടിച്ചുനില്ക്കില്ല. എന്റെ ഈ അടവിനെ റഷ്യയിലെയും ജർമ്മനിയിലെയും ഫ്രാൻസിലെയും ബ്രിട്ടനിലെയും അമേരിക്കയിലെയും, ചുരുക്കത്തിൽ പരിഷ്കൃതലോകത്തിലെയാകെ, വർഗ്ഗബോധമുള്ള തൊഴിലാളിവർഗ്ഗം അംഗീകരിക്കുമെന്ന് എനിക്കുറപ്പുണ്ട്. ഇത്തരം അടവുകൾ സോഷ്യലിസ്റ്റ് വിപ്ലവത്തിന്റെ കടമ എളുപ്പമാക്കും, അതിനെ ത്വരിതപ്പെടുത്തും, സാർവ്വദേശീയ മുതലാളിത്തവർഗ്ഗത്തെ അത് ദുർബ്ബലമാക്കും, മുതലാളിത്തത്തെ പരാജയപ്പെടുത്തേണ്ട തൊഴിലാളിവർഗ്ഗത്തിന്റെ നില ശക്തിപ്പെടുത്തും.
>
> അമേരിക്കയിലെ ജനങ്ങൾ അവരുടെ തീക്ഷ്ണമായ സ്വാതന്ത്ര്യസമരപോരാട്ടത്തിൽ ചില മർദ്ദകർക്കെതിരെ മറ്റു മർദ്ദകരുമായി 'സന്ധി'യിൽ ഏർപ്പെട്ടു. മർദ്ദകരെ ദുർബ്ബലരാക്കുക, മർദ്ദനത്തിനെതിരായി വിപ്ലവപോരാട്ടം നടത്തുന്നവരെ ശക്തരാക്കുക, മർദ്ദിതജനങ്ങളുടെ താല്പര്യങ്ങൾ കൈവരിക്കുക എന്നതായിരുന്നു അതിന്റെ ലക്ഷ്യം. ഫ്രഞ്ചുകാരും സ്പെയിൻകാരും ബ്രിട്ടീഷുകാരും തമ്മിലുള്ള വിരോധം അമേരിക്കക്കാർ മുതലെടുത്തു. ചിലപ്പോൾ അവർ ഫ്രഞ്ചുകാരോടും സ്പെയിൻകാരോടും ഒപ്പം ബ്രിട്ടീഷുകാർക്കെതിരായി പോരാടി. അങ്ങനെ ബ്രിട്ടീഷുകാരെ തോല്പിച്ചശേഷം കപ്പം കൊടുത്ത് ഫ്രഞ്ചുകാരിൽനിന്നും സ്പെയിൻകാരിൽനിന്നും മോചനം നേടി.

ലോകവിപ്ലവത്തിന്റെ പാത എളുപ്പവും മിനുത്തതും ആണെന്ന ധാരണ തിരുത്തിക്കൊണ്ട് ലെനിൻ പറഞ്ഞു:

> ഒരു വിപ്ലവകാരി തൊഴിലാളിവർഗ്ഗവിപ്ലവത്തിന് 'സമ്മതിക്കുന്നത്' താഴെപ്പറയുന്ന വ്യവസ്ഥകളോടെയല്ല: അത് എളുപ്പമായും തടസ്സമെന്യേയും മുന്നേറും; വിവിധരാജ്യങ്ങളിലെ തൊഴിലാളികൾ ആദ്യം മുതല്ക്കെ യോജിച്ചുപോരാടും: തോല്വി ഉണ്ടാകില്ലെന്ന് ഉറപ്പുണ്ട്. വിജയത്തിലേക്കുള്ള പ്രയാണത്തിൽ കനത്ത നാശം നേരിടേണ്ടിവരികയോ വളയപ്പെട്ട കോട്ടകളിൽ അനുകൂലമായ തക്കംപാർത്തിരിക്കുകയോ അത്യന്തം ഇടുങ്ങിയതും അസാദ്ധ്യവും നീണ്ടതും ആപല്ക്കരവുമായ കൊടുമുടികൾ താണ്ടേ

> ണ്ടിവരികയോ ചെയ്യില്ല. അങ്ങനെ ചിന്തിക്കുന്നവർ വിപ്ലവകാരിയല്ല. അയാൾ ബൂർഷ്വാബുദ്ധിജീവികളുടെ പാണ്ഡിത്യഗർവ്വിൽനിന്ന് സ്വയം മോചിപ്പിച്ചിട്ടില്ല. അത്തരമൊരാൾ നമ്മുടെ വലതു സോഷ്യലിസ്റ്റ് റവല്യൂഷണറികളെയും മെൻഷെവിക്കുകാരെയും ദുർല്ലഭമായി ഇടതുസോഷ്യലിസ്റ്റ് റവല്യൂഷണറികളെയും പോലെ പ്രതിവിപ്ലവ ബൂർഷ്വാ ചേരിയിലേക്ക് നിരന്തരം വഴുതുന്നത് കാണം.

സോഷ്യലിസം കാത്തുസൂക്ഷിക്കുന്നതിനു ലെനിൻ നിർദ്ദേശിച്ച മാനദണ്ഡമനുസരിച്ച് ലോകത്തിൽ തലപൊക്കുന്ന നാസിസത്തിന്റെയും ഫാസിസത്തിന്റെയും ഭൂതത്തെ ആട്ടിയകറ്റാൻ ഫാസിസ്റ്റ് വിരുദ്ധ സഖ്യം ഉണ്ടാക്കുന്നതിന് ബ്രിട്ടീഷ്, ഫ്രഞ്ച് ആദിയായ സാമ്രാജ്യശക്തികളെ പ്രേരിപ്പിക്കുന്നതിൽ ഒന്നര പതിറ്റാണ്ടുകാലം നടത്തിയ ശ്രമം പരാജയപ്പെട്ടപ്പോഴാണ് സ്റ്റാലിൻ അനാക്രമണ സന്ധിയിൽ ഏർപ്പെട്ടത്.

അരുൺഷൂരി ഈ വിഷയം അലക്ഷ്യമായി അവതരിപ്പിച്ചത് വസ്തുതയ്ക്ക് തീർത്തും എതിരാണ്. കമ്യൂണിസ്റ്റ് നേതാക്കളും ബൂർഷ്വാനേതാക്കളും നടത്തിയ ഇന്ത്യയിലെ ദേശീയപ്രസ്ഥാനത്തിന്റെ വിലയിരുത്തലിനെ അത് പൂർണ്ണമായും അവഗണിക്കുന്നു. കമ്യൂണിസത്തോടുള്ള അദ്ദേഹത്തിന്റെ കടുത്ത എതിർപ്പ് അത് വെളിവാക്കുന്നു.

മുകളിൽ വിവരിച്ച ചരിത്രസംഭവങ്ങളുടെ ചട്ടക്കൂടിനു വെളിയിൽ 1942 ലെ സംഭവവികാസങ്ങളെ ഫലപ്രദമായി വ്യാഖ്യാനിക്കാനാവില്ല. ചരിത്രപ്രവണതകളെയും വർഗ്ഗയാഥാർത്ഥ്യങ്ങളെയുംകുറിച്ച് വേണ്ട പിടിപാടില്ലെങ്കിൽ ഒരു സംഭവത്തെ വ്യക്തികളിലേക്ക് താഴ്ത്തിക്കെട്ടും. ചരിത്രത്തിലെ പ്രവണതകളെ വ്യക്തികളുടെയും ഗ്രൂപ്പുകളുടെയും മനഃശാസ്ത്രപരമായ പ്രേരണയെക്കുറിച്ചുള്ള അർത്ഥമില്ലാത്ത സംവാദങ്ങളിൽ കുരുക്കിയിടും. ഇത്തരം 'ഏക ഗവേഷണ' പ്രക്രിയയിൽ യഥാർത്ഥ ചരിത്രം, വർഗ്ഗങ്ങളുടെയും രാഷ്ട്രങ്ങളുടെയും പ്രസ്ഥാനങ്ങളുടെയും ചരിത്രം, വെട്ടിത്തിളങ്ങുകയല്ല, തിരിച്ചറിയാനാവാത്തവിധം മറയ്ക്കപ്പെടുകയാണ് ചെയ്യുക.

രണ്ട് വ്യത്യസ്ത ലോകവീക്ഷണങ്ങൾ

ഷൂരി എഴുതിയ നാലു ലേഖനങ്ങളിൽ മുതലാളിത്തം, സാമ്രാജ്യത്വം, ഫാസിസം എന്നീ പ്രതിഭാസങ്ങളെപ്പറ്റി പേരിനൊരു പരാമർശം പോലുമില്ല. ബൂർഷ്വാലോകവീക്ഷണത്തിന് അദ്ദേഹം എത്രമാത്രം അടിമപ്പെട്ടിരിക്കുന്നു എന്ന് ഇത് കാണിക്കുന്നു. ഇന്നത്തെ ലോകത്തിലെ സോഷ്യലിസ്റ്റുചേരിയെ അദ്ദേഹത്തിന് കാണാൻ കഴിയുന്നില്ല. എന്നിട്ടും ആധുനിക ഇന്ത്യാചരിത്ര ഗവേഷകന്റെ മേലങ്കി അദ്ദേഹം എടുത്തണിയുന്നു. പേരുകേട്ട പല ബൂർഷ്വാപണ്ഡിതന്മാരിൽനിന്ന് വ്യത്യസ്തമായി ബൂർഷ്വാസിക്കുവേണ്ടി പേനയുന്തുന്ന ഇദ്ദേഹത്തിന്, ബ്രിട്ടീഷ് സാമ്രാ

ജ്യത്തിൽനിന്ന് ഇന്ത്യയെ മോചിപ്പിക്കാനുള്ള സമരത്തിൽ അടിസ്ഥാന വർഗ്ഗങ്ങളായ മുതലാളികളും തൊഴിലാളികളും എന്തു പങ്കുവഹിച്ചു എന്ന് കാണാനാവുന്നില്ല.

മാർക്സും എംഗൽസും 1848 ൽത്തന്നെ *കമ്യൂണിസ്റ്റ് മാനിഫെസ്റ്റോയിൽ* ഇങ്ങനെ പറഞ്ഞിരുന്നു: "എന്നാൽ നമ്മുടെ യുഗത്തിന്, മുതലാളിത്തയുഗത്തിന് ഈ ഒരു സവിശേഷതയുണ്ട്. അത് വർഗ്ഗശത്രുക്കളെ ലഘൂകരിച്ചിരിക്കുന്നു. സമൂഹമാകെ രണ്ട് മഹാശത്രുപാളയങ്ങളായി, മുഖത്തോടുമുഖം നോക്കി നില്ക്കുന്ന രണ്ട് മഹാവർഗ്ഗങ്ങളായി, കൂടുതൽ കൂടുതൽ ഭിന്നിച്ചുവരികയാണ്. അവയാണ് മുതലാളിവർഗ്ഗവും തൊഴിലാളിവർഗ്ഗവും," 135 കൊല്ലം മുമ്പ് ഈ പ്രസ്താവന ചെയ്തത് യൂറോപ്പിലെ അനുഭവത്തിന്റെ വെളിച്ചത്തിലായിരുന്നു. വളർന്നുവരുന്ന വ്യാവസായിക വിപ്ലവത്തിന്റെ അനുഭവം മുൻനിർത്തിയും പുതിയ വ്യവസായത്തൊഴിലാളിവർഗ്ഗം രംഗപ്രവേശം ചെയ്യുന്നതിന്റെ അടിസ്ഥാനത്തിലുമായിരുന്നു.

എന്നാൽ ഇന്ത്യയിൽ വർഗ്ഗപരമായ ചേരിതിരിവ് ഉണ്ടാകാൻ തുടങ്ങിയത് പതുക്കെയാണ്. ഇടവിട്ടാണ് 19-ാം നൂറ്റാണ്ടിലെ അന്ത്യദശകങ്ങളിലും 20-ാം നൂറ്റാണ്ടിന്റെ ആദ്യദശകത്തിലും മുതലാളിവർഗ്ഗത്തിലെ വ്യവസായി-വ്യാപാരിവിഭാഗങ്ങൾ-മുഖ്യമായി ബ്രിട്ടീഷുകാർ, അവരോടൊപ്പം ഏതാനും ഇന്ത്യാക്കാരും - ആദ്യം രംഗത്തുവന്നു. പിന്നീട് ദേശീയ വിമോചനപ്രസ്ഥാനമുണ്ടായി. പരിഷ്കരണവാദികളായ ദേശീയ ബൂർഷ്വാസിയായിരുന്നു അതിന്റെ തലപ്പത്ത്, ഇന്ത്യൻ നാഷണൽ കോൺഗ്രസിനെ ബഹുജനസംഘടനയുടെ മുഖ്യരൂപമായും രാഷ്ട്രീയവേദിയായും അത് വളർത്തിയെടുത്തു.

അതിനെത്തുടർന്ന് വന്നത് തൊഴിലാളിവർഗ്ഗവും അതിന്റെ ട്രേഡ് യൂണിയനുകളുമായിരുന്നു. അവയുടെ രാഷ്ട്രീയവും ആശയപരവുമായ പ്രതിനിധികൾ 1920 കളുടെ ആദ്യം ഇന്ത്യൻ കമ്യൂണിസ്റ്റ് പാർട്ടിയുടെ രൂപത്തിൽ രാഷ്ട്രീയരംഗത്ത് നിലയുറപ്പിച്ചു. മറ്റ് വർഗ്ഗങ്ങളും സമൂഹവിഭാഗങ്ങളും അപ്രത്യക്ഷമായി എന്നല്ല. ഓരോരോ സമയത്ത് ഓരോ പാർട്ടിയോ സംഘടനയോ അവരുടെ രാഷ്ട്രീയാഭിലാഷങ്ങളെ പ്രതിനിധാനം ചെയ്തുവന്നു. ഇടത്തരം ബൂർഷ്വാസി, കൃഷിക്കാർ, വിദഗ്ദ്ധതൊഴിൽ ചെയ്യുന്നവർ മുതലായ വിഭാഗങ്ങൾ എണ്ണത്തിൽ ഏറെ ഉണ്ടായിരുന്നു. അവർ തങ്ങളുടെ വർഗ്ഗപരമായ പങ്ക് നിർവ്വഹിക്കുകയും ചെയ്തു. എന്നാൽ, അവരുടെ പങ്ക് പുതുതായി രംഗപ്രവേശം ചെയ്ത മുതലാളി-തൊഴിലാളിവർഗ്ഗങ്ങളുടെയോ അവയെ പ്രതിനിധാനം ചെയ്ത രാഷ്ട്രീയ സംഘടനകളുടെയോ പങ്കുപോലെ നിർണ്ണായകമായിരുന്നില്ല. എന്നുമാത്രമാണ് ഇവിടെ ഊന്നിപ്പറയുന്നത്.

ഇന്ത്യയിലെ മുതലാളിത്തവളർച്ചയുടെ സ്വഭാവം നോക്കുമ്പോൾ ബൂർഷ്വാസിക്ക് ഭൂപ്രഭുവിഭാഗങ്ങളുമായി കൂട്ടുകൂടേണ്ടിവന്നു. ബൂർഷ്വാസിയുടെ നേതൃത്വത്തിലുള്ള ഈ വർഗ്ഗത്തിന്റെ ആശയഗതിയെ

കോൺഗ്രസ് പ്രതിനിധാനം ചെയ്തു. നേരെമറിച്ച്, സി പി ഐ തൊഴിലാളിവർഗ്ഗ ആശയഗതിയെ പ്രതിനിധാനം ചെയ്തു.

ഈ യാഥാർത്ഥ്യങ്ങൾ അറിയാത്തതുകൊണ്ടും ശാസ്ത്രീയ ഗവേഷണത്തിന്റെ കരുക്കൾ കൈയിൽ തീരെ ഇല്ലാത്തതുകൊണ്ടും പത്രപ്രവർത്തകൻ ഉണ്ടാക്കുന്ന കോളിളക്കത്തിലധികം ഒന്നും ഉണ്ടാക്കാൻ ഷൂരിക്കാവില്ല. ഇന്ത്യൻ കമ്യൂണിസ്റ്റ് പ്രസ്ഥാനത്തെ 'തുറന്നു കാട്ടുക', രണ്ടാം ലോകമഹായുദ്ധകാലത്ത് അത് ബ്രിട്ടീഷ് സാമ്രാജ്യത്വത്തിന്റെ ചട്ടുകം മാത്രമായിരുന്നു എന്നും വിദേശരാജ്യമായ സോവിയറ്റ് യൂണിയനുവേണ്ടി ആത്മാവും മനസ്സാക്ഷിയും വിറ്റ ഒരു കൂട്ടം ആളുകളാണ് അതിൽ ഉള്ളതെന്നും അധിക്ഷേപിക്കുക- ഇതിനുള്ള ദുരുദ്ദേശ്യപരമായ പദ്ധതിയിലൂടെ ചരിത്രഗവേഷണത്തിലെ തന്റെ പാപ്പരത്തം ഷൂരി തുറന്നുകാട്ടുന്നു.

ഉവ്വ്, പരസ്പരം രൂക്ഷമായി ഏറ്റുമുട്ടുന്ന രണ്ട് വർഗ്ഗനിലപാടുകൾ ഉണ്ട്. ഇന്ത്യൻ മുതലാളിവർഗ്ഗവും തൊഴിലാളിവർഗ്ഗവും തമ്മിൽ ഇന്ത്യൻ സ്വാതന്ത്ര്യസമരവുമായി ബന്ധപ്പെട്ട മിക്കവാറും എല്ലാ അടിസ്ഥാനപ്രശ്നങ്ങളിലും ഏറ്റുമുട്ടുന്നു. രാഷ്ട്രം സംബന്ധിച്ച് "ഡൊമിനിയൻ പദവിയും ആഭ്യന്തരഭരണവും" എന്ന ആവശ്യത്തിൽ ഒതുങ്ങി നില്ക്കണമോ, അതോ പൂർണ്ണമായ ദേശീയ സ്വാതന്ത്ര്യം വേണം എന്ന് നേരിട്ട് ആവശ്യപ്പെടണമോ? സമരരൂപങ്ങൾ അഹിംസ, അക്രമരാഹിത്യം, സഹനസമരം എന്നിവയിൽ ഒതുങ്ങി നില്ക്കണമോ, അതോ ഉശിരൻരൂപങ്ങൾ കൈക്കൊള്ളണമോ? കർഷക ജനസാമാന്യത്തെ തട്ടിയുണർത്തി ബ്രിട്ടീഷ് ഇന്ത്യയിലും നാട്ടുരാജ്യങ്ങളിലും അവരെ സമരരംഗത്തേക്കു കൊണ്ടുവരണമോ? വിദേശ ബ്രിട്ടീഷ് ഭരണത്തിനെതിരായ ഹിന്ദു-മുസ്ലീം ഐക്യം കോൺഗ്രസ് ശ്രമിച്ച് പരാജയപ്പെട്ട രീതിയിൽ ഊട്ടിയുണ്ടാക്കാനാവുമോ? അതോ ആ വിഷമം പിടിച്ച പ്രശ്നത്തിന് മറ്റേതെങ്കിലും പരിഹാരം കാണാൻ കഴിയുമോ? ദേശീയ വിമോചന പ്രസ്ഥാനത്തിലെ മർമ്മപ്രധാനമായ പ്രശ്നങ്ങളിൽ ചിലതായിരുന്നു ഇവ.

മുതലാളിയുടെയും തൊഴിലാളിയുടെയുമായ, തീർത്തും എതിരായ, രണ്ട് വർഗ്ഗവീക്ഷണങ്ങൾ നിലനിന്നിരുന്നു. അതിന്റെ എല്ലാ വശങ്ങളിലേക്കും ഇവിടെ കടക്കാൻ പറ്റില്ല. ഷൂരിയുമായുള്ള വിവാദം രണ്ടാം ലോകമഹായുദ്ധകാലത്തേക്ക് മാത്രമായി ഒത്തുതീർക്കേണ്ടതുണ്ട്. നാസി ജർമ്മനി യൂറോപ്പിൽ യുദ്ധം അഴിച്ചുവിട്ട 1939 സെപ്തംബർ മുതൽ ഫാസിസ്റ്റ് ജപ്പാന്റെ പട്ടാളം കീഴടങ്ങിയ 1945 സെപ്തംബർവരെ നീണ്ടുനിന്ന കാലത്തേക്ക്. ബൂർഷ്വാനേതൃത്വത്തിലുള്ള ഇന്ത്യൻ നാഷണൽ കോൺഗ്രസിന്റെയും കമ്യൂണിസ്റ്റ് നേതൃത്വത്തിലുള്ള തൊഴിലാളിവർഗ്ഗത്തിന്റെയും പ്രസ്ഥാനങ്ങളുടെയും രാഷ്ട്രീയവും അടവുപരവുമായ നടപടികളെ നമുക്ക് വസ്തുനിഷ്ഠമായും സത്യസന്ധമായും പരിശോധിച്ചുനോക്കാം.

അതിനുമുമ്പ് ഇന്ത്യയിലെ മുതലാളി-തൊഴിലാളി വർഗ്ഗങ്ങളുടെ വർഗ്ഗപരമായ ലാക്കിനെയും രാഷ്ട്രീയവും ആശയപരവുമായ ബന്ധങ്ങ

ളെയുംകുറിച്ചുള്ള അവകാശവാദങ്ങളെപ്പറ്റി പ്രസക്തവും അവശ്യവുമായ ചില നിരീക്ഷണങ്ങൾ നടത്തേണ്ടതുണ്ട്.

മാർക്സിസ്റ്റ് ലോകവീക്ഷണത്തിന്റെ സ്വഭാവമനുസരിച്ചും കമ്യൂണിസ്റ്റുകാർ കൈക്കൊണ്ടിരിക്കുന്ന മാർഗ്ഗമനുസരിച്ചും സമൂഹ യാഥാർത്ഥ്യത്തെക്കുറിച്ചുള്ള അപഗ്രഥനവും തന്ത്രവും അടവുകളും വർഗ്ഗയാഥാർത്ഥ്യത്തെ ആസ്പദമാക്കിയുള്ളതാണ്. തൊഴിലാളിവർഗ്ഗത്തിന്റെ മുന്നേറ്റത്തിലാണ് സമൂഹത്തിന്റെയാകെ മുന്നേറ്റം കുടികൊള്ളുന്നത് എന്ന് അവർ പറയുന്നു. നേരെമറിച്ച്, ചൂഷക വർഗ്ഗ താല്പര്യങ്ങളാണ് സമൂഹത്തിന്റെയാകെ താല്പര്യങ്ങൾ എന്ന ബൂർഷ്വാ പണ്ഡിതമ്മന്യന്മാരും നേതാക്കളും തെറ്റായി വിശ്വസിക്കുന്നു. പ്രചരിപ്പിക്കുന്നു. രണ്ട് വർഗ്ഗങ്ങളും സാർവ്വത്രികമായ പോരാട്ടത്തിൽ ഏർപ്പെടുന്നു. ഇന്ത്യയും ഇതിനൊരു അപവാദമല്ല.

ബൂർഷ്വാവീക്ഷണഗതി അപ്പാടെ ഉൾക്കൊണ്ട അരുൺ ഷൂരിക്ക് ഈ രണ്ട് വർഗ്ഗവീക്ഷണങ്ങൾ തമ്മിലുള്ള ഏറ്റുമുട്ടൽ കാണാൻ കഴിയുന്നില്ല- സ്വാതന്ത്ര്യാനന്തരമുള്ള 37 കൊല്ലക്കാലത്തുണ്ടായ സംഭവവികാസങ്ങൾ ഈ ഏറ്റുമുട്ടൽ കുറെക്കൂടി വ്യക്തമാക്കിയെങ്കിലും. ദേശീയ പ്രസ്ഥാനത്തെ നയിച്ച കോൺഗ്രസ് 1947 ന് ശേഷം അധികാരകുത്തകയുണ്ടായിരുന്ന ഈ കാലത്തിനുള്ളിൽ 200 കുത്തകകുടുംബങ്ങളെ വളർത്തി, ഭൂപ്രഭുക്കളിൽ 5 ശതമാനത്തെ കൃഷിഭൂമിയിൽ 45 ശതമാനത്തിന്റെ മേൽ കുത്തക നിലനിർത്താൻ അനുവദിച്ചു. ഇന്ത്യയിലെ ജനങ്ങളിൽ 50 ശതമാനത്തിലധികം പേരെ ദാരിദ്ര്യരേഖയ്ക്ക് താഴെ തള്ളിയിട്ടു. അരുൺ ഷൂരി, തന്റെ മുൻ തൊഴിലുടമകളായ ലോകബാങ്കിനെയും ഐ എം എഫിനെയും പോലെ, ഈ യാഥാർത്ഥ്യം മനസ്സിലാക്കുന്നില്ല.

മുതലാളിത്തത്തിനെതിരായി മുതലാളി-ഭൂപ്രഭു വർഗ്ഗ താല്പര്യങ്ങളെ സംരക്ഷിക്കുന്നതിൽ ഇന്ത്യൻ ബൂർഷ്വാസി എത്രമാത്രം കാര്യക്ഷമത കാണിച്ചു എന്നതല്ല ഇവിടെ ചർച്ചാവിഷയം. കമ്യൂണിസ്റ്റുകാർ തൊഴിലാളിവർഗ്ഗത്തോടും സാമ്രാജ്യവിരുദ്ധപ്രസ്ഥാനത്തോടുമുള്ള തങ്ങളുടെ കടമ എത്രമാത്രം സ്തുത്യർഹമായി നിറവേറ്റി എന്നും ഇവിടെ പരിശോധിക്കുന്നില്ല.

ഇന്ത്യൻ സ്ഥിതിഗതികളിൽ മാർക്സിസം-ലെനിനിസം പ്രയോഗിക്കുന്നതിൽ ഒരു തെറ്റും പറ്റിയിട്ടില്ല എന്ന് കമ്യൂണിസ്റ്റുകാർ ഒരിക്കലും അവകാശപ്പെട്ടിട്ടില്ല. 1917 ൽ റഷ്യയിലെ വിജയകരമായ ആദ്യത്തെ സോഷ്യലിസ്റ്റ് വിപ്ലവത്തിൽനിന്ന് മറ്റു പലരെയും പോലെ തങ്ങൾ ആവേശം ഉൾക്കൊണ്ട കാര്യം അവരൊട്ട് മറച്ചുവെച്ചിട്ടുമില്ല.

മറിച്ച് ബൂർഷ്വാനേതാക്കൾ എപ്പോഴും വീമ്പടിക്കാറുള്ളത്, തങ്ങളുടെ ചിന്തകളെല്ലാം തീർത്തും നാടനാണെന്നാണ്; വേദങ്ങൾ, *ഗീത*, മറ്റ് പുരാണേതിഹാസങ്ങൾ ഇവയിൽനിന്നാണ് ആവേശമുൾക്കൊള്ളുന്നത് എന്നാണ്; തങ്ങൾ രാഷ്ട്രത്തിന്റെ പ്രതിഭയെ പ്രതിനിധാനം ചെയ്യുന്നു എന്നാണ്. വസ്തുതയെന്താണ്? രാഷ്ട്രീയത്തിന്റെയും ആശയസംഹിതയുടെയും ഹരിശ്രീ അവർ പഠിച്ചത് പാശ്ചാത്യമുതലാളിത്ത

ജനാധിപത്യങ്ങളിൽനിന്നാണ്; ജീവിതത്തിന്റെ എല്ലാ തുറകളിലും അവർ അവ അനുകരിക്കുകയായിരുന്നു; പാശ്ചാത്യമുതലാളിത്തത്തിന്റെ ജനാധിപത്യഗുണങ്ങൾ എന്നുവിശേഷിപ്പിക്കുന്നതിനെയും അവരുടെ ജീർണ്ണിച്ച സംസ്കാരത്തെയും അവർ ഇന്നും അടിമമനോഭാവത്തോടെ അനുകരിക്കുന്നു. ഇക്കാര്യം ഒരിക്കലും അവർ ഏറ്റുപറയാറില്ല.

എന്നിട്ടും ബൂർഷ്വാ എഴുത്തുകാർ, പ്രത്യേകിച്ചും ബൂർഷ്വാസിയുടെ കൂലിയെഴുത്തുകാർ, നിരന്തരമായി വൃത്തികെട്ട ആരോപണവ്യവസായത്തിൽ ഏർപ്പെടുന്നു. കമ്മ്യൂണിസ്റ്റ് ആശയസംഹിത 'വിദേശി'യാണ്; തങ്ങൾ പ്രവർത്തിക്കുന്ന രാഷ്ട്രങ്ങളുടെ താല്പര്യങ്ങൾക്കുവേണ്ടിയല്ല കമ്യൂണിസ്റ്റുകാർ പ്രവർത്തിക്കുന്നത്; അവർ മോസ്കോയുടെയും ബെയ്ജിങ്ങിന്റെയും ചാരന്മാരാണ്; അവർക്ക് ദേശാഭിമാനമില്ല.

അതേ ബൂർഷ്വാ പണ്ഡിതമ്മന്യൻമാർതന്നെ കമ്യൂണിസ്റ്റുകാർ അന്ധമായ ദേശീയവാദികളാണ് എന്നും ഊന്നിപ്പറയുന്നു. സോവിയറ്റ് കമ്യൂണിസ്റ്റുകാർ എങ്ങനെ സോഷ്യലിസ്റ്റ് സോവിയറ്റ് യൂണിയനെ ഏറ്റവും വലിയ ജാഗ്രതയോടെ കാത്തുരക്ഷിക്കുന്നു, ചൈനീസ് കമ്യൂണിസ്റ്റുകാർ ജനകീയ ചൈനാ റിപ്പബ്ലിക്കിന്റെ താല്പര്യങ്ങൾ സ്നേഹാതിരകത്തോടെ കാത്തുരക്ഷിക്കുന്നു. തങ്ങളുടെ സോഷ്യലിസ്റ്റ് മാതൃഭൂമിയെ കാത്തുരക്ഷിക്കുന്നതിനു വേണ്ടി ക്യൂബയിലെയും വിയറ്റ്നാമിലെയും കൊറിയയിലെയും കമ്യൂണിസ്റ്റുകാർ എങ്ങനെ ചോരയൊഴുക്കുന്നു എന്നതിനെക്കുറിച്ച് ആ പണ്ഡിതമ്മാന്യന്മാർ ഏറെ എഴുതികൂട്ടിയിട്ടുണ്ട്.

തങ്ങളുടെ നിലപാടിലുള്ള വൈരുദ്ധ്യം അരുൺഷൂരിയെപ്പോലുള്ള ഉറച്ച കമ്യൂണിസ്റ്റ് വിരോധികളെ പറഞ്ഞു മനസ്സിലാക്കാനാവില്ല. ജീർണ്ണിച്ച മുതലാളിത്ത വ്യവസ്ഥയുടെ പക്ഷത്ത് അണിനിരന്ന അവർക്ക് അതിന്റെ ചരിത്രപരമായ അന്ത്യം കാണുന്നതോടെ മാത്രമേ സംഗതികൾ തിരിച്ചറിയാനാവൂ.

ഒരു സന്ദേശപുരാണം

ഷൂരി പറയുന്നു: "ഇന്ത്യയിൽ കമ്യൂണിസ്റ്റ് പാർട്ടി ശൈശവാവസ്ഥയിലായിരുന്നു. അത് മാർഗ്ഗനിർദ്ദേശത്തിന് മോസ്കോവിലേക്ക് നോക്കി. ബ്രിട്ടനിലെ കമ്യൂണിസ്റ്റ് പാർട്ടി വഴിക്ക് നിർദ്ദേശങ്ങൾ ലഭിക്കുകയും ചെയ്തു." സി പി ഐക്ക് വേഗത്തിൽ സന്ദേശം കൊടുക്കണമെന്ന് സോവിയറ്റ് യൂണിയനോ അവിടത്തെ കമ്യൂണിസ്റ്റ് പാർട്ടിയോ ആഗ്രഹിച്ചിരുന്നെങ്കിൽ അതിന് കഴിയാത്തവിധം അവർ ദരിദ്രരായിരുന്നു എന്നാണോ ഷൂരി കരുതുന്നത്? നാസിപ്പട സോവിയറ്റ് യൂണിയനെ ആക്രമിച്ചതിനെത്തുടർന്ന് സോവിയറ്റ് പാർട്ടിയുമായി വേഗത്തിൽ ബന്ധപ്പെടാൻ കഴിയാത്തതുകൊണ്ട് ഫാസിസ്റ്റുവിരുദ്ധ യുദ്ധത്തോട് എന്ത് നിലപാടെടുക്കണമെന്ന തീരുമാനം സി പി ഐ നീട്ടിവെച്ചു എന്നു പറയുന്നത്, സൗമ്യമായി പറഞ്ഞാൽ ബാലിശമാണ്, അസംബന്ധമാണ്, മോസ്കോയിൽനിന്നോ സോവിയറ്റ് പാർട്ടിയിൽനിന്നോ അങ്ങനെ ഒരു

നിർദ്ദേശവും ഉണ്ടായിരുന്നില്ല. യുദ്ധത്തെക്കുറിച്ചുള്ള സി പി ഐ നില പാട് മാറ്റാൻ കാരണം വേറെയാണ്. കേന്ദ്രകമ്മിറ്റി - പൊളിറ്റ് ബ്യൂറോ തലങ്ങളിലുള്ള ഉൾപാർട്ടി ചർച്ചയാണ് കാലതാമസത്തിന് കാരണം.

അരുൺഷൂരിയുടെ വാദം നമുക്ക് കുറച്ചുകൂടി സൂക്ഷ്മമായി പരിശോധിക്കാം.

സി പി ഐ മോസ്കോയുടെ മെഗാഫോണാണ്, അതിന് സ്വന്തമായ ബുദ്ധിയൊന്നുമില്ല എന്നത് ഷൂരിയുടെ വിശ്വാസപ്രമാണങ്ങളിലൊന്നായി തീർന്നിട്ടുണ്ട്. അതിൻമേലാണ് അദ്ദേഹത്തിന്റെ ഗവേഷണമാകെ കെട്ടിപ്പൊക്കിയിട്ടുള്ളത്. അദ്ദേഹം ധിക്കാരത്തോടെ എഴുതുന്നു: "ആർ ആർക്കുവേണ്ടി ചിന്തിച്ചിരുന്നു എന്ന ചോദ്യത്തിന് എളുപ്പത്തിൽ ഉത്തരം ലഭിക്കുന്നു. ജനാധിപത്യത്തെപ്പറ്റി വ്യാമോഹങ്ങൾ സൃഷ്ടിച്ച് ജനങ്ങളെ വഞ്ചിച്ചതുകൊണ്ട് സോഷ്യൽ ഡെമോക്രാറ്റുകളാണ് മുഖ്യശത്രു എന്നും അതിനാൽ അവരെ നിർദ്ദയം അധിക്ഷേപിക്കുകയും തുറന്നുകാട്ടുകയുമാണ് മുഖ്യകടമ എന്നും മോസ്കോവിൽ കോമിന്റേൺ പ്രഖ്യാപിച്ചപ്പോൾ, നമ്മുടെ കമ്മ്യൂണിസ്റ്റുകാർ ആ കല്പന അക്ഷരംപ്രതി അനുസരിച്ചു. അതല്ല, സ്ഥിതിഗതി മാറിയെന്നും ഇന്നാവശ്യം സോഷ്യൽ ഡെമോക്രാറ്റുകളും മറ്റുമായുള്ള സഖ്യമാണെന്നും കോമിന്റേൺ തീരുമാനിച്ചപ്പോൾ നമ്മുടെ കമ്മ്യൂണിസ്റ്റുകാർ ആ കല്പനയും അതേപടി അനുസരിച്ചു. സോഷ്യലിസ്റ്റുകാരും കോൺഗ്രസുകാരും മറ്റുമായി അവർ ചങ്ങാത്തത്തിലായി." "ഹിറ്റ്ലർ സോവിയറ്റ് യൂണിയനെ ആക്രമിച്ച 1941 ജൂൺ 22 മുതൽ ഇന്ത്യൻ കമ്മ്യൂണിസ്റ്റ് പാർട്ടി നയംമാറ്റം പ്രഖ്യാപിച്ച 1941 ഡിസംബർ 1 വരെയുള്ള നിർണ്ണായകമായ ആറുമാസക്കാലം അത് ആശയക്കുഴപ്പത്തിലായിരുന്നു."

ഇത് ശരിയാണെങ്കിൽ, 1941 ജൂൺ 22 നും ഡിസംബർ ഒന്നിനും ഇടയ്ക്ക് ഇന്ത്യൻ കമ്മ്യൂണിസ്റ്റ് പാർട്ടി എന്താണ് കാത്തിരുന്നത്? നമ്മുടെ പ്രഗത്ഭനും പുതുതായി നിയമിച്ച ഗവേഷക പത്രപ്രവർത്തകനുമായ ഷൂരി ഉത്തരം കണ്ടെത്തി: "കമ്മ്യൂണിസ്റ്റ് പാർട്ടിക്ക് അവസാനം വെളിച്ചം കിട്ടിയത് 1941 നവംബർ ആറായിരുന്നു, സോവിയറ്റ് വിപ്ലവത്തിന്റെ 24-ാം വാർഷികം ആചരിച്ചുകൊണ്ട് സ്റ്റാലിൻ വെളിപ്പെടുത്തി: "ബ്രിട്ടനും അമേരിക്കയും സോവിയറ്റ് യൂണിയനും ഒറ്റപ്പാളയത്തിലായിരിക്കുന്നു."

രാഷ്ട്രീയമായി അല്പജ്ഞനായ ഒരാളോടാണ് നമുക്ക് തർക്കിക്കേണ്ടത് എന്നത് നിർഭാഗ്യകരമാണ്. നാസികൾ സോവിയറ്റ് യൂണിയനെ ആക്രമിച്ച് പത്ത് ദിവസത്തിനകം 1941 ജൂലൈ 3 ന് സ്റ്റാലിൻ ഒരു റേഡിയോ പ്രഭാഷണം നടത്തിയ കാര്യം അദ്ദേഹത്തിനറിയില്ല. ഫാസിസ്റ്റുവിരുദ്ധയുദ്ധത്തിന്റെ സ്വഭാവവും അതിനുണ്ടായേക്കാവുന്ന പ്രത്യാഘാതങ്ങളും ലോകത്തോട് പറയാൻ 1941 നവംബർ ആറുവരെ അഞ്ചു മാസക്കാലം സ്റ്റാലിൻ കാത്തുനിന്നില്ല.

സോവിയറ്റ് പൗരന്മാരെയും ചെമ്പടയെയും നാവികസേനയെയും 1941 ജൂലൈ 3 ന് മോസ്കോറേഡിയോ വഴി സംബോധന ചെയ്തുകൊണ്ട് സ്റ്റാലിൻ പ്രഖ്യാപിച്ചു:

> ഫാസിസ്റ്റ് ജർമ്മനിയുമായുള്ള യുദ്ധത്തെ രണ്ട് സൈന്യങ്ങൾ തമ്മിലുള്ള സാധാരണ യുദ്ധമായി കണക്കാക്കിക്കൂടാ, അത് സോവിയറ്റ് ജനതയാകെ ജർമ്മൻ ഫാസിസ്റ്റ് പടക്കെതിരായി നടത്തുന്ന യുദ്ധമാണ്. ഫാസിസ്റ്റ് മർദ്ദകനെതിരായ ഈ ജനകീയ ദേശാഭിമാനയുദ്ധത്തിന്റെ ലക്ഷ്യം, നമ്മുടെ രാജ്യത്തിന്റെ മേൽ തൂങ്ങിനില്ക്കുന്ന ആപത്ത് ഒഴിവാക്കുക മാത്രമല്ല, ജർമ്മൻ ഫാസിസത്തിന്റെ നുകത്തിൽ കീഴിൽ കേഴുന്ന എല്ലാ യൂറോപ്യൻ ജനതകളെയും സഹായിക്കുകകൂടിയാണ്. ഈ വിമോചനയുദ്ധത്തിന് നമ്മൾ ഒറ്റയ്ക്കാവില്ല. ഈ മഹായുദ്ധത്തിൽ യൂറോപ്പിലെയും അമേരിക്കയിലെയും ജനതകളിൽ ഹിറ്റ്ലറെപ്പോലുള്ള ദുർഭരണക്കാർക്ക് അടിമപ്പെട്ടിരിക്കുന്ന ജർമ്മൻ ജനതയിൽപോലും നമുക്ക് യഥാർത്ഥ സഖ്യശക്തികളുണ്ടാകും. നമ്മുടെ മാതൃഭൂമിയുടെ സ്വാതന്ത്ര്യത്തിനുവേണ്ടിയുള്ള നമ്മുടെ യുദ്ധം യൂറോപ്പിലെയും അമേരിക്കയിലെയും ജനതകൾ അവരുടെ മോചനത്തിനും ജനാധിപത്യ സ്വാതന്ത്ര്യങ്ങൾക്കും വേണ്ടി നടത്തുന്ന പോരാട്ടവുമായി ലയിച്ചുചേരും. (ഊന്നൽ കൂട്ടിച്ചേർത്തത്)

സ്റ്റാലിന്റെ ആഹ്വാനത്തിന്റെ അർത്ഥം രാഷ്ട്രീയത്തിന്റെ ഹരിശ്രീ അറിയാവുന്ന ഏതൊരാൾക്കും മനസ്സിലാക്കാവുന്നതേയുള്ളൂ. ഷൂരി പറയുന്നതുപോലെ, സോവിയറ്റ് പാർട്ടി അയച്ച സന്ദേശം കിട്ടാനുള്ള താമസമാണ് ഇന്ത്യൻ കമ്യൂണിസ്റ്റ് പാർട്ടിയുടെ നയംമാറ്റത്തിന് താമസം വരുത്തിയത് എന്ന് പറയുന്നത് ശുദ്ധനുണയാണ്. യുദ്ധരംഗത്ത് വന്ന മൗലികമായ മാറ്റത്തോട് എന്ത് അടവ് സ്വീകരിക്കണം എന്ന് തീരുമാനിക്കാൻ വൈകിയത് പുതിയ സ്ഥിതിക്കൊത്ത അടവ് നയം സംബന്ധിച്ച് കേന്ദ്ര കമ്മിറ്റിയിലും പൊളിറ്റ് ബ്യൂറോയിലും നടന്ന ചർച്ചകൊണ്ടാണ്. വിവരമറിയിക്കുന്നതിൽ വന്ന കാലതാമസമോ ആഗോള ഫാസിസ്റ്റ് വിരുദ്ധയുദ്ധത്തിന് പിന്നിൽ പൂർണ്ണമായി അണിനിരക്കുന്നതിലുള്ള സന്നദ്ധതക്കുറവോ ആണ് കാരണമെന്ന് പറയുന്നത് തികഞ്ഞ നേരുകേടാണ്.

ഇത്തരം ചവറാണ്, സൗമ്യമായി പറഞ്ഞാൽ, ഷൂരിയുടെ തുറന്നുകാട്ടൽ ഗവേഷണം വഴി പുറത്തുവരുന്നത്. ഫാസിസ്റ്റ് വിരുദ്ധയുദ്ധത്തെ പിന്താങ്ങുന്നതിലേക്ക് സി പി ഐയെ നയിച്ച പ്രക്രിയകളും ഇത്തരം ഫാസിസ്റ്റ് വിരുദ്ധ യുദ്ധത്തിൽ ഇന്ത്യ പങ്കെടുക്കുന്നിനെതിരായി നിന്നവരോടുള്ള അതിന്റെ എതിർപ്പും മനസ്സിലാക്കാൻ ഷൂരിയെപ്പോലുള്ളവർ തീർത്തും അശക്തരാണ്. മോസ്കോ ആണ് സി പി ഐക്കുവേണ്ടി ചിന്തിച്ചത് എന്ന കള്ളം പ്രചരിപ്പിക്കുന്ന ഷൂരി, തനിക്കുവേണ്ടി ചിന്തിക്കുന്നത് ആരാണെന്ന് നമ്മോട് പറയേണ്ടതുണ്ട്. രാഷ്ട്രീയ പ്രതിയോഗികളെ പുലഭ്യം പറയുന്നത് പുത്തനല്ല. കമ്യൂണിസ്റ്റുകാർ മോസ്കോയുടെയോ മറ്റേതെങ്കിലും വിദേശശക്തിയുടെയോ ഏജന്റുമാരാണെന്നും ഷൂരിയെപ്പോലുള്ള കമ്യൂണിസ്റ്റുവിരോധികൾ ജന്മനാ ദേശാഭിമാനികളും യഥാർത്ഥ ദേശീയവാദികളും പ്രഗത്ഭരായ ചിന്തകരുമാണെന്നും തെളി

യിക്കാൻ ഇത് ഒരു വാദവും മുന്നോട്ടുവെക്കുന്നില്ല.

കമ്യൂണിസ്റ്റ് ഇന്റർനാഷണൽ നിലനിന്നിരുന്നു എന്നും 1943 ൽ അത് പിരിച്ചുവിടുംവരെ സി പി ഐ അതിനോട് അഫിലിയേറ്റു ചെയ്തിരുന്നു എന്നും ഷൂരി പറയുന്നതിൽ ഒരു കണ്ടുപിടുത്തവുമില്ല. ആദ്യത്തെ സോഷ്യലിസ്റ്റ് രാഷ്ട്രത്തിന്റെ നേതാക്കളുടെ നേട്ടത്തിന്റെ യുഗപ്രഭാവ മുള്ള സ്വഭാവം മൂലം അവരുടെ ഔന്നത്യത്തെക്കുറിച്ച് ഷൂരിയുടെ നില വാരക്കാരൊഴിച്ച് മറ്റെല്ലാ ഗവേഷകർക്കും തികച്ചും ബോദ്ധ്യമുണ്ട്. കമ്യൂണിസ്റ്റ് ഇന്റർനാഷണൽ സ്ഥാപിച്ചതും അതിൽ സോവിയറ്റ് പാർട്ടി വഹിച്ച പങ്കും ലോകമെങ്ങുമുള്ള കമ്യൂണിസ്റ്റ് പാർട്ടികളിലും വർക്കേഴ്സ് പാർട്ടികളിലും അവർ സൃഷ്ടിച്ച വിശ്വാസം മാത്രമല്ല പ്രതിഫലിപ്പിക്കുന്നത്; വർഗ്ഗ സമരത്തിന്റെ ആഗോളസ്വഭാവവും ആ സമരം മുന്നോട്ടു കൊണ്ടുപോകുന്നതിൽ ഒന്നാമത്തെ തൊഴിലാളിവർഗ്ഗ രാഷ്ട്രത്തിനുള്ള പ്രമുഖമായ പങ്കും അത് എടുത്തുകാട്ടുകകൂടി ചെയ്യുന്നു.

സി പി ഐ അടക്കമുള്ള എല്ലാ കമ്യൂണിസ്റ്റ് പാർട്ടികളും 'മോസ്കോ ഏജന്റു'മാരാണെന്ന് കുറ്റപ്പെടുത്തുന്നത് മഞ്ഞപ്പത്രങ്ങളിൽ സാധാരണ കണ്ടുവരാറുള്ള വില കുറഞ്ഞ പ്രചരണമാണ്. 'ചരിത്ര ഗവേഷണ'ത്തെക്കുറിച്ചുള്ള ഷൂരിയുടെ അതിശയോക്തിപരമായ വാദം ഉയർന്നുവരുന്നതുവരെ അത്തരം ദുഷ്പ്രചാരണത്തെ നിലവാരമുള്ള ചരിത്രാപഗ്രഥനവുമായി ആരും ബന്ധപ്പെടുത്തിയിരുന്നില്ല.

രണ്ടാം ലോകയുദ്ധത്തിൽ വ്യക്തമായ രണ്ടു ഘട്ടങ്ങളുണ്ടായിരുന്നു; ഒന്നാമത്തേത് 18 മാസം നീണ്ടുനിന്നു, രണ്ടാമത്തേത് ഏതാണ്ട് നാലര ക്കൊല്ലവും എന്ന് ഷൂരിയോട് പറയാൻ ശ്രമിക്കുന്നത് അദ്ദേഹത്തെ അപ്പർപ്രൈമറി ക്ലാസിലെ കുട്ടിയായി കണക്കാക്കലാവും. ഷൂരിയെപ്പോലുള്ളവർക്ക് യുദ്ധം യുദ്ധമാണ്. ഇരുവശത്തും അണിനിരക്കുന്നത് ഏതൊക്കെ സമൂഹ-സാമ്പത്തിക ശക്തികളായാലും വേണ്ടില്ല എന്ന് തറപ്പിച്ചുപറയാൻ പ്രയാസമില്ല. എന്നാൽ ഷൂരി തന്റെ 'ഗവേഷണ' ലേഖനങ്ങളിൽ ആരുടെ താല്പര്യത്തെയാണോ കാത്തുരക്ഷിക്കാൻ ശ്രമിച്ചത്, ആ ഇന്ത്യൻനാഷണൽ കോൺഗ്രസിന്റെ നേതാക്കൾ ഇക്കാര്യത്തിൽ ഷൂരിയോടെ യോജിക്കുന്നതായി കാണുന്നില്ല.

കോൺഗ്രസിന്റെ ആദ്യനിലപാട്

യുദ്ധത്തെക്കുറിച്ചുള്ള എ ഐ സി സിയുടെ പ്രമേയങ്ങൾ അരുൺ ഷൂരിയുടെ നിറംപിടിപ്പിച്ച 'ചരിത്ര'കഥകളെ തകർക്കുന്നു.

> ഫാസിസത്തിന്റെയും നാസിസത്തിന്റെയും ആശയഗതിയെയും പ്രയോഗത്തെയും യുദ്ധത്തെയും അക്രമത്തെയും അവർ വാഴ്ത്തുന്നതിനെയും മാനവചേതനയെ അടിച്ചമർത്തുന്നതിനെയും തീർത്തും നിരാകരിക്കുന്നതായി കോൺഗ്രസ് ആവർത്തിച്ച് പ്രഖ്യാപിച്ചിട്ടുണ്ട്. അവർ ആവർത്തിച്ച് ഏർപ്പെട്ടിട്ടുള്ള കടന്നാക്രമണ

ത്തെയും, പരിഷ്കൃതമായ പെരുമാറ്റത്തിന്റെ സുസ്ഥാപിതതത്ത്വ ങ്ങളെയും അംഗീകൃത മാനദണ്ഡങ്ങളെയും അവർ നിരാകരിച്ച തിനെയും കോൺഗ്രസ് അധിക്ഷേപിച്ചിട്ടുണ്ട്. ഫാസിസത്തിലും നാസിസത്തിലും അത് കണ്ടത് സാമ്രാജ്യത്വത്തിന്റെ തീവ്രരൂപ മാണ്. അതിനെതിരെയാണ് ഇന്ത്യൻ ജനത പോരാടിവരുന്നത്. അതിനാൽ ജർമ്മനിയിലെ നാസിഗവൺമെന്റ് പോളണ്ടിൽ നട ത്തിയ ഏറ്റവും ഒടുവിലത്തെ കടന്നാക്രമണത്തെ പ്രവർത്തക സമിതി സംശയമന്യേ അധിക്ഷേപിക്കണം; അതിനെ ചെറുക്കു ന്നവരോട് അനുഭാവം പ്രകടിപ്പിക്കുകയും വേണം.

ആ പ്രമേയം ഇങ്ങനെ തുടർന്നു: "ഇന്നത്തെ യൂറോപ്യൻ യുദ്ധം വേഴ്സെയ്ൽസ് സന്ധിയുടെയും അതുണ്ടാക്കിയവരുടെയും തികഞ്ഞ പരാജയം വിളിച്ചോതുന്നു. അവർ വാഗ്ദത്തം ലംഘിച്ച് തോല്പിക്കപ്പെട്ട രാഷ്ട്രങ്ങളുടെമേൽ സാമ്രാജ്യത്വ സമാധാനം അടിച്ചേല്പിച്ചു. ആ സന്ധി യിലെ ആശാവഹമായ ഏക ഫലമായ ലീഗ് ഓഫ് നേഷൻസിനെ അതിന്റെ തലതൊട്ടപ്പന്മാർ തന്നെ ആദ്യം മുതലേ ശ്വാസം മുട്ടിച്ചു, പിന്നീട് കൊന്നു.

"പ്രത്യക്ഷത്തിൽ ആത്മാർത്ഥമായ വിശ്വാസപ്രഖ്യാപനത്തെ തികച്ചും നാണംകെട്ട രീതിയിൽ വഞ്ചിക്കാമെന്ന് പിന്നീടുള്ള ചരിത്രം വീണ്ടും കാണിച്ചുതന്നു. മഞ്ചൂറിയയിൽ ബ്രിട്ടീഷ് ഗവൺമെന്റ് കടന്നാ ക്രമണത്തിന് ചൂട്ടുപിടിച്ചു. അബിസിനിയയിലെ ആക്രമണത്തിന് അവർ സമ്മതം മൂളി. ചെക്കസ്ലോവാക്യയിലും സ്പെയിനിലും ജനാധിപത്യം ആപത്തിലായിരുന്നു. അതിനെ ബോധപൂർവ്വം വഞ്ചിച്ചു. കൂട്ടായ പ്രതി രോധത്തിൽ ആദ്യം ഉറച്ച വിശ്വാസം പ്രഖ്യാപിച്ച ശക്തികൾതന്നെ പിന്നീട് അതിന് തുരങ്കംവെച്ചു.

"ഇന്ത്യൻ ജനാധിപത്യത്തിന്റെ താല്പര്യങ്ങളും ബ്രിട്ടീഷ് ജനാധി പത്യത്തിന്റേയോ മറ്റേതെങ്കിലും ലോകരാഷ്ട്രത്തിലെ ജനാധിപത്യത്തി ന്റേയോ താല്പര്യങ്ങളുമായി വൈരുദ്ധ്യമില്ലെന്ന് കമ്മിറ്റിക്ക് ബോദ്ധ്യ മായിട്ടുണ്ട്. എന്നാൽ ഇന്ത്യയിലെ, മറ്റ് ഏത് രാജ്യത്തെയും ജനാധിപ ത്യവും സാമ്രാജ്യത്വവും ഫാസിസവും തമ്മിൽ സഹജവും ഒഴിവാക്കാ നാവാത്തതുമായ വൈരുദ്ധ്യമുണ്ട്."

"സാമ്രാജ്യത്വത്തെയും ഫാസിസത്തെയും കഴിഞ്ഞ കാലത്തും ഇന്നും അവയോടൊത്തുള്ള കടന്നാക്രമണവും അവസാനിപ്പിക്കലാണ് ജനാധിപത്യത്തിന്റെ യഥാർത്ഥ അളവുകോൽ. സാമ്രാജ്യത്വരീതിയിൽ നടത്തപ്പെടുന്നതും ഇന്ത്യയിലും മറ്റിടങ്ങളിലും സാമ്രാജ്യത്വത്തെ അര ക്കിട്ടുറപ്പിക്കാൻ ഉദ്ദേശിച്ചുള്ളതുമായ ഒരു യുദ്ധവുമായി കമ്മിറ്റിക്ക് ബന്ധ പ്പെടാനോ അതിന് എന്തെങ്കിലും സഹനസഹകരണം നല്കാനോ കഴി യില്ല."

കോൺഗ്രസ് പ്രവർത്തകസമിതി 1939 നവംബർ 22 ന് അംഗീക രിച്ച പ്രമേയം ഇക്കാര്യം അസന്ദിഗ്ദ്ധമായി പറഞ്ഞു: "യുദ്ധഗതിയും

ബ്രിട്ടീഷ്-ഫ്രഞ്ച് ഗവൺമെന്റുകൾ പിന്തുടരുന്ന നയവും പ്രത്യേകിച്ച് ഇന്ത്യയെക്കുറിച്ച് ബ്രിട്ടീഷ് ഗവൺമെന്റിന്റെ പേരിൽ നടത്തപ്പെട്ട പ്രഖ്യാപനങ്ങൾ, ഈ യുദ്ധവും 1914–18 കാലത്തെ ലോകയുദ്ധംപോലെ സാമ്രാജ്യത്വലക്ഷ്യങ്ങൾക്ക് വേണ്ടിയാണ് നടത്തപ്പെടുന്നതെന്നും ബ്രിട്ടീഷ് സാമ്രാജ്യത്വം ഇന്ത്യയിൽ ഉറച്ചു നില്ക്കാനാണ് പോകുന്നതെന്നും വ്യക്തമാക്കുന്നു. അങ്ങനെയൊരു യുദ്ധവും നയവുമായി കോൺഗ്രസിന് ബന്ധപ്പെടാനാവില്ല. ഈ ലാക്കോടെ ഇന്ത്യയുടെ വിഭവങ്ങൾ ചൂഷണംചെയ്യുന്നതിനെ അതിന് സഹിക്കാനാവില്ല."

സംഗതികൾ ആകാവുന്നിടത്തോളം വ്യക്തമായും അറുത്തുമുറിച്ചും പറഞ്ഞിരിക്കുന്നു. പിന്നെ ഇന്ത്യൻ കമ്യൂണിസ്റ്റ് പാർട്ടിയും ഇന്ത്യൻ നാഷണൽ കോൺഗ്രസും തമ്മിലുള്ള വ്യത്യാസം എവിടെയാണ്? ആർ ആരെ എങ്ങനെ വഞ്ചിച്ചു എന്ന ചോദ്യം ഇവിടെത്തന്നെ ഉത്ഭവിക്കുന്നു. കോൺഗ്രസ് 1942 ആഗസ്ത് 9 ന് പ്രഖ്യാപിച്ച 'പ്രവർത്തിക്കുക അല്ലെങ്കിൽ മരിക്കുക' പോരാട്ടത്തെ കമ്യൂണിസ്റ്റുകാർ 'വഞ്ചിച്ചു' എന്ന് ആരോപിക്കുന്ന ഷൂരി രണ്ടാം ലോകയുദ്ധത്തിന്റെ മേല്പറഞ്ഞ ഘട്ടത്തെ കുറിച്ച് മൗനം പാലിക്കുന്നത് എന്തുകൊണ്ടാണ്?

കോൺഗ്രസ് പ്രവർത്തകസമിതിയിലെ രാഷ്ട്രീയ സിംഹങ്ങൾ യുദ്ധത്തിന്റെയും അക്രമത്തിന്റെയും വിപത്തിനെതിരായി പോരാടുമെന്ന പാവന പ്രതിജ്ഞയോടെ സാമ്രാജ്യത്വത്തിനും നാസിസത്തിനും ഫാസിസത്തിനും എതിരായി പ്രമേയങ്ങൾ പാസാക്കുന്നതിൽക്കവിഞ്ഞ് 1939 സെപ്തംബറിനും 1942 ആഗസ്തിനും ഇടയ്ക്കുള്ള മൂന്ന് കൊല്ലക്കാലത്ത് ചെയ്തതെന്താണ്? ഈ നീണ്ട മൂന്നു കാലത്തിനിടയ്ക്ക് "ഇന്ത്യവിടുക," "അന്ത്യം വരെ സമരം," "പ്രവർത്തിക്കുക അല്ലെങ്കിൽ മരിക്കുക" എന്നീ മുദ്രാവാക്യങ്ങൾ ഉയർത്തുന്നതിൽനിന്ന് കോൺഗ്രസ് നേതാക്കളെ തടഞ്ഞതെന്താണ്? നൂറു കണക്കിന് കമ്യൂണിസ്റ്റ് നേതാക്കളെയും പ്രവർത്തകരെയും വിവേചനമില്ലാതെ അറസ്റ്റ് ചെയ്ത് തടങ്കലിൽവെക്കുകയും ഒളിവുജീവിതത്തിന്റെ കാഠിന്യങ്ങളും പ്രയാസങ്ങളും നേരിട്ടുകൊണ്ട് പ്രവർത്തിക്കാൻ ദേശീയ പ്രസ്ഥാനത്തിലെ ഒരു പ്രധാന ഘടകത്തെ നിർബ്ബന്ധിതമാക്കുകയും ചെയ്തതിന് ബ്രിട്ടീഷുകാരെ തുറന്നാക്ഷേപിക്കാൻ ഗാന്ധി മുതൽ നെഹ്റുവും പട്ടേലുംവരെയുള്ള ഉന്നത കോൺഗ്രസ് നേതാക്കൾക്ക് കഴിയാതിരുന്നത് എന്തുകൊണ്ടാണ്.

മുതലാളിമാരുടെയും തൊഴിലാളികളുടെയും രാഷ്ട്രീയനേതാക്കൾക്ക് - കോൺഗ്രസുകാർക്കും കമ്യൂണിസ്റ്റുകാർക്കും യുദ്ധത്തെക്കുറിച്ചും ബ്രിട്ടന്റെ സാമ്രാജ്യത്വ യുദ്ധശ്രമങ്ങളെ ചെറുക്കുന്നതിനുള്ള സമരത്തിന്റെ അടവുകളും രൂപങ്ങളും സംബന്ധിച്ചും ബഹുജനാടിസ്ഥാനത്തിൽ ഉശിരൻ സാമ്രാജ്യവിരുദ്ധസമരം നടത്തുന്നത് സംബന്ധിച്ചും വ്യത്യസ്ത ധാരണകളാണ് ഉണ്ടായിരുന്നത്.

യുദ്ധം തുടങ്ങിയത് സാമ്രാജ്യത്വ യുദ്ധമായിട്ടാണെന്നും രണ്ട് സാമ്രാജ്യസംഘങ്ങൾ പരസ്പരം ഏറ്റുമുട്ടുകയാണെന്നും കോൺഗ്രസും കമ്യൂണിസ്റ്റ്പാർട്ടിയും അർത്ഥശങ്കയ്ക്കിടനല്കാത്ത വിധം പറഞ്ഞു. എന്നാൽ

സാമ്രാജ്യത്വത്തെ ചെറുക്കുകയും അതിനോട് പോരാടുകയും സംബന്ധിച്ച പ്രായോഗിക പ്രശ്നം വന്നപ്പോൾ യുദ്ധസ്ഥിതിയെക്കുറിച്ച് ഭിന്നമായ രണ്ട് വിലയിരുത്തലും രണ്ട് വ്യത്യസ്ത അടവുകളും രണ്ട് മൗലികവർഗ്ഗ വീക്ഷണങ്ങളുടെ അടിസ്ഥാനത്തിൽ ഉയർന്നുവന്നു.

"സാമ്രാജ്യത്വയുദ്ധത്തെ ബ്രിട്ടീഷ് സാമ്രാജ്യത്തിനെതിരായ ദേശീയ വിമോചന യുദ്ധമാക്കി മാറ്റുക" എന്ന മുദ്രാവാക്യം കമ്മ്യൂണിസ്റ്റുകാർ ഉന്നയിച്ചു. മറിച്ച് ഇന്ത്യൻ നാഷണൽ കോൺഗ്രസ് നേതാക്കൾ സാമ്രാജ്യവാദികളുടെ 'മനംമാറ്റ'ത്തിനുവേണ്ടി ശ്രമിക്കുകയായിരുന്നു. ഇന്ത്യക്ക് സ്വാതന്ത്ര്യം പ്രഖ്യാപിക്കാൻ ബ്രിട്ടീഷുകാരോട് അവർ വീണ്ടും വീണ്ടും അപേക്ഷിക്കുകയായിരുന്നു. യുദ്ധത്തിനിടയ്ക്ക് ലണ്ടനിലും പാരീസിനും അവിടങ്ങളിലെ ചരിത്രസ്മാരകങ്ങൾക്കും ഉണ്ടാകുന്ന നാശങ്ങളിൽ 'ഖേദം' പ്രകടിപ്പിച്ചുകൊണ്ട് അവർ ബ്രിട്ടീഷ് വൈസ്രോയിക്കും സിൽബന്തികൾക്കും കത്തെഴുതി.

ഗാന്ധി 1939 സെപ്തംബർ ആദ്യവാരത്തിൽ വൈസ്രോയി ലിൻലിത്ഗൊ പ്രഭുവിനെ കണ്ടശേഷം സിംലയിൽ സെപ്തംബർ 5 ന് നീണ്ട പത്രപ്രസ്താവന ചെയ്തു. അതിൽ അദ്ദേഹം ഇങ്ങനെ പറഞ്ഞു:

> കോൺഗ്രസിന്റെ നിലപാടുമായി തട്ടിച്ചുകൊണ്ട് എന്റെ നിലപാട് തികച്ചും വ്യക്തമാക്കിയശേഷം, തികച്ചും മാനുഷികമായ വീക്ഷണകോണത്തിൽനിന്ന് എന്റെ അനുഭാവം ഇംഗ്ലണ്ടിനോടും ഫ്രാൻസിനോടുമാണെന്ന് ഞാൻ പ്രഭുവിനോട് പറഞ്ഞു. പിടിച്ചടക്കാൻ ആവാത്തതെന്ന് ഇതേവരെ കരുതിയിരുന്ന ലണ്ടൻ നശിപ്പിക്കപ്പെടുന്നതിനെക്കുറിച്ച് അത്യഗാധമായ വികാരത്തോടെയല്ലാതെ എനിക്ക് ചിന്തിക്കാനാവില്ലെന്ന് ഞാൻ അദ്ദേഹത്തോട് പറഞ്ഞു. പാർലമെന്റ് മന്ദിരങ്ങൾക്കും വെസ്റ്റ് മിനിസ്റ്റർ ആബിക്കും ഉണ്ടാകാവുന്ന നാശങ്ങളെക്കുറിച്ച് പറഞ്ഞുകൊണ്ടിരിക്കെ ഞാൻ വിങ്ങിപ്പൊട്ടി, ഞാനാകെ ശോകാകുലനായി, ഇത്തരം സംഭവങ്ങൾ ഇനിയും ഉണ്ടാകാൻ അനുവദിക്കുന്നതിനെച്ചൊല്ലി എന്റെ മനസ്സിന്റെ അഗാധതയിൽ ഞാൻ ദൈവവുമായി നിരന്തരം സമരത്തിലാണ്.

ഹിറ്റ്ലറെയും അദ്ദേഹത്തിന്റെ നശീകരണ ചിന്താഗതിയെയും കുറിച്ച് ഗാന്ധി എഴുതി: "അതിനാൽ ഞാനിപ്പോൾ ചിന്തിക്കുന്നത് ഇന്ത്യയുടെ മോചനത്തെക്കുറിച്ചല്ല. അതുവരും. ഇംഗ്ലണ്ടും ഫ്രാൻസും വീണാൽ, അല്ലെങ്കിൽ വമ്പിച്ച നാശവും അപമാനവും നേരിട്ടാണ് അവ ജർമ്മനിയുടെമേൽ വിജയം നേടുന്നതെങ്കിൽ, പിന്നെ ആ മോചനംകൊണ്ട് എന്തു പ്രയോജനം?" (ഊന്നൽ കൂട്ടിച്ചേർത്തത്)

ഇംഗ്ലീഷ് നഗരങ്ങളെക്കുറിച്ചേ ഗാന്ധിക്ക് ഉൽക്കണ്ഠയുള്ളൂ. ജർമ്മൻ നഗരങ്ങളെക്കുറിച്ച് അതില്ല എന്നുപറഞ്ഞ് ഒരാൾ പ്രകടിപ്പിച്ച 'ആത്മീയ പ്രതിഷേധ'ത്തോട് പ്രതികരിച്ചുകൊണ്ട് 1939 സെപ്തംബർ 16 ന്റെ *ഹരി*

ജനിൽ "അനുഭാവത്തിന്റെ ഉറവിടങ്ങൾ" എന്ന തലക്കെട്ടിൽ മഹാത്മാ ഗാന്ധി എഴുതി:

> **ജർമ്മനിയിലെ യശഃസ്തംഭങ്ങൾക്കുണ്ടാകാവുന്ന നാശത്തെക്കുറിച്ചുള്ള ചിന്തയും എന്നെ പിടിച്ചുകുലുക്കേണ്ടതാണ്. ഹിറ്റ്ലർക്ക് എന്റെ അനുകമ്പ ആവശ്യമുണ്ട്. ഇന്നത്തെ സ്ഥിതിഗതികളെ വിലയിരുത്തുന്നതിൽ കഴിഞ്ഞ കാലത്ത് ഇംഗ്ലണ്ട് ചെയ്ത തെറ്റുകളും ജർമ്മനി ചെയ്ത നല്ല കാര്യങ്ങളും അപ്രസക്തമാണ്. ശരിയായോ, തെറ്റായോ, മറ്റ് ശക്തികൾ ഇതുപോലുള്ള പരിതഃസ്ഥിതിയിൽ മുമ്പ് എന്തുചെയ്തു എന്ന് കണക്കിലെടുക്കാതെ, യുദ്ധത്തിന് ഉത്തരവാദി ഹിറ്റ്ലറാണെന്ന നിഗമനത്തിൽ ഞാൻ എത്തിയിരിക്കുന്നു.**

സാമ്രാജ്യത്വയുദ്ധം സൃഷ്ടിച്ച സാഹചര്യം ബ്രിട്ടീഷ് സാമ്രാജ്യത്വത്തെ അടിക്കാനും മാതൃഭൂമിയെ മോചിപ്പിക്കാനുമുള്ള ഏറ്റവും വലിയ അവസരമാണെന്ന് ഇന്ത്യൻ കമ്യൂണിസ്റ്റുകാർ കണ്ടു. നേരെ മറിച്ചായിരുന്നു. ബൂർഷ്വാ ദേശീയവാദികളുടെ നിലപാട്. രണ്ടു വിഭിന്ന പ്രതികരണങ്ങളും വീക്ഷണങ്ങളും അതിൽ കാണാമായിരുന്നു. അവ വന്നത് രണ്ടു വ്യത്യസ്ത വർഗ്ഗ നിലപാടുകളിൽ നിന്നാണ്. സാമ്രാജ്യയുദ്ധത്തോടുള്ള പരസ്പരവിരുദ്ധമായ രണ്ട് രാഷ്ട്രീയ അടവുനയങ്ങളിൽനിന്ന് കോൺഗ്രസ് നേതാക്കൾതന്നെ സാമ്രാജ്യയുദ്ധത്തെ ചിത്രീകരിച്ചത് രണ്ടു വിഭാഗം 'സാമ്രാജ്യത്വ കൊള്ളക്കാർ' പരസ്പരം കഴുത്തിൽ കത്തിവെക്കുന്നു എന്ന് പറഞ്ഞായിരുന്നല്ലോ.

വാക്കും പ്രവൃത്തിയും തമ്മിലുള്ള അന്തരം

ബ്രിട്ടൻ ഇന്ത്യ വിടണമെന്ന് ആവശ്യപ്പെട്ടുകൊണ്ട് ഫലപ്രദമായ ഒരു പ്രത്യക്ഷസമരവും സംഘടിപ്പിക്കുന്നതിൽ കോൺഗ്രസ് നേതൃത്വം വിശേഷിച്ച് മഹാത്മാഗാന്ധി മൂന്നുകൊല്ലം വിമുഖനായിരുന്നു. ബ്രിട്ടീഷ് സാമ്രാജ്യവുമായി അനുരഞ്ജനം വേണമെന്ന് വാദിച്ചുകൊണ്ട് ബ്രിട്ടീഷ് വൈസ്രോയിമാരോട് അഭ്യർത്ഥന നടത്തുന്നതിലാണ് അവർ താല്പര്യം കാണിച്ചത്.

ഞങ്ങൾ കമ്യൂണിസ്റ്റുകാർ കോൺഗ്രസിന്റെ ഈ അടവിനോട് യോജിച്ചില്ല. അത് പരിഷ്കരണവാദപരവും കാലവിളംബം വരുത്തുന്നതും കീഴടങ്ങൽ മനോഭാവത്തോടെയുള്ളതും ആണെന്ന് ഞങ്ങൾ പറഞ്ഞു. ഞങ്ങളുടെ പ്രസിദ്ധീകരണങ്ങളിലൂടെയും ഞങ്ങളുടെ ബഹുജനസ്വാധീനം ഉപയോഗിച്ചും ഇന്ത്യൻ ജനതയുടെ താല്പര്യങ്ങൾക്ക് വിരുദ്ധമായ ഈ നിലപാടിനെ തുറന്നുകാട്ടി. കാരണം, സാമ്രാജ്യത്വഭരണാധികാരികളുമായുള്ള ഒത്തുതീർപ്പിലൂടെ അവരിൽനിന്ന് സ്വാതന്ത്ര്യം നേടാം എന്നതാണ് അവരുടെ നിലപാടിന് അടിസ്ഥാനം.

സോവിയറ്റ് യൂണിയൻ യുദ്ധത്തിൽ പങ്കാളിയാവുകയും സോവിയറ്റ് യൂണിയനും ബ്രിട്ടനും അമേരിക്കയും അവരുടെ മറ്റ് സഖ്യശക്തികളും ഫാസിസ്റ്റുവിരുദ്ധ കൂട്ടുകെട്ടുണ്ടാക്കുകയും ചെയ്തതോടെ, കമ്യൂണിസ്റ്റുകാർ രാഷ്ട്രീയ അടവുനയത്തിൽ മാറ്റം നിർദ്ദേശിച്ചപ്പോൾ കോൺഗ്രസ് നേതാക്കളും മറ്റ് കടുത്ത കമ്യൂണിസ്റ്റ് വിരോധികളും കമ്യൂണിസ്റ്റുകാരെപ്പറ്റി അപവാദപ്രചാരണം അഴിച്ചുവിട്ടു.

നമ്മുടെ രാഷ്ട്രീയ അടവുനയത്തിൽ മാറ്റം ആവശ്യമാക്കിയത് എന്താണ്? സോവിയറ്റ് യൂണിയൻ ഫാസിസ്റ്റ് വിരുദ്ധ കൂട്ടുകെട്ടിൽ പ്രവേശിച്ചത് മാത്രമല്ല യുദ്ധപരിതഃസ്ഥിതിയിൽ മാറ്റം വരുത്തിയത്. ഈ പരിതഃസ്ഥിതിയിൽ ഈ ഘടകം നിർണ്ണായകമാണെങ്കിലും മദ്ധ്യ-കിഴക്കൻ യൂറോപ്പിനെ ഫാസിസം ഒരു കൊല്ലത്തിനകം വെട്ടിപ്പിടിച്ചുകഴിഞ്ഞിരുന്നു; നാസി ജർമ്മനിയുദ്ധം ആരംഭിച്ച് ഒൻപതുമാസത്തിനകം 1940 ജൂണോടെ, ഫ്രഞ്ചുകാർ കീഴടങ്ങി; ബ്രിട്ടൻ ഉപരോധത്തിനും നാസി വിമാനസേനയുടെ കടുത്ത ബോംബിടലിനും വിധേയമായിരുന്നു. 1941 ഡിസംബറിൽ ജാപ്പനീസ് ഫാസിസം പേൾ ഹാർബർ ആക്രമിച്ച് അമേരിക്കയുടെ ഗർവ്വടക്കി. തെക്കുകിഴക്കേഷ്യൻ രാജ്യങ്ങളെ ആക്രമിക്കൽ, റോമലിന്റെ (ജർമ്മൻ) പടയുടെ ആഫ്രിക്കൻ വൻകരയിലേക്കുള്ള കടന്നുകയറ്റം, ലോകമാകെ കീഴടക്കാനുള്ള ഫാസിസ്റ്റ് ശക്തികളുടെ പുറപ്പാട്, 1941 ജൂണിൽ നാസിപ്പട സോവിയറ്റ് യൂണിയൻ ആക്രമിച്ചത് – ഇതെല്ലാം കൂടി യുദ്ധസ്വഭാവത്തിലും ലോകരാഷ്ട്രങ്ങൾക്കും ജനതകൾക്കും അതുകൊണ്ടുള്ള പ്രത്യാഘാതങ്ങളിലും മൗലികമായ മാറ്റം വരുത്തി.

ഫാസിസ്റ്റ് ജർമ്മനിയും ബ്രിട്ടന്റെ നേതൃത്വത്തിലുള്ള പാശ്ചാത്യ സാമ്രാജ്യശക്തികളും തമ്മിലുള്ള യുദ്ധമായി ആദ്യം ആരംഭിച്ചത് ലോകത്തിൽ അടിമത്തത്തിൻകീഴിലുള്ള എല്ലാ ജനതകളും ജർമ്മനിയും ഇറ്റലിയും ജപ്പാനും അടങ്ങുന്ന ഫാസിസ്റ്റ് അച്ചുതണ്ടിന് എതിരായ യുദ്ധമായി, ഫാസിസ്റ്റ് വിരുദ്ധ ജനകീയ വിമോചനയുദ്ധമായി മാറി; ബ്രിട്ടനും ഗർവ്വടങ്ങിയ മറ്റ് മുതലാളിത്ത സഖ്യശക്തികളും ഫാസിസ്റ്റു വിരുദ്ധ പാളയത്തിൽ ചേരാൻ നിർബ്ബന്ധിതമായെന്നത് ശരിതന്നെ – 1941 ലെ രണ്ടാം പാദം മുതൽ യുദ്ധത്തെക്കുറിച്ചുള്ള മാർക്സിസ്റ്റ് ധാരണ ഇതായിരുന്നു; ഇപ്പോഴും ഇതാണ്. ലോകസ്ഥിതി വീണ്ടും വിലയിരുത്തി അടവുകൾ ആവിഷ്കരിക്കാൻ നമ്മൾ ഏതാണ്ട് ഒമ്പതുമാസമെടുത്തു എന്നത് നേരാണ്.

നാസിസത്തെയും ഫാസിസത്തെയും ചീത്തയുടെ മൂർത്തീകരണമായിട്ടും യുദ്ധം കുത്തിപ്പൊക്കുന്നവരായിട്ടും അധിക്ഷേപിച്ച ഇന്ത്യൻ നാഷണൽ കോൺഗ്രസ്, 'തങ്ങൾ ഇന്ത്യയുടെ മോചനത്തെക്കുറിച്ചല്ല ഇപ്പോൾ ചിന്തിക്കുന്നത്' എന്ന് അതിന്റെ നേതാക്കൾ 1939 സെപ്തംബറിലും ഒക്ടോബറിലും ഉറപ്പിച്ചുപറഞ്ഞിട്ടും, ഫാസിസ്റ്റ് ഭീഷണി പതിന്മടങ്ങ് വർദ്ധിച്ച 1942 ആഗസ്തിൽ എന്തുകൊണ്ടാണ് "പ്രവർത്തിക്കുക അല്ലെങ്കിൽ മരിക്കുക" എന്ന ആഹ്വാനം നല്കിയത്? ഈ പ്രശ്നം ഏതൊരു ഇന്ത്യാചരിത്രവിദ്യാർത്ഥിയും ഗൗരവമായി വിശകലനം ചെയ്യേണ്ടതുണ്ട്.

ഫാസിസത്തെയും നാസിസത്തെയുംകുറിച്ച് 1939 സെപ്തംബർ 14 ന് കോൺഗ്രസ് പ്രവർത്തകസമിതിയുടെ മാനിഫെസ്റ്റോയിൽ പറഞ്ഞിട്ടുള്ള ഒരു ഭാഗം ഞങ്ങൾ ഇതിനുമുമ്പ് ഉദ്ധരിച്ചിട്ടുണ്ട്.

അതിങ്ങനെ തുടർന്നു: "സാമ്രാജ്യത്വത്തെയും ഫാസിസത്തെയും കഴിഞ്ഞകാലത്തും ഇപ്പോഴും അവയുടെ സന്തതസഹചാരിയായ ആക്രമണത്തെയും അവസാനിപ്പിക്കലാണ് ജനാധിപത്യത്തിന്റെ യഥാർത്ഥ ലക്ഷ്യം. ആ അടിസ്ഥാനത്തിലെ പുതിയൊരു ക്രമം കെട്ടിപ്പടുക്കാനാവൂ. ആ പുതിയ ലോകക്രമത്തിനുവേണ്ടിയുള്ള സമരത്തെ ഏത് തരത്തിലും സഹായിക്കാൻ കമ്മിറ്റിക്ക് താല്പര്യവും ആഗ്രഹവുമുണ്ട്. എന്നാൽ, സാമ്രാജ്യത്വരീതിയിൽ നടത്തിവരുന്നതും സാമ്രാജ്യത്വത്തെ ഇവിടെയും മറ്റിടങ്ങളിലും അരക്കിട്ടുറപ്പിക്കാൻ ഉദ്ദേശിച്ചുകൊണ്ടുള്ളതുമായ യുദ്ധവുമായി സഹകരിക്കാനോ അതിന് എന്തെങ്കിലും സഹായം നല്കാനോ കമ്മിറ്റി തയ്യാറല്ല."

ബ്രിട്ടന്റെ സാമ്രാജ്യയുദ്ധശ്രമത്തോടുള്ള കോൺഗ്രസിന്റെ എതിർപ്പ് വൈസ്രോയിയും സിൽബന്ധികളുമായുള്ള ഏതാണ്ടൊരു വാഗ്വാദമായി കലാശിക്കുകയാണ് ചെയ്തത്. മഹാത്മാഗാന്ധിയും വൈസ്രോയിയും തമ്മിലുള്ള കത്തിടപാട് അദ്ദേഹത്തിന്റെ സമാഹൃത കൃതികളിൽ രണ്ടു വാല്യം തന്നെയുണ്ട്. എന്നാൽ 1942 ആഗസ്ത് 6 ന് "ഇന്ത്യ വിടുക" പ്രമേയം പാസാക്കുന്നതുവരെയുള്ള മൂന്നുകൊല്ലക്കാലം ബ്രിട്ടന്റെ യുദ്ധശ്രമങ്ങളോട് നിസ്സഹകരിക്കുമെന്ന പ്രഖ്യാപനം പ്രാവർത്തികമാക്കാൻ കോൺഗ്രസ് നേതൃത്വം ഫലപ്രദമായി ഒന്നും ചെയ്തില്ല.

എന്തുകൊണ്ടാണ് കോൺഗ്രസ് പ്രവർത്തകസമിതിക്ക് ഇക്കാര്യത്തിൽ കാലിടറിയത്. എന്നതിനെക്കുറിച്ച് അന്വേഷകഗവേഷകനായ ഷൂരിക്ക് ഒറ്റവാക്കുപോലും പറയാനില്ല. ബ്രിട്ടീഷ് വാഴ്ചയ്ക്കെതിരായ ഉശിരൻ ചെറുത്തുനില്പിന്റെ സജീവ വക്താക്കളെന്ന നിലയ്ക്ക് ആയിരക്കണക്കിന് പ്രവർത്തകരെ ജയിലിലേക്കോ ഒളിവിലേക്കോ അയക്കേണ്ടിവന്ന കമ്യൂണിസ്റ്റ് പാർട്ടിയെ അഭിനന്ദിക്കുന്ന ഒരു വാക്കുപോലും അദ്ദേഹം പറയുന്നുമില്ല.

1939-42 കാലത്ത് നിർജ്ജീവമായിരിക്കുകയും പെട്ടെന്ന് 1942 ൽ സമരാവേശം കൊള്ളുകയും ചെയ്ത കോൺഗ്രസ് അടവിനെക്കുറിച്ച് ഏറ്റവും അനുഭാവപൂർവ്വമായ വ്യാഖ്യാനം, യുദ്ധസ്ഥിതിയിൽ 1941-42 കാലത്ത് ഗുണപരമായി ഉണ്ടായ മാറ്റത്തെ അതിന്റെ നേതൃത്വത്തിന് മനസ്സിലാക്കാൻ കഴിഞ്ഞില്ല എന്നായിരിക്കും.

1939-42 കാലത്ത് കോൺഗ്രസ് നേതൃത്വത്തിന്റെ നിലപാട് സത്യസന്ധമായിരുന്നില്ല; 1942 ന് മുമ്പും ശേഷവുമുള്ള യുദ്ധത്തിന്റെ ഗതിയെയും സ്വഭാവത്തെയുംകുറിച്ചുള്ള കോൺഗ്രസ് പ്രവർത്തകസമിതിയുടെ ധാരണമൂലം ഫാസിസത്തിനും നാസിസത്തിനും ബ്രിട്ടീഷ് സാമ്രാജ്യത്വത്തിനും എതിരായ അതിന്റെ പോർവിളികൾ തികച്ചും അവസരവാദപരവും പരിഷ്കരണവാദപരവും ആയിരുന്നു; യുദ്ധകാലത്തെ രാഷ്ട്രീയ-അടവ് നയത്തെയാകെ ബ്രിട്ടീഷുകാരിൽനിന്നും ഇന്ത്യക്ക്

സ്വാതന്ത്ര്യം കിട്ടാനുള്ള വിലപേശലും അയക്കലും മുറുക്കലും ആയി പരിമിതപ്പെടുത്തി - ഇതാണ് ഞങ്ങളുടെ അഭിപ്രായം. “ഇന്ത്യ വിടുക,” “പ്രവർത്തിക്കുക അല്ലെങ്കിൽ മരിക്കുക,” “അന്ത്യംവരെ സമരം” എന്നീ അതിവിപ്ലവ മുദ്രാവാക്യങ്ങൾ, പ്രവർത്തിക്കാനുള്ള മുദ്രാവാക്യങ്ങളേക്കാൾ ഭീഷണിയായിരുന്നു. പ്രമേയം പത്രങ്ങൾക്കുകൊടുത്തു. നേതൃത്വമാകെ ആട്ടിൻപറ്റത്തെപ്പോലെ തടങ്കൽപാളയത്തിലേക്ക് ആട്ടിയോടിക്കപ്പെടാൻ നിന്നുകൊടുത്തു. ജനങ്ങളെ നേതൃത്വമില്ലാത്തവരാക്കുകയും ചെയ്തു.

പെട്ടെന്നുള്ള പ്രതിഷേധ പ്രകടനമുണ്ടാക്കി, കോൺഗ്രസ് പ്രവർത്തകർ ബ്രിട്ടീഷുകാരുടെ യുദ്ധശ്രമങ്ങളെ തടയാൻ കഴിവതു ചെയ്തു എന്നതൊക്കെ ശരിയാണ്. “ഇന്ത്യ വിടുക,” “പ്രവർത്തിക്കുക അല്ലെങ്കിൽ മരിക്കുക” സമരത്തിൽ പതിനായിരം പേർക്ക് ജീവഹാനിയുണ്ടായി. ആയിരക്കണക്കിനാളുകൾ ജയിലിൽ അടയ്ക്കപ്പെട്ടു എന്ന് അവകാശപ്പെടുന്നുണ്ട്. 1942-43 കാലത്തെ ഉശിരൻപ്രവർത്തകരുടെ ത്യാഗത്തെയോ ആവേശത്തെയോ ആരും ചോദ്യംചെയ്യാൻ മുതിരില്ല. അത്തരം പ്രവർത്തനങ്ങൾ ലോകഫാസിസത്തിനെതിരായ വിമോചനയുദ്ധലക്ഷ്യത്തിന് ഹാനികരമായിത്തീർന്നു എന്നാണ് ഞങ്ങളുടെ പക്ഷം.

എന്നാൽ 1942 ലെ സമരത്തിൽ എത്ര രക്തസാക്ഷികളുണ്ടായിരുന്നു എന്നല്ല തർക്കവിഷയം. രക്തസാക്ഷികളുടെ എണ്ണംകൊണ്ട് എന്തെങ്കിലും തീരുമാനിക്കാമെങ്കിൽ കമ്യൂണിസ്റ്റുകാരുടെ ത്യാഗത്തിന്റെ ഉജ്ജ്വലമായ ചരിത്രം ഉദ്ധരിച്ച് ഈ തർക്കം ഞങ്ങൾ അവസാനിപ്പിച്ചേനെ.

“പ്രവർത്തിക്കുക അല്ലെങ്കിൽ മരിക്കുക” സമരം ഒരു കൊല്ലത്തിനുള്ളിൽ ആറിത്തണുക്കാൻ വിട്ടു. അതിന്റെ എല്ലാ രാഷ്ട്രീയപ്രത്യാഘാതങ്ങളും ഉണ്ടായി. മഹാത്മാഗാന്ധി ബ്രിട്ടീഷ് പ്രധാനമന്ത്രി വിൻസ്റ്റൻ ചർച്ചിലും ടോട്ടൻഹാം, മാക്സ്വെൽ, അമറിപ്രഭു മുതലായ ഇന്ത്യാഗവൺമെന്റിന്റെ തലവന്മാരുമായി നടത്തിയ കത്തിടപാടുകളുടെ വലിപ്പം കൂടിവന്നു. മിക്ക കത്തുകളിലും ഇന്ത്യയുടെ സ്വാതന്ത്ര്യം പ്രഖ്യാപിക്കണമെന്ന ആവശ്യം ഔപചാരികമായി ആവർത്തിച്ചിട്ടുണ്ടെങ്കിലും ബ്രിട്ടീഷ് ഗവൺമെന്റിനോട് ഫലത്തിൽ കെഞ്ചുന്നതുപോലുള്ള നിരവധി പ്രസ്താവനകളും ഉണ്ട്.

രണ്ടുഘട്ടം രണ്ടുനയം

ഇന്ത്യക്ക് സ്വാതന്ത്ര്യം നല്കണം എന്ന് അഭ്യർത്ഥിക്കുന്ന കത്തുകൾ മഹാത്മാഗാന്ധി ബ്രിട്ടീഷ് ഗവൺമെന്റിന് എഴുതിയ 1939 സെപ്തംബർ മുതൽ 1942 ആഗസ്ത് വരെ മാത്രമായിരുന്നില്ല. അതിനുശേഷം 1944 വരെ ഗാന്ധിയെ തടങ്കലിൽവെച്ച ആഗാഖാൻ കൊട്ടാരത്തിൽ നിന്നുപോലും കത്തുകൾ അയച്ചുകൊണ്ടിരുന്നു. 1943 മെയ് 27 ന് ഗാന്ധി റിച്ചാർഡ് മാർക്സ് വെല്ലിന് എഴുതി: “ബഹുജനപ്രസ്ഥാനം തുടങ്ങാൻ നിർദ്ദേശിച്ച പ്രമേയത്തിൽ പറഞ്ഞതുപോലെ റഷ്യയും ചൈനയും അട

ക്കമുള്ള സഖ്യശക്തികളുടെ - കഴിഞ്ഞ ആഗസ്തിൽ അവ അത്യാപത്തിലായിരുന്നു; ഇന്നും അവ ആപത്തിൽനിന്ന് മുക്തമല്ല എന്നാണെന്റെ അഭിപ്രായം - താല്പര്യങ്ങൾക്കനുകൂലമായി അഖിലേന്ത്യാതലത്തിലുള്ള പ്രവർത്തനം ശക്തിപ്പെടുത്തുന്നതിനുവേണ്ടിയായിരുന്നു പ്രസ്ഥാനം തുടങ്ങിയത്" സഖ്യശക്തികൾക്കുള്ള ആപത്തായിരുന്നു മനസ്സിൽ ഉയർന്നുനിന്നിരുന്നതെങ്കിൽ, 1942 ആഗസ്തിലെ പ്രക്ഷോഭം 'സഖ്യശക്തികൾക്ക് അനുകൂലമായി അഖിലേന്ത്യാതലത്തിലുള്ള പ്രവർത്തനം ശക്തിപ്പെടുത്താനായിരുന്നു' തുടങ്ങിയതെങ്കിൽ, യുദ്ധശ്രമങ്ങളെയും അതിനുവേണ്ടിയുള്ള ഉല്പാദനത്തെയും തടയുന്നതിനെ കമ്യൂണിസ്റ്റുകാർ തത്ത്വാധിഷ്ഠിതമായി എതിർത്തത് എങ്ങനെ ഇന്ത്യൻ സ്വാതന്ത്ര്യപ്രസ്ഥാനത്തെ വഞ്ചിക്കലാവും? അവരുടെ പ്രവർത്തനത്തെ ഇന്ത്യൻ നാഷണൽ കോൺഗ്രസിനെതിരെ വിദേശസാമ്രാജ്യവാദികളുടെ കൂട്ടുകൂടലായി എങ്ങനെ വ്യാഖ്യാനിക്കാനാവും?

സാമുവൽ പ്രഭു ആരോപിച്ചു: "യുദ്ധാനുകൂല പ്രവർത്തനത്തിൽ നിന്ന് അവർ (കോൺഗ്രസുകാർ) മാറിനില്ക്കുക മാത്രമല്ല ചെയ്തത്. ബ്രിട്ടന്റെ യുദ്ധശ്രമത്തെ ആളുകളെക്കൊണ്ടോ പണം നല്കിയോ സഹായിക്കുന്നത് തെറ്റാണ്. കൊള്ളാവുന്ന ഏക പ്രവർത്തനം എല്ലാ യുദ്ധപ്രവർത്തനത്തെയും അഹിംസ ഉപയോഗിച്ച് എതിർക്കലാണ് എന്ന് കോൺഗ്രസ് ബോധപൂർവ്വം പ്രഖ്യാപിച്ചിരുന്നു."

സാമുവൽ പ്രഭുവിന്റെ ഈ ആരോപണത്തിന് മഹാത്മാഗാന്ധി 1943 മെയ് 15 ന് ആവേശപൂർവ്വം മറുപടി പറഞ്ഞു: "ബ്രിട്ടനിലെ ജനങ്ങളെ കല്പിതകഥകളുപയോഗിച്ച് എത്രമാത്രം തെറ്റിദ്ധരിപ്പിച്ചിരിക്കുന്നു എന്ന് ഈ ആരോപണം വ്യക്തമാക്കുന്നു. ഇന്ത്യാഗവൺമെന്റിന്റെ പ്രസിദ്ധീകരണങ്ങളിലെന്നപോലെ, വ്യത്യസ്തസന്ദർഭങ്ങളിൽനിന്ന് വാക്കുകൾ ഊരിയെടുത്ത് അവ ഒരേ സമയത്തോ സന്ദർഭത്തിലോ ചെയ്തതാണെന്ന പ്രതീതി വരുത്തത്തക്കവിധം കൂട്ടിച്ചേർക്കുന്നു." ദേശീയമോചനത്തിനായുള്ള സമരത്തിൽ അഹിംസാപരമായ ചെറുത്തുനില്പിലാണ്, എത്ര അപൂർണ്ണമായിട്ടാണെങ്കിലും, കോൺഗ്രസ്, ഉറച്ചു നില്ക്കുന്നത് എന്നു വാദിച്ചുകൊണ്ട് അദ്ദേഹം തറപ്പിച്ചുപറഞ്ഞു: "എന്നാൽ യുദ്ധശ്രമങ്ങളെ അഹിംസയിലൂടെ എതിർക്കുകയെന്ന നാട്യംപോലും ഉണ്ടായിട്ടില്ല. ആഗസ്ത് 8 നുശേഷമുണ്ടായ അസ്വാസ്ഥ്യങ്ങൾ കോൺഗ്രസിന്റെ ഭാഗത്തുനിന്നുള്ള ഒരു നടപടികൊണ്ടും ഉണ്ടായതല്ല. മനഃശാസ്ത്രപരമായി തീരെതെറ്റായ സമയത്ത് ഇന്ത്യയിലാകെയുള്ള കോൺഗ്രസ് നേതാക്കളെ അറസ്റ്റുചെയ്ത ഗവൺമെന്റിന്റെ പ്രകോപനപരമായ നടപടിമൂലം മാത്രമാണ് അവ ഉണ്ടായത്."

സാധാരണ ഭാഷയിൽ പറഞ്ഞാൽ, ഇതാണ് "ഒരേ തൊള്ളകൊണ്ട് രണ്ടുതരം വർത്തമാനം." ഫാസിസ്റ്റ് യുദ്ധവിപത്ത് വർദ്ധിച്ചിരിക്കുന്നു എന്ന് ഒരുവശത്ത് സമ്മതിക്കുക, മറുവശത്ത് ഫാസിസ്റ്റ് ഭീഷണിക്കെതിരായ യുദ്ധശ്രമം ഗൗരവമാംവിധം താറുമാറായി എന്നു സമ്മതിക്കുക. എന്തുകൊണ്ടാണ് അത് ഇങ്ങനെ തടസ്സപ്പെട്ടതും താറുമാറായതും?

ബ്രിട്ടന്റെ പ്രകോപനംമൂലം കോൺഗ്രസ് പ്രവർത്തകസമിതിയുടെ ആഗസ്ത് 8 ന്റെ പ്രമേയമോ അതിനെ കോൺഗ്രസ് പ്രവർത്തകരും ഇന്ത്യയിലെ സാധാരണക്കാരും മനസ്സിലാക്കിയതിലുള്ള തകരാറോ കൊണ്ടല്ല.

യുദ്ധത്തിന്റെ രണ്ടാംഘട്ടത്തെക്കുറിച്ച് ഗാന്ധിക്കുള്ള ധാരണ പി സി ജോഷിക്കുള്ള ഗാന്ധിയുടെ കത്ത് വെളിവാക്കുന്നു.

> എന്റെ ഒന്നാമത്തെ ചോദ്യത്തിനുള്ള നിങ്ങളുടെ മറുപടി നിങ്ങളോട് മറ്റൊരു ചോദ്യം ചോദിക്കാൻ പ്രേരിപ്പിക്കുന്നു. സഖ്യശക്തികളിലെ പ്രധാനികൾ യഥാർത്ഥ ജനാധിപത്യത്തോട് ആഭിമുഖ്യമുള്ളവരല്ലെങ്കിലും, യുദ്ധം അവസാനിക്കുമ്പോഴേക്ക് അവരുടെ പദ്ധതികളെല്ലാം കുഴപ്പത്തിലാവുമെന്നും യുദ്ധത്തിനുശേഷം ലോകമെങ്ങുമുള്ള ജനങ്ങൾ പെട്ടെന്ന് സ്വയം പ്രവർത്തിക്കുവാനുള്ള കരുത്ത് നേടി ഇന്നത്തെ സഖ്യകക്ഷിനേതാക്കളെ പുറത്താക്കുമെന്നും നിങ്ങൾ കരുതുന്നതായി ഞാൻ മനസ്സിലാക്കുന്നു. ഈ ജനങ്ങൾക്കിടയിൽ നമ്മളെയും മറ്റു ഏഷ്യക്കാരെയും നീഗ്രോകളെയും—ജപ്പാനിലെയും ജർമ്മനിയിലെയും തൊഴിലാളി വർഗ്ഗത്തെ വരെ – നിങ്ങൾ പെടുത്തിയിട്ടുള്ളതായി ഞാൻ കരുതുന്നു. ഇതാണ് നിങ്ങളുടെ ധാരണയെങ്കിൽ എനിക്കതിനോട് യോജിപ്പില്ല. എന്നാൽ എനിക്ക് ഇക്കാര്യത്തിൽ തുറന്ന മനസ്സാണുള്ളത്. ജനകീയയുദ്ധം എന്ന പേര് തീർത്തും തെറ്റിദ്ധാരണാജനകമാണെന്ന് ഇത്തരുണത്തിൽ പറയേണ്ടിയിരിക്കുന്നു. ഒരു ബഹുജനപാർട്ടിയെങ്കിലും ഇതിനെ ജനകീയയുദ്ധമായി കണക്കാക്കുന്നു എന്ന് അവകാശപ്പെടാൻ ഇന്ത്യാ ഗവൺമെന്റിന് ഇത് അവസരം കൊടുക്കും. റഷ്യ സഖ്യശക്തികളുമായി പരിമിതമായ തോതിൽ സഖ്യത്തിൽ ഏർപ്പെട്ടതുകൊണ്ട് മുമ്പ് നാസികൂട്ടുകെട്ടിനെതിരായ സാമ്രാജ്യത്വയുദ്ധമായിരുന്നതിനെ, ഭാവന എത്ര കാടുകയറിയാലും, ജനകീയയുദ്ധമായി കാണാൻ പറ്റില്ല എന്നാണ് എന്റെ പക്ഷം.
>
> ഈ വീക്ഷണം ഉള്ള ഞാൻ ഈ യുദ്ധം ലോകത്തെ രണ്ടു പാളയങ്ങളായി ഭാഗിച്ചിരിക്കുന്നു എന്ന നിങ്ങളുടെ വാദത്തിന് മറുപടി പറയുന്നത് അനാവശ്യമാണ്. ചെകുത്താനും പാറക്കൂട്ടത്തിനുമിടയിൽ ഞാൻ എങ്ങോട്ട് തുഴഞ്ഞാലും വഞ്ചി പൊളിയുകയേ ഉള്ളൂ. അതുകൊണ്ട് കൊടുങ്കാറ്റിന്റെ മദ്ധ്യത്തിൽ നിലകൊള്ളുകമാത്രമാണ് പോംവഴി. ഞാൻ ഒരു പോംവഴി നിർദ്ദേശിച്ചു. എന്നാൽ അധികാരികൾ ഇന്ത്യയുടെമേലുള്ള അവരുടെ പിടി അയക്കാൻ ഇഷ്ടപ്പെടാത്തതുകൊണ്ട് എന്റെ നിർദ്ദേശം തള്ളപ്പെട്ടു. നിങ്ങൾക്ക് ഈ കത്ത് എഴുതുന്നതിനിടയ്ക്ക് നിങ്ങളുടെ വാദം ഞാൻ വീണ്ടും വീണ്ടും വായിച്ചു. അതിലെ ഓരോ ഖണ്ഡികയും അസുഖമുണ്ടാക്കുന്നു. എന്നെ സംബന്ധിച്ചിട്ടത്തോളം അതിൽ

> യാഥാർത്ഥ്യബോധം ഇല്ല. നിങ്ങളുടെ പാർട്ടിക്കെതിരായ എന്റെ പക്ഷപാതം ഒന്നാമത്തെ ചോദ്യത്തിനുള്ള നിങ്ങളുടെ മറുപടി പരിശോധിക്കുന്നതിനെ സ്വാധീനിച്ചിട്ടില്ലെന്ന് വിശ്വസിച്ചാലും. (മഹാത്മാഗാന്ധി പി സി ജോഷിക്കയച്ച കത്ത് 1944 ജൂലൈ 30)

ഓർക്കുക, യുദ്ധത്തിന്റെ ആദ്യഘട്ടത്തിൽ, 1939 ൽ ഗാന്ധി എഴുതി: “ശരിയോ തെറ്റോ, മുമ്പ് ഇതുപോലുള്ള സന്ദർഭങ്ങളിൽ മറ്റ് ശക്തികൾ ചെയ്തത് എന്തായാലും ഈ യുദ്ധത്തിന് ഉത്തരവാദി ഹിറ്റ്ലറാണെന്ന നിഗമനത്തിൽ ഞാൻ എത്തിയിരിക്കുന്നു.”

വീണ്ടും 1939 സെപ്തംബർ 30 ന്റെ *ഹരിജനിൽ* ഗാന്ധി എഴുതി, അദ്ദേഹത്തിന്റെ മുഴുവൻ അനുഭാവവും സഖ്യശക്തികളോടാണെന്ന്, “എന്തായാലും ഈ യുദ്ധം പാശ്ചാത്യരാജ്യങ്ങൾ വളർത്തിയെടുത്ത ജനാധിപത്യവും ഹിറ്റ്ലർ പ്രതിനിധാനം ചെയ്യുന്ന സ്വേച്ഛാധിപത്യവും തമ്മിലുള്ള തർക്കം തീർക്കാനുള്ളതായി തീർന്നിരിക്കുന്നു.”

യുദ്ധത്തിന്റെ രണ്ടാം ഘട്ടത്തിൽ ഫാസിസ്റ്റ് അച്ചുതണ്ട് ശക്തികളുടെ വിജയകരമായ മുന്നേറ്റം അതിന്റെ ഉച്ചസ്ഥായിയിലെത്തിയ ഘട്ടത്തിൽ, കോൺഗ്രസ് പ്രവർത്തകസമിതിയുടെ ഏക വക്താവായ മഹാത്മാഗാന്ധി പറഞ്ഞത്, ഫാസിസവും സാമ്രാജ്യത്വവും തമ്മിൽ ഒരു വ്യത്യാസവും ഇല്ലെന്നാണ്. ഫാസിസം ലോകത്തെ കീഴടക്കുമെന്ന ഭീഷണി വർദ്ധിച്ചതായി അദ്ദേഹം കണ്ടില്ല. 1943 ജൂലൈ 14 ന് അദ്ദേഹം എഴുതി:

> എന്റെ നിലപാട് ഞാൻ ചുരുക്കിപ്പറയട്ടെ ഒരുകാര്യം എനിക്ക് ഉറപ്പാണ്. മഹത്തായ ഒരു രാഷ്ട്രത്തോടുള്ള - അത് ‘രാഷ്ട്രങ്ങളോ’ ‘ജനതകളോ’ അല്ല - അസ്വാഭാവികമായ ഈ ദണ്ഡനമസ്കാരം അവസാനിപ്പിച്ചാലെ സഖ്യശക്തികളുടെ വിജയം ഉറപ്പാക്കാൻ കഴിയൂ. ഫാസിസ്റ്റ്-നാസി ശക്തികളും സഖ്യശക്തികളും തമ്മിൽ ഞാനൊരു വ്യത്യാസവും കാണുന്നില്ല. എല്ലാവരും ചൂഷകരാണ്. തങ്ങളുടെ ലക്ഷ്യം നേടാൻ വേണ്ടിടത്തോളം നിർദ്ദയമായി അവരെല്ലാം പെരുമാറുന്നു. അമേരിക്കയും ബ്രിട്ടനും മഹത്തായ രാഷ്ട്രങ്ങളാണ്. എന്നാൽ ആഫ്രിക്കയിലെയോ ഏഷ്യയിലെയോ മൗനികളായ ജനതതിക്കു മുമ്പിൽ അവരുടെ മഹത്ത്വം പൊടിഞ്ഞു തകരുന്നു. ആ ജനതതിക്കു മാത്രമേ തെറ്റുതിരുത്താനുള്ള ശക്തിയുള്ളൂ. മലിനമായ സ്വന്തം കൈ കഴുകി വൃത്തിയാക്കുന്നതുവരെ ഈ വൻകിട രാഷ്ട്രങ്ങൾക്ക് മനുഷ്യസ്വാതന്ത്ര്യത്തെയും മറ്റും പറ്റി സംസാരിക്കാൻ ഒരവകാശവുമില്ല.
>
> ഒഴിവാക്കാനാവാത്ത ആ കഴുകലാണ് വിജയത്തിനുള്ള അവരുടെ സംശയാതീതമായ ഉറപ്പ്. കാരണം, അങ്ങനെ ചെയ്താൽ ഏഷ്യയിലെയും ആഫ്രിക്കയിലെയും മൗനികളായ ജനകോടികളുടെ പുറത്ത് പ്രകാശിപ്പിക്കാത്തതെങ്കിലും നിസ്സംശയമായ ശുഭാശം

> സകൾ അവർക്കുണ്ടാവും. അപ്പോൾ മാത്രമെ - അതുവരെയില്ല - അവർ പുതിയൊരു ക്രമത്തിനുവേണ്ടി പൊരുതാൻ തുടങ്ങുകയുള്ളൂ. ഇതാണ് യാഥാർത്ഥ്യം ബാക്കിയെല്ലാം ഊഹംമാത്രം. എങ്കിലും എന്റെ വിശ്വാസ്യതയുടെ നിദർശനമായിട്ടും എന്റെ നിർദ്ദേശം കൊണ്ട് എന്താണ് ഉദ്ദേശിക്കുന്നതെന്ന് മൂർത്തമായി വിശദമാക്കുന്നതിനുവേണ്ടിയും ഊഹാപോഹങ്ങളിൽ ഏർപ്പെടാൻ ഞാനും തയ്യാറായതാണ്.

കോൺഗ്രസ് പ്രവർത്തകസമിതി 1942 ഏപ്രിൽ 27 ന് നടത്തിയ ചർച്ചയിലെ താഴെപ്പറയുന്ന ഭാഗം അതിന്റെ അന്നത്തെ ചിന്താഗതിയും ലോകസംഭവങ്ങളെക്കുറിച്ചുള്ള വിലയിരുത്തലും വെളിവാക്കുന്നു. ദേശീയ പ്രതിരോധത്തിന്റെ ചുമതല ദേശീയ വിമോചനപ്രസ്ഥാനത്തിന്റെ പ്രതിനിധികൾക്ക് കൈമാറാൻ ബ്രിട്ടൻ കൂട്ടാക്കാതിരുന്നതിൽ പ്രതിഷേധിച്ചുകൊണ്ടവർ പറഞ്ഞു: ജപ്പാന്റെ ശണ്ഠ ഇന്ത്യയോടല്ല. അത് ബ്രിട്ടീഷ് സാമ്രാജ്യവുമായാണ് യുദ്ധത്തിൽ ഏർപ്പെട്ടിട്ടുള്ളത്. ഇന്ത്യയിലെ ജനപ്രതിനിധികളുടെ സമ്മതത്തോടെയല്ല ഇന്ത്യ യുദ്ധത്തിൽ പങ്കുകൊണ്ടത്, (1939 സെപ്തംബർ മുതൽ അന്നുവരെയുള്ള ഏതാണ്ട് മൂന്നാം കൊല്ലക്കാലം അതായിരുന്നു സ്ഥിതി-എം ബി) അത് തീർത്തും ഒരു ബ്രിട്ടീഷ് നടപടിയാണ്. ഇന്ത്യ സ്വതന്ത്രമായിരുന്നെങ്കിൽ അതിന്റെ ആദ്യനടപടി ജപ്പാനുമായി ഒത്തുതീർപ്പ് സംഭാഷണം നടത്തുക ആകാമായിരുന്നു.

പ്രവർത്തകസമിതി ചർച്ചയ്ക്കിടയിൽ ജവഹർലാൽ നെഹ്റു പറഞ്ഞു:

> ഇതുപോലൊരു കരട് പ്രമേയം അവരുടെ (ബ്രിട്ടീഷ് ഗവൺമെന്റിന്റെ) നിലപാടിനെ ദുർബ്ബലമാക്കുന്നു. അവർ ഇന്ത്യയെ ശത്രുരാജ്യമായി കണക്കാക്കും, അതിനെ തവിടുപൊടിയാക്കും. റംഗൂണിൽ ചെയ്തത് അവർ ഇവിടെയും ചെയ്യും.
>
> "നാം നിസ്സംഗമായി അച്ചുതണ്ട് ശക്തികളോട് ബന്ധപ്പെടുകയാണെന്ന് ലോകത്തെ ചിന്തിക്കാൻ അനിവാര്യമായി പ്രചരിപ്പിക്കുന്ന വിധത്തിലാണ് ഈ കരട് പ്രമേയത്തിന്റെ പശ്ചാത്തലമാകെ. ബ്രിട്ടീഷുകാരോട് പിൻവാങ്ങാൻ പറയുന്നു. അവരുടെ പിൻവാങ്ങലിനുശേഷം നമ്മൾ ജപ്പാനുമായി കൂടിയാലോചിക്കും എന്തെങ്കിലും ഒത്തുതീർപ്പിൽ എത്തിയെന്നുവരാം. സിവിൽ ഭരണത്തിൽ ഏറെയും നമ്മുടെ നിയന്ത്രണത്തിൽ, സൈനിക നിയന്ത്രണത്തിൽ ഒരുഭാഗം അവരുടെ വക. ഇന്ത്യയിലൂടെ അവരുടെ സൈന്യത്തെ നീക്കാനുള്ള അവകാശവും അതിൽപെടും.

ആ കോൺഗ്രസ് പ്രവർത്തക സമിതി കരടിൽ തുടർന്ന് ഇങ്ങനെ പറയുന്നു: "ഇന്ത്യക്ക് ജപ്പാനോടോ മറ്റേതെങ്കിലും രാഷ്ട്രത്തോടോ ഒരു ശത്രുതയുമില്ല എന്ന് ഈ കമ്മിറ്റി ജപ്പാനിലെ ഗവൺമെന്റിനെയും ജന

ങ്ങളെയും അറിയിക്കാൻ ആഗ്രഹിക്കുന്നു. വിദേശ മേധാവിത്തത്തിൽ നിന്നുള്ള മോചനം മാത്രമാണ് ഇന്ത്യ കാംക്ഷിക്കുന്നത്." അതിനാൽ ജപ്പാന് ഇന്ത്യക്കെതിരായി ഒരു ദുരുദ്ദേശ്യവും ഉണ്ടാവില്ലെന്ന് ഇന്ത്യ കരുതുന്നു.

എന്നാൽ ഇതേ കോൺഗ്രസ് പ്രവർത്തകസമിതി 1939 ൽ ഫാസിസത്തെ-ജർമ്മൻ, ഇറ്റാലിയൻ, ജാപ്പനീസ് എന്നീ അതിന്റെ രൂപങ്ങളെ-മാനവരാശിക്കുള്ള മഹാ ഭീഷണിയായിട്ടാണ് കണ്ടിരുന്നത് എന്ന് ഇതിനുമുമ്പ് ഉദ്ധരിച്ച അതിന്റെ പ്രസ്താവന (1939 സെപ്തംബർ 14) വ്യക്തമാക്കിയിട്ടുണ്ടല്ലോ.

തെറ്റ് ഏറ്റുപറയാത്തത് കോൺഗ്രസ്

ഇന്ത്യൻ നാഷണൽ കോൺഗ്രസിന്റെ നേതാവായി മഹാത്മാഗാന്ധി ബ്രിട്ടനോടും റഷ്യയോടും ചൈനയോടും ഫ്രാൻസിനോടും അനുഭാവം രേഖപ്പെടുത്തവെതന്നെ, ഫാസിസ്റ്റ് ആക്രമണകാരികൾ ബ്രിട്ടനിലെ പാർലമെന്റ് മന്ദിരം, വെസ്റ്റ് മിനിസ്റ്റർ ആബി മുതലായ ചരിത്രസ്മാരകങ്ങൾക്ക് വരുത്തിയേക്കാവുന്ന നാശത്തിൽ ഉൽക്കണ്ഠയും ഭീതിയും പ്രകടിപ്പിക്കവെതന്നെ, ജർമ്മൻ നാസിസത്തിന്റെയും ഇറ്റാലിയൻ ഫാസിസത്തിന്റെയും ജാപ്പനീസ് പട്ടാളവാഴ്ചയുടെയും വളർച്ചയെ അധിക്ഷേപിച്ചിരുന്നു. അതേ ശ്വാസത്തിൽത്തന്നെ അദ്ദേഹം ജർമ്മൻ-ഇറ്റലി-ജപ്പാൻ ഫാസിസ്റ്റ് അച്ചുതണ്ടിന്റെ കറുത്തശക്തികൾക്കെതിരായ യുദ്ധത്തെ ഫാസിസ്റ്റ് വിരുദ്ധ ലോകയുദ്ധം, ജനകീയയുദ്ധം, ഫാസിസത്തിന്റെ അടിമയാവുക എന്ന ഭീഷണിയിൽനിന്ന് മാനവരാശിയെയാകെ മോചിപ്പിക്കാനുള്ള യുദ്ധം എന്നൊക്കെ വിശേഷിപ്പിക്കുന്നതിൽ നീരസം പ്രകടിപ്പിക്കുകയും ചെയ്തിരുന്നു.

രണ്ട് വർഗ്ഗങ്ങൾ, രണ്ട് അളവുകോലുകൾ, രണ്ട് വിഭിന്ന വ്യാഖ്യാനങ്ങൾ, രണ്ട് വ്യത്യസ്ത പ്രചാരണങ്ങൾ, മറ്റേതൊരു പ്രശ്നത്തിലുമെന്നപോലെ രണ്ടാംലോകയുദ്ധത്തിന്റെ സ്വഭാവം നിർണ്ണയിക്കുന്നതിലും രണ്ട് വിഭിന്നവീക്ഷണങ്ങൾ. ഇതിലും കമ്യൂണിസ്റ്റുകാരുടെയും കോൺഗ്രസുകാരുടെയും വീക്ഷണങ്ങൾ നേർ വിപരീതങ്ങളായിരുന്നു. ഒന്ന്, തൊഴിലാളികൾക്കിടയിലും ജനതകൾക്കിടയിലും സാർവ്വദേശീയ ഐക്യദാർഢ്യം വളർത്തുന്ന തൊഴിലാളിവർഗ്ഗ വീക്ഷണം. മറ്റേത്, സങ്കുചിത ദേശീയവാദത്തെ വളർത്തുന്ന ബൂർഷ്വാദേശീയവീക്ഷണം.

ഞങ്ങൾ ആവർത്തിക്കുന്നു: രണ്ടാം ലോകയുദ്ധത്തിന്റെ സ്വഭാവം മനസ്സിലാക്കുന്നതിൽ കോൺഗ്രസ് നേതൃത്വം പരാജയപ്പെട്ടു. നാസി ഹിറ്റ്ലറും ഫാസിസ്റ്റ് മുസോളിനിയും പട്ടാളമേധാവിയായ ടൊജൊയും ബ്രിട്ടൻ, ഫ്രാൻസ് ആദിയായ സാമ്രാജ്യശക്തികൾക്കെതിരെ ഏർപ്പെട്ടിരുന്ന യുദ്ധത്തിന്റെ ഒന്നാംഘട്ടത്തിൽ മൂന്നു കൊല്ലക്കാലം കോൺഗ്രസു നേതൃത്വം വിമ്മിട്ടത്തിലായിരുന്നു. നാസി ജർമ്മനിയും ബ്രിട്ടീഷ് സാമ്രാജ്യവും തമ്മിലാണ് യുദ്ധം തുടങ്ങിയത് എന്നവർ പറഞ്ഞെങ്കിലും

ബ്രിട്ടീഷ് സാമ്രാജ്യത്വത്തിനെതിരെ കമ്യൂണിസ്റ്റുകാരെപോലെ ഫലപ്രദമായി പോരാടാൻ അവർ ശ്രമിച്ചില്ല. ബ്രിട്ടീഷ് ഗവൺമെന്റിന് കത്തെഴുതുകയും അവരുമായി ഒത്തുതീർപ്പുണ്ടാക്കുവാൻ ശ്രമിക്കുകയും മാത്രമാണ് അവർ ചെയതത്.

കോൺഗ്രസ് പ്രവർത്തകസമിതിയും അതിന്റെ അനിഷേദ്ധ്യ നേതാവ് ഗാന്ധിജിയും ഒന്നും നേരെയാവില്ലെന്ന മനോഭാവത്തിലായിരുന്നു. 1939-42 കാലത്ത് ബ്രിട്ടനെതിരെ പ്രക്ഷോഭം അഴിച്ചുവിടാൻ അവർ മടിച്ചുനിന്നു. രാജ്യവ്യാപകമായ ബഹുജനപ്രക്ഷോഭം അഴിച്ചുവിട്ടിരുന്നെങ്കിൽ ബ്രിട്ടീഷ്ഭരണാധികാരികൾ മുട്ടുകുത്തിയേനെ, ഒരു ഒത്തുതീർപ്പ് ഉണ്ടാക്കാൻ അവർ നിർബ്ബന്ധിതരായേനെ, എന്നാൽ അങ്ങേയറ്റത്തെ മടിച്ചുനില്ക്കലും മാർഗ്ഗഭ്രംശവും ബ്രിട്ടീഷ് സാമ്രാജ്യവാഴ്ചക്കെതിരെ "പ്രവർത്തിക്കുക, അല്ലെങ്കിൽ മരിക്കുക" തരത്തിലുള്ള പ്രക്ഷോഭം ആരംഭിക്കുന്നതിൽനിന്ന് കോൺഗ്രസ് നേതൃത്വത്തെ പിന്തിരിപ്പിച്ചു. ബ്രിട്ടീഷ്വാഴ്ചയ്ക്കെതിരെ ഇത്തരം ദേശവ്യാപകമായ ഒരു സമരം തുടങ്ങുന്നത് മൂന്നു വർഷക്കാലത്തേക്കു നീട്ടിക്കൊണ്ടുപോയത് ന്യായീകരിക്കുന്നതിന് ഓരോ കാരണം പറയുകയാണ്. കോൺഗ്രസ് രേഖകളിലോ അതിന്റെ ചരിത്രത്തിലോ സ്വയം വിമർശനത്തിന്റേതോ ആത്മപരിശോധനയുടേതോ ആയ ഒരു വാക്കുപോലും ഒരിക്കലും കാണില്ല. മഹാത്മാഗാന്ധിയുടെ സമാഹൃത-കൃതികളാകെ പരിശോധിച്ചാലും ഒരിടത്തും ബ്രിട്ടീഷ്വാഴ്ചയ്ക്കെതിരെ ഉശിരൻ ചെറുത്തുനില്പ് വേണമെന്ന് വാദിക്കുകയും അത് സംഘടിപ്പിക്കുകയും കോൺഗ്രസിന്റെ കാലതാമസം വരുത്തുന്ന അടവിനെ വിമർശിക്കുകയും ചെയ്ത ഇന്ത്യൻ കമ്യൂണിസ്റ്റ്പാർട്ടി അടക്കമുള്ളവരെ അഭിനന്ദിച്ചുകൊണ്ട് ഒരു വാക്കുപോലും കാണാനില്ല.

ഫാസിസം ലോകത്തെ കീഴടക്കും എന്ന ഭീഷണി വർദ്ധിച്ചുവന്നപ്പോൾ മാത്രമാണ് കോൺഗ്രസ് പ്രവർത്തകസമിതിയുടെ 'സമരോത്സുകത' വളർന്നത്. യുദ്ധത്തിന്റെ ഒന്നാംഘട്ടത്തിൽ അവർ ചാഞ്ചാടി; ബ്രിട്ടീഷ് സാമാജ്യവാഴ്ചയ്ക്കെതിരായ സജീവസമരത്തിനുള്ള എല്ലാ നിർദേശങ്ങളെയും അവർ ചെറുത്തു. പിന്നത്തെ ഘട്ടത്തിൽ ബർലിൻ—റോം—ടോക്കിയോ അച്ചുതണ്ടിന്റെ ഭീഷണി പല മടങ്ങായി വർദ്ധിച്ചപ്പോൾ ഹിറ്റ്ലറുടെ ആക്രമണത്തിനെതിരായ സമരോത്സുകതയും ധാർമ്മികരോഷവും കോൺഗ്രസ് പ്രവർത്തകസമിതിയുടെ രേഖകളിൽ തണുക്കാൻ തുടങ്ങി. അതിന്റെ നേതാക്കൾ രാഷ്ട്രീയ നിരാശയിലായി.

ചുരുക്കത്തിൽ, ദേശീയസ്വാതന്ത്ര്യത്തിനുള്ള സമരത്തിനിടയിൽ കോൺഗ്രസ് പ്രവർത്തകസമിതി, ബ്രിട്ടന്റെ അടിമയായ ഇന്ത്യക്കടക്കം എല്ലാ രാജ്യങ്ങളുടെയും സ്വാതന്ത്ര്യത്തിനും ജനാധിപത്യത്തിനും മോചനത്തിനും ഫാസിസത്തിൽനിന്നുള്ള ഭീഷണിയുടെ വളർന്നുവരുന്ന ശക്തി യാഥാർത്ഥ്യബോധത്തോടെ വിലയിരുത്തുന്നതിൽ പരാജയപ്പെട്ടു. അതിനാൽ ലോകയുദ്ധത്തിന്റെ ഫാസിസ്റ്റ് വിരുദ്ധ ഘട്ടത്തെ ന്യായമായും

ജനകീയയുദ്ധമായി വിശേഷിപ്പിക്കാം എന്ന വസ്തുതയെ അവർക്കു വിലമതിക്കാനായില്ല.

ചൈനയടക്കമുള്ള ഏഷ്യൻ രാജ്യങ്ങളെ ആക്രമിച്ചു കീഴടക്കിയ ജാപ്പനീസ് ആക്രമണകാരികളെ രൂക്ഷമായി വിമർശിച്ചശേഷം കോൺഗ്രസ് പ്രവർത്തകസമിതി "ജപ്പാന്റെ തർക്കം ഇന്ത്യയോടല്ല" എന്ന് ഹീനമായ പ്രസ്താവന ഇറക്കിയത് തീർത്തും കഠോരമായിപ്പോയി.

മാനവരാശിയിൽ വലിയൊരുഭാഗം ഫാസിസത്തിന്റെ ചവിട്ടടിക്കീഴിൽ കിടന്ന് കേഴുമ്പോൾ കോൺഗ്രസ്നേതൃത്വം ലോകജനതയ്ക്കാകെ അതുയർത്തിയ ഭീഷണി തീർത്തും കുറച്ചുകാട്ടി. വേണമെങ്കിൽ ജപ്പാനുമായി സംഭാഷണം നടത്താൻ തയ്യാറാണെന്നുപോലും നിർദ്ദേശിച്ചു. അവരുടെ രാഷ്ട്രീയധാരണ തികച്ചും പാപ്പരാണെന്ന് ഇത് കാണിക്കുന്നു.

അത് ഫാസിസ്റ്റ് വിരുദ്ധ ജനകീയയുദ്ധമായിരുന്നു എന്ന് ചരിത്രം സംശയാതീതമായി കാണിച്ചു. സോവിയറ്റ് യൂണിയനുമായി ഫാസിസ്റ്റ് വിരുദ്ധ അച്ചുതണ്ട് വിരുദ്ധ കൂട്ടുകെട്ടിൽ ചേരാൻ നിർബ്ബന്ധിതരായ സാമ്രാജ്യശക്തികൾ ഫാസിസ്റ്റ് ചേരിയുടെ പരാജയത്തോടെ വല്ലാതെ ക്ഷീണിച്ചു. ക്ഷീണിച്ച സാമ്രാജ്യത്വത്തിന് ചൈനീസ്‌വിപ്ലവം വിജയകരമായി മുന്നേറുന്നതോ നിരവധി ദേശീയ വിമോചനപ്രസ്ഥാനങ്ങളുടെ വിജയകരമായ മുന്നേറ്റമോ തടയാനാവില്ല. യൂറോപ്പിലെ മുഴുവൻ ജനതയും നാസി നുകത്തിൻകീഴിൽനിന്ന് മോചനംനേടി. നിരവധി ഏഷ്യൻ-ആഫ്രിക്കൻരാജ്യങ്ങൾ ഫാസിസ്റ്റ് ഇറ്റലിയുടെയും പട്ടാളമേധാവിത്തത്തിൻകീഴിലുള്ള ജപ്പാന്റെയും പിടിയിൽനിന്ന് മോചിതരായി. ബ്രിട്ടന് ഇന്ത്യയെ പിടിയിൽ നിർത്താൻ 1930-40 കാലത്തും 1942-43 കാലത്തും കഴിഞ്ഞെങ്കിലും 1947 ൽ ഇന്ത്യ വിടേണ്ടിവന്നു. നിരവധി ദേശീയവിമോചനപ്രസ്ഥാനങ്ങൾ തുടർന്ന് വിജയംവരിച്ചു. ഇതെല്ലാം ഫാസിസ്റ്റുവിരുദ്ധ ജനകീയമോചനയുദ്ധമല്ലെങ്കിൽ, പിന്നെ എന്താണ് അത്?

നാല്പതിലേറെ കൊല്ലങ്ങൾക്കുമുമ്പാണ് ഈ കാര്യങ്ങളെല്ലാം മനസ്സിലാക്കുകയും തർക്കിക്കപ്പെടുകയും ചെയ്തത്. സത്യവും സത്യസന്ധതയും വിനയവും ആവശ്യപ്പെടുന്നത് ഇന്ത്യൻ കമ്യൂണിസ്റ്റുകാരും അതിലേറെ ഇന്നത്തെ ഭരണകക്ഷിയെ പ്രതിനിധാനംചെയ്യുന്ന ഇന്ത്യൻ നാഷണൽ കോൺഗ്രസ്നേതാക്കളും ആത്മപരിശോധനയും പുനർവിചിന്തനവും നടത്തണമെന്നാണ്. അന്ന് ഇന്ത്യൻകമ്യൂണിസ്റ്റു പാർട്ടിയുടെ മൊത്തം അംഗസംഖ്യ 5000 ൽ ഏറില്ല. കോൺഗ്രസ് പാർട്ടിക്കാണെങ്കിൽ കോടിക്കണക്കിനാളുകളുടെ, അന്നത്തെ ദേശീയ മോചനപ്രസ്ഥാനത്തിന്റെയാകെ, പിൻബലമുണ്ടായിരുന്നു. സത്യം 'കമ്യൂണിസ്റ്റു വഞ്ചന' അല്ല; ഇന്ത്യൻസ്വാതന്ത്ര്യത്തിന്റെയും ലോകജനതകളുടെ മോചനത്തിന്റെയും താല്പര്യങ്ങളെ കോൺഗ്രസ് നേതാക്കൾ കൈവെടിഞ്ഞതാണ്. ഫാസിസ്റ്റ് വിരുദ്ധയുദ്ധത്തിന് കമ്യൂണിസ്റ്റുപാർട്ടി നല്കിയ പിന്തുണയോ കോൺഗ്രസ് അതിനോടു പ്രകടിപ്പിച്ച ശത്രുതയോ യുദ്ധ

ഗതിയെ നിശ്ചയിക്കുന്നതിൽ നിർണ്ണായക പങ്കുവഹിച്ചില്ല എന്നത് ഒരർത്ഥത്തിൽ ശരിയാണ്. സാമ്രാജ്യത്വത്തോട് കലിതുള്ളിയ ഇന്ത്യയിലെ ബഹുജനങ്ങളുടെ മുമ്പിൽ കമ്മ്യൂണിസ്റ്റുകാരെ ബ്രിട്ടീഷുകാർക്ക് വിടുപണി ചെയ്യുന്നവരെന്നും മോസ്കോ ഏജന്റുമാരെന്നും മുദ്രകുത്താൻ യുദ്ധശ്രമത്തിന് അവർ നല്കിയ പിന്തുണ കോൺഗ്രസ് 'ദേശാഭിമാനി'കൾക്ക് സഹായകമായി. ആ നുണയ്ക്ക് നല്ല പ്രതിഫലം കിട്ടി. "ഇന്ത്യ വിടുക" സമരം ഏതാണ്ട് ഒരുകൊല്ലത്തിനകം പൊളിഞ്ഞെങ്കിലും. 1944–47 കാലത്തെ നാലുകൊല്ലത്തെ കൂടിയാലോചനയും സംഭാഷണവും കരാറുകളും വേണ്ടിവന്നു, ഇന്ത്യയെ മതാടിസ്ഥാനത്തിൽ വിഭജിക്കാനും ഇന്ത്യൻ യൂണിയനിൽ കോൺഗ്രസിനും പാകിസ്ഥാനിൽ മുസ്ലീംലീഗിനും രാഷ്ട്രീയാധികാരം കൈമാറാനും. 1942 ലെ "ഇന്ത്യ വിടുക" സമരം കഴിഞ്ഞ് അഞ്ചുകൊല്ലക്കാലത്തേക്ക് ബ്രിട്ടീഷുകാർ ഇന്ത്യ വിട്ടുപോയില്ല. 1947 ൽ ഇന്ത്യയെ വിഭജിച്ച് നമുക്ക് ഹിന്ദു-മുസ്ലീം സംഘട്ടനം സമ്മാനിക്കുകയും "വിഭജിച്ച് ഭരിക്കുക" എന്ന സാമ്രാജ്യത്വതന്ത്രം പുതിയ അന്തരീക്ഷത്തിൽ പുതിയരൂപത്തിൽ നടക്കത്തക്കവണ്ണം രണ്ട് സ്വതന്ത്രഭരണകൂടങ്ങൾ കെട്ടിപ്പടുത്തശേഷമാണ് അവർ വിട്ടത്.

ശരിയാണ്, യുദ്ധത്തിന്റെ രണ്ടുഘട്ടങ്ങളിലും—സാമ്രാജ്യത്വയുദ്ധത്തിന്റെയും ഫാസിസ്റ്റ് വിരുദ്ധ യുദ്ധത്തിന്റെയും—മൗലികമായി ശരിയായ നിലപാടെടുക്കാൻ കഴിഞ്ഞ സി പി ഐക്ക് ചില അടവുകളിൽ ഗൗരവമായ തെറ്റുപറ്റി. ലോകഫാസിസ്റ്റ് ചേരിക്കെതിരായ പോരാട്ടത്തിനിടയിൽ ബ്രിട്ടീഷ് വാഴ്ചയ്ക്കെതിരായ അതിന്റെ പോരാട്ടത്തിന്റെ മുന ഒരളവോളം വളഞ്ഞുപോയി. ഫാസിസ്റ്റ് വിരുദ്ധയുദ്ധശ്രമങ്ങൾക്കുള്ള അതിന്റെ പിന്തുണ ബ്രിട്ടീഷ് ഭരണാധികാരികളുടെ യുദ്ധനയങ്ങൾക്കും ശ്രമങ്ങൾക്കുമുള്ള പിന്തുണയിൽ വേർതിരിച്ച് കാണാൻ വയ്യാതായിത്തീർന്നു. ദേശാഭിമാനികളായ ബഹുജനങ്ങളിൽ വലിയൊരു വിഭാഗത്തിന് ഇങ്ങനെ വന്നു എന്നത് ശരിയാണ്.

എന്നാൽ 1948 ന്റെ തുടക്കത്തിൽത്തന്നെ സി പി ഐ തങ്ങൾക്ക് പറ്റിയ അടവുപരമായ തെറ്റുകൾ തുറന്നുസമ്മതിക്കാനുള്ള സത്യസന്ധതയും ആർജ്ജവവും കാണിച്ചു. 80 പേജുള്ള സ്വയംവിമർശനപരമായ റിപ്പോർട്ട് അത് തയ്യാറാക്കി രാജ്യമാകെ അച്ചടിച്ചു വിതരണം ചെയ്തു. അതിൽനിന്ന് ശരിയായ പാഠം ഉൾക്കൊണ്ടു. അനുഭവത്തിൽനിന്നു പഠിച്ചു. അതൊക്കെ ഇവിടെ ആവർത്തിക്കേണ്ടതില്ല.

കോൺഗ്രസ് നേതാക്കളും അത്തരം രാഷ്ട്രീയമായ സത്യസന്ധതയും ധാർമ്മികമായ ആർജ്ജവവും കാണിക്കുമെന്നായിരുന്നു പ്രതീക്ഷ. എന്നാൽ അവരോ അവർക്കുവേണ്ടി പേന ഉന്തുന്ന ബുദ്ധിജീവികളോ അത്തരമൊരു സമീപനം കൈക്കൊണ്ടില്ല. ആത്മപരിശോധനയെക്കുറിച്ച് ചിന്തിക്കുമ്പോൾത്തന്നെ അവർ ഞെട്ടുന്നു. സ്വയം വിമർശനത്തെ അവർക്ക് ഭയങ്കരപേടിയാണ്. കമ്യൂണിസ്റ്റുകാരെക്കുറിച്ച് അപവാദങ്ങളും ആത്മസ്തുതിയും നടത്തി രക്ഷപ്പെടാനാണ് അവർ ആഗ്രഹിക്കുന്നത്.

ഷൂരി മറച്ചുവെക്കുന്ന കോൺഗ്രസ് നയം

ഇന്ത്യൻ കമ്യൂണിസ്റ്റുപാർട്ടിയും സാമ്രാജ്യത്വ ഗവൺമെന്റുകളും തമ്മിലുള്ള രഹസ്യ ഇടപാടുകളെ 'രഹസ്യ' രേഖകൾ ഉദ്ധരിച്ച് തുറന്നു കാട്ടി എന്നാണ് ഷൂരി അവകാശപ്പെടുന്നത്. യുദ്ധയത്നങ്ങളിൽ സഹകരണം വാഗ്ദാനം ചെയ്തുകൊണ്ട് അന്നത്തെ ഇന്ത്യാ ഗവൺമെന്റിന് സി പി ഐ സമർപ്പിച്ച 'രഹസ്യ'മെന്നു പറയുന്ന മെമ്മോറാണ്ടത്തിലെ ഉള്ളടക്കത്തിൽനിന്ന് വ്യത്യസ്തമായിരുന്നു പാർട്ടിയുടെ അന്നത്തെ പരസ്യനിലപാടെങ്കിൽ, ആ ആരോപണത്തിലും അതിനാൽ കമ്യൂണിസ്റ്റ് പ്രസ്ഥാനത്തെ കരിവാരിത്തേക്കാനുള്ള ശ്രമത്തിലും എന്തെങ്കിലും കഴമ്പുണ്ടായേനെ.

ചരിത്രപരമായി പറഞ്ഞാൽ, ആ കത്തിടപാടിൽ രഹസ്യമായിട്ടൊന്നുമില്ല. കാരണം, ആ കത്തുകൾ ഗവൺമെന്റിന് എഴുതിയവയാണ്. അതിനാൽ അവ പൊതുസ്വത്താണ്. അങ്ങനെയാണ് ഷൂരിക്ക് അവ ലഭിച്ചതും.

ലോകയുദ്ധത്തിന്റെ ഗതിയിൽവന്ന മാറ്റത്തെ വിലയിരുത്തിയതിലും സ്വീകരിക്കേണ്ട രാഷ്ട്രീയഅടവ് നയത്തെക്കുറിച്ച് വ്യത്യസ്തമായ രണ്ട് വീക്ഷണം ഉണ്ടായിരുന്നു എന്ന കാര്യത്തിലും നിഗൂഢതയോ രഹസ്യമോ ഒന്നുമുണ്ടായിരുന്നില്ല. ആ വീക്ഷണങ്ങൾ തീർത്തും വിപരീതമായിരുന്നു. ഫാസിസ്റ്റ് അച്ചുതണ്ടിനെതിരായ യുദ്ധയത്നത്തിന് സജീവവും തത്ത്വാധിഷ്ഠിതവുമായ പിന്തുണ നല്കണമെന്നായിരുന്നു സി പി ഐയുടെ നിലപാട്. സാമ്രാജ്യവാദികൾ ഇന്ത്യക്ക് സ്വാതന്ത്ര്യം നല്കാം എന്നു പ്രഖ്യാപിക്കാതെ യുദ്ധയത്നത്തെ പിന്താങ്ങുന്നതിന് കോൺഗ്രസ് എതിരായിരുന്നു. കോൺഗ്രസ് പ്രവർത്തകസമിതി 1942 ആഗസ്ത് 8 ന് പാസാക്കിയ പ്രമേയവും "ഇന്ത്യ വിടുക," "പ്രവർത്തിക്കുക അല്ലെങ്കിൽ മരിക്കുക" എന്ന മുദ്രാവാക്യങ്ങളും വന്നതോടെ കോൺഗ്രസിന്റെ പരിപാടി ബ്രിട്ടന്റെ യുദ്ധയത്നത്തിന് എതിരും അതിനെ അട്ടിമറിക്കുന്നതുമായി. ഈ എതിർപ്പും തത്ത്വാധിഷ്ഠിതമായിരുന്നില്ല. അതൊരു 'സൂത്ര'മായിരുന്നു. കോൺഗ്രസ് നേതൃത്വം അതേവരെ സാമ്രാജ്യവിരോധത്തിൽ വെള്ളം ചേർത്തിട്ടും ബ്രിട്ടൻ നിഷേധിച്ച 'സമ്മാനം' പിടിച്ചുവാങ്ങാനുള്ള സൂത്രം. ഫാസിസത്തിനെതിരായ പോരാട്ടത്തിന്റെ ഫലം ദേശീയപ്രസ്ഥാനങ്ങൾക്ക് എത്ര പ്രാധാന്യമാണെന്ന് സംബന്ധിച്ച കോൺഗ്രസിന്റെ വിലയിരുത്തലിൽവന്ന തകിടംമറിച്ചിൽ തന്നെയാണ് ഇതിനേറ്റവും നല്ല തെളിവ് അടിമകളാക്കപ്പെട്ട ഇന്ത്യൻ ജനതയുടെയും ലോകത്തിലെ മറ്റ് അടിച്ചമർത്തപ്പെട്ട ജനതകളുടെയും ഭാവി നിർണ്ണയിക്കുന്നതിൽ ഫാസിസ്റ്റ് വിരുദ്ധ സഖ്യശക്തികളുടെ വിജയത്തിന് ഒരു പ്രസക്തിയുമില്ലെന്ന് കോൺഗ്രസ് പ്രചരിപ്പിച്ചു. മുമ്പ് ഫാസിസത്തെയും നാസിസത്തെയും സാമ്രാജ്യത്വത്തിന്റെ പരകോടിയായിക്കണ്ട കോൺഗ്രസ് ഇപ്പോൾ അതിന്റെ നിലപാടാകെ മാറ്റി. തങ്ങളുടെ പുതിയ നയം ഫാസിസത്തിനെതിരായി പോരാടുന്ന ലോകശക്തികളെ എങ്ങനെ

ബാധിക്കുമെന്നതിനെക്കുറിച്ച് പ്രവർത്തകസമിതിക്ക് ഒരു ഉൽക്കണ്ഠയും ഉണ്ടായിരുന്നില്ല.

ഇന്ത്യയിലെ ജനസാമാന്യത്തിനിടയിൽ ഇങ്ങനെയൊരു ധാരണ പ്രചരിപ്പിക്കുന്ന നേതൃത്വത്തിനും, സമാധാനത്തിനും സ്വാതന്ത്ര്യത്തിനുമുള്ള ഫാസിസ്റ്റ് ഭീഷണിക്കെതിരെ സ്വതന്ത്രരായ ഇന്ത്യൻ ജനങ്ങളുടെ മുൻകൈ പ്രയോഗിക്കുന്നതിലായിരുന്നു ജാഗ്രത എന്ന് സത്യസന്ധമായി അവകാശപ്പെടാനാവുമോ?

കോൺഗ്രസ് നേതൃത്വം പിന്തുടരുന്ന വിട്ടുവീഴ്ചാ നയത്തിന്റെ യഥാർത്ഥ ചരിത്രം അറിയാത്ത ഷൂരി 1942 ൽ കോൺഗ്രസ് കൈക്കൊണ്ട നിലപാടിൽ പെട്ടെന്നുകണ്ട ഉല്പതിഷ്ണുത്വത്തിൽ ഉണ്ടായ മതിപ്പ് മൂലം ആ നിലപാടിൽ അന്തർലീനമായ അവസരവാദം കാണുന്നതേയില്ല. ഈ അജ്ഞതയാണ് സി പി ഐയുടെ നയത്തിലും പ്രവർത്തനത്തിലും സാമ്രാജ്യത്വാനുകൂല വിശദാംശങ്ങൾ ചികഞ്ഞു കണ്ടുപിടിക്കാൻ ഷൂരിയുടെ പ്രേരകശക്തി. ഈ നിഷ്ഫല ശ്രമത്തിന് പുറപ്പെടുന്നതിന് മുമ്പ് ദേശീയ പ്രസ്ഥാനത്തിന്റെ ചരിത്രം മനസ്സിലാക്കാനാണ് അദ്ദേഹം ശ്രമിക്കേണ്ടിയിരുന്നത്. തുടക്കം മുതല്ക്കേ സി പി ഐ ഇന്ത്യയിലെ ജനങ്ങളും സാമ്രാജ്യത്വതാല്പര്യങ്ങളും തമ്മിലുള്ള പൊരുത്തക്കേടിന്റെ പ്രതീകമായിരുന്നു. അതിനാൽ ബ്രിട്ടീഷ് സാമ്രാജ്യത്വത്തിന്റെ രോഷത്തിന് അത് പാത്രമായിരുന്നു. വളരാൻ തുടങ്ങിയ കമ്യൂണിസ്റ്റ് പ്രസ്ഥാനത്തിനെതിരായ പെഷവാർ, കാൺപൂർ, മീററ്റ് ഗൂഢാലോചന കേസുകൾ ഇതിന് സാക്ഷ്യം വഹിക്കുന്നു. ഇന്ത്യയിലെ വിപ്ലവപ്രസ്ഥാനത്തിന്റെ ചരിത്രത്തിലെ ഉജ്ജ്വലമായ ഒരദ്ധ്യായമാണ് ആ കേസുകൾ.

കോൺഗ്രസിന്റെ ആദ്യകാല ചരിത്രത്തിലെ ഒരേട് നോക്കിയാൽ ഈ കമ്യൂണിസ്റ്റ് പാരമ്പര്യവും കോൺഗ്രസ് നേതൃത്വത്തിന്റെ വിട്ടുവീഴ്ചാ നിലപാടുകളും തമ്മിലുള്ള പ്രകടമായ അന്തരം മനസ്സിലാക്കാൻ ഷൂരിക്ക് കഴിയും. കോൺഗ്രസ് നേതൃത്വം ബ്രിട്ടീഷുകാരെ മാതൃകാരക്ഷാധികാരികളായാണ് കണക്കാക്കിയത്. അതേസമയം അവരുമായി സാമ്പത്തികവും രാഷ്ട്രീയവുമായി സദാ വിലപേശുകയും ചെയ്തു. ഉദാഹരണം: “മിതവാദി നേതൃത്വത്തിൻകീഴിൽ ആയിരുന്ന കോൺഗ്രസ് സാമ്രാജ്യത്വയുദ്ധത്തോട് (1914-18)കൂറും പിന്തുണയും പ്രഖ്യാപിക്കുന്ന പ്രമേയങ്ങൾ യുദ്ധകാലത്ത് നടന്ന നാല് വാർഷികസമ്മേളനങ്ങളിലും പാസാക്കി. യുദ്ധത്തിന്റെ അവസാനം നടന്ന 1918 ലെ ദൽഹി സമ്മേളനത്തിൽ രാജാവിനോട് കൂറ് പ്രഖ്യാപിക്കുകയും യുദ്ധം വിജയകരമായി അവസാനിപ്പിച്ചതിന്” അഭിനന്ദനം രേഖപ്പെടുത്തുകയും ചെയ്യുന്ന പ്രമേയം പാസാക്കുകയുണ്ടായി. ഇതിന് പ്രത്യുപകാരമായി കോൺഗ്രസിന് ഔദ്യോഗിക പരിഗണന കിട്ടി. 1914 ലെ കോൺഗ്രസിൽ മദിരാശി ഗവർണർ സെന്റ് ലാൻസ് പ്രഭു പങ്കെടുത്തു.

1915 ൽ ബോംബെ ഗവർണർ വില്ലിങ്ടൺ പ്രഭുവും 1916 ൽ യുണൈറ്റഡ് പ്രോവിൻസസിലെ ഗവർണർ സർ ജെയിംസ് സൈറ്റനും സമ്മേളനങ്ങളിൽ പങ്കെടുത്തു. ഹർഷാരവത്തോടെയാണ് ഗവൺ

മെന്റിന്റെ പ്രതിനിധികളെ സമ്മേളനം വരവേറ്റത്. യുദ്ധം പൊട്ടിപ്പുറപ്പെട്ടപ്പോൾ ലണ്ടനിലുണ്ടായിരുന്ന ഇന്ത്യൻനേതാക്കൾ ഗവൺമെന്റിന് പിന്തുണ പ്രഖ്യാപിക്കാൻ ധൃതികാട്ടി. അന്ന് ലണ്ടനിലുണ്ടായിരുന്ന ലജ്പത്റായിയും ജിന്നയും സിൻഹയും മറ്റും അടങ്ങുന്ന കോൺഗ്രസ് പ്രതിനിധിസംഘം സ്റ്റേറ്റ് സെക്രട്ടറിക്ക് ഒരു കത്തയച്ചു. ഇന്ത്യയിലെ രാജാക്കന്മാരും ജനങ്ങളും തങ്ങളാലാവുംവിധം സഹകരിക്കും എന്നും രാജ്യത്തിലെ വിഭവങ്ങളെല്ലാം സാമ്രാജ്യത്തിന്റെ വിജയത്തിനായി രാജാവിന് സമർപ്പിക്കുമെന്നും അവർ അതിൽ പറഞ്ഞിരുന്നു. (ആർ പി ദത്ത്, *ഇന്ത്യ ഇന്ന്*, പേജ്; 332–33)

പിന്നീടും ബൂർഷ്വ-ഭൂപ്രഭു നേതൃത്വം പരിഷ്കരണവാദപരമായ എതിർപ്പിന്റെ മാർഗ്ഗം തന്നെയാണ് ബോധപൂർവ്വം സ്വീകരിച്ചത്. ബഹുജനങ്ങളെ സമരോത്സുകമായ സാമ്രാജ്യവിരുദ്ധ പ്രവർത്തനങ്ങളിൽനിന്ന് തടഞ്ഞുനിർത്താൻ പുതിയ പുതിയ വിദ്യകൾ തട്ടിപ്പടയ്ക്കുന്ന തിരക്കിലായിരുന്നു അവർ. കോൺഗ്രസിന്റെയും ഗാന്ധിയുടെയും നേതൃത്വത്തിലുള്ള ഇന്ത്യൻ ദേശീയപ്രസ്ഥാനത്തിന്റെ ചരിത്രമാകെ ബ്രിട്ടീഷ് സാമ്രാജ്യ ഭരണാധികാരികളുമായി ഉണ്ടാക്കിയ നാണംകെട്ട ഒത്തുതീർപ്പുകളുടെ ജീവിക്കുന്ന സ്മാരകമാണ്. തന്റെ നയം വിട്ടുവീഴ്ചയുടെയും അനുരഞ്ജനത്തിന്റെയും പരിഷ്കരണവാദത്തിന്റെയും നയമാണെന്ന് പറയുന്നതിൽ ഗാന്ധിക്ക് പ്രത്യേകമായ അഭിമാനമുണ്ടായിരുന്നു. നിരവധി ബ്രിട്ടീഷ് രാജ്യതന്ത്രജ്ഞന്മാർ ഇതിനെച്ചൊല്ലി ഗാന്ധിയെ അഭിനന്ദിക്കുകയും ചെയ്തു.

സ്വാതന്ത്ര്യസമരത്തിന്റെ യഥാർത്ഥ ചരിത്രം മാച്ചുകളയാനും കോൺഗ്രസ് ഹൈക്കമാന്റിനെ അതിന്റെ 'ഇന്ത്യ വിടുക' ഘട്ടത്തെപ്പോലും വീരാരാധന നടത്താനും കമ്യൂണിസ്റ്റുകാരെ ബ്രിട്ടന്റെ വീട്ടുപണിക്കാരും മോസ്കോ ഏജന്റുമാരുമായി ചിത്രീകരിക്കാനും അന്ധവും വികലവുമായ നാലു ലേഖനങ്ങൾ മതിയാവില്ല, ഷൂരി.

ഈ വീരാരാധന നടത്തുന്ന കൂട്ടത്തിൽ ഷൂരി 1940 ൽ സി പി ഐ പ്രസിദ്ധീകരിച്ച ഒരു ലഘുലേഖയിൽ ഇങ്ങനെ പറഞ്ഞതിൽ ദുഃഖിക്കുന്നു: 'കോൺഗ്രസ് ബൂർഷ്വാസിയെ പ്രതിനിധാനം ചെയ്യുന്നു; ബൂർഷ്വാസി സാമ്രാജ്യവാദികളെക്കാൾ കൂടുതൽ ബഹുജനങ്ങളെ ഭയപ്പെടുന്നു. ബഹുജനപങ്കാളിത്തമുള്ള സമരം ബ്രിട്ടീഷുകാർക്കെതിരായി തുടങ്ങിവെക്കുന്ന സമരം അവസാനം തങ്ങൾക്കെതിരായി തിരിയുമെന്ന് അവർ ഭയപ്പെടുന്നു.'

നാം ഇതിനുമുമ്പ് തെളിയിച്ചതുപോലെ, കോൺഗ്രസ് സത്യത്തിൽ ബൂർഷ്വാസിയുടെയും ഭൂപ്രഭുക്കളുടെയും രാഷ്ട്രീയ പ്രതിനിധിയായിരുന്നു. ഇപ്പോഴും ആണ്. മുതലാളിത്ത വികസനപാതയാണ് അത് പിന്തുടരുന്നത്- ഇന്നും വിദേശ ഫൈനാൻസ് മൂലധനവുമായി സജീവമായി കൂട്ടുകൂടുക എന്ന നയം തുടർന്നുവരുന്നതുപോലെ. ഐ എം എഫ് വായ്പയിലൂടെ ഇന്ത്യയുടെ സാമ്പത്തികമായ പരമാധികാരം പണയപ്പെടുത്താനുള്ള ഭരണകക്ഷിയുടെ നീക്കങ്ങൾ വ്യക്തമായ തെളിവാണ്.

ഇക്കാര്യത്തെക്കുറിച്ച് ഷൂരി മൗനം പാലിക്കുന്നതുകൊണ്ട് ഇത് ഒരു ചരിത്രവസ്തുത അല്ലാതാവുന്നില്ല.

ദേശീയ പ്രസ്ഥാനത്തിന്റെ മുഖ്യപ്രതീകമായ 'ഗാന്ധി'യെ സി പി ഐ അപഹസിക്കുകയും ആക്രമിക്കുകയും തുറന്നുകാട്ടുകയും ശകാരിക്കുകയും ചെയ്തതിൽ ഷൂരി വിലപിക്കുന്നു. ഫാസിസ്റ്റ് വിരുദ്ധയുദ്ധകാലത്ത് സുഭാഷ് ബോസ് സ്വീകരിച്ച നയത്തെച്ചൊല്ലി അദ്ദേഹത്തെ സി പി ഐ രാഷ്ട്രീയമായി വിമർശിച്ചതിനെയും അദ്ദേഹം അധിക്ഷേപിക്കുന്നു.

ഫാസിസ്റ്റ് വിരുദ്ധ യുദ്ധയത്നത്തെ പിന്താങ്ങിയ രാഷ്ട്രീയ അടവുനയം സി പി ഐ സ്വീകരിച്ചതിലുള്ള എതിർപ്പുമൂലം കോൺഗ്രസ് നേതാക്കൾ കമ്യൂണിസ്റ്റുകാരെ മോസ്കോ ഏജന്റുമാരെന്നും ബ്രിട്ടീഷ് ഭരണാധികാരികളുടെ വിടുപണിക്കാരെന്നും വിളിച്ചതിനെ ഷൂരി കോൺഗ്രസുകാരുടെ മാന്യതയ്ക്ക് നിരക്കാത്തതായി കണക്കാക്കുന്നില്ല. അങ്ങനെയാണെങ്കിൽ, ഫാസിസത്തിന്റെയും ഈ രാജ്യത്തുള്ള അതിന്റെ 'അഞ്ചാംപത്തി'കളുടെയും താല്പര്യമാണ് കോൺഗ്രസ് സംരക്ഷിക്കുന്നത് എന്ന് സി പി ഐ പറഞ്ഞത് എങ്ങനെ അതിന്റെ നിലപാട് തുറന്നുകാട്ടപ്പെടലാകും? കാരണം ലളിതമാണ്. ഈ കാലഘട്ടത്തെ ചരിത്രത്തെ ഔദ്യോഗികമായി അംഗീകരിക്കപ്പെട്ട സംഭവങ്ങൾ മാത്രമായി വെട്ടിച്ചുരുക്കണമെങ്കിൽ സ്വാതന്ത്ര്യസമരകാലം മുതൽ പ്രകടമായ വ്യത്യസ്ത വർഗ്ഗധാരണകളെയും സമീപനങ്ങളെയും ഒളിച്ചുവെക്കണം.

ഗാന്ധിയുടെയും ബോസിന്റെയും പേരിൽ

അതുവഴി നിഷേധിക്കാൻ ശ്രമിച്ചത് ഒരു ബദൽ വർഗ്ഗസമീപനം ഇന്ത്യൻ ജനതയ്ക്ക് സ്വാതന്ത്ര്യസമരകാലം മുതൽ പ്രദാനം ചെയ്ത സാദ്ധ്യതകളാണ്. ഇന്നും അവ കോൺഗ്രസിന്റെ വർഗ്ഗ നിലപാടിന് ഭീഷണിയാണ്; അതിന്റെ ദുർഭരണത്തിനുള്ള മുഖ്യബദലും. സുഭാഷ് ബോസിനെയും അദ്ദേഹത്തിന്റെ പങ്കിനെയും കുറിച്ച്; ഷൂരിയും അദ്ദേഹത്തെപ്പോലുള്ള സി പി ഐ യുടെ വിമർശകരും സുഭാഷ് ബോസിനെ ഇന്ത്യയുടെ സ്വാതന്ത്ര്യത്തിനുവേണ്ടി വിട്ടുവീഴ്ചയില്ലാതെ പോരാടിയവൻ എന്ന് ചിത്രീകരിക്കുന്നതിൽ തല്പരരാണ്. ഫാസിസ്റ്റ് വിരുദ്ധ യുദ്ധകാലത്ത് അദ്ദേഹം കൈക്കൊണ്ട നിലപാടിനെക്കുറിച്ചുള്ള ഏത് വിമർശനത്തെയും അപവാദമായും ജപ്പാന്റെ സൈന്യവുമായി അദ്ദേഹം കൂട്ടുചേർന്നതിനെ വികലമായി ചിത്രീകരിക്കലായും വ്യാഖ്യാനിക്കുന്നു. സുഭാഷ് ബോസ് സ്വീകരിച്ച രാഷ്ട്രീയനയത്തിന്റെ പിന്നിലുള്ള ആത്മാർത്ഥതയെ ചോദ്യം ചെയ്യുന്നത് തെറ്റായിരിക്കുമെങ്കിലും അദ്ദേഹത്തിന്റെ അടവ് നയം ഫാസിസ്റ്റ് വിരുദ്ധ ലക്ഷ്യത്തിന് എങ്ങനെ ദോഷം ചെയ്തു എന്ന് ഞങ്ങൾ ചെയ്തതുപോലെ ചൂണ്ടിക്കാണിക്കുന്നതിൽ ഒരു തെറ്റുമില്ല.

ഈ രാഷ്ട്രീയ നയത്തെ വിമർശിച്ചതിന് സി പി ഐയെ മാത്രം കുറ്റപ്പെടുത്തുന്നത് എന്തുകൊണ്ട്? മഹാത്മാഗാന്ധിയുടെ പ്രതികരണം

എന്തായിരുന്നു? ഒരു പത്രപ്രവർത്തകൻ അദ്ദേഹത്തോട് ഇങ്ങനെ പറഞ്ഞു: "സുഭാഷ് ബോസും താങ്കളും തമ്മിൽ ഒരു അഭിപ്രായവ്യത്യാസവുമില്ലെന്നും സ്വാതന്ത്ര്യം എന്തു വിലകൊടുത്തും നേടാനായാണ് താങ്കൾ ഇപ്പോൾ ശ്രമിക്കുന്നതെന്നും സുഭാഷ് ബോസ് റേഡിയോവിൽ പറയുമ്പോൾ ജനങ്ങൾ സന്തുഷ്ടരാണ്." ഇതിന് ഗാന്ധിയുടെ മറുപടി ഇതായിരുന്നു: "അദ്ദേഹം പറയുന്നത് തെറ്റാണെന്നും അദ്ദേഹം നല്കുന്ന അഭിനന്ദനം സ്വീകരിക്കാൻ എനിക്കാവില്ലെന്നും നിങ്ങൾക്കറിയാമായിരിക്കും. 'എന്തു വിലകൊടുത്തും സ്വാതന്ത്ര്യം' എന്നൊരു പ്രയോഗം എന്റെ നിഘണ്ടുവിലില്ല. നമ്മുടെ സ്വാതന്ത്ര്യം നേടാൻ സഹായിക്കുന്നിന് വിദേശീയരെക്കൊണ്ടുവരുന്നത് ഏതായാലും അതിൽപെടില്ല. അങ്ങനെ ചെയ്യുന്നത് ഒരുതരം അടിമത്തത്തെ-ഒരുപക്ഷേ, കൂടുതൽ വഷളായ-മറ്റൊന്നിനായി കൈമാറ്റം ചെയ്യലായിരിക്കും.

'എന്റെ നിലപാട് ശരിയാണെന്ന് സുഭാഷ് ബാബു പറയുന്നതുകേട്ടു ഞാൻ മേനി നടിക്കുന്നില്ല. അദ്ദേഹം ഉദ്ദേശിക്കുന്ന അർത്ഥത്തിൽ എന്റെ നിലപാട് ശരിയല്ല. കാരണം ഞാൻ ജപ്പാൻ അനുകൂലിയാണെന്നാണ് അദ്ദേഹം പറയുന്നതിന് അർത്ഥം. ജപ്പാൻകാർ ഈ രാജ്യത്തിലേക്ക് പ്രവേശിക്കുന്നതിനെ ഞാൻ സഹായിക്കുകയായിരുന്നു എന്ന വസ്തുത ഏതോ തെറ്റായ കണക്കുകൂട്ടൽമൂലം ഞാൻ മനസ്സിലാക്കിയിരുന്നില്ല എന്ന് ബോദ്ധ്യപ്പെടുന്നപക്ഷം വെച്ച കാൽ പിന്നോട് വലിക്കാൻ ഞാൻ മടിക്കുകയില്ല. ബ്രിട്ടീഷുകാരെ ചെറുക്കുന്നതുപോലെ ജപ്പാൻകാരെയും ചെറുക്കാൻ നാം ജീവാർപ്പണം വരെ നടത്തണമെന്ന കാര്യത്തിൽ എനിക്കൊരു സംശയവുമില്ല. ബ്രിട്ടീഷുകാരെ തോല്പിക്കാനും ഇന്ത്യയുടെ മേലുള്ള അവരുടെ അധികാരം തകർക്കാനുമായി നമ്മൾ അച്ചുതണ്ടു ശക്തികൾ വിജയിക്കണമെന്ന് ആഗ്രഹിച്ചതായി നേരിയ സംശയംപോലും ഉണ്ടായോ?" അങ്ങനെയൊരു ധാരണ ഉണ്ടെങ്കിൽ അത് തുടച്ചുനീക്കാനായി ഗാന്ധിജി സുഹൃത്തിനോട് ചോദിച്ചു.

ആ സുഹൃത്ത് അദ്ദേഹത്തോട് തുടർന്നു ചോദിച്ചു: "നിങ്ങൾ ആ റേഡിയോ സന്ദേശങ്ങൾ കേൾക്കാറില്ലേ? ഞാൻ നിരന്തരം കേൾക്കാറുണ്ട്. താങ്കൾ അച്ചുതണ്ടുശക്തികളെ അനുകൂലിക്കുന്നുവെന്നും ബ്രിട്ടീഷ് ഭരണത്തെ മറിച്ചിടാനായി വിദേശസഹായം ലഭിക്കുന്ന കാര്യത്തിൽ സുഭാഷ് ബാബുവിന്റെ നിലപാടിലേക്ക് താങ്കളും ഇപ്പോൾ എത്തിയിരിക്കുന്നു എന്നും ഉള്ള അർത്ഥത്തിൽ അവർ നിങ്ങളുടെ ലേഖനങ്ങളെ വ്യാഖ്യാനിക്കുന്നു. ഇക്കാര്യത്തിൽ താങ്കൾ സ്വന്തം നിലപാട് വ്യക്തമാക്കണമെന്ന് അഭ്യർത്ഥിക്കുന്നു. താങ്കളുടെ പരക്കെ അറിയപ്പെടുന്ന നിലപാടുകളെ ദുർവ്യാഖ്യാനം ചെയ്യുന്നത് ആപൽക്കരമായ നിലയിൽ എത്തിയിരിക്കുന്നു."

അതിന് ഗാന്ധി ഇങ്ങനെ മറുപടി പറഞ്ഞു: "നിങ്ങൾ ഇങ്ങനെ ചോദിച്ചതിന് നന്ദി. വിദേശ നുകത്തിൽനിന്ന് സ്വാതന്ത്ര്യം നേടാനുള്ള ഇന്ത്യയുടെ ശ്രമത്തെ സഹായിക്കുന്നതിന് ഒരു വിദേശ ശക്തിയെയും സമീപിക്കാൻ ഞാൻ ആഗ്രഹിക്കുന്നില്ല. ബ്രിട്ടീഷ് വാഴ്ച മാറ്റി മറ്റൊരു

കൂട്ടരുടെ വാഴ്ച വരുത്താൻ എനിക്കൊരു ആഗ്രഹവുമില്ല. അറിയാത്ത ശത്രുവിനെക്കാൾ നല്ലത് അറിയുന്ന ശത്രുവാണ്. അച്ചുതണ്ടുശക്തികളുടെ സൗഹൃദ പ്രകടനത്തിനു അശേഷം പ്രാധാന്യമോ വിലയോ ഞാൻ ഒരിക്കലും കല്പിച്ചിട്ടില്ല. അവർ ഇന്ത്യയിലേക്ക് വരുന്നുണ്ടെങ്കിൽ മോചകരായിട്ടാവില്ല. നേട്ടം പങ്കുവെക്കുന്നവരായിട്ടാവും. അതിനാൽ സുഭാഷ് ബാബുവിന്റെ നയം ഞാൻ അംഗീകരിക്കുന്ന പ്രശ്നമേയില്ല. ഞങ്ങൾ തമ്മിൽ പണ്ടുണ്ടായിരുന്ന അഭിപ്രായവ്യത്യാസം തുടരുന്നു. ഇതിനർത്ഥം ഞാൻ അദ്ദേഹത്തിന്റെ ത്യാഗത്തെയോ ദേശാഭിമാനത്തെയോ സംശയിക്കുന്നു എന്നല്ല." (*ഹരിജൻ;* 1942 ആഗസ്ത് 2)

ആ ഘട്ടത്തിൽ സുഭാഷ് ബാബുവിന്റെ നയത്തെ വിമർശിക്കാൻ ഗാന്ധിക്കു മാത്രമേ അവകാശമുണ്ടായിരുന്നുള്ളൂ എന്നാണോ ഷൂരി പറയുന്നത്? അതേ അവകാശം സി പി ഐ വിനിയോഗിച്ചാൽ അത് സുഭാഷ് ബോസിന് അപകീർത്തികരമാവുമെന്നാണോ? 'സത്യസന്ധ'നായ ഒരു ചരിത്രഗവേഷകന്റെ ഇരട്ടത്താപ്പ്!

മറ്റൊരു കാര്യംകൂടി ഷൂരി ശ്രദ്ധിക്കേണ്ടതായുണ്ട് "താങ്കൾ അടക്കമുള്ള ഹൈക്കമാന്റിന് പരിഷ്കരണവാദ പ്രവണതയും ഉല്പതിഷ്ണു (Liberal) പ്രവണതയും ഉണ്ടെന്ന് സുഭാഷ്ബാബു പറയുന്നത് ശരിയല്ലേ" എന്ന ചോദ്യത്തിന് ഗാന്ധി ഇങ്ങനെയാണ് മറുപടി പറഞ്ഞത്: "അദ്ദേഹം പറഞ്ഞത് ശരിയാണ്, തീർച്ചയായും ദാദാഭായ് വലിയൊരു പരിഷ്കരണവാദിയായിരുന്നു. ഗോഖലെ മഹാനായ ഉല്പതിഷ്ണുവും. അങ്ങനെ തന്നെയായിരുന്നു ബോംബെപ്രവിശ്യയുടെ മുടിചൂടാമന്നനായിരുന്ന ഫിറോസ് ഷാ മേത്തയും. സുരേന്ദ്രനാഥ ബാനർജിയും അങ്ങനെതന്നെ. അവർ അവരുടെ രീതികളിൽ രാഷ്ട്രത്തിന്റെ രക്ഷകരായിരുന്നു. ഞങ്ങൾ അവരുടെ പൈതൃകാവകാശികളാണ്. അവരില്ലായിരുന്നെങ്കിൽ ഞങ്ങൾ ഉണ്ടാകുമായിരുന്നില്ല... അദ്ദേഹത്തെ നിലനിർത്തുന്നത് അദ്ദേഹത്തിന്റെ വിവേകമാണ്. ആ തരത്തിൽ നോക്കിയാൽ എന്റെയത്രതന്നെ പരിഷ്കരണവാദിയും ഉല്പതിഷ്ണുവുമാണ് അദ്ദേഹവും."

പരിഷ്കരണവാദി, ഉല്പതിഷ്ണു, വിപ്ലവവിരോധി മുതലായ രാഷ്ട്രീയ വിശേഷണങ്ങൾ ചില വിമർശകർ ചിലരിൽ ആരോപിക്കുന്നു. അങ്ങനെ ചെയ്യുന്നത് ഒരു കുറ്റമല്ല. എന്നാൽ ഗാന്ധിയെ പരിഷ്കരണവാദി എന്നു വിശേഷിപ്പിച്ചതിന് ഷൂരി സി പി ഐയുടെ നേരെ കുരച്ചുപാടുന്നു. ആ വിശേഷണം സ്വയം എടുത്തണിയുന്നതിൽ ഗാന്ധി അഭിമാനം കൊണ്ടിരുന്നു. അജ്ഞരും കാര്യവിവരമില്ലാത്തവരുമായവരെ കമ്യൂണിസ്റ്റുകാർക്കുനേരെ തിരിച്ചുവിടാനായി 'ഗാന്ധിസ'ത്തോട് ഭക്തിയും കൂറും നടിക്കുന്നത് ഗൗരവബോധത്തോടെയുള്ള ആശയസമരമല്ല, വില കുറഞ്ഞ കുത്തുവാക്കുപ്രയോഗമാണ് എന്ന് ചൂണ്ടിക്കാണിക്കട്ടെ.

ഇതേ വിഷയം തുടർന്നുകൊണ്ട് ഷൂരി, പി സി ജോഷി ഗാന്ധിക്കയച്ച ഒരു കത്തിൽനിന്ന് ഉദ്ധരിക്കുന്നു. ഗാന്ധിയുടെ ചില കത്തുകൾക്ക് സി പി ഐ നേതാവ് രൂക്ഷമായി പ്രതികരിച്ചു. ഗാന്ധിയോടുപോലും കമ്യൂണിസ്റ്റുകാർ തർക്കുത്തരം പറഞ്ഞു എന്നു കാണിക്കാനാണിത്.

ഔദ്യോഗികകേന്ദ്രങ്ങൾ ഗാന്ധിയെ ദൈവമാക്കിയതിനെ ഉപയോഗിക്കാനായിരിക്കാം ഷൂരി ശ്രമിച്ചത്. ഈ ദൈവാരാധനയാണ്, സ്വാതന്ത്ര്യപ്രസ്ഥാനത്തിൽ അദ്ദേഹത്തിന്റെ പങ്ക് വസ്തുനിഷ്ഠമായി വിലയിരുത്തുന്നതിനുള്ള ഏറ്റവും വലിയ തടസ്സം. എന്നാൽ, ഈ വിമർശനത്തിനുള്ള കാരണം ചൂണ്ടിക്കാണിക്കേണ്ടത് സത്യസന്ധമായ ഗവേഷണത്തിന്റെ ചുമതലയാണ്.

പി സി ജോഷിക്കയച്ച ഒരു കത്തിന്റെ കൂടെ ഗാന്ധി, ആന്ധ്രപ്രദേശിലെ പ്രമുഖ കോൺഗ്രസ് നേതാവായ എ കാളീശ്വരറാവു എഴുതിയ കത്തിൽനിന്നുള്ള നീണ്ട ഉദ്ധരണികൂടി അടക്കം ചെയ്തിരുന്നു. അതിലെ ഉള്ളടക്കം ഇങ്ങനെയാണ്:

> വെടിവെപ്പും മരണശിക്ഷയും അരുംകൊലയും ഉള്ള നാടകങ്ങളാണ് അവർ (ആന്ധ്രകമ്യൂണിസ്റ്റുകാർ) കമ്യൂണിൽ അവതരിപ്പിച്ചത്. വിദ്യാർത്ഥികൾ കൈയിൽ ചുവന്ന ചായംപൂശി ആരാച്ചർമാരും കൊലപാതകികളും ആയി അഭിനയിക്കാൻ നിർബ്ബന്ധിതരായിരുന്നു. കമ്യൂണിൽ എന്നും മാംസം പാകം ചെയ്യണമെന്നത് അവർ നിയമമാക്കിയിരുന്നു. ഒരേ സ്ഥലത്തിരുന്നുവേണം എല്ലാവരും ഭക്ഷിക്കാൻ. അക്രമത്തോട് വെറുപ്പ് തോന്നാതിരിക്കാൻവേണ്ടി ഇറച്ചി കഴിക്കാൻ വിദ്യാർത്ഥികളടക്കം ബ്രാഹ്മണരും വൈശ്യരുമായ പരമ്പരാഗത സസ്യഭുക്കുകളെ ബോധപൂർവ്വം പഠിപ്പിക്കുകയായിരുന്നു. ഒരു എം എക്കാരൻ ബ്രാഹ്മണൻ എന്നോട് പറഞ്ഞത് ഗാന്ധി അക്രമരാഹിത്യം വേണമെന്ന് ഊന്നിപ്പറഞ്ഞതു കൊണ്ടാണ് താൻ മാംസം കഴിക്കുന്നത് എന്നാണ്. 20 ലേറെ കൊല്ലമായി ധരിച്ചുപോന്ന ഖദറിൽനിന്ന് അതോടെയാണ് മോചനം ലഭിച്ചതെന്ന് വൈശ്യനായ ഒരു ബി എസ് സിക്കാരൻ എന്നോട് പറഞ്ഞു. അയാൾ ഇറച്ചി തീറ്റയുടെ ഉറച്ച പ്രചാരകനായി. അവർ അവിടെ മുറ്റത്തു ക്ലാസുകൾ എടുത്തു. അവർ ഗാന്ധിക്കും സത്യത്തിനും അഹിംസയ്ക്കും ഗ്രാമീണവ്യവസായങ്ങൾക്കും എതിരായിരുന്നു. ലൈംഗികമായ അരാജകത്വം അവർ പ്രസംഗംവഴി പ്രചരിപ്പിച്ചു. ഒരു യോഗത്തിൽ അവരുടെ നേതാക്കളിലൊരാൾ ഗാന്ധി ഇന്ത്യയിലെ റാസ്പുട്ടിനാണെന്ന് പറഞ്ഞു. എംഗൽസിന്റെ ഒരു പുസ്തകം അവരെ പഠിപ്പിക്കുന്നുണ്ട് അതിൽ അദ്ദേഹം കൂട്ടക്കല്യാണത്തിന് അല്ലെങ്കിൽ ഇരട്ടക്കല്യാണത്തിന് (അതായത്, രണ്ടു ഭർത്താക്കന്മാർക്ക് കൂട്ടായി രണ്ട് ഭാര്യമാർ) വേണ്ടി അദ്ദേഹം വാദിക്കുന്നു. സ്ത്രീകളുടെ സ്വാതന്ത്ര്യത്തെ അടിച്ചമർത്തുന്നതിനുള്ള ബൂർഷ്വാ കണ്ടുപിടിത്തമായി ഏകഭാര്യാത്വത്തെ എംഗൽസ് അധിക്ഷേപിക്കുന്നു. സാധാരണ കോൺഗ്രസുകാർക്കെതിരായി പൊലീസിന്റെ ചാരന്മാരും അവർക്ക് വിവരം കൊടുക്കുന്നവരുമായി കമ്യൂണിസ്റ്റുകാർ പ്രവർത്തിക്കുന്നു. ദേശീയവാദികളായ വിദ്യാർത്ഥികൾ, യുവാക്കൾ, കർഷക തൊഴിലാ

> ളികൾ എന്നിവരെയാണ് മുഖ്യ എതിരാളികളായി അവർ കണക്കാക്കുന്നത്. എതിരാളികളെ അടിച്ചമർത്താൻ വടികൊണ്ടടിക്കണമെന്നും തെറ്റായ വിവരം കൊടുത്തുപോലും അവരെ പൊലീസിനെക്കൊണ്ട് പിടിപ്പിക്കണമെന്നും പാർട്ടി നേതാക്കൾ അവർക്ക് രഹസ്യനിർദ്ദേശം നല്കിയിട്ടുണ്ട്.

ഇത്തരം വില കുറഞ്ഞ കെട്ടുകഥകളെക്കുറിച്ച് ഒന്നും പറയേണ്ട ആവശ്യമില്ല. കമ്യൂണിസത്തെ ആക്രമിക്കാൻ കോൺഗ്രസ് പ്രചാരണം എത്രത്തോളം തരംതാഴും എന്ന് ഈ കഥകൾ എടുത്തുകാട്ടുന്നു. നമ്മുടെ സമൂഹത്തിലെ ഏറ്റവും അധമവികാരങ്ങളെ ചൂഷണം ചെയ്യാനാണ് അവരുടെ ശ്രമം. ഇതും ഫലിച്ചേക്കുകയില്ലെന്ന ഭയംമൂലം അവർ വസ്തുതകളെ പ്രകടമായി വളച്ചൊടിക്കുകയും നുണ പറയുകയും ചെയ്യുന്നു. പരാമർശിക്കപ്പെട്ട പുസ്തകം ഏംഗൽസിന്റെ പ്രസിദ്ധകൃതിയായ *കുടുംബം, സ്വകാര്യസ്വത്ത്, ഭരണകൂടം, എന്നിവയുടെ ഉത്ഭവം* ആണ്. കാളീശ്വരറാവു നല്കുന്ന 'വസ്തുത'കളെ അതുമായി എളുപ്പത്തിൽ തട്ടിച്ചുനോക്കാവുന്നതാണ്. അതിൽ സന്ദർഭത്തിനു ചേരാത്ത ഒറ്റ വാചകം പോലുമില്ല. ചരിത്രപരവും രാഷ്ട്രീയവുമായ വളരെയേറെ വസ്തുതകളെ അടിസ്ഥാനമാക്കി എഴുതിയതാണ് ആ ഗ്രന്ഥം. അതിനെ വളച്ചൊടിച്ചത് കാളീശ്വരറാവുവിന്റെ രാഷ്ട്രീയവും ദാർശനികവുമായ ബാലിശത്വം വിളിച്ചോതുന്നു. നമ്മെ സംബന്ധിച്ചിടത്തോളം ഇവിടെ പ്രസക്തമായ കാര്യം ഇത്തരം ആക്രമണങ്ങളെ കോൺഗ്രസ് പാർട്ടി നേതൃത്വം ബോധപൂർവ്വം പ്രോത്സാഹിപ്പിച്ചു എന്നു മാത്രമല്ല, (കാളീശ്വരറാവു വിജയവാഡയിലെ പ്രമുഖ അഭിഭാഷകനും പ്രമാണിയായ കോൺഗ്രസുകാരനുമായിരുന്നു) ഇത്തരം സാധനം ഉപയോഗിക്കാനും പി സി ജോഷിക്ക് അയച്ചുകൊടുക്കാനും ഗാന്ധി മുതിർന്നു എന്നതാണ്.

ഇതിന് മറുപടിയായി ജോഷി ഗാന്ധിക്ക് 1944 സെപ്തംബർ 12 ന് എഴുതിയ കത്തിനെച്ചൊല്ലിയാണ് ഷൂരി നമ്മുടെ നേരെ കുതിരകയറാൻ വരുന്നത്. “താങ്കളുടെ കത്തിനോടാകെയുള്ള പ്രതികരണം ആദ്യമെ തന്നെ ഞാൻ തരാം. താങ്കളെഴുതിയത് എന്റെ അച്ഛനാണെഴുതിയിരുന്നതെങ്കിൽ ഞാനതിന് മറുപടിയേ അയക്കില്ലായിരുന്നു. പിന്നീടൊരിക്കലും അദ്ദേഹത്തെ കാണാനൊട്ടു പോവുകയുമില്ലായിരുന്നു. ഞാൻ താങ്കൾക്കെഴുതുന്നത് താങ്കൾ രാഷ്ട്രപിതാവായതുകൊണ്ടാണ്. താങ്കൾ ഞങ്ങളെ അപമാനിക്കുകയും കളിയാക്കുകയും ചെയ്യുമ്പോൾപോലും താങ്കളോട് കയർക്കുന്നത് എന്റെ ഭാഗത്ത് ദേശാഭിമാനിബോധമില്ലായ്മയാകും എന്നതുകൊണ്ടാണ്.”

ജോഷി തുടർന്നു: “താങ്കൾ അത് ഉദ്ദേശിക്കുന്നില്ലെന്ന് എനിക്കറിയാം. എന്താണ് എഴുതുന്നത് എന്ന് മനസ്സിലാക്കാൻപോലും കഴിയാത്തവിധം ഭയങ്കരമാണ് താങ്കൾക്ക് ഞങ്ങളുടെ പാർട്ടിയെക്കുറിച്ചുള്ള അറിവില്ലായ്മയും ഞങ്ങളുടെ പാർട്ടിക്കെതിരായ താങ്കളുടെ പക്ഷപാതവും.” (*മഹാത്മാഗാന്ധിയും പി സി ജോഷിയും തമ്മിലുള്ള കത്തിടപാട്*, പി പി എച്ച്, 1945 ജൂൺ, പേജ് 23–24)

എന്തുകൊണ്ട് ഗാന്ധിയെ വിമർശിച്ചു?

ഒരുകാര്യം ഞങ്ങളെ വിമർശിക്കുന്നവർക്കും വായനക്കാർക്കും തികച്ചും വ്യക്തമാക്കിക്കൊള്ളട്ടെ; മഹാത്മാഗാന്ധിയും കമ്യൂണിസ്റ്റ് പാർട്ടിയും തമ്മിലുള്ള ബന്ധം 'ആത്മീയമായിരുന്നില്ല; തികച്ചും രാഷ്ട്രീയസ്വഭാവത്തിലുള്ളതായിരുന്നു. മാർക്സിന്റെ ദർശനത്തോടും സിദ്ധാന്തത്തോടുമുള്ള ഒരുതരത്തിലും രാജിയാകാനാകാത്ത വിരോധം ഗാന്ധി മറച്ചുവെച്ചില്ല. സത്യം, അഹിംസ, അക്രമരാഹിത്യം, നിസ്സഹകരണത്തിലൂടെയുള്ള ചെറുത്തുനില്പ് എന്നൊക്കെ ഗാന്ധി പറയാറുള്ളതിൽ ഒട്ടും വിശ്വാസമില്ലെന്ന കാര്യം ഞങ്ങളും ഒളിച്ചുവെച്ചില്ല.

കമ്യൂണിസ്റ്റുകാർ ഗാന്ധിയോട് ഒട്ടും ആദരവ് കാണിച്ചില്ല എന്ന് പറഞ്ഞുകൊണ്ട് ഈ പ്രശ്നത്തെ വികാരപരമായി വിലയിരുത്തുന്നത് നിഷ്ഫലമാണ്. ദേശീയപ്രസ്ഥാനത്തിന്റെ അന്യാദൃശനായ നേതാവ് എന്ന നിലയ്ക്കുള്ള അദ്ദേഹത്തിന്റെ വ്യക്തിത്വത്തോടായിരുന്നില്ല ഞങ്ങളുടെ അനാദരവ്. അദ്ദേഹത്തിന്റെ രാഷ്ട്രീയവും ആശയപരവും ദാർശനികവുമായ വീക്ഷണങ്ങളോടായിരുന്നു.

'കമ്യൂണിസ്റ്റ് വഞ്ചന' തെളിയിക്കുക എന്ന ലക്ഷ്യത്തിലേക്കുള്ള പ്രയാണത്തിനിടയിൽ ഷൂരി മറ്റൊരു ആരോപണം ഉന്നയിക്കുന്നു. കമ്യൂണിസ്റ്റുകാരെ 'ഏജന്റു'മാരും 'ഇന്ത്യൻ സ്വാതന്ത്ര്യപ്രസ്ഥാനത്തിന്റെ ശത്രു'ക്കളുമായി മുദ്രകുത്തിയതുകൊണ്ട് തൃപ്തിപ്പെടാതെ, അദ്ദേഹം ജിന്നയുടെയും മുസ്ലീംലീഗിന്റെയും ഏജന്റായി പ്രവർത്തിക്കുകയായിരുന്നു സി പി ഐ എന്ന് തെളിയിക്കാൻ ഒരുമ്പെടുന്നു.

കോൺഗ്രസ് - ലീഗ് ഐക്യത്തിനായി പ്രവർത്തിക്കുക, ഐക്യവാദത്തിനായുള്ള ഇന്ത്യൻ കമ്യൂണിസ്റ്റ് പാർട്ടിയുടെ മാനിഫെസ്റ്റോ, പാകിസ്ഥാനെയും ദേശീയഐക്യത്തെയുംകുറിച്ച് എന്നിങ്ങനെയുള്ള ചില സി പി ഐ പ്രസിദ്ധീകരണങ്ങളുടെ പേര് പറഞ്ഞശേഷം, ആ രേഖകളുടെ ഇതിനകം സുപരിചിതമായ, വളച്ചൊടിച്ച ഉള്ളടക്കം അദ്ദേഹം നല്കുന്നു. "കമ്യൂണിസ്റ്റുപാർട്ടി ദേശീയ ഗവൺമെന്റ് വേണമെന്ന് പരസ്യമായി ആവശ്യപ്പെടുകയും" അതേസമയം ആ മുദ്രാവാക്യത്തെ കാര്യമായെടുക്കേണ്ടതില്ലെന്ന് രഹസ്യമായി ബ്രിട്ടീഷ് രാജിനെ അറിയിക്കുകയും ചെയ്തിരുന്നതായി അദ്ദേഹം അവകാശപ്പെടുന്നു. കോൺഗ്രസും മുസ്ലീം ലീഗും കൂട്ടുചേർന്നുള്ള അത്തരം ദേശീയഗവൺമെന്റില്ലാതെ യുദ്ധയത്നം വിജയത്തിൽനിന്ന് വിജയത്തിലേക്ക് കുതിച്ചുകൊണ്ടിരുന്നതുകൊണ്ടാണത്രെ പാർട്ടി അങ്ങനെ അഭിപ്രായപ്പെട്ടത്. കോൺഗ്രസ്-ലീഗ് ഐക്യത്തിനും ദേശീയ ഗവൺമെന്റ് രൂപീകരിക്കുന്നതിനുവേണ്ടി കമ്യൂണിസ്റ്റുകാർ വിപുലമായ പ്രചാരണം നടത്തിയിരുന്ന എന്ന് അദ്ദേഹത്തിന് സമ്മതിക്കേണ്ടിവന്നു. എന്നാൽ അതേശ്വാസത്തിൽത്തന്നെ താൻ മുൻകൂട്ടി എത്തിയ നിഗമനത്തിന്റെ അടിസ്ഥാനത്തിൽ 'എപ്പോഴും സഹായിക്കാൻ സന്നദ്ധമായ മുസ്ലീംലീഗിനെ പിൻതാങ്ങുന്ന മുസ്ലീമിതരപാർട്ടി

ഇതാ' എന്ന് സ്വതസിദ്ധമായശൈലിയിൽ ആരോപിക്കുകയും ചെയ്യുന്നു.

മുസ്ലീംലീഗ് ഒഴിച്ചുള്ള പാർട്ടികൾക്കെല്ലാം 'മുസ്ലീമിതര' എന്ന വിശേഷണം ചേർത്തത് ഷൂരിയുടെ സാമുദായിക ചിന്താഗതിയെ മറനീക്കി കാണിക്കുന്നു. അതാകട്ടെ, കമ്യൂണിസ്റ്റുകാരുടെ ആശയങ്ങൾക്കും ബോധത്തിനും തികച്ചും വിരുദ്ധമാണ്. സി പി ഐയുടെ ആശയസംഹിതയിൽ മതബോധത്തിന് സ്ഥാനമില്ല. കാരണം, അത് എല്ലാ സമുദായങ്ങളിൽനിന്നും വിപ്ലവകാരികളെ മുമ്പ് ആകർഷിച്ചിട്ടുണ്ട്. ഇപ്പോഴും ആകർഷിച്ചുകൊണ്ടിരിക്കുന്നു.

ഷൂരിയുടെ വാദം പരിശോധിക്കാം: "നാം പരിഗണിക്കുന്ന കാലഘട്ടംവരെ ഇന്ത്യ ഒറ്റ രാഷ്ട്രമാണെന്നും മുസ്ലീം ലീഗ് നേതൃത്വം 'ഫ്യൂഡൽ പിന്തിരിപ്പൻ' ആണെന്നും സാംസ്കാരികമായും വിദ്യാഭ്യാസപരമായും പിന്നോക്കമായ മുസ്ലീം ബഹുജനങ്ങളുടെ മേലുള്ള പിടി നിലനിർത്താനായി ഈ നേതൃത്വം സാമുദായികത പരത്തുകയാണെന്നും കമ്യൂണിസ്റ്റുപാർട്ടി വാദിച്ചുപോന്നിട്ടുണ്ട്." തുടർന്ന് ഈ പ്രശ്നത്തെക്കുറിച്ചുള്ള സി പി ഐയുടെ പുതിയ തീസിസ് പരാവർത്തനം ചെയ്യാൻ അദ്ദേഹം പുറപ്പെടുന്നു. ഇന്ത്യയിലെ ഹിന്ദു-മുസ്ലീം പ്രശ്നത്തെക്കുറിച്ച് അദ്ദേഹത്തിനുള്ള 'അന്യാദൃശമായ' ധാരണയുടെ അടിസ്ഥാനത്തിലാണത്. ദേശീയപ്രശ്നത്തെക്കുറിച്ചുള്ള സ്റ്റാലിന്റെ തീസിസുകളെ 1942-43 കാലത്ത് വികൃതമായി അനുകരിച്ചതിൽ നിന്നുണ്ടായ 'വ്യതിയാനം' ആണിതെന്ന് കണ്ടുപിടിക്കുകയും ചെയ്യുന്നു. 1930 കളുടെ ആദ്യം മുതൽ സ്റ്റാലിന്റെ ഈ തീസിസുകൾ തികച്ചും അറിയാവുന്ന ഇന്ത്യയിലെ കമ്യൂണിസ്റ്റുകാർ എന്തുകൊണ്ട് അത് നേരത്തെ കടമെടുത്തില്ല. അത് 'കുഴിച്ചെടുക്കാൻ' 1942-43 വരെ എന്തിന് കാത്തിരുന്നു എന്ന് സ്വയം ചോദിക്കാൻ ഷൂരി മെനക്കെടുന്നുമില്ല!

ലോകം ഭീകരമായ ഒരു ലോകയുദ്ധത്തിന്റെ നടുവിലായിരുന്നു. ഒരു വശത്ത് ഫാസിസ്റ്റു അച്ചുതണ്ടും മറുവശത്ത് ഫാസിസ്റ്റ് വിരുദ്ധശക്തികളും അണിനിരന്നായിരുന്നു പോരാട്ടം. ഇത് ഫാസിസ്റ്റ് വിരുദ്ധ യുദ്ധത്തിൽ ഇന്ത്യ ഫലപ്രദമായി പങ്കെടുക്കേണ്ടതിന്റെ അടിയന്തരാവശ്യം അടിവരയിട്ട് കാണിച്ചു; അതോടൊപ്പം കോൺഗ്രസും ലീഗും ചേർന്ന് ദേശീയഗവൺമെന്റ് രൂപീകരിക്കേണ്ട ആവശ്യവും ഉയർന്നുവന്നു— ഈ വസ്തുത രാജ്യത്തെ കോൺഗ്രസ്-ലീഗ് ഐക്യമുണ്ടാക്കുന്നതിന് പുതിയ മാർഗ്ഗങ്ങൾ തേടാൻ വിവിധ രാഷ്ട്രീയപാർട്ടികളെ നിർബ്ബന്ധിതരാക്കി.

ബ്രിട്ടീഷ് വാഴ്ചയ്ക്കെതിരായി ഹിന്ദു-മുസ്ലീം ഐക്യം എന്ന പരിഹരിക്കാനാകാത്ത പ്രശ്നത്തിൻമേൽ ഇന്ത്യൻ നാഷണൽ കോൺഗ്രസിനും അതിന്റെ പ്രവർത്തകസമിതിക്കും മുൻദശകങ്ങളിൽ പലവിധ ശ്രമങ്ങൾ നടത്തേണ്ടിവന്നു. 1916 ലെ കോൺഗ്രസ്-മുസ്ലീം ലീഗ് കരാർ, 1920 കളുടെ ആദ്യം നടത്തിയ ഖിലാഫത്ത് പരീക്ഷണം, 1946-47 കാലത്ത് രാജ്യത്തെ സാമുദായികാടിസ്ഥാനത്തിൽ വിഭജിക്കുന്നതുവരെ നടന്ന നിരവധി നീക്കങ്ങളും മറുനീക്കങ്ങളും ഇവയൊക്കെ ഏറെ ആഗ്രഹിച്ച ഹിന്ദു

-മുസ്ലീം ഐക്യം 'എങ്ങനെയെങ്കിലും' കൈവരിക്കാനുള്ള ശ്രമങ്ങളായിരുന്നു.

കമ്യൂണിസ്റ്റുകാർക്കെതിരായ ഷൂരിയുടെ ആരോപണം വിശകലനം ചെയ്യുന്നതിനുമുമ്പ് മാറിയ പരിതഃസ്ഥിതികൾക്കനുസൃതമായി സ്വന്തം നിലപാട് മാറ്റിയവർ അവർ മാത്രമാണോ എന്ന് നമുക്ക് ആദ്യം പരിശോധിക്കാം. 1906 ൽ മുസ്ലീംലീഗ് രൂപീകരിച്ചതു മുതൽ സാമുദായികമൈത്രി എന്ന പ്രശ്നത്തിൽ കോൺഗ്രസ് പല പരീക്ഷണങ്ങളും നടത്തി അതിന്റെ നിലപാട് രൂപീകരിച്ചുവരികയായിരുന്നു.

ഗാന്ധിയും ഹിന്ദു-മുസ്ലീം ഐക്യവും

ഇനി ഹിന്ദു-മുസ്ലീം ഐക്യത്തെക്കുറിച്ച് ഗാന്ധിയുടെ ചില പ്രസ്താവനകൾ നോക്കാം.

കോൺഗ്രസ് ഹിന്ദു സംഘടനയാണോ എന്ന ചോദ്യത്തിന് മറുപടിയായി ഗാന്ധി ഇങ്ങനെ എഴുതി: "ജീവിതത്തെയും സ്ഥാപനങ്ങളെയും ഭരിക്കുന്നത് യുക്തിയല്ല. രാജ്യത്തിന്റെ രാഷ്ട്രീയമുന്നേറ്റത്തിനായി സാമുദായികമായ നീക്കുപോക്കുണ്ടാക്കേണ്ടതിന്റെ ആവശ്യകത കോൺഗ്രസിന് സ്വാഭാവികമായി ബോദ്ധ്യപ്പെട്ടു. അങ്ങനെയാണ് 1916 ലെ കോൺഗ്രസ് ലീഗ് കരാർ ഉണ്ടായത്. അക്കാലം മുതൽ കോൺഗ്രസ് സാമുദായിക ഐക്യത്തെ പാർട്ടി പരിപാടിയിലെ ഒരിനമാക്കിയിരുന്നു." (*ഹരിജൻ,* 1939 നവംബർ 13)

എന്നാൽ അതേകൊല്ലം ജനുവരിയിൽ *ഹരിജനിൽ* തന്നെ ഹിന്ദു മുസ്ലീം ഐക്യത്തെക്കുറിച്ച് ഗാന്ധി എഴുതിയതിൽ രണ്ട് പ്രബല രാഷ്ട്രീയശക്തികളും തമ്മിലുള്ള അകല്ച പ്രകടമാക്കുന്ന പരാമർശങ്ങളുണ്ടായിരുന്നു. അദ്ദേഹം എഴുതി:

> മുസ്ലീം ലീഗ് മഹത്തായ ഒരു സംഘടനയാണ്. അതിന്റെ പ്രസിഡന്റ് ഒരു കാലത്ത് ഉറച്ച കോൺഗ്രസുകാരനായിരുന്നു. അദ്ദേഹം കോൺഗ്രസിന്റെ ഉദിച്ചുയരുന്ന പ്രതീക്ഷയായിരുന്നു. അവിസ്മരണീയമായ ഖിലാഫത്ത് കാലത്ത് കോൺഗ്രസുമായി യോജിച്ച നിരവധിപേർ ലീഗിലുണ്ട്. അവരുടെ ഇന്നത്തെ പ്രസംഗങ്ങളും എഴുത്തുകളും അവരുടെ പഴയ സഹപ്രവർത്തകരോട് പ്രകടമാക്കുന്ന വെറുപ്പ് ആ സഹോദരൻമാരുടെ മനസ്സിലുണ്ടെന്ന് ഞാൻ വിശ്വസിക്കുന്നില്ല. അതിനാൽ ലീഗിനോടോ അതിലെ അംഗങ്ങളോടോ കോൺഗ്രസുകാരും കോൺഗ്രസ് പ്രസിദ്ധീകരണങ്ങളും വെറുപ്പുപുലർത്തുന്നത് തെറ്റാണ്.
>
> 'ഹിന്ദുക്കളും മുസ്ലീങ്ങളും തമ്മിൽ മാത്രമല്ല, ഇന്ത്യയെ രാഷ്ട്രമാക്കി മാറ്റുന്ന എല്ലാ സമുദായങ്ങളും തമ്മിൽ എന്റെ ജീവിതകാലത്തുതന്നെ യാഥാർത്ഥഐക്യം സ്ഥാപിതമാകും എന്ന പ്രതീക്ഷ എനിക്ക് നഷ്ടപ്പെട്ടിട്ടില്ല. അത് കൈവരിക്കാനുള്ള വഴി ഇന്ന് എനി

> ക്കറിയാമെങ്കിൽ, അതെത്ര പ്രയാസമേറിയതും മുള്ളുനിറഞ്ഞതു മായാലും അതിലൂടെ മുന്നോട്ടുപോകാനുള്ള ഇച്ഛാശക്തിയും ബലവും എനിക്കുണ്ട്.

എന്നാൽ 1940 മാർച്ച് ആയപ്പോഴേക്കും ഇന്ത്യ വിഭജിക്കപ്പെടും എന്ന വസ്തുതയെ നേരിടാൻ ഗാന്ധി നിർബ്ബന്ധിതനായി. അദ്ദേഹം എഴുതി:

> ഇത് മാത്രമല്ല, കോൺഗ്രസ് മുസ്ലീങ്ങളെയോ മറ്റ് ഏതെങ്കിലും ന്യൂനപക്ഷത്തെയോ ബലം പ്രയോഗിച്ച് നിർബ്ബന്ധിക്കില്ല. അക്ര മരഹിതമായ സമീപനമാണ് കോൺഗ്രസ് സ്വീകരിക്കുക. ഏറ്റവും വലിയ ബലപ്രയോഗം ബ്രിട്ടന്റേതാണ്. ഭരണഘടന നിർമ്മാണ സഭ (കോൺസ്റ്റിറ്റുവന്റ് അസംബ്ലി) വേണമെന്ന് ആവശ്യപ്പെടു മ്പോൾ എന്റെ ആശ ഇതാണ്: മുസ്ലംലീഗ് ചിന്താഗതിക്കാരോ മറ്റു ചന്താഗതിക്കാരോ, ആര് മുസ്ലീങ്ങളെ പ്രതിനിധാനം ചെയ്താലും ശരി, അവർ യാഥാർത്ഥ്യത്തോട് അടുക്കുമ്പോൾ ഇന്ത്യയെ മതാടിസ്ഥാനത്തിൽ വെട്ടിമുറിക്കാൻ തയ്യാറാവില്ല; ഇന്ത്യയെ അവിഭാജ്യമായ ഒന്നായി കണക്കാക്കും; തികച്ചും ഇസ്ലാ മികമായ പ്രശ്നങ്ങൾക്കുപോലും ദേശീയമായ ഇന്ത്യയുടെതായ പരിഹാരം കണ്ടുപിടിക്കും. ഈ ആശ തകർക്കപ്പെടുന്ന പക്ഷം കോൺഗ്രസിന് ഇന്ത്യയിലെ മുസ്ലീങ്ങളുടെ പ്രകടമായ ഇച്ഛയെ ബലം പ്രയോഗിച്ച് തടയാനാവില്ല. വിഭജനം തടയാൻ ബ്രിട്ടീഷ് സേനയുടെ സഹായം തേടാൻ കോൺഗ്രസിന് ഒരിക്കലും ആവി ല്ലെന്ന് പറയേണ്ടതില്ല. ഒറ്റയ്ക്കോ ബ്രിട്ടീഷുകാരുടെ സഹായത്തോ ടെയോ മുസ്ലീങ്ങളാണ് ചെറുത്തുനില്ക്കാൻ ശ്രമിക്കാത്ത ഇന്ത്യ യുടെമേൽ അവരുടെ ഇച്ഛ അടിച്ചേല്പിക്കുക. കോൺഗ്രസിനെ എന്നോടൊപ്പം നിർത്താൻ കഴിഞ്ഞാൽ ബലം പ്രയോഗിക്കേണ്ട ബുദ്ധിമുട്ടിൽ ഞാൻ മുസ്ലീങ്ങളെക്കൊണ്ട് ചാടിക്കില്ല. (*ഹരിജൻ*, 1943 മാർച്ച് 23)

1940 ഏപ്രിൽ ആയപ്പോഴേക്കും "മറ്റ് ഇന്ത്യാക്കാർക്കുള്ള അതേ സ്വയം നിർണ്ണയാവകാശം മുസ്ലീങ്ങൾക്കും വേണം" എന്നതൊഴിച്ച് ഒരു പോംവഴിയും ഗാന്ധി കണ്ടില്ല. *ഹരിജനിൽ* അദ്ദേഹം എഴുതി:

> മേലിൽ ഇന്ത്യ സ്വന്തം ഇച്ഛയനുസരിച്ച് പ്രവർത്തിക്കും, ഇതേ വരെ ഉണ്ടായതുപോലെ ഭരണാധികാരികളുടെ ഇച്ഛയനുസരിച്ചല്ല എന്ന് അസന്ദിഗ്ദ്ധമായി തങ്ങളുടെ ഇച്ഛ പ്രഖ്യാപിക്കുന്നതിൽനിന്ന് സാമ്രാജ്യത്വഭരണാധികാരികളെ തടയാൻ ഇന്ന് ഒന്നുമില്ല. അത്തരം ഒരു പ്രഖ്യാപനത്തെ മുസ്ലീംലീഗിനോ മറ്റേതെങ്കിലും പാർട്ടിക്കോ എതിർക്കാനായില്ല. തങ്ങളുടെ വ്യവസ്ഥകൾ അടി ച്ചേല്പിക്കാൻ മുസ്ലീങ്ങൾക്ക് അവകാശമുണ്ടായിരിക്കും. ശേഷി ക്കുന്ന ഇന്ത്യ സഹോദരഹത്യക്ക് മുതിരുന്നില്ലെങ്കിൽ മുസ്ലീങ്ങൾ

സ്വന്തം വ്യവസ്ഥകൾ അടിച്ചേല്പിക്കാൻ മുതിർന്നാൽ മറ്റുള്ളവർ അതിന് വഴങ്ങേണ്ടി വരും. ഇന്ത്യയിലെ മറ്റുള്ളവർ എത്രവലിയ ഭൂരിപക്ഷമായിരുന്നാലും എട്ടുകോടി മുസ്ലീങ്ങളെക്കൊണ്ട് അനുസരിപ്പിക്കാൻ പറ്റുന്ന ഒരു അക്രമരഹിതമാർഗ്ഗവും എനിക്കറിയില്ല. മറ്റ് ഇന്ത്യാക്കാർക്കുള്ള അതേ സ്വയംനിർണ്ണയാവകാശം മുസ്ലീങ്ങൾക്കും ഉണ്ടാകണം. നാമിപ്പോൾ ഒരു കൂട്ടുകുടുംബമാണ്. ഏതൊരംഗത്തിനും ഭാഗം ആവശ്യപ്പെടാം.

അതിനാൽ എന്നെ സംബന്ധിച്ചിടത്തോളം സാമുദായിക ഐക്യമില്ലെങ്കിൽ സ്വരാജും ഇല്ല എന്ന നിലപാടാണ്. 1919 ൽ ഞാനത് ആദ്യം പ്രഖ്യാപിച്ചപ്പോൾ എന്നപോലെ ഇന്നു സാധുവാണ് (ഹരിജൻ 1940 ഏപ്രിൽ 6)

1942 ജൂലൈ 12 ന് ഗാന്ധി പ്രസ്താവിച്ചു: "രാജ്യത്തെ ഏറ്റവും സംഘടിതപാർട്ടികൾ എന്ന നിലയ്ക്ക് കോൺഗ്രസും ലീഗും തമ്മിൽ ധാരണയുണ്ടാക്കി. എല്ലാവർക്കും സ്വീകാര്യമായ താല്ക്കാലിക ഗവൺമെന്റ് രൂപീകരിക്കണം. ഇതിനെ തുടർന്ന് ശരിയായ രീതിയിൽ തെരഞ്ഞെടുത്ത ഭരണഘടനാ നിർമ്മാണസഭ ഉണ്ടാക്കണം."

1943 മെയിലും ജിന്നക്കെഴുതിയ ഒരു കത്തിൽ ഗാന്ധി പറഞ്ഞു: "പൊതുവായ പരിഹാരം കണ്ടെത്തും എന്ന നിശ്ചയദാർഢ്യത്തോടു സാമുദായിക ഐക്യം എന്ന ബൃഹത് പ്രശ്നത്തെ എന്തുകൊണ്ട് നമുക്ക് രണ്ടുപേർക്കും സമീപിച്ചുകൂട? ഇതിൽ ഉൽക്കണ്ഠയോ താല്പര്യമോ ഉള്ള സകലർക്കും നമ്മുടെ പരിഹാരനിർദ്ദേശം സ്വീകാര്യമാക്കാൻ എന്തുകൊണ്ട് യോജിച്ചു പ്രവർത്തിച്ചുകൂടാ?"

ഈ ഉദ്ധരണികളിൽ നിന്നെല്ലാം ഒരു കാര്യം വ്യക്തമാണ് അതിവേഗം മാറിവരുന്ന പരിതസ്ഥിതിയോടൊപ്പം നീങ്ങാൻ കോൺഗ്രസും ശ്രമിക്കുകയായിരുന്നു. എന്നാൽ വലിയ വിജയമുണ്ടായില്ല. 1857 ലെ കലാപത്തിലൂടെ ആദ്യമായി പ്രത്യക്ഷപ്പെട്ടതുമുതൽ സാമ്രാജ്യവിരുദ്ധ വികാരം ഹിന്ദുക്കളെയും മുസ്ലീങ്ങളെയും പൊതു ശത്രുവിനെതിരായി ഏകോപിപ്പിച്ചിരുന്നു. അതിപ്പോൾ ഭൂരിപക്ഷ-ന്യൂനപക്ഷ സമുദായ താല്പര്യങ്ങളെ പ്രതിനിധാനം ചെയ്യുന്ന രണ്ട് വ്യത്യസ്ത സംഘടനകളായി രാഷ്ട്രീയരൂപം കൈക്കൊണ്ടു. ഇത് പരിഗണിക്കേണ്ട ഒരു യാഥാർത്ഥ്യമാണ്. സി പി ഐ -മുസ്ലീം സമുദായ പ്രശ്നത്തെ ദേശീയ പ്രശ്നമായാണ് കാണാൻ ശ്രമിച്ചത്. അതേസമയം ഹിന്ദു-മുസ്ലീം ഐക്യത്തിനുവേണ്ടി പരമാവധി പ്രയത്നിക്കുകയും ചെയ്തു. ആ ഐക്യത്തിനു മാത്രമേ തരാൻ മടിച്ചുനില്ക്കുന്ന ബ്രിട്ടീഷ് ഭരണാധികാരികളിൽനിന്ന് ദേശീയ ഗവൺമെന്റിനെ പിടിച്ചെടുക്കാൻ കഴിയൂ എന്നായിരുന്നു പാർട്ടിയുടെ നിഗമനം. മുസ്ലീം ജനസാമാന്യത്തെ മതപരമായ പരിപാടിയുടെ അടിസ്ഥാനത്തിൽ അണിനിരത്താനുള്ള ലീഗിന്റെ പ്രകടമായ നീക്കത്തിൽ പാർട്ടിക്ക് എതിർപ്പുണ്ടായിരുന്നു. ന്യൂനപക്ഷത്തെ അണിനിരത്തുന്നതിൽ ലീഗിനുണ്ടായ വിജയം ഒരു 'ദേശീയ' ബോധത്തെ വ്യഞ്ജിപ്പി

ക്കുന്നുവെന്ന് പാർട്ടി തെറ്റായി വ്യാഖ്യാനിച്ചു.

ഈ തെറ്റായ വിലയിരുത്തലിനെ സ്വയം വിമർശനപരമായി പരിശോധിച്ചപ്പോൾ ആ ധാരണയ്ക്ക് അടിസ്ഥാനമായ സമൂർത്ത സാഹചര്യം സി പി ഐ വിശകലനം ചെയ്തു. അങ്ങനെ അത് നിലപാട് തിരുത്തി. ഈ സമീപനം ദേശീയ പ്രശ്നത്തെക്കുറിച്ച് സ്റ്റാലിൻ എഴുതിയത് അപ്പാടെ വിഴുങ്ങിയതുകൊണ്ട് ഉണ്ടായതാണെന്ന് ഒരു തരത്തിലും വ്യാഖ്യാനിക്കാനാവില്ല എന്നാൽ ദുരുദ്ദേശ്യം ആരോപിക്കലാണ് ചരിത്രപരമായ വിശകലനത്തിന്റെ 'ശരിയായ' രീതി എന്നാണ് ഷൂരിയുടെ ധാരണ.

രാജ്യത്തെ മുസ്ലീങ്ങളിൽ വിപുലമായ വിഭാഗം മുസ്ലീംലീഗ് നേതൃത്വത്തിന്റെ ഉറച്ച പിടിയിലായിരുന്നു. അക്കാലത്തെ ഈ സ്ഥിതിയെ ഗൗരവബോധമുള്ള ഒരു രാഷ്ട്രീയപാർട്ടിക്കും അവഗണിക്കാനാവില്ല. ലീഗിനെ ബ്രിട്ടന് അനുകൂലമായ സാമുദായിക പിന്തിരിപ്പൻപാർട്ടി എന്ന് അടച്ചാക്ഷേപിക്കുന്നത് അന്ന് രാജ്യം നേരിട്ടിരുന്ന പ്രശ്നത്തിന് പരിഹാരമായിരുന്നില്ല. കാരണം, ആ നിലപാടനുസരിച്ച് വിപുലമായ മുസ്ലീം ജനവിഭാഗങ്ങളെ ലക്ഷ്യം നഷ്ടപ്പെട്ട ജനതയായി കുറ്റപ്പെടുത്തേണ്ടിവന്നേനെ.

"ഭിന്നിപ്പിച്ചുഭരിക്കുക" എന്ന നയത്തിന്റെ അഭേദ്യഭാഗമായി ഹിന്ദു-മുസ്ലീം സമുദായങ്ങൾക്കിടയിൽ ഒരു ആപ്പ് അടിച്ചുകയറ്റാൻ ബ്രിട്ടീഷുകാർ കരുക്കൾ നീക്കിവരുകയായിരുന്നു. അന്നത്തെ സാഹചര്യത്തിൽ സ്വരാജ് എന്നാൽ ഹിന്ദു ഭൂരിപക്ഷത്തിന്റെ ഭരണമാണ് എന്നായിരുന്നു മുസ്ലീംലീഗിന്റെ ധാരണ. അതവർക്ക് ഒട്ടും സ്വീകാര്യമായിരുന്നില്ല. മുസ്ലീം ലീഗ് നേതൃത്വത്തിന്റെ ആശങ്കകളും തെറ്റിദ്ധാരണകളും നീക്കാൻ കോൺഗ്രസ് പല പരിഹാരമാർഗ്ഗങ്ങളും ആലോചിച്ചുവരികയായിരുന്നു. ലീഗിനെ ഒഴിവാക്കി കോൺഗ്രസുമായി ഒത്തുതീർപ്പ് ഉണ്ടാക്കുകയില്ലെന്ന് ബ്രിട്ടൻ നല്കിയ ഉറപ്പ് ഉണ്ടാക്കിയ കെണിയിൽ വീണുകൊണ്ടിരിക്കുകയായിരുന്ന ജിന്നയുടെ നേതൃത്വത്തിലുള്ള മുസ്ലീംലീഗ്. ഇന്ത്യൻ നാഷണൽ കോൺഗ്രസിന് അധികാരം കൈമാറുന്നതിനെതിരായി ഒരുതരത്തിലുള്ള വീറ്റോ അധികാരം കോൺഗ്രസ് നേടിക്കഴിഞ്ഞിരുന്നു.

സ്വാതന്ത്ര്യസമരത്തെ ഭീഷണിപ്പെടുത്തിയിരുന്ന അന്നത്തെ ആഭ്യന്തരസ്ഥിതിയുടെ സമ്മർദ്ദം, സാമ്രാജ്യത്വശത്രുക്കളെ തോല്പിക്കാൻ ദേശീയ ഗവൺമെന്റ് രൂപീകരിക്കുന്നതിന് എത്രയും വേഗം വഴിയൊരുക്കാൻ കോൺഗ്രസ് - ലീഗ് ഐക്യം ഊട്ടിയുണ്ടാക്കേണ്ടതിന്റെ ഒഴിച്ചുകൂടാനാവാത്ത ആവശ്യം, ഫാസിസ്റ്റ് വിരുദ്ധയുദ്ധത്തെ പരമാവധി സഹായിക്കേണ്ടതിന്റെ ആവശ്യകത-ഇവ മാത്രമാണ് ഹിന്ദു മുസ്ലീം പ്രശ്നത്തിന് ചില പരിഹാരങ്ങൾ നിർദ്ദേശിക്കാൻ സി പി ഐയെ പ്രേരിപ്പിച്ചത്.

ഹിന്ദു-മുസ്ലീം ഐക്യത്തോടെയുള്ള ബൂർഷ്വാ സമീപനം

ഹിന്ദു-മുസ്ലീം ഐക്യം കൈവരിക്കാനും രാജ്യത്തെ സാമുദായികാടിസ്ഥാനത്തിൽ വെട്ടിമുറിക്കുന്നത് തടയാനും നടത്തിയ സമരത്തിന്റെ അന്തിമഫലം എന്തായിരുന്നു? ഹിന്ദുക്കളുടെ ആഗ്രഹാഭിലാഷങ്ങളുമായി കൂടുതൽ കൂടുതൽ താദാത്മ്യം പ്രാപിച്ച കോൺഗ്രസും മുസ്ലീംലീഗും സാമുദായികമായി ഭിന്നിപ്പിച്ച് ഭരിക്കുക എന്ന ബ്രിട്ടീഷ് നയം പൊളിക്കുന്നതിൽ പരാജയപ്പെട്ടു. അവസാനം ബ്രിട്ടീഷ് ഗൂഢാലോചനയ്ക്ക് അടിപ്പെട്ടു. ബ്രിട്ടീഷുകാരെ യോജിച്ചെതിർക്കുന്നതിന് ഹിന്ദു-മുസ്ലീം സാമുദായിക മൈത്രി ഊട്ടിയുണ്ടാക്കുന്നതിൽ ഇരുകൂട്ടരും പരാജയപ്പെട്ടു. അത് മുഖ്യമായി ആരുടെ കുറ്റമായിരുന്നു. കോൺഗ്രസിന്റെയോ ലീഗുനേതാക്കളുടെയോ? ഇത് ഇന്ന് ഏറക്കുറെ അപ്രസക്തമായ ചോദ്യമാണ്. എങ്കിലും, ജിന്നയുടെ നേതൃത്വത്തിലുള്ള ലീഗാണ് ഇന്ത്യയെ സാമുദായികമായി വെട്ടിമുറിച്ചതിന് കൂടുതൽ ഉത്തരവാദികൾ.

ഐക്യം ഊട്ടിയുണ്ടാക്കി വിദേശ സാമ്രാജ്യവാഴ്ചയ്ക്കെതിരായി ഐക്യമുന്നണിയായി പ്രവർത്തിക്കുന്നതിൽ ബൃഹത്തായ ഈ രണ്ട് ബഹുജനസംഘടനകൾ പരാജയപ്പെട്ടത് എന്തുകൊണ്ട്? ഈ സംഘടനകൾക്കുപിന്നിൽ അണിനിരന്ന ജനസാമാന്യത്തെ കുറ്റപ്പെടുത്തുകയോ ദേശീയ ജനവിഭാഗങ്ങളുടെ 'സ്വയം നിർണ്ണയാവകാശ' സിദ്ധാന്തം ഹിന്ദു-മുസ്ലീം തർക്കത്തിൽ പ്രയോഗിച്ചതിലുള്ള പതർച്ചയ്ക്ക് കമ്യൂണിസ്റ്റ് പ്രസ്ഥാനത്തെ ബലിയാടാക്കുകയോ ചെയ്യുന്നത്, മറ്റെങ്ങോ കിടക്കുന്ന യഥാർത്ഥ കാരണം കാണാതിരിക്കലാണ്.

കോൺഗ്രസിന്റെയും മുസ്ലീംലീഗിന്റെയും നേതാക്കൾ ഇന്ത്യയിലെ ബൂർഷ്വാ-ഭൂപ്രഭുവർഗ്ഗങ്ങളുടെ രാഷ്ട്രീയവും ആശയപരവുമായ പ്രതിനിധികളാണ്. ഈ രണ്ട് വിഭാഗം നേതാക്കൾക്കും പൊതുവായി പലതരത്തിലുള്ള നിക്ഷിപ്തവർഗ്ഗതാല്പര്യങ്ങളുണ്ട്. ഒന്നാമത്, ബ്രിട്ടീഷ് ഭരണാധികാരികളുമായുള്ള വഴക്കിൽ 'പരിധി' കടന്നുപോകാൻ അവർ ആഗ്രഹിച്ചില്ല. അതുകൊണ്ട്, സമരത്തെ രൂപത്തിലും ഭാവത്തിലും മിതപ്പെടുത്തി. രണ്ടാമത്, ഈ രണ്ടു വർഗ്ഗങ്ങളും നൈസർഗ്ഗികമായി തൊഴിലാളിവർഗ്ഗത്തിനും കർഷക ജനസാമാന്യത്തിനും എതിരായിരുന്നു. അവരുടെ പ്രസ്ഥാനങ്ങളിൽ തങ്ങളുടെ നിക്ഷിപ്ത-വർഗ്ഗതാല്പര്യങ്ങൾക്കുള്ള വെല്ലുവിളി അവർ കണ്ടു. മൂന്നാമത്, ബൂർഷ്വാ-ഭൂപ്രഭുതാല്പര്യങ്ങളുടെ പ്രതിനിധികളെന്ന നിലയിൽ കോൺഗ്രസിന്റെയും ലീഗിന്റെയും നേതൃത്വങ്ങൾ സാമുദായിക ചിന്താഗതിക്കും സംസ്കാരത്തിനും വശംവദരായിരുന്നു.

ഒരു രാഷ്ട്രത്തെയോ ദേശീയ ജനവിഭാഗത്തെയോ രൂപപ്പെടുത്തുന്നതിൽ മതമോ സമുദായമോ നിർണ്ണായകഘടകമല്ല. എന്നാൽ, അന്നത്തെ സ്ഥിതിഗതികളിൽ പാകിസ്ഥാൻ എന്ന വേറിട്ടൊരു രാഷ്ട്രം

വേണമെന്ന മുസ്ലീംലീഗ് നേതൃത്വത്തിന്റെ ആവശ്യം അവസാനം തടുക്കാനും ഒഴിവാക്കാനും കഴിയാത്തതായിതീർന്നു.

വിദേശികൾക്കെതിരായും ദേശീയ സ്വാതന്ത്ര്യത്തിനുവേണ്ടിയും ജനസാമാന്യത്തെ ഉണർത്താൻ മതപുനരുദ്ധാരണവാദത്തെ കോൺഗ്രസിന്റെയും ലീഗിന്റെയും നേതാക്കൾ മുഖ്യ ആയുധമാക്കിയപ്പോൾ, സാമുദായികത മേൽക്കൈ നേടി. വിദേശ ബ്രിട്ടീഷ് വാഴ്ചയ്ക്കെതിരായ സമരത്തിന് ആവേശമുണ്ടാക്കാനായി പഴയ ഹിന്ദു-മുസ്ലീം സാമ്രാജ്യങ്ങളുടെ മാഹാത്മ്യം ഹിന്ദു-മുസ്ലീം ജനസാമാന്യങ്ങളുടെ ഓരോന്നിന്റെയും 'സ്വർണ്ണയുഗ'ങ്ങളായി വാഴ്ത്തപ്പെട്ടു. ഇത് കൂടുതൽ പ്രകടമായി ചെയ്തത് ന്യൂനപക്ഷ മുസ്ലീംസമുദായമായിരുന്നു.

ഹിന്ദു-മുസ്ലീം മുതലാളിമാർക്കും ഭൂപ്രഭുക്കൾക്കും എതിരായി തൊഴിലാളികളുടെയും കർഷകരുടെയും യോജിച്ച വർഗ്ഗ-ബഹുജനസമരങ്ങൾ നടത്തുന്നതിന് കോൺഗ്രസിന്റെയും ലീഗിന്റെയും നേതൃത്വങ്ങൾക്ക് ശക്തിയായ എതിർപ്പുണ്ടായിരുന്നു. കർഷകസമരത്തിലും മുതലാളിവിരുദ്ധസമരത്തിലും ഊട്ടിയുണ്ടാക്കാമായിരുന്ന പൊതുബന്ധങ്ങൾ മാത്രമായിരുന്നു ഹിന്ദു-മുസ്ലീം ബഹുജനഐക്യം ഊട്ടിയുണ്ടാക്കുന്നിനും വിദേശബ്രിട്ടീഷ് വാഴ്ചയ്ക്കെതിരായ സമരത്തിൽ അത് നിലനിർത്തുന്നതിനും ഉള്ള അസന്ദിഗ്ദ്ധമായ ഉറപ്പ്. അത്തരം പൊതുവായ കർഷകസമരങ്ങൾ ഇല്ലാതിരിക്കലും അതിലേറെ, ഹിന്ദുക്കളും മുസ്ലീങ്ങളുമായ കൃഷിക്കാർ യോജിച്ച് സമരംനടത്തുന്നതിനെ കോൺഗ്രസിന്റെയും ലീഗിന്റെയും നേതാക്കൾ തുറന്നെതിർത്തതും വിപുലമായ കർഷക ജനസാമാന്യത്തിനിടയിൽ സാമുദായികമായ ആപ്പ് അടിച്ചുകയറ്റി. അത് അവരുടെ വർഗ്ഗഐക്യവും ഐക്യദാർഢ്യവും പൊതുബോധവും വളർന്നു വരുന്നത് തടഞ്ഞു.

പൊതുവായ വർഗ്ഗമർദ്ദകർക്കും ചൂഷകർക്കുമെതിരെ സമരത്തിൽ വളർന്നുവരാമായിരുന്ന സാമുദായിക ഐക്യത്തെ മുന്നോട്ടുകൊണ്ടുപോകുന്നതിനെ തടഞ്ഞത് ഈ നേതൃത്വത്തിലുള്ള ശത്രുതാപരമായ നിലപാടായിരുന്നു. ഇന്ത്യയിലെ ജനസാമാന്യത്തിൽ 90 ശതമാനം വരുന്ന തൊഴിലാളികളും കർഷകരും തമ്മിൽ അങ്ങനെയൊരു ബഹുജന ഐക്യം ഉണ്ടാക്കാനുള്ള സാദ്ധ്യതയെത്തന്നെ കോൺഗ്രസിന്റെയും ലീഗിന്റെയും നേതാക്കൾ തങ്ങൾക്കുള്ള ഭീഷണിയായി കണ്ടു. അതിനാൽ ഹിന്ദു-മുസ്ലീം ഐക്യപ്രശ്നം സാമുദായികമായ അകല്ചയെ മുറിച്ചു കടക്കുന്ന കൂടുതൽ ശക്തമായ വർഗ്ഗഐക്യമായി രൂപംകൊണ്ടില്ല; മറിച്ച് അത് 'കരാറു'കളും 'സന്ധി'കളും 'സൂത്ര'ങ്ങളും 'മറുസൂത്ര'ങ്ങളുമായി പരിമിതമാക്കപ്പെട്ടു. ഇതെല്ലാം വിദേശ ബ്രിട്ടീഷ് ഭരണാധികാരികളുടെ കൈയിൽ കളിക്കലായിരുന്നു.

ഇതിനുദാഹരണമായി കോൺഗ്രസ് നേതൃത്വത്തിലെ പ്രബലമായ ചിന്താഗതിയുടെ പ്രതീകമായിരുന്ന ഗാന്ധി ഒരു പ്രത്യേകസംഭവത്തിൽ കൈക്കൊണ്ട നിലപാട് നോക്കാം.

ജയപ്രകാശിനും സമ്പൂർണ്ണാനന്ദിനും മറുപടിയായി 1940 ജനുവരി

20 ന്റെ *ഹരിജനിൽ* ഗാന്ധി ഇങ്ങനെ എഴുതി:

ഏറെ സ്വാധീനശക്തിയുള്ള ഒരു കോൺഗ്രസുകാരൻ എന്നോട് പറഞ്ഞു ഞാൻ നിസ്സഹകരണപ്രസ്ഥാനം ആരംഭിക്കുകയാണെങ്കിൽ ഇത്തവണ വമ്പിച്ച പിന്തുണ അതിനുണ്ടാകുമെന്ന്. ഇന്ത്യയിലെ തൊഴിലാളിലോകം മുഴുവനും പലഭാഗത്തുമുള്ള കൃഷിക്കാരും ഒരേസമയത്ത് പണിമുടക്ക് പ്രഖ്യാപിക്കുമെന്ന് അദ്ദേഹം ഉറപ്പുപറയുന്നു. അത് സംഭവിച്ചാൽ എനിക്ക് ഏറ്റവും വലിയ നൊമ്പരമുണ്ടാകുമെന്നും എന്റെ പദ്ധതികളാകെ പൊളിയുമെന്നും ഞാൻ അദ്ദേഹത്തോട് പറഞ്ഞു. എന്റെ കൈയിൽ സൃഷ്ടിപരമായ പദ്ധതിയൊന്നും ഇല്ലെന്ന് തുറന്നുപറയേണ്ടിയിരിക്കുന്നു... അരാജകത്വത്തിലും ചെമപ്പൻനാശത്തിലും അവസാനിക്കുന്ന പോരാട്ടം അറിഞ്ഞുകൊണ്ടു തുടരാൻ ഞാൻ ബാദ്ധ്യസ്ഥനല്ലെന്നാണ് എന്റെ ധാരണ." (*ഗാന്ധിയുടെ സമാഹൃത കൃതികൾ*, വാല്യം 71, പേജ് 116-117) ഉശിരൻ സാമ്രാജ്യവിരുദ്ധ സമരം വ്യാപകമായതോതിൽ ഉയർന്നുവരാൻ ഇടയായാൽ അതിനോടുള്ള കോൺഗ്രസ് നേതാക്കളുടെ എതിർപ്പ് ഇങ്ങനെയാണ്. തൊഴിലാളികളുടെയും കൃഷിക്കാരുടെയും ഏകോപിപ്പിച്ചുള്ള സമരങ്ങളോടുള്ള യാഥാസ്ഥിതികവും പരിഷ്കരണവാദപരവുമായ ഈ നിലപാടാണ് സാമ്രാജ്യവിരുദ്ധ ദേശീയബോധത്തിന്റെ സ്ഥാനത്ത് സാമുദായികമായി വിഘടിതകാഴ്ചപ്പാടിനെ ഉയരാനും വളരാനും നിലനിർത്താനും അനുവദിച്ചത്. മതേതരത്വത്തെ പരസ്യമായി ഉയർത്തിപ്പിടിച്ച കോൺഗ്രസ് ഹൈക്കമാന്റ് ഇത്തരം ആശങ്ക പ്രകടിപ്പിച്ചെങ്കിൽ മുള്ളമാരും മൗലവിമാരും 'അസ്സൽ മുസൽമാന്മാരും' വിവിധ തലങ്ങളിൽ നേതൃത്വം കൊടുത്ത മുസ്ലീംലീഗിന്റെ പ്രതികരണം എന്തായിരുന്നിരിക്കാം എന്ന് ഊഹിക്കാവുന്നതേയുള്ളൂ.

ഈ വിശകലനം ശരിയാണെന്ന് ഹിന്ദു-മുസ്ലീം ഐക്യം ഇപ്പോഴും പരിഹരിക്കപ്പെടാത്ത പ്രശ്നമായി കിടക്കുന്നതിൽനിന്ന് സ്പഷ്ടമാണ്. ഈ അർദ്ധഭൂഖണ്ഡത്തിലെ വിവിധ രാഷ്ട്രങ്ങളിലെ ഭരണവർഗ്ഗങ്ങളും ഭരണകക്ഷികളും വർദ്ധിച്ചുവരുന്ന ബഹുജനസംതൃപ്തിയെ അടക്കിനിർത്തി തങ്ങളുടെ വാഴ്ച തുടരാൻ ഈ പ്രശ്നത്തെ ഇപ്പോൾ പരസ്യമായി ഉപയോഗിക്കുന്നു.

സി പി ഐ 1942-45 കാലത്ത് കോൺഗ്രസ്-ലീഗ് ഐക്യത്തിനുവേണ്ടി വാദിച്ചതിനെതിരെ ഷൂരി തുള്ളിച്ചാടിയതുകൊണ്ടൊന്നും ഇക്കാര്യത്തിൽ യഥാർത്ഥപ്രതികളായ കോൺഗ്രസിന്റെയും മുസ്ലീം ലീഗിന്റെയും ബൂർഷ്വാ-ഭൂപ്രഭുനേതൃത്വങ്ങൾ രക്ഷപ്പെട്ടില്ല. അവരെ രക്ഷിക്കാനുമാവില്ല.

സാമുദായികമായ വിഭജനം ഇന്ത്യ ഉപഭൂഖണ്ഡത്തിലാകെയോ ഇന്ത്യൻ യൂണിയനിലോ ബംഗ്ലാദേശിലോ പാകിസ്ഥാനിലോ ഹിന്ദു-മുസ്ലീം ഐക്യത്തിന്റെ മൗലികപ്രശ്നം പരിഹരിച്ചിട്ടില്ല. ഇന്ത്യയിൽ ഹിന്ദു മുസ്ലീം പ്രശ്നം വീണ്ടും ഭയങ്കരമായവിധം വളർന്നിരിക്കയാണ്. വർഗ്ഗീയലഹളകൾ വർദ്ധിച്ചുവരുന്നു. മുരത്ത വർഗ്ഗീയ രാഷ്ട്രീയപാർട്ടികളും മതസംഘടനകളും ശക്തിയാർജ്ജിച്ചുവരുന്നു. ഹിന്ദുവർഗ്ഗീയവാ

ദികൾ മുസ്ലീം 'മൗലികവാദികളും' മറ്റു മതങ്ങളിലെ 'മൗലികവാദി'കളുമായി ഉഗ്രമായ മത്സരത്തിലാണ്. ഈ സ്ഥിതിവിശേഷത്തിന് ഷൂരി കമ്യൂണിസ്റ്റുകാരെ കുറ്റപ്പെടുത്തുമോ?

ദേശീയ ജനവിഭാഗങ്ങളുടെ പ്രശ്നം കൈകാര്യം ചെയ്തപ്പോൾ വന്ന തെറ്റ് മനസ്സിലാക്കിയ കമ്യൂണിസ്റ്റുകാർ ഇന്ത്യ ബഹുഭാഷാ ബഹുവംശീയ ബഹുദേശീയരാജ്യമാണെന്ന സിദ്ധാന്തത്തിൽ ഉറച്ചു നില്ക്കുകയാണ്. അതുകൊണ്ടാണ് സംസ്ഥാനത്തെ ഭാഷാടിസ്ഥാനത്തിൽ പുനഃസംഘടിപ്പിക്കുന്നതിനുവേണ്ടി അവർ പോരാടിയത്.

ഭരണം കിട്ടിയപ്പോൾ ഭാവം മാറി

തങ്ങൾക്കു പറ്റിയ തെറ്റുകളെക്കുറിച്ചുള്ള സത്യസന്ധമായ ആത്മപരിശോധന കമ്യൂണിസ്റ്റുകാരെ ദേശീയപ്രശ്നത്തെക്കുറിച്ചുള്ള മാർക്സിസ്റ്റ്-ലെനിനിസ്റ്റ് സിദ്ധാന്തമനുസരിച്ച് ഇന്ത്യയിലെ ദേശീയ പ്രശ്നം പരിഹരിക്കുന്നതിനുള്ള തന്ത്രവും അടവും രൂപപ്പെടുത്തുന്നതിലേക്ക് നയിച്ചു. എന്നാൽ ഇന്ത്യൻ നാഷണൽ കോൺഗ്രസ് ആ പ്രശ്നത്തിൽ മലക്കംമറിഞ്ഞു. ഷൂരിയുടെ ഗവേഷണം അത്തരം സത്യങ്ങളെ പരാമർശിക്കാത്തതുകൊണ്ട് അത് സംബന്ധിച്ച ചരിത്രവസ്തുതകൾ ഇവിടെ കൊടുക്കുന്നു.

ഇന്ത്യൻ നാഷണൽ കോൺഗ്രസ് 1920 ഡിസംബറിൽ നടന്ന നാഗ്പൂർ സമ്മേളനത്തിൽ രാജ്യത്തെ 21 പ്രവിശ്യകളായി വിഭജിച്ചുകൊണ്ടുള്ള പുതിയ ഭരണഘടന അംഗീകരിച്ചിരുന്നു. മുഖ്യമായി ഭാഷയെ അടിസ്ഥാനമാക്കിയായിരുന്നു ഈ വിഭജനം. അത് പാർട്ടിസംഘടനയുടെ നടത്തിപ്പിനുവേണ്ടിയായിരുന്നു. ബ്രിട്ടൻ ഭരണാവശ്യങ്ങൾക്കായി രൂപീകരിച്ച പ്രവിശ്യകളെ 1921 മുതൽ കോൺഗ്രസ് ഫലത്തിൽ അവഗണിച്ചു. ഭാഷാടിസ്ഥാനത്തിലുള്ള ഘടകങ്ങൾക്ക് അത് കൂടുതൽ കൂടുതൽ പ്രാമുഖ്യം നല്കാൻ തുടങ്ങി. 1927 ലെ മദിരാശി സമ്മേളനം തീരുമാനിച്ചു: "കോൺഗ്രസ് ഭരണഘടന ഉൾക്കൊള്ളുന്ന ഭാഷാടിസ്ഥാനത്തിലുള്ള പ്രവിശ്യകൾ എന്ന തത്ത്വമനുസരിച്ച് നിലവിലുള്ളവയെ പുനർവിഭജനം ചെയ്യേണ്ട കാലമായിരിക്കുന്നു."

ഇന്ത്യൻ നാഷണൽ കോൺഗ്രസ് 1927 ൽ ഒരു സർവ്വകക്ഷി കമ്മിറ്റി രൂപീകരിച്ചു. പണ്ഡിറ്റ് മോത്തിലാൽ നെഹ്റുവായിരുന്നു അദ്ധ്യക്ഷൻ. ജനറൽ സെക്രട്ടറി ജവഹർലാൽ നെഹ്റുവും, 1928 ൽ അത് റിപ്പോർട്ട് സമർപ്പിച്ചു.

> സംസ്ഥാനങ്ങളുടെ പുനഃസംഘടനയുടെ അടിസ്ഥാനതത്ത്വങ്ങൾ എന്തൊക്കെയായിരിക്കണം? ഭാഗികമായി ഭൂമിശാസ്ത്രപരവും ഭാഗികമായി സാമ്പത്തികവും എന്നാൽ മുഖ്യ പരിഗണന ജനങ്ങളുടെ ആഗ്രഹത്തിനും അതത് പ്രദേശത്തിന്റെ ഭാഷാപരമായ ഐക്യത്തിനുമായിരിക്കണം. വിദ്യാഭ്യാസത്തിലും പൊതു

> സംസ്കാരത്തിലും ജീവിതത്തിന്റെ മിക്ക മേഖലകളിലുമുള്ള ശീഘ്രഗതിയിലുള്ള പുരോഗതി ഭാഷയെയാണ് ആശ്രയിച്ചിരിക്കുന്നത്. വിദേശഭാഷയാണ് ബോധനമാധ്യമമെങ്കിൽ രാജ്യത്തെ ബിസിനസും ജീവിതവും വളർച്ചമുട്ടി നില്ക്കും. ഇക്കാര്യങ്ങൾക്ക് വിദേശഭാഷ ഉപയോഗിക്കുന്നിടത്ത് ജനാധിപത്യത്തിനു നിലനില്പുണ്ടാവില്ല. പൊതുകാര്യങ്ങളിൽ ജനങ്ങൾക്ക് ഫലപ്രദമായി പങ്കെടുക്കാൻ കഴിയണമെങ്കിൽ അവർ കാര്യവിവരമുള്ളവരായിരിക്കണം. പൊതുകാര്യങ്ങൾ മനസ്സിലാക്കാനും അവയെക്കുറിച്ച് ചിന്തിക്കാനും കഴിവുള്ളവരായിരിക്കണം. വിദേശഭാഷ ഉപയോഗിക്കുന്നിടത്ത് ജനാധിപത്യത്തിന് ഇതൊക്കെചെയ്യാൻ കഴിയുമെന്ന് ഊഹിക്കാൻപോലും കഴിയില്ല. അതിനാൽ ഒരു രാജ്യത്തെ ബിസിനസും രാഷ്ട്രീയവും ബഹുജനങ്ങൾക്ക് അറിയാവുന്ന ഭാഷയിൽ കൈകാര്യം ചെയ്യേണ്ടത് ഒഴിച്ചുകൂടാനാവാത്തതാണ്. പ്രവിശ്യകളിൽ ഇത് അവിടത്തെ ഭാഷയിലായിരിക്കണം.

കമ്മിറ്റി തുടർന്നു:

> ഒരു പ്രവിശ്യക്ക് സ്വയംവിദ്യ അഭ്യസിക്കുകയും അതിന്റെ ദൈനംദിന പ്രവർത്തനം സ്വന്തം ഭാഷാ മാധ്യമത്തിലൂടെ നടത്തുകയും ചെയ്യാൻ കഴിയണമെങ്കിൽ അത് തീർച്ചയായും ഭാഷാടിസ്ഥാനത്തിലുള്ള പ്രദേശമായിരിക്കണം. പല ഭാഷകൾ സംസാരിക്കുന്ന പ്രദേശമാണ് അതെങ്കിൽ തുടർച്ചയായി ബുദ്ധിമുട്ടുകളുണ്ടാകും. വിദ്യാഭ്യാസത്തിന്റെയും ജോലിയുടെയും മാധ്യമം രണ്ടോ അതിലേറെയോ ഭാഷകളായിത്തീരും. അതിനാൽ പ്രവിശ്യകളെ ഭാഷാടിസ്ഥാനത്തിൽ പുനഃസംവിധാനം ചെയ്യുന്നത് ഏറ്റവും നന്നായിരിക്കും. ഓരോതരം സംസ്കാരവും പൈതൃകങ്ങളും സാഹിത്യവുമായി ബന്ധപ്പെട്ടാണ് സ്വതവെ ഭാഷയുടെ നില്പ്. ഒരേഭാഷയുള്ള പ്രദേശത്ത് ഈ ഘടകങ്ങളെല്ലാം പ്രവിശ്യയുടെ പൊതുവായ പുരോഗതിയെ സഹായിക്കും...

ഇന്ത്യൻ നാഷണൽകോൺഗ്രസ് 1945-46 ലെ തിരഞ്ഞെടുപ്പ് മാനിഫെസ്റ്റോയിൽ ഭാഷാടിസ്ഥാനത്തിൽ സംസ്ഥാനങ്ങളെ പുനഃസംഘടിപ്പിക്കുക എന്ന തത്ത്വം നടപ്പാക്കണമെന്ന് വീണ്ടും പ്രതിജ്ഞ ചെയ്തു.

പ്രസിദ്ധ കോൺഗ്രസ് നേതാവായിരുന്ന ഡോ. പട്ടാഭി സീതാരാമയ്യ 1946 ഡിസംബറിൽ ദൽഹിയിൽ ചേർന്ന "ഭാഷയുടെയും സംസ്കാരത്തിന്റെയും അടിസ്ഥാനത്തിലുള്ള ഇന്ത്യയിലെ പ്രവിശ്യകളെ"ക്കുറിച്ചുള്ള കൺവൻഷനിൽ ചെയ്ത അദ്ധ്യക്ഷപ്രസംഗത്തിൽ ഇങ്ങനെ പറഞ്ഞു:

"സ്വയംഭരണാവകാശം പൂർണ്ണവും സ്വതന്ത്രവും ആകണമെങ്കിൽ രാജ്യത്തെ ദേശീയ നേതാക്കളുടെ വിശ്വാസം ആർജ്ജിച്ചിട്ടുള്ള തിരഞ്ഞെടുക്കപ്പെട്ട മന്ത്രിമാർക്ക് നടത്താൻ കഴിയുന്നതാവണം ഭരണം. അവരിൽ മിക്കവർക്കും സ്വന്തം മാതൃഭാഷയിലെ ചിന്തിക്കാനും സംസാരിക്കാനും

കഴിയൂ. അതിനാൽ പ്രവിശ്യകൾ രൂപീകരിക്കേണ്ടത് ഭാഷാപരമായും സാംസ്കാരികമായും ഏകതാനത ഉണ്ടാക്കത്തക്കവിധമായിരിക്കണം. അത് തീർച്ചയായും സാമ്പത്തിക സ്വയംപര്യാപ്തതയ്ക്ക് വിധേയമായിരിക്കണം. അങ്ങനെ ചെയ്താൽ സ്കൂളിലെ അദ്ധ്യയനവും ആപ്പീസുകളിലെ ഭരണവും കോടതികളിലെ വാദവും നിയമസഭകളിലെ ചർച്ചയും ഒരേ പ്രാദേശികഭാഷയിൽ നടത്താനാവും. ഇതിൽ കുറഞ്ഞതെന്തും പ്രാദേശികസ്വയംഭരണത്തെ ചവിട്ടിമെതിക്കലാണ്; ഫെഡറലിസത്തിന്റെ നിഷേധമാണ്."

എന്നാൽ 1947 ആഗസ്തിൽ രാഷ്ട്രീയ സ്വാതന്ത്ര്യം നേടിയശേഷം കോൺഗ്രസ് നേതാക്കൾ പുതിയ ഇന്ത്യൻ യൂണിയൻ ഗവൺമെന്റിന്റെ അധികാരം ഏറ്റെടുത്തശേഷം ഈ പ്രശ്നത്തിൽ മലക്കം മറിഞ്ഞു. കേന്ദ്രത്തിലുള്ള കോൺഗ്രസ് ഗവൺമെന്റും കോൺഗ്രസ് നേതൃത്വവും ഭാഷാടിസ്ഥാനത്തിൽ സംസ്ഥാനങ്ങളെ പുനർവിഭജനം ചെയ്യാനുള്ള എല്ലാ പ്രതിജ്ഞകളും ലംഘിക്കാൻ തീരുമാനിച്ചു. ജവഹർലാൽ നെഹ്റു, വല്ലഭായി പട്ടേൽ, പട്ടാഭി സീതാരാമയ്യ എന്നിവരടങ്ങുന്ന ഉന്നതാധികാരസമിതിയെ (ജെ വി പി കമ്മിറ്റി) നിയോഗിച്ചു. ഇങ്ങനെയൊരു സമിതി രൂപീകരിച്ചതിന്റെ ഉദ്ദേശ്യം വ്യക്തമായിരുന്നു. മുഗൾ ചക്രവർത്തിമാരെയും ബ്രിട്ടീഷ് ഭരണാധികാരികളെയുംപോലെ കോൺഗ്രസ് നേതാക്കളും ഭരണകാര്യങ്ങൾക്കായി പഴയ പ്രവിശ്യകളെ നിലനിർത്താനാണ് ആഗ്രഹിച്ചത്. ഭാഷാസംസ്ഥാനങ്ങളുടെ രൂപീകരണവും യഥാർത്ഥ ഫെഡറലിസവും ജനാധിപത്യവും നിഷേധിക്കുവാനും, അങ്ങനെ ദേശീയനേതൃത്വം വീണ്ടും, ചരിത്രം ഇന്ത്യൻ സമൂഹത്തെ ചുമതലപ്പെടുത്തിയ കടമകൾ നിറവേറ്റുന്നതിൽ നിന്ന് അവസാനനിമിഷം പിൻവാങ്ങി. ഇന്ത്യൻ രാഷ്ട്രത്തിന്റെ പലവംശങ്ങളും ഭാഷകളും ദേശീയതകളും ചേർന്നുള്ള ഘടനയെയും സ്വാഭാവത്തെയുംകുറിച്ച് അവർക്ക് അറിവില്ലാഞ്ഞിട്ടല്ല. ദേശീയ ഐക്യവും ഉദ്ഗ്രഥനവും രൂപപ്പെടുത്തി വിളക്കിച്ചേർക്കാൻ ഇതൊരു അവശ്യോപാധിയാണെന്ന് അറിയാഞ്ഞിട്ടുമല്ല. അവർ അന്ന് ചെയ്ത തെറ്റിന് രാജ്യം ഇന്നും പിഴയൊടുക്കിവരികയാണ്. അതുകൊണ്ടാണ്, നെല്ലിയും തീവണ്ടിയും ഉണ്ടാകുന്നത്. കഴിഞ്ഞ 37 കൊല്ലത്തിനിടയ്ക്ക് വലിയ കൂട്ടക്കൊലകൾ വരുത്തിവെച്ച ഭീകരമായ ലഹളകൾക്ക് കാരണം അതായിരുന്നു. അസമത്വം തുടർന്നുവന്നതുമൂലം പൊട്ടിപ്പുറപ്പെട്ട സമൂഹസംഘർഷങ്ങളെ അടക്കിനിർത്താൻ തൊലിപ്പുറമേയുള്ളൂ ചില പ്രയോഗങ്ങൾക്കും അതേ നേതൃത്വം ഏതാനും കൊല്ലങ്ങൾക്കകം മുതിരാതിരുന്നില്ല. സമൂഹവികാസത്തിന്റെ ആവശ്യങ്ങൾ അലംഘനീയമായ സമ്മർദ്ദങ്ങൾ ചെലുത്തുന്നു. 1947 ൽ ബ്രിട്ടൻ ഇന്ത്യയെ കഷണങ്ങളാക്കി. ഒരു പതിറ്റാണ്ടിനുശേഷം "ദേശീയോദ്ഗ്രഥനമെന്ന പ്രശ്നമാകെ പരിഗണിക്കാൻ" കോൺഗ്രസ് പ്രവർത്തക സമിതിക്ക് ഇന്ദിരാഗാന്ധിയുടെ നേതൃത്വത്തിൽ ഒരു കമ്മിറ്റിയെ നിയോഗിക്കാൻ തീരുമാനിക്കേണ്ടിവന്നു.

വർഗ്ഗീയത, വേറിട്ടുപോകാൻ വാദം മുതലായവയുടെ വളർച്ചയ്ക്കുള്ള

കാരണം പരിശോധിച്ചുകൊണ്ട് ദേശീയോദ്ഗ്രഥനസമിതി പറഞ്ഞു: "സമത്വത്തിനും ഭൗതികനേട്ടങ്ങൾക്കുമുള്ള ആഗ്രഹവും അത് നിറവേറ്റാൻ ലഭിക്കുന്ന പരിമിതമായ വിഭവവും തമ്മിലുള്ള നികത്താനാവാത്ത വിടവ് അത്യന്തം മത്സരാത്മകമായ അന്തരീക്ഷം സൃഷ്ടിച്ചിരിക്കുന്നു. അതിനു കീഴിൽ മനുഷ്യൻ തനിക്കേറ്റവും പരിചിതമായ കൂറിനോട്-സ്വന്തം ജാതിയോടോ സമുദായത്തോടെ ഉള്ള കൂറിനോട് -അള്ളിപ്പിടിച്ചുനില്ക്കുന്നു. വിരോധാഭാസമെന്നും പറയട്ടെ, പുരോഗതി എല്ലാത്തരത്തിലുള്ള ഗ്രൂപ്പു ചിന്താഗതിക്കും മൂർച്ച കൂട്ടിയതായി തോന്നുന്നു. എന്നിരുന്നാലും ഏറ്റവും വിശാലമായ അർത്ഥത്തിലും പ്രയോഗത്തിലുമുള്ള വിദ്യാഭ്യാസത്തിന് - അതുകൊണ്ട് സാമൂഹ്യവും സാമ്പത്തികവുമായ മാറ്റവുമായി ബന്ധപ്പെട്ടത് - യഥാർത്ഥ മതേതരത്വത്തെ ആത്യന്തികമായി സാക്ഷാൽക്കരിക്കാൻ കഴിയുക."

1957 ലെ കോൺഗ്രസ് തെരഞ്ഞെടുപ്പ് മാനിഫെസ്റ്റോ പ്രഖ്യാപിച്ചു: "മതേതരത്വമെന്നാൽ വിശ്വാസമില്ലായ്മ അല്ല; എല്ലാവിശ്വാസങ്ങളെയും സംരക്ഷിക്കലാണ്." ആത്മീയവും ധാർമ്മികവുമായ മൂല്യങ്ങളെ പ്രോത്സാഹിപ്പിക്കലാണ്. മുമ്പെന്നപോലെ, വെറും വാക്കുകൾ അതിനനുസരിച്ചുള്ള പ്രയോഗം ഒരിക്കലും ഉണ്ടാവില്ല.

ദേശീയോത്ഗ്രഥനസമിതി 1961 ഏപ്രിലിൽ വീണ്ടും കൂടി, അക്കൊല്ലം തന്നെ സെപ്തംബർ-ഒക്ടോബർ കാലത്ത് ദൽഹിയിൽ മുറയ്ക്കുള്ള ദേശീയോദ്ഗ്രഥന സമ്മേളനം നടത്തി. അതും 25 കൊല്ലംപോലുള്ള ശുപാർശകളുടെ നീണ്ട പട്ടികതന്നെ തയ്യാറാക്കി. അത് ദേശീയോദ്ഗ്രഥന കൗൺസിൽ രൂപീകരിച്ചത് അത് ജൂൺ രണ്ടും മൂന്നും ചേർന്ന് അതേ ശുപാർശകൾ ചെയ്തു.

1962 ഒക്ടോബറിലെ ഇന്ത്യാ-ചൈന അതിർത്തി സംഘട്ടനം അത് പിരിച്ചുവിടാൻ നല്ല ഒരു ഒഴികഴിവ് ഉണ്ടാക്കിക്കൊടുത്തപ്പോൾ ആ കൗൺസിൽ പിരിച്ചുവിട്ടു. ചൈനയുടെ ഇടപെടൽ ഭീഷണി രാഷ്ട്രത്തെ 'ഉദ്ഗ്രഥിച്ച്' ഇനി ഒന്നും ചെയ്യേണ്ടതില്ല എന്നായിരുന്നു അധികാരികളുടെ ഭാവം.

എന്നാൽ വീണ്ടും അപകടമണി മുഴങ്ങാൻ തുടങ്ങിയപ്പോൾ 1968 ലും പിന്നീട് 1980 ലും വീണ്ടും ദേശീയോദ്ഗ്രഥനസമ്മേളനം നടത്തപ്പെട്ടു. ഒന്നും ചെയ്യാതിരിക്കുക എന്ന നിരന്തരനയത്തെ മാന്യമായി മൂടിവെക്കുകയായിരുന്നു അവയുടെ ഉദ്ദേശ്യം.

ഈ അനുഭവത്തിൽനിന്നെല്ലാം പഠിച്ചാണ് ഇന്ത്യൻ യൂണിയന്റെ യഥാർത്ഥ സ്വഭാവം ഫെഡറലാകണമെന്ന തത്ത്വം എപ്പോഴും ഉയർത്തിപ്പിടിച്ചുപോന്നത്. സംസ്ഥാനങ്ങൾക്കു പൂർണ്ണ സ്വയംഭരണാവകാശം വേണം. വിട്ടുപോകാനോ ഇന്ത്യയുടെ ദേശീയ ഐക്യത്തെ തുരങ്കംവെക്കാനോ ഉള്ള അവകാശമായി ഇതിനെ കണക്കാക്കുകയോ തെറ്റിദ്ധരിക്കുകയോ അരുത്. കേന്ദ്ര-സംസ്ഥാനബന്ധങ്ങൾ പുനഃസംവിധാനം ചെയ്യണം. ഒരു പാർട്ടിയുടെ കുത്തകവർഗ്ഗഭരണം അവസാനിപ്പിക്കണം, ശരിക്കും ശക്തമായ ഒരു ഫെഡറൽ ഇന്ത്യൻ യൂണിയൻ കെട്ടിപ്പടുക്കണം. അതിൽ സംസ്ഥാനങ്ങൾക്ക് കിട്ടേണ്ടതും ന്യായവുമായ സ്വയംഭരണാവകാശങ്ങൾ

ലഭിക്കണം എന്നെല്ലാം ഞങ്ങൾ ആവശ്യപ്പെടുന്നതിന് അടിസ്ഥാനമായ കാഴ്ചപ്പാട് ഇതാണ്.

കോൺഗ്രസിന്റെയും മുസ്ലീംലീഗിന്റെയും ബൂർഷ്വാ-ഭൂപ്രഭു നേതാക്കൾ ഹിന്ദു-മുസ്ലീം ഐക്യം തകർക്കാനുള്ള സാമ്രാജ്യത്വ കുതന്ത്രങ്ങൾക്കുമുന്നിൽ ദയനീയമായി പരാജയപ്പെട്ടു; ഇന്ത്യയെ ഏറ്റവും ക്രൂരവും സാമുദായികവുമായി വിഭജിക്കുന്നതിന് വഴങ്ങി എന്നതിൽ ഷൂരിയെപ്പോലെ ദേശീയപ്രശ്നത്തെക്കുറിച്ചുള്ള മാർക്സിസ്റ്റ് സങ്കല്പനത്തെ കളിയാക്കുന്നവർ ലജ്ജിക്കേണ്ടതാണ്.

ഇന്നും സാമുദായിക വികാരങ്ങളെ ആളിക്കത്തിക്കുമ്പോഴും ന്യൂനപക്ഷ സമുദായം ഏറ്റവുമധികം ആക്രമണ വിധേയമാകുന്ന വർഗ്ഗീയ ലഹളകൾ ആവർത്തിച്ച് നേരിടുമ്പോഴും ഭരണ കോൺഗ്രസ് നേതൃത്വമോ മുസ്ലീം സമുദായ നേതൃത്വമോ തങ്ങൾ കളിക്കുന്നത് ഏത് തീകൊണ്ടാണെന്ന് മനസ്സിലാക്കുന്നില്ല.

അതുപോലെ തങ്ങൾ ജീവിക്കുന്നത് പല ഭാഷകളും ദേശീയതകളും സമുദായങ്ങളും ഉള്ള ഇന്ത്യൻ യൂണിയനിലും ബംഗ്ലാദേശിലും പാകിസ്ഥാനിലും ആണെന്ന് ആ നേതൃത്വങ്ങൾ ഇന്നും മനസ്സിലാക്കുന്നില്ല. അതേ സമയം അവർ സ്വന്തം രാജ്യത്തെ അസ്ഥിരീകരിക്കാൻ കഴിവുള്ളതെല്ലാം ചെയ്യുന്നു. ഇന്ത്യൻ ഉപഭൂഖണ്ഡത്തിലെ വിവിധ ദേശീയതകളുടെ ജനാധിപത്യപരമായ ത്വരകളെയും ആവശ്യങ്ങളെയും നിഷേധിക്കുന്നു.

ഈ പ്രശ്നത്തിലാകെ എന്തെങ്കിലും വ്യക്തമായ കാഴ്ചപ്പാടുള്ളത് സി പി ഐ (എം)നും മറ്റ് ഇടതുപക്ഷ പാർട്ടികൾക്കുമാണ്. അത് അടുത്ത ഭാഗത്ത് വിവരിക്കുന്നതാണ്.

ദേശീയ പ്രശ്നം: രണ്ട് സമീപനങ്ങൾ

ഇന്ത്യ ഘടനയിലും സ്വഭാവത്തിലും ബഹുവംശീയ ബഹുഭാഷാ ബഹുദേശീയ രാഷ്ട്രമാണെന്നും ഐക്യവും ദേശീയഭദ്രതയും നിലനിർത്തുന്നതിന് രാഷ്ട്രീയമായ പ്രത്യേക കഴിവും ധാരണയും ആവശ്യമാണെന്നും മനസ്സിലാക്കുന്നതിൽ കോൺഗ്രസിന്റെയും മുസ്ലീംലീഗിന്റെയും ബൂർഷ്വാ-ഭൂപ്രഭു നേതാക്കൾ ദയനീയമായി പരാജയപ്പെട്ടു. മതാടിസ്ഥാനത്തിൽ പ്രത്യേക രാഷ്ട്രമായി പാകിസ്ഥാൻ രൂപീകരിച്ചത് തീർത്തും നിഷ്ഫലമാണെന്ന് തെളിഞ്ഞു. അവിടെ സ്ഥാപിച്ച സൈനിക സ്വേച്ഛാധിപത്യത്തിനുപോലും ബംഗ്ലാദേശ് വിട്ടുപോകുന്നതിനെ തടയാൻ കഴിഞ്ഞില്ല. സിയാ വാഴ്ചയ്ക്ക് കീഴിൽ പാകിസ്ഥാനിലെ ഭരണാധികാരിവർഗ്ഗം കൈക്കൊണ്ട മുരച്ച മൗലികതാവാദത്തിനുപോലും സിന്ധി, ബലൂചി, പഠാൻ രാഷ്ട്രങ്ങൾ പ്രത്യേകം പ്രത്യേകം സ്ഥാപിക്കണമെന്ന് ഇപ്പോൾ ശക്തമായി ഉയർന്നുവന്നിട്ടുള്ള ആവശ്യത്തെ അടിച്ചമർത്താൻ കഴിഞ്ഞിട്ടില്ല.

രാജ്യത്തിന്റെ ഐക്യം നിലനിർത്താൻ ആവശ്യമായ പാഠങ്ങൾ

ഉൾക്കൊള്ളാൻ കഴിവില്ലെന്ന് ഇന്ത്യൻ നേതാക്കന്മാരും സ്വയം തെളിയിക്കുകയാണ്. പഞ്ചാബിലെയും ആസാമിലെയും സംഭവവികാസങ്ങൾ, സാമുദായിക-ജാതീയ ലഹള ഏറിവരുന്നത്. കേന്ദ്രസംസ്ഥാന വൈരം മൂക്കുന്നത് മുതലായവയിൽനിന്ന് ഇത് പ്രകടമാണ്. സംസ്ഥാനങ്ങളുടെ സ്വയംഭരണാവകാശം സംബന്ധിച്ച ന്യായമായ ആവശ്യങ്ങളെ ഭാഷാഭ്രാന്ത്, പ്രദേശികതാവാദം, സങ്കുചിതവാദം എന്നൊക്കെ മുദ്രകുത്തി അധിക്ഷേപിക്കുകയാണ് കോൺഗ്രസ് നേതാക്കൾ ചെയ്യുന്നത്.

ഇന്ത്യയുടെ രാഷ്ട്രീയവും ഭരണപരവുമായ ഐക്യം (മാർക്സിന്റെ ശൈലി ഉപയോഗിക്കുകയാണെങ്കിൽ) 'ബ്രിട്ടന്റെ വാൾ അടിച്ചേല്പിച്ചതാണ്' എന്ന വസ്തുത അവരുടെ ശ്രദ്ധയിൽപ്പെട്ടില്ല. മാർക്സ് പറഞ്ഞിരുന്നു: "മൊഹമ്മദീയരുടെയോ മുഗളരുടെയോ ബ്രിട്ടീഷുകാരുടെയോ ആധിപത്യത്തിൻ കീഴിൽ അല്ലെങ്കിൽ ഹിന്ദുസ്ഥാൻ അവിടെ എത്ര നഗരങ്ങളുണ്ടോ അല്ലെങ്കിൽ ഗ്രാമങ്ങളുണ്ടോ, അത്രയേറെ സ്വതന്ത്രവും തമ്മിലടിക്കുന്നതുമായ രാജ്യങ്ങളായി ഭിന്നിക്കുമായിരുന്നു എന്നാണ് ഞങ്ങൾക്ക് തോന്നുന്നത്."

"ബ്രിട്ടന്റെ വാൾ അടിച്ചേല്പിച്ചിട്ടുള്ള ഐക്യത്തെ വൈദ്യുതി ടെലഗ്രാഫ് ശക്തിപ്പെടുത്തുകയും സ്ഥായിയാക്കുകയും ചെയ്യും. എന്നു പറഞ്ഞപ്പോൾ മാർക്സ് രാജ്യം സാമ്പത്തികമായി ഏകോപിക്കുന്നത് വിഭാവനം ചെയ്തിരുന്നു. വൈദ്യുതി ടെലഗ്രാഫിനും വാർത്താവിനിമയത്തിനും വ്യാപാരത്തിനും വാണിജ്യത്തിനുമുള്ള മറ്റ് ആധുനിക ഉപാധികളും രാജ്യത്തെ ഒന്നിപ്പിക്കുന്ന ഘടകങ്ങളായാണ് പ്രവർത്തിക്കുന്നത്. എന്നാൽ പാപ്പരായ മുതലാളിത്ത വികസന പാത പിന്തുടരുന്നത് പിന്തിരിപ്പൻ ഭൂപ്രഭുവർഗ്ഗവുമായി കൂട്ടുകൂടേണ്ട ആവശ്യം ഇന്ത്യയിലെ മുതലാളി വർഗ്ഗത്തിന്റെ മേൽ, അടിച്ചേല്പിച്ചു. അതുവഴി വിപുലമായ ആഭ്യന്തര കമ്പോളം സ്വന്തമാക്കാനായി തങ്ങൾ നിലനിർത്താൻ ആഗ്രഹിക്കുന്ന രാഷ്ട്രീയ ഐക്യത്തെതന്നെ അവർ തുരങ്കം വെക്കുന്നു.

കേന്ദ്ര-സംസ്ഥാന ബന്ധങ്ങളെ അഴിച്ചുപണിതും ഇന്ത്യൻ യൂണിയനെ ശരിക്കൊരു ഫെഡറൽ യൂണിയനാക്കിയും ഇന്ത്യയുടെ ഐക്യം നിലനിർത്തുക എന്ന കമ്യൂണിസ്റ്റ് സങ്കല്പത്തിന് തീർത്തും എതിരാണ് രാജ്യം ഒറ്റ ഘടകമാണെന്ന കോൺഗ്രസ് നേതൃത്വത്തിന്റെ സങ്കല്പനം. ആദ്യത്തെ കൂട്ടർ കൂടുതൽ ജനാധിപത്യവല്ക്കരണത്തിനുവേണ്ടി പൊരുതുന്നു. എന്നാൽ സങ്കുചിതമായ വർഗ്ഗതാല്പര്യങ്ങൾക്കുവേണ്ടി പ്രവർത്തിക്കുന്ന രണ്ടാമത്തെ കൂട്ടർ അമിതാധികാരവാഴ്ച അടിച്ചേല്പിക്കാനും സങ്കുചിത ദേശീയത്വം വളർത്താനും ശ്രമിക്കുന്നു. ജനാധിപത്യത്തെ അട്ടിമറിച്ച് അമിതാധികാരവാഴ്ച അടിച്ചേല്പിക്കുന്നത് രാജ്യം നേരിടുന്ന ഒരു പ്രശ്നത്തിനും പരിഹാരമല്ല. 1975 ൽ ഇന്ദിരാഗാന്ധി അടിയന്തരാവസ്ഥ അടിച്ചേല്പിച്ചതിനുശേഷമുള്ള സംഭവവികാസങ്ങളിൽനിന്ന് ഇത് വ്യക്തമാണ്.

വിവിധ രാഷ്ട്രങ്ങളുടെയും ദേശീയ ജനവിഭാഗങ്ങളുടെയും ഐക്യം നിലനിർത്താൻ മുതലാളിത്തത്തിന് കഴിഞ്ഞിട്ടില്ലെന്ന് ചരിത്രം അസന്ദി

ഗ്ദ്ധമായി തെളിയിച്ചിട്ടുണ്ട്. മുതലാളിത്തവും സോഷ്യലിസവും തമ്മിലും സാമ്രാജ്യശക്തികൾ തമ്മിൽ തമ്മിലും സാമ്രാജ്യത്വവും പുതുതായി സ്വാതന്ത്ര്യം നേടിയ രാഷ്ട്രങ്ങളും തമ്മിലുമുള്ള വൈരുദ്ധ്യങ്ങൾ മൂർച്ചിച്ചുവരുന്ന ഇന്നത്തെ ലോകസ്ഥിതിയിൽ ഭൂപ്രഭുവർഗ്ഗവുമായി കൂട്ടുകൂടാൻ നിർബ്ബന്ധിതമായ ഇന്ത്യൻ മുതലാളിവർഗ്ഗത്തിന് രാജ്യത്തിന്റെ ഐക്യം നിലനിർത്താൻ കൂടുതൽ ബുദ്ധിമുട്ടായി വരികയാണ്. കോൺഗ്രസ് നേതൃത്വം പിന്തുടർന്നുവരുന്ന പാപ്പരായ മുതലാളിത്തപാതയ്ക്കും പിന്തിരിപ്പൻ സമൂഹ-രാഷ്ട്രീയ ആശയസംഹിതകൾക്കും ഇന്ത്യയുടെ ഐക്യത്തെ പിടിച്ചുനിർത്താനോ 1960 മുതൽ കടുത്ത സമ്മർദ്ദത്തിന് വിധേയമായ ദേശീയഭദ്രത വീണ്ടും ഊട്ടിയുണ്ടാക്കാനോ കഴിയില്ല.

സ്വന്തം വാഴ്ച നിലനിർത്താൻ നമ്മുടെ സമൂഹത്തിൽ പിന്തിരിപ്പനും മുതലാളിത്തത്തിനുമുമ്പുള്ളതും നാടുവാഴിത്തത്തിന്റേതുമായ ശക്തികൾക്ക് സൗജന്യങ്ങൾ ചെയ്തുകൊടുക്കേണ്ടിവരുന്ന ബൂർഷ്വാ-ഭൂപ്രഭുഭരണകൂട്ടുകെട്ടിന് യഥാർത്ഥ മതേതരത്വം പാലിക്കാൻ കഴിയുന്നില്ല. ബഹുജനമാധ്യമങ്ങളെയും ജാതി-മത സ്ഥാപനങ്ങളുടെ കൈയിലുള്ള വിദ്യാഭ്യാസ വ്യവസ്ഥയെയും മതേതര മൂല്യങ്ങളെടുത്ത് അമ്മാനമാടാൻ അനുവദിച്ചിരിക്കുന്നു.

ഗോവധ വിരുദ്ധ പ്രക്ഷോഭത്തിൽ പിന്തിരിപ്പൻ ഹിന്ദുവികാരത്തെ തൃപ്തിപ്പെടുത്താനുള്ള കോൺഗ്രസ് നേതൃത്വത്തിന്റെ ശ്രമം ദേശീയ ഐക്യത്തെ തുരങ്കം വെക്കുന്നതിൽ അവർ നേരിട്ട് പങ്ക് വഹിക്കുന്നതെങ്ങനെയെന്ന് കാണിച്ചുതരുന്നു. ഈ പ്രശ്നത്തിൽ ഗാന്ധി കൈക്കൊണ്ട നിലപാടുംപോലും അവർ നിർല്ലജ്ജം തള്ളിക്കളഞ്ഞു.

മഹാത്മാഗാന്ധി 1940 ഏപ്രിൽ 27 ന്റെ *ഹരിജനിൽ* ഒരു ചോദ്യത്തിന് മറുപടി പറഞ്ഞു:

"ഒരു പ്രധാന പ്രശ്നത്തിൽ മുസ്ലീം ജനസാമാന്യത്തെ തൃപ്തിപ്പെടുത്തേണ്ടതുണ്ട്. ഹിന്ദുക്കൾക്ക് ഭൂരിപക്ഷമുള്ള ഗവൺമെന്റിനു കീഴിൽ മുസ്ലീങ്ങളെ അവരുടെ ദേശീയ ഭക്ഷണമായ പശുഇറച്ചി തിന്നാൻ അനുവദിക്കുമോ? ഈ സർവ്വപ്രധാന പ്രശ്നത്തിൽ മുസ്ലീങ്ങളെ തൃപ്തിപ്പെടുത്താൻ നിങ്ങൾക്ക് കഴിഞ്ഞാൽ ഒട്ടുവളരെ കെട്ടുകൾ അഴിഞ്ഞുകിട്ടും നിങ്ങളുടെ *ഹരിജൻ* പത്രത്തിൽ ഈ ചോദ്യത്തിന് വളച്ചുകെട്ടില്ലാത്ത മറുപടി തരണം."

"ഈ ചോദ്യം ഉദിക്കുന്നത് എങ്ങനെയെന്ന് എനിക്കറിഞ്ഞുകൂടാ. കോൺഗ്രസുകാർ അധികാരത്തിലുണ്ടായിരുന്ന സമയത്ത് മുസ്ലീങ്ങൾ പശു ഇറച്ചി കഴിക്കുന്നതിൽ ഇടപെട്ടതായി അറിവില്ല. എന്നാൽ സൈദ്ധാന്തികമായി ഈ ചോദ്യത്തിന് വ്യക്തമായ ഉത്തരം ആവശ്യമാണ്. ഹിന്ദു, ഉറച്ച സസ്യഭുക്ക്, (മരിച്ചുപോയ) അമ്മയോടുള്ള അതേ ആദരവോടെ പശുവിനെ പൂജിക്കുന്നയാൾ' ഒക്കെയായ ഞാൻ പശുവിനെ കൊല്ലാൻ മുസ്ലീങ്ങൾക്ക് പൂർണ്ണസ്വാതന്ത്ര്യം വേണമെന്നും ഉറപ്പിച്ചു പറയുന്നു. അവർക്ക് വേണമെങ്കിൽ വൃത്തി സംബന്ധിച്ച നിബന്ധനകൾക്കും ഹിന്ദു

ക്കളായ അയൽക്കാരുടെ വികാരത്തെ വ്രണപ്പെടുത്താത്ത രീതിയിലും ചെയ്യാം. പശുവിനെക്കൊല്ലാൻ മുസ്ലീങ്ങൾക്കുള്ള പരിപൂർണ്ണ സ്വാതന്ത്ര്യം അംഗീകരിക്കുന്നത് മതസൗഹാർദ്ദത്തിന് ഒഴിച്ചുകൂടാനാവാത്തതാണ്. പശുവിനെ രക്ഷിക്കാനുള്ള ഏക മാർഗ്ഗവും അതാണ്."

ഗാന്ധിയുടെ പ്രണത ശിഷ്യനായ വിനോബാഭാവെയുടെ നേതൃത്വത്തിലുള്ള ഗോവധത്തിനെതിരായ പ്രസ്ഥാനത്തിന് ഇന്ദിരാഗാന്ധിയുടെ അടക്കമുള്ള കോൺഗ്രസ് നേതൃത്വം രക്ഷാധികാരി ചമഞ്ഞു. രാജ്യത്തിന്റെ ഐക്യം ഊട്ടിയുണ്ടാക്കുന്നതിനുള്ള ഏക മാർഗ്ഗമായ മതേതര തത്ത്വങ്ങളെ അതിനായി ബലികഴിച്ചു. ഗോവധം നിരോധിക്കണം എന്ന മുദ്രാവാക്യം, മുസ്ലീങ്ങളും കൃസ്ത്യാനികളും മാത്രമല്ല രാജ്യത്തുള്ള പല ഗോത്രക്കാരും മറ്റും കഴിക്കുന്ന പശുഇറച്ചി തിന്നുകയെന്ന ആശയംതന്നെ മതവിരുദ്ധമായി ചിത്രീകരിക്കുന്നത് സാധാരണ ഹിന്ദുക്കളുടെ ബോധത്തിന്റെ ഏറ്റവും പിന്തിരിപ്പനും മതേതര വിരുദ്ധവുമായ വശത്തെ തൃപ്തിപ്പെടുത്തി അവരുടെ പിന്തുണ നേടാൻ ഉദ്ദേശിച്ചുകൊണ്ടുള്ളതാണ്. അത്തരം പ്രചരണങ്ങൾ അനുവദിക്കുന്നതോ, മതേതര ഗവൺമെന്റും!

ദേശീയ ഐക്യം തകർക്കുന്നതിന് ഉത്തരവാദികൾ ബൂർഷ്വാ-ഭൂപ്രഭുവർഗ്ഗങ്ങളാണെന്നും രാജ്യത്ത് സാമുദായിക മൈത്രി വളർത്തുന്ന നയങ്ങൾ പിന്തുടരുന്നതിന് അവർക്ക് കഴിയുകയില്ലെന്നും ഇതുപോലുള്ള നിരവധി സംഭവങ്ങളിൽനിന്ന് സ്പഷ്ടമാണ്. കമ്യൂണിസ്റ്റുകാരുടെ നേരെ കുരച്ചുചാടിയും ദേശീയപ്രശ്നത്തെക്കുറിച്ചുള്ള മാർക്സിസ്റ്റ് സിദ്ധാന്തത്തെ കൊഞ്ഞനം കാണിച്ചും ഈ യാഥാർത്ഥ്യത്തെ വെള്ള പൂശാനായില്ല.

രാജ്യത്തിന്റെ ഐക്യം ഊട്ടിയുണ്ടാക്കുന്നതിനും സാമുദായിക മൈത്രി വളർത്തുന്നതിനും ദേശീയ പ്രശ്നത്തെക്കുറിച്ചുള്ള മാർക്സിസ്റ്റ് സിദ്ധാന്തത്തിന്റെ അടിസ്ഥാനത്തിൽ ബദൽ നയങ്ങൾ നിർദ്ദേശിക്കുകയും അവയ്ക്കായി പോരാടുകയുമാണ് കമ്യൂണിസ്റ്റുകാർ ചെയ്തിട്ടുള്ളത്. ഇടതുമുന്നണി ഗവൺമെന്റുകൾ ഭരിച്ച സംസ്ഥാനങ്ങളിലെ അനുഭവം, സാമുദായിക മൈത്രി നിലനിർത്തുന്ന മർമ്മ പ്രധാനമായ പ്രശ്നത്തിൽ കമ്യൂണിസ്റ്റുകാരുടെ ധാരണയും പ്രയോഗവും ആണ് ശരിയെന്ന് എടുത്തുകാണിക്കുന്നു.

സി പി ഐ കണ്ടതും കോൺഗ്രസ് കാണാത്തതും

അരുൺഷൂരി സി പി ഐക്കെതിരായ കുറ്റപത്രം തയ്യാറാക്കുന്നത് അത് ചെയ്തതായി ആരോപിക്കുന്ന കുറ്റം നടന്നിട്ട് 42 വർഷം കഴിഞ്ഞാണ്. ആശയപരവും രാഷ്ട്രീയവുമായ ചോദ്യങ്ങളെ വെറും സദാചാരപ്രശ്നങ്ങളായാണ്, അതും തെറ്റായിവീക്ഷിക്കുന്നത്. രാഷ്ട്രീയസംഭവങ്ങളെ വിലയിരുത്താൻ അദ്ദേഹം ഉപയോഗിക്കുന്നത് മൂല്യാരോപിത പദങ്ങളെയാ

ണ്. എന്നാൽ അത്തരം സംഭവങ്ങളെ വസ്തുനിഷ്ഠമായി അപഗ്രഥിക്കുകയാണ് വേണ്ടത് - സി പി ഐ പ്രതിനിധാനം ചെയ്യുന്ന തൊഴിലാളി വർഗ്ഗത്തിന്റെയോ കോൺഗ്രസ് പ്രതിനിധാനം ചെയ്യുന്ന ബൂർഷ്വാ-ഭൂപ്രഭുവർഗ്ഗങ്ങളുടെയോ അടിസ്ഥാനത്തിൽ.

1942 ലെ സംഭവത്തിൽ അടങ്ങിയ രാഷ്ട്രീയപ്രശ്നം ഇതാണ്: മാനവരാശിയെയാകെ അടിമകളാക്കുക ലക്ഷ്യമാക്കിയവരും നമ്മുടെ നാടിനെ ആക്രമിക്കാൻ ഉദ്ദേശ്യമുണ്ടായിരുന്നവരുമായ ജപ്പാനിലെയും ജർമ്മനിയിലെയും ഫാസിസ്റ്റുകളെ പരമാവധി ചെറുക്കാൻ സി പി ഐ ആഗ്രഹിച്ചു. കോൺഗ്രസ് നേതൃത്വമാകട്ടെ. ബ്രിട്ടീഷുകാരെ പുറത്താക്കണം എന്ന ന്യായംപറഞ്ഞ് ആക്രമണകാരികളായ ജപ്പാൻകാരുമായി ഒത്തുതീർപ്പുണ്ടാക്കാം എന്ന് നിർദ്ദേശിക്കുകവരെ ചെയ്തു. വിഭിന്നമായ ഈ വിലയിരുത്തലുകളിൽനിന്ന് ഉരുത്തിരിഞ്ഞുവന്ന അടവുകൾ പരിശോധിക്കുംമുമ്പ് ഏത് വിലയിരുത്തലാണ് സാരാംശത്തിൽ ശരിയായിത്തീർന്നത് എന്ന് പറയേണ്ടതുണ്ട്. ഈ അടിസ്ഥാനപ്രശ്നത്തിൽ നിന്ന് അരുൺഷൂരി ഒഴിഞ്ഞുമാറുന്നു. സാമ്രാജ്യശക്തികളും ഫാസിസ്റ്റ്ശക്തികളും തമ്മിലുള്ള സാമ്രാജ്യത്വയുദ്ധമായി ആരംഭിച്ച രണ്ടാംലോകയുദ്ധത്തിന്റെ സ്വഭാവത്തിന് യുദ്ധം തീരുന്നതുവരെയുള്ള ആറുവർഷം മുഴുവൻ ഒരു മാറ്റവും ഉണ്ടായില്ല എന്ന് അദ്ദേഹം കരുതുന്നതായി തോന്നിപ്പോകുന്നു.

സാമൂഹ്യവും ചരിത്രപരവുമായ സംഭവങ്ങളെ വിശകലനം ചെയ്യണമെങ്കിൽ വർഗ്ഗശക്തികളെ തമ്മിൽ തിരിച്ചറിയാനും അത്തരം സംഭവങ്ങളുടെ വിവിധഘട്ടങ്ങളിൽ മാറിവരുന്ന ബന്ധങ്ങളുടെ ബലാബലം മനസ്സിലാക്കാനുമുള്ള കഴിവ് ആവശ്യമാണ്. ഈ രണ്ടു കാര്യങ്ങളിലുള്ള കഴിവുകേട് യുദ്ധം യുദ്ധമാണ്, ആ പ്രതിഭാസത്തിന്റെ യഥാർത്ഥസ്വഭാവം മനസ്സിലാക്കാൻ അതിൽ കൂടുതൽ പ്രയത്നമൊന്നും വേണ്ട, എന്ന വിവരക്കേട് പറയുന്നതിലേക്ക് ഷൂരിയെ എത്തിക്കുന്നു. ആറുകൊല്ലം നീണ്ടുനിന്ന യുദ്ധത്തിനിടയ്ക്ക് വർഗ്ഗ-രാഷ്ട്രീയ ശക്തികൾ തമ്മിൽ ആഗോളാടിസ്ഥാനത്തിലുള്ള ചേരിതിരിവിൽ വന്ന മാറ്റവും ഇത് യുദ്ധത്തിന്റെ സ്വഭാവത്തിലും ഗതിയിലും അവസാന ഫലത്തിലും ചെലുത്തിയ സ്വാധീനവും അദ്ദേഹം മനസ്സിലാക്കുന്നില്ല.

രണ്ടാം ലോകയുദ്ധത്തിന്റെ ആരംഭം 1930 കളുടെ ആദ്യം മുതല്ക്കുള്ള ചില സംഭവങ്ങളോടെയാണ്. ജപ്പാൻ മഞ്ചൂറിയയും ചൈനയും ആക്രമിച്ചത്, സ്പെയിനിലെ റിപ്പബ്ലിക്കൽ ഗവൺമെന്റിനെ അട്ടിമറിച്ച് ഫ്രാങ്കോയുടെ നേതൃത്വത്തിലുള്ള ഫാസിസ്റ്റുകൾക്ക് ഭരണം ഏല്പിച്ചുകൊടുത്തത്, ഫാസിസ്റ്റ് ഇറ്റലി എത്യോപ്യയെ (അന്നത്തെ അബിസീനിയയെ) ആക്രമിച്ചത്, 1939 ആയപ്പോഴേക്കും അത് ഒരുവശത്ത് ബ്രിട്ടീഷ് സാമ്രാജ്യവും അതിന്റെ സഖ്യശക്തികളും മറുവശത്ത് നാസിജർമ്മനിയുടെ നേതൃത്വത്തിലുള്ള ഫാസിസ്റ്റ് ശക്തികളും തമ്മിൽ പൂർണ്ണ തോതിലുള്ള യുദ്ധമായി വളർന്നു.

ഈ ഘട്ടത്തിൽ സാമ്രാജ്യത്വ താല്പര്യങ്ങൾ- സുസ്ഥാപിത നാഗരിക രാഷ്ട്രങ്ങൾ പ്രതിനിധാനംചെയ്യുന്ന ചേരിയിലും കോളനികൾ

വീണ്ടും പങ്കുവെപ്പിക്കാൻ വെമ്പൽ കൊള്ളുന്ന ഫാസിസ്റ്റ് രാഷ്ട്രങ്ങൾ ആയാലും ശരി - തുറന്ന സംഘട്ടനത്തിൽ ഏർപ്പെട്ടു. യൂറോപ്പിനെയാകെ കീഴടക്കുകയും ബ്രിട്ടനെ വളയുകയും ചെയ്തിട്ടും നാസി ജർമ്മനിക്ക് തുലാസ് തങ്ങളുടെ ഭാഗത്തേക്ക് താഴ്ത്താൻ കഴിഞ്ഞിരുന്നില്ല. പൊതു ശത്രുവായ സോഷ്യലിസ്റ്റ് സോവിയറ്റ് യൂണിയനെതിരെ ഏകോപിച്ച ആക്രമണം നടത്തുന്നതിൽ സാമ്രാജ്യശക്തികൾ പരാജയപ്പെട്ടതാണ് കൂടുതൽ ശ്രദ്ധേയമായ വസ്തുത.

ബ്രിട്ടനെതിരെ നമ്മുടെ ദേശീയ വിമോചന ആക്രമണം നടത്താനും ബ്രിട്ടനെ മുട്ടുകുത്തിക്കാനും ഏറ്റവും അനുകൂലമായ അവസരം ഇതാണെന്നായിരുന്നു സി പി ഐയുടെ വിലയിരുത്തൽ. കോൺഗ്രസ് പ്രവർത്തകസമിതി ചാഞ്ചാടുകയായിരുന്നു. ജനങ്ങളെ തെരുവിലേക്ക് വിളിച്ചിറക്കുന്നതിനും അതിന് പേടിയായിരുന്നു. ജീവനില്ലാത്ത അഭ്യർത്ഥനകളിലും അപമാനകരമായ കൂടിയാലോചനകളിലും ആണ് അത് വിശ്വാസമർപ്പിച്ചത്. സാമ്രാജ്യത്വവാദികൾക്ക് നിർണ്ണായകമായ പ്രഹരം നല്കുന്നതിനും മുസ്ലീം ലീഗിന്റെ തള്ളിക്കയറ്റം തടയാനും ഇന്ത്യയെ സാമുദായികമായി വിഭജിക്കുന്നതിനുള്ള ബ്രിട്ടന്റെ ഗൂഢാലോചന ഒരുപക്ഷേ, തടയാനും ഏറ്റവും പറ്റിയ സമയവും സന്ദർഭവും അവർ അങ്ങനെ കളഞ്ഞുകുളിച്ചു.

1941 പകുതിയായപ്പോഴേക്ക് സ്ഥിതിയിൽ മൗലികമായ മാറ്റം വന്നിരുന്നു. അച്ചുതണ്ട് ശക്തികൾ യൂറോപ്പ് കീഴടക്കി ഏഷ്യയുടെയും ആഫ്രിക്കയുടെയും നേരെ കുതിച്ചുമുന്നേറുകയായിരുന്നു. സാമ്രാജ്യത്വചേരിയുമായുള്ള ഏറ്റുമുട്ടലിൽ വിജയം വരിക്കാൻ കഴിയുമെന്നുള്ള ഫാസിസ്റ്റ് ശക്തികളുടെ വിശ്വാസത്തിന്റെ പ്രതീകമായിരുന്നു സോവിയറ്റ് യൂണിയന്റെ നേരെയുള്ള ആക്രമണം. ആ സന്ദർഭത്തിൽ കോൺഗ്രസ് പ്രവർത്തകസമിതി സമരോത്സുകത നടിച്ചു. ഫാസിസത്തോടുള്ള എതിർപ്പ് മയപ്പെടുത്തിയതിലെ അവസരവാദം അത്. "എന്റെ ദേശീയ സ്വാതന്ത്ര്യം ആദ്യം" എന്ന മുദ്രാവാക്യത്തിനു പിന്നിൽ ഒളിച്ചുവെച്ചു.

യുദ്ധത്തിന്റെ ഗതി മാറി എന്ന സാരാംശത്തിൽ തികച്ചും ശരിയായ വിലയിരുത്തലിന്റെ അടിത്തറയിലാണ് സി പി ഐ അതിന്റെ അടവുകൾക്ക് രൂപംനല്കിയത്. ബ്രിട്ടീഷ് സാമ്രാജ്യത്വത്തിനെതിരായ ഇന്ത്യാക്കാരുടെ സമരത്തെ ഫാസിസത്തിന്റെ വർദ്ധിച്ചുവരുന്ന വിപത്തിനെതിരായി ലോകത്തിലെ അടിച്ചമർത്തപ്പെട്ട ജനതകളാകെ നടത്തുന്ന സമരത്തെ ഫലപ്രദമായി കൂട്ടിയിണക്കുന്നതിൽ തങ്ങൾക്ക് പറ്റിയ കുറവുകളും, തെറ്റുകളും സി പി ഐ 1948 ൽ തന്നെ വിശദമായി വിലയിരുത്തിയിരുന്നു. എന്നാൽ പൊതുവായ സമരത്തിന്റെ രണ്ടു അവശ്യഘടകങ്ങൾ - സാമ്രാജ്യത്വമേധാവിത്തത്തിനെതിരും ഫാസിസത്തിന്റെ പിടിയിൽനിന്ന് മാനവരാശിയെ മോചിപ്പിക്കുന്നതിനുവേണ്ടിയുള്ള ഘടകങ്ങൾ - തമ്മിലുള്ള ജീവത്തായ ബന്ധത്തെ വിലകുറച്ചു കാട്ടുന്ന തരത്തിൽ സി പി ഐയുടെ അടവുകളിൽ വന്ന കുറവുകളെ വ്യാഖ്യാനിച്ചുകൂട.

നേരെമറിച്ച്, യുദ്ധത്തിന്റെ സാമ്രാജ്യവിരുദ്ധമായ ആദ്യഘട്ടത്തിൽ

ബഹുജനങ്ങൾ സാമ്രാജ്യശക്തികൾക്കെതിരായി നടത്തിയ സമരത്തെ തുരങ്കംവെച്ചതിനെ നിർല്ലജ്ജം ന്യായീകരിക്കുകയും ആഗോളവ്യാപകമായി കടുത്ത ഫാസിസ്റ്റ് വിരുദ്ധപോരാട്ടം നടത്തിയ രണ്ടാംഘട്ടത്തിൽ തങ്ങൾ നടത്തിയ മലക്കംമറിച്ചിലിനെ വിമർശനാത്മകമായി വിലയിരുത്തുന്നതിൽനിന്ന് ഒഴിഞ്ഞുമാറുകയുമാണ് ബൂർഷ്വാനേതാക്കളും അവരുടെ പണ്ഡിതമ്മാന്യന്മാരും ചെയ്യുന്നത്,

കോൺഗ്രസ് പ്രവർത്തകസമിതിയുടെ നീണ്ട ആറ് കൊല്ലക്കാലത്തെ രാഷ്ട്രീയമായ ആശയക്കുഴപ്പവും മാപ്പർഹിക്കാത്ത ചാഞ്ചാട്ടങ്ങളും തകിടംമറിച്ചിലുകളും സൗകര്യപൂർവ്വം വെള്ളയടിച്ചുകാണിക്കുന്നു. ഒന്നാം ലോകമഹായുദ്ധകാലത്ത് ബ്രിട്ടീഷ് പട്ടാളക്കാരെ റിക്രൂട്ട് ചെയ്തെന്ന് സ്വയം പ്രഖ്യാപിക്കുന്നവരുടെ പങ്ക് വിലയിരുത്താൻ ധാർമ്മിക മാനദണ്ഡങ്ങളൊന്നും ഇക്കൂട്ടർ ഉയർത്തിപ്പിടിക്കുന്നില്ല. സി പി ഐ ഒരു പുതിയ രാഷ്ട്രീയ അടവുലൈൻ ചർച്ചചെയ്ത് തീരുമാനിക്കുന്നതിൽവന്ന ആറുമാസത്തെ കാലതാമസത്തെ "മോസ്കോയിൽനിന്ന് കല്പന കാത്തിരിക്കലായി" അധിക്ഷേപിക്കുകയും ചെയ്യുന്നു. യുദ്ധത്തിന്റെ മാറിയ സ്വഭാവത്തെ വിലയിരുത്തുന്നതിൽ ബൂർഷ്വാസിയുടേതിൽനിന്ന് ഭിന്നമായ അടവ് സ്വീകരിച്ചതിനെ വഞ്ചനയായി ചിത്രീകരിക്കുന്നു.

സി പി ഐക്കെതിരായ വിഷലിപ്തമായ ആശയസമരത്തിൽ പ്രയോഗിച്ചിട്ടുള്ള ധാർമ്മികമായ അളവുകോലുകളാണിവ.

സാമ്രാജ്യത്വ ഏജന്റുമാരെന്ന് കമ്യൂണിസ്റ്റുകാരെ അപമാനിക്കുന്നത് കോളനി രാജ്യങ്ങളിലെയും അർദ്ധകോളനി രാജ്യങ്ങളിലെയും മുതലാളിവർഗ്ഗത്തിന്റെ പുതിയ കണ്ടുപിടുത്തമാണ്. അവരുടെ പിതൃത്വം പാശ്ചാത്യമുതലാളിത്ത വ്യവസ്ഥയ്ക്കാണ്; അവരെ നിർജ്ജീവമായും അടിമമനോഭാവത്തോടെയും അനുകരിക്കുന്നവരാണ് അവർ. എന്നാൽ, ഇത്തരം സൂത്രങ്ങൾകൊണ്ടുള്ള ലാഭം താല്ക്കാലികം മാത്രമാണ്. മുതലാളിത്തത്തിന്റെയും സാമ്രാജ്യത്വത്തിന്റെയും ചൂഷകവ്യവസ്ഥയ്ക്കെതിരായി ഉറച്ചു നില്ക്കുന്നവർ കമ്യൂണിസ്റ്റുകാർ മാത്രമാണെന്ന സത്യം അവർക്ക് മറച്ചുകളയാനാവില്ല. അദ്ധ്വാനിക്കുന്ന ജനങ്ങൾ ജീവിതസത്യമായി അനുഭവിച്ചറിഞ്ഞ ഈ വസ്തുതയാണ് കമ്യൂണിസ്റ്റുകാർക്ക് ലോകമെങ്ങുമുള്ള ചൂഷിതരുടെ പിന്തുണയും നിക്ഷിപ്തതാല്പര്യക്കാരുടെ വെറുപ്പും നേടിക്കൊടുത്തിട്ടുള്ളത്. ഇക്കാരണത്താലാണ് ലോകമാകെ ലക്ഷക്കണക്കിന് കമ്യൂണിസ്റ്റുകാർ അപവാദത്തിനിരയായതും തടവിലാക്കപ്പെട്ടതും ഭേദ്യം ചെയ്യപ്പെട്ടതും കൊല്ലപ്പെട്ടതും. അതുകൊണ്ടാണ് മാനവചരിത്രത്തിൽ മറ്റൊരു ചിന്താഗതിയും കൈവരിക്കാത്ത മുന്നേറ്റം മാർക്സിസത്തിനുണ്ടായത്. തൊഴിലാളിവർഗ്ഗത്തെയും മാനവരാശിയെ ആകെയും ചൂഷണത്തിൽനിന്നും കൂലി അടിമത്തത്തിൽനിന്നും മോചിപ്പിക്കുക എന്ന തങ്ങൾ പ്രതിജ്ഞചെയ്തിട്ടുള്ള ലക്ഷ്യത്തിനുവേണ്ടി കമ്യൂണിസ്റ്റുകാരെപ്പോലെ ലക്ഷക്കണക്കിനാളുകൾ ജീവനർപ്പിച്ച മറ്റൊരു ജനവിഭാഗത്തെയും കണ്ടെത്താനായില്ല.

കോൺഗ്രസിന്റെ 'തത്ത്വാധിഷ്ഠിതം'

സദാ ജീർണ്ണിച്ചു കൊണ്ടിരിക്കുന്ന മുതലാളിത്ത സാമൂഹ്യവ്യവസ്ഥക്കുകീഴിൽ കമ്യൂണിസ്റ്റുവിരോധം ഗുരുതരമായ പകർച്ച വ്യാധിയാണ്. വളരാനും നിലനില്ക്കാനും കഴിവുള്ള സമൂഹ-സാമ്പത്തിക വ്യവസ്ഥയെന്ന നിലയ്ക്കുള്ള സാദ്ധ്യതകൾ നഷ്ടപ്പെട്ട അതിന്റെ വ്യാഖ്യാതാക്കൾ കമ്യൂണിസ്റ്റുകാരെക്കുറിച്ച് പുതിയ അപവാദങ്ങളും കള്ളക്കഥകളും കണ്ടുപിടിച്ചു.

ഇന്ത്യയിൽ വിവിധ കമ്യൂണിസ്റ്റ് ഗ്രൂപ്പുകൾ ഒരു കമ്യൂണിസ്റ്റ് പാർട്ടിയുടെ കേന്ദ്രമായി ഏകോപിപ്പിക്കുന്നതിന് എത്രയോ മുമ്പുതന്നെ അവരെക്കുറിച്ചുള്ള ബ്രിട്ടീഷ് സാമ്രാജ്യഭരണാധികാരികളുടെ ഭയവും വർഗ്ഗവീക്ഷണത്തിലെ കടുത്ത കമ്യൂണിസ്റ്റ് വിരോധവും ഉയിർക്കൊണ്ടിരുന്നു. കമ്യൂണിസ്റ്റുകാരെ പ്രത്യക്ഷമായും പരോക്ഷമായും ഭേദ്യം ചെയ്യുക ബോധപൂർവ്വമായ നയമായിരുന്നു എന്ന് പെഷവാർ, കാൺപൂർ, മീററ്റ്, മദിരാശിഗൂഢാലോചന കേസുകളിൽനിന്ന് വ്യക്തമാണ്. ഇത് അക്കാലത്തെ നിരവധി കമ്യൂണിസ്റ്റ് ചിന്താഗതിക്കാരായ ചെറുപ്പക്കാരെ കുടുക്കിലാക്കി. ശൈശവാവസ്ഥയിലുള്ള കമ്യൂണിസ്റ്റ് പാർട്ടി നിയമവിരുദ്ധമായി പ്രഖ്യാപിക്കപ്പെട്ടു. ബ്രിട്ടീഷ് വാഴ്ചയിൽ കീഴിൽ ഏറെക്കാലം അത് നിരോധിക്കപ്പെട്ടിരുന്നു. കമ്യൂണിസ്റ്റുകാരെ കൈകാര്യം ചെയ്യാൻ ബ്രിട്ടീഷ് കേന്ദ്രഗവൺമെന്റിന്റെ ആഭ്യന്തരവകുപ്പിന് പ്രത്യേക നിർദ്ദേശം ലഭിച്ചിരുന്നു.

മറ്റു പല കാര്യങ്ങളിലുമെന്നപോലെ ഇതിലും കോൺഗ്രസ് നേതാക്കൾ സാമ്രാജ്യവാദികളെ പിന്തുടർന്നു. മാർക്സിസം-ലെനിനിസത്തിന്റെ ആശയസംഹിതയോടുള്ള അങ്ങേയറ്റത്തെ ഇഷ്ടക്കേടും വെറുപ്പും അവർ മറച്ചുവെച്ചില്ല. അത് വേദങ്ങൾക്ക് എതിരും അതുകൊണ്ട് ദേശവിരുദ്ധവും ആണെന്ന് അവർ പ്രഖ്യാപിച്ചു. അത്തരം വിജ്ഞാനവിരുദ്ധവീക്ഷണത്തിൽ ലയിച്ചുചേർന്നിട്ടുള്ള മതപരമായ സങ്കല്പനങ്ങളും ദേശീയസംസ്കാരവും നാഗരികതയും ഒന്നാണെന്ന് പറയുന്ന യാഥാസ്ഥിതിക ചിന്താഗതി, ദേശീയ ജനവിഭാഗത്തോടും ദേശീയത്വത്തോടുമുള്ള കോൺഗ്രസിന്റെ സമീപനത്തിലെ സവിശേഷഘടകമായി മാർക്സിസ്റ്റ്-ലെനിനിസ്റ്റ് സിദ്ധാന്തത്തെ, പ്രത്യേകിച്ച് അതിന്റെ സാമ്പത്തികവശത്തെ, പുകഴ്ത്തി എഴുതിയ പണ്ഡിറ്റ് ജവഹർലാൽ നെഹ്റുപോലും കമ്യൂണിസത്തിന്റെ ലക്ഷ്യത്തോട് ആന്തരികമായുള്ള എതിർപ്പ് ഒളിച്ചുവെച്ചില്ല. 1959 ൽ കേരളത്തിലെ കമ്യൂണിസ്റ്റ് ഗവൺമെന്റിനെ പിരിച്ചുവിടുകയും പ്രസിഡന്റ് ഭരണം ഏർപ്പെടുത്തുകയും ചെയ്തതിനെക്കുറിച്ച് പാർലമെന്റിൽ നടന്ന ചർച്ചയ്ക്കിടയിൽ നെഹ്റു വ്യക്തമാക്കി; കമ്യൂണിസ്റ്റ് പാർട്ടിയുടെ വാഴ്ചയെക്കാൾ ജനസംഘത്തിന്റെ വാഴ്ചയെയാണ് താൻ ഏതു സമയത്തും ഇഷ്ടപ്പെടുക. കാരണം, ജനസംഘം ആന്തരികമായി

ദേശീയമാണ്. അങ്ങനെയൊരു 'ദേശീയസ്വഭാവത്തിന്റെ പ്രാതിനിദ്ധ്യം' കമ്യൂണിസ്റ്റുപാർട്ടിക്ക് അവകാശപ്പെടാനാവില്ല.

ബ്രിട്ടീഷ് വാഴ്ചയ്ക്കെതിരായ സമരരൂപങ്ങളുടെ കാര്യത്തിൽ കോൺഗ്രസ് അക്രമരാഹിത്യം, സത്യം, അഹിംസ എന്നിവയോട് ബദ്ധ പ്രതിജ്ഞമായിരുന്നു. ബഹുജനസമരങ്ങൾക്കിടയിൽ എന്തെങ്കിലും 'അക്രമം' സംഭവിച്ചുപോയതിൽനിന്ന് കോൺഗ്രസിന്റെ ആത്മാവിനെ ശുദ്ധമാക്കുന്നതിനായി ഗാന്ധി പലതവണ ഉപവാസം നടത്തിയിരുന്നു. ബ്രിട്ടീഷ് വാഴ്ചയ്ക്കെതിരായ ബഹുജനസമരങ്ങൾക്കിടയിൽ ഒറ്റപ്പെട്ട 'അക്രമം' ഉണ്ടായിപ്പോയാൽ, സമരപരിപാടിതന്നെ പിൻവലിക്കുക എന്ന അങ്ങേയറ്റത്തെ നടപടിപോലും അവർ കൈക്കൊണ്ടിരുന്നു.

എന്നാൽ, അക്രമരാഹിത്യത്തിന്റെ ഈ അപ്പോസ്തലന്മാർക്ക് കമ്യൂണിസ്റ്റ് യോഗങ്ങളെയോ പ്രകടനങ്ങളെയോ പാർട്ടിസാഹിത്യം വില്ക്കുന്നപ്രവർത്തകരെയോ ആക്രമിക്കുന്നതിനോടൊ ഒറ്റയ്ക്കും തെറ്റയ്ക്കും കമ്യൂണിസ്റ്റുകാരെ പരിക്കേല്പിക്കുന്നതിനോടൊ ഒരു എതിർപ്പും ഉണ്ടായിരുന്നില്ല. ആന്ധ്ര, ബംഗാൾ, കേരളം, തമിഴ്നാട്, ബോംബെ തുടങ്ങി രാജ്യത്തിന്റെ പല പ്രദേശങ്ങളിലും ഇതൊക്കെ നടന്നു. കോൺഗ്രസ് ഗുണ്ടകൾ നടത്തുന്ന ഇത്തരം ആക്രമണങ്ങളുടെ ഉച്ചകോടിയായിരുന്നു 1946 ജനുവരി 23 ന് ബോംബെയിലെ കമ്യൂണിസ്റ്റ് പാർട്ടി കേന്ദ്ര ആപ്പീസ് ആക്രമിച്ചത്. അതിൽ 60 കമ്യൂണിസ്റ്റുകാർക്ക് പരിക്കേറ്റു. ഒരു ലക്ഷത്തിലധികം രൂപയുടെ സ്വത്തിന് നാശനഷ്ടം നേരിട്ടു.

കമ്യൂണിസ്റ്റുകാർ ലൈംഗികഅരാജകത്വം പ്രചരിപ്പിക്കുന്നു. അവർ ചോരക്കൊതിയുള്ള വേട്ടനായ്ക്കളാണ്. അവർ ദേവാലയങ്ങൾ നശിപ്പിക്കുന്നവരും ബ്രിട്ടീഷ് സാമ്രാജ്യത്വത്തിന് സ്വയം വിറ്റവരുമാണ് എന്നെല്ലാം പ്രചരിപ്പിക്കുന്ന നൂറുകണക്കിന് ടൺ അശ്ലീലസാഹിത്യം കോൺഗ്രസ് അച്ചടിച്ച് വിതരണം ചെയ്തു. കമ്യൂണിസ്റ്റുകാരെ നികൃഷ്ടരായ അസാന്മാർഗ്ഗികളും സാമ്രാജ്യഏജന്റുമാരുമായി ചിത്രീകരിക്കുന്ന 'നാടകങ്ങൾ' ഞങ്ങൾ പലരും നേരിട്ടുകണ്ടിരുന്നു. ഈ അപവാദപ്രചാരണത്തെയൊന്നും കോൺഗ്രസ് നേതാക്കൾ, 1944-45 കാലത്ത് ജയിൽമോചിതരായതിനുശേഷം പോലും അധിക്ഷേപിച്ചില്ല. നമ്മുടെ ജനസാമാന്യത്തിനിടയിൽ കമ്യൂണിസ്റ്റ് പാർട്ടിയെക്കുറിച്ചുള്ള രാഷ്ട്രീയമതിപ്പ് കുറയ്ക്കാൻവേണ്ടിയാണ് കോൺഗ്രസും അതിന്റെ പോഷകസംഘടനകളും വ്യാപകമായ ഈ ചെളിവാരി എറിയലിൽ ഏർപ്പെട്ടതെന്ന കാര്യത്തിൽ സംശയമില്ല. സാമ്രാജ്യവാദികൾ സമർത്ഥമായി ആസൂത്രണം ചെയ്ത് നടത്തിയ സാമുദായികാടിസ്ഥാനത്തിലുള്ള ഇന്ത്യാവിഭജനത്തിന്റെയും തുടർന്നുള്ള വർഗ്ഗീയ കൂട്ടക്കൊലയുടെയും ലക്ഷക്കണക്കിനാളുകൾ സ്വന്തം വീടും നാടും വിട്ടോടിവന്നതിന്റെയും എല്ലാം ഉത്തരവാദിത്വത്തിൽനിന്ന് തലയൂരാൻ ഇത് തങ്ങളെ സഹായിക്കുമെന്ന് കോൺഗ്രസ് നേതൃത്വം പ്രതീക്ഷിച്ചു. ധാരാളം ചരിത്രരേഖകളുടെ തെളിവുള്ള ഈ അതിക്രമങ്ങളെയാകെ ഷൂരി കാണാതെ പോയത് എന്തുകൊണ്ട്?

കമ്യൂണിസ്റ്റുകാർ സാമ്രാജ്യത്വത്തോട് വിട്ടുവീഴ്ച ചെയ്യുകയാണോ,

ഇന്ത്യൻ ജനതയുടെ സാമ്രാജ്യവിരോധത്തെ കോൺഗ്രസിന്റെയും ലീഗിന്റെയും നേതൃത്വങ്ങൾ വഞ്ചിക്കുകയാണോ, ഇതിലേതാണ് ഉണ്ടായതെന്ന്, 1942 ആഗസ്തിനും 1947 ആഗസ്തിനും ഇടയ്ക്കുണ്ടായ സംഭവവികാസങ്ങളെ സത്യസന്ധമായി പരിശോധിക്കുന്ന ആർക്കും ബോദ്ധ്യമാകും.

ഗാന്ധിയെ 1944 മെയ് 6 ന് ആരോഗ്യപരമായ കാരണങ്ങളാൽ മോചിപ്പിച്ചു. 1942 ആഗസ്ത് 8 ന്റെ പ്രമേയത്തിലെ "പ്രവർത്തിക്കുക അല്ലെങ്കിൽ മരിക്കുക" എന്ന നിസ്സഹകരണസമരഭാഗം തന്നെ റദ്ദാക്കപ്പെട്ടിരിക്കുന്നതായി അദ്ദേഹം ഉടനെ പ്രഖ്യാപിച്ചു. 1945 ജൂൺ ആയപ്പോഴേക്ക് പ്രവർത്തകസമിതിയാകെ മോചിതരായി. 1945 സെപ്തംബർ 21 ന് കോൺഗ്രസിനുവേണ്ടി ജവഹർലാൽ നെഹ്റുവും വല്ലഭായ്പട്ടേലും ജി ബി പന്തും ചേർന്നിറക്കിയ പ്രസ്താവനയിൽ ഇങ്ങനെ പറഞ്ഞു: "എ ഐ സി യോ ഗാന്ധിജിയോ ഔദ്യോഗികമായി ഒരു പ്രസ്ഥാനവും ആരംഭിച്ചിട്ടില്ല" സി പി ഐ എതിർത്ത പ്രസ്ഥാനം ഇതാണോ?

ജി അധികാരി തയ്യാറാക്കിയ 1946 ലെ സംഭവങ്ങളുടെ ഡയറിയിൽനിന്ന് ഞങ്ങൾ ചിലത് ഉദ്ധരിക്കുന്നു ബൂർഷ്വാനേതൃത്വത്തിന്റെ യഥാതഥ മുഖവും സമരവീര്യവുമുള്ള ഏത് സാമ്രാജ്യവിരുദ്ധ ബഹുജനസമരത്തോടുള്ള അതിന്റെ കടുത്ത വിരോധവും വെളിവാക്കുന്നതാണ് ഈ സംഭവഗതി.

ജനുവരി 4 ന് ഐ എൻ എ നേതാക്കൾ മോചിതരായി.

ജനുവരി 9 ന് രാഷ്ട്രീയത്തിലും പണിമുടക്കിലും പങ്കെടുക്കരുതെന്ന് ഗാന്ധി വിദ്യാർത്ഥികളെ ഉപദേശിച്ചു.

ഫെബ്രുവരി 19 ന് ബോംബെയിലുള്ള രാജകീയ നാവികസേനയിലെ ഭടന്മാർ പണിമുടക്കി.

ഫെബ്രുവരി 25 ന് അവരോട് അനുഭാവം പ്രകടിപ്പിച്ചുകൊണ്ട് (മദിരാശിയിലെ) രാജകീയ വ്യോമസേന പണിമുടക്കി.

അന്നുതന്നെ നാവികസേനയോട് അനുഭാവം പ്രകടിപ്പിച്ചുകൊണ്ട് തൃശ്ശിനാപ്പള്ളിയിൽ പണിമുടക്ക്.

ഫെബ്രുവരി 26 ന് സർദാർ പട്ടേൽ പ്രഖ്യാപിച്ചു, നാവികസേനാ പണിമുടക്ക് ദുരുപദിഷ്ടമാണെന്ന്

അന്നുതന്നെ ഗാന്ധി പറഞ്ഞു, ബ്രിട്ടന്റെ ആത്മാർത്ഥതയിൽ വിശ്വസിക്കുക, ബാരിക്കേഡുകൾ ഒഴിവാക്കുക എന്ന്.

ഫെബ്രുവരി 28 ന് നാവികപണിമുടക്കിനോട് അനുഭാവ സൂചകമായി മധുരയിൽ പൂർണ്ണഹർത്താൽ.

മാർച്ച് 1 ന് ജബൽപൂരിൽ പട്ടാളക്കാരുടെ പണിമുടക്ക് തുടങ്ങി.

മാർച്ച് 4 ന് സർദാർ പട്ടേലിന്റെ വിലാപം വീണ്ടും: നാവികസേനാ പണിമുടക്ക് കോൺഗ്രസിന്റെ യശസ്സ് തകർക്കുന്നു.

മാർച്ച് 15 ന് മുളുന്ദ് പാളയത്തിലെ നാവികത്തടവുകാരുടെ നിരാഹാരവ്രതം.

മാർച്ച് 18 ന് ഡെറാഡൂണിലെ ഗൂർഖാപട്ടാളക്കാരുടെ കലാപം.

19 ന് ഇലഹബാദിലെ പൊലീസുകാരുടെ നിരാഹാരവ്രതം.

22 ന് ദൽഹി പൊലീസ് ശമ്പളക്കൂടുതലിനുവേണ്ടി നിരാഹാര വ്രതം തുടങ്ങി.

ഏപ്രിൽ 3 ന് ബീഹാറിലെ പതിനായിരം പൊലീസുകാർ ശമ്പള കൂടുതലിനുവേണ്ടി പണിമുടക്കി.

മേയ് 2 ന് വടക്കുപടിഞ്ഞാറൻ റെയിൽവെ തൊഴിലാളികൾ നാലു മണിക്കൂർ പണിമുടക്കി.

ജൂൺ 6 നാവികസേന വെടിവെപ്പിനെക്കുറിച്ച് അന്വേഷിക്കാൻ ബോംബെ കോൺഗ്രസ് മന്ത്രിസഭ വിസമ്മതിച്ചു.

ജൂലായ് 11 ന് ഒരു ലക്ഷം തപാൽജീവനക്കാരുടെ അഖിലേന്ത്യാ പണിമുടക്ക്.

ജൂലായ് 23 ന് നാലുലക്ഷം വ്യവസായ തൊഴിലാളികൾ അവർക്ക് അനുഭാവം രേഖപ്പെടുത്തിക്കൊണ്ട് പണിമുടക്കി.

'ദേശഭക്ത'രുടെ സാമ്രാജ്യഭക്തി

ജനങ്ങളുടെ ഈ കലാപങ്ങൾ കണ്ട് കോൺഗ്രസിന്റെയും ലീഗിന്റെയും നേതാക്കൾ ബേജാറായി. അവരെ ഏറ്റവും പേടിപ്പിച്ചത് രാജകീയ ഇന്ത്യൻ നാവികഭടന്മാരുടെ കലാപമായിരുന്നു. ബ്രിട്ടന്റെ യൂണിയൻ ജാക്ക് കൊടിക്ക് പകരം കോൺഗ്രസിന്റെയും മുസ്ലീംലീഗിന്റെയും കൊടികളും ചെങ്കൊടിയും ഉയർത്തിയ നാവിക കലാപം.

ബോംബെയിലെ ട്രേഡ് യൂണിയനുകളും കമ്യൂണിസ്റ്റ് പാർട്ടിയും നാവികരുടെ പണിമുടക്ക് കമ്മിറ്റി പണിമുടക്കിനും ഹർത്താലിനും നല്കിയ ആഹ്വാനത്തെ പിന്താങ്ങുകയും ബോംബെയിൽ പൊതുപണിമുടക്കിന് ആഹ്വാനം നല്കുകയും ചെയ്തു. പൊലീസ് അവരുടെ നേരെ തലങ്ങും വിലങ്ങും വെടിവെച്ചു. കോൺഗ്രസ് പ്രസിഡന്റ് മൗലാനാ ആസാദ് പ്രഖ്യാപിച്ചു:

"പണിമുടക്കും ഹർത്താലും, ഇന്നത്തെ താല്ക്കാലിക അധികാരികളെ ധിക്കരിക്കലും അനാവശ്യമാണ്." ജനങ്ങളുടെ ഈ മുന്നേറ്റത്തെത്തുടർന്നാണ് കോൺഗ്രസും ലീഗും ചേർന്നുള്ള താല്ക്കാലിക ഗവൺമെന്റ് നിലവിൽവന്നത്. രാജ്യത്തെ സാമുദായികമായി വിഭജിക്കാനുള്ള ബ്രിട്ടന്റെ ദുഷ്ടപദ്ധതിക്ക് ആ ഗവൺമെന്റ് അംഗീകാരം നല്കി. ഇന്ത്യയുടെ ഐക്യം രക്ഷിക്കാൻവേണ്ടി ആഭ്യന്തരയുദ്ധത്തെപ്പോലും നേരിടുമെന്ന വീരവാദമൊക്കെ കോൺഗ്രസ് നേതൃത്വം സൂത്രത്തിൽ അട്ടത്തു കെട്ടിവെച്ചു. ഇത് ശരിക്കൊരു നീചകോടി (ആന്റിക്ലൈമാക്സ്) അല്ലേ?

'വഞ്ചന'യെപ്പറ്റി പറയുകയാണെങ്കിൽ, ഇങ്ങനെയല്ലേ ഏറ്റവും വലിയ വഞ്ചന രൂപംകൊണ്ടത്? അതിന്റെ മുഖ്യ ശില്പികൾ കോൺഗ്രസിന്റെയും മുസ്ലീംലീഗിന്റെയും 1943 ആഗസ്ത് മുതല്ക്കുള്ള നേതാക്കളും. അപ്പോഴേക്ക് 1942 ലെ സമരം ചീറ്റിപ്പോയിരുന്നു. ഇന്ത്യയിലെ ജനസാമാന്യത്തെ വരുതിയിലാക്കാൻ കഴിഞ്ഞ കോൺഗ്രസിന്റെയും

ലീഗിന്റെയും നേതാക്കൾ വളർന്നുവരുന്ന സാമ്രാജ്യവിരുദ്ധ ജനമുന്നേറ്റത്തെ ബലികഴിച്ചു. ഇന്ത്യയുടെ ഐക്യത്തിന്റെ അവശിഷ്ടത്തിൻമേലും വർഗ്ഗീയലഹളകളിൽ കൊല്ലപ്പെട്ട ലക്ഷക്കണക്കിന് ആളുകളുടെ പട്ടടയ്ക്കുമേലും 1947 ൽ രാഷ്ട്രീയാധികാരം കൈക്കലാക്കാൻ.

കോൺഗ്രസ്-ലീഗ് താല്ക്കാലിക ഗവൺമെന്റ് 1946 ആഗസ്തിൽ രൂപീകരിച്ചത് മുതൽ ബ്രിട്ടീഷുകാരുമായുള്ള അധികാരക്കൈമാറ്റം സുഗമമാക്കുന്നതിനുവേണ്ടി കോൺഗ്രസിന്റെയും ലീഗിന്റെയും ബൂർഷ്വാ-ഭൂപ്രഭുനേതൃത്വം, ബ്രിട്ടീഷ് രാജിനെതിരായി യുദ്ധാനന്തര കാലഘട്ടത്തിൽ നടന്ന ബഹുജനസമരങ്ങളെയും പൊലീസിന്റെയും പട്ടാളത്തിന്റെയും കലാപങ്ങളെയും വഞ്ചിക്കുക മാത്രമല്ല ചെയ്തത്. ഓരോ സാമ്രാജ്യവിരുദ്ധ പ്രക്ഷോഭത്തിനുമെതിരായി സജീവമായി അണിനിരക്കുകയും ചെയ്തു. ഇവിടെയും കുന്തമുന കമ്യൂണിസ്റ്റുകാർക്ക് എതിരായിരുന്നു. കാരണം, അവർ യുദ്ധാനന്തരപ്രക്ഷോഭങ്ങൾക്ക് ഉറച്ച പിന്തുണ നല്കി വന്നതും ബ്രിട്ടീഷ്‌വാഴ്ചയെ തീർത്തും തുടച്ചുനീക്കണമെന്ന് ആവശ്യപ്പെട്ടതും ബ്രിട്ടീഷ്‌വാഴ്ച അചന്ദ്രതാരം നിലനിർത്താൻ കൂറോടെ പ്രവർത്തിച്ച ജന്മികളുടെയും ഏകാധിപതികളായ നാട്ടുരാജാക്കന്മാരുടെയും സമൂഹത്തിന്മേലുള്ള മേധാവിത്തം അവസാനിപ്പിക്കണമെന്ന് ആവശ്യപ്പെട്ടതുമായിരുന്നു

ഉദാഹരണത്തിന്, നൈസാമിന്റെ കാര്യമെടുക്കാം. ഹൈദരാബാദ് നാട്ടുരാജ്യത്തിന് സ്വതന്ത്രപദവി വിലപേശി വാങ്ങാൻ നൈസാം ശ്രമിച്ചു. അതിനായി ബ്രിട്ടന്റെയും പാകിസ്ഥാന്റെയും ഭരണാധികാരികളുമായി സംഭാഷണം ആരംഭിച്ചു. ഇത്തരം കുതന്ത്രങ്ങൾ പൊളിക്കാൻ ഇന്ത്യൻ നാഷണൽ കോൺഗ്രസ് ഫലപ്രദമായി ഒന്നും ചെയ്തില്ല. ഹൈദരാബാദ് നാട്ടുരാജ്യത്തിന്റെ നാടുവാഴിത്ത ഘടന തകർക്കാൻ അവിടത്തെ ആന്ധ്രമഹാസഭയും കമ്യൂണിസ്റ്റ് പാർട്ടിയും ബഹുജനകലാപം ആരംഭിച്ചു. നൈസാമിന്റെ പൊലീസിന്റെയും പട്ടാളത്തിന്റെയും സായുധ ആക്രമണങ്ങളെ ചെറുക്കാൻ 1946 ജൂലൈയിൽ സായുധ ചെറുത്തുനില്പ് ആരംഭിച്ചു. തെലങ്കാനയിലെ പൊരുതുന്ന കൃഷിക്കാർ നൈസാമിന്റെ സ്വകാര്യ സായുധസംഘമായ റസാക്കർമാരുടെ കൈയേറ്റങ്ങളെ - ഗ്രാമങ്ങൾ ആക്രമിക്കൽ, സ്വത്ത് കൊള്ളയടിക്കൽ, സ്ത്രീകളെ ബലാത്സംഗം ചെയ്യൽ, വീട് തീവെക്കൽ - ചെറുത്തു. ഇന്ത്യയിലെ കൃഷിക്കാരുടെ ധീരമായ ഈ പോരാട്ടത്തെ നിശ്ശബ്ദം വീക്ഷിക്കുക മാത്രമാണ് കേന്ദ്രത്തിലുള്ള കോൺഗ്രസ് ഗവൺമെന്റ് ചെയ്തത്.

കോൺഗ്രസുകാരുടെ പ്രവർത്തനവും ഇന്ത്യയിലെ നാട്ടുരാജാക്കന്മാരെക്കുറിച്ച് ഗാന്ധി പറഞ്ഞും തമ്മിൽ തട്ടിച്ചുനോക്കുമ്പോഴാണ് അവ തമ്മിലുള്ള വൈരുദ്ധ്യം പ്രകടമാവുക. 1939 ഒക്ടോബർ 7 ന് ഗാന്ധി *ഹരിജനിൽ* ഇങ്ങനെ എഴുതി: "ഓരോ നാട്ടുരാജാവും സ്വന്തം രാജ്യത്ത് ഹിറ്റ്ലറെപ്പോലെയാണ് പെരുമാറുന്നത്. ഒരു നിയമപ്രകാരവും ശിക്ഷാർഹനാകാതെ അദ്ദേഹത്തിന് തന്റെ പ്രജകളെ വെടിവെക്കാം. ഹിറ്റ്ലർക്ക് വിപുലമായ അധികാരങ്ങളില്ല. എന്റെ അറിവ് ശരിയാണെ

ങ്കിൽ ജർമ്മൻഭരണഘടന ഫ്യൂററുടെ അധികാരത്തിന് ചില പരിധികൾ ഏർപ്പെടുത്തിയിട്ടുണ്ട്."

സ്വാതന്ത്ര്യലബ്ധിക്കുശേഷം കോൺഗ്രസ് ഗവൺമെന്റ് രണ്ടു കൊല്ലത്തോളം കാലം ഒന്നും ചെയ്തില്ല - നൈസാമുമായി സംശയാസ്പദമായ ഒരു കരാറുണ്ടാക്കുന്നതൊഴിച്ച്. കമ്യൂണിസ്റ്റുകാരും ആന്ധ്രാമഹാസഭയും നൈസാമിന്റെ പൊലീസിന്റെയും പട്ടാളത്തിന്റെയും റസാക്കർമാരുടെയും സായുധാക്രമണങ്ങളെ ചെറുക്കുക മാത്രമല്ല ചെയ്തത്. 30 ലക്ഷത്തിലേറെ ജനങ്ങൾ പാർക്കുന്ന ഏതാണ്ട് 3000 ഗ്രാമങ്ങളിൽനിന്ന് അവരെ ആട്ടിപ്പായിക്കുകയും ചെയ്തു.

പിന്നീടാണ് "പൊലീസ് നടപടി" എന്ന് പറയപ്പെടുന്നതും നൈസാമിന്റെ നാടുവാഴിത്ത നുകത്തിൽനിന്ന് ഹൈദരാബാദിലെ ജനങ്ങളെ "വിമോചിപ്പിക്കലും" ഉണ്ടായത്. 1948 സെപ്തംബർ 13 ന് പ്രത്യക്ഷത്തിൽ പൊലീസ് നടപടി വിമോചിപ്പിക്കലായിരുന്നു. നൈസാമും അദ്ദേഹത്തിന്റെ സായുധസംഘങ്ങളും മൂന്ന് ദിവസങ്ങൾക്കകം കീഴടങ്ങി. എന്നാൽ, വാസ്തവത്തിൽ അത് ജാഗീർദാർമാരുടെയും സെമീന്ദാർമാരുടെയും ദേശ്മുഖുകളുടെയും നൈസാമിന്റെ മറ്റെല്ലാ സ്വേച്ഛാപ്രഭുക്കളുടെയും 'മോചന'മായിരുന്നു, തെലങ്കാനയിലെ കർഷകപോരാളികളുടെ 'ഉപരോധ'ത്തിൽ നിന്നുള്ള മോചനം.

ഭൂമി ദേശ്മുഖുകളുടെയും ജാഗീർദാർമാരുടെയും ഭൂപ്രഭുക്കളുടെയും ആണെന്നും അവ 'യഥാർത്ഥ ഉടമകൾ'ക്ക് മടക്കിക്കൊടുക്കണമെന്നും നിർദ്ദേശിക്കുന്ന ലഘുലേഖകൾ ഗവൺമെന്റിന്റെ സൈനിക വിമാനത്തിൽനിന്ന് വിതരണം ചെയ്തു. സി പി ഐയുടെയും ആന്ധ്രമഹാസഭയുടെയും നേതൃത്വത്തിൽ കലാപകാരികളായ ആന്ധ്രകർഷകർ 1946 ജൂലൈയിലും 1948 സെപ്തംബറിനും ഇടയ്ക്കുള്ള പോരാട്ടത്തിൽ ജന്മികളുടെ നിയമവിരുദ്ധമായ കൈവശത്തിൽനിന്ന് 10 ലക്ഷത്തോളം ഏക്കർ ഭൂമി പിടിച്ചെടുത്ത് വിതരണം ചെയ്തിരുന്നു. നാലു ജില്ലകളിലായി 16,000 ചതുരശ്രമൈൽ പ്രദേശത്തുള്ള മൂവായിരത്തോളം ഗ്രാമങ്ങളിൽ ജനകീയഭരണം സ്ഥാപിച്ചിരുന്നു. നൈസാമിനെതിരെ ആന്ധ്രയിലെ കൃഷിക്കാർ നടത്തിയ ഈ പോരാട്ടത്തിൽ 50,000 പേർ പൊലീസ് ക്യാമ്പുകളിൽ മർദ്ദിക്കപ്പെട്ടിരുന്നു. 10,000 പേർ മൂന്നുമുതൽ പത്തുകൊല്ലംവരെ തടവിലാക്കപ്പെട്ടിരുന്നു. ആയിരക്കണക്കിന് സ്ത്രീകൾ മാനഭംഗത്തിനിരയായിരുന്നു. കൃഷിക്കാരുടെ ലക്ഷക്കണക്കിന് രൂപവരുന്ന സ്വത്ത് 1946-48 കാലത്ത് നൈസാമിന്റെ സേനകളും അതിനുശേഷം കോൺഗ്രസ് ഗവൺമെന്റിന്റെ പട്ടാളവും കൊള്ളയടിച്ചിരുന്നു.

ഹൈദരാബാദിൽ 1948 സെപ്തംബറിൽ കൈക്കൊണ്ട നടപടിയിലൂടെ കോൺഗ്രസിന്റെ ജനവിരുദ്ധമുഖം തുറന്നുകാട്ടപ്പെട്ടു. അത് നൈസാമിന്റെയും ജാഗീർദാർമാരുടെയും ദേശ്മുഖുമാരുടെയും സംരക്ഷണത്തിനുവേണ്ടിയാണ് നിലകൊണ്ടത്. സി പി ഐ കാർഷിക വിപ്ലവത്തിന്റെ മുന്നണിയിലും അതിനെ കോൺഗ്രസ് ഗവൺമെന്റ് ക്രൂരമായി അടിച്ചമർത്തി.

സി പി ഐയുടെ നേതൃത്വത്തിൽ തെലങ്കാനയിലെ കർഷകർ നൈസാമിന്റെ സ്വേച്ഛാധിപത്യഭരണത്തിനെതിരായി പോരാടിയപ്പോൾ അധികാരത്തിലുള്ള കോൺഗ്രസ് നിർല്ലജ്ജം നൈസാമുമായി കരാറുണ്ടാക്കി. അദ്ദേഹത്തെ രാജപ്രമുഖനാക്കി. ഹൈദരാബാദ് നാട്ടുരാജ്യത്തെ ഒരു മാറ്റവും കൂടാതെ നിലനിർത്തുമെന്ന് അദ്ദേഹത്തിന് വാക്കു കൊടുത്തു. തെലുങ്ക്, കന്നഡ, മറാത്തി ഭാഷകൾ സംസാരിക്കുന്ന ഹൈദരാബാദിലെ ജനങ്ങളുടെ അതത് ഭാഷ സംസാരിക്കുന്ന അയൽ പ്രദേശങ്ങളിലുള്ളവരുമായി ചേരുക എന്ന ന്യായമായ ആവശ്യത്തെ നിഷേധിച്ചു.

50,000 പട്ടാളക്കാരെ ഉപയോഗിച്ച കമ്യൂണിസ്റ്റുകാർക്കും കർഷക ജനസാമാന്യത്തിനും നേരെ മൂന്നു കൊല്ലക്കാലം-1948 സെപ്തംബർ മുതൽ 1951 ഒക്ടോബർ വരെ—മാരകമായ ആക്രമണം നടത്തിയ കോൺഗ്രസ് "ദേശഭക്തർ" ആന്ധ്രയിൽ മാത്രമല്ല രാജ്യത്താകെ കമ്യൂണിസ്റ്റുകാരെയും സ്വന്തം അവകാശങ്ങൾക്കായി ഉശിരോടെ പൊരുതിയ കൃഷിക്കാരെയും നശിപ്പിക്കാൻ നിരന്തരം ശ്രമിച്ചു. "സായുധ സംഘട്ടനങ്ങളിൽ" കൊല്ലപ്പെട്ടു എന്ന ന്യായം പറഞ്ഞ് നൂറുകണക്കിന് കമ്യൂണിസ്റ്റ് കാഡർമാരെ വകവരുത്തിയാൽ സി പി ഐയുടെ സംഘടനാബലത്തെയും ബഹുജനപിന്തുണയെയും ചോർത്തിക്കളഞ്ഞ 1952 ലെ പൊതുതിരഞ്ഞെടുപ്പിൽ എതിരില്ലാതെ ജയിക്കാമെന്നായിരുന്നു കോൺഗ്രസ് നേതാക്കളുടെ കണക്കുകൂട്ടൽ.

42 കൊല്ലത്തെ ലാഭചേതങ്ങൾ

ബൂർഷ്വ-ഭൂപ്രഭു വർഗ്ഗതാല്പര്യങ്ങളെ പ്രതിനിധാനം ചെയ്യുന്ന കോൺഗ്രസിന്റെയും, തൊഴിലാളിവർഗ്ഗത്തെയും മറ്റ് അദ്ധ്വാനിക്കുന്ന ജനവിഭാഗങ്ങളെയും പ്രതിനിധാനം ചെയ്യുന്ന കമ്യൂണിസ്റ്റുകാരുടെയും വീക്ഷണങ്ങൾ എന്നും പരസ്പരവിരുദ്ധമായിരുന്നു എന്ന് ഏറെ ഉദാഹരണങ്ങളിലൂടെ ചൂണ്ടിക്കാട്ടിയല്ലോ. കമ്യൂണിസ്റ്റുകാരെ രാഷ്ട്രീയമായി നശിപ്പിക്കാനാണ് കോൺഗ്രസ് അങ്ങേയറ്റം ശ്രമിച്ചുപോന്നത്. ഇന്ത്യയിലെ വിപുലമായ ജനവിഭാഗങ്ങളിൽ കോൺഗ്രസിനുള്ള ആശയപരവും രാഷ്ട്രീയവുമായ നീരാളിപ്പിടുത്തം തകർക്കാനാണ് കമ്യൂണിസ്റ്റുകാർ ശ്രമിച്ചിട്ടുള്ളത്. ഇതിന്റെ ലാഭചേതകണക്ക് നോക്കുന്നത് ഷൂരിയെപ്പോലുള്ള "ഗവേഷ"കർക്ക് അല്പം ഗുണം ചെയ്യും.

1942-45 കാലത്ത കമ്യൂണിസ്റ്റുകാരെ മോസ്കോ ഏജന്റുമാരെന്നും സാമ്രാജ്യത്വ ഏജന്റുമാരെന്നും മുസ്ലീംലീഗിന്റെ ഏജന്റുമാരെന്നും ആക്ഷേപിച്ചിരുന്നു. എന്നാൽ 1939-42, 1945-47 കാലത്ത് രാജ്യത്തുനടന്ന ഉശിരൻ സാമ്രാജ്യവിരുദ്ധ പോരാട്ടങ്ങളുടെ മുൻപന്തിയിൽ കമ്യൂണിസ്റ്റുകാരായിരുന്നു ഉണ്ടായിരുന്നത്. സാമ്രാജ്യത്വത്തിന് തകർപ്പൻ പ്രഹരം നല്കാൻ ജനസാമാന്യം കമ്യൂണിസ്റ്റ് പ്രസ്ഥാനത്തിന് പിന്നിൽ അണി

നിരന്നുവന്ന അക്കാലത്ത് അവരെ "അക്രമത്തിന്റെ ഉപാസകർ" എന്നു പറഞ്ഞ് ആക്ഷേപിക്കുകയും ആക്രമിക്കുകയുമാണ് കോൺഗ്രസ് ചെയതത്.

എന്നാൽ, ഈ ദുഷ്പ്രചാരണമൊന്നും ഏശാത്തതിനാൽ പുതുതായി കിട്ടിയ ഭരണകൂടാധികാരം ഉപയോഗിച്ച് കമ്യൂണിസ്റ്റുകാരെ അടിച്ചമർത്താനായി ശ്രമം. ആദ്യം തെലങ്കാനാസമരത്തിൽ, പിന്നീട് പാർട്ടിയെ ഫലത്തിൽ നിരോധിച്ചുകൊണ്ട് രാജ്യത്തിന്റെ പല ഭാഗത്തും അതിനെ നിയമവിരുദ്ധമായി പ്രഖ്യാപിച്ചു. ആയിരക്കണക്കിന് നേതാക്കളെയും കാഡർമാരെയും തടങ്കലിലാക്കി. അവരിൽ ഒട്ടുവളരെപ്പേരെ ജയിലിലിട്ടു കൊന്നു.

എന്തായിരുന്നു ഫലം? 1952 ലെ ഒന്നാം പൊതുതിരഞ്ഞെടുപ്പിൽ എല്ലാ വമ്പൻ കോൺഗ്രസ്സ്ഥാനാർഥികളെയും തമർത്തിക്കൊണ്ട് ആന്ധ്രയിലും തെലങ്കാനയിലും ഒരുപോലെ "കമ്യൂണിസ്റ്റ് ഗുണ്ടകൾ" തിരഞ്ഞെടുക്കപ്പെട്ടു. ലോക്സഭയിൽ കമ്യൂണിസ്റ്റുകാരും സഖ്യകക്ഷിക്കാരുമായ 19 അംഗങ്ങൾ ആന്ധ്രയിൽനിന്നും തെലങ്കാനയിൽനിന്നും ഉള്ളവരായിരുന്നു. ഇന്ത്യയിലെ ആദ്യത്തെ തിരഞ്ഞെടുക്കപ്പെട്ട ലോക്സഭയിൽ മുപ്പതുപേരുള്ള ഒന്നാമത്തെ പ്രതിപക്ഷഗ്രൂപ്പായിത്തീരാൻ സി പി ഐയെ ഇത് സഹായിച്ചു.

അത് മാത്രമോ? ബ്രിട്ടീഷുകാർ തട്ടിപ്പടച്ചുണ്ടാക്കിയിരുന്ന സംയുക്ത മദിരാശി പ്രവിശ്യയിലെ ആന്ധ്ര, തമിഴ്നാട്, മലബാർ, കന്നട പ്രദേശങ്ങളിലെ ഇടതുപക്ഷ-ജനാധിപത്യ ശക്തികരം കോൺഗ്രസിനെ സംശയാതീതമായി തോല്പിച്ചു. ഗാന്ധിയുടെ അസ്സൽ ശിഷ്യൻമാർ ജാതി-സമുദായ ശകതികളുമായി നാണംകെട്ട രീതിയിൽ സഖ്യമുണ്ടാക്കാനും തിരഞ്ഞെടുപ്പ് വിധിയെ മറികടക്കാൻ ഭരണഘടനയെ ദുരുപയോഗിക്കാനും തുടങ്ങി. ഇന്നതൊക്കെ അവരുടെ സ്ഥിരം പതിവാണ്. ഒരു തത്ത്വദീക്ഷയുമില്ലാതെ എല്ലാ കുതന്ത്രങ്ങളും പ്രയോഗിച്ചാണ്, ഗവർണർ ജനറലായി റിട്ടയർ ചെയ്ത സി രാജഗോപാലാചാരിയെ മദിരാശി പ്രവിശ്യയിലെ മുഖ്യമന്ത്രിയായി അവരോധിച്ചത്.

ഈ വെല്ലുവിളി കമ്യൂണിസ്റ്റ് പ്രതിപക്ഷം നേരിട്ടു. പ്രത്യേക ആന്ധ്രാസംസ്ഥാനം രൂപീകരിക്കുന്നതിനുവേണ്ടിയുള്ള പ്രക്ഷോഭം ആരംഭിച്ചു. കോൺഗ്രസിന്റെ കുതന്ത്രങ്ങളെ പരാജയപ്പെടുത്താനും സംസ്ഥാനങ്ങളെ ഭാഷാടിസ്ഥാനത്തിൽ പുനഃസംഘടിപ്പിക്കുക എന്ന കോൺഗ്രസ് പണ്ടേ അംഗീകരിച്ച തത്ത്വം അതിനെക്കൊണ്ട് നടപ്പാക്കിക്കാനും ഉള്ള വിശാലാടിസ്ഥാനത്തിലുള്ള ജനാധിപത്യപ്രക്ഷോഭത്തിന് തുടക്കംകുറിക്കുകയും ചെയ്തു. ഫലമോ? അടിച്ചേല്പിച്ച മുഖ്യമന്ത്രിക്ക് പോകേണ്ടിവന്നെന്ന് മാതമല്ല, ബ്രിട്ടൻ തട്ടിപ്പടച്ച മദിരാശി പ്രവിശ്യ എന്നന്നേക്കുമായി വിഭജിക്കുകയുംചെയ്തു.

കഥ അവിടംകൊണ്ടും തീരുന്നില്ല. ഈയിടെ അരുൺഷൂരി ആവർത്തിച്ചതുപോലുള്ള കമ്യൂണിസ്റ്റ്വിരുദ്ധ കുപ്രചരണത്തിൽ ഇന്ത്യയിലെ ജനങ്ങൾ എല്ലായ്പ്പോഴും വീണുപോയിട്ടില്ല.

കേരളം 1957 മാർച്ചിൽ കമ്യൂണിസ്റ്റുകാർക്ക് വോട്ടുചെയ്തുകൊണ്ട് ആദ്യത്തെ കോൺഗ്രസിതര ഗവൺമെന്റിനെ തിരഞ്ഞെടുത്തു. “വഞ്ചകരും,” “ഏജന്റുമാരും” വോട്ടർമാരുടെ വിശ്വാസം നേടുന്നത് നാം വീണ്ടും കാണുന്നു. സോവിയറ്റ് യൂണിയനും ചൈനയുമായുള്ള ബന്ധം വളർന്നുവരുന്നതുകൊണ്ട് തിരഞ്ഞെടുക്കപ്പെട്ട ഗവൺമെന്റിനെ നേരിട്ടാക്രമിക്കാൻ കഴിയാതെവന്ന കോൺഗ്രസ് നേതാക്കൾ വേറെ മാർഗ്ഗം സ്വീകരിച്ചു. എല്ലാ ജാതി-മത വിഭാഗങ്ങളും ഗ്രൂപ്പുകളും പാർട്ടികളുമായി അവസരവാദപരവും തത്ത്വദീക്ഷയില്ലാത്തതുമായ കൂട്ടുകെട്ടിൽ ഏർപ്പെട്ടുകൊണ്ട് തിരഞ്ഞെടുക്കപ്പെട്ട ഗവൺമെന്റിനെ പുറത്താക്കാൻ നാണംകെട്ട “വിമോചനസമരം” തുടങ്ങി, പരേതനായ മന്നത്ത് പത്മനാഭന്റെ നേതൃത്വത്തിൽ.

വളർന്നുവരുന്ന കമ്യൂണിസ്റ്റ്സ്വാധീനത്തെ തടുത്തുനിർത്താൻ കഴിയാതെവന്ന കോൺഗ്രസ് കമ്യൂണിസ്റ്റുകാരെ ‘ചൈനാചാരന്മാ’രായി ചിത്രീകരിച്ചു. ചൈനയും ഇന്ത്യയും തമ്മിലുള്ള അതിർത്തിത്തർക്കത്തെ ഉപയോഗപ്പെടുത്തി അവരിൽ ആയിരം പേരെ ജയിലിലടച്ചു. കേരളത്തിലെ വോട്ടർമാർ 1965 ൽ നിയമസഭയിലെ ഏറ്റവും വലിയ പാർട്ടിയായി സി പി ഐ (എം) നെ തിരഞ്ഞെടുത്തുകൊണ്ട് ഈ നുണ പ്രചാരണത്തെ സംശയാതീതമായി തള്ളിക്കളഞ്ഞു. സി പി ഐ (എം) സായുധ കലാപത്തിന് തയ്യാറെടുക്കുന്നു എന്ന കള്ളന്യായത്തിന്മേൽ പാർട്ടിയുടെ മിക്കവാറും എല്ലാ പ്രമുഖ നേതാക്കളെയും സ്ഥാനാർത്ഥികളെയും തടങ്കലിൽ ഇട്ടിരിക്കുമ്പോഴാണ് ഈ വിജയം.

1967 ൽ 10 സംസ്ഥാനങ്ങളിൽ കോൺഗ്രസ് ശരിക്കും തോല്പിക്കപ്പെട്ടു. പശ്ചിമബംഗാളിലെയും കേരളത്തിലെയും കോൺഗ്രസിതര ഗവൺമെന്റുകൾ സി പി ഐ (എം) നേതൃത്വത്തിലുള്ളവയായിരുന്നു. കോൺഗ്രസിന്റെ അധികാര കുത്തക തകരുന്നതിന്റെ തുടക്കമായിരുന്നു അത്. കോൺഗ്രസ് ദുർഭരണത്തിനെതിരായ സമരത്തിന്റെ ഏറ്റവും ഉറച്ച രക്ഷകനായി സി പി ഐ (എം)നെ രാജ്യത്തെങ്ങുമുള്ള ജനങ്ങൾ ഉറ്റുനോക്കാൻ തുടങ്ങിയ കാലവുമായിരുന്നു അത്. പശ്ചിമബംഗാളിലെ കോൺഗ്രസിതര മുന്നണിയെ തകർക്കാനും കേരളത്തിൽ സി പി ഐയുടെയും ജാതി-മത ഗ്രൂപ്പുകളുടെയും സഹായത്തോടെ സി പി ഐ (എം) വിരുദ്ധമുന്നണി ഊട്ടിയുണ്ടാക്കാനും കോൺഗ്രസ് ഏറ്റവും ഹീനമായ അടവുകൾ പ്രയോഗിച്ചു. കോൺഗ്രസ് നേതൃത്വത്തിലുള്ള ഈ സി പി ഐ (എം) വിരുദ്ധമുന്നണി ഏതാണ്ട് ഒരു പതിറ്റാണ്ടു കാലത്തെ ഭരണത്തിനു 1980 ൽ തോല്പിക്കപ്പെട്ടു.

പശ്ചിമബംഗാളിൽ ഭരണഘടനാധികാരങ്ങളെ ദുരുപയോഗിക്കുന്നതിലാണ് കോൺഗ്രസ് ഏർപ്പെട്ടത്. രണ്ടുകൊല്ലത്തിനുള്ളിൽ മൂന്നു തവണ നിയമസഭ പിരിച്ചുവിട്ട് തിരഞ്ഞെടുപ്പ് നടത്തി. എന്നിട്ടും സി പി ഐ (എം)നെ പ്രമുഖസ്ഥാനത്തുനിന്ന് നീക്കംചെയ്യാൻ അതിനു കഴിഞ്ഞില്ല. 1972-77 കാലത്ത് അർദ്ധഫാസിസ്റ്റ് ഭീകരത അവിടെ അഴിച്ചുവിട്ടു. ഇക്കാലത്ത് 1200 കമ്യൂണിസ്റ്റ് കാഡർമാർ കൊല്ലപ്പെട്ടു. 20000 ൽ

പരം പേർ വീട്ടിൽനിന്നും നാട്ടിൽനിന്നും ആട്ടിയോടിക്കപ്പെട്ടു. ഇക്കാലത്ത് കേരളത്തിൽ 300 ൽപരം പാർട്ടി കാഡർമാർ കൊല്ലപ്പെട്ടു.

സി പി ഐ (എം) പ്രമുഖശക്തിയായി തീർന്നിരുന്ന ത്രിപുരയിൽ തിരഞ്ഞെടുക്കപ്പെട്ട ജനപ്രതിനിധികളുടെ മേൽ കോൺഗ്രസ് മർദ്ദനം അഴിച്ചുവിട്ടു. തങ്ങൾ അടിച്ചേല്പിച്ച ഭരണം സംസ്ഥാനത്ത് നിലനിർത്തുന്നതിനുവേണ്ടി അവരെ സംസ്ഥാനത്തിനുപുറത്ത് കരുതൽ തടങ്കലിൽ വെച്ചു.

ജനാധിപത്യത്തെ അട്ടിമറിച്ചുകൊണ്ട് കോൺഗ്രസ് അമിതാധികാര വാഴ്ചയ്ക്കായി 1975 ൽ അടിയന്തരാവസ്ഥ ഏർപ്പെടുത്തിയത് കോൺഗ്രസിന്റെ പൂർണ്ണമായ തകർച്ചയ്ക്കും ജനാധിപത്യപരമായി ഭരിക്കാൻ തീരെ കഴിവില്ലാതാക്കുന്നതിലേക്കും അതിന്റെ നയങ്ങളോട് ജനങ്ങൾക്ക് വിപ്രതിപത്തി ഉണ്ടാകുന്നതിലേക്കും നയിച്ചു.

1977 ലെ പൊതു തിരഞ്ഞെടുപ്പിൽ കോൺഗ്രസിനെ തറപറ്റിക്കുന്നതിൽ കമ്യൂണിസ്റ്റുകാർ കാര്യമായ പങ്കുവഹിച്ചു. സി പി ഐ (എം) മായി തിരഞ്ഞെടുപ്പുകൂട്ടുകെട്ടുണ്ടാക്കുന്നതിനെ ജനത എതിർത്തെങ്കിലും സി പി ഐ (എം) നേതൃത്വത്തിലുള്ള ഇടതുമുന്നണിക്ക് പശ്ചിമബംഗാളിൽ വൻ ഭൂരിപക്ഷം കിട്ടി. ത്രിപുരയിലും സി പി ഐ (എം) നയിച്ച മുന്നണി കോൺഗ്രസിനെ തറപറ്റിച്ചു.

1980 ൽ കോൺഗ്രസ് വീണ്ടും കേന്ദ്രത്തിലേക്ക് തിരഞ്ഞെടുക്കപ്പെട്ടപ്പോൾ സി പി ഐ (എം) മാത്രമാണ് ആ തരംഗത്തെ പശ്ചിമബംഗാളിലും കേരളത്തിലും തടഞ്ഞത്. 1980 ലെ നിയമസഭാ തിരഞ്ഞെടുപ്പിൽ സി പി ഐ (എം) വിരുദ്ധമുന്നണി പൊളിഞ്ഞു. സി പി ഐ (എം) മുന്നണി ഭരണത്തിലെത്തി.

ഒരു ചെറിയ ഇടവേളയൊഴിച്ചാൽ സ്വാതന്ത്ര്യലബ്ധിക്കുശേഷം ഇന്ത്യൻ പാർലമെന്റിലെ പ്രധാന പ്രതിപക്ഷ ഗ്രൂപ്പ് കമ്യൂണിസ്റ്റുകാരും അവരുടെ കൂട്ടുകക്ഷികളുമായിരുന്നു. ഇന്ന് പാർലമെന്റിന്റെ ഇരുസഭകളിലുമായി സി പി ഐ (എം)ന് മാത്രം 50 അംഗങ്ങളുണ്ട്. സി പി ഐ, ഫോർവേഡ് ബ്ലോക്ക്, ആർ എസ് പി മുതലായ മറ്റ് ഇടതുപക്ഷ ഗ്രൂപ്പുകൾക്കെല്ലാംകൂടി 30 അംഗങ്ങളുണ്ട്.

ഇതെല്ലാം കാണിക്കുന്നത്, ബൂർഷ്വാ—ഭൂപ്രഭുവർഗ്ഗങ്ങൾ ആവർത്തിച്ചു ശ്രമിച്ചിട്ടും, രാഷ്ട്രീയവും ആശയപരവുമായ കടുത്ത ആക്രമണങ്ങൾ അഴിച്ചുവിട്ടിട്ടും, ഇന്നാട്ടിൽ കമ്യൂണിസ്റ്റുകാരെ ശോഷിപ്പിക്കാനായിട്ടില്ല. അവരുടെ സ്വാധീനം പല ഇരട്ടി വർദ്ധിക്കുകയാണ് ചെയതത്.

കമ്യൂണിസ്റ്റുകാരുടെ 'വഞ്ചന'യ്ക്ക് ശേഷമുള്ള 42 കൊല്ലത്തെ സംഭവവികാസങ്ങൾ വ്യക്തമാക്കുന്നത്, 'വഞ്ചകർ' സാമ്രാജ്യവിരുദ്ധപോരാട്ടത്തിന്റെ മുൻപന്തിയിലാണ് എന്നാണ്. ദേശീയഐക്യം കാത്തുരക്ഷിക്കാനും സാമുദായിക മൈത്രി നിലനിർത്താനും വമ്പിച്ച ത്യാഗം ചെയ്തെന്നാണ്. ഭരണവർഗ്ഗങ്ങളുടെ ജനവിരുദ്ധനയങ്ങൾക്കെതിരെ ഊർജ്ജസ്വലരായി പോരാടി എന്ന അരുൺഷൂരിയുടെ 'ഗവേഷണ' ലേഖനങ്ങൾ രക്ഷിക്കാൻ ശ്രമിക്കുന്ന കോൺഗ്രസ് ഭരണാധികാരികളാകട്ടെ, സാമ്രാ

ജ്യത്വ സഹായത്തെ കൂടുതൽ കൂടുതൽ ആശ്രയിക്കുന്നു. ബഹുരാഷ്ട്ര കുത്തകകളുമായി ഉറ്റബന്ധം പുലർത്തുന്നു. ജനവിരുദ്ധ-ജനാധിപത്യ വിരുദ്ധ നയങ്ങൾ പിന്തുടർന്നുകൊണ്ട് രാജ്യത്തിന്റെ ഐക്യവും ഭദ്രതയും തകർക്കുന്നു.

ദേശീയജനവിഭാഗങ്ങളുടെ പ്രശ്നം, മതേതരത്വവും സാമുദായിക മൈത്രിയും, രാജ്യത്തിന്റെ ഐക്യവും ഭദ്രതയും നിലനിർത്തൽ, എന്നിങ്ങനെയുള്ള പ്രശ്നങ്ങളിലെല്ലാം കോൺഗ്രസ് അവമതിപ്പുണ്ടാക്കിയതായി ഇന്ത്യയിലെ ജനങ്ങൾക്കെല്ലാം കാണാൻ കഴിയുന്നുണ്ട്. ബി ജെ പി അടക്കം ഒരൊറ്റ വലതുപക്ഷപാർട്ടിക്കും കോൺഗ്രസിന് ബദലാകാൻ കഴിയുന്നില്ല. ബൂർഷ്വാ-ഭൂപ്രഭു ദുർഭരണത്തിനെതിരായി രാജ്യമെങ്ങും നടക്കുന്ന ബഹുജനസമരങ്ങളുടെ മുൻപന്തിയിലുള്ളത് കമ്യൂണിസ്റ്റ് പ്രസ്ഥാനമാണ്. രാജ്യത്ത് കമ്യൂണിസ്റ്റ് പ്രസ്ഥാനത്തിന്റെ വർദ്ധിച്ചുവരുന്ന സ്വാധീനവും കോൺഗ്രസ് ദുർഭരണത്തിന് ബദലുണ്ടാക്കുന്നതിൽ കമ്യൂണിസ്റ്റുകാർ വഹിച്ചുവരുന്ന നിർണ്ണായകമായ പങ്കുമാണ് കമ്യൂണിസ്റ്റുകാർക്കെതിരെ കള്ളപ്രചാരണം കെട്ടഴിച്ചുവിടാൻ ബൂർഷ്വാപണ്ഡിതമ്മന്യന്മാരെ നിർബ്ബന്ധിക്കുന്നത്.

മാർക്സിസം-ലെനിനിസത്തെ ഉയർപ്പിടിക്കുന്ന കമ്യൂണിസ്റ്റുകാർ വിജയത്തിൽനിന്ന് വിജയത്തിലേക്ക് കുതിക്കുകയാണ്. അരുൺഷൂരി മരണശയ്യയിലുള്ള ജീർണ്ണിച്ച മുതലാളിത്തത്തിന്റെ വക്കാലത്തെടുത്തിരിക്കുകയാണ്. അപവാദപ്രചാരണത്തിന് ചരിത്രഗതിയെ തിരിച്ചുവിടാനാവില്ല.

ഇന്ത്യൻ സ്വാതന്ത്ര്യസമരം

ബി ടി രണദിവെ

മുൻകോളനി രാജ്യങ്ങളിൽ ഒരു രാഷ്ട്രത്തിന്റെ രൂപീകരണവും ദേശീയബോധത്തിന്റെ വളർച്ചയ്യും വിദേശവാഴ്ചക്കെതിരായ സമരത്തിനിടയിലാണുണ്ടാകുന്നത്. ബ്രിട്ടീഷുകാർ ഇന്ത്യയെ കൈവശപ്പെടുത്തിയപ്പോൾ ആധുനികമായ അർത്ഥത്തിൽ ഇന്ത്യ ഒരു രാഷ്ട്രമായിരുന്നില്ല. ഇത് കേവലമൊരു ചരിത്രസത്യം. ഈ സത്യം വിളിച്ചുപറയുമ്പോൾ അതിനെ നമ്മുടെ ജനങ്ങളെ ഇകഴ്ത്തിക്കാണിക്കുന്നതിനുള്ള ശ്രമമായി ചിത്രീകരിക്കരുത്. മുതലാളിത്തത്തിന്റെ ആവിർഭാവത്തിനുമുമ്പ് ഇംഗ്ലണ്ടോ ഫ്രാൻസോ ആധുനിക രാഷ്ട്രങ്ങളായിരുന്നില്ല. ഉയർന്നുവന്ന മുതലാളിവർഗ്ഗം ഫ്യൂഡൽവാഴ്ചയെ അട്ടിമറിക്കുകയും ഫ്യൂഡൽ ബന്ധങ്ങൾ തകർക്കുകയും ചരക്കുവിനിമയത്തിനായി രാജ്യത്തെ ഒരൊറ്റ കമ്പോളമായി രൂപാന്തരപ്പെടുത്തുകയും ചെയ്തപ്പോഴാണ് അവ രാഷ്ട്രങ്ങളായി രൂപാന്തരപ്പെട്ടത്.

ഈ നിലയിൽ ഇന്ത്യ ഒരു രാഷ്ട്രമായിരുന്നില്ലെന്ന് പറയുമ്പോൾ അതിനർത്ഥം വിവിധ ഭാഗങ്ങളിലെയും പ്രദേശങ്ങളിലെയും ജനങ്ങളെ കൂട്ടിയിണക്കുന്ന പൊതു ഘടകങ്ങളൊന്നുമില്ലാതെ അവർ പരസ്പരം അന്യരായി കഴിഞ്ഞുകൂടി എന്നല്ല. വാസ്തവത്തിൽ, ഇന്ത്യക്കൊരു പൊതുസംസ്കാരമുണ്ടായിരുന്നു, വീക്ഷണമുണ്ടായിരുന്നു, ആശയപരമായ പൈതൃകമുണ്ടായിരുന്നു, രാജ്യം ഒരറ്റം മുതൽ മറ്റേ അറ്റംവരെ വ്യാപിച്ചുകിടന്നു എന്ന ബോധമുണ്ടായിരുന്നു. ഈ പൊതുസംസ്കാരത്തെ സാമ്പത്തിക ഐക്യത്തിന്റേതായ ആധുനിക വിശ്വാസങ്ങൾ ശക്തിപ്പെടുത്തി. അതാവട്ടെ, ബ്രിട്ടീഷുകാർക്കെതിരെ ഒന്നിച്ചു നില്ക്കുന്നതിന് ജനങ്ങളെ സഹായിച്ചു.

ദേശീയസമരത്തിന്റെ ആദ്യകാലത്ത് ഇന്ത്യ എല്ലായ്പ്പോഴും ഒരു രാഷ്ട്രമായിരുന്നുവെന്ന് ദേശീയ നേതാക്കൾ ഊന്നിപ്പറഞ്ഞു. അത്

സ്വാഭാവികവും അനിവാര്യവുമായിരുന്നു. പക്ഷേ, അതങ്ങനെയായിരുന്നില്ലെന്ന് നാമറിയണം. രാഷ്ട്രനിർമ്മാണ പ്രകിയ ഇപ്പോഴും നടന്നുകൊണ്ടിരിക്കുകയാണ്. വിദേശികൾ സ്വന്തം സൈന്യങ്ങളെ ഉപയോഗിച്ച് ഇന്ത്യയെപ്പോലെ വിശാലമായ, ഒരു രാജ്യത്തെ ആക്രമിച്ച് കീഴടക്കുകയായിരുന്നില്ല. ബ്രിട്ടീഷുകാർ ഇവിടെ ആധിപത്യം സ്ഥാപിച്ച് സുമാർ ഒരു നൂറ്റാണ്ട് കഴിയേണ്ടിവന്നു, ഇവിടെ ദേശീയ ചെറുത്തുനില്പാരംഭിക്കാൻ.

വിദേശഭരണത്തിനെതിരെ ഒരു രാജ്യത്തെ ജനങ്ങൾക്ക് പോരാടേണ്ടി വരുമ്പോൾ അവർക്കിടയിൽ ഏകാത്മകത സൃഷ്ടിക്കുക എളുപ്പമാണ്. അപ്പോൾ വിവിധ താല്പര്യങ്ങളുടെ പങ്കിനെയും ആ താല്പര്യങ്ങൾക്ക് വിദേശ ഭരണാധികാരികളുമായുള്ള ബന്ധത്തെയുംകുറിച്ച് ചിന്തയേ ഉണ്ടാവില്ല. രാജ്യത്തെ അടിമത്തത്തിലാഴ്ത്തിയ പഴയ സാമൂഹ്യവ്യവസ്ഥയെക്കുറിച്ച് വിശകലനം നടത്താൻ വളരെ കുറച്ചുപേരേ മുതിരൂ. ആരെങ്കിലും അങ്ങനെ ചെയ്യുന്നെങ്കിൽപ്പോലും അത് അപ്രസക്തമായിട്ടേ കരുതുകയുള്ളു. രാജ്യം സ്വാത്രന്ത്ര്യം പ്രാപിക്കുമ്പോൾ ഇവയെല്ലാം പരിഹരിക്കും എന്നുപറഞ്ഞ് അവയെ അവഗണിച്ചുതള്ളും. ജനങ്ങളുടെ അന്തിമ താല്പര്യത്തിനെതിരായ താല്പര്യം വെച്ച് പുലർത്തുന്നവരെ വേർതിരിച്ച് നിർത്തിക്കൊണ്ട് സമരത്തിന്റെ രൂപത്തെയും ഭാവിയെയും അവരുടെ പ്രവർത്തനം ബാധിക്കുകയില്ലെന്നുറപ്പ് വരുത്തും.

ഒരു രാഷ്ട്രത്തിന്റെ രൂപീകരണത്തിനുവേണ്ടിയുള്ള സമരം മുതലാളിത്തബന്ധങ്ങൾ ചെറിയ തോതിലെങ്കിലും പ്രത്യക്ഷപ്പെടാതെ ആരംഭിക്കാൻ കഴിയില്ല. അതുകൊണ്ട് മുതലാളിത്തബന്ധങ്ങൾ ദുർബ്ബലമാവുകയും ആധുനിക തൊഴിലാളിവർഗ്ഗം എണ്ണത്തിൽ കുറവായിരിക്കുകയും അതിന്റെ ബോധത്തിൽ പഴയ ഘടനയുടെ ബോധംതന്നെ ആധിപത്യം ചെലുത്തുകയും ചെയ്യുന്നേടത്ത് ഒരു രാഷ്ട്രത്തിന്റെ രൂപീകരണത്തിനുവേണ്ടിയുള്ള സമരം പുത്തൻ ജനാധിപത്യമൂല്യങ്ങളെ പ്രതിനിധാനം ചെയ്യുന്ന ബുദ്ധിജീവികളുടെ നേതൃത്വത്തിലായിരിക്കും നടക്കുക എന്നുള്ളത് അനിവാര്യമാണ്. അതേവരെ വിദേശഭരണത്തിനെതിരായ സമരം കേന്ദ്രീകൃത നേതൃത്വത്തിലായിരിക്കുകയില്ല നടക്കുക. അത് ചിലപ്പോൾ ദേശീയ കലാപത്തിന്റെ രൂപം കൈക്കൊണ്ടേക്കും. അത് വർഷങ്ങളോളം തുടരുന്നതിന് കെട്ടുറപ്പുള്ള ഒരു പ്രത്യയശാസ്ത്രമോ പരിപാടിയോ അതിനുണ്ടായിരിക്കില്ലെന്ന് മാത്രം.

ഇതായിരുന്നു ഇന്ത്യയുടെ അനുഭവമെന്ന് നമുക്കിപ്പോൾ കാണാം. ബ്രിട്ടീഷ് സേനയിലെ ഇന്ത്യൻ പട്ടാളക്കാരുടെ കലാപം വിദേശഭരണത്തോടുള്ള എതിർപ്പിന്റെയും അവരെ പുറത്താക്കാനുള്ള ആഗ്രഹത്തിന്റെയും പ്രതിഫലനമായിരുന്നു. എങ്കിലും അവർ ജനകീയമായ ദേശീയ വികാരമാർജ്ജിച്ചുകൊണ്ടാണ് അങ്ങനെ ചെയ്തതെന്ന് പറഞ്ഞുകൂടാ. ബ്രിട്ടീഷുകാരുടെ പ്രവർത്തനങ്ങളിലൂടെ — കമ്യൂണിക്കേഷനും ചൂഷണത്തിനുമുള്ള ആധുനിക മാർഗ്ഗങ്ങളേർപ്പെടുത്താൻ അവർ

കൈക്കൊണ്ട നടപടികളിലൂടെ ആ പ്രക്രിയ വളർന്നുവരികയായിരുന്നു.

തങ്ങൾ ആഗ്രഹിക്കാതെതന്നെ ബ്രിട്ടീഷുകാർ ഇന്ത്യൻ ഉയിർത്തെഴുന്നേല്പിന്റെ ഉപകരണമായി മാറുകയായിരുന്നുവെന്ന് മാർക്സ് പറഞ്ഞു. അദ്ദേഹത്തെ ഉദ്ധരിക്കട്ടെ:

> അവരുടെ ഇന്ത്യയിലെ ഭരണത്തെക്കുറിച്ചുള്ള ചരിത്ര ഏടുകളിൽ ഈ സംഹാരക്രിയയ്ക്കപ്പുറത്തേക്ക് ഒന്നും കാണാൻ കഴിയില്ല. പുനർസൃഷ്ടിയുടെ ഫലം ഈ നാശത്തിന്റെ അവശിഷ്ടങ്ങൾക്ക് മുകളിലേക്ക് കാണാനാവില്ല. എങ്കിലും അത് ആരംഭിച്ചു കഴിഞ്ഞിട്ടുണ്ടെന്ന് പറയാതെ തരമില്ല.
>
> മുഗളൻമാരുടെ കാലത്തേതിനേക്കാൾ എത്രയും വ്യാപകവും ഉറപ്പുള്ളതുമായ ഇന്ത്യയുടെ രാഷ്ട്രീയ ഐക്യമായിരുന്നു ഈ പുനർസൃഷ്ടിക്കുള്ള ഒന്നാമത്തെ നിബന്ധന. ബ്രിട്ടീഷ് തുപ്പാക്കി കൊണ്ട് അടിച്ചേല്പിക്കപ്പെട്ട ആ ഐക്യം ഇനി വൈദ്യുതക്കമ്പി മുഖേന ഒന്നുകൂടി ദൃഢവും ശാശ്വതവുമാക്കും. ബ്രിട്ടീഷുകാരനായ ഡ്രിൽസാർജന്റ് സംഘടിപ്പിച്ചതും അയാൾ പരിശീലനം നല്കിയതുമായ ഒരു നാടൻ പട്ടാളമായിരുന്നു ഇന്ത്യയുടെ ആത്മവിമോചനത്തിന്റെ അവശ്യോപാധി. ആദ്യം കടന്നുവരുന്ന അക്രമിയുടെ ഇരയായി ഇന്ത്യ മാറാതിരിക്കുന്നതിനുള്ള അവശ്യോപാധിയും അതുതന്നെ ആയിരുന്നു. ഏഷ്യാറ്റിക് സമൂഹത്തിൽ ആദ്യമായി ഉണ്ടാകുന്നതും മുഖ്യമായും ആംഗ്ലോ-ഇന്ത്യൻ സന്തതികൾ നടത്തുന്നതുമായ സ്വതന്ത്ര പത്രലോകം പുനർനിർമ്മാണത്തിനുള്ള കരുത്തേറിയ പുതിയൊരു ഉപകരണമായിരിക്കും. അത്യന്തം ജുഗുപ്സാവഹമായ ജമീന്ദാരി-റയത്‌വാരി സമ്പ്രദായങ്ങൾ ഏഷ്യാറ്റിക് സമൂഹത്തിലെ ഏറ്റവും അഭിലഷണീയ വസ്തുവായ ഭൂമിയിലെ സ്വകാര്യസ്വത്തിന്റെ വ്യക്തമായ രണ്ട് രൂപങ്ങളെയാണ് കുറിക്കുന്നത്. കല്ക്കത്തയിൽ ഇംഗ്ലീഷ് മേൽനോട്ടത്തിൽ വിമുഖതയോടും അരിച്ചരിച്ചും വിദ്യാഭ്യാസം നല്കപ്പെടുന്ന ഇന്ത്യൻ നാട്ടുകാർക്കിടയിൽ നിന്ന് ഭരണസാമർത്ഥ്യവും യൂറോപ്യൻ ശാസ്ത്രവ്യുല്പത്തിയുമുള്ള ഒരുപുതിയ വർഗ്ഗം ഉയർന്നുവരുന്നുണ്ട്.

മാർക്സ് ഇത്രയുംകൂടി നിരീക്ഷിച്ചു :

> ഇരുമ്പും കല്ക്കരിയും ധാരാളമായി കൈവശമുള്ള ഒരു രാജ്യത്തിന്റെ ഗതാഗതത്തിൽ യന്ത്രങ്ങൾ ഏർപ്പെടുത്തിക്കഴിഞ്ഞാൽ പിന്നെ അവയുടെ നിർമ്മാണത്തിലേക്ക് കടക്കുന്നതിൽനിന്ന് ആ രാജ്യത്തെ തടഞ്ഞുനിർത്താൻ ആരാലും സാദ്ധ്യമാവില്ല. റെയിൽവെ ഗതാഗതത്തിന്റെ അടിയന്തരവും പ്രത്യക്ഷവുമായ ആവശ്യങ്ങൾ

> നിറവേറ്റുന്നതിനുവേണ്ട വ്യാവസായിക പ്രക്രിയകളെല്ലാം ആരംഭിക്കാതെ വിസ്തൃതമായ ഒരു രാജ്യത്തിലാകെ ഒരു റെയിൽവെ ശൃംഖല നടത്തിക്കൊണ്ടുപോകാൻ സാദ്ധ്യമല്ല. അതിനാൽ റെയിൽവെ വ്യവസ്ഥ ഇന്ത്യയിൽ ആധുനിക വ്യവസായത്തിന്റെ യഥാർത്ഥ മുന്നോടിയാകാൻ പോവുകയാണെന്നതിൽ സംശയമില്ല... റെയിൽവെയുടെ ഫലമായി ഉണ്ടാകാൻ പോകുന്ന ആധുനിക വ്യവസായം ഇന്ത്യയിലെ ജാതിവ്യവസ്ഥക്കടിസ്ഥാനമായ പരമ്പരാഗത പ്രവൃത്തിവിഭജനത്തെ, ഇന്ത്യൻ പുരോഗതിയുടെയും ഇന്ത്യൻ സ്വാത്രന്ത്യത്തിന്റെയും മുന്നിൽ കിടക്കുന്ന ആ ഏറ്റവും വലിയ വിലങ്ങുതടിയെ തട്ടിനീക്കും.

ഇന്ത്യയിൽ ഒരു രാഷ്ട്രത്തിന്റെ രൂപീകരണത്തിന്റെ ഉപാധിയായ മുതലാളിത്ത വളർച്ചയുടെ പ്രക്രിയയെ വിശദീകരിക്കുകയായിരുന്നു ഈ രണ്ട് ഖണ്ഡികകളിൽ മാർക്സ്.

നമ്മുടെ രാജ്യത്തിന്റെ സ്വാതന്ത്ര്യ സമരം ഇരുപതാം നൂറ്റാണ്ടിലെ ഏറ്റവും ശ്രദ്ധേയമായ ഒരു സംഭവമാണ്. ആഗോള പ്രാധാന്യമുള്ള ഒരു ചരിത്ര സംഭവമാണ്; 1917 ലെ റഷ്യൻ വിപ്ലവം, രണ്ടാം ലോകമഹായുദ്ധത്തിൽ നാസികളുടെ മേൽ സോവിയറ്റ് യൂണിയൻ കൈവരിച്ച വിജയം, വിജയകരമായ ചൈനീസ് വിപ്ലവം, ഇന്ത്യയുടെ മോചനം- ഇവ ലോകത്തിന്റെ രാഷ്ട്രീയ ഭൂപടമാകെ മാറ്റിവരച്ചു. തീർച്ചയായും ആദ്യത്തെ മൂന്ന് സംഭവങ്ങൾ ലോകചരിത്രത്തിൽ കുറെക്കൂടി ദൂരവ്യാപകമായ പ്രത്യാഘാതങ്ങൾ സൃഷ്ടിച്ചുവെങ്കിൽ ആദ്യത്തെ രണ്ട് വിജയം ഇന്ത്യൻ സ്വാതന്ത്ര്യലബ്ധിക്ക് ഗണ്യമായ സംഭാവന നല്കി. ഇന്ത്യൻ ജനത നേടിയെടുത്ത ഈ നേട്ടം സാമ്രാജ്യത്വത്തിനെതിരെ വമ്പിച്ച ശക്തി കെട്ടഴിച്ചുവിട്ടു. അതാവട്ടെ, രാജ്യങ്ങളെ അടിമത്തത്തിൽ തളച്ചിടുന്ന ലോകസാമ്രാജ്യത്വത്തെ ദുർബ്ബലമാക്കുകയും കൊളോണിയൽ വ്യവസ്ഥയുടെ തകർച്ചയ്ക്ക് വഴിയൊരുക്കുകയും ചെയ്തു. ഈ ഐതിഹാസിക സംഭവത്തിന്റെ വളർച്ചയും അത് ഉരുത്തിരിഞ്ഞുവന്ന രീതിയും മനസ്സിലാകണമെങ്കിൽ ഈ നേട്ടത്തിന് സംഭാവന നല്കിയവരെയും സമരത്തിന് നേതൃത്വം നല്കിയവരെയുംകുറിച്ച് ശരിയായ ഒരു വിലയിരുത്തൽ ആവശ്യമാണ്.

ജനങ്ങളുടെ ദുരിതങ്ങൾ, ഭീകരാകാരംപൂണ്ട തൊഴിലില്ലായ്മ, വ്യാപകമായ അഴിമതി, ദേശീയ സമരകാലത്ത്. വളർത്തിയെടുത്ത എല്ലാ മൂല്യങ്ങളുടെയും വർദ്ധമാനമായ തകർച്ച, വർഗ്ഗീയവിഘടന ശക്തികളുടെ ഉയർച്ച, രാജ്യം ഛിന്നഭിന്നമാകുന്നതിന്റെയും ശിഥിലീകരണത്തിന്റേതുമായ ഭീഷണി എന്നീ സവിശേഷതകളോടുകൂടിയ ഇന്ത്യയുടെ സ്വാതന്ത്ര്യാനന്തര ചരിത്രവുമായി ബന്ധപ്പെടുത്തി അപഗ്രഥിച്ചാൽ മാത്രമേ ദേശീയ സമരത്തിന്റെ ശരിയായ ചരിത്ര പരിപ്രേക്ഷ്യം ലഭിക്കുകയുള്ളു. സ്വാതന്ത്ര്യത്തിന്റെ നേട്ടങ്ങൾ ഇകഴ്ത്തിക്കാണിക്കാനും

ജനങ്ങളുടെ ത്യാഗങ്ങൾ ചുരുക്കിക്കാണിക്കാനും ജനങ്ങളുടെ നിരാശയെ പിന്തിരിപ്പന്മാർ ചൂഷണം ചെയ്യുന്നു. സ്വാതന്ത്ര്യം ഭരണാധികാരികളുടെ ഒരു സമ്മാനമാണെന്നും ഇന്ത്യൻ ജനതയുടെ വിജയമല്ലെന്നും ചിത്രീകരിക്കാൻ ശ്രമിക്കുന്ന ചില എഴുത്തുകാരുണ്ട്.

ബഹുജനങ്ങളുടെ പങ്കിനെ നിഷേധിക്കുകയും ഇന്ത്യൻ സ്വാത്രന്ത്യം നേടിയെടുത്തതിനുള്ള ക്രെഡിറ്റ് ഏതാനും നേതാക്കൾക്കുമാത്രം നല്കുകയും ചെയ്യുന്ന ഭരണ കോൺഗ്രസ് പാർട്ടി ദേശാഭിമാനപരമായ വികാരത്തെ ഞെക്കിക്കൊല്ലാനുള്ള തീവ്രശ്രമത്തെ പരോക്ഷമായി സഹായിക്കുകയാണ് ചെയ്യുന്നത്.

1857 ലെ സ്വാത്രന്ത്യയുദ്ധം

ബ്രിട്ടീഷ് അടിമത്തത്തിനും ദുർഭരണത്തിനുമെതിരായ സായുധ ചെറുത്തുനില്പിന്റെ ആവേശകരമായ കഥയാണ് 1857 ലെ സ്വാതന്ത്ര്യ യുദ്ധം. പതിനെട്ടും പത്തൊമ്പതും നൂറ്റാണ്ടുകളിൽ ബ്രിട്ടീഷ് വാഴ്ചയ്ക്കെതിരെ സമരങ്ങളുടെ ഒരു പരമ്പര തന്നെയുണ്ടായി. സന്ന്യാസി കലാപം (1769-1800)- ഈ കലാപത്തെ ആസ്പദമാക്കി ബങ്കിം ചാറ്റർജി രചിച്ച നോവലാണ് *ആനന്ദമഠം*-ആരംഭിച്ച ഉശിരൻ സമരങ്ങളുടേതായ ഈ ഘട്ടം ബിർസാകലാപം (1890-1900) വരെ തുടർന്നു.

ഗാരോക്കുന്ന് മുതൽ ലു ഷായ് കുന്നുവരെയും തെക്ക് തിരുവനന്തപുരത്തോളവും പടിഞ്ഞാറ് കച്ച് മുതൽ കിഴക്ക് രാജമുന്ദ്രിവരെയുമുള്ള ജനങ്ങൾ നൂറ് കൊല്ലത്തിനിടയിൽ ഒരിക്കലല്ലെങ്കിൽ മറ്റൊരിക്കൽ ഈ പോരാട്ടം നടത്തി.

ബ്രിട്ടീഷുകാർക്കെതിരെ ഇന്ത്യൻ പട്ടാളക്കാരുടെ ഒട്ടേറെ ലഹളകൾക്ക് പത്തൊമ്പതാം നൂറ്റാണ്ട് സാക്ഷ്യം വഹിച്ചു. അവയിൽ ഏറ്റവും പഴക്കം ചെന്ന ലഹള 1824-25 ൽ അവരെ ബർമ്മയിലേക്ക് അയക്കുന്നതിനെതിരായിട്ടായിരുന്നു. ബർമ്മയിലേക്ക് പോകുന്നതിന് അവർക്ക് എതിർപ്പുണ്ടായിരുന്നില്ല. പക്ഷേ, അങ്ങോട്ടേക്കയക്കുന്നത് കടൽമാർഗ്ഗമായിരിക്കരുതെന്ന് മാത്രം. മറ്റൊരാവശ്യംകൂടി അവരുന്നയിച്ചു. തങ്ങളുടെ അലവൻസ് വർദ്ധിപ്പിക്കണം. ഈ ഘട്ടത്തിൽ ശക്തമായ ഒരു ബ്രിട്ടീഷ് വിരുദ്ധവികാരം അലയടിച്ചുയരുന്നുണ്ടായിരുന്നു. 1823 ലെ പത്രനിയന്ത്രണ നിയമം ബ്രിട്ടീഷ് വിരുദ്ധവികാരം ആളിക്കത്തിച്ചു. പത്രസ്വാതന്ത്ര്യത്തിനു വേണ്ടിയുള്ള റാം മോഹൻ റോയിയുടെ അഭ്യർത്ഥനയാണ് കലാപകാരികളുടെ ആവേശത്തിന്റെ ഉറവിടം എന്ന് ഔദ്യോഗികവൃത്തങ്ങൾ പരക്കെ വിശ്വസിച്ചു. ലഹള ബംഗാളിലെ ബാരക്പൂരിനപ്പുറത്തേക്ക് വ്യാപിച്ചു. അധികാരികൾ അത് മർദ്ദിച്ചൊതുക്കി. എങ്കിലും അസംതൃപ്തി അടിച്ചമർത്താൻ കഴിഞ്ഞില്ല. കല്ക്കത്തയ്ക്ക് ചുറ്റും കേന്ദ്രീകരിച്ചുകൊണ്ടും കമ്പനിയുടെ സ്റ്റാമ്പ് ഡ്യൂട്ടി നിയന്ത്രണ നിയമത്തിനെതിരായും 1827—28-ൽ മറ്റൊരു പ്രതിഷേധം

വളർന്നുവന്നു. ജനങ്ങളുടെമേൽ അവരുടെ സമ്മതമില്ലാതെ നികുതി ചുമത്തരുത് എന്നതായിരുന്നു മുദ്രാവാക്യം. (അശോക്‌ലാൽ ഘോഷ്, *ബ്രിട്ടിഷ് ഇന്ത്യയിലെ ആദ്യത്തെ സ്വാതന്ത്ര്യസമരം* 1820–1830)

വ്യർത്ഥമായ ഈ ചെറുത്തുനില്പിന്റെ ഉറവിടമെന്തായിരുന്നു? ബ്രിട്ടീഷ് ഈസ്റ്റ് ഇന്ത്യാ കമ്പനി നിയമങ്ങളോ ചട്ടങ്ങളോ വകവെക്കാതെ ജനങ്ങളെ കൊള്ളയടിക്കുന്ന കാലമായിരുന്നു. താമസിയാതെ ബ്രിട്ടനിലെ പരുത്തി വ്യവസായത്തിന്റെ ഉല്പന്നങ്ങൾ ഇന്ത്യയിൽ ഇറക്കുമതി ചെയ്യിക്കാൻ തുടങ്ങി. അത് ഇവിടത്തെ കൃഷിയും വ്യവസായവും തമ്മിലുള്ള ബന്ധം ഛിന്നഭിന്നമാക്കി; ദശലക്ഷക്കണക്കിനാളുകളുടെമേൽ പറഞ്ഞറിയിക്കാനാവാത്ത ദുരിതങ്ങൾ അടിച്ചേല്പിച്ചു.

തുടക്കത്തിൽ ദുരമൂത്ത കമ്പനി കൃഷിക്കാർ, കൈവേലക്കാർ, കച്ചവടക്കാർ, ഭൂപ്രഭുക്കൾ, ഫ്യൂഡൽ രാജാക്കന്മാർ തുടങ്ങി എല്ലാ വിഭാഗങ്ങളെയും ആക്രമിച്ചു. അവരെല്ലാം കമ്പനിയുടെ പകൽകൊള്ളയ്ക്കിരയായി, ഭൂപ്രഭുക്കളോടും ഫ്യൂഡൽ രാജാക്കന്മാരോടും കനത്ത തുക അവരാവശ്യപ്പെട്ടു. അത് കൊടുക്കാൻ നിർബ്ബന്ധിതരായിത്തീർന്ന ഭൂപ്രഭുക്കളും ഫ്യൂഡൽ രാജാക്കന്മാരുമാവട്ടെ, കൃഷിക്കാരെ പിഴിഞ്ഞെടുക്കാൻ തുടങ്ങി. കച്ചവടക്കാരുടെ വീടുകൾ പലപ്പോഴും കൊള്ള ചെയ്യപ്പെട്ടു. കൃഷിക്കാരെയും നെയ്ത്തുകാരെയും അടിയാളന്മാരെപ്പോലെ കണക്കാക്കി. നാട്ടുരാജാക്കന്മാരുടെ കീഴിലുള്ള പ്രദേശങ്ങൾ യാതൊരു കാരണവും കൂടാതെ തങ്ങളുടെ അധീനതയിലാക്കി.

ഈ ചൂഷണത്തിന്റെ ഫലമായിട്ടാണ് ഭൂപ്രഭുക്കളും കൃഷിക്കാരും നാട്ടുരാജാക്കന്മാരും പലപ്പോഴും ഒന്നിച്ചുനിന്ന് ബ്രിട്ടീഷുകാർക്കെതിരെ പോരാടിയത്. മുഗളന്മാർ പിരിച്ചുവിട്ട പട്ടാളക്കാരും മറ്റു ഫ്യൂഡൽ പട്ടാളക്കാരും അവരുടെ അണിയിൽചേർന്നു. എങ്കിലും, ദിവസങ്ങൾ കഴിയുന്തോറും ഒരേസമയം വിദേശവാഴ്ചയ്ക്കും ഭൂപ്രഭുക്കൾക്കും എതിരായ പോരാട്ടത്തിൽ കൃഷിക്കാരും അണിനിരന്നു തുടങ്ങി.

ഉജ്ജ്വലമായ ഈ സമരത്തിൽ പങ്കെടുത്തവരിൽ സമൂഹത്തിന്റെ എല്ലാ വിഭാഗങ്ങളിലുംപെട്ടവരുൾപ്പെടുന്നു- ആദിവാസികൾ, കൃഷിക്കാർ, മതപരിഷ്കർത്താക്കൾ, പിരിച്ചുവിടപ്പെട്ട പട്ടാളക്കാർ, മന്ത്രിമാർ, നാട്ടുരാജാക്കന്മാർ തുടങ്ങി വിവിധ വിഭാഗങ്ങളിൽപെട്ടവർ. സന്ന്യാസി കലാപനേതാക്കളായ മജനുസാഹ, ഭവാനി പഥക്, ദേവി ചൗധറാണി എന്നിവരും വിശാഖപട്ടണത്തെ വിജയ രാമ രാജ, ഔധിലെ നിയുക്ത നവാബ് വസീർ അലി, ദിൽ നേതാവ് ദശരഥഹീരി (മഹാരാഷ്ട്ര) എന്നിവരും കിട്ടൂരിലെ ചിന്നമ്മ (കർണ്ണാടകം)യും വഹാബി നേതാവ് സയ്യദ് അഹമ്മദും (ബറൈലി) അദ്ദേഹത്തിന്റെ സഹപ്രവർത്തകൻ ടിറ്റുമീറും തിരുവിതാംകൂറിലെ വേലുത്തമ്പിദളവ, കൂർഗിലെ വീരരാജ, ഫരീദ്പൂരിലെ (ഇപ്പോൾ ബംഗ്ലാദേശിൽ) ഭീദുമീൻ, കർണ്ടലിലെ നാരായൺ റെഡ്ഡി (അദ്ദേഹം കൊലമരത്തെ കെട്ടിപ്പുണരുകയായിരുന്നു), രാംനാഡിലെ കട്ടബൊമ്മൻ എന്നിവരും സാന്താൾ കലാപ നേതാക്കളായ

ത്രിഭുവൻ സാന്താൾ, മാൻസിഹ്ന മാജി, നീലം കലാപത്തിന്റെ നേതാവും അതിന് തുടക്കംകുറിച്ച ആളുമായ വിശ്വനാഥ് സർദാർ, പൂണെയിലെ വാസുദേവ ബൽവന്ത് ഫാഡകെ, റാഞ്ചിയിലെ ബിർസ തുടങ്ങിയവരും ആദ്യകാലത്തെ ഉജ്ജ്വല സാമ്രാജ്യത്വവിരുദ്ധ പ്രക്ഷോഭകരിൽ ഉൾപ്പെടുന്നു. ഹിന്ദുക്കളും മുസ്ലീങ്ങളും തോളോടുതോൾ ചേർന്ന് പൊരുതി. പല സന്ദർഭങ്ങളിലും ധീരവനിതകളും സമരം നയിച്ചു. രാജ്യമൊട്ടാകെ ഒരുപോലെ വിദേശികളുടെ അടിച്ചമർത്തലിന് കീഴിൽ കഴിയുകയാണെന്ന ബോധത്തോടെ എല്ലാ ഭാഗങ്ങളിലുമുള്ള ജനങ്ങൾ പോരാട്ടത്തിൽ അണിനിരന്നു.

ഓരോ അവസരത്തിലും അവർ പരാജയപ്പെട്ടു. കാരണം സുസജ്ജമായ സേനയാണ് എല്ലായ്പ്പോഴും അവരെ നേരിട്ടത്. ബ്രിട്ടീഷുകാരുടെ ഔന്നത്യം ധീരോദാത്തതയുടെയോ വ്യക്തിധൈര്യത്തിന്റേയോ, ആയിരുന്നില്ല. നേരെമറിച്ച് ആധുനിക സൈന്യത്തിന്റെയും വികസിതമായ ഒരു സാമൂഹ്യക്രമത്തിന്റെയുമായിരുന്നു. ഈ ആധുനിക സൈന്യവും സാമൂഹ്യക്രമവും എതിരിട്ടതോ? ജീർണ്ണിച്ചുകൊണ്ടിരുന്ന ഒരു വ്യവസ്ഥയെയും കാലഹരണപ്പെട്ട സൈന്യത്തെയും എങ്കിലും ധീരോദാത്തമായ ഈ ചെറുത്തുനില്പിലൂടെ ഭാവിയിലെ ദേശീയ ചെറുത്തുനില്പിന് അവർ അടിത്തറപാവുകയായിരുന്നു.

ചരിത്രത്തെ വ്യാജമായി ചിത്രീകരിച്ചവർ ഒരുകാലത്ത് ഇന്ത്യൻ സമരത്തിന്റെ ഈ ഉശിരൻ ദേശീയപൈതൃകത്തെ മറച്ചുപിടിക്കാൻ ആവുന്നത്ര ശ്രമിച്ചു.

ഈ കാലഘട്ടത്തിലെ സമരങ്ങളെല്ലാം ചെന്നു കലാശിച്ചത് 1857 ലെ മഹത്തായ ദേശീയസമരത്തിലാണ്. ആ സമരത്തിന് പിന്നിൽ കുറെക്കൂടി വ്യക്തമായ ഒരു ദേശീയ ബോധമുണ്ടായിരുന്നു, സംഘടനയുമുണ്ടായിരുന്നു, ലക്ഷ്യമുണ്ടായിരുന്നു. വിപ്ലവസമരസേനാനി വിനായക് ദാമോദർ സവർക്കറാണ് '1857 ലെ സ്വാതന്ത്ര്യയുദ്ധം' എന്ന പേരിൽ ഈ സമരത്തിന്റെ പൈതൃകം, ജനങ്ങളുടേതാണെന്ന് അവകാശപ്പെട്ടത്.

ദേശീയതലത്തിൽ ചെറുത്തുനില്പ് സംഘടിപ്പിക്കാനുള്ള ആദ്യശ്രമമായിരുന്നു ഇത്. ബ്രിട്ടീഷുകാർ അസ്തിവാരമിട്ട പുതിയ നാഗരികതയുടെ പ്രത്യക്ഷഫലം. അതിന്റെ മതപരിവേഷവും ആധുനികമായ ദേശീയജനാധിപത്യാടിസ്ഥാനത്തിൽ അതിന്റെ ലക്ഷ്യം ആവിഷ്കരിക്കുന്നതിൽവന്ന പരാജയവുമായിരുന്നു ആ സമരത്തിന്റെ പരിമിതികൾ. എങ്കിലും ഒരു സമരത്തിന്റെ വസ്തുനിഷ്ഠ സ്വഭാവത്തെ അതിന്റെ സ്വന്തം ബോധത്തിന്റെ അടിസ്ഥാനത്തിൽ ഒരിക്കലും അളക്കാൻ കഴിയില്ല.

വസ്തുനിഷ്ഠമായി നോക്കിയാൽ ഇതൊരു ദേശീയകലാപമായിരുന്നു. ബ്രിട്ടനിലെ മുൻപ്രധാനമന്ത്രിയും 1857 ൽ പ്രതിപക്ഷനേതാവുമായിരുന്ന ഡിസ്രയേലിയെപ്പോലൊരാൾ പാർലമെന്റിൽ ചോദിച്ചു: "ഇന്ത്യയിലെ അസ്വാസ്ഥ്യം ഒരു സൈനികലഹളയെയാണോ സൂചിപ്പിക്കുന്നത്? അതോ അതൊരു ദേശീയകല്പമാണോ? സൈന്യത്തിന്റെ

പെരുമാറ്റം പൊടുന്നനെയുണ്ടായ ഏതെങ്കിലും വികാരത്തിന്റെ ഫലമാണോ? അതോ അത് ഒരു സംഘടിത ഗൂഢാലോചനയുടെ ഫലമോ?"

ബ്രിട്ടീഷ് ഭരണാധികാരികളും അവരുടെ കൂലിയെഴുത്തുകാരും കലാപത്തെ ഒരു ലഹളയായി മുദ്രകുത്തി. അതിന് അതിന്റെ ദേശീയ പ്രാധാന്യം നിഷേധിച്ചു. ചരിത്രപരമല്ലാത്ത വീക്ഷണത്തിന്റെ അടിസ്ഥാനത്തിൽ ചില ഇന്ത്യൻ ചരിത്രകാരന്മാരും കലാപത്തെ ഒരു ഫ്യൂഡൽ പ്രതികരണമായി ചിത്രീകരിച്ചു. യൂണിഫോമണിഞ്ഞ കൃഷിക്കാരാണ് ശിപ്പായിമാരെന്ന വസ്തുത അവർ വിസ്മരിച്ചു. എങ്കിലും ഈ സമരത്തിന്റെ യഥാർത്ഥ പ്രാധാന്യം കണ്ടെത്തിയത് കാൾ മാർക്സ് ആണെന്നത് രസകരമാണ്. അതിനെ വളച്ചൊടിച്ചവരെ അദ്ദേഹം അപലപിച്ചു. അദ്ദേഹം എഴുതി:

> ഇന്ത്യൻ ജനതയുടെ കൂറ് നാടൻ സൈന്യത്തിന്റെ യജമാനഭക്തിയെ ആശ്രയിച്ചാണിരിക്കുന്നതെന്ന് ഒറ്റനോട്ടത്തിൽ തന്നെ സ്പഷ്ടമാണ്. ഈ നാടൻ സൈന്യത്തെ സംഘടിപ്പിക്കുമ്പോൾ ബ്രിട്ടീഷുഭരണം ആദ്യമായി ഇന്ത്യൻ ജനതയ്ക്ക് ചെറുത്തുനില്പിനുള്ള പൊതുവായ ഒരു കേന്ദ്രം കൂടി ഉണ്ടാക്കിക്കൊടുക്കുകയാണ് ചെയതത്... ഇന്ത്യൻ പട്ടാളത്തിൽ മുമ്പും കലാപങ്ങൾ ഉണ്ടായിട്ടുണ്ട്. പക്ഷേ, ഇപ്പോഴത്തെ കലാപത്തിന് ശ്രദ്ധേയവും അനർത്ഥസൂചകവമുമായ ചില സവിശേഷതകളുണ്ട്. ശിപ്പായിദളങ്ങൾ അവരുടെ ഓഫീസർമാരെ കൊല്ലുന്നത് ഇതാദ്യമാണ്. ഹിന്ദുക്കളും മുസ്ലീങ്ങളും അവരുടെ പരസ്പരവിരോധം മറന്ന് തങ്ങളുടെ പൊതു യജമാനൻമാർക്കെതിരായി ഒന്നിച്ചിരിക്കുന്നു. "ഹിന്ദുക്കൾ ആരംഭിച്ചുവെച്ച ബഹളങ്ങൾ ദൽഹിയിലെ സിംഹാസനത്തിൽ ഒരു മുസ്ലിം ചക്രവർത്തിയെ അവരോധിക്കുന്നതിലാണ് എത്തിയിട്ടുള്ളത്." കലാപം ഏതെങ്കിലും ചില പ്രദേശങ്ങളിൽ മാത്രമല്ല പൊട്ടിപ്പുറപ്പെട്ടിട്ടുള്ളത്. ആംഗ്ലോ-ഇന്ത്യൻ സൈന്യത്തിലെ ഈ കലാപം നടക്കുന്നത് ഇംഗ്ലീഷുകാരുടെ ആധിപത്യത്തോട് വൻകിട ഏഷ്യാറ്റിക് രാഷ്ട്രങ്ങൾക്കുള്ള പൊതുവായ വെറുപ്പ് ആളിക്കത്തുന്ന ഒരു സമയത്താണെന്നതും ശ്രദ്ധേയമാണ്. ബംഗാൾ സൈന്യത്തിലെ കലാപത്തിന് പേർഷയിലെയും ചൈനയിലെയും യുദ്ധങ്ങളുമായി ഉറ്റബന്ധമുണ്ടെന്നതിൽ യാതൊരു സംശയവുമില്ല.

മതഭേദമെന്യേ 1857 ൽ പ്രകടിപ്പിക്കപ്പെട്ട ഐക്യം പ്രത്യേകിച്ചും ശ്രദ്ധിക്കേണ്ടിയിരിക്കുന്നു. ഈ വസ്തുത വളരെ പ്രധാനമാണ്. എന്തുകൊണ്ടെന്നാൽ മുഹമ്മദീയരെപ്പോലെ സിഖുകാരും പൊതുലക്ഷ്യത്തെ മുൻനിർത്തി ബ്രാഹ്മണന്മാരുമായി കൈകോർത്തു പിടിച്ചു. ബ്രിട്ടീഷുഭരണത്തിനെതിരായ പൊതുഐക്യം വളർന്നുവരികയായിരുന്നു.

1857 ലെ യുദ്ധത്തെപ്പറ്റി കുറെക്കൂടി

കമ്പനിയുടെ സൈന്യത്തിൽ 1,70,000 പട്ടാളക്കാരാണുണ്ടായിരുന്നത്. അതിൽ ഇന്ത്യക്കാരുടെ എണ്ണം 1,40,000. അവരെ വ്യത്യസ്ത വിഭാഗങ്ങളായി ഭാഗിച്ചു. ഓരോ ഭാഗത്തെയും ബോംബെയിലും മദിരാശിയിലും ബംഗാളിലും വിന്യസിച്ചു. ബംഗാൾ സൈന്യം കൂടുതൽ ഏകാത്മകമായിരുന്നു. കാരണം അതിലേക്കു പട്ടാളക്കാരെ റിക്രൂട്ട് ചെയ്തത് മുഖ്യമായും ഔധ്, ബിഹാർ, യു പി എന്നിവിടങ്ങളിൽ നിന്നായിരുന്നു. അവരിൽ ബ്രാഹ്മണരും രജപുത്രരും ജാട്ടുകളും മുസ്ലീങ്ങളുമുണ്ടായിരുന്നു. സവർണ്ണ ഹിന്ദുക്കളിലധികവും ഉയർന്ന വിഭാഗങ്ങളിൽനിന്നോ ഗ്രാമങ്ങളിലെ പട്ടയം കൈവശക്കാരിൽനിന്നോ വന്നവരായിരുന്നു.

ദീർഘകാലം ഈ പട്ടാളക്കാർ സാധാരണ യുദ്ധത്തിൽ പങ്കെടുത്തിരുന്നില്ല. ആഭ്യന്തര സുരക്ഷിതത്വം ഉറപ്പുവരുത്തുന്ന കാര്യത്തിലായിരുന്നു അവർ മുഖ്യമായും കേന്ദ്രീകരിച്ചിരുന്നത്. അതുകൊണ്ടവർ ഉത്തരേന്ത്യയിലാകമാനം വ്യാപിച്ചുകിടന്നു. ഇന്ത്യൻ നിലവാരം വെച്ച് നോക്കിയാൽ അവർക്ക് മോശമല്ലാത്ത വേതനം ലഭിച്ചിരുന്നു. എങ്കിലും അവർക്കിടയിൽ അസംതൃപ്തി നീറിപ്പിടിച്ചു നിന്നു. പട്ടാളത്തിൽ അവർക്ക് നേരിട്ടനുഭവപ്പെട്ട ദേശീയ അപമാനത്തിൽനിന്ന് ഉയർന്നു വന്നതായിരുന്നു അസംതൃപ്തി. ഒരു ഇന്ത്യൻ പട്ടാളക്കാരനും ഹവിൽദാറിൽ കവിഞ്ഞ പദവി ലഭിക്കുമായിരുന്നില്ല. അതേസമയം ഇംഗ്ലണ്ടിൽ നിന്നുള്ള പുതിയ റിക്രൂട്ടുകളെ ഉയർന്ന പദവികളിൽ പ്രതിഷ്ഠിക്കുകയും ചെയ്യും. ബ്രിട്ടീഷ് പട്ടാളക്കാർക്കും ഓഫീസർമാർക്കും പ്രത്യേകം ഭക്ഷണശാലകൾ, അവയിൽ എല്ലാ സൗകര്യങ്ങളും. അതേസമയം ഇന്ത്യൻ ശിപ്പായിമാർ തങ്ങളുടെ കുടുംബങ്ങളോടൊപ്പം ഉറപ്പില്ലാത്ത കുടിലുകളിൽ താമസിക്കണം.

വിപ്ലവകരമായ പൊട്ടിത്തെറിയുടെ പെട്ടെന്നുള്ള കാരണം പ്രസിദ്ധമാണ്. 1857 മെയ് 10—ാം തീയതി തോക്കിന്റെ തിര വാങ്ങാൻ വിസമ്മതിച്ച ശിപ്പായിമാരെ ക്രൂരമായി ശിക്ഷിച്ചു. അസംതൃപ്തി പടർന്നുപിടിച്ചു. നഗരങ്ങളിലെ പാവപ്പെട്ടവരുടെയും സമീപഗ്രാമങ്ങളിലെ കൃഷിക്കാരുടെയും പിന്തുണ കിട്ടി, ശിപ്പായിമാർക്ക്. കലാപകാരികൾ തങ്ങളുടെ ബ്രിട്ടീഷ് ഓഫീസർമാരെ കൊന്ന് ദൽഹിയിലേക്ക് മാർച്ച് ചെയ്തു. ബ്രിട്ടീഷ് ഓഫീസർമാരെ കീഴടക്കിക്കൊണ്ട് കലാപകാരികളായ പട്ടാളക്കാർ ചെങ്കോട്ടയ്ക്ക് നേരെ നീങ്ങി. അവിടെ അധികാര ഭ്രഷ്ടമാക്കപ്പെട്ട മുഗൾ ചക്രവർത്തി ബഹാദൂർ ഷാ തടങ്കലിൽ കഴിയുകയായിരുന്നു. അവർ പഴയ ചക്രവർത്തിയെ അധികാരത്തിൽ പ്രതിഷ്ഠിച്ചു. ഇന്ത്യയുടെ ഭരണം താൻ ഏറ്റെടുത്തിരിക്കുന്നതായി ചക്രവർത്തിയെക്കൊണ്ട് പ്രഖ്യാപിച്ചു. വിപ്ലവകാരികളായ കലാപകാരികൾ തയ്യാറാക്കിയ ഒരു അഭ്യർത്ഥനയിൽ അദ്ദേഹത്തെക്കൊണ്ട് ഒപ്പ് വെപ്പിച്ചു. ബ്രിട്ടീഷുകാർക്കെതിരെ മതപരമായ കുരിശുയുദ്ധം പ്രഖ്യാപിച്ചുകൊണ്ട് മുല്ലമാർ ഒരു ഫത്വ ഇറക്കി.

ന്യൂദൽഹിയിൽ ഒരു പുതിയ ഗവൺമെന്റ് ഭരണഭാരം ഏറ്റതായി അവർ പ്രഖ്യാപിച്ചു. അതിൽ രാജസദസ്യരും അമീർമാരുമുൾപ്പെടുന്നു. കലാപകാരികളായ ജനങ്ങളെ സംബന്ധിച്ചേടത്തോളം വീണ്ടെടുക്കപ്പെട്ട ഇന്ത്യൻ രാഷ്ട്രീയാധികാരത്തിന്റെ പ്രതീകമായിത്തീർന്നു ബഹാദൂർ ഷാ.

ഇപ്പോൾ ശിപ്പായിമാർക്ക് ഭരണരംഗത്ത് പ്രയാസങ്ങൾ അനുഭവപ്പെട്ടു. ഒരു വലിയ സംഘം ശിപ്പായിമാർ രാജ്യത്തിന്റെ വിവിധ ഭാഗങ്ങളിൽനിന്ന് ദൽഹിയിലേക്ക് നീങ്ങി. അവർ അപ്പോഴും ഒരൊറ്റ കമാണ്ടിന് കീഴിൽ ഐക്യപ്പെട്ടിരുന്നില്ല.. തങ്ങളുടെ സേനാവിഭാഗത്തിന്റെ ഉത്തരവുകളാണ് അനുസരിച്ചത്. ദൽഹി ഗവൺമെന്റിന്റെ അധികാരം അപ്പോഴും അംഗീകരിക്കപ്പെട്ടിരുന്നില്ലെന്നോർക്കണം, ഇത് വൻതോതിൽ അച്ചടക്കരാഹിത്യത്തിന് വഴിവെച്ചു. കൂടാതെ ഭൂപ്രഭുക്കൾ തലസ്ഥാനനഗരിയിലേക്ക് പാട്ടം അയക്കുന്നത് നിർത്തിവെച്ചതുകൊണ്ട് നഗരത്തിൽ ഭക്ഷ്യ സാധനങ്ങളുടെ ദൗർലഭ്യവുമുണ്ടായിരുന്നു.

തങ്ങളുടെ അധികാരം സ്ഥാപിച്ചെടുക്കുന്നതിനും ഭരണം നടത്തുന്നതിനും ശിപ്പായിമാർ തങ്ങളുടേതായ ഒരു സംവിധാനം (ജൽസ) ഉണ്ടാക്കി. അതിൽ ശിപ്പായിമാരുടെ ആറു പ്രതിനിധികളും പൗരന്മാരുടെ നാല് പ്രതിനിധികളുമാണ് ഉൾപ്പെട്ടിരുന്നത്. ജൽസയ്ക്ക് ജനാധിപത്യ സ്വഭാവമുണ്ടായിരുന്നുവെങ്കിലും സ്ഥിതിഗതികൾ നിയന്ത്രണാധീനമാക്കാനോ അച്ചടക്കം പുനഃസ്ഥാപിക്കാനോ കഴിഞ്ഞില്ല.

ബംഗാളിൽ, ഗവർണർ ജനറൽ കാനിങ് പ്രഭു ഇന്ത്യൻ ശിപ്പായിമാരെ നിരായുധരാക്കുന്നതിൽ വിജയിച്ചു. അങ്ങനെ അസംതൃപ്തിയെ മുളയിൽതന്നെ നുള്ളിക്കളഞ്ഞു, ചില ചെറിയ ലഹളകൾ നടക്കാതിരുന്നില്ല. എങ്കിലും അവയെ അടിച്ചമർത്തി. പഞ്ചാബിലും ഒരു പൊതുകലാപം തടഞ്ഞുനിർത്തുന്നതിൽ ബ്രിട്ടീഷ് കമാണ്ട് വിജയിച്ചു. കലാപകാരികളോടൊപ്പം ചേരുന്നതിന് ചെറുസംഘം പട്ടാക്കാർ മാത്രമെ ദൽഹിയിലെത്തിച്ചേർന്നുള്ളൂ.

ഔധിലെയും ബുണ്ടേൽഖണ്ഡിലെയും സ്ഥിതി ഇതിനൊക്കെ കടകവിരുദ്ധമായിരുന്നു. കൃഷിക്കാർ കലാപകാരികളോടൊപ്പം ചേർന്നു. സമരത്തിനുവേണ്ടി അവർ സ്വന്തം ആയുധങ്ങളുണ്ടാക്കി. ബ്രിട്ടീഷുകാർ അടിച്ചേല്പിച്ച ഭൂപ്രഭുക്കളെ അവർ പിഴുതെറിഞ്ഞു. അവരുടെ ഔദ്യോഗിക വസതികൾ ആക്രമിച്ചു. പഴയ വ്യവസ്ഥാപിത ഭൂപ്രഭുക്കൾക്കും താലൂക്ക്ദാർമാർക്കും പാട്ടം കൊടുക്കുന്നത് നിർത്തി. കൊളോണിയൽ ഗവൺമെന്റിന്റെ ഉദ്യോഗസ്ഥന്മാരെ തുരത്തിയോടിച്ചതിനുശേഷം പ്രതിരോധത്തിനായി കൃഷിക്കാർ സായുധ സ്ക്വാഡുകൾ രൂപീകരിച്ചു. നേരത്തെ ബ്രിട്ടീഷുകാർ എടുത്തുകളഞ്ഞ ഗ്രാമപ്പൊതു ഭൂമിയിൻമേലുള്ള അവകാശം വീണ്ടുമുപയോഗിക്കാൻ തയ്യാറായി.

ഡോബിലെ പട്ടണങ്ങൾ കലാപത്തിൽ സജീവ പങ്കുവഹിച്ചു അലിഗർ (മെയ് 21), ബറൈലിയും ലഖ്നൗവും (മെയ് 31), കാൺപൂർ (ജൂൺ 4), അലഹബാദ് (ജൂൺ 6) തുടങ്ങി പല പട്ടണങ്ങളും മോചിപ്പി

ക്കപ്പെട്ടു, പുതിയ ഭരണവും ഇവിടങ്ങളിൽ സ്ഥാപിക്കപ്പെട്ടു.

ബറെലിയിൽ ഖാൻ ബഹദൂർഖാൻ ആണ് ഭരണത്തിന് നേതൃത്വം നല്കിയത്. ഔധിലെ പട്ടാളക്കാരും കമ്പനിയുടെ പട്ടാളക്കാരും തമ്മിൽ 1772 ൽ നടന്ന യുദ്ധത്തിൽ കൊല്ലപ്പെട്ട ഹാജി റഹ്മത്ഖാൻ റോഹില്ലയുടെ പിന്മുറക്കാരനാണ് ഈ ഖാൻ ബഹദൂർഖാൻ. കാൺപൂരിലെ ഭരണം നിയന്ത്രിച്ചത് പെഷവാ ബാജിറാവു (II) ന്റെ ദത്തുപുത്രൻ നാനാസാഹേബ് ആയിരുന്നു. പെഷവയുടെ അധികാരം ദൽഹൗസി പ്രഭു തട്ടിപ്പറിച്ചെടുത്തതായിരുന്നു, അലഹബാദിൽ ഒരു സ്കൂൾ അദ്ധ്യാപകനും വഹാബി സിദ്ധാന്തത്തിന്റെ അനുയായിയുമായ മൗലവി ലികത്ഖാൻ പുതിയ ഭരണത്തിന്റെ ചുമതല ഏറ്റു.

എങ്കിലും ദൽഹിയിലെ ശിപ്പായിമാർക്ക് ശരിയായ രാഷ്ട്രീയ—സൈനിക നേതൃത്വമുണ്ടായിരുന്നില്ല. ബ്രിട്ടീഷുസൈന്യത്തിനെതിരെ നഗരത്തിൽ കയറി അടിക്കാൻ കഴിയുന്ന അവസരത്തിൽപ്പോലും അവർ പ്രതിരോധത്തിൽ ഒതുങ്ങിക്കൂടി. ഫലമോ? വിദൂരപ്രദേശങ്ങളിൽ നിന്ന് പോലും ശത്രുസൈന്യങ്ങൾക്ക് ഒത്തുകൂടാൻ ദൽഹിയിൽ അവസരം കിട്ടി, ഈ അവസരം ഉപയോഗിച്ച് ഇറാനിൽ നിന്ന് ബ്രിട്ടീഷുകാർ തങ്ങളുടെ സൈന്യത്തെ ഇന്ത്യയിലേക്ക് തിരിച്ചുവിളിച്ചു. മദിരാശിയിൽ നിന്നും സൈന്യത്തെ ദൽഹിയിലേക്ക് കൊണ്ടുവന്നു. ദൽഹി നഗരത്തിനകത്ത് 69,000 ശിപ്പായിമാരുണ്ടായിരുന്നു. എങ്കിലും 6000 വരുന്ന ബ്രിട്ടീഷ് സൈന്യത്തെ നഗരത്തിൽനിന്ന് പുറന്തള്ളാൻ അവർക്ക് കഴിഞ്ഞില്ല. വിഭവദൗർലഭ്യം ദൽഹി വിടാൻ ശിപ്പായിമാരെ പ്രേരിപ്പിച്ചു. പൊതു ഇച്ഛാശക്തിയുടെ തകർച്ചയുടെ തെളിവ്! നസാഫ്ഗാറിലെ ബാക്കുഖാന്റെ പരാജയം പോരാളികൾക്ക് കനത്ത പ്രഹരമായി.

കലാപകാരികൾക്കുവേണ്ടി ഇറക്കിയ വിജ്ഞാപനം വിജയത്തിനു ശേഷം ഒട്ടേറെ പരിഷ്കാരങ്ങളേർപ്പെടുത്തുന്നതാണെന്നും ഒട്ടേറെ സൗജന്യങ്ങളനുവദിക്കുന്നതാണെന്നും വാഗ്ദാനം ചെയ്തു. കച്ചവടക്കാർക്കും മുസ്ലിം മതനേതാക്കൾക്കും പ്രത്യേക ആനുകൂല്യം നല്കുന്നതാണെന്ന വാഗ്ദാനം അതിലുൾപ്പെടുന്നു. കർഷക-കുടിയാൻമാരുടെ പാട്ടം വെട്ടിക്കുറയ്ക്കുന്നതാണെന്നുള്ള യാതൊരു വാഗ്ദാനവും, പക്ഷേ, അതിലുൾപ്പെട്ടിരുന്നില്ല. ഇത് ഒരു വലിയ വിഭാഗം ശിപ്പായിമാരെ നിരാശരാക്കി. കാരണം, അവരിൽ ഏറിയകൂറും കർഷക കുടുംബങ്ങളിൽ നിന്ന് വന്നവരാണ്. ഈ സമയമായപ്പോഴേക്കും തങ്ങളുടെ സൈന്യത്തെ ദൽഹിയിൽ വേണ്ടത്ര അണിനിരത്തിയ ബ്രിട്ടീഷുകാർ നഗരത്തെ ആക്രമിച്ചു. അഞ്ചു ദിവസത്തിനകം ദൽഹി പിടിച്ചടക്കി.

അങ്ങനെ ഒരു കലാപത്തോടെ സ്ഥാപിക്കപ്പെട്ട ഇന്ത്യൻ അധികാര കേന്ദ്രം തകർന്നു വീണു. ഇത് രാജ്യത്താകെ വിപ്ലവശക്തികളുടെ ആത്മവീര്യം കുറച്ചുകളഞ്ഞു.

തുടർന്ന് കൂട്ടക്കൊലയുടെയും കൊള്ളയുടെയും ഒരു ഭീകരാന്തരീക്ഷത്തിലായി ദൽഹി. ഒരു ബ്രിട്ടീഷ് ഓഫീസർ ബഹാദൂർ ഷായുടെ

രണ്ട് പുത്രൻമാരെ വെടിവെച്ച് കൊന്നു. മൂപ്പെത്തിയ ബൂർഷ്വാസിയെ പ്രതിനിധീകരിച്ച ബ്രിട്ടീഷുകാരുടെ കൊള്ളയ്ക്കും അക്രമങ്ങൾക്കും മുന്നിൽ നാദിർഷായുടെ കൊള്ള നിഷ്പ്രഭമായി. ബോംബെ ഗവർണർ എൽഫിൻസ്റ്റന്റെ അഭിപ്രായത്തിൽ ദൽഹി പിടിച്ചടക്കിയതിനുശേഷം ബ്രിട്ടീഷ് പട്ടാളക്കാർ നടത്തിയ കുറ്റകൃത്യങ്ങൾ വിവരണാതീതമാണ്. ഈ അവസ്ഥ ദൽഹിയിൽ മാത്രമായിരുന്നില്ല. ദൽഹിയിൽ ബ്രിട്ടീഷ് പട്ടാളത്തെ നയിക്കാൻ കല്ക്കത്തയിൽ നിന്നയച്ച ജനറൽ നീൽ തന്റെ ക്രൗര്യം പ്രകടിപ്പിക്കാൻ ബനാറസിലെയും അലഹബാദിലെയും നൂറുകണക്കിനാളുകളെ കൊന്നുതള്ളി. ഗവർണർ ജനറൽ കാനിങ് പ്രഭുവിനുപോലും ഈ ചോരക്കളിയും കൊലപാതകവും അതേപടി പൊറുപ്പിക്കാൻ കഴിഞ്ഞില്ല. അതുകൊണ്ട് കമാണ്ട് സ്ഥാനത്തുനിന്ന് നീലിനെ ഒഴിവാക്കി പകരം ജനറൽ ഹാവർലോക്കിനെ നിയമിച്ചു. പക്ഷേ, നീലിനേക്കാൾ മോശക്കാരനാണ് താനെന്ന് ഹാവർലോക്ക് തെളിയിച്ചു. താൻ കടന്നുപോയ ഗ്രാമങ്ങൾക്കെല്ലാം അയാൾ തീവെച്ചു. നൂറുകണക്കിനാളുകളെ മരത്തിൽ കെട്ടിത്തൂക്കി.

കാൺപൂരിൽ കലാപകാരികൾക്ക് നേതൃത്വം നല്കിയത് നാനാസാഹിബും താന്തിയാതോപ്പിയും അജിമുള്ളാ ഖാനുമാണ്. നാനാ സാഹിബിന്റെ സെക്രട്ടറി അജിമുള്ള ഒരു വിദ്യാസമ്പന്നനായിരുന്നു. അദ്ദേഹം രണ്ടുതവണ യൂറോപ്പ് സന്ദർശിക്കുകയുണ്ടായി. മൂന്നാഴ്ച കാലത്തെ ഏറ്റുമുട്ടലിനുശേഷം, ബ്രിട്ടീഷുകാർക്ക് കലാപകാരികളുടെ മുമ്പിൽ കീഴടങ്ങേണ്ടിവന്നു. കാൺപൂരിൽ ബ്രിട്ടീഷുകാരുടെ രക്ഷയ്ക്കെത്തി ഹാവർലോക്ക്. ജൂണിൽ മാത്രമേ ഹാവർലോക്കിന് കാൺപൂരിൽ പ്രവേശിക്കാൻ കഴിഞ്ഞുള്ളു. പ്രവേശിച്ചുകഴിഞ്ഞതിനുശേഷമാവട്ടെ, അഭൂതപൂർവ്വമായ ഭീകരത കെട്ടഴിച്ചുവിട്ടു; കൂട്ടക്കൊലകൾ നടത്തി. ലഖ്നൗവിൽ കലാപം വിജയിച്ചതിനുശേഷം ഔധിലെ നവാബിന്റെ പിന്തുടർച്ചക്കാരെ ഭരണം ഏല്പിച്ചകൊടുത്തു. നവാബിന്റെ ഉദ്യോഗസ്ഥൻമാരുടെ പിൻഗാമികൾ നഗര ഭരണം നടത്തി. എങ്കിലും യഥാർത്ഥ നേതാവ് മദിരാശിയിലെ ഒരു രാജകുടുംബത്തിൽപ്പെട്ട അഹമ്മദുള്ള ആയിരുന്നു. അദ്ദേഹം കുറച്ചുകാലം ഇംഗ്ലണ്ടിലുണ്ടായിരുന്നു. അവിടെനിന്ന് മടങ്ങിവന്നതിനുശേഷം വഹാബി പ്രചാരണത്തിൽ മുഴുകി. സെപ്തംബർ 21-ാം തീയതി ഹാവർലോക്ക് ലഖ്നൗവിലെത്തി. കലാപകാരികൾ അദ്ദേഹത്തെ വളഞ്ഞു. അപ്പോഴേക്കും ബ്രിട്ടീഷ് സൈന്യത്തിന്റെ സർവ്വസൈന്യാധിപൻ ജനറൽ കാമ്പെൽ കാൺപൂരിൽ നിന്ന് പീരങ്കിപ്പടയോടൊപ്പം (പടയാളികൾ 4500 വരുമായിരുന്നു) ലഖ്നൗവിലെത്തി. പക്ഷേ, ലഖ്നൗ കൈവശപ്പെടുത്താൻ കഴിഞ്ഞില്ല. റസിഡൻസി ബിൽഡിങ്ങിൽ തടവുകാരാക്കിയ ബ്രിട്ടീഷുകാരെ രക്ഷിക്കുന്നതിൽ വിജയിച്ചു. ഇതിനിടയിൽ ഗ്വാളിയോറിലെ (ബ്രിട്ടീഷ് സഹായത്തോടെ സ്കിന്ധിയ കുടുംബമാണ് അവിടെ ഭരിച്ചിരുന്നത്) ശിപ്പായിമാരുടെ സഹായത്തോടെ താന്തിയാതോപ്പി കാൺപൂരിനെതിരെ

അതിദ്രുത നീക്കം നടത്തി. ജനറൽ വിന്ധാനെ പരാജയപ്പെടുത്തി കാൺപൂർ തിരിച്ചുപിടിച്ചു. പിന്നീട് ബ്രിട്ടീഷുകാർ താന്തിയയെ പരാജയപ്പെടുത്തി കാൺപൂരിൽ ആധിപത്യമുറപ്പിച്ചു. അങ്ങനെ ദൽഹി പതനത്തിനുശേഷവും ചെറുത്തുനില്പ് മനോഭാവം തുടർന്നു. ലഖ്നോ പ്രതിരോധിക്കുന്നതിന് നടത്തിയ പോരാട്ടം മഹത്തും തികച്ചും ഐതിഹാസികവുമായിരുന്നു. ലഖ്നൗവിനുനേരെ ആക്രമണം നടത്താൻ കാമ്പെൽ 45,000 വരുന്ന ഒരു സൈന്യത്തെ സമാഹരിച്ചു. നഗരത്തിൽ രണ്ടു ലക്ഷം ജനങ്ങളുണ്ടായിരുന്നു. നഗരത്തെ പ്രതിരോധിക്കാൻ അവരെല്ലാം യോജിച്ചുനിന്നു, ബ്രിട്ടീഷ് കടന്നാക്രമണത്തെ ചെറുത്തു, എങ്കിലും അവരുടെ പക്കൽ ആയുധങ്ങൾ കുറവായിരുന്നു. വിദഗ്ദ്ധ സൈനിക നേതൃത്വവും അവർക്കുണ്ടായിരുന്നില്ല, ഒരു മാസത്തെ ഐതിഹാസികമായ ചെറുത്തുനില്പിനുശേഷം ലഖ്നൗ വിദേശികളുടെ കൈകളിലകപ്പെട്ടു. തുടർന്ന് രണ്ടാഴ്ച കൊള്ളയും കൊലപാതകവും തന്നെയായിരുന്നു.

കലാപകാരികളുടെ ശക്തമായ ഒരു കേന്ദ്രം ലഖ്നൗവിന്റെ പതനത്തോടുകൂടി തകർന്നു. അതുകൊണ്ടവർക്ക് ഗറില്ലാ യുദ്ധത്തിലേക്ക് തിരിയേണ്ടിവന്നു. അവർ ബ്രിട്ടീഷുകാർക്കെതിരെ ആക്രമണപരമ്പരകൾ നടത്തി. ഇതിനിടയിൽ ഔധ് താലൂക്ദാർമാരുടെ സ്വത്ത് ഗവൺമെന്റ് കണ്ടുകെട്ടുന്നതാണെന്ന് കാനിങ് പ്രഭു പ്രഖ്യാപിച്ചു. അതിനയാൾ പറഞ്ഞ കാരണം സമരത്തിൽ അവർ നിഷ്പക്ഷത പാലിക്കുകയോ അല്ലെങ്കിൽ ബ്രിട്ടീഷുകാരെ എതിർക്കുകയോ ചെയ്തു എന്നാണ്. ഭൂപ്രഭുക്കളെ ഇത് രോഷാകുലരാക്കി. സ്വന്തം സ്വത്ത് സംരക്ഷിക്കുന്നതിന് ബറൈലിയിലെ ബഹാദൂർഖാന്റെ കീഴിൽ പ്രവർത്തിക്കുന്ന ചെറുത്തുനില്പുശക്തികളോടൊപ്പം ചേരാൻ അവർ തയ്യാറായി. അതിശക്തമായ ചെറുത്തുനില്പുകാരണം മെയ് 18-ാം തീയതി മാത്രമെ കാമ്പെല്ലിന് ബറൈലിയിലെത്തിച്ചേരാൻ കഴിഞ്ഞുള്ളു. ഇതിനുശേഷം നാനാസാഹിബും സഹപ്രവർത്തകരും നേപ്പാളിലേക്ക് ഒളിച്ചോടി.

ശത്രുവിനോട് പടവെട്ടിക്കൊണ്ട് താന്തിയാതോപ്പി അപ്പോഴും സമരരംഗത്ത് നിന്നു. ഝാൻസി കോട്ടയുടെ പ്രതിരോധത്തിന്റെ മേൽനോട്ടം ഝാൻസിയിലെ റാണിതന്നെ നേരിട്ട് നോക്കി നടത്തുകയായിരുന്നു. കോട്ട വളഞ്ഞ ബ്രിട്ടീഷ് സൈന്യത്തിന്റെ പിടിയിൽപെടാതെ അവർ താന്തിയാതോപ്പിയോടൊപ്പം ചേർന്നു. അവർ ഗ്വാളിയോർ പിടിച്ചടക്കി. എന്നാൽ പിന്നീട് നടന്ന പോരാട്ടത്തിൽ താന്തിയാതോപ്പി പരാജയപ്പെട്ടു. കാലാൾപ്പടയെ നയിക്കുകയായിരുന്ന ഝാൻസിയിലെ റാണി കൊല്ലപ്പെട്ടു.

അനിരോദ്ധ്യനായ താന്തിയാതോപ്പി പോരാട്ടം തുടർന്നു. ശത്രുവിന്റെ കണ്ണുവെട്ടിച്ചു അദ്ദേഹം ഖന്ദേഷിൽ പോവുകയും അതിവേഗം വീണ്ടും ഗ്വാളിയോറിലേക്ക് മടങ്ങുകയും ചെയ്തു. എങ്കിലും അദ്ദേഹം

ഒറ്റുകൊടുക്കപ്പെട്ടുവെന്നാണ് തോന്നുന്നത്. മാതൃരാജ്യത്തെ സ്നേഹിച്ച തിന് സ്വന്തം ജീവൻതന്നെ വിലയായി നല്കേണ്ടിവന്നു അദ്ദേഹത്തിന്.

ജനങ്ങളുടെ ഈ വമ്പിച്ച വിപ്ലവമുന്നേറ്റം പല കാരണങ്ങളാൽ പരാജയപ്പെട്ടു. ഇതൊരു ദേശീയമുന്നേറ്റമായിരുന്നു. എങ്കിലും ദേശീയ ചെറുത്തുനില്പിന്റെ സമസ്ത ശക്തികളെയും അത് രംഗത്തിറക്കിയില്ല, അതിന്റെ സാരഥ്യശക്തികൾ കൃഷിക്കാരും കൈവേലക്കാരുമായിരുന്നു, സംശയമില്ല. എങ്കിലും അതിന്റെ നേതൃത്വം ഫ്യൂഡൽസമൂഹത്തിന്റെ -ഫ്യൂഡൽ ഭൂപ്രഭുക്കളും അഭിജാതന്മാരും- പരമ്പരാഗത നേതാക്കളുടെ കൈകളിലായിരുന്നു. അതുകൊണ്ടതിന് ജനങ്ങളെ ഏകോപിപ്പിക്ക ന്നതിനുള്ള ഒരു ജനാധിപത്യപരിപാടി അവതരിപ്പിക്കാൻ കഴിഞ്ഞില്ല. സർവ്വോപരി കൃഷിക്കാരെ ഒന്നിപ്പിക്കാനോ തൃപ്തിപ്പെടുത്താനോ കഴി ഞ്ഞില്ല. കൃഷിക്കാരുടെ ആവശ്യങ്ങൾ നാടുവാഴികളുടെ താല്പര്യങ്ങൾ ക്കെതിരായിരുന്നു. അതുകൊണ്ട് നാടുവാഴികൾക്ക് വിവിധ കേന്ദ്രങ്ങ ളിലെ സജീവ ചെറുത്തുനില്പുശക്തികളെപ്പോലും യോജിപ്പിക്കാൻ സാധിച്ചില്ല. അങ്ങനെ ഇക്കാര്യത്തിലുണ്ടായ പരാജയം കലാപത്തിന്റെ ബഹുജനാടിത്തറ ചുരുങ്ങുന്നതിനിടയാക്കി. കൂടാതെ, കലാപത്തിന് സൈനികനേതൃത്വമുണ്ടായിരുന്നില്ല. ഫ്യൂഡൽ നേതാക്കൾ ചില ധീരോ ദാത്തരായ നേതാക്കളെ സംഭാവന ചെയ്തു. പക്ഷേ, യോജിച്ച ചെറുത്തു നിൽപ്പ് സംഘടിപ്പിക്കാൻ സാധിച്ചില്ല.

വിക്ടോറിയ രാജ്ഞിയുടെ പ്രഖ്യാപനത്തെ തുടർന്ന് എല്ലാ നാടുവാഴികൾക്കും പൊതുമാപ്പ് ഉറപ്പ് ചെയ്തു. നാടുവാഴികളിൽത്തന്നെ ഉയർന്ന തലത്തിൽപെട്ടവർ ചെറുത്തുനില്പിൽനിന്ന് വിട്ടുനിന്നു. സ്വത്ത് കണ്ടുകെട്ടുന്നതാണെന്ന കാനിംഗിന്റെ മാർച്ച് പ്രഖ്യാപനം വന്നതോടെ ആയുധമെടുത്ത താലൂക്ക്ദാർമാരും രാജാക്കന്മാരും ഇപ്പോൾ ബ്രിട്ടീഷു കാരുമായി രഞ്ജിപ്പിലെത്തി. എല്ലാറ്റിനും ഉപരി ഇന്ത്യൻ പട്ടാളമൊട്ടാകെ പോരാട്ടത്തിൽ അണിനിരന്നിട്ടില്ലെന്നും പ്രത്യേകം ഓർക്കണം.

ഇന്ത്യൻ ജനതയുടെ ആദ്യത്തെ മഹത്തായ ഉയിർത്തെഴുന്നേല് പായിരുന്നു 1857 ലെ കലാപം. അതിന്റെ സംവിധാനം അനാസൂത്രിതവും സംഘാടനം ദുർബ്ബലവുമായിരുന്നു. പക്ഷേ, അത് ഇന്ത്യൻ സമൂഹ ത്തിലെ സർവ്വവ്യാപിയായ അടിസ്ഥാന വിഭാഗത്തെ, കർഷകരെ-യാണ് ആശ്രയിച്ചത്. പഴയതും പുതിയതും കൂടിച്ചേർന്ന ഒരു മിശ്രിതമായിരുന്നു കലാപം. പുതുമോഹങ്ങൾ വച്ചുപുലർത്തിയിരുന്ന പഴഞ്ചൻ നേതൃത്വം പാരമ്പര്യത്തിന്റെ ഭാരവുംപേറി നടത്തിയ കലാപം. ഇന്ത്യൻ സമൂഹ ത്തിലെ വിവിധ ജനവിഭാഗങ്ങളെ അണിനിരത്താൻ കഴിയുന്ന പുത്തൻ നേതൃത്വം ഉയർന്നുവന്നില്ല എന്നതാണ് കലാപം പരാജയപ്പെടാനുണ്ടായ പ്രധാന കാരണം. ഏറ്റവും ഒടുവിലത്തെ കലാപങ്ങളിലൊന്ന് വാസുദേവബൽവന്ത് ഫാഡ്കെ 1870 ൽ പൂണെയിൽ നടത്തിയതായി രുന്നു. ബഹുജനമുന്നേറ്റത്തിന് നേതൃത്വം നല്കാൻ രംഗപ്രവേശം നടത്തിയ ഒരു പുതിയ വ്യക്തിയായിരുന്നു ഫാഡ്കെ- ബ്രിട്ടീഷ് സ്കൂൾ

സമ്പ്രദായത്തിൽ വിദ്യ അഭ്യസിച്ച ആൾ. പൂണെ ഹൈസ്കൂളിൽ പഠിച്ച്, റെയിൽവെയിൽ ഒരു ഗുമസ്തനായി നിയോഗിക്കപ്പെട്ട ഈ ദേശാഭിമാനിയെ ഉദ്യോഗസ്ഥൻമാർ പരാമർശിക്കുക കേവലം ഒരു ബ്രാഹ്മണനായിട്ടായിരുന്നു. അദ്ദേഹം കൃഷിക്കാരുടെ ദുരിതങ്ങൾ അധികൃതരുടെയും ജനങ്ങളുടെയും മുമ്പിൽ അവതരിപ്പിച്ചു.

പുതിയ നേതൃത്വത്തിന്റെ ഉയർച്ച

പത്തൊമ്പതാം നൂറ്റാണ്ടിന്റെ അവസാനംവരെ സായുധസമരം തുടർന്നെങ്കിലും 1857 ന് ശേഷമുള്ള കാലത്ത് ഇന്ത്യയിൽ മറ്റു ചില സുപ്രധാന സംഭവങ്ങൾ നടക്കുന്നുണ്ടായിരുന്നു.

ബ്രിട്ടീഷ് മുതലാളിത്തം വളർച്ചയുടെ ഒരു പുതിയ ഘട്ടത്തിലേക്ക് കടന്നു. ആ ഘട്ടത്തിന്റെ ആവശ്യങ്ങൾക്കനുസൃതമായി തങ്ങളുടെ ചൂഷണനയത്തിൽ അവിടത്തെ ഭരണാധികാരികൾ മാറ്റംവരുത്തി. ഈ പ്രതിഭാസം 1853 ൽ മാർക്സിന്റെ ശ്രദ്ധയിൽ പതിഞ്ഞത് എങ്ങനെയെന്ന് നോക്കുക:

> ബ്രിട്ടനിലെ സാമൂഹ്യ ചട്ടക്കൂടിൽ പരുത്തിത്തുണി നിർമ്മാതാക്കളുടെ പ്രാധാന്യം എത്രത്തോളമായിരുന്നോ അത്രത്തോളം തന്നെ പ്രാധാന്യമുള്ളതായിത്തീർന്നു അവർക്ക് പൂർവേന്ത്യ.
>
> ഇന്ത്യയെ സ്വന്തം ഭൂസ്വത്തുക്കളാക്കി മാറ്റിയ പണാധിപത്യത്തിന്റെ താല്പര്യവും സ്വന്തം സൈന്യങ്ങൾക്കൊണ്ട് ആ രാജ്യത്തെ വെട്ടിപ്പിടിച്ച പ്രഭുക്കളുടെ താല്പര്യവും സ്വന്തം തുണിത്തരങ്ങൾകൊണ്ട് ആ രാജ്യത്തെ മൂടിയ മില്ലുകളുടെ താല്പര്യവും ഇതുവരെ കൈകോർത്തുപിടിച്ചുകൊണ്ടാണ് മുമ്പോട്ടുനീങ്ങിയത്, പക്ഷേ, ഇന്ത്യൻ കമ്പോളത്തിൻമേലുള്ള വ്യവസായികളുടെ ആശ്രിതത്വം കൂടുതൽ കൂടുതൽ വർദ്ധിച്ചപ്പോൾ അവിടെ പുതിയപുതിയ ഉല്പാദനശക്തികൾ സൃഷ്ടിക്കേണ്ടതിന്റെ അവരുടെ ആവശ്യവും കൂടുതൽ കൂടുതൽ വർദ്ധിച്ചു. കാരണം, അവിടത്തെ നാടൻ വ്യവസായത്തെ അവർ തകർത്തു കഴിഞ്ഞിരുന്നല്ലോ. നിങ്ങൾക്ക് നിങ്ങളുടെ ഉല്പന്നങ്ങൾകൊണ്ട് ഒരു രാജ്യത്തെ എക്കാലവും മൂടുന്നത് തുടരാൻ കഴിയില്ല. കഴിയണമെങ്കിൽ പകരം ചില ഉല്പന്നങ്ങൾ അവിടെ നിന്ന് നിങ്ങൾക്കും കിട്ടണം.

റെയിൽവെയെ സംബന്ധിച്ച വെല്ലസ്ലി പ്രഭുവിന്റെ പ്രസിദ്ധമായ കുറിപ്പ് ബ്രിട്ടന്റെ വ്യാവസായിക വീക്ഷണം ഇപ്രകാരം വ്യക്തമാക്കി:

> റെയിൽവെ സ്ഥാപിക്കുന്നതിൽ നിന്ന ഇന്ത്യക്കുണ്ടാകുന്ന വാണിജ്യപരവും സാമൂഹ്യവുമായ നേട്ടങ്ങൾ എല്ലാ കണക്കുകൂട്ടലുകൾ

ക്കും അപ്പുറത്തായിരിക്കുമെന്ന് ഞാൻ സത്യമായും വിശ്വസിക്കുന്നു. ബ്രിട്ടനിൽ വൻതോതിൽ പരുത്തിക്കുവേണ്ടിയുള്ള ആവശ്യമുയർന്നു വരുന്നുണ്ട്. ആ ആവശ്യം തൃപ്തിപ്പെടുത്തുന്നതിനുള്ള അളവിലും ഗുണത്തിലും ഇന്ത്യയിൽ പരുത്തി ഉല്പാദിപ്പിക്കുന്നുമുണ്ട്. പക്ഷേ, ഉല്പാദിപ്പിക്കുന്ന പരുത്തി കപ്പലുകളിൽ കയറ്റിക്കൊണ്ടു പോകാൻ അവ ഉല്പാദിപ്പിക്കുന്ന പ്രദേശങ്ങളെ തുറമുഖങ്ങളുമായി ബന്ധിപ്പിക്കുന്ന സംവിധാനമുണ്ടായിരിക്കണമെന്നു മാത്രം. കച്ചവട സൗകര്യം വിപുലമായതിനനുസരിച്ച് യൂറോപ്പിൽ നിർമ്മിച്ച ചരക്കുകൾക്ക് അവിടെ നിന്ന് എത്രയോ ദൂരെക്കിടക്കുന്ന ഇന്ത്യയിലെ കമ്പോളങ്ങളാൽ ചോദനം കൂടി. നമ്മുടെ മുമ്പിൽ അങ്ങനെ പുതിയ കമ്പോളങ്ങൾ തുറന്നു വരികയാണ്. അവയുടെ മൂല്യമോ ഭാവിസാദ്ധ്യതകളോ നമുക്ക് വിഭാവനം ചെയ്യാൻ കഴിയുന്നതിലും എത്രയോ കൂടുതലാണ്.

പത്തൊമ്പതാം നൂറ്റാണ്ടിന്റെ മൂന്നാം പാദത്തിൽ ബ്രിട്ടീഷ് മുതലാളിത്തം സാമ്രാജ്യത്വത്തിന്റേതായ ഘട്ടത്തിലേക്ക് പ്രവേശിച്ചപ്പോൾ ബ്രിട്ടീഷ് ചരക്കുകൾ വിറ്റഴിക്കുകയും അസംസ്കൃത പദാർത്ഥങ്ങളും കാർഷികോല്പന്നങ്ങളും വിലയ്ക്ക് വാങ്ങുകയും ചെയ്യുന്നതിന് ഇന്ത്യൻ കമ്പോളം വിപുലമാക്കുകയെന്ന പ്രക്രിയ ത്വരിപ്പിക്കേണ്ടിവന്നു. ഈ പുതിയ ഘട്ടത്തിൽ ഇന്ത്യയിലേക്കു മൂലധനം കയറ്റുമതി ചെയ്യേണ്ടതും ബ്രിട്ടീഷ് നിക്ഷേപത്തിനാവശ്യമായ കാലാവസ്ഥ സൃഷ്ടിക്കുന്നതിന് പശ്ചാത്തല സൗകര്യങ്ങളൊരുക്കേണ്ടതും മറ്റെന്നത്തെയുംകാൾ വലിയ അളവിൽ ആവശ്യമായിത്തീർന്നു.

ഈ സംഭവവികാസങ്ങൾ പുതിയ ഫലങ്ങളുളവാക്കുകയായിരുന്നു ഇന്ത്യൻ വ്യവസായത്തിന്റെയും നാടൻ മുതലാളിത്തത്തിന്റെയും മിതമായ വളർച്ചയ്ക്ക് അത് പശ്ചാത്തലമൊരുക്കി. അഭ്യസ്തവിദ്യരായ ബുദ്ധിജീവികളുടെ മൂല്യങ്ങൾക്കും ആശയസമുച്ചയത്തിനും അത് ശരിയായ അടിത്തറപാകി; ബ്രിട്ടനെപ്പോലുള്ള വികസിതമുതലാളിത്ത രാജ്യങ്ങളുടെ അനുഭവത്തിൽനിന്ന് ജനാധിപത്യമൂല്യങ്ങൾ കടംകൊണ്ടു. ഈ പ്രക്രിയ കുറെക്കൂടി വളർന്നപ്പോൾ ഈ ബുദ്ധി ജീവിവിഭാഗത്തിൽനിന്ന് നാഷണൽ കോൺഗ്രസിന്റെ നേതാക്കൾ ഉയർന്നുവന്നു. സ്വാതന്ത്ര്യസമരത്തിന്റെ അടുത്ത ഘട്ടത്തിനും അത് വഴിതുറന്നു.

1857 നെ തുടർന്നുള്ള ഘട്ടത്തിൽ ബ്രിട്ടീഷ് ഭരണാധികാരികളുടെ നയത്തിൽ മാറ്റംവന്നു. ആ കലാപത്തിൽ നിന്ന് പാഠമുൾക്കൊണ്ട അവർ അത് ആവർത്തിക്കാതിരിക്കുന്നതിന് മുൻകരുതലെന്ന നിലയിൽ ഇന്ത്യൻ രാജാക്കന്മാരെയും ഭൂവുടമകളെയും കൂടുതൽ കൂടുതൽ ആശ്രയിക്കാൻ തീരുമാനിച്ചു. രാജാക്കന്മാരെ മൊത്തത്തിലെടുത്താൽ അവർ ബ്രിട്ടീഷുകാരോട് കൂറ് പുലർത്തിയിരുന്നുവെന്നത് സത്യം. സമരത്തിന്റെ നിർണ്ണായകഘട്ടത്തിൽ അങ്ങനെ കൂറ് പുലർത്തിയവർ തിരിഞ്ഞ് കുത്തിയിരുന്നുവെങ്കിൽ അത് ബ്രിട്ടീഷുകാർക്ക് കനത്ത പ്രഹരമായേനെ. അതിനാൽ

നാട്ടുരാജ്യങ്ങളെ തങ്ങളുടെ ഭരണത്തിന്റെ ഭാഗമാക്കിത്തീർക്കുകയെന്ന ആഗ്രഹം അവർ ഉപേക്ഷിച്ചു. ഇതോടൊപ്പം 1857 ലെ കലാപത്തിന് തൊട്ടുമുമ്പും കലാപകാലത്തും നടന്ന മതപരമായ പ്രചാരണങ്ങൾ കണ്ട് പരിഭ്രാന്തരായിത്തീർന്ന ബ്രിട്ടീഷ് ഭരണാധികാരികൾ ജനങ്ങളുടെ മതവിശ്വാസങ്ങളിലും ആചാരാനുഷ്ഠാനങ്ങളിലും ഇടപെടുന്നതല്ലെന്ന് പ്രഖ്യാപിച്ചു. പുരോഗമനപരമായ എല്ലാ മാറ്റങ്ങളിൽനിന്നും സംരക്ഷണം നല്കുന്നതാണെന്ന് സകല പിന്തിരിപ്പൻ–വിജ്ഞാന വിരോധശക്തികൾക്കും ഉറപ്പുനല്കി. സാമ്രാജ്യവിരുദ്ധസമരത്തെ ശിഥിലമാക്കുകയെന്ന ലക്ഷ്യത്തോടെ ജാതി-മതശക്തികളെ പില്ക്കാലത്ത് ഈ നയമാണ് അവർ അവലംബിച്ചത്.

ഈ പശ്ചാത്തലത്തിലാണ് നാഷണൽ കോൺഗ്രസ് പിറന്നുവീണത്. ബ്രിട്ടീഷ് ഗവൺമെന്റിൽ ഒരു ഉദ്യോഗസ്ഥനായിരുന്ന ഹ്യൂം ആണ് ഇപ്രകാരമൊരു പാർട്ടി രൂപീകരിക്കുകയെന്ന ആശയം മുമ്പോട്ടുവെച്ചത്, ഈ ആശയം മുന്നോട്ടുവെച്ചപ്പോൾ അദ്ദേഹത്തിന് വ്യക്തമായ ഒരു ഉദ്ദേശ്യമുണ്ടായിരുന്നു: "അജ്ഞരായ ബഹുജന"ങ്ങളുടെ നിയമവിധേയമല്ലാത്ത പ്രവർത്തനങ്ങൾക്ക് തടയിടുന്നതിന് അവരുടെയും ഗവൺമെന്റിന്റെയും ഇടയിൽ മാദ്ധ്യസ്ഥം വഹിക്കുക പടിഞ്ഞാറൻ വിദ്യാഭ്യാസത്തിലൂടെ അഭ്യസ്തവിദ്യരായ ബുദ്ധിജീവികളുടെ മനസ്സിൽ ഭരണവിധേയമായി പ്രവർത്തിക്കേണ്ടതിന്റെ ആശയം കടത്തിവിടാൻ കഴിയുമെന്നും തദ്വാരാ കൂറില്ലാത്ത പ്രവർത്തനങ്ങളിൽനിന്ന് ബഹുജനങ്ങളെ പിന്തിരിപ്പിക്കാൻ കഴിയുമെന്നും കണക്കുകൂട്ടപ്പെട്ടു.

രാജ്യത്തിന്റെ സ്വാതന്ത്ര്യസമരം നയിക്കാൻ വിധിക്കപ്പെട്ട ശക്തികളെത്തന്നെ ഉപയോഗിക്കാനും സംഘടിപ്പിക്കാനും ബ്രിട്ടീഷ് ഭരണാധികാരികളും ഹ്യൂമും ശ്രമിക്കുകയായിരുന്നു ഇതിനർത്ഥം. ഹ്യൂം മുൻകൈ എടുത്തില്ലായിരുന്നെങ്കിൽ അഭ്യസ്തവിദ്യരായ ബുദ്ധിജീവികൾ അടങ്ങിയ കോൺഗ്രസിനെപ്പോലൊരു സംഘടന ജനിക്കുകയില്ലായിരുന്നുവെന്നാണോ? അല്ലേയല്ല. ഒരു അഖിലേന്ത്യാ സംഘടനയിൽ ചേരാൻ പുതിയ നേതാക്കളെ ചരിത്രപരമായ സംഭവവികാസങ്ങൾ പ്രേരിപ്പിക്കുകയായിരുന്നു. ഒട്ടേറെ പ്രാദേശിക സംഘടനകൾ അതിനകം ഉയർന്നുവന്നിരുന്നു. ആർ പി ദത്ത് എഴുതിയത് നോക്കുക:

> 1883 ൽ ഇന്ത്യൻ അസോസിയേഷൻ എന്നു പേരായ ആദ്യത്തെ ഇന്ത്യൻ ദേശീയ സംഘടന നിലവിൽവന്നു. ബംഗാൾ, മദിരാശി, ബോംബെ ഐക്യപ്രവിശ്യകളിൽനിന്നുള്ള പ്രതിനിധികൾ ഉൾപ്പെട്ടതായിരുന്നു ആ സംഘടന. 1883 ലെ ദേശീയ സമ്മേളനം ആനന്ദ മോഹൻ ബോസിന്റെ അദ്ധ്യക്ഷതയിൽ ചേർന്നു. 1898 ൽ ഇന്ത്യൻ നാഷണൽ കോൺഗ്രസിന്റെ പ്രസിഡന്റായി അദ്ദേഹം തിരഞ്ഞെടുക്കപ്പെടുകയുണ്ടായി. ഈ സമ്മേളനം ഒരു ദേശീയ പാർലമെന്റിലേക്കുള്ള പ്രഥമഘട്ടമായിരിക്കുമെന്ന് സമ്മേളനം

> ഉദ്ഘാടനം ചെയ്തുകൊണ്ട് അദ്ദേഹം പ്രഖ്യാപിച്ചു. അങ്ങനെ ഇന്ത്യൻ നാഷണൽ കോൺഗ്രസിനെക്കുറിച്ചുള്ള സങ്കല്പനം അതിനകം രൂപംകൊള്ളുകയും ഇന്ത്യൻ പ്രതിനിധികളുടെ തന്നെ പ്രവർത്തനഫലമായി ആ സങ്കല്പനം യാഥാർത്ഥ്യമായിത്തീരുന്നതിന് പക്വമായിവരികയുമായിരുന്നു. അപ്പോഴാണ് ഗവൺമെന്റ് ഇടപെട്ടത്. അവർ അതിന്റെ ഉത്തരവാദിത്വമേറ്റെടുത്തു. അതിന്റെ വളർച്ച അനിവാര്യമാണെന്ന് അവർ മനസ്സിലാക്കി. (*ഇന്ത്യാ ടുഡെ*, ആർ പി ദത്ത്)

ആദ്യത്തെ കോൺഗ്രസ് പ്രസിഡന്റ് ബ്രിട്ടീഷ് രാജ്ഞിയോട് കൂറ് പ്രഖ്യാപിക്കുകയും രാജ്ഞിയെ പ്രശംസിക്കുകയും ചെയ്തുകൊണ്ടാണ് സ്ഥാനമേറ്റത്. ഉയർന്നുവരുന്ന ബുദ്ധിജീവികളെ അനുനയിക്കാനും ബഹുജനങ്ങൾക്കിടയിൽ വളർന്നുവരുന്ന അസംതൃപ്തി ഉപയോഗിക്കുന്നതിൽനിന്ന് അവരെ അകറ്റിനിർത്താനും ആ അസംതൃപ്തിയെ സുരക്ഷിതമായ ചാനലുകളിലേക്ക് തിരിച്ചുവിടാനുമുള്ള ഒരു ശ്രമമായിട്ടാണ് ഇന്ത്യൻ നാഷണൽ കോൺഗ്രസ് രൂപീകരിച്ചത്. *കോൺഗ്രസിന്റെ ഉയർച്ചയും വളർച്ചയും* എന്ന കൃതിയിൽ ആൻഡ്രൂസും മുഖർജിയും ഈ വസ്തുത അംഗീകരിക്കുകയും ആ ലക്ഷ്യത്തെ പ്രകീർത്തിക്കുകയും ചെയ്യുന്നുണ്ട്, നോക്കുക:

> അഖിലേന്ത്യാ പ്രസ്ഥാനത്തിനുള്ള സമയം പൂർണ്ണമായും പക്വമായിരുന്നു. അഭ്യസ്തവിദ്യരുടെ അനുഭാവും പിന്തുണയും ലഭിക്കുമായിരുന്ന കർഷിക കലാപത്തിന്റെ സ്ഥാനത്ത് ഒരു പുതിയ ഇന്ത്യ സൃഷ്ടിക്കാൻ ഉയർന്നുവരുന്ന വർഗ്ഗങ്ങൾക് അതൊരു ദേശീയ വേദിയൊരുക്കി. അക്രമത്തിൽ അധിഷ്ഠിതമായ ഒരു വിപ്ലവ പരിതഃസ്ഥിതി ഒരിക്കൽക്കൂടി സൃഷ്ടിക്കാൻ അനുവദിച്ചില്ല എന്ന നിലയിൽനോക്കുമ്പോൾ അത് തികച്ചും നല്ലതിനായിരുന്നു.

സ്വാതന്ത്ര്യസമരത്തിലുടനീളം വിപ്ലവവും കർഷകകലാപവും കോൺഗ്രസ് നേതൃത്വത്തെ അലട്ടിക്കൊണ്ടിരുന്നു. ഈ ഭയം തുടർന്നുള്ള പരിപ്രേക്ഷ്യം വികൃതമാക്കുന്നതിനിടയാക്കി, ഫലമോ? സ്വാതന്ത്ര്യാനന്തര ഇന്ത്യയിലെ ദുരവസ്ഥയും.

ബൂർഷ്വാ നേതൃത്വത്തിന്റെ പരിമിതികൾ

ഇത്തരുണത്തിൽ ഇന്ത്യയുടെ സ്വാതന്ത്ര്യസമരത്തിൽ വർഗ്ഗശക്തികൾവഹിച്ച പങ്ക് നാം മനസ്സിലാക്കേണ്ടിയിരിക്കുന്നു. കോൺഗ്രസിൽ ഒത്തുകൂടിയ ബുദ്ധിജീവികളെ, കോൺഗ്രസ് നേതൃത്വത്തെ, വർഗ്ഗേതര കാഴ്ചപ്പാടിൽ കാണാൻ കഴിയില്ല. ആധുനിക വൻകിട വ്യവസായങ്ങൾ

പടുത്തുയർത്തി ഇന്ത്യയുടെ സാമ്പത്തിക പിന്നോക്കാവസ്ഥ തരണം ചെയ്ത് ഇവിടെ ഒരു ആധുനിക ജനാധിപത്യ ഗവൺമെന്റ് സ്ഥാപിക്കണമെന്ന് വാദിച്ച വിഭാഗത്തിന്റെ ആശയാഭിലാഷങ്ങളെയാണ് അത് പ്രതിനിധീകരിച്ചത്. പുരോഗതിയുടെ ഈ മാർഗ്ഗമുണ്ടല്ലോ അത് ഇന്ത്യയിൽ ആധുനിക മുതലാളിത്ത സമൂഹം കെട്ടിപ്പടുക്കുന്നതിന് സമമാണ്. ഇത് ഇന്ത്യയുടെ വ്യവസായവല്ക്കരണത്തെയും ഇന്ത്യൻ ജനതയുടെ ജനാധിപത്യാവകാശങ്ങൾ മുമ്പോട്ടു കൊണ്ടുപോകുന്നതിനെയും എതിർത്ത ബ്രിട്ടീഷുകാരുടെ താല്പര്യങ്ങൾക്ക് എതിരാണെന്ന് പറയേണ്ടതില്ലല്ലോ.

വളർന്നുവന്ന ദേശീയ ബൂർഷ്വാസിയുടെ പ്രാതിനിദ്ധ്യം വഹിച്ച ബുദ്ധിജീവികൾക്ക് സാമ്രാജ്യത്വത്തോട് എതിർപ്പുണ്ടായിരുന്നു. ജനകീയ പിന്തുണയില്ലാതെ അതിന് അതിന്റെ ലക്ഷ്യങ്ങൾ നിറവേറ്റാൻ കഴിയുമായിരുന്നില്ല. നിലവിലുള്ള ജനകീയ അസംതൃപ്തി ജനങ്ങളുടെ മേലുള്ള കോൺഗ്രസിന്റെ ശക്തിയും സ്വാധീനവും വർദ്ധിപ്പിച്ചു:

വിപ്ലവകരമായ നേതൃത്വം വളർത്തിയെടുക്കുന്നതിന് തികച്ചും അനുയോജ്യമായ ഒരു പരിതഃസ്ഥിതിയാകുമായിരുന്നു ഇത്. പക്ഷേ, ഇന്ത്യയിലെ ബുദ്ധിജീവികളും ദേശീയ ബൂർഷ്വാസിയും ഭൂബന്ധങ്ങളും ഫ്യൂഡൽ അധികാരങ്ങളും ഇല്ലാതാക്കുന്ന കാർഷിക വിപ്ലവത്തിന് എതിരായിരുന്നു. വാസ്തവത്തിൽ, ഈ ഘട്ടത്തിലുടനീളം ദേശീയൈക്യം സംരക്ഷിക്കുന്നതിന്റെ പേരിൽ ഈ ദുഷ്ടശക്തികളുമായി അവർ സഖ്യം സ്ഥാപിച്ചു. അങ്ങനെ ഫ്യൂഡൽ സ്ഥാപിത താല്പര്യങ്ങളുമായി ഏറ്റുമുട്ടുന്നതിൽ നിന്ന് കൃഷിക്കാരെയും നാട്ടുരാജ്യങ്ങളിലെ പ്രക്ഷോഭങ്ങളെയും അത് തടഞ്ഞുനിർത്തി.

ഈ വീക്ഷണത്തിന് ചരിത്രപരമായ കാരണങ്ങളുണ്ടായിരുന്നു. ഇന്ത്യയിൽ മുതലാളിവർഗ്ഗം ആവിർഭവിച്ച സാഹചര്യവുമായി അതിന് ബന്ധമുണ്ട്. അതാണ് ബുദ്ധിജീവികളുടെ രാഷ്ട്രീയ വീക്ഷണത്തെ രൂപപ്പെടുത്തിയെടുത്തത്. ഇംഗ്ലണ്ടിലും യൂറോപ്പിലും ഉയർന്നുവന്ന ബൂർഷ്വാസി അഭിമുഖീകരിച്ച പ്രശ്നങ്ങളിൽനിന്ന് തികച്ചും വ്യത്യസ്തമായിരുന്നു ഈ പരിതഃസ്ഥിതി.

യൂറോപ്പിൽ ഉയർന്നുവന്ന ബൂർഷ്വാസിക്ക് ഫ്യൂഡൽ ആശയങ്ങളെ പരാജയപ്പെടുത്തുകയും ഭരണാധികാരം ആഗ്രഹിക്കാൻ കഴിയുന്നതിനു മുമ്പ് റോമൻ കത്തോലിക്കാ പള്ളിയുമായി പോരാടുകയും ചെയ്യേണ്ടിയിരുന്നു. ഇംഗ്ലണ്ടിലെപ്പോലെ അതിന് നാടുവാഴികളുടെ സാമ്പത്തിക രാഷ്ട്രീയാധികാരം റദ്ദാക്കുകയും രാജവാഴ്ച അവസാനിപ്പിക്കുകയും അതിനെ നിരുപദ്രവമാക്കി മാറ്റുകയും ചെയ്യേണ്ടിയിരുന്നുവെന്നർത്ഥം. ഇതായിരുന്നില്ല ഇന്ത്യയിലെയും നവവിമോചിത രാജ്യങ്ങളിലെയും സ്ഥിതി. സ്വന്തം ആഗ്രഹാഭിലാഷങ്ങളോടുകൂടി ഇന്ത്യൻ ബൂർഷ്വാസി ഒരു വർഗ്ഗമായി ശക്തി പ്രാപിക്കുന്നതിന് മുമ്പുതന്നെ ഇന്ത്യയിലെ ഫ്യൂഡൽ ഭരണാധികാരം ബ്രിട്ടീഷുകാർ തകർത്ത് കളഞ്ഞിരുന്നു.

സാമ്രാജ്യത്വവാദികൾക്കെതിരെ ഇന്ത്യൻ ബൂർഷ്വാസിക്ക് അധികാരത്തിനുവേണ്ടി പോരാടേണ്ടിവന്നു. സ്വന്തം അധീശത്വം സ്ഥാപിക്കുന്നതിന് ഫ്യൂഡൽ സ്റ്റേറ്റിനോടോ അതിന്റെ ആശയങ്ങളോടോ അതിന് സമരം ചെയ്യേണ്ടിയിരുന്നില്ല.

കൂടാതെ ഇന്ത്യൻ ബൂർഷ്വാസി വളർന്നുവന്നത് കൊളോണിയൽ ചൂഷണത്തിന് വേണ്ട പരിതഃസ്ഥിതികൾ ബ്രിട്ടീഷുകാർ സൃഷ്ടിച്ചതിനുശേഷമാണ്. യൂറോപ്പിൽ അതുയർന്നുവന്നത് ചെറുകിട ഉടമസ്ഥർ, കൈവേലക്കാർ, മാസ്റ്റർ ക്രാഫ്റ്റ്സ്മെൻ തുടങ്ങിയ ഉല്പാദക വിഭാഗങ്ങളിൽനിന്നാണെങ്കിൽ ഇന്ത്യയിൽ അതുയർന്നുവന്നത് കോമ്പ്രദോർ വർഗ്ഗങ്ങളിൽനിന്നും കച്ചവടക്കാരിൽനിന്നും വ്യാപാരികളിൽനിന്നും വിനിമയവുമായും ഊഹക്കച്ചവടക്കാരുമായും ബന്ധപ്പെട്ടവരിൽനിന്നുമാണ്. തുടർന്ന് ദീർഘകാലം കാർഷിക സ്ഥാപിത താല്പര്യങ്ങളുമായി അവർ ബന്ധം പുലർത്തി. ഭൂപ്രഭുത്വത്തിൽനിന്ന് കൃഷിക്കാരെ മോചിപ്പിക്കുകയെന്ന അടിയന്തര ആവശ്യകത ഇന്ത്യൻ ബൂർഷ്വാസിക്കോ ബൂർഷ്വാ ബുദ്ധിജീവികൾക്കോ ഉണ്ടായിരുന്നില്ല. വാസ്തവത്തിൽ അവർ കാർഷിക വിപ്ലവത്തെ മരണത്തെയെന്നതുപോലെ ഭയപ്പെട്ടു. സാമ്രാജ്യത്വത്തിനെതിരായ പോരാട്ടത്തിൽ ഭൂപ്രഭുക്കളുടെ പിന്തുണയെ അവരാശ്രയിച്ചു. ഭൂപ്രഭുത്വം അവസാനിപ്പിക്കുക, കൃഷിഭൂമി കൃഷിക്കാരന് നല്കുക എന്നീ ആവശ്യങ്ങൾക്ക് കോൺഗ്രസിന്റെ കാർഷിക പരിപാടിയിൽ സ്ഥാനം കണ്ടെത്താനായില്ല,

ഭൂപ്രഭുക്കളുമായുള്ള സഖ്യം കാർഷികവിപ്ലവവുമായുള്ള ദേശീയസമരത്തിന്റെ ബന്ധം വിച്ഛേദിച്ചു. വാസ്തവത്തിൽ, കാർഷികവിപ്ലവം കൂടാതെ ഇന്ത്യൻ ജനതയുടെ ദാരിദ്ര്യമോ അടിമത്തമോ അവസാനിപ്പിക്കാൻ സാദ്ധ്യമല്ല. അധികാരം ഏറ്റെടുത്തതിനുശേഷം കോൺഗ്രസ് ഗവൺമെന്റ് കൈക്കൊണ്ട നടപടികൾ—നാട്ടുരാജ്യങ്ങൾ ഇന്ത്യൻ യൂണിയനിൽ ലയിപ്പിച്ചതും നിയമാധിഷ്ഠിത ഭൂപ്രഭുത്വം അവസാനിപ്പിച്ചതും —കൃഷിഭൂമി കൃഷിക്കാരന് വിതരണം ചെയ്യുന്നതിലേക്ക് നയിച്ചില്ല. മുതലാളിത്തപൂർവ്വ ചൂഷണരീതി അവസാനിപ്പിക്കാനും അതിന് കഴിഞ്ഞില്ല. ഈ നടപടികൾ കാർഷികവിപ്ലവത്തിന് പകരമായിരുന്നില്ല. മുതലാളിത്ത വികസനത്തിന്റെ ആധുനിക ആവശ്യങ്ങൾക്കൊത്തവിധം പഴയ സ്വത്തുടമബന്ധങ്ങളിൽ ഭരണസഖ്യം നടത്തിയ ഒരു പുനർനീക്കുപോക്ക് മാത്രമായിരുന്നു അവ.

ഇതിന്റെ ഫലം സ്വാതന്ത്ര്യം കിട്ടി മൂന്ന് ദശകം കഴിഞ്ഞതിനുശേഷവും നമുക്ക് കാണാം. നാട്ടിൻപുറങ്ങളിൽ ആധിപത്യം ചെലുത്തുന്നതും ഉല്പാദനം നിയന്ത്രിക്കുന്നതും കർഷക തൊഴിലാളികളോ ചെറുകിടകൃഷിക്കാരോ അല്ല. മറിച്ച് മുതലാളിമാരുടെ ചെറുവിഭാഗങ്ങളോടൊപ്പം ധനികകൃഷിക്കാരും ഭൂപ്രഭുക്കളുമാണ്. ദേശീയവിമോചന സമരത്തെ കാർഷികവിപ്ലവവുമായി കണ്ണിചേർത്തുകൊണ്ട് മുമ്പോട്ടുകൊണ്ടുപോയ മുൻകോളനി രാജ്യങ്ങൾക്ക് മുതലാളിത്തപാത മറികടന്നു

കൊണ്ട് സ്ഥിതിസമത്വാധിഷ്ഠിതമായ പുതിയൊരു സാമൂഹ്യ ക്രമത്തിലേക്ക് അതിവേഗം നീങ്ങാൻ കഴിഞ്ഞു.

ഇത് നമ്മെ ദേശീയനേതൃത്വത്തിന്റെ മറ്റൊരു വശത്തിലേക്ക് നയിക്കുന്നു. ഹിന്ദുക്കളും മുസ്ലീങ്ങളും ഒരുപോലെ, ഏറിയോ കുറഞ്ഞോ ഉള്ള അളവിൽ ജനങ്ങളെ കുത്തിയിളക്കുന്നതിന് റിവൈവലിസ്റ്റ് ചിന്താഗതി (പുനരുത്ഥാന ചിന്താഗതി) പ്രചരിപ്പിച്ചു. ജാതീയവും മറ്റുമായ കാരണങ്ങളാൽ ചില വിഭാഗങ്ങളുടെമേൽ അടിച്ചേല്പിക്കപ്പെട്ട അനീതികളും ഏകാധിപത്യവും അവസാനിപ്പിക്കാനുള്ള ശ്രമങ്ങളുടെ കാര്യത്തിൽ അവർ നിശ്ശബ്ദത പാലിച്ചു. അല്ലെങ്കിൽ അതിനോട് തികച്ചും മൃദുവായ സമീപനം സ്വീകരിച്ചു. ഇതുമൂലം ഹിന്ദുക്കളും മുസ്ലീങ്ങളും തമ്മിലുള്ള അതിർവരമ്പുകൾ ചുരുക്കാൻ കഴിഞ്ഞില്ല. സാമ്രാജ്യത്വവാദികളാവട്ടെ അത് ചൂഷണം ചെയ്തു.

സങ്കുചിതമായ ദേശീയാഭിമാനബോധം ഇളക്കിവിടാനുള്ള റിവൈവലിസ്റ്റുകളുടെ ശ്രമത്തെ പലരും വിമർശിച്ചു—ചിലപ്പോൾ ന്യായമായും മറ്റു ചിലപ്പോൾ അന്യായമായും. പടിഞ്ഞാറൻ നാഗരികതയെ പൂർണ്ണമായും നിരാകരിക്കണമെന്ന ആവശ്യം അതിന്റെ അങ്ങേയറ്റമായിരുന്നു. എന്നിരുന്നാലും ഭൂതകാല മഹിമയെ പാടിപ്പുകഴ്ത്തൽ ഒരു വലിയ അളവോളം ദേശീയമായ ഉയിർത്തെഴുന്നേല്പ് പ്രക്രിയയുടെ ഒരു ഭാഗമായിരുന്നു കീഴടക്കപ്പെട്ട, അടിമകളാക്കപ്പെട്ട ഒരു ജനതയുടെ ആത്മാഭിമാനം തട്ടിയുണർത്താൻ അത് ഉപകരിക്കും. ജനങ്ങളുടെ ഐക്യം ഊട്ടിയുണ്ടാക്കാനും അതിന്റെ പ്രതിഛായ ഉയർത്തിക്കാട്ടാനും നമ്മുടെ രാജ്യത്തിന് കെട്ടുകഥകളുടെയും പഴയ നാഗരികതയുടെയും പൊതുപൈതൃകത്തിലേക്ക് തിരിയേണ്ടിവന്നു. കാരണം പത്തൊമ്പതാം നൂറ്റാണ്ടിലൊഴികെ രാഷ്ട്രീയ സമരത്തിന്റേതായ പൊതുപൈതൃകം നമ്മുടെ രാജ്യത്തിനുണ്ടായിരുന്നില്ല. വർത്തമാനകാലത്തെ പോരാട്ടത്തിന് ഭൂതകാലത്തെ അനുസ്മരിക്കുക - ഭൂതകാലത്തിന്റെ അടിസ്ഥാനത്തിൽ വർത്തമാനകാലത്തെക്കുറിച്ച് ചിന്തിക്കുക-ഇത് ഒരു ചരിത്രപ്രകിയയാണ്. പല ജനതകളുടെയും ചരിത്രത്തിൽ നമുക്കത് കാണാം. ഇക്കാര്യം നിരീക്ഷിച്ചുകൊണ്ട് മാർക്സ് പറഞ്ഞു:

> കഴിഞ്ഞുപോയ തലമുറകളുടെ പാരമ്പര്യം ജീവിക്കുന്ന തലമുറയുടെ മസ്തിഷ്കത്തിൽ ഒരു പേടി സ്വപ്നംപോലെ ഭാരം ചെലുത്തുന്നു. തങ്ങളെയും ചുറ്റുപാടുമുള്ള വസ്തുക്കളെയും വിപ്ലവകരമായി മാറ്റുന്നതിൽ, മുമ്പൊരിക്കലും നിലനിന്നിട്ടില്ലാത്ത എന്തോ ഒന്ന് സൃഷ്ടിക്കുന്നതിൽ, അവർ ഏർപ്പെട്ടിരിക്കുന്നു എന്ന് തോന്നുമ്പോഴാണ്, വിപ്ലവകരമായ പ്രതിസന്ധിയുടെ അത്തരം കാലഘട്ടങ്ങളിലാണ് അവർ ഭൂതകാലത്തിന്റെ പ്രേതങ്ങളെ സോൽകണ്ഠം തങ്ങളുടെ സേവനത്തിനായി ആവാഹിച്ചുകൊണ്ടു വരുന്നതും ലോകചരിത്രത്തിലെ പുതിയ രംഗം അവതരി

പ്പിക്കുന്നതിനുവേണ്ടി പേരുകളും മുദ്രാവാക്യങ്ങളും വേഷവിധാനങ്ങളും കടം വാങ്ങുകയും ആ കാലപ്പഴക്കംചെന്ന മുഖംമൂടികൊണ്ടും കടം വാങ്ങിയ ഭാഷകൊണ്ടും അതിനെ മൂടിക്കെട്ടുകയും ചെയ്യുന്നതും.

(പതിനെട്ടാം ബ്രൂമെയർ)

എന്നിരുന്നാലും ഇന്ത്യയിൽ വർത്തമാനകാലത്ത് ആവേശം കൊള്ളുന്നതിന് ഭൂതകാലത്തെ ഉപയോഗിക്കുകയെന്നുള്ളത് ലളിതമായ ഒരു പ്രശ്നമായിരുന്നില്ല. ഇന്ത്യയിൽ റിവൈവലിസത്തെ ഉപയോഗിച്ചത് ജാതി എന്ന ജനാധിപത്യവിരുദ്ധ സ്ഥാപനവുമായും മതപരമായി യാഥാസ്ഥിതികത്വം പുലർത്തുന്നവരുമായും ഒത്തുതീർപ്പുണ്ടാക്കുന്നതിനാണ്. ഉയർന്നുവന്നുകൊണ്ടിരുന്ന ബുദ്ധിജീവികളുടെയും ബൂർഷ്വാസിയുടെയും താല്പര്യം തുടക്കം മുതൽ ഭൂപ്രഭുക്കളുമായി ഒത്തുതീർപ്പുണ്ടാക്കുന്നതിലായിരുന്നു. അതുകൊണ്ട്? കൃഷിക്കാർക്കെതിരെ നില്ക്കുന്ന ഫ്യൂഡലിസ്റ്റുകളുമായും മതാന്ധതയും ജാതി വ്യവസ്ഥയും നിലനിർത്തിയ ഗ്രാമീണ സംവിധാനവുമായും ഏറ്റുമുട്ടാൻ അവർ തുനിഞ്ഞില്ല. മതപരതയുടെയും സമുദായികതയുടെയും തുടർച്ചയുടെ വേരുകൾ ആണ്ടിറങ്ങിയത് കാലഹരണപ്പെട്ട ഭൂബന്ധങ്ങൾ തുടരാൻ അനുവദിച്ചുകൊണ്ടുണ്ടാക്കിയ ഒത്തുതീർപ്പിലാണ്. അത് കാണാതെ ഹിന്ദുക്കൾക്കിടയിലെ സാമൂഹ്യപരിഷ്കരണം എന്ന പ്രശ്നത്തിലേക്ക് വ്യത്യാസത്തെ ചുരുക്കിക്കൊണ്ടുവരികയെന്നുള്ളത് ഈ വീക്ഷണത്തിന്റെ ഫലമാണ്. ആദ്യകാല നേതാക്കളിൽ മിക്കവരും, അഭ്യസ്തവിദ്യരായ ബുദ്ധിജീവികൾ, സവർണ്ണ ഹിന്ദുക്കളുടെ ഇടയിൽ നിന്നാണ് വന്നതെന്ന വസ്തുത സ്ഥിതിഗതികൾ കൂടുതൽ മോശമാക്കി. അവരുടെ പ്രത്യക്ഷാനുയായികൾ അധികവും വന്നത് പട്ടണപ്രദേശത്തെ ഇടത്തരക്കാരിൽ നിന്നാണ്. അവരുടെ വേരുകളും ആഴത്തിൽ ആണ്ടിറങ്ങിയത്, ഒരുപക്ഷേ, ഈ പൈതൃകത്തിലായിരിക്കണം. ആദ്യനാളുകളിൽ, അതായത് തിലകന്റെ നാളുകളിൽ, സാമൂഹ്യ പരിഷ്കരണത്തിനുവേണ്ടി വാദിച്ച മിതവാദിനേതാക്കളെ ഉശിരൻ അണികൾ എതിർക്കുകയും നിരാകരിക്കുകയും ചെയതത് ആകസ്മികമല്ല.

സാമൂഹ്യപരിഷ്കരണത്തോടുള്ള തിലകന്റെ യാഥാസ്ഥിതിക സമീപനവും എതിർപ്പും പ്രസിദ്ധമാണ്. ആദ്യമാദ്യം സാമൂഹ്യപരിഷ്കർത്താക്കളും കുറേക്കഴിഞ്ഞപ്പോൾ അബ്രാഹ്മണപ്രസ്ഥാനത്തിന്റെ നേതാക്കളും അദ്ദേഹത്തിനെതിരെ വിമർശനം തൊടുത്തുവിട്ടത് തികച്ചും ന്യായയുക്തമാണ്.

അതുകൊണ്ടാണ് ആദ്യകാലത്തെ ജാതിവിരുദ്ധപ്രസ്ഥാനം, മർദ്ദിതജാതിക്കാരുടെ പൊതുപ്രതിഷേധപ്രസ്ഥാനം കോൺഗ്രസിന് പുറത്ത് വളർന്നുവന്നത്. എങ്കിലും, അതുപോലും ജാതിമർദ്ദനത്തിനെതിരായ പ്രതിഷേധത്തെ കാർഷികബന്ധങ്ങളിൽ മാറ്റം വരുത്തുന്നതി

നുള്ള സമരവുമായി കണ്ണിച്ചേർക്കുകയുണ്ടായില്ല. എന്നല്ല, അവയെ സാമ്രാജ്യത്വവിരുദ്ധസമരത്തിൽനിന്ന് വേർപെടുത്തുകപോലും ചെയ്തു. അവയുടെ എതിർപ്പ് ജാതിയെ ജാതി അടിച്ചമർത്തുന്നതിനോടായിരുന്നു അങ്ങനെ ആ പ്രശ്നം സാമൂഹ്യപരിഷ്കരണത്തിന്റേതായ ഒരു പ്രശ്നമാക്കി തരംതാഴ്ത്തപ്പെട്ടു.

ജാതിയുടെ പ്രശ്നത്തെ കാർഷിക വിപ്ലവത്തിന്റെ പ്രശ്നവുമായി ബന്ധപ്പെടുത്തിയ ഒരേയൊരു പാർട്ടി ഇന്ത്യൻ കമ്യൂണിസ്റ്റ് പാർട്ടിയാണ്. 1930 ലെ കരടുപരിപാടിയിൽ പറഞ്ഞത് നോക്കുക:

> ഇന്ത്യയിൽ ബ്രിട്ടീഷ് സാമ്രാജ്യത്വത്തിന്റെ ഭരണംമൂലം ദശലക്ഷകണക്കിന് അടിമകളും ദശസഹസ്രക്കണക്കിന് സാമൂഹ്യമായി ഭ്രഷ്ട് കല്പിക്കപ്പെട്ടവരും ഉണ്ട്. എല്ലാ അവകാശങ്ങളും അവർക്ക് നിഷിദ്ധമാണ്. ബ്രിട്ടീഷ്ഭരണം, ഭൂപ്രഭുത്വസമ്പ്രദായം, പിന്തിരിപ്പൻ ജാതിവ്യവസ്ഥ, മതപരമായ വഞ്ചന, ഭൂതകാലത്തെ അടിമ—അടിയാള സമ്പ്രദായം—ഇവയെല്ലാം ഇന്ത്യൻജനതയെ ശ്വാസംമുട്ടിക്കുകയും അവരുടെ വിമോചനത്തിന് മുമ്പിൽ വിലങ്ങുതടിയായി നില്ക്കുകയും ചെയ്യുന്നു. കാർഷികവിപ്ലവത്തിലൂടെ മാത്രമെ, ബലപ്രയോഗത്തിലൂടെ ബ്രിട്ടീഷ് വാഴ്ച അവസാനിപ്പിക്കുന്നതിലൂടെ മാത്രമെ, സമൂഹത്തിൽനിന്ന് പുറന്തള്ളപ്പെട്ട അദ്ധ്വാനിക്കുന്നവരുടെയും അടിമകളുടെയും സാമൂഹ്യവും സാമ്പത്തികവും സാംസ്കാരികവും നിയമപരവുമായ മോചനം സാദ്ധ്യമാവു. ബ്രിട്ടീഷ് വാഴ്ചയ്ക്കും ഭൂപ്രഭുത്വത്തിനും എതിരെ രാജ്യത്തെ സമസ്തതൊഴിലാളികളോടുമൊപ്പം ഐക്യവിപ്ലവമുന്നണിയിൽ ചേരാൻ സാമൂഹ്യമായി പുറന്തള്ളപ്പെട്ട സകലമാന ജനങ്ങളെയും ഇന്ത്യൻ കമ്യൂണിസ്റ്റ് പാർട്ടി ആഹ്വാനം ചെയ്യുന്നു. രാജ്യത്തെ അദ്ധ്വാനിക്കുന്നവർക്കിടയിൽ പിളർപ്പ് സൃഷ്ടിക്കാനും ഒരു വിഭാഗത്തെ മറ്റൊരു വിഭാഗത്തിനെതിരെ തിരിച്ചുവിടാനും ശ്രമിക്കുന്ന ബ്രിട്ടീഷുകാരുടെയും പിന്തിരിപ്പൻ ഏജന്റുമാരുടെയും കെണിയിൽ വീണുപോകരുതെന്ന് ഇവർ കമ്യൂണിസ്റ്റ് പാർട്ടി സാമൂഹ്യബഹിഷ്കൃത വിഭാഗത്തോട് മുഴുവൻ അഭ്യർത്ഥിക്കുന്നു.

ജാതിവ്യവസ്ഥയുമായി ഒത്തുതീർപ്പുണ്ടാക്കുകയെന്ന ആശയത്തെ ഗാന്ധിയും പ്രതിനിധീകരിച്ചു. ഇത് അത്യന്തം അസാധാരണമായി തോന്നാം. കാരണം 1920 ലെ നിസ്സഹകരണ പ്രസ്ഥാനത്തിൽ അസ്പൃശ്യതയ്ക്കെതിരെ ഒരു കുരിശുയുദ്ധക്കാരനെപ്പോലെ മഹാത്മാ ക്യാമ്പെയ്ൻ നടത്തി. ആദ്യകാലനേതാക്കൾ കൈക്കൊണ്ട നിലപാടിനേക്കാൾ എത്രയോ മുന്നോട്ട് പോകുന്നതായിരുന്നു അദ്ദേഹത്തിന്റെ ഈ നിലപാട്. ഇത് ആദ്യകാലകോൺഗ്രസ് സാമൂഹ്യപരിഷ്കർത്താക്കളുടെ

പ്രവർത്തനങ്ങളുടെമേൽ നിഴൽ വീഴ്ത്തി, ബ്രിട്ടീഷ് വാഴ്ചയ്ക്കെതിരെ ബഹുജനങ്ങളുടേതായ ഒരു ദേശീയമുന്നേറ്റം സൃഷ്ടിക്കുന്നതിന് അവരെ ഒറ്റക്കെട്ടായി അണിനിരത്തേണ്ട ആവശ്യകതയിൽ നിന്നാണ് ഈ ഒരു സമീപനം സ്വീകരിക്കുന്നതിലേക്കു ഗാന്ധിയെ കൊണ്ടുചെന്നെത്തിച്ചത്. പക്ഷേ, വികാരതീവ്രമായേ ഈ പ്രതിഷേധത്തെ ഹിന്ദുക്കൾക്കിടയിൽ സാമൂഹ്യപരിഷ്കരണം ഏർപ്പെടുത്തുകയെന്ന ആഹ്വാനത്തിൽ അദ്ദേഹം ഒതുക്കിനിർത്തി, കർഷികബന്ധങ്ങൾക്കെതിരായ സമരവുമായി അതിനെ ബന്ധപ്പെടുത്തിയില്ല. ഇതോടൊപ്പം വർണ്ണാശ്രമ ധർമ്മത്തെ അദ്ദേഹം പരസ്യമായി ന്യായീകരിക്കുകയും ചെയ്തു. വർണ്ണാശ്രമധർമ്മത്തോടുള്ള മഹാത്മാവിന്റെ വീക്ഷണം താഴെ ഉദ്ധരിക്കുന്ന വരികളിൽ നിന്ന് നിസ്സംശയം വ്യക്തമാകും:

> നാം അസ്പൃശ്യത തുടച്ചുനീക്കുന്നില്ലെങ്കിൽ ഭൂമിയിൽനിന്ന് നാം തുടച്ചുനീക്കപ്പെടും.... നാല് വർണ്ണങ്ങൾ മൗലികവും സഹജവും ഒഴിച്ചുകൂടാത്തതുമാണ്. എണ്ണമറ്റ ജാതികൾ അധികപ്പറ്റായ സ്ഥിതിക്ക് വർണ്ണങ്ങൾ ഊർജ്ജസംരക്ഷണമെന്ന പ്രകൃതിനിയമം നിറവേറ്റും. ആത്മസംസ്കൃതിയുടെ വ്യത്യസ്ത വ്യവസ്ഥകളുടെ വർഗ്ഗീകരണമാണത്. സാമൂഹ്യ സുസ്ഥിരതയുടെയും പുരോഗതിയുടെയും ഏറ്റവും നല്ല നീക്കുപോക്കാണത്. ഒരു പ്രത്യേക ജീവിതരീതിയുടെ രൂപീകരണത്തിന് അത് ശ്രമിക്കും. ഒരു പ്രത്യേക കുടുംബം ഒര്യ പ്രത്യേകരീതിയിൽപെട്ടതാണോ അല്ലെങ്കിൽ പുതിയ ബുദ്ധിജീവികളുടെ പ്രത്യേക സ്വഭാവത്തിൽ പെട്ടതാണോ എന്നത് സംബന്ധിച്ച തീരുമാനം അത് കൈക്കൊള്ളാതിരിക്കില്ല. പിന്തുടർച്ചാവകാശത്തിൽ അത് വിശ്വസിക്കുന്നു. തങ്ങളുടെ ജീവിതരീതിമാറ്റാനുള്ള തീരുമാനം കൈക്കൊണ്ടാൽപോലും ഒരു വ്യക്തിയോ കുടുംബമോ അതേപടി നിലനില്ക്കേണ്ടി വന്നാൽ അതിനോട് അനീതി കാണിച്ചു എന്ന് പറയാനാവില്ല. ഇതിനേക്കാൾ സ്വരച്ചേർച്ചയുള്ള നീക്കുപോക്കിനെക്കുറിച്ച് സങ്കല്പിക്കുക പ്രയാസകരമാണ്. ജാതി എന്ന പദം താൻ വലുതാണെന്ന ബോധത്തെയോ അധമബോധത്തെയോ സൂചിപ്പിക്കുന്നില്ല. അത് വ്യത്യസ്ത വീക്ഷണങ്ങളെയും അതുമായി ബന്ധപ്പെട്ട ജീവിതരീതിയെയും അംഗീകരിക്കുക മാത്രമെ ചെയ്യുന്നുള്ളു. (*ഇന്ത്യയിലെ ജാതിവെല്ലുവിളി* എന്ന പുസ്തകത്തിൽ ജഗജ്ജീവൻറാം ഉദ്ധരിച്ചത്).

ജാതീയമായ തമോശക്തിയുടെ ശക്തമായ ന്യായീകരണമല്ലാതെ മറ്റൊന്നുമല്ല ഇത്. എന്നാൽ ദേശീയ ഐക്യത്തിനുവേണ്ടിയുള്ള ഗാന്ധിയുടെ അഭ്യർത്ഥനയും ദുഷ്ടമായ ജാതിവ്യവസ്ഥയുടെ ഈ ന്യായീകരണവും തമ്മിൽ യാതൊരു വൈരുദ്ധ്യവും ജനങ്ങൾ കണ്ടില്ല.

ദേശീയ ഐക്യത്തിനു വേണ്ടിയുള്ള അദ്ദേഹത്തിന്റെ ആഹ്വാനവും അസ്പൃശ്യതയ്ക്കെതിരായ അദ്ദേഹത്തിന്റെ പ്രതിഷേധവുമാണ് ജനങ്ങളുടെ മനസ്സിൽ നിറഞ്ഞുനിന്നത്. ജവഹർലാൽ നെഹ്റുവിന്റെ മതനിരപേക്ഷ വീക്ഷണമുണ്ടായിട്ടുകൂടി ഗാന്ധിയൻ വീക്ഷണമാണ് സമുന്നത കോൺഗ്രസ് നേതാക്കളിൽ ഭൂരിപക്ഷത്തെയും ആകർഷിച്ചത്.

1886 ൽ കല്ക്കത്തയിൽ ചേർന്ന രണ്ടാം സമ്മേളനം കോൺഗ്രസിന്റെ മതനിരപേക്ഷ—രാഷ്ട്രീയാടിസ്ഥാനം വിശദീകരിച്ചു. ഇന്ത്യൻ ഐക്യം എന്നതുകൊണ്ട് കോൺഗ്രസ് എന്താണ് അർത്ഥമാക്കുന്നതെന്നും അത് വിശദീകരിച്ചു. അതിന്റെ റിപ്പോർട്ടിൽ പറയുന്നു:

> മഹാഭൂരിപക്ഷം രാഷ്ട്രീയ പ്രശ്നങ്ങളിൽ പരസ്പരം പ്രതിനിധീകരിക്കാൻ മനുഷ്യരെ പ്രാപ്തരാക്കുന്നത് സമൂഹത്തോടുള്ള ലൗകിക താല്പര്യമാണ്; ആത്മീയ ബന്ധങ്ങളല്ല. ഈ രാജ്യത്തെ പൊതുതാല്പര്യം ഒന്നായിരിക്കെ, ഹിന്ദുക്കളും കൃസ്ത്യാനികളും മുഹമ്മദീയരും പാർസികളും അവരവരുടെ സമുദായങ്ങളിലെ അംഗങ്ങളായിരിക്കാൻ യോഗ്യരായിരിക്കുന്നതുപോലെ പൊതുമത നിരപേക്ഷ ചർച്ചകളിൽ പരസ്പരം പ്രതിനിധീകരിക്കാനും യോഗ്യരാണ്.

ഇത് ദേശീയ ഐക്യത്തെ സംബന്ധിച്ച അവരുടെ വീക്ഷണം പ്രതിഫലിപ്പിച്ചു. ഇത് അതിൽ അന്തർല്ലീനമായ പരിമിതികളോടെ കോൺഗ്രസ് പ്രതിനിധീകരിച്ചു. പില്ക്കാലത്ത് കോൺഗ്രസ് വളർത്തി ശക്തിപ്പെടുത്തിയത് ഈ വീക്ഷണമാണ്. ദേശീയ ഐക്യത്തെയും ബ്രിട്ടീഷ്വാഴ്ചയോടുള്ള എതിർപ്പിനെയും സംബന്ധിച്ച ഈ ബോധം മുസ്ലിംലീഗിനെപ്പോലെ ജാതിയെയും മതത്തെയും അടിസ്ഥാനപ്പെടുത്തിയ മറ്റെല്ലാ സംഘടനകളിൽനിന്നും അതിനെ വേർതിരിച്ചു നിർത്തി. മുസ്ലിംലീഗിനെ ബ്രിട്ടീഷുകാർ കോൺഗ്രസിനെതിരായി ഉപയോഗിച്ചു.

നാഷണൽ കോൺഗ്രസിന്റെ സ്ഥാപനം, സംശയമില്ല. അക്കാലത്തെ ശ്രദ്ധേയമായ ഒരു സംഭവമാണ്. കോൺഗ്രസിനെക്കൊണ്ട് തങ്ങൾ ഉദ്ദേശിച്ച കളി കളിപ്പിക്കുന്നതിൽ പരാജയപ്പെട്ട് നിരാശരായിത്തീർന്ന ബ്രിട്ടീഷു ഭരണാധികാരികൾ അതിന്റെ പ്രാധാന്യവും ശേഷിയും ചുരുക്കിക്കാണാൻ ശ്രമിച്ചത് സ്വാഭാവികം. അഭ്യസ്തവിദ്യരായ ഒരു ചെറുന്യൂനപക്ഷത്തിന്റെ സംഘടനയെന്നും ദശലക്ഷക്കണക്കിന് വരുന്ന ജനങ്ങളുമായി അതിന് യാതൊരു ബന്ധവുമില്ലെന്നും പറഞ്ഞ് അവർ അധികം താമസിയാതെ അതിനെ വിമർശിച്ചു. അക്കാലത്ത് ഇന്ത്യയിലെ ദശലക്ഷക്കണക്കിനാളുകളുമായി കോൺഗ്രസിന് നേരിട്ട് ബന്ധമുണ്ടായിരുന്നില്ലെന്നത് സത്യമാണ്. എന്നിരുന്നാലും വിദേശ ഭരണാധികാരികളിൽ നിന്ന് കൂടുതൽ അവകാശങ്ങൾ പിടിച്ചുപറ്റാൻ പോരാടിയപ്പോൾ അത് പ്രതിനിധീകരിച്ചത് ജനങ്ങളുടെ താല്പര്യത്തെയാണ്.

വിദേശ ഭരണാധികാരികളുടെ കൂലിയെഴുത്തുകാർ ബ്രാഹ്മണരും സവർണ്ണ ഹിന്ദുക്കളും നയിക്കുന്ന ഒരു സംഘടനയായി കോൺഗ്രസിനെ ചിത്രീകരിച്ചു. അങ്ങനെ അതും ഹിന്ദുക്കളിലെ വിവേചനത്തിനിരയായ ജാതികളും—സവർണ്ണ മേധാവിത്തത്തിൽനിന്ന് കുതിരപ്പുറത്ത് ചാടുന്ന തിലേക്ക് അവർ ഉണർന്നെണീക്കുകയായിരുന്നു.— തമ്മിൽ ഒരു അതിർത്തിരേഖ അവർ വരച്ചുണ്ടാക്കി. അബ്രാഹ്മണ പ്രസ്ഥാനത്തെ കോൺഗ്രസിനെതിരെ തിരിച്ചുവിടാൻ അവർ ശ്രമിച്ചു. ജിന്നയിൽനിന്നും മറ്റുള്ളവരിൽനിന്നുമുള്ള ചില സൂചനകളുടെ അടിസ്ഥാനത്തിൽ കോൺഗസിനെ ഒരു ഹിന്ദുസംഘടനയായി അവതരിപ്പിക്കാനും അവർ ശ്രമിച്ചു.

അവർ കോൺഗ്രസിന്റെ വർഗ്ഗസ്വഭാവവും അതിന്റെ പുത്തൻ പുരോഗമന താല്പര്യങ്ങളും വിസ്മരിക്കുകയും അത്തരം സൂത്രപ്പണികളിലൂടെ ദേശീയപ്രസ്ഥാനത്തിന്റെ പുരോഗതി തടയാൻ കഴിയുമെന്ന് വെറുതെ പ്രത്യാശിക്കുകയും ചെയ്തു. ഞങ്ങളുടെ ഭരണത്തിനെതിരെ വളർന്നുവന്ന ജനകീയാസംതൃപ്തി അവർ കണ്ടില്ല. സ്വാതന്ത്ര്യത്തിനുവേണ്ടിയുള്ള ജനങ്ങളുടെ അദമ്യമായ ആഗ്രഹം മനസ്സിലാക്കിയതുമില്ല. ജനങ്ങളുടെ ആഗ്രഹമാവട്ടെ, കോൺഗ്രസ് നേതൃത്വത്തിന്റെ പരിമിതികൾ സൃഷ്ടിച്ച പല പ്രതിബന്ധങ്ങളെയും തട്ടിനീക്കി വളർന്നുവന്നതാണെന്നോർക്കണം. മുസ്ലിം ജനസാമാന്യത്തിന്റെ കാര്യത്തിൽ മാത്രമാണ് അവർക്ക് വിജയമുണ്ടായത്. തന്നിമിത്തം രാജ്യത്തെ വിഭജിക്കുന്നതിൽ അവർ വിജയിക്കുകയും ചെയ്തു.

കോൺഗ്രസിനെ സംബന്ധിച്ച് വൈസ്രോയി ദുഫറിൻ താഴെ പറയുന്ന അഭിപ്രായം പ്രകടിപ്പിച്ചു:

> യൂറോപ്യൻ വിദ്യാഭ്യാസം സ്വാധീനിച്ച ഒരു ചെറിയ ന്യൂനപക്ഷത്തെയാണ് കോൺഗ്രസ് പ്രതിനിധീകരിക്കുന്നത്. ഇന്ത്യയിലെ ഭൂതാല്പര്യങ്ങളെ അവർ പ്രതിനിധികരിക്കുന്നില്ല. അവർക്ക് ഇന്ത്യയിലെ ദശലക്ഷക്കണക്കിന് ജനങ്ങളുമായി ബന്ധവുമില്ല. കൂടാതെ സുസ്ഥിരതയുടെയും സാമ്രാജ്യത്വ സുരക്ഷിതത്വത്തിന്റെയും പ്രശ്നം മനസ്സിലാക്കാനും അവർക്ക് കഴിവില്ല.

ഇന്ത്യയും ബ്രിട്ടനും തമ്മിൽ ഒരു ബന്ധം ഉണ്ടായിരിക്കണമെന്ന് വാദിച്ച ഈ ചെറിയവിഭാഗം ഭാവിയിൽ ബ്രിട്ടീഷ് ഭരണത്തിന് അംഗീകരിക്കേണ്ട വർഗ്ഗത്തിന്റെ ഒരു പ്രതിനിധിയായിത്തീരുമെന്ന് ദുഫറിൻ അപ്പോൾ ചിന്തിച്ചുകാണില്ല. ഓരോ വർഷം കഴിയുന്തോറും ഈ ചെറിയവിഭാഗവും ബഹുജനങ്ങളും തമ്മിലുള്ള വിടവ് കുറഞ്ഞുവരുന്നതാണെന്ന് അയാൾ ഒട്ടും മനസ്സിലാക്കിയതുമില്ല.

രൂപീകരണത്തിന് ശേഷമുള്ള ആദ്യത്തെ 20 വർഷം ബഹുജനാസംതൃപ്തി പ്രകടിപ്പിക്കുന്നതിനുള്ള പ്രധാനപ്പെട്ട ഉപകരണം കോൺഗ്രസ് ആയിരുന്നില്ല. സംഭവങ്ങൾ കോൺഗ്രസിന് പുറത്താണ് നടന്നു

കൊണ്ടിരുന്നത്. ഈ അസംതൃപ്തി നേരിടേണ്ടിവന്ന ബ്രിട്ടീഷ് ഗവൺമെന്റ് കോൺഗ്രസിനോട് കൂടുതൽ കൂടുതൽ ശത്രുതാപരമായി പെരുമാറാൻ തുടങ്ങി. തന്റെ ഏറ്റവും വലിയ ആഗ്രഹം ആ പാർട്ടിയുടെ സമാധാനപരമായ അന്ത്യമാണെന്ന് 1900 ാമാണ്ടിൽ കഴ്സൺ പ്രഭു പ്രഖ്യാപിക്കുകപോലും ചെയ്തു. അക്കാലത്ത് ഉശിരൻ നേതാക്കൾ ഈ ബഹുജനാസംതൃപ്തിയെ ഉപയോഗിച്ച് കോൺഗ്രസിനെ കുറെക്കൂടി ഉശിരൻ പരിപാടി ആവിഷ്കരിക്കുന്നതിലേക്ക് തിരിച്ചുവിടാൻ ശ്രമിക്കുകയായിരുന്നു. ബാലഗംഗാധരതിലകനും ബിപിൻപാലും ലജ്പത്റോയിയും കോൺഗ്രസ് രാഷ്ട്രീയത്തിൽ റാഡിക്കൽ മുദ്ര പതിപ്പിക്കുന്നതിലേക്ക് നീങ്ങുകയായിരുന്നു.

പത്രത്തിന്റെ പങ്ക്

കോൺഗ്രസിന്റെ പുറത്തുനിന്നുകൊണ്ട് പ്രവർത്തിച്ചുവരികയായിരുന്ന രണ്ടു സുപ്രധാനശക്തികൾ വിപ്ലവകാരികളായ ഉശിരൻ യുവാക്കളും ഇന്ത്യൻ പത്രവുമായിരുന്നു. സ്വാത്രന്ത്ര്യസമരത്തിൽ പത്രങ്ങൾ വഹിച്ച പങ്ക് അമൂല്യമാണ്. പില്ക്കാലത്ത് ദേശീയപത്രങ്ങൾ കോൺഗ്രസ് നയങ്ങൾ പ്രതിഫലിപ്പിക്കുകയും കോൺഗ്രസ് പോകാനാഗ്രഹിക്കുന്നേടത്തോളം പോവുകയും ചെയ്തു. സംശയമില്ല, അതിന്റെ പങ്ക് സുപ്രധാനമായിരുന്നു. ആദ്യകാലങ്ങളിലാവട്ടെ അതിന്റെ പ്രാധാന്യം വളരെ കൂടുതലും. എന്തുകൊണ്ടെന്നാൽ ജനങ്ങളെ ഇളക്കിവിടുന്നതിലും കോൺഗ്രസിനെ ആമൂലാഗ്രം പരിവർത്തിപ്പിക്കുന്നതിലും അത് മഹത്തായ ഒരു പങ്കുവഹിച്ചു. ഏതാനും ഉദ്ധരണികൾ പത്രത്തിന്റെ മനോഭാവവും അവയുടെ കലാപ സ്വഭാവവും വ്യക്തമാക്കും.

താഴെ കൊടുക്കുന്ന ഉദ്ധരണി പൂണെയിൽനിന്ന് പ്രസിദ്ധീകരിച്ച കാലിൽ ശിവറാം മഹാദിയോ പ്രഞ്ചാപി ഏഴുതിയ ലേഖനത്തിൽ നിന്നാണ്:

> തങ്ങളുടെ സാഹസികവൃത്തികളെക്കുറിച്ചും നാഗരികതയെക്കുറിച്ചും ഊറ്റം കൊള്ളുന്നവരുടെ പ്രപിതാമഹന്മാർ മൃഗീയതയുടേതായ ഒരു അരോചകാവസ്ഥയിലായിരുന്നു. അല്ലെങ്കിൽ ആ അവസ്ഥ ഇപ്പോഴും അവരുടെ കൺമുമ്പിലൂടെ തുടരുകയാണ്. നമ്മളാണെങ്കിൽ സകല ഉൽകൃഷ്ട ഗുണങ്ങളുടെയും കലവറയായിരുന്നു. നമ്മുടെ ഉൽകൃഷ്ട ഭൂമി അതിന് നഷ്ടപ്പെട്ടുപോയ എല്ലാ പ്രതാപങ്ങളും വീണ്ടെടുക്കും. അങ്ങനെ ഒരിക്കൽക്കൂടി കലകൾ ഇവിടെ തഴച്ചുവളരുകയും ഐശ്വര്യവും സമാധാനവും പുലരുകയും ചെയ്യും. അതിന് എന്ത് ത്യാഗം സഹിക്കാനും ജനങ്ങൾ തയ്യാറാവണം. അത് തങ്ങളുടെ ചുമതലയായി അവർ കണക്കാക്കണം. തടവറകൾ അസ്തിമാത്ര ശേഷരായി മാറ്റുന്നു

> ണ്ടെങ്കിലും വീരനായകർ നമ്മുടെ ഇടയിൽ നിന്ന് ഉയർന്നു വരികയാണ്. നമുക്ക് നമ്മുടെ ജീവിതം മാതാവിന് വേണ്ടി സമർപ്പിക്കാം. ഭക്തിമൂലം ഉന്മത്തനായിത്തീരുന്ന ഒരാൾ തന്റെ ആദർശസാക്ഷാൽക്കാരത്തിന് എന്തുചെയ്യും. അയാളുടെ കരുത്ത് അജയ്യമാണ്. ഒരു വിധവ ഭർത്താവിന്റെ ചിതയിൽ ചാടി ആത്മാഹൂതി ചെയ്യുന്നതുപോലെ മാതാവിനുവേണ്ടി നമുക്ക് മരണം വരിക്കാം.

യുഗാന്തർ (ബംഗാൾ) എഴുതി;

> സാമ്രാജ്യത്വ നുകം വലിച്ചെറിയാനും സ്വതന്ത്രമായിത്തീരാനും മാത്രം ഒരു രാഷ്ട്രം ആവേശഭരിതമായിത്തീരുകയാണെങ്കിൽ ദൈവത്തിന്റെയും നീതിയുടെയും മുമ്പിൽ ആരുടെ അവകാശവാദമാണ് കൂടുതൽ ന്യായയുക്തം- ഇന്ത്യക്കാരുടെതോ ഇംഗ്ലീഷുകാരുടെതോ? എല്ലാ ദുഷ്ടതകൾക്കുമുള്ള ഒറ്റമൂലി സ്വാതന്ത്ര്യമാണെന്ന് ഇന്ത്യക്കാർ കാണാൻ തുടങ്ങിയിട്ടുണ്ട്. അതുകൊണ്ടയാൾ തന്റെ ലക്ഷ്യത്തിലെത്തിച്ചേരുന്നതിന് രക്തപ്പുഴ നീന്തിക്കടക്കാൻ പോലും തയ്യാറാകും. ഇന്ത്യയിലെ ബ്രിട്ടീഷ് ആധിപത്യം ഒരു മിഥ്യയാണ്. ഇന്ത്യക്കാർ ഈ മിഥ്യയെ മാറോടണക്കിപ്പിടിക്കുന്നതുകൊണ്ടാണ് അവരുടെ കഷ്ടപ്പാട് ഇന്ന് പെരുകിയിരിക്കുന്നത്. വളരെ മുമ്പ് ഇന്ത്യൻ ഋഷിമാർ അസത്യത്തിന്റെ നാശത്തെക്കുറിച്ചും സത്യത്തിന്റെ വിജയത്തെക്കുറിച്ചും ഉദ്ഘോഷിച്ചു. അന്യായത്തെ ആസ്പദമാക്കിയുള്ള ഈ വിദേശഭരണം ദുർഗ്ഗുണങ്ങളുടെ കൂടാരമാണ്. ഈ കൂടാരം തകർത്ത് സ്വദേശി ഭരണം സ്ഥാപിക്കണം.

ഇത്തരം ഭാഷയ്ക്കോ വാദഗതികൾക്കോ കോൺഗ്രസിനകത്ത് യാതൊരു സ്ഥാനവുമുണ്ടായിരുന്നില്ല.

അല്ലെങ്കിൽ ദുർഗ്ഗപൂജയെ സ്വാഗതം ചെയ്തുകൊണ്ട് *ഢാക്കാ ഗസറ്റ്* എഴുതിയത് നോക്കുക:

> ഇന്ത്യൻ സഹോദരങ്ങളേ, ഉറങ്ങിക്കിടക്കാൻ ഇനി സമയമില്ല. നോക്കൂ അമ്മ വരികയാണ്—എല്ലാ നല്ലതും തരുന്ന അമ്മ. അടിച്ചമർത്തപ്പെട്ട മക്കളുടെ നേരെ നിങ്ങൾ കണ്ണുകൾ തിരിക്കുക. അമ്മേ, അവരിപ്പോൾ രോഗികളും ദുഃഖിതരുമാണ്. അല്ലയോ ശ്യാമ, മനുഷ്യരുടെ മൂന്നുതരത്തിലുള്ള പീഡനങ്ങൾ അവരിൽ നിന്നൊഴിവാക്കുന്ന അങ്ങ് ഞങ്ങളുടെ ദുഃഖവുമില്ലാതാക്കുക.. അമ്മേ രാക്ഷസ സംഹാരിണീ, ബംഗാളിന്റെ കവാടങ്ങളിൽ പ്രത്യക്ഷപ്പെടുക.

1910 ൽ അന്നത്തെ ഇംപീരിയൽ കൗൺസിലിൽ പ്രസ് ബിൽ അവതരിപ്പിച്ചുകൊണ്ട് സംസാരിക്കവേ ഇന്ത്യൻ പത്രങ്ങളെക്കുറിച്ചുള്ള ഭയം സർ ഹെർബർട് റിസ്‌ലെ ഇപ്രകാരം പ്രകടിപ്പിച്ചു:

> ഏറ്റവും കൂടുതൽ സ്വാധീനമുള്ളതും കൂടുതൽ ആളുകൾ വായിക്കുന്നതുമായ ഇന്ത്യൻ പത്രങ്ങൾ വിദേശഭരണം അവരെ അപകീർത്തിപ്പെടുത്തുന്നതായി പ്രചരിപ്പിക്കുന്നു. ഗവൺമെന്റ് വിദേശികളുടേതാണ്. അതിനാൽ അത് സ്വാർത്ഥതാല്പര്യവും നിഷ്ഠുരവുമാണ്. അത് രാജ്യത്തിന്റെ സമ്പത്ത് കുത്തിച്ചോർത്തുന്ന, ജനങ്ങളെ പാപ്പരാക്കുന്ന, മുമ്പൊരുകാലത്തും കേട്ടുകേൾവിയില്ലാത്ത വിധം വ്യാപകമായ തോതിൽ ക്ഷാമം സൃഷ്ടിക്കുന്നു. പൊതുജനോപയോഗത്തിന്റെ പേരിൽ നിർമ്മിക്കുന്ന റോഡുകളും റെയിൽവെയും കനാലുകളും മലേറിയ സൃഷ്ടിച്ചു. കിണറുകളിൽ വിഷം കലർത്തി പ്ലേഗ് കൊണ്ടുവന്നു. തങ്ങളുടെ വരുതിക്കുകീഴിൽ കൊണ്ടുവരേണ്ട ആളുകളുടെ എണ്ണം കുറയ്ക്കുക എന്ന ലക്ഷ്യത്തോടെയാണ് അവരത് ചെയ്തത്. അത് ഇന്ത്യൻ കൃഷിക്കാരുടെ ഭൂമിയും ഇന്ത്യൻ കൈവേലക്കാരുടെ വ്യവസായവും ഇന്ത്യൻ കച്ചവടക്കാരുടെ കച്ചവടവും കവർന്നെടുത്തു. ദൈവനിഷേധിയായ വിദ്യാഭ്യാസ സമ്പ്രദായത്തിലൂടെ മതത്തെ നശിപ്പിച്ചു, യാതൊരു ലക്ഷ്യവുമില്ലാതെ മതത്തെ മലിനീകരിച്ച് തകർത്തു. ബ്രിട്ടീഷ് കോളനികളിൽ ഇന്ത്യാക്കാരോട് മോശമായി പെരുമാറുന്നതിന് അത് അനുവാദം നല്കുന്നു. കനത്ത നികുതി ചുമത്തുകയും പട്ടാളത്തിനുവേണ്ടി പണം ചെലവഴിക്കുകയും ചെയ്യുന്നു. അത് ഇംഗ്ലീഷുകാർക്ക് കനത്ത ശമ്പളം നല്കുമ്പോൾ നന്നേ കുറഞ്ഞ ശമ്പളം മാത്രമുള്ള ജോലികൾക്ക് ഇന്ത്യക്കാരെ നിയമിക്കുന്നു. ചുരുക്കത്തിൽ, ഒരു ജനതയെ മുഴുവൻ അവർ അടിമകളാക്കിയിരിക്കുകയാണ്. അവരിപ്പോൾ സ്വാതന്ത്ര്യത്തിനായി സമരം തുടങ്ങിയിരിക്കുന്നു.

നഗരപ്രദേശങ്ങളിലെ താഴ്ന്ന ഇടത്തരക്കാരെ തട്ടിയുണർത്തുന്നതിനും നാട്ടിൻപുറങ്ങളിലേക്ക് അസംതൃപ്തിയുടേതായ വിത്തുകൾ എത്തിക്കുന്നതിനുമുള്ള പ്രധാനപ്പെട്ട ഉപകരണമായിരുന്നു പത്രങ്ങൾ.

ബിപിൻചന്ദ്രപാലിനെയും ബാലഗംഗാധരതിലകനെയും പോലുള്ള കോൺഗ്രസിലെ 'തീവ്രവാദികൾ' കോൺഗ്രസിനകത്തും പുറത്തും ഈ അസംതൃപ്തി പ്രകടിപ്പിച്ചു. ബ്രിട്ടീഷ് ഭരണത്തിനെതിരെ ചെറുത്തുനില്പ് നടത്തണമെന്ന് വാദിച്ച ആദ്യത്തെ നേതാവ്, ഒരുപക്ഷേ, ബിപിൻ ചന്ദ്രപാൽ ആയിരിക്കണം. ഇന്ത്യൻ വ്യവസായങ്ങളെ പ്രോത്സാഹിപ്പിക്കുന്നതിന് സ്വദേശത്ത് നിർമ്മിച്ച ചരക്കുകൾ ഉപയോഗിക്കണമെന്നും ബ്രിട്ടീഷ് വ്യാപാരം നശിപ്പിക്കുന്നതിന് ബ്രിട്ടീഷ് ചരക്കുകൾ ബഹിഷ്ക

രിക്കണമെന്നും അദ്ദേഹം ആഹ്വാനം ചെയ്തു ബ്രിട്ടീഷ് സാമ്പത്തികാധിപത്യത്തോട് പോരാടുന്നതിനുള്ള സമ്പത്തികായുധങ്ങളായിരുന്നു ഇവ. സ്വരാജ് കൈവരിക്കുന്നതിന് അതിനോടൊപ്പം വേണ്ട രാഷ്ട്രീയായുധമായിരുന്നു ചെറുത്തുനില്പ്. "തങ്ങളെ സേവിക്കാൻ ജനങ്ങളെ കിട്ടാതാക്കത്തക്കവിധം ഗവൺമെന്റിന്റെ പ്രവർത്തനത്തെ നമുക്ക് അസാദ്ധ്യമാക്കിത്തീർക്കാൻ കഴിയും... ഇത് ഭരണരംഗത്ത് അവസാനം കുറിക്കുകയില്ല നേരെമറിച്ച് ഭരണരംഗത്തെ പ്രവർത്തനത്തിന് മുമ്പിൽ അനന്തമായ സങ്കീർണ്ണതകൾ സൃഷ്ടിക്കും. രാജ്യത്തിന്റെ എല്ലാ ഭാഗങ്ങളിലും സങ്കീർണ്ണതകൾ സൃഷ്ടിക്കുകയാണെങ്കിൽ ഭരണനിർവ്വഹണ വിഭാഗം ഒരു സ്തംഭനത്തിലെത്തിച്ചേരും. അതിന് അതിന്റെ പ്രവർത്തനങ്ങൾ മുമ്പോട്ട് കൊണ്ടുപോകാൻ കഴിയാതെവരും. പ്രാഥമികമായ സംഗതി ഗവൺമെന്റിന്റെ പ്രതാപമാണ്. ബഹിഷ്കരണം അതിന്റെ കടയ്ക്കലാണ് കത്തിവെക്കുന്നത്."

1905 ൽ ബനാറസിലും 1906 ൽ കല്ക്കത്തയിലും നടന്ന കോൺഗ്രസ് സമ്മേളനങ്ങളിൽ മിതവാദികളും തീവ്രവാദികളും ഏറ്റുമുട്ടി. ഇത് ബംഗാളിലെ വിഭജനവിരുദ്ധ പ്രക്ഷോഭത്തിന്റെ കാലമായിരുന്നു. അപ്പോൾ ബ്രിട്ടീഷ് വിരുദ്ധ അസംതൃപ്തി അതിന്റെ ഉച്ചകോടിയിലെത്തിയിരുന്നു. തീവ്രവാദികൾ ജനങ്ങളുടെ മനോഭാവത്തോട് കൂടുതൽ പ്രതികരിക്കാൻ ശേഷിയുള്ളവരായിരുന്നു. തൽഫലമായി 1905 ൽ ബഹിഷ്കരണത്തിന് പിന്തുണ നല്കുന്ന പ്രമേയം കോൺഗ്രസിന് അംഗീകരിക്കേണ്ടിവന്നു. 1906 ലെ സമ്മേളനത്തിൽ പ്രസിഡന്റ് സ്ഥാനത്തേക്ക് തിലകന്റെ പേര് ബിപിൻചന്ദ്രപാൽ നിർദ്ദേശിച്ചു. ഈ ഘട്ടത്തിൽ തീവ്രവാദികൾക്കിടയിൽ സ്വാധീനമുള്ള നേതാവ് തിലകനായിരുന്നു. അദ്ദേഹം ആവർത്തിച്ചുള്ള നിയമ നടപടികൾക്കിരയായി. ബോംബെ ഹൈക്കോടതിയിലെ ഒരു ഇന്ത്യൻ ജഡ്ജി 1908 ൽ അദ്ദേഹത്തെ ആറു വർഷത്തെ തടവുശിക്ഷയ്ക്ക് വിധിച്ചു. ബ്രിട്ടീഷ് ഗവൺമെന്റും അതിന്റെ ഔദ്യോഗിക വക്താക്കളും അവരുടെ എതിർപ്പിന്റെ കുന്തമുന തിലകനെതിരായി തിരിച്ചുപിടിച്ചു. ഇന്ത്യയിൽ അസ്വാസ്ഥ്യം സൃഷ്ടിക്കുന്നതിന്റെ ഉത്തരവാദിത്വം അദ്ദേഹത്തിന്റെ മേൽ ആരോപിച്ചു. ദാദാബായി നവറോജിയുടെ പേര് നിർദ്ദേശിച്ചുകൊണ്ട് തിലകൻ പ്രസിഡന്റായി തിരഞ്ഞെടുക്കപ്പെടുന്നതിനെ മിതവാദികൾ തടഞ്ഞു. കോൺഗ്രസിന്റെ വേദിയിൽവെച്ച് സ്വരാജ് എന്ന പദം ആദ്യമായി ഉദ്ധരിച്ച വന്ദ്യവയോധികനും സമരാദ്ധ്യനയമായിരുന്നു നവറോജി.

ബംഗാൾ വിഭജനം

ബ്രിട്ടീഷ് സാമ്രാജ്യത്വവാദികൾക്ക് നമ്മുടെ ദേശീയ പ്രസ്ഥാനവുമായി ആദ്യമായി ഏറ്റുമുട്ടേണ്ടിവന്നത് ബംഗാൾ വിഭജന പ്രശ്നത്തിലാണ്.

നാടൻ ചരക്കുകൾ വാങ്ങണമെന്നും ബ്രിട്ടീഷ് ചരക്കുകൾ, പ്രത്യേകിച്ചും ബ്രിട്ടീഷ് വസ്ത്രങ്ങൾ ബഹിഷ്കരിക്കണമെന്നുള്ള ആവശ്യം അതിനകം കോൺഗ്രസ് വേദികളിൽ ജനങ്ങൾ ഉയർന്ന് കേൾക്കുകയുണ്ടായി. ഇന്ത്യൻ കമ്പോളത്തിൽ ബ്രിട്ടീഷ് ചരക്കുകൾ കുന്നുകൂട്ടിക്കൊണ്ട് കൊളോണിയൽ ചൂഷണം നടത്തുന്നതിനെതിരായ ഒരു പ്രതിഷേധമായിരുന്നു അത്. ഈ നയത്തിന് മുഖ്യമായും ഇരയായിത്തീർന്നത് പ്രാദേശിക മില്ലുകളാണ്. ആധുനിക ഇന്ത്യൻ വ്യവസായത്തിന് നേരിടേണ്ടിവരുന്ന അന്യായവും വിവേചനപരവുമായ പെരുമാറ്റത്തിലുള്ള പ്രതിഷേധം പലരും കോൺഗ്രസ് സമ്മേളനത്തിൽ പ്രകടിപ്പിക്കുകയുണ്ടായി. 1906 ൽ ചേർന്ന ഇന്ത്യൻ നാഷണൽ കോൺഗ്രസിന്റെ സമ്മേളനത്തിൽ ഇന്ത്യൻ വ്യവസായങ്ങൾക്ക് സംരക്ഷണം നല്കണമെന്ന് പണ്ഡിറ്റ് മദൻമോഹൻ മാളവ്യ ആവശ്യപ്പെട്ടു. സ്വദേശി-ബഹിഷ്കരണപ്രസ്ഥാനം ഇന്ത്യൻ വ്യവസായങ്ങൾക്ക് സംരക്ഷണം നല്കി. സാമ്രാജ്യത്വത്തിനെതിരെ ബഹുജന പ്രതിഷേധം പ്രകടിപ്പിക്കുന്നതിന് നടത്തിയ വിഭജനവിരുദ്ധ പ്രക്ഷോഭത്തിൽ ഈ ആയുധങ്ങൾ ഉൾപ്പെട്ടിരുന്നു.

ബംഗാളിൽ സ്വദേശി പ്രക്ഷോഭം വ്യാപിപ്പിക്കുന്നതിന് ഭൂപ്രഭുക്കളും വക്കീലന്മാരും വിദ്യാർത്ഥികളും യുവാക്കളും ഡോക്ടർമാരും ഇന്ത്യൻ പട്ടാളക്കാരും ബ്രാഹ്മണരും ബാർബർമാരും അലക്കുകാരും സുപ്രധാന പങ്ക് വഹിച്ചതായി രഹസ്യ പൊലീസ് റിപ്പോർട്ടുചെയതും ബാരക്പൂരിലും ഫോർട് വില്യംസിലും തമ്പടിച്ച മൂന്ന് റജിമെന്റുകൾ വിദേശ തുണികൊണ്ട് നിർമ്മിച്ച യൂണിഫോം വാങ്ങാൻ തയ്യാറായില്ല, അവസാനം അവരെ നിരായുധരാക്കി. ദുഫ്രിൻ സൂചിപ്പിച്ച ചെറിയ അഭ്യസ്തവിദ്യവിഭാഗത്തിന് ഇപ്പോൾ അലക്കുകാരെയും ബാർബർമാരെയും. സാധാരണ ജനങ്ങളുടെ പ്രതിനിധികുടുംബദേശീയ പ്രസ്ഥാനത്തിലേക്ക് ആകർഷിക്കാൻ കഴിഞ്ഞു... ബ്രിട്ടീഷ് വാഴ്ചയുടെ താങ്ങായ ഇന്ത്യൻ പട്ടാളത്തെപ്പോലും അവർ ദേശീയ പ്രസ്ഥാനത്തിലേക്ക് ആകർഷിച്ചു.

ഇന്ത്യൻ ജനതയുടെ ആദ്യത്തെ മഹത്തായ പ്രസ്ഥാനം അതേവരെ ദേശീയനേതൃത്വം പിന്തുടർന്നുപോന്ന നയം അപര്യാപ്തമാണെന്ന് തെളിയിച്ചു. കുറെക്കൂടി ഉശിരുള്ള ഒരു നേതൃത്വത്തിന്റെ ആവശ്യകത അത് അടിവരയിട്ടു, കാട്ടി, തിലകന്റെ വിട്ടുവീഴ്ചയില്ലാത്ത സമീപനം അദ്ദേഹത്തെ മുൻപന്തിയിലേക്ക് കൊണ്ടുവന്നു. 1908 ൽ കോടതി അദ്ദേഹത്തിന് ആറ് വർഷത്തെ തടവുശിക്ഷ വിധിച്ചു. ബോംബെയിലെ തൊഴിലാളികൾ അതിൽ ശക്തിയായി പ്രതിഷേധിച്ചു. ആ പ്രതിഷേധം ഒരു ഭാഗത്ത് തൊഴിലാളികളും മറുഭാഗത്ത് പൊലീസും പട്ടാളവും തമ്മിലുള്ള ഏറ്റുമുട്ടലിൽ ചെന്നു കലാശിച്ചു. അനേകം തൊഴിലാളികൾ വെടിയുണ്ടകൾക്കിരയായി. ഈ വമ്പിച്ച പ്രതിഷേധം ലെനിന്റെ ശ്രദ്ധയിൽപെട്ടു. അദ്ദേഹം പറഞ്ഞു, ഇന്ത്യയിൽ ബ്രിട്ടീഷ് സാമ്രാജ്യ

ത്വത്തിന്റെ നാളുകൾ എണ്ണപ്പെട്ടുകഴിഞ്ഞിരിക്കുന്നു. ജനങ്ങളുടെമേൽ മർദ്ദനം കെട്ടഴിച്ചുവിട്ടു. ബംഗാളിൽ അരങ്ങേറിയത് ഒരു ഭീകരവാഴ്ച തന്നെയായിരുന്നു. നേതാക്കളെ മർദ്ദിക്കുകയും അപമാനിക്കുകയും ചെയ്തു; വന്ദേമാതരം ആലപിച്ചതിന്റെ പേരിൽ സ്കൂൾ വിദ്യാർത്ഥികളെ ചാട്ടവാറുകൊണ്ട് പ്രഹരിച്ചു; പട്ടാളക്കാർ വീടുകൾ കൊള്ളയടിച്ചു. ബഹിഷ്കരണത്തിന് പിന്തുണ നല്കിയ കച്ചവടക്കാരെ പട്ടാളക്കാർ ആക്രമിക്കുകയും അവരുടെ കടകൾ കൊള്ളയടിക്കുകയും ചെയ്തു.

ഇതേഘട്ടത്തിൽതന്നെയാണ് മുസ്ലീംലീഗ് സൃഷ്ടിക്കപ്പെട്ടത്, എന്നത് യാദൃച്ഛികമല്ല. മുസ്ലീം സമുദായത്തിന്റെ പ്രത്യേകമായ ചില ആവശ്യങ്ങൾ അതുന്നയിച്ചു. ബ്രിട്ടീഷുകാർക്കെതിരായ പൊതുസമരത്തിൽ മുസ്ലീങ്ങൾ ലയിച്ചുചേരുന്നത് തടയാൻ അവരുടെ അസ്തിത്വം നിലനിർത്തണമെന്ന ആശയം അത് പ്രചരിപ്പിക്കാൻ തുടങ്ങി. അത്തരമൊരു ശക്തി ബ്രിട്ടീഷുകാരെ സംബന്ധിച്ചേടത്തോളം ആവശ്യമായിരുന്നു. അവരതിനെ ആഗാഖാന്റെ നേതൃത്വത്തിൽ കൊണ്ടുവരാൻ ശ്രമിച്ചു. കോൺഗ്രസിനെതിരെ ഈയൊരു ശക്തിയെ വളർത്തിക്കൊണ്ടുവരാൻ ബ്രിട്ടീഷുകാർ ശ്രമിച്ചുകൊണ്ടിരിക്കെ മറ്റൊരുശക്തി വളർന്നുവരികയായിരുന്നു. അനേകവർഷങ്ങളോളം ആ ശക്തി ബ്രിട്ടീഷുകാരെ വെല്ലുവിളിച്ചു. അത് കോൺഗ്രസ് നേതൃത്വത്തിന്റെ നിയന്ത്രണത്തിനും അപ്പുറത്തുള്ള ഒരു ശക്തിയായിരുന്നു—താഴ്ന്ന ഇടത്തരം വർഗ്ഗത്തിൽപ്പെട്ട യുവാക്കൾ. രാജ്യത്തെ അപമാനിച്ചവരോട് പ്രതികാരം ചെയ്യാൻ ദൃഢപ്രതിജ്ഞ എടുത്തവരായിരുന്നു അവർ. സ്വാതന്ത്ര്യത്തിനുവേണ്ടി എന്ത് ത്യാഗവും സഹിക്കാൻ അവർ തയ്യാറായിരുന്നു. അവർ ആയുധം കൈയിലെടുത്തു. ബ്രിട്ടീഷ് ഉദ്യോഗസ്ഥന്മാരെ ആക്രമിക്കുക എന്ന പരിപാടി നടപ്പാക്കി. രാജ്യത്തെ മോചിപ്പിക്കുന്നതിന് സായുധ കലാപം സംഘടിപ്പിക്കുക എന്നതായിരുന്നു അവരുടെ ലക്ഷ്യം. അയർലണ്ടിലും റഷ്യയിലുമുള്ള ഇത്തരം ഗ്രൂപ്പുകളിൽനിന്ന് അവർ ആവേശം ഉൾക്കൊണ്ടു. അവർക്ക് വ്യക്തമായ ഒരു ആശയസമുച്ചയമില്ലെങ്കിലും, ഭൂതകാലത്തെ സെന്റിമെന്റുകളിൽ കടിച്ചുതൂങ്ങി നില്ക്കുകയാണെങ്കിൽ തന്നെയും ദേശീയബോധം അവരെ ഇളക്കിവിടു. സംഘാടനത്തിലുള്ള കഴിവും ശേഷിയും അവർ തെളിയിച്ചു. അവരുടെ പ്രധാന പ്രവർത്തന മേഖല മഹാരാഷ്ട്രയും ബംഗാളും പഞ്ചാബുമായിരുന്നു.

ഈ യുവാക്കൾ ബ്രിട്ടീഷുകാരെമാത്രമല്ല ഭയപ്പെടുത്തിയത്. കോൺഗ്രസ് നേതാക്കളെപ്പോലും ഭയപ്പെടുത്തി. അവരാകട്ടെ, ബ്രിട്ടീഷ് ഉദ്യോഗസ്ഥന്മാർക്കെതിരായ ഈ ഗ്രൂപ്പുകളുടെ അക്രമത്തെ അപലപിക്കാനുള്ള ഒരു അവസരവും പാഴാക്കിയില്ല. ഇതേ മാർഗ്ഗംതന്നെ ബഹുജനങ്ങളും അവലംബിക്കുമോ എന്നായിരുന്നു അവരുടെ ഭയം.

ബൂർഷ്വാസി നേതൃത്വം നല്കിയ കോൺഗ്രസും താഴ്ന്ന ഇടത്തരം വർഗ്ഗത്തിൽപെട്ട വിപ്ലവകാരികളും തമ്മിലുള്ള നിശിതമായ അഭിപ്രായവ്യത്യാസം ഒന്നാം സാമ്രാജ്യത്വയുദ്ധകാലത്ത് പ്രകടമായി. ആദ്യത്തെ

കൂട്ടർ ബ്രിട്ടീഷുകാരുമായി സഹകരിച്ചു. ഇംപീരിയൽ കൗൺസിലിലെ അവരുടെ പ്രതിനിധികൾ യുദ്ധങ്ങൾക്ക് സംഭാവന നല്കുന്നതിന് അനുകൂലമായി വോട്ട് രേഖപ്പെടുത്തി. രണ്ടാമത്തെ കൂട്ടരാവട്ടെ, വിദേശ ത്തുനിന്നുള്ള സഹായത്തോടെ സായുധകലാപം സംഘടിപ്പിക്കാൻ ശ്രമിച്ചു. ഒരു കപ്പൽ നിറയെ ആയുധങ്ങൾ കടത്തി വിതരണം ചെയ്യുന്നതിനുള്ള പദ്ധതി പൊളിഞ്ഞുപോയി. കാരണം, അതിനുമുമ്പു തന്നെ ബ്രിട്ടീഷുകാർ അക്കാര്യം മണത്തറിഞ്ഞു. പഞ്ചാബിൽ ഗദ്ദർപാർട്ടി അംഗങ്ങൾ പട്ടാളക്കാരുടെ ഒരു കലാപം സംഘടിപ്പിക്കാൻ ശ്രമിച്ചു. അവരിൽ പലരെയും തൂക്കിലേറ്റി.

ഈ ഗ്രൂപ്പിലൂടെ വളർന്നുവന്ന പ്രാമാണികനായ ഒരു നേതാവാ യിരുന്നു നരേന്ദ്ര ഭട്ടാചാര്യ. പില്ക്കാലത്ത് അദ്ദേഹം എം എൻ റോയി എന്ന പേരിൽ കമ്യൂണിസ്റ്റ് ഇന്റർനാഷണലിന്റെ പ്രമുഖനേതാവായി ത്തീർന്നു. അതിനുശേഷം അദ്ദേഹം ഒരു റാഡിക്കൽ ഹ്യൂമനിസ്റ്റായിത്തീർ ന്നെങ്കിലും ആദ്യകാലത്ത് അദ്ദേഹം വഹിച്ച പങ്ക് ചുരുക്കിക്കണ്ടുകൂട.

ഒന്നാം ലോകമഹായുദ്ധകാലത്ത് കോൺഗ്രസ് സംഘടിപ്പിച്ച ചെറുത്തുനില്പ് പൊളിഞ്ഞുപോയി കോൺഗ്രസ് നേതൃത്വത്തിന്റെ സ്വഭാവം, ഭരണഘടനാപരമായ അതിന്റെ വ്യാമോഹങ്ങൾ എന്നിവയിൽ വെളിച്ചം വീശാൻ ഇതിനേക്കാൾ നല്ല ഉദാഹരണമില്ല രാജാവിനോട് കൂറു പ്രകടിപ്പിക്കാൻ മിതവാദികളും തീവ്രവാദികളും കോർത്തുപിടിച്ചു. ലോകത്തെ വിഭജിക്കുന്നതിന് സാമ്രാജ്യത്വശക്തികൾ നടത്തിയ യുദ്ധത്തിൽ അവരോട് അനുഭാവം പ്രകടിപ്പിക്കുന്ന നിലപാട് കോൺഗ്രസ് കൈക്കൊണ്ടു.

വിശ്വസ്തതയുടേതായ ഈ അപസ്മാരബാധയെ മുറിച്ചുകടക്കാൻ തിലകന് അതിവേഗം കഴിഞ്ഞു. എതിർപ്പിന്റേതായ തലത്തിലേക്ക് അദ്ദേഹം തിരിച്ചെത്തി. ബോംബെ ഗവർണർ അദ്ധ്യക്ഷത വഹിച്ച വാർകൗൺസിൽ യോഗത്തിൽ ഇന്ത്യക്ക് സ്വയംഭരണാധികാരം നല്ക ണമെന്ന് ആവശ്യപ്പെട്ടുകൊണ്ട് സംസാരിക്കാൻ അനുവദിക്കാത്തതിനെ തുടർന്ന് ആ യോഗത്തിൽനിന്ന് അദ്ദേഹം വാക്കൗട്ട് നടത്തി.

1915 ൽ നടന്ന ഇന്ത്യൻ നാഷണൽ കോൺഗ്രസ് സമ്മേളനത്തിൽ അദ്ധ്യക്ഷത വഹിച്ച സത്യേന്ദ്ര സിഹ്ന ബ്രിട്ടീഷുകാരോടുള്ള തന്റെ കൂറ് പ്രകടിപ്പിച്ചു. അദ്ദേഹം പറഞ്ഞു: “ലോകചരിത്രത്തിലെ ഈ നിർണ്ണാ യക ഘട്ടത്തിൽ, സമാധാനത്തിനും കഴിഞ്ഞ 150 ല്പരം വർഷമായി നേടിയെടുത്ത നാഗരികതയുടേതായ അനുഗ്രഹാശിസുകൾക്കും മഹ ത്തായ ബ്രിട്ടീഷ് രാഷ്ട്രത്തോട് ഇന്ത്യ അതിന്റെ നന്ദി പ്രകടിപ്പിക്കേണ്ടി യിരിക്കുന്നു.”

യുദ്ധം അവസാനിക്കാറായ 1918 ലാണ് കോൺഗ്രസിന്റെ ദൽഹി സമ്മേളനം ചേർന്നത്. ആ സമ്മേളനം രാജാവിനോട് കൂറ് പ്രകടിപ്പി ക്കുന്ന ഒരു പ്രമേയം അംഗീകരിച്ചു. 1914 ലെ കോൺഗ്രസ് സമ്മേളന ത്തിൽ മദ്രാസ് ഗവർണർ പെന്റ്ലാന്റ് പ്രഭു പങ്കെടുത്തു. 1915 ൽ നടന്ന

കോൺഗ്രസ് സമ്മേളനത്തിൽ ബോംബെ ഗവർണർ വില്ലിങ്ടൺ പ്രഭുവും 1916 ൽ നടന്ന കോൺഗ്രസ് സമ്മേളനത്തിൽ ഐക്യ പ്രവിശ്യാഗവർണർ സർ ജെയിംസ് മെസ്റ്റണും പങ്കെടുത്തു. ഗവൺമെന്റ് പ്രതിനിധികളെ ആഹ്ലാദത്തിമിർപ്പോടെയാണ് എതിരേറ്റത്. ലജ്പത്റായിയും ജിന്നയും സിഹ്നയും ഉൾപ്പെട്ട പ്രതിനിധിസംഘം ലണ്ടനിലെത്തി സ്റ്റേറ്റ് സെക്രട്ടറിക്ക് ഒരു കത്ത് കൊടുത്തു. ആ കത്തിൽ "ഇന്ത്യയിലെ രാജാക്കന്മാരും ജനങ്ങളും തങ്ങളുടെ കഴിവിനനുസരിച്ച് സ്വമേധയാ ഗവൺമെന്റുമായി സഹകരിക്കാൻ തയ്യാറാ"ണെന്നറിയിച്ചു. "ശീഘ്രഗതിയിലുള്ള സാമ്രാജ്യത്വ വിജയത്തിനായി തങ്ങളുടെ രാജ്യത്തിന്റെ വിഭവങ്ങൾ ചക്രവർത്തിയുടെ മുമ്പിൽ സമർപ്പിക്കുന്നു"വെന്ന് അവർ പ്രഖ്യാപിച്ചു. ദക്ഷിണാഫ്രിക്കയിൽനിന്ന് ലണ്ടനിലെത്തിച്ചേർന്ന ഗാന്ധി നിഷ്പക്ഷമായി ചിന്തിക്കാനും തങ്ങളുടെ കടമ നിർവ്വഹിക്കാനും തന്റെ ഇന്ത്യൻ യുവസുഹൃത്തുക്കളോട് അഭ്യർത്ഥിച്ചു. ഗാന്ധിയും ഏതാനും പേരും എഴുതി തയ്യാറാക്കിയ ഒരു കത്തിൽ പറഞ്ഞു: "സാമ്രാജ്യത്തെ ബാധിച്ച പ്രതിസന്ധിയുടേതായ ഘട്ടത്തിൽ യു കെ യിൽ താമസിക്കുന്ന ഇന്ത്യാക്കാർ നിരുപാധികം അധികാരികളുടെ സേവനത്തിനായി സദാ തയ്യാറായി നില്ക്കണമെന്നാണ് ഞങ്ങളുടെ ആഗ്രഹം. ഞങ്ങളുടെ സേവനം ഏത് നിമിഷവും അധികാരികൾക്ക് വിട്ടുതരാൻ തയ്യാറാണെന്ന് ഞങ്ങളും ഇതിന്റെ അനുബന്ധത്തിൽ കൊടുത്ത പേരുകാരും അറിയിക്കാൻ ആഗ്രഹിക്കുന്നു." തുടർന്ന് ലണ്ടനിൽ ഇന്ത്യക്കാരുടെ ഒരു വളണ്ടറി ആംബുലൻസ് കോർ ഗാന്ധി രൂപീകരിച്ചു. മാത്രമല്ല ഇന്ത്യയിൽ മടങ്ങി വന്നതിനുശേഷം വൈസ്രോയിയോട് തന്റെ സേവനസന്നദ്ധത അദ്ദേഹം ആവർത്തിക്കുകയും ചെയ്തു.

കോൺഗ്രസിന്റെ സൂറത്ത് സമ്മേളനം പിളർപ്പിന്റെ ഒരു വേദിയായി മാറി. പാർട്ടി മിതവാദികളും തീവ്രവാദികളുമായി ഭിന്നിച്ചു. രണ്ടുവിഭാഗങ്ങളും 1916 ൽ താല്ക്കാലികമായി യോജിച്ചെങ്കിലും അവസാനം 1918 ൽ മിതവാദികൾ വേർപെട്ടുപോയി. അങ്ങനെ യുദ്ധത്തിന്റെ പ്രശ്നത്തിൽ രണ്ടു വിഭാഗങ്ങളും തമ്മിൽ താല്ക്കാലികമായ യോജിപ്പുണ്ടായി. രണ്ടു വിഭാഗങ്ങൾക്കും ഭരണഘടനാപരമായ പുരോഗതിയെ സംബന്ധിച്ച് വ്യാമോഹങ്ങളുണ്ടായിരുന്നു. ബ്രിട്ടീഷുകാരുടെ നീതിബോധത്തെക്കുറിച്ചും ഇരുകൂട്ടരും വ്യാമോഹം വെച്ചുപുലർത്തി.

വാസ്തവത്തിൽ ഈ വ്യാമോഹത്തിന് അടിസ്ഥാനമൊന്നും ഉണ്ടായിരുന്നില്ല. തീവ്രവാദി നേതാക്കളെ തടവറകളിലേക്ക് തള്ളുന്നതും നാടുകടത്തുന്നതും നിർബ്ബാധം തുടർന്നു. 1907 ൽ കുപ്രസിദ്ധമായ സെഡീഷ്യസ് മീറ്റിങ്സ് ആക്ട് (രാജ്യദ്രോഹപരമായതെന്ന് ഗവൺമെന്റ് കണക്കാക്കുന്ന കാര്യങ്ങൾ ചർച്ച ചെയ്യുന്നതിനോ പ്രഖ്യാപിക്കുന്നതിനോ യോഗം ചേരുന്നത് തടയൽ നിയമം) വന്നു. തുടർന്ന് 1910 ൽ പത്രമാരണനിയമവും 1918 ൽ റഗുലേഷൻ!! ഗവൺമെന്റ് പുനരുദ്ധരിച്ചു. വിചാരണകൂടാതെ തടവിൽവെക്കാനും നാടുകടത്താനും അധികാരം

നല്കുന്നതായിരുന്നു ആ റഗുലേഷൻ.

യുദ്ധപരിതഃസ്ഥിതി സൃഷ്ടിച്ച ജനകീയാസംതൃപ്തി വർദ്ധിച്ചുകൊണ്ടിരുന്നു. അവശ്യവസ്തുക്കളുടെ ദൗർല്ലഭ്യവും വിലക്കയറ്റവും രോഗങ്ങളും ജനങ്ങളുടെ കഷ്ടപ്പാടുകളും രോഷവും വർദ്ധിപ്പിച്ചു. പഞ്ചാബിലെ ഗദ്ദർ പ്രസ്ഥാനം ശക്തമായി. ഇന്ത്യൻ പട്ടാളത്തിൽ ലഹള പൊട്ടിപ്പുറപ്പെട്ടു. ആയിടെ ജയിൽമോചിതനായ തിലകൻ ജനങ്ങളുടെ മനോഭാവം മനസ്സിലാക്കി ഹോംറൂൾ ലീഗ് രൂപീകരിച്ചു. അദ്ദേഹം ജനങ്ങൾക്ക് ഒരു പുതിയ മുദ്രാവാക്യം നല്കി: "സ്വരാജ് എന്റെ ജന്മാവകാശമാണ്. അത് ഞാൻ നേടുകയും ചെയ്യും." അദ്ദേഹത്തിന്റെ പ്രചാരണ പ്രവർത്തനത്തിൽ ആനിബസന്റ് പങ്കുചേർന്നു.

1916 ൽ ലഖ്നൗവിൽവെച്ച് കോൺഗ്രസിന്റെ പുനരേകീകരണം നടന്നു. കോൺഗ്രസും ലീഗും തമ്മിൽ സഹകരണത്തിനുള്ള പദ്ധതികൾ പൂർത്തിയായി. സ്വയം ഭരണത്തിന്റേതായ ദിശയിൽ പരിഷ്കരണമേർപ്പെടുത്തുന്നതിനുള്ള ഒരു പദ്ധതി തയ്യാറാക്കാൻ കരാറുണ്ടായി. ബ്രിട്ടീഷ് ഗവൺമെന്റ് നിർദ്ദേശിച്ച ഭരണപരിഷ്കാരങ്ങൾ കോൺഗ്രസ് നേതൃത്വത്തിന്റെ വ്യാമോഹം തകർത്തുകളഞ്ഞു. 1918 ൽ ബോംബെയിൽ ചേർന്ന കോൺഗ്രസിന്റെ പ്രത്യേക സമ്മേളനം ആ പരിഷ്കാരങ്ങൾ നിരാശാജനകവും അതൃപ്തവുമാണെന്ന് അഭിപ്രായപ്പെടുകയും അവയെ അപലപിക്കുകയും ചെയ്തു.

എങ്കിലും ബ്രിട്ടീഷ് നീതിന്യായങ്ങൾ ഗാന്ധി വിശ്വാസം പുലർത്തി. 1919 ഡിസംബർ 31 ന്റെ *യങ് ഇന്ത്യ*യിൽ അദ്ദേഹമെഴുതി: "പരിഷ്കരണ നിയമം ആത്മാർത്ഥതയോടുകൂടിയതാണ്. ഇന്ത്യയോട് നീതികാണിക്കണമെന്ന ബ്രിട്ടീഷ് ജനതയുടെ ആഗ്രഹം അതിലടങ്ങിയിട്ടുണ്ട്. അതിനാൽ ഇത് സംബന്ധിച്ച സംശയങ്ങളൊക്കെ ദുരീകരിക്കേണ്ടതാണ്. നമ്മുടെ കടമ പരിഷ്കാരങ്ങളെ വിമർശിക്കുകയല്ല. നേരെമറിച്ച് അത് വിജയപ്രദമാക്കിത്തീർക്കുകയാണ്." ഈ പ്രഖ്യാപനം നടത്തിയത് റൗളത് നിയമം പാസാക്കുകയും അമൃത്സർ കൂട്ടക്കൊല നടക്കുകയും പഞ്ചാബിൽ പട്ടാളഭരണം അടിച്ചേല്പിക്കുകയും ചെയ്തതിനുശേഷമാണെന്നോർക്കണം. എങ്കിലും ചില ശക്തികൾ ഈ വ്യാമോഹങ്ങൾ തകർക്കുന്നതിന് പ്രവർത്തിക്കുകയായിരുന്നു. അസംതൃപ്തിയുടെതും രോഷത്തിന്റേതുമായ അലകൾ അടിച്ചുകയറുന്തോറും ജനങ്ങൾ അതിവേഗം മാറിക്കൊണ്ടിരിക്കുകയായിരുന്നു. ബ്രിട്ടീഷ് ഭരണാധികാരികളുമായുള്ള കോൺഗ്രസിന്റെ സഹകരണത്തിന്റെ അടിസ്ഥാനം തുരങ്കംവെക്കപ്പെട്ടുകൊണ്ടിരിക്കുകയായിരുന്നു. മൊണ്ടേഗു- ചെംസ്ഫോർഡ് ഭരണപരിഷ്കാരത്തിന്റെ ഗരിമയെ സംബന്ധിച്ചോ സ്വയംഭരണാധികാരത്തെക്കുറിച്ചുള്ള രാജകീയ വിളംബരത്തിന്റെ അർത്ഥത്തെ സംബന്ധിച്ചോ ജനങ്ങൾക്ക് ഉൽക്കണ്ഠയേതുമുണ്ടായിരുന്നില്ല. അവർക്ക് വേണ്ടിയിരുന്നത് അവരുടെ കഷ്ടപ്പാടുകൾ ദൂരീകരിക്കുകയാണ്. സ്വരാജ് എന്ന ആവശ്യം ഉന്നയിക്കുകയെന്ന മനോഭാവമായിരുന്നു അവർക്കപ്പോൾ.

1919-ാമാണ്ടിൽ പണിമുടക്കുകളുടെ ഒരു വേലിയേറ്റംതന്നെയുണ്ടായി. അതിനു മുമ്പൊരിക്കലും ഇത്രയധികം പണിമുടക്കുകൾക്ക് രാജ്യം സാക്ഷ്യം വഹിച്ചിട്ടില്ല. ബോംബെയിൽ നടന്ന ടെക്സ്റ്റൈൽ തൊഴിലാളി പണിമുടക്കിൽ പങ്കെടുത്തവരുടെ എണ്ണം 1,25,000. യുദ്ധകാലത്ത് സ്വാതന്ത്ര്യസമരത്തിൽ പങ്കെടുക്കുന്നവരെ വിചാരണ കൂടാതെ തടങ്കലിൽവെക്കുന്നതിനും സ്വാതന്ത്ര്യസമരത്തെ നിയന്ത്രിക്കുകയും തച്ചമർത്തുകയും ചെയ്യുന്നതിനും ഗവൺമെന്റ് കൊണ്ടുവന്ന റൗളറ്റ് നിയമം അതേപടി നിലനിർത്താനുള്ള നീക്കത്തിൽ ജനങ്ങൾ രോഷാകുലരായി. പുതിയ ഭരണ പരിഷ്കാരങ്ങൾ പഴയ അടിച്ചമർത്തൽനയത്തിന് മറയിടാനാണ് എന്ന് അവർ മനസ്സിലാക്കി. റൗളത് നിയമത്തിന്റെ ദേശീയ പത്രങ്ങൾക്കെതിരായ അതിന്റെ കടന്നാക്രമണത്തിന്റെ വെല്ലുവിളി ഗാന്ധി സ്വീകരിച്ചു. അതിനെതിരെ അദ്ദേഹം ഒരു ചെറുത്തുനില്പ് പ്രസ്ഥാനം സംഘടിപ്പിച്ചു. ഈദൃശലക്ഷ്യത്തോടെ അദ്ദേഹം ഒരു സത്യഗ്രഹലീഗ് രൂപീകരിക്കുകയും ഏപ്രിൽ 6 ന് ഹർത്താലാചരിക്കാൻ ആഹ്വാനം നല്കുകയും ചെയ്തു. ഈ ആഹ്വാനത്തിന് കിട്ടിയതുപോലുള്ള വമ്പൻ പ്രതികരണം മറ്റൊരു ആഹ്വാനത്തിനും അതേവരെ കിട്ടിയില്ല. പ്രകടനങ്ങളും പണിമുടക്കുകളും അലമാലകൾ പോലെ അടിച്ചുകയറി. പൊലീസും ജനങ്ങളും പലേടങ്ങളിലും ഏറ്റുമുട്ടി. ഒട്ടേറെപ്പേരെ പൊലീസുകാർ കൊന്നുതള്ളി. ജനങ്ങൾ തിരിച്ചടിച്ചു. ഇതെല്ലാം രാജ്യത്തെ പിടിച്ചുകുലുക്കി. ഈ പ്രക്ഷോഭം അതിന് മുൻകൈ എടുത്തവർ പ്രതീക്ഷിച്ചതിനേക്കാൾ വൻ വിജയമായിരുന്നു. ഹിന്ദു-മുസ്ലീം ജനസാമാന്യങ്ങൾ തമ്മിലുള്ള സുഹൃദ്ബന്ധം കൂടുതൽ ശക്തമായി. ഇത് ഭരണവൃത്തങ്ങളിൽ പരിഭ്രാന്തി സൃഷ്ടിച്ചു. 1857 ലെ സ്മരണകൾ ബ്രിട്ടീഷ് ഉദ്യോഗസ്ഥന്മാരെയും ബിസിനസുകാരെയും വേട്ടയാടാൻ തുടങ്ങി.

പരിഭ്രാന്തരായിത്തീരുകയും ഇന്ത്യൻ ജനതയുടെ മനോഭാവം മനസ്സിലാക്കുകയും ചെയ്ത ഗവൺമെന്റ് മൃഗീയമായ മർദ്ദനം അഴിച്ചുവിട്ടു. ബ്രിട്ടീഷ് നീതിന്യായ വ്യവസ്ഥയുടെ തനിനിറം പുറത്തായി. പട്ടാളക്കാർ സ്ത്രീകൾക്കെതിരെപോലും മൃഗീയമായ അതിക്രമങ്ങൾ കാട്ടി. ജാലിയൻ വാലാബാഗിൽ തടിച്ചുകൂടിയ നിരായുധരായ ജനങ്ങളുടെ മേൽ കൊലയാളി ജനറൽ ഡയർ 1600 ചുറ്റ് വെടിവെച്ചു. ഔദ്യോഗികകണക്കുപ്രകാരം 379 പേർ കൊല്ലപ്പെട്ടു. 1200 പേർക്ക് മുറിവേറ്റു. "പഞ്ചാബിൽ പട്ടാളനിയമം പ്രഖ്യാപിച്ചു. വെടിവെപ്പ്. തൂക്കിക്കൊല, ആകാശത്തുനിന്നുള്ള ബോംബാക്രമണം, ഭീകരവാഴ്ചക്കാലത്ത് ട്രിബ്യൂണലുകൾ നല്കിയ അസാധാരണ ശിക്ഷകൾ - ഇവയെക്കുറിച്ചെല്ലാമുള്ള പൂർണ്ണമായ കണക്കുകൾ ഇപ്പോഴും ലഭ്യമല്ല. തുടർന്നുള്ള അന്വേഷണങ്ങൾക്കുമാത്രമെ അവ പുറത്തുകൊണ്ടുവരാൻ കഴിയൂ." (*ഇന്ത്യ ടുഡേ* ആർ പി ഡി)

പഞ്ചാബ് മുഴുവൻ കലാപത്തിലായിരുന്നു. പഞ്ചാബിൽ നടന്ന അതിക്രമങ്ങളുടെ കഥകൾ രാജ്യമാകെ വ്യാപിച്ചു. ബഹുജനമുന്നേറ്റം വളർന്നു

വരാൻ തുടങ്ങി. അഹമ്മദാബാദിൽ ഗവൺമെന്റിന് പട്ടാള നിയമം പ്രഖ്യാപിക്കേണ്ടിവന്നു. പൊലീസുകാരുമായും പട്ടാളക്കാരുമായും ജനങ്ങൾ ആവർത്തിച്ച് ഏറ്റുമുട്ടി. ബോംബെയിലും കല്ക്കത്തയിലും പൊലീസുകാരുമായി ഏറ്റുമുട്ടിയതിലേറിയകൂറും തൊഴിലാളികളായിരുന്നു. ഈ പ്രസ്ഥാനം സർ ചിറോളിന്റെ അഭിപ്രായത്തിൽ, "ബ്രിട്ടീഷ് രാജിനെതിരെ ഒരു സംഘടിത കലാപത്തിന്റെ അനാശാസ്യമായ സ്വഭാവം കൈവരിച്ചു."

കോൺഗ്രസ് നേതാക്കൾ ഇദംപ്രഥമമായി ജനങ്ങളുടെ രോഷത്തിന് സാക്ഷ്യം വഹിച്ചു. ഈ സംഭവവികാസങ്ങൾ അവരിൽ ഭയാശങ്കകളുയർത്തി. ബോംബെയിലും കല്ക്കത്തയിലും മറ്റിടങ്ങളിലും ബ്രിട്ടീഷ് ഗവൺമെന്റിനെതിരെ നടന്ന അക്രമ പ്രവർത്തനങ്ങളെത്തുടർന്ന് ഏപ്രിൽ മദ്ധ്യത്തിൽ ഗാന്ധി ചെറുത്തുനില്പ് നിർത്തിവെച്ചു. ജൂലായ് 21-ാം തീയതി ഗവൺമെന്റിനെഴുതിയ കത്തിൽ ചെറുത്തുനില്പു പ്രസ്ഥാനം ഗവൺമെന്റിനെ അമ്പരപ്പിച്ചേക്കുമെന്ന് അദ്ദേഹം പ്രസ്താവിച്ചു.

ദേശീയ നേതാക്കൾ ആദ്യമായി ജനങ്ങളുടെ കലാപത്തിന് ദൃക്സാക്ഷികളാവാൻ തുടങ്ങി. ദേശീയ പ്രസ്ഥാനത്തിന്റെ കടമ ഭരണപരിഷ്കാരങ്ങൾ വിജയപ്രദമാക്കിത്തീർക്കാൻ 'ശാന്തമായി പ്രവർത്തിക്കുക'യാണെന്ന്, ഗാന്ധിയുടെയും ആനിബസന്റിന്റെയും അഭ്യർത്ഥനയനുസരിച്ച്, 1919 ഡിസംബറിൽ കോൺഗ്രസ് തീരുമാനിച്ചു. ഈ പ്രമേയത്തോടുള്ള എതിർപ്പിന് സി ആർ ദാസ് നേതൃത്വം നല്കി. ജാലിയൻവാലാബാഗ് സംഭവം കഴിഞ്ഞ് കഷ്ടിച്ച് 8 മാസം പൂർത്തിയാകുന്നതിനുമുമ്പ് ഈ പ്രമേയം പാസാക്കിയെന്നത് അത്ഭുതകരംതന്നെ. എങ്കിലും വിപ്ലവവേലിയേറ്റം തുടർന്നു. 1920 ന്റെ ആദ്യത്തെ ആറുമാസത്തിനിടയിൽ 200 ൽ കുറയാത്ത പണിമുടക്കുകൾ നടന്നു. അഞ്ചുലക്ഷം തൊഴിലാളികൾ ഈ പണിമുടക്കുകളിൽ പങ്കെടുത്തു.

1920 സെപ്തംബറിൽ ചേർന്ന കോൺഗ്രസിന്റെ പ്രത്യേക സമ്മേളനത്തിൽ അദ്ധ്യക്ഷത വഹിച്ച ലാലാലജ്പത് റായ് ഈ സ്ഥിതിഗതികൾ കണക്കിലെടുത്തതിന് ശേഷം പറഞ്ഞു:

> നാമൊരു വിപ്ലവഘട്ടത്തിലൂടെ കടന്നുപോവുകയാണെന്ന യാഥാർത്ഥ്യത്തിനുനേരെ കണ്ണടച്ചതുകൊണ്ട് കാര്യമില്ല. ജന്മസിദ്ധമായും പരമ്പരാഗതയും നമുക്ക് വിപ്ലവത്തോട് പരാങ്മുഖതയാണ്. പരമ്പരാഗതമായി നോക്കുമ്പോൾ നാം വളരെ മന്ദഗതിയിൽ പ്രവർത്തിക്കുന്നവരാണ്. പക്ഷേ, പ്രവർത്തിക്കണമെന്ന് തീരുമാനിച്ചാൽ പിന്നെ ആലോചിച്ച് സമയം കളയാതെ രംഗത്തിറങ്ങുകയായി. അപ്പോൾ നമ്മെ പിടിച്ചാൽ പിടികിട്ടില്ല. വിപ്ലവം നടക്കുമ്പോൾ ഒരു ജീവിക്കും അതിൽ നിന്ന് പൂർണ്ണമായി രക്ഷപ്പെടാനാവില്ല.

ഇതിനെക്കുറിച്ച് ആർ പി ദത്ത് പ്രകടിപ്പിച്ച അഭിപ്രായം നോക്കുക:

കോൺഗ്രസിന്റെ ഔദ്യോഗിക വക്താവിന്റെ പ്രഖ്യാപനം ഒരു വിപ്ല വഘട്ടത്തിന്റെ മദ്ധ്യത്തിൽ സഹജാവബോധത്താലും പരമ്പരാഗതമായും വിപ്ലവത്തിനുനേരെ പരാങ്മുഖത കാണിക്കുന്ന നേതൃത്വത്തിന് പ്രസ്ഥാനം നയിക്കുകയെന്ന പ്രശ്നം നേരിടേണ്ടി വരുമെന്ന വസ്തുത യുടെ പ്രഖ്യാപനമായിരുന്നു. മറ്റ് പല രാജ്യങ്ങളിലെയുമെന്നതുപോലെ ഇന്ത്യയിലെയും യുദ്ധാനന്തര പരിതഃസ്ഥിതിയുടെ വൈരുദ്ധ്യമാണ് ഇവിടെ കിടക്കുന്നത്. യുദ്ധം തുറന്നുകൊടുത്ത അവസരങ്ങളുമായി താര തമ്യപ്പെടുത്തുമ്പോൾ അതുപയോഗിക്കാൻ മാത്രം പക്വത രാഷ്ട്രീയ പ്രസ്ഥാനത്തിന് കൈവന്നിട്ടില്ല.

1920 ൽ ജനങ്ങൾ മുമ്പോട്ടേക്ക് മാർച്ചു ചെയ്തു. സമരത്തിൽനിന്ന് പിന്തിരിയുന്ന പ്രശ്നമേയുണ്ടായിരുന്നില്ല. ലാലാലജ്പത്റായി തന്റെ അദ്ധ്യക്ഷപ്രസംഗത്തിൽ നിരീക്ഷിച്ചതുപോലുള്ള സ്ഥിതിഗതികൾ നേരി ടുന്നതിന് ഗാന്ധിയും മറ്റ് നേതാക്കളും തയ്യാറായി.

1920 ൽ കല്ക്കത്തയിൽ നടന്ന കോൺഗ്രസ് സമ്മേളനം അഹിംസ യിലധിഷ്ഠിതമായ ഒരു നിസ്സഹകരണ പരിപാടി അംഗീകരിച്ചു. സമരം ചെയ്യുന്ന ജനങ്ങളുടെ കൂടെ നില്ക്കാൻ കോൺഗ്രസ് തീരുമാനിച്ചുവെ ന്നർത്ഥം. പണ്ഡിറ്റ് മോത്തിലാൽ നെഹ്റുവുമായും മറ്റ് നേതാക്കളുമായും ഗാന്ധി സഖ്യം സ്ഥാപിച്ചതുകൊണ്ടും ഖിലാഫത്ത് പ്രസ്ഥാനത്തിന് നേതൃത്വം നല്കിയ ആലിസഹോദരന്മാരിൽനിന്ന് ശക്തമായ പിന്തുണ കിട്ടിയതുകൊണ്ടുമാണ് ഇത് സംബന്ധിച്ച പ്രമേയം പാസായത്.

നിയമസഭ, കോടതി, വിദ്യാഭ്യാസ സ്ഥാപനങ്ങൾ എന്നിവ ബഹി ഷ്കരിക്കുക എന്നത് പ്രക്ഷോഭപരിപാടിയിലുൾപ്പെട്ടിരുന്നു. ഈ പരി പാടി അവസാനം നികുതി കൊടുക്കാതിരിക്കുന്നതിൽ ചെന്നു കലാശി ക്കണമെന്നാണ് വിഭാവനം ചെയ്തിരുന്നത്. ഇത് ശ്രദ്ധിച്ചാൽ ഒരുകാര്യം മനസ്സിലാകും. അടിയന്തര ബഹിഷ്കരണ പരിപാടി നടപ്പാക്കേണ്ടിയി രുന്നത്. ഇടത്തരം വർഗ്ഗത്തിൽപ്പെട്ടവരാണ്. ഗവൺമെന്റിനെ ധിക്കരിക്കു കയും നികുതി നിഷേധിക്കുകയോ ഭാവിയിലേക്ക് മാറ്റിവെക്കുകയോ ചെയ്യുകയും ചെയ്യുക എന്നതായിരുന്നു അടിയന്തരാഹ്വാനം. ദേശീയ പ്രസ്ഥാനത്തിൽ കൃഷിക്കാരെ അണിനിരത്തുന്നതിനുള്ള പരിപാടി അവർക്കുണ്ടായിരുന്നില്ല. കാരണം കർഷക ജനസാമാന്യത്തെ അവർ ഭയപ്പെട്ടു. ഫലമോ? ദേശീയ പ്രസ്ഥാനത്തിന്റെ വളർച്ച വേണ്ടതുപോ ലെയുണ്ടായില്ല. വാസ്തവത്തിൽ അതിനുമുമ്പിൽ പ്രതിബന്ധം സൃഷ്ടി ക്കുന്നതായിരുന്നു അവരുടെ നയം. അപ്പോൾ തൊഴിലാളികളുടെ സമരം നടക്കുന്നുണ്ടായിരുന്നു. അക്കാര്യവും അവർ കണക്കിലെടുത്തില്ല. ഗവൺമെന്റിനെ സ്തംഭിപ്പിക്കാൻ റെയിൽവെ തൊഴിലാളികൾക്ക് അത് ആഹ്വാനം നല്കിയില്ല.

പരിപാടിയുടെ കുറവുകൾ എന്തുതന്നെയായിരുന്നാലും ഇന്ത്യൻ ജനത ഒന്നടങ്കം മഹാത്മയുടെ ആഹ്വാനം ചെവിക്കൊണ്ടു. ജനങ്ങളുടെ സമ്പൂർണ്ണവും വിട്ടുവീഴ്ചയില്ലാത്തതുമായ എതിർപ്പിനെ ബ്രിട്ടീഷുകാർ

നേരിട്ടു. ആയിരക്കണക്കിന് വിദ്യാർത്ഥികൾ കോളേജുകൾ ഉപേക്ഷിച്ചു. ആയിരങ്ങൾ ജയിലിൽ പോയി. ജയിലിൽ പോകുന്നതിനെ സംബന്ധിച്ച ഭയം ഗാന്ധി ദൂരീകരിച്ചു. രാജ്യദ്രോഹക്കുറ്റത്തെക്കുറിച്ചുള്ള ഭയവും അദ്ദേഹം ദൂരീകരിച്ചു. തന്റെ തുറന്നടിച്ചുള്ള പ്രസംഗത്തിലൂടെ ബ്രിട്ടീഷ് ഭരണത്തിൽ തങ്ങൾക്ക് സങ്കല്പിക്കാൻ പോലും കഴിയാത്ത വിധത്തിലുള്ള പ്രസംഗസ്വാതന്ത്ര്യം അദ്ദേഹം അവർക്ക് നേടിക്കൊടുത്തു. അദ്ദേഹത്തിന്റെ വിട്ടുവീഴ്ചയില്ലാത്ത നിലപാട് ഒറ്റവാചകത്തിൽ ഇപ്രകാരമായിരുന്നു- ചെകുത്താൻ ഗവൺമെന്റിനെ നന്നാക്കാൻ കഴിയില്ല; അതിനെ അവസാനിപ്പിക്കുകതന്നെ വേണം. ഈ പ്രഖ്യാപനം ആയിരക്കണക്കിന് യോഗങ്ങളിൽ ആവർത്തിക്കപ്പെട്ടു. ഗവൺമെന്റിന്റെ പ്രവർത്തനങ്ങളിൽ അസംതൃപ്തി പ്രകടിപ്പിക്കുകയെന്നുള്ളത് ജനങ്ങളുടെ കടമയായി ത്തീർന്നു.

നിസ്സഹകരണപ്രസ്ഥാനം രാജ്യത്ത് സൃഷ്ടിച്ച പരിവർത്തനം സങ്കല്പിക്കാൻപോലും കഴിയില്ല. പുതിയ നേതൃത്വത്തിൽ നടന്ന വമ്പിച്ച സമരം ഗാന്ധിയെ ജനകീയ സമരത്തിന്റെ പ്രതീകമായി, നേതാവായി, പ്രചോദകനായിമാറ്റി, സാധാരണക്കാരിൽനിന്ന് അതിരറ്റ സ്നേഹവും ആദരവും മഹാത്മാ നേടിയെടുത്തു. അഹിംസ, നിസ്സഹകരണം എന്നീ തത്ത്വങ്ങളുയർത്തിപ്പിടിച്ച ഗാന്ധി തന്റെ സഹപ്രവർത്തകരേക്കാളൊക്കെ ഉന്നതശീർഷനായി. അസ്പൃശ്യത അവസാനിപ്പിക്കണം എന്ന് ആവശ്യപ്പെട്ടുകൊണ്ട് കടുത്ത യാഥാസ്ഥിതിക ഹിന്ദുക്കളെ മുറിവേല്പിക്കുന്നതിൽ അദ്ദേഹം വൈമുഖ്യം കാട്ടിയില്ല. തുർക്കിയോടുള്ള പെരുമാറ്റത്തിൽ പ്രതിഷേധം പ്രകടിപ്പിക്കുന്ന ഖിലാഫത്ത് പ്രസ്ഥാനത്തിന് പിന്തുണ നല്കിക്കൊണ്ട് ദേശീയാസ്വാസ്ഥ്യത്തിന്റെയും രോഷത്തിന്റെയും കരുത്ത് മുഴുവൻ സമാഹരിക്കാൻ ഗാന്ധി ശ്രമിച്ചു 1916 ലെ കോൺഗ്രസ്-ലീഗ് സഖ്യത്തെക്കാൾ വളരെയധികം പ്രധാനപ്പെട്ടതായിരുന്നു. ഖിലാഫത്തിന് നല്കിയ പിന്തുണ. സഖ്യം നേതാക്കൾ തമ്മിലായിരുന്നു; ഖിലാഫത് പ്രസ്ഥാനം മുസ്ലീം ജനസാമാന്യത്തെ മുഴുവൻ രംഗത്തിറക്കി. ഇതിനു മുമ്പൊരിക്കലും ഹിന്ദു-മുസ്ലീം ഐക്യം ഇത്രമാത്രം സുദൃഢമായിട്ടില്ല. അതുപോലെ ഭാവിയെ സംബന്ധിച്ച് ഇത്രമാത്രം ആത്മവിശ്വാസം ജനിപ്പിച്ച അവസരവും ഇതിന് മുമ്പുണ്ടായിട്ടില്ല. ഹിന്ദു-മുസ്ലീം ഐക്യം തെരുവുകളിൽ കണ്ട യാഥാർത്ഥ്യമാണ് - പ്രകടനങ്ങളിൽ, ഹർത്താലുകളിൽ, ബ്രിട്ടീഷ് പൊലീസിനെതിരായ സമരങ്ങളിൽ. പൊലീസ് വിരുദ്ധ സമരങ്ങളിൽ മുസ്ലീം ജനസാമാന്യം ഉശിരൻ പങ്ക് വഹിച്ചു. അത് ഹിന്ദു-മുസ്ലീം ഐക്യം അരക്കിട്ടുറപ്പിച്ചു.

എങ്കിലും മതം വിഭജിച്ചുനിർത്തിയിരുന്ന ജനങ്ങളുടെ വിപ്ലവകരമായ ഐക്യത്തിന്റെ ദുർബ്ബലമായ ഒരു ഘട്ടമായിരുന്നു ഇത്. സ്വരാജ് എന്ന മുദ്രാവാക്യത്തെ പലതരത്തിലുള്ള റിവൈവലിസ്റ്റ് സങ്കല്പനങ്ങളുമായി ഗാന്ധി കൂട്ടിക്കുഴച്ചു. മതത്തെ അടിസ്ഥാനമാക്കിയ ഒരാവശ്യത്തിന് നല്കിയ പിന്തുണയാണ് ഖിലാഫത്; ഒരു സമുദായത്തിന്റെ മത

പരമായ സങ്കടപരിഹാരത്തിനുള്ള പിന്തുണയായിരുന്നു അത്. ജനസാമാന്യത്തിന്റെ സ്ഥായിയായ ഐക്യത്തിനുള്ള സാദ്ധ്യത അത് തുറന്നെങ്കിലും നേതൃത്വത്തിന്റെ വർഗ്ഗപരമായ ചാഞ്ചാട്ടങ്ങൾമൂലം അത് നഷ്ടമായി.

കോൺഗ്രസ് നേതാക്കൾ പ്രചരിപ്പിക്കുകയും കൈവരിക്കുകയും ചെയ്ത ദേശീയഐക്യം ഒരുവശത്ത്, ബ്രിട്ടീഷുകാർക്കെതിരെ ജാതി-മത ഭേദമെന്യേ എല്ലാ വിഭാഗങ്ങളെയും യോജിപ്പിക്കേണ്ടതിന്റെ ആവശ്യകത പ്രതിഫലിപ്പിച്ചു. മറുവശത്ത്, ഫ്യൂഡലിസവുമായി ഒത്തുതീർപ്പുണ്ടാക്കേണ്ടതിന്റെ അതായത് ദേശീയൈക്യമെന്ന സങ്കല്പനത്തിന് വിരുദ്ധമായ പ്രവണതകളും ആശയങ്ങളുമായി ഒത്തുതീർപ്പുണ്ടാക്കേണ്ടതിന്റെ ആവശ്യകതയും പ്രതിഫലിപ്പിച്ചു. അതുകൊണ്ടത് സാമൂഹ്യ പരിഷ്കാരത്തിന്റേതായ ഒരു സമീപനം- അസ്പൃശ്യതയെ അതിന്റെ അടിവേര് കണ്ടെത്തി പിഴുതെറിയുകയെന്ന സമീപനം - സ്വീകരിച്ചു ഇപ്പോൾ സംവരണത്തിനുവേണ്ടി വാദിക്കുന്നതുപോലെ അത് ക്ഷേത്രപ്രവേശനത്തിന് വാദിച്ചു. എന്നാൽ ഒറ്റയടിക്ക് ഫ്യൂഡൽ അർദ്ധ ഫ്യൂഡൽ ഭൂബന്ധങ്ങൾ അവസാനിപ്പിക്കാൻ ധൈര്യം കാണിച്ചില്ല. അസ്പൃശ്യരുടെ അടിമത്തത്തിന്റെ സ്രോതസ്സ് ഈ ഭൂബന്ധമാണെന്നോർക്കുക.

ഹിന്ദു-മുസ്ലീം ഐക്യത്തിന്റെ കാര്യത്തിലും ഇതേ സമീപനമാണ് കോൺഗ്രസ് നേതാക്കൾ സ്വീകരിച്ചത്. മതപരമായ വിഭജനത്തിന്റെ അടിസ്ഥാനത്തിലുള്ള ഐക്യത്തെക്കുറിച്ചാണ് അവർ പ്രബോധം നടത്തിയത്. പക്ഷേ, വിഭജനത്തിന്റെ ഉറവിടത്തെ വെല്ലുവിളിക്കാൻ ധൈര്യം കാണിച്ചില്ല. അങ്ങനെ ഇന്ത്യൻ ഐക്യത്തിന് ഒരു പുതിയ അടിത്തറ സൃഷ്ടിക്കുന്നതിൽ അവർ പരാജയപ്പെട്ടു. മതമെന്ന സ്ഥാപനവുമായി ഒത്തുതീർപ്പുണ്ടാക്കുകയെന്ന ഈ വീക്ഷണം കോൺഗ്രസ് നേതാക്കളാവിഷ്കരിച്ച ഇന്ത്യൻ ഭരണഘടനയിൽ പ്രതിഫലിച്ചു.

മതം സൃഷ്ടിച്ച വിഭജനത്തെ ബ്രിട്ടീഷുകാർ പൂർണ്ണമായി ഉപയോഗിച്ചു. എന്നതിൽ സംശയമില്ല. സാമുദായിക ഭിന്നതയുടെ രൂപത്തിൽ അവതരിപ്പിച്ച ചില വർഗ്ഗ താല്പര്യങ്ങളുടെ സംഘട്ടനം അവർക്ക് സഹായകമായി.

ഹിന്ദു കച്ചവടക്കാരുടെയും മറ്റു വിഭാഗങ്ങളുടെയും ഇടയിൽനിന്നാണ് ഇന്ത്യൻ ബൂർഷ്വാസി ജന്മമെടുത്തത്. ആദ്യകാലങ്ങളിൽ ബോംബെയിൽ മുസ്ലീം കച്ചവടക്കാരുടെ ഇടയിൽനിന്ന് ചില വൻകിട ബൂർഷ്വാ വിഭാഗങ്ങളുയർന്നുവന്നു. എന്നാൽ 1930 ആയപ്പോഴേക്കും അതായത്, മുതലാളിത്തത്തിന്റെ സാർവ്വദേശീയ കുഴപ്പം പൊട്ടിപ്പുറപ്പെട്ടപ്പോഴേക്കും, അവർ അപ്രത്യക്ഷരായി. ജിന്നയുടെ ആദ്യനാളുകൾ ഒരുപക്ഷേ, മുസ്ലീം ബൂർഷ്വാസിയുടെ ഈ മുന്നേറ്റത്തെ പ്രതിനിധീകരിച്ചിരുന്നിരിക്കാം.

ഹിന്ദു ഭൂപ്രഭുക്കൾ തന്നെ കോൺഗ്രസിന്റെ സമരത്തെ എതിർത്തെങ്കിലും യാഥാസ്ഥിതികരായ വിശ്വസ്തർ— അതായത് രാജാക്കന്മാരും

മറ്റുള്ളവരും — അതിനെ എതിർക്കുന്നത് തുടർന്നു. മുസ്ലീം ഭൂപ്രഭുക്കളെ സംബന്ധിച്ചിടത്തോളം ബൂർഷ്വാ കോൺഗ്രസിന്റെ മുന്നേറ്റം എതിർജാതിയുടെ മുന്നേറ്റമായിരുന്നു. സർവ്വോപരി ജനകീയ മുന്നേറ്റമായിരുന്നു. അതിനെ മറ്റെന്തിനേക്കാളും അവർ ഭയപ്പെട്ടു.

ഒരു ചെറുസംഘം മുസ്ലീം ബുദ്ധിജീവികൾ വളർന്നുവന്നുവെങ്കിലും അവർക്ക് ഈ അവസ്ഥയിൽ മാറ്റം വരുത്താൻ കഴിഞ്ഞില്ല. ഈ ബുദ്ധിജീവി വിഭാഗം ദേശീയ പ്രസ്ഥാനത്തിന് ശ്രദ്ധേയരായ ചില നേതാക്കളെ സംഭാവന ചെയ്തു. ഒരു ഘട്ടത്തിൽ മുസ്ലീങ്ങൾ അവരെ അപമാനിക്കുകയും ബഹിഷ്കരിക്കുകയും ചെയ്തെങ്കിലും അവർ കോൺഗ്രസിൽത്തന്നെ അടിയുറച്ചു നില്ക്കുകയും സാമ്രാജ്യത്വത്തോടുള്ള എതിർപ്പ് തുടരുകയും ചെയ്തു. ഭൂപ്രഭുക്കളെപ്പോലെ തന്നെ ഭൂരിപക്ഷം മുസ്ലീം ബുദ്ധിജീവികളും കോൺഗ്രസിനെയും ബൂർഷ്വാ മുന്നേറ്റത്തെയുംകുറിച്ച് ഭയാശങ്കകൾ വെച്ചുപുലർത്തി. ന്യൂനപക്ഷതാല്പര്യങ്ങൾ സംരക്ഷിക്കുന്നതിന്റെ പേരിലാണ് അവർ ഈ ഭയാശങ്കകൾ വെച്ചുപുലർത്തിയത്. സാമ്രാജ്യത്വ വിരുദ്ധ സമരത്തോട് ശത്രുത എന്ന നിലപാടിലേക്ക് മുസ്ലീംലീഗ് നീങ്ങി. പൊതുസമരത്തിൽ നിന്ന് മുസ്ലീംജനസാമാന്യത്തെ അകറ്റിനിർത്തുന്നതിൽ അത് മർമ്മപ്രധാന പങ്കുവഹിച്ചു. ഇത് സാമ്രാജ്യത്വത്തിന് അവർ നല്കിയ ഏറ്റവും വലിയ സേവനമായിരുന്നു. അത് പാകിസ്ഥാൻ സൃഷ്ടിക്കുന്നതിന് ഇന്ത്യയെ വിഭജിക്കുക അങ്ങനെ മുസ്ലീങ്ങൾക്ക് ഒരു പ്രത്യേക രാഷ്ട്രം രൂപീകരിക്കുക എന്ന മുദ്രാവാക്യമുയർത്തുന്നതിൽ ചെന്നുകലാശിച്ചു.

കാർഷിക വിപ്ലവത്തിന്റെ ചാമ്പ്യന്മാരായി രംഗത്തിറങ്ങിയിരുന്നുവെങ്കിൽ സാമ്രാജ്യത്വവിരുദ്ധസമരത്തിന്റെ നേതൃസംഘടന എന്ന നിലയിൽ വർഗ്ഗീയ വീക്ഷണത്തിന് മാരകമായ പ്രഹരമേല്പിക്കാൻ കോൺഗ്രസിന് കഴിയുമായിരുന്നു. ഭൂപ്രഭുത്വം അവസാനിപ്പിക്കുകയും കൃഷിഭൂമി കൃഷിക്കാരന് വിതരണം ചെയ്യുകയും ചെയ്യുമെന്ന് വാഗ്ദാനം നല്കുന്ന ഒരു പരിപാടി രാജ്യത്തിന്റെ മുമ്പാകെ അവതരിപ്പിച്ചിരുന്നുവെങ്കിൽ പൊതുസമരത്തിലേക്ക് ദശലക്ഷക്കണക്കിന് ഹിന്ദുക്കളെയും മുസ്ലീങ്ങളെയും ആകർഷിക്കാൻ കഴിയുമായിരുന്നു; യാഥാസ്ഥിതികരുടെയും ഭൂപ്രഭുക്കളുടെയും വിനാശകരമായ സ്വാധീനത്തിൽ നിന്ന് മുസ്ലീം ജനസാമാന്യം രക്ഷപ്പെടുമായിരുന്നു. എന്നാൽ കോൺഗ്രസിന്റെ ബൂർഷ്വാ നേതാക്കൾക്ക് അധികാരത്തിനുവേണ്ടിയുള്ള സമരത്തിൽ ഫ്യൂഡൽ ബന്ധങ്ങൾ അറുത്തുമാറ്റാൻ ചരിത്രപരമായി കഴിയുമായിരുന്നില്ല. അവർ ഭൂപ്രഭുക്കളുമായും ജാതിവ്യവസ്ഥയുമായും ഒത്തുതീർപ്പുണ്ടാക്കി. മതപരമായ വിഭജനം അംഗീകരിച്ചു. അതിനാൽ യാഥാസ്ഥിതികമായ വർഗ്ഗതാല്പര്യം സംരക്ഷിക്കുന്നതിന് മതപരമായ വിഭജനത്തെ ചൂഷണം ചെയ്യുന്നത് തടയാൻ അവർക്ക് കഴിഞ്ഞില്ല.

സ്വാതന്ത്ര്യത്തിന് മുമ്പുള്ള ദേശീയ വിമോചന സമരത്തിന്റെ നാളുകളിലെ ന്യൂനപക്ഷവർഗ്ഗീയത ഒരു മതസംഘട്ടനത്തിന്റെ ഉല്പന്നമ

ല്ലെന്നും ആധുനികവർഗ്ഗ താല്പര്യസംരക്ഷണാർത്ഥം നിലവിലുള്ള വിഭജനവികാരത്തെ ചൂഷണം ചെയ്തതിന്റെ ഫലമാണെന്നും ഇനി അങ്ങോട്ട് നടക്കുന്ന ചർച്ചകൾ തെളിയിക്കും. സമരത്തിന്റെ ആദ്യനാളുകളിൽ കോൺഗ്രസ് നേതാക്കളെയും ഹിന്ദുജനസാമാന്യത്തെയുംകാൾ കൂടുതൽ ബ്രിട്ടീഷ് വിരുദ്ധരായിരുന്ന മുസ്ലീം യാഥാസ്ഥിതികരും മുസ്ലീം ജനസാമാന്യവും തുടർന്നുള്ള വർഷങ്ങളിൽ തെറ്റായ പക്ഷത്തെത്തി ച്ചേർന്നത് വല്ലാത്തൊരു ദുരന്തംതന്നെ.

ഭരിക്കാനുള്ള തങ്ങളുടെ അവകാശം കവർന്നെടുത്തുകൊണ്ട് ബലാല്ക്കാരേണ അധികാരം പിടിച്ചുപറ്റിയവരായി യാഥാസ്ഥിതിക മുസ്ലീങ്ങൾ ബ്രിട്ടീഷുകാരെ കണക്കാക്കി. ക്രൈസ്തവജനതയോട് പോരാടുകയെന്ന ഇസ്ലാമിക പാരമ്പര്യം അവരും പിന്തുടർന്നു. ഗാന്ധിയേക്കാൾ മുമ്പ് അവർ വിദ്യാഭ്യാസം ഉൾപ്പെടെ പടിഞ്ഞാറൻ നാഗരികതയെ അവലംബിച്ചു. ആ നാഗരികതയെ വിദ്യാഭ്യാസവും പാപം നിറഞ്ഞതും ഇസ്ലാമിക വിരുദ്ധവുമെന്നത്രെ അവരുടെ നിലപാട്. നവീകരണത്തിലും ജനാധിപത്യ ആദർശങ്ങളുടെ കവാടങ്ങൾ തുറന്നിടുന്നതിലും ആ സമുദായത്തിന്റെ പുരോഗതി മന്ദഗതിയിലായിരുന്നു.

ഇസ്ലാമിക മതഭ്രാന്തന്മാരിൽ നിന്ന് കടുത്ത എതിർപ്പിനെ നേരിട്ടുകൊണ്ട് സയ്യദ് അഹമ്മദ്ഖാൻ അലിഗറിൽ ഒരു മുഹമ്മദൻ കോളേജ് സ്ഥാപിച്ചു. അതിലൂടെ മുസ്ലീം വിദ്യാർത്ഥികൾക്ക് ആധുനിക-പടിഞ്ഞാറൻ ചിന്തയുടെ മുഖ്യപ്രവാഹത്തിലേക്ക് കടന്നുചെല്ലാൻ കഴിഞ്ഞു. എങ്കിലും ഇന്ത്യയിലെ മിക്ക കോളേജുകളിലെയും പോലെ ഇവിടെ വിദ്യാഭ്യാസത്തെ മതത്തിൽനിന്ന് വേർപെടുത്തിയില്ല. യാഥാസ്ഥിതികർ അതിന്റെ വില ഈടാക്കി. *ഖുർ-ആൻ* ഉദാരമായി വ്യാഖ്യാനിച്ചുകൊണ്ട് പടിഞ്ഞാറൻ-ആധുനിക ചിന്തയോടുള്ള എതിർപ്പ് കുറച്ചുകൊണ്ടുവരാൻ കഴിയുമെന്ന് ഡോ. സയ്യദ് ശരിക്കും വിശ്വസിച്ചു.

ഈ ഘട്ടത്തിൽ ആധുനിക-പടിഞ്ഞാറൻ സങ്കല്പനങ്ങൾ മുസ്ലീം സമുദായത്തിലെ നേതാക്കൾക്കിടയിൽ കടന്നുകയറുന്നതിൽ ബ്രിട്ടീഷുകാർക്ക് എതിർപ്പൊന്നും ഉണ്ടായിരുന്നില്ല. എന്നല്ല, അവർ അതിൽ തല്പരരുമായിരുന്നു. എന്തുകൊണ്ടെന്നാൽ അത് തങ്ങളുടെ ഭരണത്തോടുള്ള യാഥാസ്ഥിതികരുടെ എതിർപ്പിന് തടയിടുമെന്നും മുസ്ലീം ജനസാമാന്യത്തെ സ്വാധീനിക്കാൻ തങ്ങളെ പ്രാപ്തരാക്കുമെന്നും അവർ വിചാരിച്ചു.

എന്നാൽ സംഭവത്തിന്റെ ഗതി നേരെ എതിർദിശയിലായിരുന്നു. ഈ നൂറ്റാണ്ടിന്റെ ആദ്യദശകത്തിൽ പുതുതായി വിദ്യാഭ്യാസം നേടിയ വിഭാഗം ബ്രിട്ടീഷ് ഭരണാധികാരികളെ എതിർക്കുക എന്ന വികാരം ഉൾക്കൊള്ളുകയും നാഷണൽ കോൺഗ്രസിനോട് അടുക്കുകയും ചെയ്തു. വിദേശവാഴ്ചയ്ക്കെതിരായ ദേശീയവികാരം ആദ്യംതന്നെ അവരെ ഉത്തേജിപ്പിച്ചു. ഇസ്ലാമിക രാജ്യങ്ങളുടെ നേരെ ബ്രിട്ടീഷ് സാമ്രാജ്യത്വവും യൂറോപ്യൻ രാഷ്ട്രങ്ങളും കൈക്കൊള്ളുന്നത് നിലപാടും അവരെ സ്വാധീനിച്ചു. യങ്

ടർകിഷ് പാർട്ടിയുടെ നേതൃത്വത്തിൽ കോൺസ്റ്റാന്റിനോപ്പിളിൽ ഒരു വിപ്ലവമുന്നേറ്റം ഉണ്ടായി. ഇന്ത്യൻ മുസ്ലീങ്ങൾക്കിടയിലെ അഭ്യസ്തവിദ്യരായ ബുദ്ധിജീവികളിൽ ഒരു വിഭാഗം അവരുമായി ബന്ധം സ്ഥാപിച്ചു. സ്വാതന്ത്ര്യത്തിനു വേണ്ടി ദാഹിക്കുന്ന മുസ്ലീം രാഷ്ട്രങ്ങളോട് ബ്രിട്ടീഷുകാർ എന്ത് നയമാണ് കൈക്കൊള്ളുന്നത് എന്ന് അവിടെ വെച്ച് അവർ പഠിച്ചു. ഈജിപ്തിലെ ബ്രിട്ടീഷ് അധിനിവേശം, മൊറോക്കോവിന്റെ കാര്യത്തിലുണ്ടാക്കിയ ആംഗ്ലോ-ഫ്രഞ്ചുകരാർ, പേർഷ്യയുടെ കാര്യത്തിൽ ഉണ്ടാക്കിയ ആംഗ്ലോ-അമേരിക്കൻ കരാർ, ട്രിപ്പോളിയുടെ മേൽ ഇറ്റലി നടത്തിയ ആക്രമണം — ഇവയെല്ലാം ക്രൈസ്തവ രാജ്യങ്ങൾ ഇസ്ലാമിക ശക്തിക്കെതിരെ നടത്തിയ ഒരു ഗൂഢാലോചനയായിട്ടാണ് കണ്ടത്. 1912-13 ലെ ബാൾക്കൻ യുദ്ധങ്ങൾ 'ഇസ്ലാമിന്റെ വാൾ' ആയ തുർക്കിക്കെതിരെ ക്രൈസ്തവശക്തികൾ നടത്തിയ ഗൂഢാലോചനയുടെ സ്ഥിരീകരണമായി അവർ മനസ്സിലാക്കി. സമരത്തിലേർപ്പെട്ട തങ്ങളുടെ മതത്തിൽപ്പെട്ടവരെ സഹായിക്കാൻ മുസ്ലീം നേതാക്കൾ പണം ശേഖരിച്ചു. അവരുടെ ഒരു പ്രതിനിധി സംഘം തുർക്കിയിൽ പോയി അവിടത്തെ ദേശീയവാദികളുമായി ഉറ്റബന്ധം സ്ഥാപിച്ചു. ഇതേ ആൾക്കാർ ഈ സന്ദർഭത്തിൽ മുസ്ലീംലീഗിൽ ഭൂരിപക്ഷം കരസ്ഥമാക്കുന്നതിലേക്ക് നീങ്ങുകയായിരുന്നു. കോൺഗ്രസിന്റെ ഒരു മുന്നണി വിഭാഗമാക്കിമാറ്റുക എന്നതായിരുന്നു അവരുടെ ഉദ്ദേശ്യം. മുസ്ലീംലീഗ് രൂപീകരിച്ച് ഒരു ദശകത്തിനകം അത് ദേശീയ പ്രസ്ഥാനവുമായി അടുക്കുന്നതിനുള്ള പ്രക്രിയ ആരംഭിച്ചു. 1913 ആയപ്പോഴേക്കും "ഇന്ത്യക്ക് സ്വയംഭരണം" എന്ന മുദ്രാവാക്യം അതുയർത്തുകയും ആ ലക്ഷ്യം സാക്ഷാൽക്കരിക്കുന്നതിന് മറ്റു സമുദായങ്ങളുമായി സഹകരിക്കാൻ സന്നദ്ധത പ്രകടിപ്പിക്കുകയും ചെയ്തു.

1916 ൽ കോൺഗ്രസും ലീഗും തമ്മിൽ യോജിച്ച് പ്രവർത്തിക്കുന്നതിന് ലഖ്നൗ കരാറിൽ ഒപ്പുവെക്കപ്പെട്ടു. പ്രത്യേക മണ്ഡലം എന്ന തത്ത്വം ഇരുവിഭാഗവും അംഗീകരിച്ചുവെങ്കിലും രണ്ട് സംഘടനകളും ഡൊമിനിയൻ പദവിക്കുവേണ്ടി പ്രവർത്തിക്കുന്നതാണെന്ന് ധാരണയുണ്ടാക്കി. ലഖ്നൗവിൽ കോൺഗ്രസിന്റെയും ലീഗിന്റെയും ഒരു സംയുക്ത സമ്മേളനം ചേർന്നു. ആ സമ്മേളനത്തിൽ തിലകൻ പ്രഖ്യാപിച്ചു: "നമ്മൾ ഹിന്ദുക്കൾ മുസ്ലീം സഹോദരങ്ങൾക്ക് വളരെയധികം കീഴടങ്ങി എന്ന് ചിലർ പറയുന്നുണ്ട്. ഒരു മൂന്നാം പാർട്ടിക്കെതിരെ പോരാടുന്ന സമയത്ത് നമുക്ക് വളരെയധികം കീഴടങ്ങേണ്ടിവരുമായിരുന്നില്ല എന്ന് ഞാൻ പറയുമ്പോൾ അത് രാജ്യത്തൊട്ടാകെയുള്ള ഹിന്ദുക്കളുടെ വികാരത്തിന്റെ പ്രകടനമാണ്. അത് മഹത്തായ ഒരു കാര്യമാണ്. ഈ വേദിയിൽ നാം ഒരുമിച്ചുനില്ക്കുമ്പോൾ വംശീയമായും മതപരമായും ഐക്യപ്പെട്ട് നില്ക്കുമ്പോൾ കൊടിയുടെ നിറം നോക്കാതെ ഐക്യപ്പെട്ട് നില്ക്കുമ്പോൾ അതൊരു സുപ്രധാനസംഭവമാണ്." 'ഞങ്ങൾ ഹിന്ദു'ക്കളുടെ പേരിലാണ് തിലകൻ സംസാരിക്കുന്നതെന്ന് പ്രത്യേകം ശ്രദ്ധിക്കുക.

ലീഗ് സമ്മേളനത്തിൽ അദ്ധ്യക്ഷത വഹിച്ചുകൊണ്ട് ജിന്ന പ്രഖ്യാപിച്ചു: "ഞാൻ ജീവിതം മുഴുവൻ ഒരുറച്ച കോൺഗ്രസുകാരനായിരുന്നു. വിഭാഗീയ മുറവിളിയുടെ ഒരു ഉപാസകനായിരുന്നില്ല ഞാൻ. വിഭജനത്തിന്റേതായ സമീപനം തുടരുന്നുവെന്നു പറഞ്ഞ് ചിലപ്പോൾ മുസൽമാന്മാർക്കെതിരെ നടത്തുന്ന ആക്ഷേപം അനുചിതമായിട്ടാണ് എനിക്ക് തോന്നുന്നത്. വാസ്തവത്തിൽ മഹത്തായ ഈ സാമുദായിക സംഘടന ഒരു ഏകീകൃത ഇന്ത്യയുടെ പിറവിക്കുവേണ്ടിയുള്ള ശക്തമായ ഘടകമായി വളർന്നുവരികയാണ്."

സ്വരാജ് പ്രസ്ഥാനത്തെ ഖിലാഫത്ത് പ്രസ്ഥാനവുമായി കൂട്ടിയിണക്കിയ ആദ്യത്തെ നിസ്സഹകരണ പ്രസ്ഥാനത്തിന്റെ പശ്ചാത്തലമിതാണ്. മുസ്ലീം ജനസാമാന്യത്തിനിടയിലെ യുദ്ധാനന്തര അസംതൃപ്തി തിരിച്ചുവിടാൻ ഖിലാഫത് പ്രസ്ഥാനത്തിന് കഴിഞ്ഞു. തുർക്കിയിലെ ജനങ്ങളുടെ അവകാശങ്ങൾ ലംഘിച്ചതിനെതിരെയുള്ള പ്രതിഷേധമായിരുന്നില്ല അത്. ഇസ്ലാമിന്റെ ആത്മീയ തലവൻ എന്ന നിലയിൽ തന്റെ കൃത്യനിർവ്വഹണം നടത്താൻ കഴിയത്തക്കവിധം ഖലീഫിന്റെ ഇംപീരിയൽ അധികാരം പുനഃസ്ഥാപിക്കണമെന്ന് അത് ആവശ്യപ്പെട്ടു. ഇതിന്റെ മതപരമായ സ്വാധീനം വളരെ കൂടുതലായിരുന്നു.

ഈ ആവശ്യത്തിന് ഗാന്ധിയും നാഷണൽ കോൺഗ്രസും പിന്തുണ നല്കി. അതുവഴി അവർ ഇന്ത്യയിലെ ജനസാമാന്യത്തിനിടയിൽ അഭൂതപൂർവ്വമായ ഐക്യം ഉണ്ടാക്കിയെടുത്തു. ബ്രിട്ടീഷുകാർ പരിഭ്രാന്തരായിത്തീർന്നു. സ്വരാജ് എന്ന ആവശ്യത്തെ പൂർണ്ണസ്വാതന്ത്ര്യം എന്നാക്കി നിർവ്വചിക്കണമെന്ന് ആദ്യമായി ആവശ്യപ്പെട്ടത് ഖിലാഫത്ത് നേതാക്കളാണ്. 1921 ൽ അഹമ്മദാബാദിൽ ചേർന്ന ഇന്ത്യൻ നാഷണൽ കോൺഗ്രസിന്റെ സമ്മേളനത്തിൽ ഹസ്രത് മൊഹാനിയാണ് ഈ ആവശ്യം ഉന്നയിച്ചത്. അതിനോടുള്ള എതിർപ്പിന് ഗാന്ധി നേതൃത്വം നല്കി. ഇതേപോലെ 1919 ൽ തന്നെ മുസ്ലീം ലീഗ് ഇന്ത്യൻ പട്ടാളത്തിൽ ചേരരുതെന്ന് മുസ്ലീങ്ങളോട് ആഹ്വാനം നല്കി. ഇത് സംബന്ധിച്ച ഒരു പ്രമേയം അതിന്റെ അമൃത്സർ സമ്മേളനം പാസാക്കി. 1922 ൽ ഖിലാഫത്തിന്റെയും ജമാഅത്തെ 'ഉൽ' ഉലേമയുടെയും ഒരു സംയുക്ത സമ്മേളനം 1922 ജൂണിൽ ചേർന്നു. "കോൺഗ്രസിന്റെ ആശയസംഹിതയിൽ കാണുന്ന 'സ്വരാജ്' എന്ന പദത്തെ 'പൂർണ്ണ സ്വാതന്ത്ര്യം' എന്ന പദംകൊണ്ട് പകരം വെക്കണമെന്ന് ഇന്ത്യയുടെയും മുസ്ലീങ്ങളുടെയും ഉത്തമ താല്പര്യം ആവശ്യപ്പെടുന്ന"തായി ആ സമ്മേളനം പാസാക്കിയ പ്രമേയത്തിൽ പറയുന്നു.

പാരമ്പര്യങ്ങളും അതിർവരമ്പുകളും തകർന്നുവീണ ഒരു ഘട്ടമായിരുന്നു അത്. ഇന്ത്യാ ഗവൺമെന്റിന്റെ പ്രസിദ്ധീകരണത്തിൽ (*ഇന്ത്യ* 1919-20 ൽ) പറഞ്ഞു:

> അത്യന്തം ശ്രദ്ധേയമായ ഒരു സംഗതി ഹിന്ദുക്കളും മുസ്ലീങ്ങളും തമ്മിൽ വളർന്നുവന്ന അഭൂതപൂർവ്വമായ സുഹൃദ്ബന്ധമാണ്.

> വളരെ കാലമായി രണ്ട് സമുദായങ്ങളുടെയും നേതാക്കൾ അകന്നുനില്ക്കുകയായിരുന്നു. എന്നാലിപ്പോൾ താഴ്ന്ന വർഗ്ഗത്തിൽപ്പെട്ടവർപോലും അഭിപ്രായവ്യത്യാസങ്ങൾ വിസ്മരിക്കാൻ സമ്മതിച്ചിരിക്കുന്നു സൗഹൃദവല്ക്കരണത്തിന്റെ അസാധാരണ രംഗങ്ങൾ സൃഷ്ടിക്കപ്പെട്ടു. ഹിന്ദുക്കൾ മുസ്ലീങ്ങളുടെയും മറിച്ചും കൈകളിൽനിന്ന് വെള്ളം സ്വീകരിച്ചു. ഹിന്ദു മുസ്ലീം-ഐക്യം എന്ന മുദ്രാവാക്യം എങ്ങും മുഴങ്ങികേട്ടു. ആ മുദ്രാവാക്യം ആലേഖനം ചെയ്തുകൊണ്ടുള്ള ബാനറുകളും പ്രത്യക്ഷപ്പെട്ടു. പള്ളിയിലെ പുണ്യവേദിയിൽനിന്ന് പ്രബോധനം നടത്തുന്നതിന് ഹിന്ദുനേതാക്കൾക്ക് അനുവാദം ലഭിക്കുകപോലും ചെയ്തു.

സാമ്രാജ്യത്വവിരുദ്ധ സമരത്തിന്റെ ആദ്യലക്ഷ്യം നൂറ്റാണ്ടുകൾ നീണ്ടുനിന്ന അതിർവരമ്പുകൾ തട്ടിനീക്കുകയായിരുന്നു. സമരത്തെ വിപ്ലവകരമായ ഔന്നത്യത്തിലേക്ക് വളർത്തി കാർഷിക വിപ്ലവമായി രൂപാന്തരപ്പെടാൻ അനുവദിച്ചിരുന്നുവെങ്കിൽ ആ അതിർവരമ്പുകൾ തീർച്ചയായും പൂർണ്ണമായും നീക്കം ചെയ്യാൻ സാധിക്കുമായിരുന്നു. ഇക്കാര്യത്തിലാണ് ഗാന്ധിയുടെ നേതൃത്വത്തിലുള്ള ദേശീയ ബൂർഷ്വാനേതൃത്വം പരാജയപ്പെട്ടുപോയത്. സാമ്രാജ്യത്വ വിരുദ്ധ സമരത്തിന്റെ മൗലികശക്തി - കൃഷിക്കാർ - സാമ്രാജ്യത്വ മർദ്ദനത്തിന്റെ ശക്തികളുമായി അക്രമാസക്തമായ നിലയിൽ ഏറ്റുമുട്ടുകയും ഭൂപ്രഭുവിരുദ്ധ സമരത്തിലേക്ക് കാൽകുത്തുന്നതിന്റെ ലക്ഷണങ്ങൾ കാണിച്ചു തുടങ്ങുകയും ചെയ്തപ്പോൾ അത് പിന്തിരിഞ്ഞു. ഉത്തർപ്രദേശിലെ ചൗരിചൗരയിൽ നടന്ന സംഭവം - ആ സംഭവത്തിൽ അനേകം പൊലീസുകാർ കൊല്ലപ്പെട്ടു - മാത്രം മതിയായിരുന്നു ഗാന്ധിക്ക് സമരം പിൻവലിക്കാൻ. ഭൂപ്രഭുക്കൾക്ക് പാട്ടം കൊടുക്കാൻ വിസമ്മതിച്ച കൃഷിക്കാരെ കോൺഗ്രസ് പ്രമേയം ശാസിക്കുകയുണ്ടായി എന്ന വസ്തുതയിൽനിന്ന് ഭൂപ്രഭുക്കൾക്കെതിരായ കൃഷിക്കാരുടെ സമരം തടയണമെന്ന ആ പാർട്ടിയുടെ ഉദ്ദേശ്യം വ്യക്തം.

സമരം പിൻവലിച്ചുകൊണ്ടുള്ള പ്രവർത്തകസമിതി പ്രമേയത്തിന്റെ ആറാം ഖണ്ഡികയിൽ പറഞ്ഞു: "സെമിന്ദാർമാർക്ക് പാട്ടം കൊടുക്കാതിരിക്കുന്നത് കോൺഗ്രസിന്റെ പ്രമേയങ്ങൾക്ക് വിരുദ്ധവും രാജ്യത്തിന്റെ ഉത്തമ താല്പര്യങ്ങൾക്ക് ഹാനികരമാവുമെന്നാണ് കൃഷിക്കാരെ ബോദ്ധ്യപ്പെടുത്താൻ പ്രവർത്തകസമിതി കോൺഗ്രസ് പ്രവർത്തകരെയും സംഘടനകളെയും ഉപദേശിക്കുന്നു." ഏഴാം ഖണ്ഡികയിൽ പറഞ്ഞു: "സെമിന്ദാർമാരുടെ നിയമപരമായ അവകാശങ്ങൾക്കുനേരെ കടന്നാക്രമണം നടത്താൻ കോൺഗ്രസ് പ്രസ്ഥാനത്തിന് യാതൊരുദ്ദേശ്യവുമില്ലെന്ന് അവർക്ക് പ്രവർത്തകസമിതി ഉറപ്പു നല്കുന്നു. കൃഷിക്കാർക്ക് പരാതികളോ സങ്കടമോ ഉണ്ടെങ്കിൽ അത് പരസ്പര കൂടിയാലോചനയിലൂടെയും ആർബിട്രേഷനിലൂടെയും പരിഹരിക്കണമെന്നാണ് കമ്മിറ്റിയുടെ ആഗ്രഹം. അങ്ങനെ ദേശീയ ബൂർഷ്വാ നേതൃത്വം ഭൂപ്രഭുക്കളുമായി സഖ്യം സ്ഥാപി

ക്കുന്നതിന് കാർഷിക വിപ്ലവ പരിപാടി വേണ്ടെന്നുവെച്ചു.

ഇതിനെതിരെ ആദ്യത്തെ മുന്നറിയിപ്പ് വന്നത് 1921 ലാണ്. അക്കൊല്ലം അഹമ്മദാബാദിൽ ചേർന്ന ഇന്ത്യൻ നാഷണൽ കോൺഗ്രസ് സമ്മേളനത്തിൽ ആ പാർട്ടിക്കുവേണ്ടി ഇന്ത്യൻ കമ്യൂണിസ്റ്റ് പാർട്ടി അവതരിപ്പിച്ച വിജ്ഞാപനമാണ് ഈ മുന്നറിയിപ്പു നല്കിയത് അതിൽ പ്രഖ്യാപിച്ചു:

> **(വൈദേശിക ഭരണത്തിന്റെ) അടിത്തറയെത്തന്നെ പിടിച്ചുകുലുക്കുന്ന വിപ്ലവത്തെ കോൺഗ്രസ് നയിക്കുകയാണെങ്കിൽ അത് കേവലം പ്രകടനങ്ങളിലോ താല്ക്കാലികമായ ആവേശത്തിലോ വിശ്വാസമർപ്പിക്കാതിരിക്കട്ടെ. ട്രേഡ് യൂണിയനുകളുടെ അടിയന്തരാവശ്യങ്ങൾ സ്വന്തം ആവശ്യങ്ങളായും കിസാൻസഭയുടെ പരിപാടി സ്വന്തം പരിപാടിയായും അംഗീകരിക്കട്ടെ. അപ്പോൾ ഒരു പ്രതിബന്ധത്തെയും കൂസാതെ കോൺഗ്രസ് മുന്നോട്ടുപോകുന്ന ഒരു കാലം വരും. തങ്ങളുടെ ഭൗതിക താല്പര്യങ്ങൾക്ക് ബോധപൂർവ്വം പോരാടുന്ന ജനങ്ങളൊന്നടങ്കം അതിന് പിന്നിലുണ്ടാകും.**

സമരം പിൻവലിച്ചതും അതുവഴി കാണിച്ച വഞ്ചനയും ജനസാമാന്യം ഇഷ്ടപ്പെട്ടില്ല. പഴയ വിഭജനവാദവും ശത്രുതാമനോഭാവവും വീണ്ടും പ്രത്യക്ഷപ്പെട്ടു. അതിനുശേഷം പിന്നീടൊരിക്കലും മുസ്ലീം ജനസാമാന്യം കോൺഗ്രസിന്റെ കൊടിക്കൂറക്കുപിന്നിൽ വൻതോതിൽ അണിനിരന്നില്ല. അതുകഴിഞ്ഞ് ഒന്നര ദശാബ്ദത്തിനിടയിൽ അവർ ദേശീയ സമരത്തിൽനിന്ന് പൂർണ്ണമായും അകന്നുനിന്നു. എന്നല്ല അതിനെ എതിർക്കുന്നതിലേക്കുപോലും നീങ്ങി. കലാപങ്ങൾക്ക് പ്രോത്സാഹനം നല്കിക്കൊണ്ടും വിഭജനവാദികളുടെ അവകാശവാദങ്ങൾക്കും താല്പര്യത്തിനും പിന്തുണ നല്കിക്കൊണ്ടും ബ്രിട്ടീഷുകാരും മതഭ്രാന്തന്മാരായ മുസ്ലീം നേതാക്കളും ഈ പ്രക്രിയ പൂർത്തിയാക്കി.

1930 വരെയും കോൺഗ്രസിന് മുസ്ലീങ്ങൾക്കിടയിൽ കുറച്ച് അനുയായികളുണ്ടായിരുന്നു. പക്ഷേ, അടുത്ത ദശകത്തിൽ അവർക്ക് ആ സ്വാധീനം നഷ്ടപ്പെട്ടു. ധീരോദാത്തരായ ഒരു സംഘം ദേശീയ മുസ്ലീം നേതാക്കൾ കോൺഗ്രസിനകത്ത് ഉറച്ചു നില്ക്കുകയും സാമ്രാജ്യത്വവിരുദ്ധരായ ദിയോബാൻഡ് ഉലേമാക്കൾ അതിന് പിന്തുണ നല്കുകയും ചെയ്തെങ്കിലും സംഘടനയിൽ നിന്ന് മുസ്ലീങ്ങൾ കൊഴിഞ്ഞുപോകുന്നതു തടയാൻ അതിനായില്ല.

1930 ആയപ്പോഴേക്കും ഇന്ത്യൻ ബൂർഷ്വാസിയുടെ ശക്തി വർദ്ധിച്ചു. ഭരണരംഗത്തും മറ്റ് ജോലികളിലും ബുദ്ധിജീവികളുടെ-അവരിൽ ഏറിയകൂറും ഹിന്ദുക്കൾ-ശക്തിസ്വാധീനം കൂടി. ഭൂരിപക്ഷ സമുദായത്തിൽപ്പെട്ടവർ എല്ലാ രംഗങ്ങളിലും മുന്നേറി. അതേസമയം ന്യൂനപക്ഷ സമുദായത്തിൽപ്പെട്ടവർ എത്രയോ പിറകിലായിപ്പോയി. സ്ത്രീകളെ സംബന്ധിച്ച

ന്യൂനപക്ഷത്തിന്റെ അസംബന്ധജഡിലവും വിജ്ഞാനവിരോധപരവുമായ ആശയങ്ങൾ ആ സമുദായത്തിന്റെ പുരോഗതിക്ക് തടസ്സം സൃഷ്ടിച്ചു. കൂടാതെ 1930 കളിൽ ഏറ്റവും വലിയ മുസ്ലീം വ്യവസായ ഗ്രൂപ്പ് - കരിബോയ് ഇബ്രാഹിം ഗ്രൂപ്പ് - പാപ്പരായിത്തീർന്നു. അപ്പോൾ മുസ്ലീം മൂലധനം മുഖ്യമായും കച്ചവടരംഗത്തും വ്യാപാരരംഗത്തുമായി അവശേഷിച്ചു.

1930 ൽ കോൺഗ്രസ് നേതൃത്വത്തിലാരംഭിച്ച പ്രക്ഷോഭത്തിന് ഒരു വലിയ വിഭാഗം മുസ്ലീം നേതാക്കളിൽനിന്ന് എതിർപ്പും ആക്രമണവും നേരിടേണ്ടിവന്നു. ഇപ്പോൾ ഇസ്ലാമിക പരിഗണനയുടെ അടിസ്ഥാനത്തിൽ ബ്രിട്ടീഷ് വിരുദ്ധവികാരമുണ്ടായതേയില്ല. ഇതിൽനിന്ന് വർഗ്ഗീയനേതാക്കൾ പൂർണ്ണമായും മുതലെടുത്തു. 1920 ലെ സമരം പിൻവലിച്ചതിനുശേഷം വിഘടനവാദം സൃഷ്ടിക്കപ്പെട്ടു. ഖാൻ അബ്ദുൾ ഗാഫർഖാന്റെ നേതൃത്വത്തിൽ വടക്കുപടിഞ്ഞാറൻ അതിർത്തി പ്രവിശ്യയിൽ മുസ്ലീങ്ങൾ ആവേശത്തോടെ സ്വാതന്ത്ര്യസമരത്തിൽ പങ്കെടുത്തു. ഇത് പിന്തിരിപ്പൻ മുസ്ലീം വൃത്തങ്ങളിൽ പരിഭ്രാന്തി സൃഷ്ടിച്ചു. ഹിന്ദു ആധിപത്യത്തിനുള്ള ഒരു പ്രസ്ഥാനമായി അവർ അതിനെ കണക്കാക്കി. 'ഹിന്ദു' പ്രസ്ഥാനവുമായുള്ള ബന്ധം വിടർത്താൻ മുസ്ലീം ജനസാമാന്യത്തോട് അതിന്റെ നേതാക്കൾ ആവശ്യപ്പെട്ടു. അവർ പരിഭ്രാന്തരായിത്തീർന്നതിന് രണ്ട് കാരണങ്ങളുണ്ട് — ഒന്ന്, കൃഷിക്കാർക്കിടയിലുണ്ടായ ഉയിർത്തെഴുന്നേല്പ്. രണ്ട്, ഉയർന്നുവരുന്ന ബൂർഷ്വാ സ്വാധീനത്തിലുള്ള ഭയം. ഈ ബൂർഷ്വാ സ്വാധീനത്തെ ഹിന്ദുസ്വാധീനമായിട്ടാണ് അവർ കണ്ടത്. അതുമുതൽ മുസ്ലീംലീഗ് നേതാക്കളുടെയും മറ്റു വർഗ്ഗീയസംഘടനകളുടെയും പ്രധാനപ്പെട്ട പങ്ക് പൊതുവായ സാമ്രാജ്യത്വ വിരുദ്ധ സമരത്തിൽനിന്ന് ഉശിരൻ മുസ്ലീം ജനസാമാന്യത്തെ മാറ്റിനിർത്തുക എന്നതായിരുന്നു. ഒരു കാലത്ത് ബ്രിട്ടീഷുകാർക്കെതിരായ പോരാട്ടത്തിൽ ഇസ്ലാമിന്റെ പങ്ക് അത്യന്തം വലുതായിരുന്നുവെങ്കിൽ ഇപ്പോഴത് ദേശീയ പ്രസ്ഥാനത്തിനെതിരായ പോരാട്ടത്തിന്റെ പ്രധാന ശക്തിയായിത്തീർന്നു. അവർ ബ്രിട്ടീഷുകാരുമായി കൂട്ടുകൂടാനും തുടങ്ങി. സമുദായത്തിന്റെ ആധുനിക താല്പര്യങ്ങൾ പ്രതിനിധാനം ചെയ്യുന്ന ഗണ്യമായ ഒരു ബൂർഷ്വാ വിഭാഗത്തെ വളർത്തിയെടുക്കുന്നതിൽ പരാജയപ്പെട്ട ഒരു മതസമുദായത്തിൽപ്പെട്ട ഭൂപ്രഭുക്കളായിരുന്നു ഇതിന് പിന്നിൽ.

മുസ്ലീം ജനസാമാന്യത്തിൽനിന്ന് കോൺഗ്രസിന്റെ സമ്പൂർണ്ണമായ ഒറ്റപ്പെടൽ 1937 ലെ തിരഞ്ഞെടുപ്പിൽ കാണാൻ കഴിഞ്ഞു. പൊതുസീറ്റിൽ മഹാഭൂരിപക്ഷത്തിലും ജയിച്ച കോൺഗ്രസ് 482 മുസ്ലീം സീറ്റുകളിൽ 58 എണ്ണത്തിൽ മാത്രമേ മത്സരിച്ചുള്ളൂ. ജയിച്ചതോ? കേവലം 26 എണ്ണത്തിലും. ഈ 26 ൽ തന്നെ 15 എണ്ണം കിട്ടിയത് വടക്കുപടിഞ്ഞാറൻ പ്രവിശ്യയിൽ നിന്നായിരുന്നു. ഇന്ത്യയിലെ അവശേഷിച്ച പ്രദേശങ്ങളിൽ നിന്നെല്ലാം കൂടി കിട്ടിയത് 11 എണ്ണം മാത്രം. മുസ്ലീംലീഗിന് 46 ശതമാനം വോട്ടുമാത്രമേ കിട്ടിയുള്ളൂവെങ്കിലും കോൺഗ്രസ് തുടച്ചുനീക്കപ്പെട്ടു. ഇതവസാനം മുസ്ലീങ്ങൾക്ക് പ്രത്യേക രാഷ്ട്രം വേണമെന്ന,

ഇന്ത്യയുടെ അംഗഭംഗം വരുത്തണമെന്ന ആവശ്യം ഉന്നയിക്കുന്നതിലേക്ക് നയിച്ചു. അതോ? ആയിരക്കണക്കിന് നിരപരാധികളായ ഹിന്ദുക്കളുടെയും മുസ്ലീങ്ങളുടെയും ചെലവിൽ.

ദേശീയ ബൂർഷ്വാ നേതൃത്വത്തിന്റെ പാപ്പരത്തവും സാമ്രാജ്യത്വവിരുദ്ധ സമരം ക്ഷീണിപ്പിക്കുന്നതിന് ന്യൂനപക്ഷനേതാക്കൾ സംഘടിപ്പിച്ച ശിഥിലീകരണ പ്രവർത്തനങ്ങളും തുറന്നുകാട്ടപ്പെട്ടു.

കോൺഗ്രസ് നേതാക്കൾ അതിന്റെ സകല ദൗർബല്യത്തോടുമൊപ്പം ഒരൊത്തുതീർപ്പുണ്ടാക്കുന്നതുവരെ ബ്രിട്ടീഷുകാരോടുള്ള എതിർപ്പ് തുടർന്നു. മറുവശത്ത് ന്യൂനപക്ഷനേതാക്കൾ ദേശീയ പ്രസ്ഥാനത്തിനെതിരെ നിലയുറപ്പിക്കുകയും ബ്രിട്ടീഷുകാർ അവരെ ഉപയോഗിക്കുകയും ചെയ്തു. രണ്ട് നേതൃത്വവും രണ്ട് സംഘടനയും തമ്മിലുള്ള ഗുണപരമായ വ്യത്യാസമാണിത് കാണിക്കുന്നത്.

> വാണിജ്യവും വ്യാപാരവും വിദ്യാഭ്യാസവും വളരെ നേരത്തേ തന്നെ തുടങ്ങിയത് ബോംബെയിലും കല്ക്കത്തയിലും മദിരാശിയിലുമാണ്. ഉത്തരേന്ത്യയിലെ മുസ്ലീം പ്രദേശങ്ങളെക്കാൾ ഹിന്ദുക്കൾക്ക് ഭൂരിപക്ഷമുള്ള പ്രദേശങ്ങളാണിവ. അതുകൊണ്ട് ഇന്ത്യൻ ബൂർഷ്വാസിയുടെ ആവിർഭാവത്തോടെ വിഭാഗീയമത്സരത്തിന്റെ അന്തരീക്ഷം സൃഷ്ടിക്കപ്പെട്ടു. അത് അതിവേഗം വർഗ്ഗീയരൂപം കൈക്കൊണ്ടു. മുസ്ലീങ്ങൾക്കിടയിലെ ഉയർന്ന വിഭാഗത്തിന്റെ മുഖ്യ അടിസ്ഥാനമായ ഭൂപ്രഭുക്കൾ ഇതിനെ അസന്തുഷ്ടിയോടെ വീക്ഷിക്കുകയും ഹിന്ദുക്കളുടെ മുന്നേറ്റമായി കാണുകയും ചെയ്തു. (ആർ പി ദത്ത്, *ഇന്ത്യാടുഡെ* പേജ് 458)

പില്ക്കാലത്തെ ന്യൂനപക്ഷ വിഘടനവാദം വർഗ്ഗതാല്പര്യ സംഘട്ടനത്തിന്റെ പ്രത്യക്ഷഫലമായിരുന്നു. ഭൂപ്രഭുക്കളായ മുസ്ലീങ്ങൾ ബൂർഷ്വാസിയുടെ മുന്നേറ്റത്തിനെതിരെ മുസ്ലീം ജനസാമാന്യത്തെ തിരിച്ചുവിട്ടു. ഈ വർഗ്ഗഭയത്തിന് മതപരമായ അഭിപ്രായവ്യത്യാസങ്ങളിൽനിന്നുടലെടുത്ത വർഗ്ഗീയപോരാട്ടത്തിന്റെ ഒരാവരണം നല്കപ്പെട്ടു.

ഈ ഘട്ടത്തിൽ ജാതിവ്യത്യാസമില്ലാതെ, ജാതിവിഘടനമില്ലാതെ, എല്ലാവിഭാഗം ജനങ്ങളെയും ഒന്നിപ്പിക്കുക എന്ന പ്രശ്നം ദേശീയസമരത്തിന്റെ മുന്നിൽ ഉയർന്നുവന്നു. ജാതീയമായ വ്യത്യാസങ്ങളില്ലാതെ സമത്വബോധത്തോടെ എല്ലാവരെയും യോജിപ്പിച്ച് അണിനിരത്തുകയാണ് വേണ്ടിയിരുന്നത്. വർണ്ണാശ്രമധർമ്മത്തിൽ വിശ്വാസം അർപ്പിച്ചെങ്കിൽക്കൂടി അസ്പൃശ്യതയ്ക്കെതിരെ ഗാന്ധി ഒരു കുരിശുയുദ്ധംതന്നെ നടത്തി. ഇന്ത്യക്കാരെല്ലാം ഒന്നാണെന്നതിന്റെ പ്രകടനമെന്ന നിലയിൽ ഹിന്ദി ജനങ്ങളുടെ ദേശീയഭാഷയായി അദ്ദേഹം അംഗീകരിച്ചു. അതിന്റെ പ്രാധാന്യം ജനങ്ങളുടെ മുമ്പിൽ അവതരിപ്പിച്ചു.

> തങ്ങൾ രാഷ്ട്രത്തിന്റെ നേതാവായിത്തീരാൻ ആഗ്രഹിക്കുന്നുണ്ടെ

ങ്കിൽ ജാതിയെ സംബന്ധിച്ച ലൗകികധാരണകൾ ഉപേക്ഷിക്കണമെന്ന് പൂണെയിലെ യാഥാസ്ഥിതിക പ്രേക്ഷകരോട് അദ്ദേഹം പറയും; അസ്പൃശ്യത കർശനമായും നടപ്പാക്കുന്നതിനെ എതിർക്കും, അല്ലെങ്കിൽ യുവാക്കളായ ബംഗാളി പ്രേക്ഷകരോട് സ്വന്തം ഭാഷയോടുള്ള അവരുടെ അസൂയയെക്കുറിച്ച് പ്രസംഗിക്കും. ഹിന്ദിയിലുള്ള അവരുടെ നാണംകെട്ട അജ്ഞതയെ കളിയാക്കും. ആ ഭാഷയെയാണ് ഇന്ത്യയുടെയും സ്വരാജിന്റെയും ഭാവിഭാഷയായി അദ്ദേഹം കാണുന്നത്. ഇന്ത്യൻ മുഹമ്മദീയരുടെ മേലുള്ള അദ്ദേഹത്തിന്റെ സ്വാധീനം അത്രയധികം ആഴത്തിൽ വേരോടിയതായിരിക്കാനിടയില്ല. എങ്കിലും മുസ്ലീങ്ങളുടെ പരാതികൾക്കും സങ്കടങ്ങൾക്കും അദ്ദേഹം ചെവികൊടുക്കുന്നു. ഇത് അവർക്കിടയിൽ കുറച്ച് അനുയായിവൃന്ദം സൃഷ്ടിച്ചെടുക്കാൻ അദ്ദേഹത്തെ സഹായിച്ചു. ഈ അനുയായികൾ വാലി അല്ലെങ്കിൽ വൈസ്റിജന്റ് എന്ന സ്ഥാനപ്പേർ അദ്ദേഹത്തിന് നല്കി. ഈ സ്ഥാനപ്പേര് ഒരു മതനേതാവിനെ സൂചിപ്പിക്കുന്നതാണ്. ഇക്കാര്യത്തിന് അല്പം പ്രാധാന്യം ഉണ്ട്.

സ്വരാജ്യം നേടുന്നതിന് ദേശീയ ഐക്യം കൈവരിക്കുന്നതിനുള്ള അഭ്യർത്ഥന അദ്ദേഹം ജനങ്ങളുടെ മുമ്പിൽ അവതരിപ്പിച്ചത് അതിനെ ദൈവത്തിലും മതത്തിലും പൊതിഞ്ഞാണ്. *യങ് ഇന്ത്യ*യിൽ നിസ്സഹകരണത്തിനു വേണ്ടി അദ്ദേഹം വാദിച്ചു. ആ പ്രസ്ഥാനം മുഖ്യമായും മതപരമാണെന്ന് അദ്ദേഹം അഭിപ്രായപ്പെട്ടു. അദ്ദേഹം പറഞ്ഞത് നോക്കൂ:

> പ്രത്യാഘാതം എന്തായിരിക്കുമെന്ന ചിന്ത പൂർണ്ണമായും അവഗണിച്ചുകൊണ്ട് പാപവിമുക്തമായി നില്ക്കുകയാണ് ദൈവഭയമുള്ള എല്ലാവരും ചെയ്യേണ്ടത്. നല്ല ഫലമുളവാക്കുന്ന സത്യത്തിൽ അയാൾക്ക് വിശ്വാസം ഉണ്ടായിരിക്കണം. അത് എന്റെ അഭിപ്രായത്തിൽ കർമ്മഫലം എന്തെന്ന് നോക്കാതെ പ്രവർത്തിക്കുക എന്ന *ഗീത*യിലെ സിദ്ധാന്തമാണ്. ഭാവിയിലേക്ക് എത്തിനോക്കാൻ ദൈവം മനുഷ്യനെ അനുവദിക്കുന്നില്ല. സത്യം പിന്തുടരുന്നത് ജീവൻ അപകടപ്പെടുത്തുന്നതായാൽ പോലും അയാൾ സത്യം പിന്തുടരും. ചെകുത്താനെപ്പോലെ ജീവിക്കുന്നതിനേക്കാൾ നല്ലത് ദൈവമാർഗ്ഗത്തിൽ മരിക്കുകയാണെന്ന് അയാൾ വിശ്വസിക്കുന്നു. സാത്താന്റെ പ്രവൃത്തിയെ ആണ് ഈ ഗവൺമെന്റ് പ്രതിനിധാനം ചെയ്യുന്നതെന്ന് വിശ്വസിക്കുന്നവർക്ക് അതുമായി വിയോജിക്കുക അല്ലാതെ മറ്റ് മാർഗ്ഗമില്ല.

1920 ഡിസംബറിൽ നാഗ്പൂരിൽ ചേർന്ന കോൺഗ്രസിന്റെ വാർഷിക സമ്മേളനം ആ പാർട്ടിയുടെ വിശ്വാസപ്രമാണത്തിൽ മാറ്റം വരുത്തി — ബ്രിട്ടീഷ് സാമ്രാജ്യത്തിനകത്ത് കൊളോണിയൽ സ്വയംഭരണം എന്ന

ലക്ഷ്യം ഭരണഘടനാപരമായ മാർഗ്ഗങ്ങളിലൂടെ കൈവരിക്കണം എന്നത് "സമാധാനപരവും ന്യായവുമായ മാർഗ്ഗങ്ങളിലൂടെ സ്വരാജ് കൈവരിക്കണം" എന്നാക്കി മാറ്റി.

കോൺഗ്രസിന്റെ സംഘടനാരൂപത്തിലും ഉണ്ടായി മാറ്റം. അത് അയവേറിയ സംഘടന അല്ലാതായിത്തീർന്നു. അതിന്റെ ഘടകങ്ങൾ ഗ്രാമതലങ്ങളിലോളം വ്യാപിപ്പിച്ചു. എല്ലാ തലങ്ങളിലും കമ്മിറ്റികൾ രൂപീകരിച്ചു.

പുതിയ പരിപാടിയുടെ ലക്ഷ്യം പഴയ പാരമ്പര്യവുമായുള്ള ബന്ധം വിച്ഛേദിക്കുക എന്നായിരുന്നു. യുദ്ധാനന്തര ദുരിതങ്ങളുടെ സമ്മർദ്ദം മൂലം വളർന്നുവരികയായിരുന്ന സമരത്തിന്റെ നേതൃത്വം കൈക്കലാക്കുകയും അതിന്റെ ലക്ഷ്യത്തിൽ ഉൾപ്പെട്ടു.

എങ്കിലും സമരം പൂർണ്ണമായും അഹിംസയിലധിഷ്ഠിതമായിരിക്കണമെന്ന ഉപാധി നേതൃത്വം മുമ്പോട്ടുവെച്ചു. ആ ഉപാധി കർശനമായും പാലിച്ചാൽ എല്ലാ ബഹുജനസമരങ്ങളും പ്രതീകാത്മക പ്രതിഷേധങ്ങളായിത്തീരും. വിദേശാധിപത്യമെന്ന മൗലിക യാഥാർത്ഥ്യം മാറ്റാൻ കഴിയാതാവും. പോരെങ്കിൽ "എന്തുവില കൊടുത്തും നിരുപാധികമായും ബ്രിട്ടീഷ് കൊളോണിയലിസം അവസാനിപ്പിക്കാൻ ഇന്ത്യ ആഗ്രഹിക്കുന്നില്ലെ"ന്ന് നാഗ്പൂർ സമ്മേളനത്തിൽ ഗാന്ധി പ്രഖ്യാപിക്കുകയും ചെയ്തു. "ബ്രിട്ടീഷുകാരുമായുള്ള ബന്ധം നിലനിർത്തുന്നതിലൂടെ നമുക്ക് നമ്മെത്തന്നെയും ബ്രിട്ടീഷ് ജനതയെയും ശുദ്ധീകരിക്കാൻ കഴിയുന്നതോടൊപ്പം അങ്ങനെയുള്ള വിശ്വാസമൊന്നുമില്ലാത്തവരെയും ശുദ്ധീകരിക്കാൻ കഴിയുമെന്ന് വിശ്വസിക്കുന്നവർക്ക്" താൻ അവതരിപ്പിച്ച പ്രമേയം അംഗീകരിക്കാൻ കഴിയുമെന്ന് അദ്ദേഹം വിശദീകരിച്ചു. 1924 ൽ ബൽഗാം സമ്മേളനത്തിൽ അദ്ധ്യക്ഷത വഹിച്ചുകൊണ്ട് ഗാന്ധി ഇങ്ങനെയൊരു തത്ത്വം മുമ്പോട്ടുവെച്ചു: "കഴിയുമെങ്കിൽ സാമ്രാജ്യത്തിന് അകത്ത്, ആവശ്യമാണെങ്കിൽ പുറത്ത്." 1928 ൽ അദ്ദേഹം പുത്രികാരാജ്യപദവി അനുവദിക്കണമെന്നാവശ്യപ്പെട്ടു. 1930 ലെ പ്രക്ഷോഭത്തിനുശേഷം നടന്ന വട്ടമേശ സമ്മേളനത്തിൽ പുത്രികാരാജ്യപദവിക്കുവേണ്ടിയുള്ള ആവശ്യം തുടർന്നു. ബ്രിട്ടീഷുകാരുമായി നിസ്സഹകരിക്കുവാനുള്ള ആഹ്വാനത്തോട് ബഹുജനങ്ങൾ തങ്ങളുടേതായ രീതിയിൽ പ്രതികരിച്ചു. വിദേശഭരണത്തിന്റെ നാളുകൾ എണ്ണപ്പെട്ടുകഴിഞ്ഞതിന്റെ ലക്ഷണമായി കൃഷിക്കാർ പ്രത്യേകിച്ചും ഇതിനെ കണ്ടു. നിസ്സഹകരണ പ്രസ്ഥാനത്തിന് അവർ തങ്ങളുടേതായ സംഭാവന നല്കി. മിഡ്നാപ്പൂരിലെ നികുതിയില്ലാ ക്യാമ്പെയിൻ, മലബാറിലെ മാപ്പിളലഹള, ഔധിലെ കൃഷിക്കാരുടെ പ്രക്ഷോഭം, ഗവൺമെന്റിന്റെ പിന്തുണയുള്ള മഹന്തുകൾക്കെതിരെ പഞ്ചാബിലെ അകാലി പ്രക്ഷോഭം - ഇവയെല്ലാം അതിന്റെ പ്രകടനങ്ങളായിരുന്നു. ഔദ്യോഗികമായ നിസ്സഹകരണത്തോടൊപ്പം അഭ്യസ്തവിദ്യരോട് നടത്തിയ ബഹിഷ്കരണാഹ്വാനം രാജ്യത്ത് പുതിയ രൂപത്തിലുള്ള ബഹുജനപ്രക്ഷോഭം വളർന്നുവരുന്നതിനിടയാക്കി.

ഈ സംഭവവികാസങ്ങളുടെ പശ്ചാത്തലത്തിൽ നടന്ന കോൺഗ്രസിന്റെ അഹമ്മദാബാദ് സമ്മേളനം പ്രഖ്യാപിച്ചു: "സ്വരാജ് സ്ഥാപിക്കുകയും ഇന്ത്യാ ഗവൺമെന്റിന്റെ അധികാരകേന്ദ്രം ജനങ്ങളിലേക്ക് കൈമാറ്റം ചെയ്യപ്പെടുകയും ചെയ്യുന്നതുവരെ അഹിംസയിലധിഷ്ഠിതമായ നിസ്സഹകരണ പ്രസ്ഥാനം കൂടുതൽ ഊർജ്ജസ്വലതയോടുകൂടി തുടരുന്നതിനുള്ള ദൃഢനിശ്ചയം കോൺഗ്രസ് പ്രഖ്യാപിക്കുന്നു." കോൺഗ്രസിന്റെ തീരുമാനം നടപ്പാക്കാൻ അധികാരമുള്ള ഒരേയൊരാളായി മഹാത്മാഗാന്ധിയെ സമ്മേളനം അധികാരപ്പെടുത്തി.

ബഹുജനസമരത്തിൽ മഹാത്മാഗാന്ധി അസന്തുഷ്ടനായിരുന്നു. അതിൽ അക്രമം മാത്രമേ അദ്ദേഹത്തിന് ദർശിക്കാൻ കഴിഞ്ഞുള്ളൂ. യഥാർത്ഥ സത്യഗ്രഹപാതയിൽനിന്നുള്ള ഒഴിഞ്ഞു മാറലായി അദ്ദേഹം അതിനെ കണക്കാക്കി. ക്രമസമാധാനനില പുനഃസ്ഥാപിക്കുക എന്നതിന്റെ അർത്ഥം ജനസാമാന്യത്തിന്റെയും പ്രാദേശിക നേതൃത്വത്തിന്റെയും മുൻകൈ തടയുക എന്നാണ്. നികുതിയല്ലാ ക്യാമ്പെയിൻ നടത്താൻ അനുമതി നല്കണമെന്നാവശ്യപ്പെട്ട് ഒട്ടേറെ ജില്ലകളിലെ പ്രവർത്തകർ അദ്ദേഹത്തെ സമീപിച്ചു. അദ്ദേഹത്തിന്റെ അനുമതിയില്ലാതെ തന്നെ ഗുണ്ടൂർ ജില്ലാകമ്മിറ്റി അതാരംഭിക്കുകയും ചെയ്തു. വിവരമറിഞ്ഞ ഗാന്ധി അത് നിർത്തിവെക്കാനാവശ്യപ്പെട്ടു. മാത്രമല്ല കുടിശ്ശിക മുഴുവൻ അടച്ചുതീർക്കണമെന്ന് നിർദ്ദേശിക്കുകയും ചെയ്തു.

നിരുത്തരവാദപരമായ അക്രമം ഒഴിവാക്കുന്നതിന് തെരഞ്ഞെടുക്കുന്ന ആളുകളോടുകൂടി ചെറിയ തോതിലൊരു ക്യാമ്പെയിൻ ആരംഭിക്കാൻ അദ്ദേഹം ആഗ്രഹിച്ചു. ഗുജറാത്തിലെ ബർദോളി താലൂക്ക് ഈ ക്യാമ്പെയിൻ ആരംഭിക്കുന്നതിനായി തെരഞ്ഞെടുത്തു. രാഷ്ട്രീയത്തടവുകാരെ മോചിപ്പിക്കുകയും അടിച്ചമർത്തൽ നടപടികൾ അവസാനിപ്പിക്കുകയും ചെയ്യുന്നില്ലെങ്കിൽ ബർദോളിയിൽ സിവിൽ നിയമലംഘന പ്രസ്ഥാനം ആരംഭിക്കുമെന്ന് വൈസ്രോയി മുന്നറിയിപ്പു നല്കി.

അപ്പോഴേക്കും ഐക്യ പ്രവിശ്യയിലെ ചൗരിചൗരയിൽ രോഷാകുലരായ കൃഷിക്കാർ പൊലീസുമായി ഏറ്റുമുട്ടിയതായും പൊലീസ് സ്റ്റേഷൻ അഗ്നിക്കിരയാക്കിയതായും ഏതാനും പൊലീസുകാർ തീയിൽ വെന്തുമരിച്ചതായും വാർത്തയെത്തി. അതിനകംതന്നെ തികച്ചും അസ്വസ്ഥനായിരുന്ന ഗാന്ധി തന്റെ അഹിംസാ സിദ്ധാന്തത്തോട് കൂറ് പുലർത്തുന്നതിനായി പ്രക്ഷോഭം പിൻവലിക്കാൻ തന്നിൽ നിക്ഷിപ്തമായ അധികാരം ഉപയോഗിച്ചു. 1922 ഫെബ്രുവരി 12-ാം തീയതി ബർദോളിയിൽ ചേർന്ന കോൺഗ്രസ് പ്രവർത്തകസമിതി യോഗം ചൗരിചൗരയിലെ ജനക്കൂട്ടം മനുഷ്യത്വരഹിതമായി പെരുമാറിയതുമൂലം സിവിൽ നിയമലംഘന പ്രസ്ഥാനം മാത്രമല്ല, വളണ്ടിയർമാരുടെ പ്രകടനങ്ങളിലൂടെയും നിരോധിതാവസ്ഥയിൽ യോഗം ചേരുന്നതിലൂടെയും അതുപോലുള്ള പ്രവർത്തനങ്ങളിലൂടെയും നിസ്സഹകരണ പ്രസ്ഥാനം വിജ

യിപ്പിക്കുന്നതിന് നടത്തുന്ന എല്ലാ ക്യാമ്പെയിനുകളും നിർത്തിവെക്കാൻ തീരുമാനിച്ചു. പകരം നൂൽനൂല്ക്കുക, വിദ്യാഭ്യാസ പ്രവർത്തനങ്ങൾ നടത്തുക ആദിയായ കർമ്മരംഗങ്ങളിലേക്ക് തിരിയാൻ ജനങ്ങളെ ഉദ്ബോധിപ്പിച്ചു.

അപ്രതീക്ഷിതവും ആപൽസാദ്ധ്യതകളുളവാക്കുന്നതുമായ ഈ തീരുമാനം ജനങ്ങളെ രോഷാകുലരാക്കി. ഗാന്ധിയോട് കൂറുപുലർത്തുന്ന കോൺഗ്രസ് നേതാക്കൾപോലും നിരാശരായിത്തീർന്നു. "മഹാത്മാവിന്റെ മുഖ്യലഫ്ടനന്റുമാരായിരുന്ന ദേശബന്ധു ദാസ്, പണ്ഡിറ്റ് മോത്തിലാൽ നെഹ്റു, ലാലാലജ്പത് റോയി - അവർ മൂവരും ജയിലിലായിരുന്നു - എന്നിവർപോലും ഈ ജനകീയവികാരം പങ്കിട്ടു. ഞാനപ്പോൾ ദേശബന്ധുവിന്റെ കൂടെയുണ്ടായിരുന്നു. അദ്ദേഹം ദുഃഖിതനും രോഷാകുലനുമായിത്തീർന്നത് എനിക്ക് കാണാൻ കഴിഞ്ഞു." (*ഇന്ത്യൻ സമരം*, സുഭാഷ് ബോസ്) ഇത് ജനങ്ങളുടെ ആത്മവീര്യം നശിക്കുന്നതിനിടയാക്കിയെന്നും സാമുദായികാന്തരീക്ഷം മോശമാക്കിയെന്നും നെഹ്റുവിന് സമ്മതിക്കേണ്ടിവന്നു. അദ്ദേഹം തന്റെ ആത്മകഥയിൽ എഴുതി: "ഈ തീരുമാനം ആത്മവീര്യം നശിപ്പിക്കുന്നതിനിടയാക്കി. മഹത്തായ ഒരു പ്രസ്ഥാനം പൊടുന്നനെ അടക്കിനിർത്തുന്നത് രാജ്യത്ത് ദുരന്തപൂർണ്ണമായ സംഭവവികാസങ്ങൾ സൃഷ്ടിക്കാനിടയുണ്ട്. രാഷ്ട്രീയസമരം നിരർത്ഥകമായ അക്രമത്തിലേക്ക് നീങ്ങിയത് തടഞ്ഞുനിർത്താൻ കഴിഞ്ഞെങ്കിലും അടക്കിനിർത്തിയ അക്രമത്തിന് പുറത്തുകടക്കാൻ ഒരു വഴി കണ്ടെത്തേണ്ടിയിരുന്നു. തുടർന്നുള്ള വർഷങ്ങളിൽ അത് കണ്ടെത്തിയ വഴിയാണ് ഒരുപക്ഷേ, സാമുദായിക രംഗത്തെ കുഴപ്പം മൂർച്ഛിക്കുന്നതിന് വഴിവെച്ചത്." ചുരുക്കത്തിൽ, വിദേശ ഭരണാധികാരികൾക്കെതിരായ ജനങ്ങളുടെ അക്രമം ഇപ്പോൾ പരസ്പരം അക്രമം നടത്തുന്നതിലേക്ക് തിരിച്ചുവിടപ്പെട്ടു. ഇത് പൂർണ്ണമായും ശരിയായിരുന്നുവെന്ന് നമുക്ക് കാണാം. ഇതാവട്ടെ ഹിന്ദു-മുസ്ലീം ഐക്യത്തിനും ഇന്ത്യൻ ഐക്യത്തിനും കനത്ത പ്രഹരമേല്പിച്ചു. അതിൽനിന്ന് പിന്നീടൊരിക്കലും കരകയറാൻ കഴിഞ്ഞിട്ടില്ല.

സമരം പിൻവലിക്കുന്നതിന് ഏതാനും ദിവസം മുമ്പ് - കൃത്യമായി പറഞ്ഞാൽ ഫെബ്രുവരി 9-ാം തീയതി വൈസ്രോയി ലണ്ടനിലേക്ക് ഇപ്രകാരം എഴുതി:

> പട്ടണങ്ങളിലെ കീഴാളരെ നിസ്സഹകരണ പ്രസ്ഥാനം ഗൗരവതരമായി ബാധിച്ചു... ചില പ്രദേശങ്ങളിൽ, പ്രത്യേകിച്ചും ആസാം താഴ്വരയുടെ ചില ഭാഗങ്ങൾ ഐക്യപ്രവിശ്യകൾ ബീഹാർ, ഒറീസ, ബംഗാൾ എന്നിവിടങ്ങളിൽ കൃഷിക്കാരെയും അത് ബാധിച്ചിട്ടുണ്ട്. പഞ്ചാബിനെ സംബന്ധിച്ചാണെങ്കിൽ അകാലിപ്രക്ഷോഭം ഗ്രാമപ്രദേശങ്ങളിലെ സിഖുകാരുടെ ഇടയിൽപോലും നുഴഞ്ഞുകയറി. രാജ്യത്താകമാനമുള്ള മുസ്ലീങ്ങളിൽ ഒരു വലിയ ഭാഗം പ്രകോപിതരും പ്രക്ഷുബ്ധരുമായിട്ടുണ്ട്.

കാർഷിക വിപ്ലവത്തെക്കുറിച്ചുള്ള ഭയം നിലവിലുണ്ടായിരുന്നു. സമരം പിൻവലിച്ചുകൊണ്ടുള്ള പ്രമേയം കൂട്ടബലപ്രയോഗത്തെ അപലപിച്ചു, സിവിൽ നിയമലംഘന പ്രസ്ഥാനം നിർത്തിവെച്ചു, കൃഷിക്കാരോട് ഗവൺമെന്റിൽ അടച്ചുതീർക്കാൻ ബാക്കിയുള്ള കുടിശ്ശികകൾ മുഴുവൻ അടച്ചുതീർക്കണമെന്ന് ആവശ്യപ്പെട്ടു. കടന്നുകയറിക്കൊണ്ടുള്ള പ്രവർത്തനങ്ങൾ ഒന്നുംതന്നെ നടത്തരുതെന്ന് നിർദ്ദേശിച്ചു. സെമീന്ദാർമാർക്ക് (ജന്മിമാർക്ക്) പാട്ടം കൊടുക്കാതിരിക്കുന്നത് കോൺഗ്രസ് പ്രമേയത്തിന് എതിരാണെന്നും രാജ്യത്തിന്റെ ഉത്തമ താല്പര്യങ്ങൾക്ക് ഹാനികരമാണെന്നും കൂടി കൃഷിക്കാരെ പ്രവർത്തകസമിതി അറിയിച്ചു. "കോൺഗ്രസ് പ്രസ്ഥാനത്തിന് അവരുടെ നിയമപരമായ അവകാശത്തിനുമേൽ കടന്നാക്രമണം നടത്താൻ ഉദ്ദേശ്യമില്ലെന്നും കൃഷിക്കാർക്ക് ന്യായമായ സങ്കടങ്ങളുള്ള സ്ഥലങ്ങളിൽപോലും ആ സങ്കടം പരസ്പര കൂടിയാലോചനയിലൂടെയും ആർബിട്രേഷനിലൂടെയും പരിഹരിക്കണമെന്നാണ് കമ്മിറ്റി ആഗ്രഹിക്കുന്നതെന്നും" അത് സെമീന്ദാർമാർക്ക് ഉറപ്പ് നല്കി.

വിദേശ ഭരണാധികാരികൾക്കും അവരുടെ സാമൂഹ്യ അടിത്തറയായ ഭൂപ്രഭുക്കൾക്കും എതിരെ അക്രമാസക്തമായ സംഘട്ടനത്തിലേക്ക് കൃഷിക്കാർ ആഞ്ഞടിച്ച സന്ദർഭത്തിലാണ് സമരം പിൻവലിച്ചത്.

ഇതിന്റെ ആപല്ക്കരമായ പ്രത്യാഘാതങ്ങൾ തുടർന്നുള്ള വർഷങ്ങളിൽ അനുഭവപ്പെട്ടു. ബ്രിട്ടീഷ് വിരുദ്ധസമരത്തോടൊപ്പം രണ്ട് സമുദായങ്ങളിലുംപെട്ട അദ്ധ്വാനിക്കുന്നവർക്ക് നേരിട്ട് താല്പര്യമുള്ള വളർന്നുവന്ന കാർഷിക പ്രസ്ഥാനത്തെ മുമ്പോട്ടുകൊണ്ടുപോയിരുന്നെങ്കിൽ ഹിന്ദു-മുസ്ലീം ജനസാമാന്യത്തെ സ്ഥിരമായി യോജിപ്പിക്കുന്നതിന് സകല സാദ്ധ്യതകളും ഉണ്ടായിരുന്നു. ജനങ്ങളുടെമേൽ വിജ്ഞാനവിരോധികളായ ഫ്യൂഡൽ വർഗ്ഗത്തിന്റെ പിടിയെ മറികടന്നുകൊണ്ട് ഹിന്ദു-മുസ്ലീം ഭൂപ്രഭുക്കളോട് പോരാടിയ ഹിന്ദു - മുസ്ലീം കൃഷിക്കാർ പുതിയരൂപത്തിലുള്ള ഒരു ഐക്യം - സാമുദായിക ശക്തികൾക്കോ വിജ്ഞാനവിരോധികൾക്കോ തകർക്കാനാവാത്ത ഒരു ഐക്യം - സൃഷ്ടിച്ചെടുക്കുമായിരുന്നു. നിസ്സഹകരണ പ്രസ്ഥാനത്തിന്റെ ഗതിക്രമത്തിനിടയിൽ സംഭവിച്ചത് ഇതാണ്. എങ്കിലും ഇത് അവിടെയും ഇവിടെയുമുള്ള ആക്രമണമായിട്ടാണ് കാണാൻ കഴിഞ്ഞത്. ഐക്യപ്രക്രിയ ഏകപക്ഷീയമായി തടയപ്പെട്ടു.

കൂടുതൽ പിളർപ്പ് സൃഷ്ടിക്കാനും ഭാവിയിൽ ഹിന്ദു-മുസ്ലീം ഐക്യം അസാദ്ധ്യമാക്കിത്തീർക്കാനും ബ്രിട്ടീഷുകാരുടെ ഏജന്റുമാർ ഈ അവസ്ഥയെ ചൂഷണം ചെയ്തു. അതേവരെ ഈ വിജ്ഞാനവിരോധികളെ തടഞ്ഞു നിർത്താൻ കഴിഞ്ഞത് ദേശീയ പ്രസ്ഥാനവും കോൺഗ്രസും ഖിലാഫത് പ്രസ്ഥാനവുമായി ബന്ധപ്പെട്ട് പ്രവർത്തിച്ചിരുന്നതുകൊണ്ടാണ്. എന്നാലിപ്പോൾ സമരം പിൻവലിച്ചതോടെ ഹിന്ദു-മുസ്ലീം ജനസാമാന്യത്തിന്റെ ലോലമായ ഐക്യത്തെ വർഗ്ഗീയമായ മുദ്രാവാക്യ

ങ്ങൾകൊണ്ടൊന്നും എളുപ്പത്തിൽ ശിഥിലമാക്കാൻ കഴിഞ്ഞില്ല. മുസ്ലീം ജനസാമാന്യത്തിന്റെ നിരാശ ഹിന്ദുക്കൾക്കും കോൺഗ്രസിനും എതിരായി തിരിച്ചുവിടപ്പെട്ടു.

ബർദോളിയിൽവെച്ച് നിസ്സഹകരണ പ്രസ്ഥാനം പിൻവലിച്ചതിനെത്തുടർന്നുള്ള വർഷങ്ങളിൽ രാജ്യത്താകമാനം വ്യാപകമായ തോതിൽ വർഗ്ഗീയ ലഹളകൾ പൊട്ടിപ്പുറപ്പെട്ടു. ഹിന്ദു–മുസ്ലീം ഐക്യം അത് തകർത്തെറിഞ്ഞു. ഈ ലഹളകൾ കണ്ട ഗാന്ധി നിരാഹാര സമരം നടത്തി. ഇരുപക്ഷത്തുമുള്ള വർഗ്ഗീയ പത്രങ്ങൾ അന്തരീക്ഷം വിഷയമാക്കാൻ ആവുന്നത്ര ശ്രമിച്ചു. ഓരോ സംഭവവും അവ എത്ര ചെറുതാണെങ്കിൽ പോലും വർഗ്ഗീയ സംഘർഷം സൃഷ്ടിക്കുന്നതിന് ഉപയോഗിച്ചു. ആശ്വാസപ്രദമായ ഒരേയൊരു ഘടകം ഹിന്ദു- മുസ്ലീം തൊഴിലാളികൾ നടത്തിയ നീണ്ടുനിന്നതും യോജിച്ചതുമായ പണിമുടക്കുകളായിരുന്നു.

കോൺഗ്രസ് നേതാക്കളും ദേശീയപത്രങ്ങളും, സംശയമില്ല, തണുപ്പൻ നയം സ്വീകരിച്ചു. ദേശീയ ഐക്യം എന്ന ആദർശത്തോട് കൂറ് പുലർത്തി. എന്നാൽ വർഗ്ഗീയശക്തികൾക്ക് ഗവൺമെന്റ് നല്കിയ പരസ്യമായ പ്രോത്സാഹനവും പൊലീസിനെ പക്ഷപാതപരമായി ഉപയോഗിച്ചതും രണ്ട് സമുദായങ്ങളും തമ്മിൽ ആഴമേറിയ പിളർപ്പ് സൃഷ്ടിച്ചു.

തുർക്കി റിപ്പബ്ലിക്കായതായി നടത്തിയ പ്രഖ്യാപനവും ഖാലിഫിനെ അധികാരഭ്രഷ്ടമാക്കിയതും ഖിലാഫത് പ്രസ്ഥാനത്തിന് തിരശ്ശീല വീഴ്ത്തി. തലേന്നാളുകളിലെ ഖിലാഫത് നേതാക്കൾ കടുത്ത വർഗ്ഗീയ വാദികളായി മാറി.

തങ്ങളുടെ വിജയത്തിൽ തങ്ങളെത്തന്നെ ബ്രിട്ടീഷുകാർ അഭിനന്ദിച്ചുകൊണ്ടിരിക്കെ ഒരു പുതിയ ശക്തി ഉയർന്നു വരികയായിരുന്നു. ഇത് കമ്യൂണിസ്റ്റുകാരുടെയും തൊഴിലാളി പ്രസ്ഥാനത്തിന്റെയും ശക്തി ആയിരുന്നു. 1922 ൽ അഹമ്മദാബാദിൽ ചേർന്ന കോൺഗ്രസ് സമ്മേളനത്തിൽ തന്നെ കമ്യൂണിസ്റ്റുകാരുടെ ശബ്ദം ഉയർന്നു കേട്ടിരുന്നു. ആ സമ്മേളനത്തിൽ അവർ പൂർണ്ണസ്വാതന്ത്ര്യത്തിനുവേണ്ടിയും വിപ്ലവ സമരത്തിനുവേണ്ടിയും വാദിച്ചു. അതിനുശേഷം മുളച്ചുപൊന്തിക്കൊണ്ടിരുന്ന കമ്യൂണിസ്റ്റ് പ്രസ്ഥാനത്തിനെതിരെ ബ്രിട്ടീഷ് ഗവൺമെന്റ് ഒന്നിനുപിറകെ മറ്റൊന്നായി ഗൂഢാലോചന കേസുകൾ കെട്ടിച്ചമച്ചുകൊണ്ടിരിക്കുകയായിരുന്നു. എന്നാൽ ഒക്ടോബർ വിപ്ലവത്തിൽനിന്ന് ആവേശമുൾക്കൊണ്ടവർ തൊഴിലാളിവർഗ്ഗത്തിനിടയിൽ പെരുകാൻ തുടങ്ങി. ഇതോടൊപ്പം തൊഴിലാളിവർഗ്ഗത്തിന്റെ പണിമുടക്കു സമരങ്ങൾക്ക് ആക്കം കൂടാൻ തുടങ്ങി. ലോകമുതലാളിത്തത്തിന്റെ ഭാഗികമായ സുസ്ഥിരത തകർന്നതും മുതലാളിത്ത വ്യവസ്ഥയുടെ പൊതുകുഴപ്പം ആസന്നമായിക്കൊണ്ടിരുന്നതും പണിമുടക്കു സമരങ്ങളെ ത്വരിപ്പിച്ചും ഇന്ത്യയിലാകമാനം നീണ്ടുനിന്ന പോരാട്ടങ്ങൾ നടന്നു. അനവധി പണിമുടക്കുകൾ മാസങ്ങളോളം നീണ്ടുനിന്നു. തൊഴിലാളികൾ കൂട്ടം കൂട്ടമായി അണിനിരന്നുകൊണ്ടുള്ള യൂണിയനുകൾ രൂപംകൊണ്ടു. തൊഴിലാളികൾക്ക്

ലാത്തിച്ചാർജ്ജുകളും പൊലീസ് വെടിവെപ്പുകളും ജീവപര്യന്തം തടവു ശിക്ഷയും അനുഭവിക്കേണ്ടിവന്നു. ഈ സമരങ്ങളുടെ തലപ്പത്ത് കമ്യൂണിസ്റ്റുകാരോ ഉശിരൻദേശീയവാദികളോ കയറിപ്പറ്റി. അതിന്റെ ഫലം തൊഴിലാളിവർഗ്ഗത്തിന്റെ രാഷ്ട്രീയബോധം നിശിതമായി ഉയർന്നുവെന്നതാണ്. ട്രേഡ് യൂണിയൻ സമരത്തെ സാമ്രാജ്യത്വവിരുദ്ധ സമരവുമായി കണ്ണിചേർത്തു എന്നതും അതിന്റെ ഫലംതന്നെ. കോൺഗ്രസും മറ്റു സംഘടനകളും ബഹിഷ്കരിച്ച സൈമൺ കമ്മീഷൻ നിയമത്തിനെതിരെ ബോംബെയിലെയും മറ്റ് സ്ഥലങ്ങളിലെയും തൊഴിലാളിവർഗ്ഗം നടത്തിയ ശക്തമായ പ്രതിഷേധ പരിപാടികളിലും തൊഴിലാളിവർഗ്ഗത്തിന്റെ പണിമുടക്കുകളിലും ഇത് കാണാൻ കഴിഞ്ഞു.

സാമ്രാജ്യത്വവാദികൾക്ക് ചുവരെഴുത്ത് കാണാൻ കഴിഞ്ഞു. കോൺഗ്രസിന് അഖിലേന്ത്യാവ്യാപകമായ ഒരു പ്രക്ഷോഭത്തിലേക്ക് നീങ്ങാൻ കഴിയുന്നതിനുമുമ്പ് തൊഴിലാളിവർഗ്ഗത്തിനുനേരെ അത് ആഞ്ഞടിച്ചു. അവർ ട്രേഡ് യൂണിയനുകളെ അടിച്ചമർത്തി. അവയുടെ നേതാക്കളെ ജയിലിലടച്ചു. അക്രമാസക്തമായ വിപ്ലവത്തിലൂടെ ബ്രിട്ടീഷ് ഭരണത്തെ അട്ടിമറിക്കാൻ ഗൂഢാലോചന സംഘടിപ്പിച്ചു. എന്നാരോപിച്ച് 31 നേതാക്കളെ പ്രതികളാക്കി മീററ്റ് ഗൂഢാലോചന കേസ് കെട്ടിച്ചമച്ചു.

കൃഷിക്കാരുടെമേൽ ഫ്യൂഡലിസ്റ്റുകളും ഭൂപ്രഭുക്കളും അടിച്ചേല്പിച്ച ദുരിതങ്ങൾ ദൂരീകരിക്കുന്നതിനും സ്വതന്ത്ര ഇന്ത്യയെ സോഷ്യലിസത്തിലേക്ക് നയിക്കുന്നതിനും ബ്രിട്ടീഷ് സാമ്രാജ്യത്വത്തെ ഇന്ത്യയിൽ നിന്ന് കെട്ടുകെട്ടിക്കുക തന്നെയാണ് തങ്ങളുടെ ലക്ഷ്യമെന്ന് ഗൂഢാലോചന കേസിലെ 18 കമ്യൂണിസ്റ്റ് പ്രതികൾ പരസ്യമായി കോടതിയിൽ പ്രഖ്യാപിച്ചു. അവർക്ക് അഞ്ച് വർഷത്തെ തടവുശിക്ഷ മുതൽ ജീവപര്യന്തം നാടുകടത്തൽ വരെയുള്ള ശിക്ഷ വിധിച്ചു.

ഈ ഘട്ടത്തിൽ കമ്യൂണിസ്റ്റ് പ്രസ്ഥാനം ദേശീയ പ്രസ്ഥാനത്തിന് ഒട്ടേറെ അമൂല്യമായ ആശയങ്ങൾ സംഭാവന നല്കി. ദേശീയ വിമോചന പ്രസ്ഥാനത്തെ മുതലാളിത്ത പൂർവ്വസാമ്പത്തിക ബന്ധങ്ങൾ അറുത്തുമാറ്റുന്നതിനുള്ള പ്രസ്ഥാനവുമായി കണ്ണിചേർക്കുകയും തികച്ചും പുതിയ ഒരു സാമൂഹ്യക്രമത്തിന് ആവശ്യമായ പരിതസ്ഥിതികൾ സൃഷ്ടിക്കുകയും ചെയ്യേണ്ടത് ചരിത്രപരമായി ആവശ്യമായിരുന്നു. പഴയ ഭൂബന്ധങ്ങളുടെ അടിസ്ഥാനത്തിൽ ഒരുറച്ച ദേശീയബോധം സൃഷ്ടിക്കാൻ കഴിയുമെന്നും ജാതിയെയും മതത്തെയും വർഗ്ഗീയതയെയും നിലനിർത്തിയ ഫ്യൂഡൽ-അർദ്ധഫ്യൂഡൽ പരിതസ്ഥിതി പൂർണ്ണമായി ഇല്ലാതാക്കിയെങ്കിൽ മാത്രമേ ജനാധിപത്യസമരങ്ങൾ തകർത്ത ആ ദുഷ്ടശക്തികളുടെ പങ്ക് കുറച്ചുകൊണ്ടുവരാൻ കഴിയുകയുള്ളൂവെന്നും കമ്യൂണിസ്റ്റുകാർ മനസ്സിലാക്കി. ജാതിസമ്പ്രദായം അവസാനിപ്പിക്കുക എന്നത് ഹിന്ദു സാമൂഹ്യ പരിഷ്കരണത്തിന്റെ പ്രശ്നമല്ലെന്നും നാട്ടിൻപുറങ്ങളിലെ പഴയ സാമൂഹ്യ-സാമ്പത്തികക്രമം പിഴുതെറിയുന്നതിന്റെ പ്രശ്നമാണെന്നും അവർ തിരിച്ചറിഞ്ഞു. ഐക്യത്തിനുവേണ്ടി പ്രചാരണം നട

ത്തുന്നതുകൊണ്ടുമാത്രം മതത്തെ ആസ്പദമാക്കിയ വിഭജനം ഇല്ലാതാക്കാൻ കഴിയുകയില്ലെന്നും സാമ്രാജ്യത്വത്തിനും അതിന്റെ നാടൻ ചൂഷകർക്കും എതിരെ ഹിന്ദു-മുസ്ലീം ജനസാമാന്യം നടത്തുന്ന പൊതുസമരങ്ങളിലൂടെ മാത്രമേ ആ ലക്ഷ്യം നേടാൻ കഴിയുകയുള്ളൂവെന്നുംകൂടി അവർ തിരിച്ചറിഞ്ഞു.

1928 ൽ കല്ക്കത്തയിൽ കോൺഗ്രസിന്റെ ദേശീയ സമ്മേളനം നടക്കുകയായിരുന്നു. അപ്പോൾ കമ്യൂണിസ്റ്റുകാരും ഉശിരൻ ദേശീയവാദികളും 50,000 വരുന്ന കൃഷിക്കാരുടെയും തൊഴിലാളികളുടെയും ഒരു വമ്പിച്ച പ്രകടനം സംഘടിപ്പിച്ചു. ഒരു സ്വതന്ത്ര ഇന്ത്യൻ സോഷ്യലിസ്റ്റ് റിപ്പബ്ലിക് എന്ന മുദ്രാവാക്യം അവർ ശക്തിയായി ഉയർത്തി. ദേശീയ സമരത്തിൽനിന്നുള്ള വഴിപിരിയലായി പലരും ഇതിനെ തെറ്റിദ്ധരിക്കും വിധത്തിൽ ആഴമേറിയതായിരുന്നു ബൂർഷ്വാ നേതൃത്വത്തിന്റെ ആശയപരമായ വർഗ്ഗസ്വാധീനം. രാഷ്ട്രീയലക്ഷ്യത്തിനായി തൊഴിലാളിവർഗ്ഗത്തിന്റെ പണിമുടക്കായുധം എടുത്തുപയോഗിക്കുന്നതിന് കോൺഗ്രസ് നേതൃത്വം ഒന്നടങ്കം എതിരായിരുന്നുവെന്ന് ഇത്തരുണത്തിൽ രേഖപ്പെടുത്തിക്കൊള്ളട്ടെ. അങ്ങനെ ദേശീയ സമരത്തിൽ എടുത്തുപയോഗിക്കാൻ കഴിയുമായിരുന്ന ഫലപ്രദമായ ഒരായുധം അവർ ഉപയോഗിച്ചില്ല. അത്തരം പണിമുടക്കുകൾ നിരോധിക്കുന്ന ഒരു നിയമം കേന്ദ്ര നിയമ നിർമ്മാണ സഭയ്ക്കകത്ത് ചർച്ചയ്ക്കുവന്നപ്പോൾ രാഷ്ട്രീയ പണിമുടക്കുകളെ അവർ സൈദ്ധാന്തികമായി ന്യായീകരിച്ചു എന്ന കാര്യം വിസ്മരിക്കുന്നില്ല.

ബ്രിട്ടീഷുകാർക്കെതിരായ ആദ്യത്തെ നിസ്സഹകരണ പ്രസ്ഥാനം കെട്ടടങ്ങിയത് ജനങ്ങളെ പ്രത്യേകിച്ച് യുവാക്കളെ നിരാശരാക്കി. അവരുടെ ആത്മവീര്യം ചോർന്നുപോയി. അവർക്കിടയിൽ മോഹഭംഗം പടർന്നുപിടിച്ചു. അപ്പോൾ യുവാക്കളിൽ വലിയ ഒരുവിഭാഗം ഉശിരൻ ദേശീയ സമരപാതയിലേക്കു നീങ്ങി. നിസ്സഹകരണ പ്രസ്ഥാനത്തോട് ജനങ്ങളിൽ നിന്നുണ്ടായ പ്രതികരണം അഭൂതപൂർവ്വവും ആവേശകരവുമായിരുന്നല്ലോ. ഇത് കണ്ട യുവാക്കൾ ആ സമരത്തിൽ വളരെയധികം ആകൃഷ്ടരായി. അതിന്റെ ഫലം വമ്പിച്ചതായിരിക്കുമെന്ന കണക്കുകൂട്ടലിൽ ആ ഗാന്ധിയൻ നിസ്സഹകരണ പ്രസ്ഥാനത്തിലേക്ക് യുവാക്കൾ എടുത്തുചാടി. എന്നാൽ പെട്ടെന്ന് അപ്രതീക്ഷിതമായി സമരം പിൻവലിച്ചതോടെ ബഹുജന സമരങ്ങളിൽ തന്നെയുള്ള വിശ്വാസം അവർക്ക് നഷ്ടപ്പെട്ടതായി തോന്നി. വിപ്ലവ ഗ്രൂപ്പുകൾ സംഘടിപ്പിച്ചും ഉദ്യോഗസ്ഥന്മാർക്കെതിരെ ആയുധമെടുത്തും ബ്രിട്ടീഷുകാരോടു പോരാടാൻ അവർ തീരുമാനിച്ചു. ഈ വിഭാഗത്തിന്റെ ധീര സാഹസകൃത്യങ്ങൾ ഇപ്പോഴും ശരിക്ക് രേഖപ്പെടുത്തിയിട്ടില്ല. അവർക്കെതിരെ ഒട്ടേറെ ഗൂഢാലോചന ക്കേസുകൾ നടത്തി. പലരെയും തൂക്കിക്കൊന്നു. എങ്കിലും പോരാട്ടം തുടർന്നു. അവരുടെ പ്രവർത്തനങ്ങളുടെ ഉത്തരവാദിത്വം കോൺഗ്രസ് നേതാക്കൾ ഏറ്റെടുത്തില്ല. ആദ്യകാലങ്ങളിലെന്നപോലെ അവർക്കിട

യിൽനിന്ന് വീരസാഹസികന്മാർ ഉയർന്നുവന്നു. അവരിൽ കക്കോരി ഗൂഢാലോചനക്കേസിലെ രാമപ്രസാദ് ബിസ്മില്ലയും അസ്ഫഖുള്ളയും തൂക്കിലേറ്റപ്പെട്ടു. സച്ചിന്ദ്രസന്യാലിനെയും മറ്റുള്ളവരെയും 20 വർഷത്തെ തടവുശിക്ഷയ്ക്ക് വിധിച്ചു. നിസ്സഹകരണ പ്രസ്ഥാനത്തിൽ പങ്കെടുക്കുമ്പോൾ യുവത്വത്തിലേക്ക് കാലുകുത്തിയിട്ടില്ലാതിരുന്ന ചന്ദ്രശേഖര ആസാദിനെ ജയിലിലിട്ട് പീഡിപ്പിച്ചു. ഉശിരൻ വിപ്ലവകാരികളിൽ ചിറ്റഗോങ്ങ് ആയുധശാലാക്രമത്തിൽ പങ്കെടുത്ത ബംഗാളിൽനിന്നുള്ള വിപ്ലവകാരികളായ ഗണേശ് ഘോഷ് ആനന്ദ് സിങ്, കൽപനാദത്ത്, സുബാഷ് റാം എന്നിവരുൾപ്പെടുന്നു. ലാഹോർ ഗൂഢാലോചനക്കേസിന്റെ കാര്യം പ്രത്യേകം എടുത്തുപറയേണ്ടതുണ്ട്. ആ കേസിൽ ശിക്ഷിക്കപ്പെട്ട ജിതിൻദാസ്, ഭഗത്സിങ്, രാജഗുരു, സുഖദേവ് എന്നിവർ രക്തസാക്ഷികളായി, ആദ്യ പ്രസ്ഥാനത്തിന്റെ തകർച്ചയ്ക്കുശേഷം ഈ ചെറുപ്പക്കാർ നിരാശരായിത്തീർന്ന ജനങ്ങളിൽ ആത്മവിശ്വാസവും വിപ്ലവബോധവും ജ്വലിപ്പിച്ചു.

ബ്രിട്ടീഷ് ഗവൺമെന്റിന്റെ കണക്കുകൂട്ടൽ പൂർണ്ണമായും തെറ്റി. കാരണം, ഗാന്ധി ഔപചാരികമായി കോൺഗ്രസിൽനിന്ന് വിരമിച്ചു. താല്ക്കാലികമായി അദ്ദേഹത്തിന്റെ സ്വാധീനത്തിന് ഇടിച്ചൽ തട്ടി. നേരത്തെ കഴ്സൺ പ്രഭു വിചാരിച്ചതുപോലെ കോൺഗ്രസിന്റെ അന്ത്യം സംഭവിച്ചുവെന്നാണ് അവർ കരുതിയത്. കോൺഗ്രസിനെതിരെ എല്ലാ തരത്തിലുമുള്ള വർഗ്ഗീയ സംഘടനകളെ അവർ താങ്ങിക്കൊടുത്തു നിർത്തി. ഇതിനിടയിൽ ജനകീയ സമരത്തിന്റെ അലമാലകൾ ഒരു വലിയ അളവോളം അടങ്ങിയിരിക്കുകയാണെന്നു കണ്ട കോൺഗ്രസ് പാർട്ടി നിയമസഭാ ബഹിഷ്കരണം അവസാനിപ്പിക്കാനും കേന്ദ്ര നിയമ നിർമ്മാണസഭയിലും പ്രവിശ്യകൗൺസിലുകളിലും പങ്കെടുക്കാനും തീരുമാനിക്കുകയും ചെയ്തു. ജനങ്ങളുടെമേലുള്ള തങ്ങളുടെ പിടിമുറുക്കാൻ അത് നിയമസഭാ വേദി ഉപയോഗിച്ചു. ഭാവി പരിഷ്കരണങ്ങളുടെ കാര്യത്തിൽ പൊതുവായ ഒരു നിലപാട് കൈക്കൊള്ളുന്നതിന് രാഷ്ട്രീയ പാർട്ടികളെ ഒന്നിപ്പിക്കാൻ കോൺഗ്രസ് മുൻകൈ എടുത്തു.

പണ്ഡിറ്റ് മോത്തിലാൽ നെഹ്റുവിന്റെ അദ്ധ്യക്ഷതയിൽ കോൺഗ്രസ് നിയമിച്ച നെഹ്റുകമ്മിറ്റി ഒരു അഖിലകക്ഷിരേഖ ആവിഷ്കരിച്ചു. ഇന്ത്യക്ക് പുത്രികാരാജ്യപദവിയോടുകൂടിയ ഒരിന്ത്യൻ ഭരണഘടനയുടെ നീലരേഖ അത് തയ്യാറാക്കി. ഇന്ത്യൻ പാർട്ടികൾക്കിടയിൽതന്നെ ഒരു കരാറുണ്ടാക്കുകയെന്ന ബ്രിട്ടീഷ് വെല്ലുവിളിക്കുള്ള മറുപടിയായിരുന്നു ഇത്.

ഇന്ത്യക്ക് പുത്രികാരാജ്യപദവി അനുവദിക്കണമെന്ന കോൺഗ്രസിന്റെ ആവശ്യം തന്നെ കോൺഗ്രസ് നേതൃത്വത്തിന്റെ വർദ്ധിച്ച ആത്മവിശ്വാസത്തിന്റെയും ഇന്ത്യൻ വ്യവസായത്തിന്റെ ഭാവിയിൽ അവർക്കുള്ള തികഞ്ഞ വിശ്വാസത്തിന്റെയും സൂചനയായിരുന്നു. യുദ്ധകാലത്തും അതിനുശേഷവും ഇന്ത്യൻ വ്യവസായം ഒരളവോളം വളർന്നു.

സംരക്ഷണത്തിനും കമ്പോളത്തിനുമുള്ള ആവശ്യം അടിയന്തരമായി ത്തീർന്നു. ഇന്ത്യൻ വ്യവസായികളുടെ താല്പര്യങ്ങൾ ഡൊമിനിയൻ പദവിക്കുവേണ്ടി കോൺഗ്രസ് നേതൃത്വത്തിൽ നടന്ന പ്രക്ഷോഭത്തിന്റെ ലക്ഷ്യങ്ങളുമായി ഒന്നിച്ചൊന്നായി. ഇന്ത്യയിൽ മുതലാളിത്ത സ്വകാര്യ സ്വത്ത് വളർത്തിയെടുക്കേണ്ട ആവശ്യകതയെ അടിസ്ഥാനപ്പെടുത്തി യുള്ള ജനാധിപത്യപരമായ ആശയങ്ങൾ ഇപ്പോൾ കോൺഗ്രസ് നേതാക്കൾ മൂർത്തമായി പ്രകാശിപ്പിക്കാൻ തുടങ്ങി. 1923 ആയപ്പോഴേക്കും ഇന്ത്യൻ വ്യവസായങ്ങൾക്ക് സംരക്ഷണം നല്കണമെന്ന ആവശ്യം ഗൗരവതരമായി ഉന്നയിക്കപ്പെട്ടു. തന്നിമിത്തം ഈ പ്രശ്നം പരിശോധിക്കാൻ ഗവൺമെന്റിന് ഒരു ധനകാര്യ കമ്മിഷൻ നിയോഗിക്കേണ്ടിവന്നു. കമ്മീഷനിൽ ഭൂരിപക്ഷം വരുമായിരുന്ന ഇന്ത്യൻ അംഗങ്ങൾ ദേശീയ വ്യവസായങ്ങൾ സംരക്ഷിക്കണമെന്നും കുറേക്കൂടി വിപുലമാക്കണമെന്നും അഭ്യർത്ഥിച്ചു. ഈ അവസരത്തിലാണ് കേന്ദ്രനിയമനിർമ്മാണസഭ ടാറ്റാ ഉരുക്കു നിർമ്മാശാലയ്ക്ക് സംരക്ഷണം നല്കാൻ സമ്മതിച്ചത്. സ്വരാജിനുവേണ്ടി വാദിച്ചവർ ഗവൺമെന്റിന് പിന്തുണ നല്കിയ ഒരേഒരവസരം. ഒരുപക്ഷേ, ഇതായിരിക്കും.

1926 ആയപ്പോഴേക്കും ലോകമുതലാളിത്തത്തിന്റെ ഭാഗികമായ സുസ്ഥിരത തകിടം മറിയുകയും കൊളോണിയൽ രാജ്യങ്ങളിൽ ഗുരുതരമായ കാർഷിക പ്രതിസന്ധിയുളവാക്കുകയും ചെയ്തതോടെ ഈ പാർലമെന്ററി കുത്തിത്തിരിപ്പുകൾക്ക് തിരിച്ചടിയേറ്റു. കൃഷിക്കാരും വ്യവസായികളുമുൾപ്പെടെ കൊളോണിയൽ ജനതയുടെമേൽ കാർഷികക്കുഴപ്പത്തിന്റെ ഭാരം അടിച്ചേല്പിക്കാൻ ബ്രിട്ടീഷുകാർ ശ്രമിക്കുകയായിരുന്നു. ബ്രിട്ടീഷ് ചരക്കുകളുടെ ഇറക്കുമതിക്ക് കളമൊരുക്കാനും ഇന്ത്യൻ കയറ്റുമതിക്കുള്ള പ്രതിഫലം കുറയ്ക്കാനും രൂപയുടെയും സ്റ്റർലിങ്ങിന്റെയും വിനിമയനിരക്കിൽ തിരിമറി കാണിച്ചുകൊണ്ട് മാന്ദ്യത്തിന്റെ ഭാരം ഇന്ത്യൻ ജനതയുടെമേൽ കയറ്റിവെക്കാനും ഇന്ത്യൻ ഗവൺമെന്റ് ശ്രമിച്ചു. ഇന്ത്യൻ കൃഷിക്കാരും വ്യവസായികളും ഈ തിരിമറികളുടെ ഇരകളായിരുന്നു. വ്യവസായത്തിന്റെ പ്രതിസന്ധി രാജ്യത്ത് പണിമുടക്കുകളുടെ ഒരു പരമ്പരതന്നെ സൃഷ്ടിച്ചു. അത് ഒരു കാർഷികാസ്വാസ്ഥ്യത്തിനും വഴിവെക്കുകയായിരുന്നു.

ഈ പശ്ചാത്തലത്തിൽ ബ്രിട്ടീഷ് ഗവൺമെന്റ് ഇന്ത്യയിലേർപ്പെടുത്തേണ്ട പരിഷ്കാരങ്ങളെ സംബന്ധിച്ച് ശുപാർശ ചെയ്യാൻ ഒരു റോയൽ കമ്മിഷനെ -സൈമൺ കമ്മിഷൻ - നിയമിച്ചു. കമ്മിഷനിൽ ഒരൊറ്റ ഇന്ത്യാക്കാരനെപ്പോലും ഉൾപ്പെടുത്തിയില്ല. അതുവഴി അവർ ഇന്ത്യൻ ദേശീയതയെ അപമാനിച്ചു. കമ്മിഷനെ കോൺഗ്രസ് ബഹിഷ്കരിച്ചു. കമ്മിഷനിലെ അംഗങ്ങൾ ഇന്ത്യയിൽ വന്നിറങ്ങിയപ്പോൾ അതിനെതിരെ പ്രതിഷേധ പ്രകടനങ്ങൾ സംഘടിപ്പിച്ചു. ബോംബെയിലും കല്ക്കത്തയിലും പണിമുടക്കുകളും കരിങ്കൊടി പ്രകടനങ്ങളും നടന്നു. ഇന്ത്യയിലാകെ വമ്പിച്ച പ്രതിഷേധക്കൊടുങ്കാറ്റ് ആഞ്ഞു വീശി. ഈ സമ്മർദ്ദമു

പയോഗിച്ച് പുത്രികാരാജ്യപദവിയുടെയോ അല്ലെങ്കിൽ അതിൽ കുറഞ്ഞ ഏതെങ്കിലും ഒന്നിന്റെയോ അടിസ്ഥാനത്തിൽ ബ്രിട്ടീഷുകാരുമായി ഒരൊത്തുതീർപ്പുണ്ടാക്കാൻ കോൺഗ്രസ് നേതാക്കൾ ശ്രമിച്ചു. ഉയർന്നുവരുന്ന ഇന്ത്യൻ വ്യവസായി വർഗ്ഗത്തിന്റെ താല്പര്യം സംരക്ഷിക്കുന്നതിന് ബഹുജന പ്രസ്ഥാനത്തിന്റെ പിന്തുണയോടെ പരിമിതമായ അധികാരങ്ങളോടുകൂടിയ പുത്രികാപദവിയെതന്നെ വ്യാപിപ്പിക്കാൻ കഴിയും. അങ്ങനെയാവുമ്പോൾ അത് പൂർണ്ണ സ്വാതന്ത്ര്യമായിരിക്കില്ല. അത് സാമ്പത്തികാടിമത്തത്തിൽനിന്ന് ബഹുജനങ്ങളെ മോചിപ്പിക്കുകയുമില്ല. സ്വാതന്ത്ര്യമോ പുത്രികാപദവിയോ ഇതിലേതാണ് വേണ്ടതെന്നതിനെച്ചൊല്ലിയായിരുന്നു 1928 ൽ കല്ക്കത്തയിൽ നടന്ന കോൺഗ്രസ് സമ്മേളനത്തിൽ ഉശിരൻ ദേശീയവാദികളും കമ്യൂണിസ്റ്റുകാരും ഒരുവശത്തും കോൺഗ്രസ് നേതൃത്വം മറുവശത്തുമായി ഏറ്റുമുട്ടിയത്. പൂർണ്ണ സ്വാതന്ത്ര്യം ആവശ്യപ്പെടുന്ന ഒരു ഭേദഗതിയും ഒരു കാർഷിക പരിപാടിയും കമ്യൂണിസ്റ്റുകാർ അവതരിപ്പിച്ചു. പരിവർത്തനവാദികൾക്ക് നേതൃത്വം നല്കിയ സുഭാഷ് ചന്ദ്രബോസ് പൂർണ്ണസ്വാതന്ത്ര്യത്തിന് ആഹ്വാനം നല്കി. എന്നാൽ കോൺഗ്രസിൽ ആധിപത്യമുണ്ടായിരുന്നവർ ഗാന്ധിയുടെ നേതൃത്വത്തിൽ പൊതു ആവശ്യമെന്ന നിലയിൽ പുത്രികാപദവി എന്ന ആവശ്യത്തിൽ ഉറച്ചു നില്ക്കാൻ തീരുമാനിച്ചു. ഒരു വർഷത്തിനകം പുത്രികാപദവി എന്ന ആവശ്യം ബ്രിട്ടീഷുകാർ അംഗീകരിക്കുന്നില്ലെങ്കിൽ പൂർണ്ണ സ്വാതന്ത്ര്യത്തിനുവേണ്ടിയുള്ള ആവശ്യം തങ്ങൾ അംഗീകരിക്കുമെന്ന് കോൺഗ്രസ് പ്രഖ്യാപിച്ചു.

ഈ ആവശ്യം ഗവൺമെന്റ് നിരാകരിച്ചത് പൂർണ്ണ സ്വാതന്ത്ര്യത്തിനനുകൂലമായി ലാഹോർ സമ്മേളനം പ്രമേയം പാസാക്കുന്നതിനിടയാക്കി. പ്രക്ഷോഭത്തിന്റെ രൂപവും സ്വഭാവവും നിർണ്ണയിക്കുന്നതിന് സമ്മേളനം ഒരിക്കൽക്കൂടി ഗാന്ധിയെ അധികാരപ്പെടുത്തി.

രണ്ടാം നിസ്സഹകരണ പ്രസ്ഥാനം ആദ്യത്തെ അതായത് 1920 ലെ മഹത്തായ ജനകീയ മുന്നേറ്റത്തിൽനിന്ന് തികച്ചും വ്യത്യസ്തമായിരുന്നു. കോൺഗ്രസ് നേതൃത്വം ജനങ്ങളുടെ മുൻകൈ തുടക്കംമുതൽതന്നെ നിയന്ത്രിച്ചു നിർത്തി.

ഇപ്പോൾ സ്വതന്ത്രപരിപാടി 11 ഇനമായി ചുരുക്കി. ആ പതിനൊന്നിനങ്ങളിൽ പലതരത്തിലുള്ള പരിഷ്കാരങ്ങളുമുൾപ്പെടുന്നു. സമ്പൂർണ്ണമായ മദ്യനിരോധനം, ഭൂനികുതിയും സൈനികച്ചെലവും വെട്ടിക്കുറയ്ക്കൽ, വിദേശവസ്ത്രങ്ങളുടെമേൽ സംരക്ഷണച്ചുങ്കം, പാട്ടം 50 ശതമാനമായി ചുരുക്കൽ എന്നിവ അവയിൽ ചിലതുമാത്രം. 1920 ൽ ആധുനിക വ്യവസായത്തെ പാപകരമായി കണക്കാക്കിയ മഹാത്മാഗാന്ധി ഇപ്പോൾ കൈത്തറി വ്യവസായവുമായി മത്സരത്തിലേർപ്പെട്ട ടെക്സ്റ്റൈൽ വ്യവസായത്തിന് സംരക്ഷണം നല്കണമെന്ന് ആവശ്യപ്പെട്ടത് രസകരമായിരിക്കുന്നു. അപ്പോഴേക്കും ഗാന്ധിസം അതിന്റെ ആദ്യകാല പടിഞ്ഞാറൻ വിരുദ്ധ ആടയാഭരണങ്ങൾ വലിച്ചെറിഞ്ഞുകൊണ്ട് ദേശീയ മുത

ലാളിവർഗ്ഗത്തിന്റെ അടിയന്തരാവശ്യങ്ങൾക്ക് പരസ്യമായി വാദിക്കാൻ തുടങ്ങി. സ്വാതന്ത്ര്യത്തിനുവേണ്ടിയുള്ള പതിനൊന്നിന പരിപാടിയിൽ ജനാധിപത്യപരമായ ചില മൂർത്ത ആവശ്യങ്ങളും ഭൂമിയിൽ മേലുള്ള പാട്ടം 50 ശതമാനമായി കുറയ്ക്കണമെന്ന ആവശ്യവും ഉൾപ്പെട്ടിരുന്നുവെങ്കിലും ഉറുപ്പിക - സ്റ്റർലിങ് അനുവാദവും വർദ്ധിപ്പിക്കണമെന്ന ആവശ്യത്തിന് മുൻഗണന നല്കിയിരുന്നു. ഇന്ത്യൻ വ്യവസായങ്ങൾക്ക് സംരക്ഷണം നല്കുകയും വിദേശവസ്ത്ര ഇറക്കുമതി നിർത്തലാക്കണമെന്ന് ആവശ്യപ്പെടുകയും ചെയ്യുന്നതോടൊപ്പം ഇന്ത്യൻ യാനപാത്രങ്ങൾക്ക് തീരക്കടൽ വ്യാപാരത്തിന് സംവരണമേർപ്പെടുത്തണമെന്നും അതാവശ്യപ്പെട്ടു. ഈ 11 ആവശ്യങ്ങളിൽ രാഷ്ട്രീയാധികാരമെന്ന കേന്ദ്രപ്രശ്നം കാണാൻ കഴിഞ്ഞില്ല. ഇന്ത്യൻ കൃഷിക്കാരെ അവരുടെ സാമ്പത്തിക ദുരിതങ്ങളിൽനിന്ന് മോചിപ്പിക്കുകയെന്ന പ്രശ്നം അതിൽ എവിടെയും ഉണ്ടായിരുന്നില്ല.

വിശ്വസ്തരായ അനുയായികളുടെ സഹായത്തോടെ സമരം മുമ്പോട്ടുകൊണ്ടുപോകുന്ന കാര്യത്തിൽ തുടക്കം മുതൽ മഹാത്മാഗാന്ധി പ്രത്യേകം ശ്രദ്ധിച്ചു. അങ്ങനെ ചെയ്തതിന് പിന്നിൽ ഒരു ഉദ്ദേശ്യമുണ്ട്. താൻ ആഗ്രഹിക്കുന്ന പരിധിക്കപ്പുറം സമരം മുന്നേറാൻ പാടില്ല. മഹാത്മാഗാന്ധിയും സബർമതി ആശ്രമത്തിലെ അദ്ദേഹത്തിന്റെ അനുയായികളും വേണ്ടിയിരുന്നു ദണ്ഡിയാത്ര നയിക്കാൻ. ഉപ്പുനിയമവും വനനിയമവും ഔപചാരികമായി ലംഘിക്കാൻ എല്ലാവരോടും ആവശ്യപ്പെട്ടപ്പോൾ ഭൂമിയുടെമേലുള്ള പാട്ടമോ നികുതിയോ അടയ്ക്കരുതെന്ന് ആഹ്വാനം ഒരിടത്തും കേട്ടില്ല. അച്ചടക്കത്തിന്റെയും അക്രമം ഒഴിവാക്കുന്നതിന്റെയും പേരിൽ തുടക്കം മുതൽ ഈ പ്രസ്ഥാനത്തെ നിയന്ത്രിച്ചുനിർത്തിയിരുന്നു. ബോംബെയിൽ ഹർത്താൽ നടത്താൻ കോൺഗ്രസ് ആവർത്തിച്ച് ആഹ്വാനം നല്കി. മില്ലുടമകളുടെയും ആവേശഭരിതരായ തൊഴിലാളികളുടെയും പിന്തുണ അതിനുകിട്ടി. ഏപ്രിലിൽ വളർന്നുവന്ന ബഹുജനപ്രക്ഷോഭം ഗാന്ധി നിശ്ചയിച്ച പരിധിക്കും എത്രയോ അപ്പുറം കടന്നു. പെരുകിവന്ന പണിമുടക്കുകൾ; ശക്തമായ പ്രകടനങ്ങൾ; ചിറ്റഗോങ്ങിലെ ആയുധശാലാക്രമണം; പത്തു ദിവസം ജനങ്ങളുടെ പിടിയിലമർന്ന പെഷവാറിലെ സംഭവവികാസങ്ങൾ; അനേകം പ്രദേശങ്ങളിൽ, പ്രത്യേകിച്ചും ഐക്യപ്രവിശ്യകളിൽ, കൃഷിക്കാരുടെ സ്വയംഭൂവായ പ്രക്ഷോഭങ്ങളുടെ തുടക്കം (പാട്ടത്തിന്റെ 50 ശതമാനം നല്കാമെന്ന വ്യവസ്ഥയിൽ പ്രശ്നം പരിഹരിക്കുന്നതിന് മദ്ധ്യസ്ഥതവഹിക്കാൻ കോൺഗ്രസ് സന്നദ്ധത പ്രകടിപ്പിച്ചത്) ഇവയെല്ലാം ജനങ്ങളുടെ മനോഭാവത്തിന്റെ സൂചകങ്ങളായിരുന്നു. ഈ പ്രസ്ഥാനത്തിന്റെ ഒരു സവിശേഷത 1920 ലെതിനെക്കാൾ കുറഞ്ഞതോതിലെ മുസ്ലീം ജനസാമാന്യം അതിൽ പങ്കെടുത്തുള്ളൂ എന്നതാണ്. അതിർത്തി ഗാന്ധി ഖാൻ അബ്ദുൾഗാഫർ ഖാന്റെ സ്വാധീനമുണ്ടായിട്ടുകൂടിയാണ് ഇത് സംഭവിച്ചത്. ഗാഫർഖാൻ കോൺഗ്രസുമായി ഐക്യപ്പെടുകയും അതിന്റെ പ്രമു

ഖനേതാക്കളിലൊരാളായിത്തീരുകയും ചെയ്തു. അതിനാൽ പെഷവാറിലെ മുസ്ലീങ്ങൾ പൊലീസിനും സൈന്യത്തിനും എതിരായ പോരാട്ടത്തിൽ സ്വയം എടുത്തുചാടി. ഈ സംഘട്ടനം നൂറുകണക്കിനാളുകളുടെ മരണത്തിനിടയാക്കി. എന്നാൽ ഹിന്ദു സൈന്യത്തിന്റെ രണ്ട് പ്ലാറ്റൂണുകൾ മുസ്ലിം ജനക്കൂട്ടത്തിനുനേരെ നിറയൊഴിക്കാൻ വിസമ്മതിച്ചു. അവർ ജനക്കൂട്ടവുമായി സൗഹൃദബന്ധം സ്ഥാപിക്കുകയും അവരിൽ പലരും ആയുധങ്ങൾ തിരികെ ഏല്പിക്കുകയും ചെയ്തു. ഈ സംഭവം നടന്നു കഴിഞ്ഞ ഉടൻതന്നെ പെഷവാറിൽനിന്ന് ഗവൺമെന്റ് പൊലീസിനെയും പട്ടാളത്തെയും പിൻവലിച്ചു. നഗരം ഒരാഴ്ചയോളം ജനങ്ങളുടെ പിടിയിലമർന്നു. ജനങ്ങൾക്കു നേരെ നിറയൊഴിക്കാൻ വിസമ്മതിച്ച ഗർവാളി റൈഫിൾസിൽപ്പെട്ട ആൾക്കാർക്ക് നേതൃത്വം നല്കിയത് ഗർവാളിയിൽനിന്നുള്ള ഒരു കൃഷിക്കാരനായ ചന്ദ്രബാലിസിങ് ആയിരുന്നു. അവരെയെല്ലാം ദീർഘകാലത്തെ തടവുശിക്ഷയ്ക്ക് വിധിച്ചു. ഗാന്ധി അവരെ കൈയൊഴിഞ്ഞു. അതിന് അദ്ദേഹം പറഞ്ഞ കാരണമിതാണ്. "വെടിവെക്കാനുള്ള ഉത്തരവ് അനുസരിക്കാത്ത ഒരു പട്ടാളക്കാരൻ താനെടുത്ത പ്രതിജ്ഞ ലംഘിക്കുകയാണ് ചെയ്യുന്നത്. അയാൾ അനുസരണക്കേട് കാണിക്കുന്നതിനുള്ള ക്രിമിനൽ കുറ്റത്തിന് കാരണക്കാരനാണ്. ഉദ്യോഗസ്ഥന്മാരോടും പട്ടാളക്കാരോടും അനുസരണക്കേട് കാണിക്കണമെന്ന് പറയാൻ എനിക്ക് കഴിയില്ല. കാരണം ഞാൻ അധികാരത്തിലിരിക്കുമ്പോൾ അതേ ഉദ്യോഗസ്ഥന്മാരെയും അതേ പട്ടാളക്കാരെയും എനിക്ക് ഉപയോഗിക്കേണ്ടിവരും."

മഹാത്മാഗാന്ധി അറസ്റ്റ് ചെയ്യപ്പെട്ടപ്പോൾ ഷോലാപ്പൂരിൽ വമ്പിച്ചൊരു ജനമുന്നേറ്റമുണ്ടായി. അവിടെ പട്ടാളനിയമം പ്രഖ്യാപിക്കേണ്ടിവന്നു. പ്രക്ഷോഭത്തിന് നേതൃത്വം നല്കിയ ഏതാനും പേരെ തൂക്കിലേറ്റി. അവരിലൊരാൾ തൊഴിലാളി യൂണിയൻ സെക്രട്ടറിയായിരുന്നു. ജനങ്ങളുടെമേലുള്ള നിയന്ത്രണം കോൺഗ്രസ് നേതൃത്വത്തിന് നഷ്ടപ്പെട്ടു. ബ്രിട്ടീഷ് ഉദ്യോഗസ്ഥന്മാരെ തുരത്തിയോടിച്ചതിനുശേഷം അവർ ഭരണത്തിന്റെ ഉത്തരവാദിത്വം ഏറ്റെടുക്കുകയും ക്രമസമാധാനം നിലനിർത്തുകയും ചെയ്തു. ഈ പ്രക്ഷോഭത്തിന്റെ അനന്തരഫലം ഗാന്ധി-ഇർവിൻ സന്ധിയായിരുന്നു. അതിനുശേഷം പ്രക്ഷോഭം പൻവലിച്ചു. കോൺഗ്രസിന്റെ കറാച്ചി സമ്മേളനം ഒരു മൗലികാവകാശ പ്രമേയം അംഗീകരിച്ചു. അത് കോൺഗ്രസിന്റെ പരിപാടി മെച്ചപ്പെടുത്തി. ഫ്യൂഡൽ ചൂഷണത്തിനിരയായിത്തീർന്ന കുടിയാന്മാരോടുള്ള സമീപനത്തിൽ മാറ്റംവരുത്തി. ഇരുവിഭാഗവും തമ്മിൽ അനുരഞ്ജനത്തിൽ കഴിയുന്നതിനെക്കുറിച്ചുമാത്രമേ അത് സംസാരിച്ചുള്ളൂ. അതിൽ കൂടുതലായി അതിനകത്ത് ഒന്നുമുണ്ടായിരുന്നില്ല. ആ സന്ധിയുണ്ടാക്കിയതിനുശേഷം നടന്ന കറാച്ചി കോൺഗ്രസ് വേളയിൽ ബ്രിട്ടീഷ് ഭരണാധികാരികൾ ഭഗത്സിങ്ങിനെയും സഹപ്രവർത്തകരെയും തൂക്കിലേറ്റി. ഇത് രാജ്യത്തെ ജനങ്ങളെയാകെ രോഷാകുലരാക്കി.

പ്രക്ഷോഭം പിൻവലിച്ചതും കോൺഗ്രസിന്റെ സഹകരണ വാഗ്ദാനവും കാര്യമായ ഫലമൊന്നുമുളവാക്കിയില്ല. ബ്രിട്ടീഷ് ഗവൺമെന്റ് ഒരു വിട്ടുവീഴ്ചയ്ക്കും തയ്യാറായിരുന്നില്ല. 1932 ൽ അവർ കോൺഗ്രസിനെതിരെ ആഞ്ഞടിച്ചു. ആയിരക്കണക്കിനാളുകളെ തടവിലാക്കി. ഗാന്ധിയും കോൺഗ്രസ് പ്രവർത്തകസമിതി അംഗങ്ങളും കാരാഗൃഹത്തിനകത്തായി. പുത്രികാരാജ്യപദവിയെക്കുറിച്ചും ബഹുജനമുന്നേറ്റം തടഞ്ഞുനിർത്തിയാൽ ബ്രിട്ടീഷുകാർ വലിയ സൗജന്യം അനുവദിക്കുന്നതാണെന്നതിനെക്കുറിച്ചുമുള്ള വ്യാമോഹം തകർന്നു തരിപ്പണമായി.

1942 ആയപ്പോഴേക്കും കോൺഗ്രസ് ആകെ കൂടിക്കുഴഞ്ഞ അവസ്ഥയിലായി. അത് പ്രക്ഷോഭം ഔപചാരികമായി പിൻവലിക്കുകയും വട്ടമേശ സമ്മേളനത്തിൽ പങ്കെടുക്കാൻ തീരുമാനിക്കുകയും ചെയ്തു. കോൺഗ്രസിന് ഗവൺമെന്റ് പ്രാതിനിദ്ധ്യം നല്കിയില്ല. എങ്കിലും ഗാന്ധിയെ അതിന്റെ പ്രതിനിധിയായി പ്രഖ്യാപിച്ചു. വട്ടമേശ സമ്മേളനത്തിൽ പ്രാതിനിദ്ധ്യം നല്കാതിരുന്നത് കോൺഗ്രസിനെ സംബന്ധിച്ചിടത്തോളം അപമാനകരമായിരുന്നു. കാര്യമായ അനുയായികളൊന്നുമില്ലാത്ത മറ്റു സംഘടനകളെപ്പോലെതന്നെ ഗവൺമെന്റ് കോൺഗ്രസിനെയും കണക്കാക്കി. വട്ടമേശ സമ്മേളനത്തിൽ പുത്രികാ രാജ്യപദവിക്കുവേണ്ടി ഗാന്ധിയുടെ ശബ്ദമുയർന്നുകേട്ടു. ബ്രിട്ടീഷുകാർക്ക് രക്ഷാവ്യവസ്ഥ ഏർപ്പെടുത്തുന്നതിന് സമ്മതിക്കാൻപോലും അദ്ദേഹം തയ്യാറായിരുന്നു. ബഹുജനപ്രക്ഷോഭം കെട്ടടങ്ങിയപ്പോൾ ആനുകൂല്യങ്ങളൊന്നും അനുവദിക്കാൻ ബ്രിട്ടീഷുകാർ തയ്യാറായില്ല. ഫെഡറൽ ഭരണഘടന എന്ന തത്ത്വത്തിൽ അവർ ഉറച്ചുനിന്നു. വാസ്തവത്തിൽ ഭരണഘടനയെത്തന്നെ പ്രഹസനമാക്കിത്തീർക്കുന്നതായിരുന്നു ഫെഡറൽ ഭരണഘടന. അത് പ്രവിശ്യാ മന്ത്രിസഭയ്ക്കുവേണ്ടി എല്ലാ അധികാരങ്ങളും നിലനിർത്തി. കോൺഗ്രസ് ഒറ്റപ്പെട്ടുകഴിഞ്ഞെന്നും സാമുദായിക-വർഗ്ഗീയപാർട്ടികൾ അതിന്റെ സ്വാധീനത്തെ തുലനം ചെയ്യുമെന്നും ബ്രിട്ടീഷ്ഗവൺമെന്റ് തെറ്റായി കണക്കുകൂട്ടി. പക്ഷേ, ദേശീയശക്തികൾ കോൺഗ്രസിനുചുറ്റും അണിനിരന്നു. മിക്കവാറും എല്ലാ നഗരങ്ങളിലും അതിന് വമ്പിച്ച ഭൂരിപക്ഷം കിട്ടി. കോൺഗ്രസിന്റെ വീക്ഷണത്തിന്റെ ഫലമായും മന്ത്രിസഭയുടെ അധികാരങ്ങൾ പരിമിതമായതുകൊണ്ടും ജനങ്ങൾക്കുവേണ്ടി അവർക്ക് കാര്യമായി ഒന്നും ചെയ്യാൻ കഴിഞ്ഞില്ല. എന്നിരുന്നാലും ദേശാഭിമാനത്തിന്റെ പ്രതീകമെന്നനിലയിൽ അത്യന്തം അഭിമാനത്തോടുകൂടിയാണ് ജനങ്ങൾ അതിനെ നോക്കിക്കണ്ടത്. മന്ത്രിസഭയുടെ പ്രവർത്തനം കോൺഗ്രസിന്റെ പ്രതിഛായ ഉയർത്തി. കോൺഗ്രസിന്റെ ജനസ്വാധീനം കുറയ്ക്കുന്നതിനുള്ള ബ്രിട്ടീഷുകാരുടെ എല്ലാ കുതന്ത്രങ്ങളും പരാജയപ്പെട്ടു.

ഈ പാർലമെന്ററി പരീക്ഷണം നടന്നുകൊണ്ടിരിക്കെ കോൺഗ്രസിനകത്തുനിന്നുതന്നെ ഒരു പുതിയ ഉശിരൻ ധാരപൊട്ടിപ്പുറപ്പെട്ടു. അത് ജയപ്രകാശ് നാരായണന്റെയും മറ്റുള്ളവരുടെയും നേതൃത്വത്തിൽ

കോൺഗ്രസ് സോഷ്യലിസ്റ്റ് പാർട്ടിയായി രൂപംപൂണ്ടു. തുടക്കത്തിൽ കോൺഗ്രസിന്റെ നയങ്ങളിൽ സമൂലമായ മാറ്റം വരുത്താൻ അതിനകത്ത് സി എസ് പി നന്നായി പ്രവർത്തിച്ചു. കിസാൻ സഭകളും ട്രേഡ് യൂണിയനുകളും സംഘടിപ്പിക്കുന്നതിനും പൂർണ്ണ സ്വാതന്ത്ര്യത്തിന്റെയും സോഷ്യലിസത്തിന്റെയും സന്ദേശം ജനങ്ങൾക്കിടയിൽ മുമ്പോട്ടുകൊണ്ടുപോകുന്നതിന് അത് കമ്മ്യൂണിസ്റ്റുകാരുമായി സഹകരിച്ചു. സോഷ്യലിസത്തിന്റെ അടിസ്ഥാന തത്ത്വങ്ങൾ മനസ്സിലാക്കുന്നതിനും അവയ്ക്കുവേണ്ടി പോരാടുന്നതിനും *എന്തുകൊണ്ട് സോഷ്യലിസം* എന്ന ജെപിയുടെ പുസ്തകം വളരെയധികം സഹായിച്ചു. നിർഭാഗ്യവശാൽ കോൺഗ്രസിനുപുറത്ത് സ്വതന്ത്രമായി അനുയായികളെ വളർത്തിയെടുക്കാൻ ഈ ഗ്രൂപ്പിന് കഴിഞ്ഞില്ല. ഫലമോ? കോൺഗ്രസിന്റെ രാഷ്ട്രീയ നയത്തെ ശരിക്കും സ്വാധീനിക്കുന്നതിൽ അത് പരാജയപ്പെട്ടു. എന്നിരുന്നാലും അതിന്റെ നേതാക്കളിൽ ചിലർ 1942 ലെ സമരത്തിൽ സംഘടനാപരവും രാഷ്ട്രീയവുമായി വളരെ വലിയ പങ്ക് വഹിക്കുകയും പില്ക്കാലത്ത് കോൺഗ്രസിനുപുറത്ത് ഒരു ഉശിരൻ വിഭാഗം രൂപീകരിക്കുകയും ചെയ്തു.

കോൺഗ്രസ് നേതാക്കൾ നിയന്ത്രിക്കുകയും നയിക്കുകയും ചെയ്ത 1930 ലെ സമരത്തിന്റെ മൊത്തം ഫലം പ്രവിശ്യാമന്ത്രിസഭകളും ബഹുജനപ്രവർത്തനം പാർലമെന്ററി പ്രവർത്തനത്തിലേക്ക് തിരിച്ചുവിട്ടതുമാകുന്നു. ജനങ്ങളുടെ എല്ലാ വിഭാഗങ്ങളെയും ആ രംഗത്തേക്ക് കടക്കാൻ ആഹ്വാനം ചെയ്യുകവഴി ബ്രിട്ടീഷുകാർക്കെതിരെ പ്രത്യാക്രമണം നടത്താൻ കോൺഗ്രസ് നേതൃത്വത്തിന് സാധിച്ചു. വാർത്താവിതരണ സംവിധാനവും വ്യാവസായിക പ്രവർത്തനവും സ്തംഭിപ്പിക്കാനും ഭരണരംഗമാകെ നിശ്ചലമാക്കാനും അവർക്ക് കഴിവുണ്ടായിരുന്നു. എന്നാൽ സമരായുധം ശരിക്കും എടുത്തു പ്രയോഗിക്കുന്നതിന് അവർ താല്പര്യം കാട്ടിയില്ല. കോൺഗ്രസ് നേതൃത്വത്തിന്റെ വർഗ്ഗപരമായ പരിമിതികൾ ഒരിക്കൽക്കൂടി ജനങ്ങളുടെ മേൽ ഒരൊത്തുതീർപ്പ് അടിച്ചേല്പിക്കുന്നിനും അവരുടെ ആഗ്രഹങ്ങൾ വ്യർത്ഥമാക്കുന്നതിനും ഇടയാക്കി.

ഹിന്ദുക്കളും മുസ്ലീങ്ങളും തമ്മിൽ നേരത്തെതന്നെ അകന്നുപോയതുമൂലം മുസ്ലീം ജനസാമാന്യത്തിന്റെ ഉശിര് കൂടുതൽ കൂടുതൽ കോൺഗ്രസ് വിരുദ്ധ ചാലുകളിലേക്ക് തിരിച്ചുവിടപ്പെട്ടു. ഹിന്ദു ആധിപത്യം സംബന്ധിച്ച ആശയങ്ങൾ മുസ്ലീം ജനസാമാന്യത്തിനിടയിൽ കയറ്റിവിട്ടു. കോൺഗ്രസിന്റെ കരുത്ത് വർദ്ധിച്ചതിനോടൊപ്പം ഈ അകല്ച്ചയും വർദ്ധിച്ചു. മുസ്ലീം ഭൂരിപക്ഷ പ്രവിശ്യകൾ ഇന്ത്യയിൽനിന്ന് വേർതിരിക്കണമെന്ന ആവശ്യം മുസ്ലീംലീഗ് കൂടുതൽ കൂടുതലായി ഉന്നയിക്കാൻ തുടങ്ങി. ഈ പ്രവണത തടയുന്നതിലും മുസ്ലീം ജസാമാന്യത്തെ ആകർഷിക്കുന്നതിലും കോൺഗ്രസ് നേതൃത്വം പരാജയപ്പെട്ടു. വിപ്ലവകരമായ ഒരു സമരത്തിലൂടെ നഷ്ടപ്പെട്ട മുൻകൈ വീണ്ടെടുക്കാമായിരുന്നു. പക്ഷേ, നേതൃത്വം അതിന് തയ്യാറായിരുന്നില്ല. അതുകൊണ്ടാണ് ഇന്ത്യ

യുടെ മുമ്പിലുള്ള സാദ്ധ്യത സ്വാതന്ത്ര്യവും വിഭജനവുമായിത്തീർന്നത്.

മുസ്ലീം ജനസാമാന്യത്തിൽനിന്ന് ഒറ്റപ്പെട്ടുകൊണ്ടാണെങ്കിലും യുദ്ധം പൊട്ടിപ്പുറപ്പെട്ടപ്പോൾ നാഷണൽ കോൺഗ്രസ് മുമ്പെന്നത്തെയുംകാൾ ശക്തമായിത്തീർന്നു. അതിന്റെ നയങ്ങളെ സ്വാധീനിക്കാൻ കഴിയുംവിധം ശക്തമായിരുന്നില്ല ഇടതുപക്ഷം. കർഷകസമരത്തെ ദേശീയ മോചനത്തിനുവേണ്ടിയുള്ള സമരവുമായി കണ്ണിചേർക്കാൻ കഴിയത്തക്കവിധം കർഷക ജനസാമാന്യത്തിനിടയിൽ കമ്യൂണിസ്റ്റ് പാർട്ടിക്ക് സ്വാധീനമുണ്ടായിരുന്നില്ല. തൊഴിലാളിവർഗ്ഗത്തിനിടയിലാണെങ്കിൽ ആധിപത്യമുള്ള ഒരു ശക്തിയുമായിരുന്നില്ല അത്.

യൂറോപ്പിൽ ഫാസിസത്തിന്റെ ആവിർഭാവത്തോടെയും ആഗോളതലത്തിൽ സാമ്രാജ്യത്വം തുറന്നുകാട്ടപ്പെട്ടതോടെയും സാർവ്വദേശീയ സംഭവവികാസങ്ങളെ സംബന്ധിച്ച് കോൺഗ്രസ് ഒട്ടേറെ പ്രഖ്യാപനങ്ങൾ നടത്തി. ആ പ്രഖ്യാപനങ്ങൾ പുരോഗമനശക്തികളും സ്വാതന്ത്ര്യപ്രേമികളും ഉയർത്തിയ ആവശ്യങ്ങളുമായി അങ്ങേയറ്റം പൊരുത്തപ്പെട്ടുപോകുന്നതായിരുന്നു. ഈ വീക്ഷണത്തിന്റെ പ്രമുഖ വക്താവ് നെഹ്റുവായിരുന്നു. അത് ഇന്ത്യൻ സ്വാതന്ത്ര്യത്തിന്റെ പുരോഗതിയെയും താല്പര്യത്തെയും സാമ്രാജ്യത്വത്തിനും ഫാസിസത്തിനുമെതിരായ പുരോഗമനപരമായ സാർവ്വദേശീയ സംഭവവികാസങ്ങളുമായി ബന്ധപ്പെടുത്തി.

അതുകൊണ്ട് ആംഗ്ലോ-ജർമ്മൻ യുദ്ധത്തെ ഒരു സാമ്രാജ്യത്വയുദ്ധമായി കോൺഗ്രസ് വിലയിരുത്തി. കോൺഗ്രസ് പ്രമേയത്തിൽ പറഞ്ഞു: "സാമ്രാജ്യത്വ നയത്തിനനുസൃതമായി നടത്തുന്ന, ഇന്ത്യയിലും മറ്റ് രാജ്യങ്ങളിലും സാമ്രാജ്യത്വത്തെ ശക്തിപ്പെടുത്താൻ സഹായിക്കുന്ന, ഒരു യുദ്ധവുമായി ബന്ധപ്പെടാനോ സഹകരിക്കാനോ കമ്മിറ്റിക്കാവില്ല. ഇന്ത്യൻ ജനതയ്ക്ക് സ്വയം നിർണ്ണയാവകാശം ഉണ്ടായിരിക്കണമെന്നും വിദേശശക്തികളുടെ ഇടപെടൽ കൂടാതെ ഒരു ഭരണഘടന നിർമ്മാണ സമിതിയിലൂടെ സ്വന്തം ഭരണഘടന എഴുതിയുണ്ടാക്കാനുള്ള അധികാരം അവരിൽ നിക്ഷിപ്തമാക്കണമെന്നും പ്രമേയത്തിൽ തുടർന്നുപറഞ്ഞു.

ഫാസിസത്തെ ഒഴിവാക്കാൻ ജനാധിപത്യത്തിനുവേണ്ടി തങ്ങൾ സമരം നടത്തുകയാണെന്ന് സ്വന്തം ജനങ്ങളോട് പറയുന്ന ബ്രിട്ടീഷ് സാമ്രാജ്യത്വവാദികളുടെ നേരെ പ്രവർത്തകസമിതി ഒരു ചോദ്യം തൊടുത്തുവിട്ടു. ജനാധിപത്യത്തിന്റെയും സാമ്രാജ്യത്വത്തിന്റെയും പുതിയ ലോകക്രമത്തിന്റെയും കാര്യത്തിൽ തങ്ങളുടെ ലക്ഷ്യമെന്തെന്ന് ബ്രിട്ടീഷ് ഗവൺമെന്റ് അസന്ദിഗ്ദ്ധം പ്രഖ്യാപിക്കണം. ഈ ലക്ഷ്യങ്ങൾ എങ്ങനെ ഇന്ത്യയിലെ ബ്രിട്ടീഷ് നയത്തെ സ്വാധീനിക്കുമെന്നും അവർ വ്യക്തമാക്കണം. സാമ്രാജ്യത്വത്തെ ഒഴിവാക്കണമെന്ന കാര്യം അവർ അതിൽ ഉൾപ്പെടുത്തുമോ? നമ്മുടെ ജനങ്ങളുടെ ആഗ്രഹാഭിലാഷങ്ങൾക്കൊത്തവിധം നയസമീപനങ്ങളാവിഷ്കരിക്കുന്ന ഒരു സ്വതന്ത്ര രാഷ്ട്രമായി അവർ ഇന്ത്യയെ കണക്കാക്കുമോ?

ഒരു കൂടിയാലോചനാസമിതി രൂപീകരിക്കും എന്നു മാത്രമേ ബ്രിട്ടീഷ്

ഗവൺമെന്റ് വാഗ്ദാനം ചെയ്തുള്ളൂ. എന്നിട്ടും കർമ്മപരിപാടികളൊന്നുംതന്നെ കോൺഗ്രസ് ആവിഷ്കരിച്ചില്ല. അത് പുതിയ സംഭവങ്ങൾക്കുവേണ്ടി കാത്തുനില്ക്കുകയായിരുന്നു. ഇതിനിടയിൽ സാമ്രാജ്യത്വ യുദ്ധത്തിനെതിരെ ബോംബെയിലെ തൊഴിലാളിവർഗ്ഗം കമ്യൂണിസ്റ്റ് പാർട്ടിയുടെ നേതൃത്വത്തിൽ ഒരു പ്രതിഷേധ പണിമുടക്കുനടത്തി. അതിൽ ഒരു ലക്ഷത്തിലധികം തൊഴിലാളികൾ പങ്കെടുത്തു. “സാമ്രാജ്യത്വയുദ്ധം നശിക്കട്ടെ” “ഇന്ത്യൻ സ്വാതന്ത്ര്യം നീണാൾവാഴട്ടെ” എന്നീ മുദ്രാവാക്യങ്ങൾ അവരുയർത്തി. യുദ്ധത്തിനെതിരായ സമരത്തിലേർപ്പെട്ട സാർവ്വദേശീയ തൊഴിലാളികളോട് ഐക്യദാർഢ്യം പ്രഖ്യാപിച്ചു.

തുടർന്നുള്ള മാസങ്ങളിൽ ദ്രുതഗതിയിലാണ് സംഭവങ്ങൾ നീങ്ങിയത് ഫ്രാൻസിന്റെ തകർച്ച ഇംഗ്ലണ്ടിനെ ഒരു നാസി അധിനിവേശത്തിന്റെ വക്കത്തെത്തിച്ചു. ‘ഇന്ത്യൻ സ്വാതന്ത്ര്യം’ എന്ന ആവശ്യം അംഗീകരിക്കുകയും കേന്ദ്രത്തിൽ ഒരു താല്ക്കാലിക ദേശീയ ഗവൺമെന്റ് രൂപീകരിക്കുകയും ചെയ്താൽ ഗവൺമെന്റുമായി സഹകരിക്കാമെന്ന് ഗവൺമെന്റ് വാഗ്ദാനം ചെയ്തു. ഒരു ഇടക്കാല സംവിധാനം എന്ന നിലയിലാണ് ഗവൺമെന്റ് രൂപീകരിക്കുന്നതെങ്കിലും കേന്ദ്ര നിയമനിർമ്മാണ സഭയിലെ തിരഞ്ഞെടുക്കപ്പെട്ട എല്ലാ അംഗങ്ങളുടെയും വിശ്വാസം അതിനുണ്ടായിരിക്കും. ഈ നടപടികൾ അംഗീകരിക്കുകയാണെങ്കിൽ രാജ്യത്തിന്റെ പ്രതിരോധത്തിനായി സർവ്വശ്രമങ്ങളും കേന്ദ്രീകരിക്കാൻ കോൺഗ്രസിന് സാധിക്കും. വൈദേശിക ശക്തികളിൽനിന്ന് രാജ്യത്തെ പ്രതിരോധിക്കുന്ന കാര്യത്തിൽ ഗാന്ധിയുടെ നിസ്സഹകരണനയം നിരാകരിക്കുന്നതിന് തുല്യമായിരിക്കും ഇത് സംബന്ധിച്ച് അംഗീകരിച്ച പ്രമേയം.

യുദ്ധശ്രമങ്ങളെ മുഴുവൻ ചെറുക്കാനും ബ്രിട്ടീഷുകാരെ എതിർക്കാനും ഇതിനിടയിൽ കമ്യൂണിസ്റ്റ് പാർട്ടി ജനങ്ങളെ ആഹ്വാനം ചെയ്തു. പക്ഷേ, പാർട്ടിയുടെ നീക്കം മന്ദഗതിയിൽതന്നെ തുടർന്നു. ഇതിനിടയിൽ കോൺഗ്രസ് ഇടതുപക്ഷത്തെ ആക്രമിക്കാൻ തുടങ്ങി. സി പി ഐയെ നിരോധിച്ചു. അതിന്റെ നേതാക്കളിൽ മിക്കവരെയും അറസ്റ്റു ചെയ്തു. മറ്റുള്ളവർക്ക് ഒളിവിൽ പോകേണ്ടിവന്നു. അതിന്റെ നേതൃത്വത്തിലുള്ള മിക്ക ബഹുജനസംഘടനകളും നിരോധിക്കപ്പെട്ടു. യുദ്ധവിരുദ്ധ നിലപാടെടുത്ത ഉശിരൻ വിഭാഗങ്ങൾ ദേശീയ പ്രസ്ഥാനത്തിനകത്തുണ്ടായിരുന്നു. അവരെയും അറസ്റ്റു ചെയ്തു. പ്രസംഗ സ്വാതന്ത്ര്യവും സമാധാന പ്രണേതാവിന്റെ വീക്ഷണത്തോടെ യുദ്ധത്തിനെതിരെ സംസാരിക്കാനുള്ള അവകാശവും ഉറപ്പിക്കുന്നതിന് ഒരു പുതിയ സത്യഗ്രഹം ആരംഭിക്കുക മാത്രമാണ് ഗാന്ധി ചെയ്തത്. സത്യഗ്രഹികളെ ഗാന്ധിതന്നെ തെരഞ്ഞെടുത്തു. വിനോബാഭാവെ ആയിരുന്നു ആദ്യത്തെ സത്യഗ്രഹി. എപ്പോൾ എവിടെ തങ്ങൾ സത്യഗ്രഹം നടത്തുമെന്ന് ഗാന്ധി നിയോഗിക്കുന്ന സത്യഗ്രഹികൾ പൊലീസിനെ അറിയിക്കും. പൂർണ്ണ സ്വാതന്ത്ര്യത്തിനുള്ള ഇന്ത്യയുടെ അവകാശം ഉറപ്പിക്കുന്നതിനുള്ള ഒരു സമരമായി ഇതിനെ വിശേഷിപ്പിക്കാൻ കഴിയില്ല. എന്നിട്ടുപോലും 20,000

ത്തിലധികം ആളുകൾ 1941 ൽ സത്യഗ്രഹം നടത്തി.

1941 ന്റെ രണ്ടാം പകുതിയിൽ സാർവ്വദേശീയ സ്ഥിതിയിൽ വമ്പിച്ച മാറ്റമുണ്ടായി. ഹിറ്റ്ലർ സോവിയറ്റ് യൂണിയനെ ആക്രമിച്ചു. ഹിറ്റ്ലർക്കെതിരെ പോരാടുന്നതിന് ഒരു ബ്രിട്ടീഷ് - സോവിയറ്റ് ധാരണ രൂപപ്പെട്ടു. വിദൂരപൗരസ്ത്യ രാജ്യങ്ങളെ ജപ്പാൻ ആക്രമിച്ചു. ഇത് സോവിയറ്റ് യൂണിയനെയും ബ്രിട്ടനെയും അമേരിക്കയെയും ചൈനയെയും ജാപ്പ് സാമ്രാജ്യത്വത്തെയും റോം-ബർലിൻ-ടോക്കിയോ അച്ചുതണ്ടുശക്തികളെയും അഭിമുഖീകരിക്കുന്നതിന് ഒന്നിച്ചുകൊണ്ടുവന്നു.

ഈ മാറ്റം ജവഹർലാൽ നെഹ്റു മനസ്സിലാക്കി. 1941 ഡിസംബറിൽ അദ്ദേഹം പറഞ്ഞു: "റഷ്യ, ബ്രിട്ടൻ, അമേരിക്ക, ചൈന എന്നീ രാഷ്ട്രങ്ങൾ പ്രതിനിധീകരിക്കുന്ന ഗ്രൂപ്പുമായി ലോകത്തിലെ പുരോഗമന ശക്തികൾ ഇപ്പോൾ കൂട്ടുകൂടിയിരിക്കുകയാണ്." ഇതേനയം തന്നെയാണ് അപ്പോൾ സി പി ഐ സ്വീകരിച്ചത്. ഹിറ്റ്ലർക്കെതിരായ യുദ്ധത്തിൽ സഖ്യശക്തികൾക്കുണ്ടാകുന്ന വിജയം ഒരു ജനകീയ വിജയമായിരിക്കും. അത് ആഗോളസ്ഥിതിഗതികളിൽ സമൂലമായ മാറ്റം വരുത്തും. സാമ്രാജ്യത്വത്തെ ദുർബ്ബലപ്പെടുത്തുകയും സ്വാതന്ത്ര്യത്തിനുവേണ്ടിയുള്ള ഇന്ത്യൻ ജനതയുടെ സമരത്തിന് വഴിയൊരുക്കുകയും ചെയ്യും. സ്വാതന്ത്ര്യത്തിനുവേണ്ടിയുള്ള ആവശ്യത്തെ ചെറുക്കാൻ കഴിയാത്ത അവസ്ഥയിലെത്തിച്ചേരും സാമ്രാജ്യത്വം.

ജയിലിലടയ്ക്കപ്പെട്ട കോൺഗ്രസ് നേതാക്കൾ പുറത്തുവന്നു. എന്നാൽ സ്ഥിതിഗതികളോട് ക്രിയാത്മകമായി പ്രതികരിക്കാൻ ഗവൺമെന്റ് വിസമ്മതിച്ചു. 1941 ഡിസംബറിൽ കോൺഗ്രസ് ഒരു പ്രമേയം അംഗീകരിച്ചു. അതിൽ പറയുന്നു: "ഇന്ത്യയുടെ നേരെയുള്ള ബ്രിട്ടീഷ് നയത്തിൽ യാതൊരു മാറ്റവും വന്നിട്ടില്ല. എങ്കിലും പുതിയ ലോക സ്ഥിതിഗതികൾ കമ്മിറ്റി കണക്കിലെടുക്കണം. യുദ്ധംമൂലവും ഇന്ത്യയോടുള്ള അതിന്റെ സമീപനം മൂലവും ഉയർന്നുവന്നതാണ് ഈ സംഭവവികാസങ്ങൾ. ആക്രമണത്തിനിരയായിത്തീർന്ന, സ്വാതന്ത്ര്യത്തിനുവേണ്ടി പോരാടുന്ന, ജനങ്ങളോടായിരിക്കും അനിവാര്യമായും കോൺഗ്രസിന്റെ അനുഭാവം. ദേശീയാടിസ്ഥാനത്തിൽ രാജ്യത്തെ കാത്തുരക്ഷിക്കാൻ കഴിയുക ഒരു സ്വതന്ത്ര ഇന്ത്യക്കുമാത്രം."

മുസ്ലീം ജനസാമാന്യത്തിനിടയിൽനിന്ന് കോൺഗ്രസ് ഒറ്റപ്പെട്ടു. കോൺഗ്രസിന്റെ ഓരോ നീക്കത്തെയും ചെറുക്കുകയും കോൺഗ്രസിന്റെ അവകാശവാദങ്ങൾ പൊളിച്ച് മുന്നേറുകയും ചെയ്യാൻകഴിയുന്ന അവസ്ഥയിലെത്തിച്ചേർന്നു മുസ്ലീംലീഗ്. ഇതാണ് കാര്യമായ സൗജന്യങ്ങൾ ദേശീയ പ്രസ്ഥാനത്തിന് നല്കാൻ ബ്രിട്ടീഷുകാർ വിസമ്മതിച്ചതിന് കാരണം. 1940 ആയപ്പോഴേക്കും പാകിസ്ഥാനുവേണ്ടിയുള്ള ആവശ്യം മുസ്ലീംലീഗിന്റെ കേന്ദ്ര ആവശ്യമായിത്തീർന്നു. തുടക്കത്തിൽ ഉന്നയിക്കപ്പെട്ട മുസ്ലീം ഭൂരിപക്ഷപ്രവിശ്യ എന്ന ആവശ്യം ക്രമേണ പ്രത്യേക രാജ്യം എന്ന ആവശ്യമായി മാറുകയായിരുന്നു. അതിനെ ചെറുക്കാൻ കോൺഗ്രസിന്

കഴിയാതായി. ഇന്ത്യൻ പട്ടാളത്തിലെ ഗണ്യമായ ഒരു ഭാഗം മുസ്ലീങ്ങളായിരുന്നു. ഒരുപക്ഷേ, അവർ 50 ശതമാനം തന്നെ വരുമായിരുന്നു. ലീഗ് കോൺഗ്രസിനെ എതിർക്കുകയും മുസ്ലീം പട്ടാളക്കാരുടെ കൂറ് മാറാതിരിക്കുകയും ചെയ്യുന്നേടത്തോളം ഗവൺമെന്റിന് സുരക്ഷിതത്വം അനുഭവപ്പെട്ടു.

വേറിട്ടുപോകൽ എന്ന ആശയത്തെ കോൺഗ്രസ് ഖണ്ഡിതമായി തള്ളിക്കളഞ്ഞു. 1945 ൽ ചേർന്ന പൂണെ സമ്മേളനം പാസാക്കിയ പ്രമേയം അതിന്റെ നിലപാട് ഇപ്രകാരം ആവർത്തിച്ചു:

> ഇന്ത്യൻ യൂണിയനിൽനിന്നോ ഫെഡറേഷനിൽനിന്നോ ഏതെങ്കിലും ഒരു ഘടക സംസ്ഥാനത്തിനോ ഭൂവിഭാഗത്തിനോ വേറിട്ടു പോകാനും അങ്ങനെ ഇന്ത്യയെ ശിഥിലീകരിക്കാനും അനുവാദം നല്കുന്ന ഒരു നിർദ്ദേശത്തോടും കോൺഗ്രസിന് യോജിക്കാൻ കഴിയില്ല. 1942 ഏപ്രിലിൽ പ്രവർത്തക സമിതി പ്രഖ്യാപിച്ചതുപോലെ ഇന്ത്യൻ സ്വാതന്ത്ര്യം. ഐക്യം എന്നീ മുദ്രാവാക്യങ്ങളോട് കോൺഗ്രസ് പ്രതിജ്ഞാബദ്ധമാണ്. ആ ഐക്യത്തിലുണ്ടാകുന്ന ഏതൊരു വിടവും. ആധുനിക ലോകത്തിൽ അതായത് വലിയ വലിയ ഫെഡറേഷനുകളെക്കുറിച്ചുമാത്രം ജനങ്ങൾ ചിന്തിക്കുന്ന ആധുനിക ലോകത്തിൽ, ബന്ധപ്പെട്ട എല്ലാവർക്കും ആപല്ക്കരമാണ്. എന്നിരുന്നാലും തങ്ങളുടെ പ്രഖ്യാപിതവും വ്യവസ്ഥാപിതവുമായ ഇച്ഛാശക്തിക്കെതിരായി ഇന്ത്യൻ യൂണിയനിൽ നില്ക്കാൻ ഏതെങ്കിലും പ്രദേശത്തെ ജനങ്ങളെ നിർബ്ബന്ധിക്കുന്നതിനെക്കുറിച്ച് ചിന്തിക്കാൻ കഴിയില്ലെന്നും കമ്മിറ്റി പ്രഖ്യാപിച്ചിട്ടുണ്ട്. അതേസമയം ചില ഫെഡറേറ്റിങ് യൂണിറ്റുകൾക്ക് - മുസ്ലീം ഭൂരിപക്ഷ പ്രവിശ്യകൾക്ക്-ആനുകൂല്യങ്ങൾ നല്കാനും കോൺഗ്രസ് തയ്യാറാണ്.

1946 ലെ തങ്ങളുടെ തിരഞ്ഞെടുപ്പ് പരിപാടിയിൽ കോൺഗ്രസ് പ്രഖ്യാപിച്ചു: “ഭരണഘടനാനുസൃതമുള്ള ഘടകങ്ങൾക്ക് പരമാവധി സ്വാതന്ത്ര്യം നല്കാൻ പൊതുവായ വിഷയങ്ങളുടെയും അവശ്യ വിഷയങ്ങളുടെയും കുറഞ്ഞ ഒരു പട്ടിക ഉണ്ടായിരിക്കാവുന്നതാണ്. മാത്രമല്ല, യൂണിറ്റുകൾക്ക് ആഗ്രഹമുണ്ടെങ്കിൽ അവയ്ക്ക് സ്വീകരിക്കാവുന്ന പൊതുവിഷയങ്ങളുടെ ഒരു പട്ടികയും ഉണ്ടായിരിക്കണം.”

എന്നാൽ മുസ്ലീം ജനസാമാന്യം കോൺഗ്രസിന് കൈയെത്തിപ്പിടിക്കാവുന്ന അകലത്തിലായിരുന്നില്ല. പാകിസ്ഥാൻ വേണമെന്നും ഇന്ത്യയെ വിഭജിക്കണമെന്നുമുള്ള ആവശ്യത്തിൽനിന്ന് മുഖ്യമായും മുസ്ലീം ഭൂപ്രഭുക്കളെ പ്രതിനിധാനം ചെയ്യുന്ന ലീഗ് നേതാക്കൾ ഒരിഞ്ചുപോലും മാറാൻ തയ്യാറായിരുന്നില്ല. ദേശീയ മോചനത്തിനുവേണ്ടിയുള്ള പോരാട്ടത്തെ ഫ്യൂഡൽ ചൂഷണത്തിനെതിരായ പോരാട്ടവുമായി കൂട്ടിച്ചേർക്കണമെന്ന് അദ്ധ്വാനിക്കുന്ന ജനവിഭാഗങ്ങളോട് വിപ്ലവകരമായി അഭ്യർത്ഥി

ക്കുന്നതിലൂടെ മാത്രമെ ഈ ഊരാക്കുടുക്കിൽനിന്ന് രക്ഷപ്പെടാൻ കഴിയുമായിരുന്നുള്ളൂ. എന്നാൽ ഇത് കോൺഗ്രസിന്റെ നയമോ വീക്ഷണമോ ആയിരുന്നില്ല. ബ്രിട്ടീഷ് ഗവൺമെന്റിനെതിരായ രോഷം മുസ്ലീം ജനസാമാന്യത്തിനിടയിലും ജ്വലിക്കുകയായിരുന്നു എന്ന് മനസ്സിലാക്കേണ്ടിയിരിക്കുന്നു. ഇത് നാവികകലാപത്തിൽ കാണാൻ കഴിഞ്ഞു. ആ കലാപത്തിൽ ഹിന്ദുക്കളും മുസ്ലീങ്ങളും കൈകോർത്തുപിടിക്കുകയും കോൺഗ്രസിന്റെയും മുസ്ലീം ലീഗിന്റെയും കമ്യൂണിസ്റ്റ് പാർട്ടിയുടെയും പതാകകൾ കലാപം നടത്തുന്ന കപ്പലുകളിൽ ഉയർത്തുകയും ചെയ്തു. അപ്പോൾ ബോംബെയിലെ ഹിന്ദു-മുസ്ലീം തൊഴിലാളികൾ കലാപകാരികൾക്ക് പിന്തുണ നല്കിക്കൊണ്ട് ബാരിക്കേഡുകളുയർത്തുകയും ബ്രിട്ടീഷ് പട്ടാളക്കാരെയും സായുധസേനയെയും നേരിടുകയും ചെയ്തു. അവരുടെ രോഷം, പക്ഷേ, ഹിന്ദു ആധിപത്യം എന്ന ഭയത്തിലേക്ക് തിരിച്ചുവിടപ്പെട്ടു.

അതുകൊണ്ട് കോൺഗ്രസ് ശക്തമായ സമരം നടത്താൻ തയ്യാറായില്ല. എങ്കിലും ക്രിപ്സ് കമ്മിഷൻ കാര്യമായ ആനുകൂല്യങ്ങളൊന്നും അനുവദിച്ചില്ല. അത് ചില മുൻ നിർദ്ദേശങ്ങൾ പുതിയ രൂപഭാവങ്ങളോടെ അവതരിപ്പിക്കുക മാത്രമായിരുന്നു.

കോൺഗ്രസ് ആകപ്പാടെ അങ്കലാപ്പിലായി. ഇന്ത്യക്കു വേണ്ടിയും ഐക്യരാഷ്ട്രസഭയുടെ താല്പര്യത്തിന്റെ വിജയത്തിനുവേണ്ടിയും ഇന്ത്യയിലെ ബ്രിട്ടീഷ് ഭരണം അടിയന്തരമായി അവസാനിപ്പിക്കേണ്ടതാവശ്യമാണെന്ന് 1942 ആഗസ്ത് 8 ന് അംഗീകരിച്ച പ്രമേയത്തിൽ പറഞ്ഞു. ഇന്ത്യയുടെ സ്വാതന്ത്ര്യ പ്രഖ്യാപനത്തിൽ രാജ്യത്തെ പ്രധാനപ്പെട്ട പാർട്ടികളുടെയും ഗ്രൂപ്പുകളുടെയും സഹകരണത്തോടെ ഒരു താല്ക്കാലിക ഗവൺമെന്റ് രൂപീകരിക്കണം. ഇന്ത്യയെ പ്രതിരോധിക്കുകയും അക്രമത്തെ ചെറുക്കുകയും (സഖ്യശക്തികളോടൊപ്പം) ചെയ്യുകയെന്നതായിരിക്കണം അതിന്റെ പ്രാഥമിക ധർമ്മം. അതുകൊണ്ട് ശരിയായ ഒരു പരിപാടിയില്ലാതെ കോൺഗ്രസ് അതിന്റെ ആഗസ്ത് പ്രക്ഷോഭമാരംഭിച്ചു. അതേസമയം ഗവൺമെന്റിന്റെമേൽ ആവശ്യമായ സമ്മർദ്ദം ചെലുത്തുന്നതിന് പ്രാദേശിക നേതാക്കളുടെയും ബഹുജനങ്ങളുടെയും മുൻകൈ അത് പരിമിതപ്പെടുത്തിയില്ല. തനിയേയുണ്ടാകുന്ന രോഷത്തിന്റെ പൊട്ടിത്തെറി സൃഷ്ടിക്കുന്ന സമ്മർദ്ദം ഒത്തുതീർപ്പുണ്ടാക്കുന്നതിന് ബ്രിട്ടീഷ് ഗവൺമെന്റിനെ പ്രേരിപ്പിക്കും എന്ന് അത് വിചാരിച്ചു. കോൺഗ്രസ് നേതാക്കൾ അറസ്റ്റിലായപ്പോൾ രാജ്യവ്യാപകമായുണ്ടായ രോഷത്തിന്റെ പൊട്ടിത്തെറി അഭൂതപൂർവ്വമായിരുന്നു. അക്രമപ്രവർത്തനങ്ങൾ കർശനമായി തടയുന്നതിന് യാതൊരു നീക്കവുമുണ്ടാകാതിരുന്നതുമൂലം പലപ്പോഴും ആയുധങ്ങളുമായി ജനങ്ങൾ പൊലീസിനെ ചെറുത്തു. ആയിരക്കണക്കിനാളുകളെ പൊലീസ് അറസ്റ്റുചെയ്ത് ജയിലിലടച്ചു. ഒട്ടേറെ പേരെ വെടിവെച്ചുകൊന്നു. സമരം സംഘടിപ്പിക്കാനും അതിന് കെട്ടുറപ്പുണ്ടാക്കാനും കോൺഗ്രസിനകത്തെ ഇടതുപക്ഷ ശക്തികൾ ഒളി

വിൽപോയി. ഗവൺമെന്റിന്റെ പ്രവർത്തനങ്ങളെയാകെ സ്തംഭിപ്പിക്കാനുള്ള തങ്ങളുടെ കഴിവ് കോൺഗ്രസ് നേതാക്കൾ ഗൗരവപൂർവ്വം ഉപയോഗിക്കുന്നില്ല എന്ന കാര്യം വ്യക്തമായിരുന്നു. ഇന്ത്യയിലെ റെയിൽവെ- ട്രാൻസ്പോർട്ട് തൊഴിലാളികളോട് പണിമുടക്കാൻ ആഹ്വാനം നല്കിയിരുന്നുവെങ്കിൽ ട്രാൻസ്പോർട്ട്-കമ്യൂണിക്കേഷൻ സംവിധാനമാകെ നിശ്ചലമാകുമായിരുന്നു. അപ്പോൾ അത് കൃഷിക്കാരിൽ വമ്പിച്ച സ്വാധീനം ചെലുത്തുകയും അളവറ്റ പ്രത്യാഘാതം സൃഷ്ടിക്കുകയും ചെയ്യുമായിരുന്നു. സമരം സംഘടിപ്പിക്കുക, അതേസമയം ഗവൺമെന്റിന്റെ മർമ്മസ്ഥാനങ്ങളിൽ പ്രഹരമേല്പിക്കാതിരിക്കുക- ഇങ്ങനെയൊരു ഇരട്ട ഉത്തരവാദിത്വം നിറവേറ്റേണ്ടിയിരുന്ന കോൺഗ്രസ് നേതൃത്വത്തിൽ നടന്ന 1942 ലെ സമരം ജനങ്ങൾ അത്യന്തം ആവേശത്തോടെ മുമ്പോട്ടുകൊണ്ടുപോയി. പക്ഷേ, സ്തംഭനത്തിലാണ് അത് ചെന്നു കലാശിച്ചത്. പെട്ടെന്ന് അത് യാതൊരു ഫലവുമുളവാക്കിയില്ല. ഗവൺമെന്റിന്റെ മൃഗീയതകൾക്കെതിരെ മഹാത്മാഗാന്ധിക്ക് നിരാഹാര സമരം നടത്തേണ്ടിവന്നു. മഹാത്മയുടെ ജീവിതത്തിനുതന്നെ അന്ത്യം സംഭവിക്കാനുള്ള സാദ്ധ്യതയുണ്ടായിട്ടും ഗവൺമെന്റിന്റെ ഭാഗത്തുനിന്ന് കാര്യമായ പ്രതികരണമുണ്ടായില്ല. ഗാന്ധിക്ക് തന്റെ നിരാഹാരസമരം പിൻവലിക്കേണ്ടിവന്നു.

എങ്കിലും ജനസാമാന്യത്തിനിടയിൽ കോൺഗ്രസിന്റെ പ്രതിച്ഛായയും അതിന്റെ സ്വാധീനവും വളരെയധികം വർദ്ധിച്ചു. ജയിൽമോചനത്തിനുശേഷം കോൺഗ്രസ് നേതാക്കൾ ഔപചാരികമായി സിവിൽ നിയമലംഘന പ്രസ്ഥാനം പിൻവലിക്കുകയും വീണ്ടും കൂടിയാലോചനകളാരംഭിക്കുകയും ചെയ്തു. അപ്പോഴേക്കും യുദ്ധാനന്തര മുന്നേറ്റം തുടങ്ങി. രാജ്യമാകെ തിളച്ചുമറിഞ്ഞു, സുഭാഷ് ചന്ദ്രബോസിന്റെ നേതൃത്വത്തിൽ രൂപം കൊണ്ട ഇന്ത്യൻ നാഷണൽ ആർമി ജനങ്ങളെ ആവേശം കൊള്ളിച്ചു. സുഭാഷ് ബോസ് പേരുകേട്ട ജനകീയ നേതാവായി ഉയർന്നു. അദ്ദേഹത്തിന്റെ ജന്മദിനം മറ്റേത് നേതാവിന്റെ ജന്മദിനത്തെയുംകാൾ ആർഭാടത്തോടെ ജനങ്ങൾ കൊണ്ടാടി. ഐ എൻ എയുടെ രൂപീകരണം സമരം ചെയ്യുന്ന ഇന്ത്യൻ ജനതയുടെ ഉശിര് കൂട്ടി. ഐ എൻ എ നേതാവ് ഷാനവാസിനെയും മറ്റ് നേതാക്കളെയും അറസ്റ്റുചെയ്യുകയും സൈനികക്കോടതി വിചാരണനടത്തി ശിക്ഷിക്കുകയും ചെയ്തപ്പോൾ അവരെ ഉടൻതന്നെ മോചിപ്പിക്കാൻ ബ്രിട്ടീഷുകാരെ നിർബ്ബന്ധിതരാക്കുംവിധം ജനകീയ മുന്നേറ്റം കരുത്താർജ്ജിച്ചു. ഐ എൻ എ ഓഫീസർമാരെ പ്രതിരോധിച്ചുകൊണ്ട് രാജ്യവ്യാപകമായി പ്രകടനങ്ങളും പൊതുയോഗങ്ങളും നടന്നു. വൈസ്രോയിക്ക് പൊടുന്നനെ ശിക്ഷ റദ്ദാക്കേണ്ടിവന്നു. ഐ എൻ എ ഓഫീസർമാർക്ക് പിന്തുണ നല്കിയ രോഷാകുലരായ ജനങ്ങളെ നേരിടാൻ ഗവൺമെന്റ് ധൈര്യപ്പെട്ടില്ല. രാജ്യത്തിന്റെ എല്ലാഭാഗത്തും പണിമുടക്കുകളും പ്രക്ഷോഭങ്ങളും പൊട്ടിപ്പുറപ്പെട്ടു. കരസേനയിലും വ്യോമസേനയിലും പോലും അത് വ്യാപിച്ചു. അതേസമയം

ബ്രിട്ടീഷുസേന ഇന്ത്യൻ ജനതയെ നേരിടാനുള്ള മനോഭാവത്തിലായിരുന്നില്ല. ബ്രിട്ടീഷുസൈന്യത്തിൽ റിക്രൂട്ടുചെയ്തിരുന്നത് യുവ തൊഴിലാളികളെയാണ്. ജനാധിപത്യ-സ്വാതന്ത്ര്യബോധത്താൽ പ്രചോദിതരായിത്തീർന്ന അവർ ഇന്ത്യൻ ജനതയ്ക്കുനേരെ റൈഫിളുകളുപയോഗിച്ചില്ല. ഇവയെല്ലാം അതിന്റെ ഉച്ചകോടിയിലെത്തിയത് ആർ ഐ എൻ കലാപത്തോടെയാണ്. ഈ കലാപം ഒട്ടേറെ കപ്പലുകളെ ബാധിച്ചു. ഇന്ത്യൻ നാവികസേനയെ കടലിൽ മുക്കിത്താഴ്ത്തുമെന്ന് അഡ്മിറൽ ഗോഡ്ഫ്രെ ഭീഷണിപ്പെടുത്തി. എങ്കിലും കലാപം തുടർന്നു. അവർ കോൺഗ്രസ്, കമ്യൂണിസ്റ്റ് പാർട്ടി മുസ്ലീംലീഗ് എന്നിവയുടെ പതാകകളുയർത്തി തങ്ങളോടനുഭാവം പ്രകടിപ്പിക്കാൻ ജനങ്ങളോടഭ്യർത്ഥിച്ചു. ബോംബെയിൽ പണിമുടക്ക് നടത്താൻ കമ്യൂണിസ്റ്റ്പാർട്ടി ആഹ്വാനം നല്കി. അത് പരിപൂർണ്ണവിജയമായിരുന്നു. കലാപം അടിച്ചമർത്താൻ ബ്രിട്ടീഷ് ഗവൺമെന്റ് സായുധ വാഹനങ്ങളയച്ചപ്പോൾ തൊഴിലാളികൾ ബാരിക്കേഡുകളുയർത്തി. 400 ലധികംപേർ കൊല്ലപ്പെട്ടു. നൂറുകണക്കിനാളുകൾക്ക് പരിക്കേറ്റു. ബ്രിട്ടീഷ് ഗവൺമെന്റുമായി കൂടിയാലോചന നടത്തിക്കൊണ്ടിരിക്കുകയായിരുന്ന കോൺഗ്രസ് മുന്നേറ്റത്തെ നിരാകരിച്ചു. നാവിക കലാപകാരികൾക്ക് കീഴടങ്ങേണ്ടിവന്നു. സ്ഥിതിഗതികളുടെ യഥാർത്ഥ ചിത്രം മനസ്സിലാക്കിയ ബ്രിട്ടീഷ് ഗവൺമെന്റ് ഇന്ത്യൻ വിമോചന സമരം വിപ്ലവകരമായ ഒരു വഴിത്തിരിവിലെത്തി നില്ക്കുകയാണെന്നു കണ്ടു. അതുകൊണ്ടവർ ധൃതിപിടിച്ച ഒരൊത്തുതീർപ്പിലേക്കു നീങ്ങി. പ്രശ്നം ഒത്തുതീർപ്പാക്കുന്നത് സംബന്ധിച്ച ഒരറിയിപ്പ് ബ്രിട്ടീഷ് പ്രധാനമന്ത്രിയിൽ നിന്നുണ്ടായി. ഫലമോ? മൗണ്ട് ബാറ്റൺ അവാർഡ്. ആ അവാർഡ് ഇന്ത്യയെ വിഭജിച്ചു. ഇന്ത്യൻ യൂണിയനിൽ ചേരാനോ ചേരാതിരിക്കാനോ ഉള്ള അധികാരം ഇന്ത്യൻ രാജാക്കന്മാർക്ക് നല്കിക്കൊണ്ട് ഇന്ത്യയുടെ നേട്ടം അട്ടിമറിക്കാൻ ബ്രിട്ടീഷ് ഗവൺമെന്റ് ശ്രമിച്ചു. ജനങ്ങളുടെ മേലുള്ള പിടിയുപയോഗിച്ച് ഇന്ത്യൻ യൂണിയനിൽ ചേരുന്നതിന് സമ്മർദ്ദം ചെലുത്താൻ കോൺഗ്രസിന് കഴിഞ്ഞു. നാട്ടുരാജ്യങ്ങൾ ഇന്ത്യൻ യൂണിയനിൽ ലയിച്ചുചേർന്നു.

വളർന്നുവന്ന വിപ്ലവ പ്രവണതകളുടെ സാഹചര്യത്തിൽ കോൺഗ്രസ് നേതൃത്വവും ബ്രിട്ടീഷ് ഗവൺമെന്റും തമ്മിലുണ്ടാക്കിയ ഒത്തുതീർപ്പാണ് മൗണ്ട് ബാറ്റൺ അവാർഡ് എന്ന കാര്യത്തിൽ സംശയമില്ല. ഒത്തുതീർപ്പ് പരിപാടിയുടെ അർത്ഥം ഇന്ത്യൻ യൂണിയന്റെമേൽ ബ്രിട്ടീഷ് സാമ്രാജ്യത്വം യാതൊരു പിടിയും അവശേഷിപ്പിച്ചില്ല എന്നല്ല. സ്വാതന്ത്ര്യം പരിപൂർണ്ണമല്ലെന്ന് ഒരു ഘട്ടത്തിൽ ഇന്ത്യൻ കമ്യൂണിസ്റ്റു പാർട്ടി വിചാരിച്ചു. അപ്പോൾ അങ്ങനെയൊരു വിലയിരുത്തൽ നടത്തുന്നതിന് ശക്തമായ കാരണങ്ങളുണ്ടായിരുന്നു. എങ്കിലും ബൂർഷ്വാ നേതാക്കൾ തങ്ങളുടെ അധികാരം ഊന്നിയുറപ്പിക്കുകയും എല്ലാ നിയന്ത്രണങ്ങളും നീക്കംചെയ്യുകയും ചെയ്തു. ഈ ഒത്തുതീർപ്പിനെത്തുടർന്ന് ലക്ഷക്കണക്കിന് ഹിന്ദുക്കളും മുസ്ലീങ്ങളും കശാപ്പുചെയ്യപ്പെട്ടു. ഇന്ത്യ വെട്ടി

മുറിക്കപ്പെട്ടു. ഇന്ത്യൻ ഐക്യം എന്ന സങ്കല്പനത്തിന് ഇത് കനത്ത പ്രഹരമായിരുന്നു. ദശലക്ഷക്കണക്കിനാളുകൾക്ക് തങ്ങളുടെ ഭവനങ്ങൾ ഉപേക്ഷിക്കുകയും തങ്ങളുടെ ജീവൻ രക്ഷിക്കുന്നതിന് മറ്റ് ഭാഗങ്ങളിൽ കുടിയേറിപ്പാർക്കുകയും ചെയ്യേണ്ടിവന്നു. സ്ത്രീകൾ ബലാത്സംഗം ചെയ്യപ്പെട്ടു. ഭവനങ്ങൾ ചുട്ടുകരിക്കപ്പെട്ടു. ഇന്ത്യൻ സ്വാതന്ത്ര്യത്തിന്റെ ഉദ്ഘാടനം വിദേശികളും ഇന്ത്യൻ ജനതയും തമ്മിൽ യുദ്ധം പൊട്ടിപ്പുറപ്പെടുന്നതിന് സാക്ഷ്യം വഹിച്ചില്ല. എന്നാൽ ഹിന്ദുക്കളും മുസ്ലീങ്ങളും തമ്മിൽ നടന്ന മനുഷ്യത്വരഹിതമായ ആഭ്യന്തരയുദ്ധത്തിന് അത് സാക്ഷ്യം വഹിച്ചു. ഈ ആഭ്യന്തരയുദ്ധമാകട്ടെ ഒരു കാർഷിക വിപ്ലവം ഒഴിവാക്കിയെന്ന അടവ് അനിവാര്യമാക്കിത്തീർത്തു.

1947, ആഗസ്ത് 15
നമുക്ക് മുന്നിലുള്ള കടമകൾ ഏറ്റെടുത്ത് മുന്നോട്ട് ഇന്ത്യയിലെ ജനങ്ങളോട് കമ്യൂണിസ്റ്റ് പാർട്ടിയുടെ അഭ്യർത്ഥന

നൂറ്റാണ്ടുകളായി യൂണിയൻ ജാക്ക് (ബ്രിട്ടീഷ് പതാക) പറന്നിരുന്നിടങ്ങളിലെല്ലാം ആഗസ്ത് 15 ന് ഇന്ത്യയുടെ ദേശീയപതാക പാറിപ്പറക്കും; ഇന്ത്യൻ നാഷണൽ കോൺഗ്രസിന്റെ നേതാക്കൾക്ക് ബ്രിട്ടീഷ് വൈസ്രോയി അധികാരം കൈമാറും; ഇപ്പോഴത്തെ ഇടക്കാല ഗവൺമെന്റ് ഭരണഘടനാനിർമ്മാണസഭയോട് ബാദ്ധ്യതയുള്ള താല്ക്കാലിക ഗവൺമെന്റായി മാറും; ഇന്ത്യൻ യൂണിയൻ ജന്മമെടുക്കും. ഇന്ത്യൻ ജനതയുടെ മോചനത്തിനായുള്ള പോരാട്ടത്തിലെ ചരിത്രപ്രധാനമായ നാഴികക്കല്ലായി അത് മാറും.

ഇന്ത്യയിലെ പ്രധാനപ്പെട്ട ദേശീയ സംഘടനയായ ഇന്ത്യൻ നാഷണൽ കോൺഗ്രസ് ആഘോഷങ്ങൾക്ക് നേതൃത്വം നല്കും. ദേശീയ ആഹ്ലാദത്തിന്റേതായ ആ ദിനത്തിൽ കമ്യൂണിസ്റ്റ് പാർട്ടി ഓഫ് ഇന്ത്യയും അണിചേരും.

ഈ ദിനത്തിൽ ഇന്ത്യൻ ദേശീയപ്രസ്ഥാനത്തിലെ മൂന്ന് തലമുറകളിലെ എണ്ണമറ്റ രക്തസാക്ഷികൾക്ക് അവരോടുള്ള എല്ലാ ബഹുമാനങ്ങളോടെയും ആദരാഞ്ജലികൾ അർപ്പിക്കുന്നു. ഈ ദിവസത്തിലേക്കുള്ള വഴിയൊരുക്കിയത് അവരുടെ മഹത്തായ ത്യാഗമാണ്.

ഈ ദിനത്തിൽ നാം ഇന്ത്യയിലെ നാവികരെയും സൈനികരെയും വൈമാനികരെയും സ്മരിക്കും; യുദ്ധാനന്തരം അവർ നടത്തിയ, ഐതിഹാസികമായ നാവികകലാപത്തിൽ കലാശിച്ച പണിമുടക്ക് തരംഗമാണ് ഇന്ത്യൻ സായുധസേനയെയും വിപ്ലവാവേശം ബാധിച്ചുവെന്നും പഴയതുപോലെ ദേശീയമായ ഉണർവ്വിനെയും മുന്നേറ്റത്തെയും അടിച്ചമർത്താനാണ് ശ്രമിക്കുന്നതെങ്കിൽ ഒരിക്കൽക്കൂടി ഇന്ത്യയെ ഒന്നടങ്കം ആക്രമിച്ച് കൈവശപ്പെടുത്തേണ്ടതായിവരുമെന്നും നിശ്ചയമായും

അതിന് ബ്രിട്ടീഷ് ജനതയുടെപോലും ധാർമ്മികവും ഭൗതികവുമായ പിന്തുണ ലഭിക്കില്ലെന്നും ബ്രിട്ടീഷ് സാമ്രാജ്യത്വത്തിന് താക്കീത് നല്കിയത്.

ഈ ദിനത്തിൽ നാം സവിശേഷമായി അഭിമാനപൂർവ്വം സ്മരിക്കേണ്ടത് വിജയത്തിന്റേതായ ഈ ദിനത്തിലേക്കെത്തുന്നതിന് സംഘടിത തൊഴിലാളിവർഗ്ഗവും-കർഷകപ്രസ്ഥാനങ്ങളും നല്കിയ സംഭാവനയെയാണ്.

വർദ്ധിച്ചുവരുന്ന പണിമുടക്ക് വേലിയേറ്റത്തെയും കർഷക മുന്നേറ്റങ്ങളെയും ഹിന്ദു-മുസ്ലീം ആഭ്യന്തരപോരിൽ മുക്കിക്കളയാനോ ബുള്ളറ്റുകൾകൊണ്ട് തകർക്കാനോ ആവില്ലെന്നു കണ്ടപ്പോഴാണ് ഉയർന്നുവരുന്ന ജനകീയവിപ്ലവത്തിന് ബദൽ, ഇന്ത്യയുടെ നേതാക്കളുമായി സമാധാനത്തിന് ശ്രമിക്കുക മാത്രമാണെന്ന് ബ്രിട്ടീഷ് സാമ്രാജ്യത്വത്തിന് ബോദ്ധ്യപ്പെട്ടത്.

ഈ ദിനത്തിൽ തിരുവിതാംകൂറിലെയും ഹൈദരാബാദിലെയും കാശ്മീരിലെയും മറ്റനേകം നാട്ടുരാജ്യങ്ങളിലെയും ധീരോദാത്തരായ ജനങ്ങളോടുള്ള നമ്മുടെ സഹോദര നിർവ്വിശേഷമായ ഐക്യദാർഢ്യം പ്രകടിപ്പിക്കും; അവരുടെ സമരങ്ങളാണ് നാട്ടുരാജ്യങ്ങളിലെ തങ്ങളുടെ പാവകളുടെ അന്ത്യം അടുത്തതായി ബ്രിട്ടീഷ് ഭരണാധികാരികൾക്ക് താക്കീത് നല്കിയത്.

ഈ ദിനത്തിൽ ദേശീയപ്രസ്ഥാനത്തിലെ എല്ലാ സമരശക്തികളെയും നാം ആദരിക്കും; അവരുടെ സംഘടിതസമ്മർദ്ദമാണ് ബ്രിട്ടീഷ് സാമ്രാജ്യത്വത്തെ പിൻവാങ്ങാൻ നിർബ്ബന്ധിതരാക്കിയത്; ഇന്നത്തെ നിലയിലേക്ക് മുന്നേറാൻ രാഷ്ട്രത്തെ പ്രാപ്തമാക്കിയത്.

ഇനിയും ഈ യാത്രയുടെ അന്ത്യമായിട്ടില്ല

ഈ പാതയിൽ നാം ഏറെ മുന്നേറിയിട്ടുണ്ട്. എന്നാൽ ഇനിയും ഈ യാത്രയുടെ അന്ത്യമായിട്ടില്ല. രാജ്യം വിട്ടുപോകാൻ ബ്രിട്ടീഷ് ഗവൺമെന്റ് നിർബ്ബന്ധിതമാകുകയായിരുന്നു; പക്ഷേ, ബ്രിട്ടീഷ് സാമ്രാജ്യത്വവാദികൾ പഴയതും പുതിയതുമായ നിയന്ത്രണങ്ങളിലൂടെ പുതിയൊരു തിരശ്ശീലയ്ക്കുകീഴിൽ തങ്ങളുടെ സൈനികവും സാമ്പത്തികവുമായ നിയന്ത്രണം നിലനിർത്താൻ വെറിപിടിച്ച് ഗൂഢനീക്കങ്ങൾ നടത്തുകയാണ്.

അവർ രാജ്യത്തെ നിർബ്ബന്ധപൂർവ്വം വിഭജിച്ചിരിക്കുകയാണ്. എന്നിട്ട് രണ്ട് സഹോദരരാജ്യങ്ങളെയും ആഭ്യന്തരയുദ്ധത്തിന്റെ പാതയിലേക്ക് വലിച്ചിഴയ്ക്കുകയുമാണ്. ഈ രണ്ട് സഹോദരരാജ്യങ്ങളും തമ്മിൽ പരസ്പരം കലഹിക്കുന്ന ആഭ്യന്തരയുദ്ധത്തിലെ ഇടനിലക്കാരാവുകയാണവർ. ഈ രണ്ട് രാജ്യങ്ങളും തമ്മിൽ പരമാവധി ശത്രുത സൃഷ്ടിക്കുകയും അത് പ്രോത്സാഹിപ്പിക്കുകയുമാണ് അവരുടെ ലക്ഷ്യം; പൊതുവായ കാര്യങ്ങളിലെ സഹകരണത്തിനും പരസ്പര സുരക്ഷയ്ക്കുമുള്ള ഒരേയൊരു മാർഗ്ഗം ബ്രിട്ടീഷ് സാമ്രാജ്യത്വത്തിനുകീഴിലുള്ള മെമ്പർഷിപ്പ്

തുടരുന്നതിനുവേണ്ടി സമ്മർദ്ദം ചെലുത്തുകയാണ്. ഇന്ത്യയെ ബ്രിട്ടീഷ് സാമ്രാജ്യവുമായി ബന്ധിപ്പിച്ച് നിർത്തുകയെന്ന കടമ വിജയകരമായി നിറവേറ്റാൻ ബ്രിട്ടീഷ് സാമ്രാജ്യത്വപത്രങ്ങൾ പരസ്യമായി മൗണ്ട് ബാറ്റൻപ്രഭുവിനോട് ആവശ്യപ്പെടുകയുമാണ്.

രണ്ടാമതായി, നാട്ടുരാജ്യ മേല്ക്കോയ്മ ഇന്ത്യൻ യൂണിയനകത്തു തന്നെ ഒരുകൂട്ടം പാവഭരണങ്ങളെ സൃഷ്ടിച്ചിരിക്കുകയാണ്; ഇന്ത്യയുടെ സ്വതന്ത്രമായ സാമ്പത്തികവികാസത്തിന് ഭീഷണിയായി ബ്രിട്ടീഷ് മുതലാളിത്ത നുഴഞ്ഞുകയറ്റത്തിന് തുറന്നുകൊടുക്കപ്പെടുന്നവയാണ് ഈ നാട്ടുരാജ്യങ്ങൾ; ബ്രിട്ടന്റെ സാമ്രാജ്യതാല്പര്യങ്ങൾക്കനുസരിച്ച് നമ്മുടെ വിദേശനയത്തിലും സൈനികനയത്തിലും സ്വാധീനം ചെലുത്തുന്നതിനുമുള്ള ഇന്ത്യൻ യൂണിയനകത്തെ ബ്രിട്ടന്റെ താല്പര്യസംരക്ഷകരാണവ.

മൂന്നാമത്, സ്വദേശി മറയ്ക്കുപിന്നിൽനിന്ന് ഇന്ത്യൻ സമ്പദ്ഘടനയ്ക്കുമേൽ സാമ്രാജ്യത്തിന്റെ പിടിമുറുക്കുന്നത് തുടരുന്നതിന് ബ്രിട്ടീഷ് വൻകിട ബിസിനസുകാർ ദ്രുതഗതിയിൽ ഇന്ത്യൻ വൻകിട ബിസിനസുകാരുമായി പങ്കാളിത്തത്തിലേർപ്പെടുകയാണ്.

നമ്മുടെ പ്രയാസങ്ങളെയെല്ലാം ചൂഷണം ചെയ്യുകയും ബ്രിട്ടീഷ് സാമ്രാജ്യത്തിനുള്ളിൽ ഇന്ത്യൻ യൂണിയനെ നിലനിർത്തുന്നതിന് എല്ലാ വശങ്ങളിൽനിന്നുമായി പരമാവധി സമ്മർദ്ദം ചെലുത്തുകയും നമ്മുടെ സ്വാതന്ത്ര്യത്തെ നാമമാത്രമാക്കി മാറ്റുന്നതിന് ഇന്ത്യ-ബ്രിട്ടീഷ് കരാറിലൂടെ ഇത്തരത്തിലുള്ള സാമ്പത്തികവും സൈനികവുമായ സൗജന്യങ്ങൾ വിജയകരമായി ഊറ്റിയെടുക്കുകയും ചെയ്യുക എന്നതാണ് മൗണ്ട് ബാറ്റന്റെ ജോലി.

മൗണ്ട് ബാറ്റന്റെ എല്ലാ ഗൂഢനീക്കങ്ങളെയും വിജയകരമായി തകർക്കാൻ കഴിയത്തക്കവിധം ഇന്ന് ദേശീയ പ്രസ്ഥാനം ശക്തമാണെന്ന് കമ്യൂണിസ്റ്റ് പാർട്ടിക്ക് പൂർണ്ണബോദ്ധ്യമുണ്ട്; തങ്ങളുടെ ലക്ഷ്യസാക്ഷാൽക്കാരത്തിനായി സാമ്രാജ്യത്വം ഉപയോഗിക്കാൻ ശ്രമിക്കുന്ന ദേശവിരുദ്ധ വിഭാഗങ്ങളെത്തന്നെ ചെറുത്തുതോല്പിക്കുന്നതിന് ദേശീയശക്തികളെയാകെ കൂട്ടിയോജിപ്പിക്കുകയും കൃത്യമായി ചിട്ടപ്പെടുത്തുകയും ജനങ്ങളെ അണിനിരത്തുകയും ചെയ്തതിനാലാണത്.

ദേശീയ ഗവൺമെന്റിന്റെ ചുമലിൽ വലിയൊരു ഉത്തരവാദിത്വമാണ് വന്നിരിക്കുന്നത്. ആഗസ്ത് 15 ന് ദേശീയ ഗവൺമെന്റിന്റെ നേതാക്കൾ എല്ലാവരിൽനിന്നും പിന്തുണയും സഹകരണവും അഭ്യർത്ഥിച്ചിരിക്കുകയാണ്; കമ്യൂണിസ്റ്റുപാർട്ടി പൂർണ്ണ മനസ്സോടെ ഈ പിന്തുണയും സഹകരണവും വാഗ്ദാനം നല്കുന്നു.

ആഗസ്ത് 15 ന് ജനങ്ങളും രാഷ്ട്രത്തിന്റെ നേതാക്കളോട് ആവശ്യപ്പെടുന്നത് സുവ്യക്തമായ ഒരു നയപ്രസ്താവനയാണ്; ധീരമായ ഒരു മുന്നോട്ടുപോക്കാണ്; ഒരു കാലഘട്ടത്തിന്റെ അവസാനത്തിന്റെയും വ്യക്തമായ മറ്റൊന്നിന്റെ തുടക്കത്തിന്റെയും പ്രതീകത്തെയാണ്.

എല്ലാ ദേശസ്നേഹികളെയും മോചിപ്പിക്കുക

ആഗസ്ത് 15 ന്റെ മുന്നോടിയായി കമ്യൂണിസ്റ്റുപാർട്ടി ദേശസ്നേഹികളായ എല്ലാ വിഭാഗങ്ങളുടെയും ശ്രദ്ധയിൽ കൊണ്ടുവരാൻ ആഗ്രഹിക്കുന്നത് ആയിരക്കണക്കിന് രാഷ്ട്രീയത്തടവുകാർ ഇപ്പോഴും ഇരുമ്പഴികൾക്കുള്ളിലാണെന്നതാണ്.

ഐ എൻ എ, ആർ ഐ എൻ തടവുകാരും അധികമൊന്നും അറിയപ്പെടാത്ത ഇന്ത്യയുടെ പുത്രന്മാരായ നൂറുകണക്കിന് പട്ടാളക്കാരും നാവികരും ദേശസ്നേഹം എന്ന 'കുറ്റ'ത്തിന്റെ പേരിൽ ബ്രിട്ടീഷ് ജനറൽമാരാൽ 'കോർട്ട് മാർഷൽ' ചെയ്യപ്പെട്ട് മിക്കവാറും എല്ലാ പ്രവിശ്യകളിലുമായി ജയിലിൽ കഴിയുന്നവരുണ്ട്. അവരുടെ ശരിയായ സ്ഥാനം തടവറയല്ല, മറിച്ച് ഇന്ത്യയുടെ സായുധസേനയ്ക്കുള്ളിൽ ഉത്തരവാദിത്വമുള്ള സ്ഥാനങ്ങളാണ്.

മറ്റൊന്ന്, 1942 ലെ തടവുകാർ വിവിധ പ്രവിശ്യകളിലെ ജയിലുകളിൽ തങ്ങളുടെ ജീവിതം പാഴാക്കുകയാണ്.

ബംഗാളിൽ പൗരസ്വാതന്ത്ര്യസമിതിയുടെ സെക്രട്ടറി പ്രസ്താവിക്കുന്നത് രാഷ്ട്രീയകാരണങ്ങളാൽ വിവിധ തലങ്ങളിൽ തടഞ്ഞുവയ്ക്കപ്പെട്ട 5000 പേരുണ്ടെന്നാണ്.....

ബോംബെയിൽ ട്രേഡ് യൂണിയൻ, കർഷകനേതാക്കൾക്കെതിരെ ഇപ്പോഴും 'ഗുണ്ട ആക്ട്' പ്രയോഗിക്കുകയാണ്.

മദ്രാസിൽ 130 കമ്യൂണിസ്റ്റ് നേതാക്കൾ വിചാരണകൂടാതെ വെല്ലൂരിലെ ജയിലിൽ അടയ്ക്കപ്പെട്ടിരിക്കുകയാണ്; അതിലും ഏറെപ്പേർ ഒളിവിൽ കഴിയാൻ നിർബ്ബന്ധിതരാണ്.

ആന്ധ്രയിൽ, തെലങ്കാന അഭയാർത്ഥികളെ പിടികൂടാൻ മദ്രാസ് പൊലീസ് നൈസാമിന്റെ പൊലീസുമായി സഹകരിക്കുകയാണ്; ഗ്രാമങ്ങളിൽ ആക്രമണമഴിച്ചുവിടുകയും കർഷകസ്ത്രീകളെ ബലാത്സംഗം ചെയ്യുകയുമാണ്.

മലബാറിൽ വെറുക്കപ്പെട്ട മലബാർ സ്പെഷ്യൽ പൊലീസ് ഇപ്പോഴും ഗ്രാമങ്ങളിൽ തമ്പടിക്കുകയും അതിക്രമങ്ങൾ നടത്തുകയും ആത്മാഭിമാനത്തോടെയുള്ള ജീവിതം അസാദ്ധ്യമാക്കുകയുമാണ്.

ഇവയെല്ലാംതന്നെ ദേശീയ അപമാനമാണ്. ഇതിനിയും തുടർന്നുകൂട.

നമ്മുടെ രാജ്യത്തിന്റെ സ്വാതന്ത്ര്യത്തിനായും ജനങ്ങളെ സേവിക്കുന്നതിനും എല്ലാവരും അവരവരുടെ ജോലിയിൽ ഏർപ്പെടട്ടെ!

ഈ ദേശീയദിനത്തിൽ ദേശീയ ഗവൺമെന്റ് രാഷ്ട്രം കെട്ടിപ്പടുക്കൽ എന്ന കടമയിൽ സഹകരിക്കുന്നതിന് ജനങ്ങളോട് ആഹ്വാനം ചെയ്യും. നമ്മുടെ രാഷ്ട്രത്തെ സമൃദ്ധി നിറഞ്ഞതും മഹത്തായതുമാക്കി പുനർനിർമ്മിക്കുന്നതിന് മൂർത്തമായ ഒരു പരിപാടിക്കായാണ് സാധാരണജനങ്ങൾ കാത്തിരിക്കുന്നത്; ഇപ്പോൾതന്നെ സാധാരണക്കാർക്കായി ഒരു ന്യൂ ഡീൽ ഉണ്ടാക്കുകയാണ് വേണ്ടത്.

നിഷ്ഠുരമായ കൊളോണിയൽ ചൂഷണത്തിനായി ബ്രിട്ടീഷ് സാമ്രാജ്യത്വം സൃഷ്ടിച്ച ഇപ്പോഴത്തെ സാമൂഹ്യവ്യവസ്ഥയിൽ ഇന്ത്യൻ ജനത ദീർഘകാലമായി ദുരിതമനുഭവിക്കുകയായിരുന്നു; ഇത് നമ്മുടെ രാജ്യത്തെ സാമ്പത്തികമായ പിന്നോക്കാവസ്ഥയിലെത്തിച്ചു; നമ്മുടെ ജനങ്ങളെ സ്ഥിരമായി ദാരിദ്ര്യത്തിലേക്കും രോഗങ്ങളിലേക്കും അധഃപതനത്തിലേക്കും തള്ളിവീഴ്ത്തി.

ബ്രിട്ടീഷ് സാമ്രാജ്യത്വം അതിന്റെ അവസാനഘട്ടത്തിൽ സ്വയമേവ തന്നെ കുറ്റപ്പെടുത്തപ്പെടുന്ന സ്ഥിതിയിലായിരുന്നു. അത് ക്ഷാമത്തിന്റേതായ അവസ്ഥ സൃഷ്ടിച്ചു. നമ്മുടെ ജനങ്ങളുടെ ഏറ്റവും നിസ്സാരമായ ആവശ്യങ്ങൾപോലും നിറവേറ്റാൻ അതിനു കഴിഞ്ഞിരുന്നില്ല; അത് കരിഞ്ചന്തയാണ് ഉല്പാദിപ്പിച്ചത്.

സ്വതന്ത്രസമ്പദ്ഘടന

> **നമ്മുടെ ആളുകൾക്ക് ജീവിക്കണമെന്നുണ്ടെങ്കിൽ ഇത് മാറിയേ പറ്റൂ; തൽസ്ഥാനത്ത് ജനാധിപത്യപരമായ ഒരു സാമൂഹ്യവ്യവസ്ഥ കെട്ടിപ്പടുക്കണം. നമ്മുടെ രാജ്യം സ്വതന്ത്രരാജ്യമെന്ന നിലയിൽ ഉയർന്നുവരണമെന്നുണ്ടെങ്കിൽ ഇത് മാറേണ്ടതാണ്. സ്വതന്ത്രമായ ഒരു സമ്പദ്ഘടനയ്ക്കു മാത്രമേ ഏതു രാജ്യത്തിന്റെയും സ്വാതന്ത്ര്യത്തിനു പിന്നിലുള്ള ശക്തമായ ഒരു സാമൂഹിക അടിത്തറയാകാൻ കഴിയൂ.**

ഈ ആഗസ്ത് 15 ന് കമ്യൂണിസ്റ്റ് പാർട്ടി ആവശ്യപ്പെടുന്നത് ദേശീയ പുനർനിർമ്മാണത്തിനായുള്ള പഞ്ചവത്സരപദ്ധതി പ്രഖ്യാപിക്കപ്പെടണമെന്നാണ്; ഭൂപ്രഭുത്വം പാടെ ഇല്ലാതാക്കുന്നതിനെയും സുപ്രധാന വ്യവസായങ്ങളുടെ ദേശസാല്ക്കരണത്തെയും തൊഴിലാളികൾക്ക് ജീവിക്കാൻ ആവശ്യമായ കൂലി ലഭ്യമാക്കുന്നതിനെയും വളർന്നുവരുന്ന സാമ്പത്തിക പ്രതിസന്ധിയുടെ ആഴങ്ങളിൽ നിന്ന് നമ്മുടെ രാജ്യത്തെ കരകയറ്റുന്നതിനെയും സാമ്പത്തികാഭിവൃദ്ധി വർദ്ധിപ്പിക്കുന്നതിനുള്ള പാതയിലൂടെ രാജ്യത്തെ നയിക്കുന്നതിനെയും അടിസ്ഥാനമാക്കിയുള്ളതായിരിക്കണം ഈ പുനർ നിർമ്മാണം.

സംഘടിത തൊഴിലാളിവർഗ്ഗം ആവശ്യപ്പെടും;

- ജീവിക്കാൻ ആവശ്യമായ വേതനം ഉറപ്പാക്കുന്നതിനുള്ള നിയമനിർമ്മാണത്തിനുള്ള ഡേറ്റ് ലൈൻ.
- ട്രേഡ് യൂണിയനുകൾക്ക് ഉടൻ അംഗീകാരം നല്കൽ
- ഉടമകളുടെ ഭീമമായ ലാഭത്തിനുമേൽ സർക്കാർ നിയന്ത്രണം.
- പൊതുസേവനങ്ങളെന്ന നിലയിൽ അവശ്യവ്യവസായങ്ങൾ ഗവൺമെന്റ് നേരിട്ട് നടത്തുക, അതേസമയം സമ്പൂർണ്ണദേശസാല്ക്കരണപദ്ധതികൾ സജ്ജമാവുക.

> തൊഴിലാളിക്ക് മാന്യമായ ജീവിതം ലഭിക്കുന്നതിന് സഹായിക്കുക; തൊഴിലാളികൾ ഉല്പാദിപ്പിക്കുന്നത് ജനങ്ങൾക്കുവേണ്ടിയാണെന്നും ഉടമസ്ഥരുടെ ലാഭത്തിനായും കരിഞ്ചന്തയിലേക്കുമല്ലെന്നും അവർ അറിയട്ടെ! അങ്ങനെയായാൽ തൊഴിലാളി വ്യവസായം കെട്ടിപ്പടുക്കാനും ഉല്പാദനം വർദ്ധിപ്പിക്കാനുമുള്ള തന്റെ ദേശാഭിമാനപരമായ കടമ നിറവേറ്റുന്നതിന് തന്റെ സർവ്വ കഴിവും പ്രയോഗിക്കും.

കർഷകരുടെ ആവശ്യങ്ങൾ

സംഘടിത കർഷകജനതയുടെ ആവശ്യങ്ങൾ ഇവയാണ്.

- ഭൂപ്രഭുത്വം അവസാനിപ്പിക്കുന്നതിനുള്ള നിയമനിർമ്മാണം നടത്തുന്നതിനുള്ള നിശ്ചിത കാലപരിധി.
- എല്ലാ തരിശുഭൂമിയും ദരിദ്രരും ഭൂരഹിതരുമായ കർഷകർക്ക് വിതരണം ചെയ്യുന്നതിനുള്ള നടപടികൾ സ്വീകരിക്കണം.
- തരിശുഭൂമിയിൽ കൃഷി ഇറക്കുന്നതിന് സർക്കാർ സഹായം.
- ഭൂപ്രഭുക്കൾ കൂട്ടത്തോടെ ഒഴിപ്പിക്കുന്നതിനെതിരെ കുടിയായ്മ അവകാശങ്ങൾ.
- ഭൂപ്രഭുക്കൾ കർഷകരെ ഞെക്കിപ്പിഴിയുന്നതിനെതിരെ പാട്ടം കുറവ് ചെയ്യൽ

> ബ്രിട്ടീഷുകാരുടെ മർദ്ദകവാഴ്ചയ്ക്കൊപ്പം അവർ സൃഷ്ടിച്ച ഇത്തിൾക്കണ്ണി സ്വഭാവമുള്ള ഭൂപ്രഭുത്വവും പോകണം. മണ്ണിൽ പണിയെടുക്കുന്ന കൃഷിക്കാരന് ഭൂമി ലഭ്യമാക്കാൻ സഹായിക്കണം; ഇന്ത്യയിലെ ഭക്ഷ്യസാധനങ്ങൾ ഉല്പാദിപ്പിക്കുന്ന ഈ കൃഷിക്കാർ ഇന്ത്യൻ ജനതയെ ഒരിക്കലും പരാജയപ്പെടുത്തില്ല.

തൊഴിലില്ലായ്മയുടെ ഭീതിയിലാണ് കഴിഞ്ഞുകൂടുന്നത്. യുദ്ധകാല സാങ്കേതിക വിദഗ്ദ്ധർ പോലും പുറത്താക്കപ്പെടുകയാണ്. നമ്മുടെ രാജ്യത്തെ യുവജനങ്ങൾക്കുമുന്നിൽ ശൂന്യമായ ഭാവിയാണുള്ളത്.

വ്യക്തമായ വാർഷിക ലക്ഷ്യങ്ങളോടുകൂടിയ പഞ്ചവത്സരപദ്ധതി അടിയന്തരമായും റീട്രെഞ്ച്മെന്റ് ഒഴിവാക്കുകയും എല്ലാവർക്കും തൊഴിലവസരങ്ങൾ സൃഷ്ടിക്കുകയും ചെയ്യും; നമ്മുടെ രാജ്യത്തെ വ്യവസായവല്ക്കരിക്കാനും നമ്മുടെ കൃഷിയെ ആധുനികവല്ക്കരിക്കാനും സഹായിക്കുന്നതിന് രാജ്യത്തെ യുവജനങ്ങൾക്ക് പരിശീലന സൗകര്യങ്ങൾ നല്കുകയും ചെയ്യും.

ദേശീയഗവൺമെന്റും പ്രവിശ്യാഗവൺമെന്റുകളും ചുവടെ ചേർക്കുന്ന കാര്യങ്ങൾ ചെയ്യണമെന്ന് ഈ ആഗസ്ത് 15 ന് കമ്യൂണിസ്റ്റു പാർട്ടി ശക്തിയായി ആവശ്യപ്പെടുന്നു.

- അഴിമതിക്കാരും കാര്യപ്രാപ്തി ഇല്ലാത്തവരുമായ ഉദ്യോഗസ്ഥരോട് അവരുടെ കാലം കഴിഞ്ഞതായി താക്കീത് നല്കുക; അവരെ പുറത്താക്കി ശുദ്ധീകരിക്കുന്നതിനുള്ള നടപടികൾ ക്രമാനുഗതമായി സ്വീകരിക്കുക.
- പൂഴ്ത്തിവയ്പുകാരും കരിഞ്ചന്തക്കാരും സാമൂഹ്യവിരുദ്ധശക്തികളെന്ന നിലയിൽ വേട്ടയാടപ്പെടും എന്ന് അവർക്ക് താക്കീത് നല്കുക; അവർക്ക് ദീർഘകാല ജയിൽ ശിക്ഷ നല്കുക.
- സർക്കാരിന്റെയും എല്ലാ ജനകീയ സംഘടനകളുടെയും കൂട്ടായ നീക്കത്തിലൂടെ രാജ്യവ്യാപകമായി പൂഴ്ത്തിവയ്പ് വിരുദ്ധ നടപടികൾ സംഘടിപ്പിക്കുക.

പഴയകാലം പോയിമറഞ്ഞെന്നും പുതുയുഗം പിറക്കുകയാണെന്നും സാധാരണ ജനങ്ങൾക്കും ജനശത്രുക്കൾക്കും ഒരേപോലെ അനുഭവപ്പെടണം.

സാമ്പത്തിക സാഹചര്യം ഒരുതരത്തിലുള്ള കാലതാമസവും പൊറുക്കില്ല. ഇപ്പോൾ അലംഭാവം വരുത്തുന്നതിന്റെ അർത്ഥം പ്രതിസന്ധി രൂക്ഷമാക്കുകയെന്നാണ്; നമ്മുടെ സമ്പദ്ഘടനയ്ക്കുമേൽ നിക്ഷിപ്ത താല്പര്യക്കാർക്ക് പിടിമുറുക്കാൻ അവസരം നല്കുകയെന്നാണ്. അത് നമ്മുടെ രാജ്യത്തിന്റെ വിഭവങ്ങളെയും സ്വാതന്ത്ര്യത്തെത്തന്നെയും ആംഗ്ലോ അമേരിക്കൻ സാമ്രാജ്യത്വത്തിന് ആത്യന്തികമായും അടിയറ വെയ്ക്കുന്നതിന് ഇടയാകും.

ക്ഷാമം സൃഷ്ടിക്കുന്നവർക്കെതിരായി നാം ഇന്നുതന്നെ ഊർജ്ജസ്വലമായ നടപടി കൈക്കൊള്ളുന്നില്ലെങ്കിലും ഭൂപ്രഭുത്വം ഇല്ലാതാക്കാൻ നാം സത്വര നടപടി സ്വീകരിക്കുന്നില്ലെങ്കിൽ, നമുക്കുവേണ്ട ഭക്ഷണത്തിനായി ഭിക്ഷാപാത്രവുമായി നാം ആംഗ്ലോ-അമേരിക്കൻ സാമ്രാജ്യത്വ ശക്തികളുടെയോ അവയുടെ ശിങ്കിടികളുടെയോ അടുത്തേക്ക് ഭിക്ഷയാചിച്ച് പോകേണ്ടതായിവരും; അപ്പോൾ അവർ നമുക്കുമേൽ അവരുടെ രാഷ്ട്രീയവും സാമ്പത്തികവുമായ വ്യവസ്ഥകൾ അടിച്ചേല്പിക്കും.

നാം ഇപ്പോൾതന്നെ നമ്മുടെ വ്യവസായങ്ങൾ ദേശസാല്ക്കരിക്കുന്നില്ലെങ്കിൽ, വ്യവസായങ്ങൾ ദേശസാല്ക്കരിക്കപ്പെടുകയാണെങ്കിൽ ആംഗ്ലോ-അമേരിക്കൻ ശക്തികളിൽനിന്ന് നമ്മുടെ രാജ്യത്തിന് വേണ്ട യന്ത്രസാമഗ്രികൾ ലഭിക്കില്ലെന്ന് ടാറ്റാമാരും ബിർളമാരും തെളിയിക്കും. അതേസമയം ആംഗ്ലോ-അമേരിക്കൻ ശക്തികളുമായി കൂട്ടുകെട്ടുണ്ടാക്കി തങ്ങൾക്കുവേണ്ടവ നേടുന്നതിന് അവർക്കു സാധിക്കുകയും ചെയ്യും.

സ്റ്റാറ്റസ്കോ നിലനിർത്തുന്നത് ഒരു ദേശീയ ദുരന്തമായിരിക്കും.

ജനങ്ങളുടെ ആവശ്യങ്ങൾ അടിയന്തരമായും നിറവേറ്റുന്നതിന്, തൊഴിലാളികളുടെയും കർഷകരുടെയും ആവശ്യങ്ങൾ പരിഹരിക്കുന്നതിന് അടിസ്ഥാനമാക്കിയുള്ള ഒരു ജനകീയ പദ്ധതി ജന

ങ്ങളുടെ തന്നെ സഹകരണത്തോടുകൂടി ധൈര്യപൂർവ്വം നടപ്പാക്കുന്നത്, നമ്മുടെ സമ്പദ്ഘടനയ്ക്കുമേൽ ദേശവിരുദ്ധരായ നിക്ഷിപ്തതാല്പര്യക്കാരുടെ കുത്തക പാടെ തകർക്കുന്നത് ആയിരിക്കും നമ്മുടെ സമ്പദ്ഘടനയ്ക്കു രക്ഷപ്പെടാനുള്ള വഴി; ഇന്നത്തെ സാമ്പത്തികപ്രതിസന്ധിയിൽ നിന്ന് കരകയറാനുള്ള വഴി; ജനങ്ങളുടെ അഭിവൃദ്ധിമെച്ചപ്പെടുത്താനുള്ള വഴിയും അതു തന്നെ; നമ്മുടെ സ്വാതന്ത്ര്യത്തിന്റെ ഉറച്ച അടിത്തറയും അതു തന്നെ.

ന്യൂനപക്ഷങ്ങൾക്ക് നീതി

ബ്രിട്ടീഷുകാർ ഇളക്കിവിട്ട വർഗ്ഗീയ ലഹളയുടെ പാരമ്പര്യം മാത്രമല്ല രാജ്യത്തിന്റെ വിഭജനത്തിനും തുടർച്ചയായ കലാപങ്ങൾക്കും ഇടയാക്കിയത്. മറിച്ച് വർഗ്ഗീയ വികാരത്തിന്റെ അഭൂതപൂർവ്വമായ വളർച്ചയും പൊതുവെ നിലനില്ക്കുന്ന ഏറ്റവും കടുത്ത പിന്തിരിപ്പൻ ശക്തികളും കൂടിയാണ്.

സ്ഥിതി അതീവ നിർണ്ണായകമാണ്; മതപരമായ സമാധാനം പുനഃസ്ഥാപിക്കപ്പെടണം; മതസൗഹാർദ്ദം കെട്ടിപ്പടുക്കണം. ഇരുവശത്തുമുള്ള ന്യൂനപക്ഷങ്ങളുടെ നേതാക്കൾ തങ്ങളുടേതായ രാഷ്ട്രത്തോടുള്ള വിശ്വസ്തതയും കൂറും പ്രഖ്യാപിച്ചുകൊണ്ട് ഇതിനകം തന്നെ നല്ല തുടക്കം കുറിച്ചു; രണ്ടുവശത്തുമുള്ള ഗവൺമെന്റുകൾക്കു കീഴിലെ ന്യൂനപക്ഷങ്ങൾക്ക് സമ്പൂർണ്ണസുരക്ഷ ഉറപ്പാക്കുമെന്ന് കോൺഗ്രസിന്റെയും ലീഗിന്റെയും ഉന്നത നേതാക്കൾ പ്രതിജ്ഞയെടുത്തതും നല്ല തുടക്കം തന്നെ.

ആഗസ്ത് 15 ന് ഈ രണ്ട് സംഘടനകളുടെയും നേതാക്കൾ മതപരമായ സമാധാനം സ്ഥാപിക്കുന്നതിനും സൗഹൃദപരമായ പുതിയൊരു തുടക്കത്തിനും അഭ്യർത്ഥിക്കുമെന്ന് കമ്യൂണിസ്റ്റ് പാർട്ടി പ്രതീക്ഷിക്കുന്നു.

തങ്ങളുടെ മതം, സംസ്കാരം, ഭാഷ ലഭ്യമാകേണ്ട സേവനങ്ങൾ എന്നിവയുമായി ബന്ധപ്പെട്ട് ന്യൂനപക്ഷങ്ങളുടെ ന്യായമായ അവകാശങ്ങൾ നിരുപാധികമായി അംഗീകരിക്കുന്നതാണ് ന്യൂനപക്ഷങ്ങളുടെ സഹകരണം നേടുന്നതിനുള്ള ആദ്യ ചുവടുവയ്പ്.

ഇന്ത്യൻ യൂണിയനെ ഹിന്ദുരാഷ്ട്രമായി പരിഗണിക്കണമെന്നും മുസ്ലീങ്ങളെ അന്യനാട്ടുകാരായി കണക്കാക്കണമെന്നുമുള്ള ഹിന്ദുമഹാസഭയുടെ വർദ്ധിച്ചുവരുന്ന വെല്ലുവിളി കോൺഗ്രസിനും ഇന്ത്യൻ ദേശീയതയ്ക്കും നേരെയുള്ള വെല്ലുവിളിയാണ്.

ഓരോ പക്ഷത്തുമുള്ള ഏറ്റവും മോശപ്പെട്ട പിന്തിരിപ്പന്മാരെ പരാജയപ്പെടുത്തുന്നതിനുള്ള ഒരേയൊരു വഴിയാണെന്നറിഞ്ഞുകൊണ്ട് ന്യൂനപക്ഷങ്ങളുടെ തികച്ചും ന്യായമായ എല്ലാ ജനാധിപത്യാവകാശങ്ങളെയും കമ്യൂണിസ്റ്റുപാർട്ടി വിട്ടുവീഴ്ച കൂടാതെ സംരക്ഷിക്കുക; അങ്ങനെ പൊതു ജനാധിപത്യ മുന്നേറ്റത്തിനായി അതായത് യഥാർത്ഥപോരാട്ടത്തിനായി

ഒരുമിച്ച് നിന്ന് പൊരുതുന്നതിന് സാധാരണജനങ്ങളെയാകെ അണിനിരത്തണം.

രണ്ടുരാഷ്ട്രങ്ങളും തമ്മിലുള്ള ഭാവിബന്ധങ്ങളെക്കുറിച്ച് കൂടുതലൊന്നും ആലോചിക്കാതെ തന്നെ വിഭജനത്തിന്റെ പ്രശ്നങ്ങളിൽ രാജ്യം മുഴുകിക്കഴിഞ്ഞിരിക്കുന്നു.

രണ്ട് ഗവൺമെന്റുകളും പരസ്പരം ദീർഘകാല കരാറുകളിൽ ഒപ്പിടുന്നതിന് നിർബ്ബന്ധിതരാകുന്നവിധമാണ് നമ്മുടെ പൊതുതാല്പര്യങ്ങൾ.

സഹോദരബന്ധങ്ങൾ

നമ്മുടെ ജനങ്ങളുടെ ഇപ്പോഴത്തെ സ്ഥിരമായ പൊതുതാല്പര്യങ്ങളും നമ്മുടെ ഭാവിസ്വാതന്ത്ര്യവും ആശ്രയിച്ചിരിക്കുന്നത് ബ്രിട്ടീഷ് സാമ്രാജ്യത്വവുമായുള്ള സമ്പൂർണ്ണമായ വേറിട്ടു മാറൽ നടപ്പാക്കുന്നതിനെയും ഇരുരാഷ്ട്രങ്ങളും തമ്മിൽ സാദ്ധ്യമാകുന്നേടത്തോളം ഉറ്റ സംഖ്യം സ്ഥാപിക്കുന്നതിനെയുമാണ്.

സംയുക്ത പ്രതിരോധത്തെക്കുറിച്ചും ബ്രിട്ടീഷ് സാമ്രാജ്യത്വവാദികൾ സംസാരിക്കുന്നുണ്ട്; എന്നാൽ ഇരുരാഷ്ട്രങ്ങളുടെയും പ്രതിരോധസേനയെ വെവ്വേറെയായും സംയുക്തമായും അവരുടെ നിയന്ത്രണത്തിൽ നിർത്തുന്നതിനുള്ള മറയാണിത്; നമുക്ക് സൈനികോപകരണങ്ങൾ നല്കുന്നതിനും അവരുടെ സൈനികോദ്യോഗസ്ഥരെ ഇവിടെ തുടരാൻ അനുവദിക്കുന്നതിനുമുള്ള ഒരു മറയായിട്ടാണിതും; നമുക്ക് നമ്മുടേതായ സൈനികോപകരണങ്ങളും സൈനിക ഓഫീസർമാരും വേണ്ടത്ര ഇല്ലാത്തതുമൂലമാണിത്; ഇങ്ങനെ തങ്ങൾ നല്കുന്ന സഹായത്തിന്റെ വിലയായി നമ്മുടെ സൈന്യത്തെ ആംഗ്ലോ - അമേരിക്കൻ സാമ്രാജ്യസൈനിക സംവിധാനത്തിലേക്ക് കൊണ്ടുപോകലാണ് അവരുടെ ലക്ഷ്യം; അങ്ങനെയാകുമ്പോൾ നമ്മുടെ സ്വാതന്ത്ര്യം തന്നെ ഇല്ലാതാകും; നമ്മുടെ രാജ്യം അവരുടെ മറ്റൊരു സൈനികത്താവളമായി മാറും; ആംഗ്ലോ- അമേരിക്കൻ സൈനിക മേധാവിത്തവാദികളുടെ സൈന്യങ്ങളെ ആശ്രയിക്കുന്ന ഒന്നായി നമ്മുടെ സൈന്യം മാറും.

നമ്മുടെ ദേശീയ പരമാധികാരത്തിന്റെ പേരിൽ ഇതിനെ ചെറുക്കേണ്ടതാണ്; അതിനുപകരം സ്വതന്ത്ര പാകിസ്ഥാനുമായി ശക്തമായ സൈനിക സഖ്യത്തിനു ശ്രമിക്കണം; പാകിസ്ഥാനിലെ 6.8 കോടി ജനങ്ങൾ തങ്ങളുടെ സ്വന്തം പ്രതിരോധത്തിനായി നമ്മുടെ അതിർത്തി സംരക്ഷിക്കുമെന്നും നമ്മുടെ സ്വന്തം പ്രതിരോധതാല്പര്യത്തിന് നമുക്ക് കഴിയുന്ന എല്ലാവിധ സഹായങ്ങളും അവർക്ക് നല്കുമെന്നുമുള്ള തിരിച്ചറിവോടെയുള്ള പരസ്പരപ്രതിരോധത്തിനുവേണ്ടിയാണിത്.

നമ്മുടെ സമ്പദ്ഘടന ഒരുമിച്ചൊന്നായാണ് വളർന്നത്; വിഭജനം രൂക്ഷമായ പ്രശ്നങ്ങൾ സൃഷ്ടിച്ചിരിക്കുകയാണ്. നമുക്കാവശ്യമുള്ള ഭക്ഷണ സാധനങ്ങളിലധികവും പാകിസ്ഥാനിലാണ് കൃഷി ചെയ്യുന്നത്;

അതേസമയം അവർക്കുവേണ്ട വസ്ത്രങ്ങൾ ഉല്പാദിപ്പിക്കുന്നത് ഇന്ത്യയിലും. ചണം കിഴക്കൻ ബംഗാളിലാണെങ്കിൽ ചണമില്ലുകൾ കല്ക്കത്തയ്ക്കു ചുറ്റുമാണ്; ഇങ്ങനെ പോകുന്നു ഉദാഹരണങ്ങൾ.

നമ്മുടെ തന്നെ നിലനില്പിനുവേണ്ടി അടിയന്തരമായും സാമ്പത്തികകരാറുകൾ ഉണ്ടാക്കേണ്ടത് നമ്മുടെ തന്നെ ആവശ്യമാണെന്ന് വ്യക്തമാണ്. അതിനായി നമ്മുടെ ജനങ്ങളുടെ പരസ്പരമുള്ള താല്പര്യങ്ങൾ കണക്കിലെടുത്ത് ദീർഘകാല സാമ്പത്തിക സഖ്യത്തിനുവേണ്ട അനുരഞ്ജനചർച്ചകൾ ഇരുഗവൺമെന്റുകളും നടത്തണം.

പരസ്പരമുള്ള സാമ്പത്തിക സഹകരണത്തിനുപകരം അധികമധികം വിദേശ സാമ്രാജ്യത്വ മുതലാളിത്ത "സഹായ"മായിരിക്കരുത് നമ്മുടെ ഒരേയൊരു ബദലെന്ന് കമ്യൂണിസ്റ്റുപാർട്ടി താക്കീത് നല്കുന്നു.

പുനരേകീകരണത്തിനായുള്ള ചുവടുവയ്പുകൾ

ആഗസ്ത് 15 ന് വിഭജനത്തിന്റെ തീവ്രവേദന ഇന്ത്യൻ യൂണിയനുള്ളിൽ വ്യാപകമായി അനുഭവപ്പെട്ടു. അന്തിമമായി പുനരേകീകരണത്തിനായുള്ള പോരാട്ടത്തിനുള്ള പ്രതിജ്ഞ കമ്യൂണിസ്റ്റുപാർട്ടി പുതുക്കും; അന്തിമമായി ഐക്യത്തിലേക്ക് നയിക്കാൻ കഴിയുന്ന മൂർത്തമായ നടപടികളെക്കുറിച്ച് കമ്യൂണിസ്റ്റുപാർട്ടി വ്യക്തമായി ഊന്നിപ്പറയും.

- ഇന്ത്യൻ യൂണിയനുള്ളിൽ ന്യൂനപക്ഷങ്ങളെ സംരക്ഷിക്കുന്നതിനും അവരുടെ അവകാശങ്ങൾ ഉറപ്പാക്കുന്നതിനും നാം എത്രമാത്രം പൊരുതുന്നുവോ അത്രവേഗം പാകിസ്ഥാനിലെ മുസ്ലീം ഭൂരിപക്ഷത്തിന്റെ നീതിബോധമുയർത്താൻ നമുക്ക് കഴിയും. ഇവിടത്തെ ഹിന്ദുവർഗ്ഗീയവാദികളോട് നാം പൊരുതുന്നത് പാകിസ്ഥാനിലെ മുസ്ലീം വർഗ്ഗീയവാദികളെ ദുർബ്ബലമാക്കുന്നതാണ്.
- ഭൂപ്രഭുത്വം നിർമ്മാർജ്ജനം ചെയ്യുന്നതിനും വ്യവസായങ്ങൾ ദേശസാല്ക്കരിക്കുന്നതിനുംവേണ്ടി നാം എത്ര ശക്തമായി പൊരുതുന്നുവോ അവിടെയും സമാനമായ ശ്രമങ്ങൾ നടക്കാൻ അത്രത്തോളം അധികം അത് അവരെ ആവേശഭരിതരാക്കും. അത് മുസ്ലീം പിന്തിരിപ്പന്മാർക്കെതിരെ മുസ്ലീം പുരോഗമനവാദികളുടെ കരങ്ങൾക്ക് ശക്തികൂട്ടും; അത് പൊതുവായ ജനകീയ പ്രസ്ഥാനത്തിന്റെ വളർച്ചയെ സഹായിക്കും.
- നമ്മുടെ ഭരണഘടനയിൽ ദേശീയ സ്വയം നിർണ്ണയാവകാശം ഉറപ്പുനല്കാൻ നാം എത്രത്തോളം സന്നദ്ധമാകുന്നോ, അത്രയും വേഗം ഇന്ത്യൻ യൂണിയനകത്ത് എല്ലാ ദേശീയതകളും തുല്യരാണെന്നും ഹിന്ദു ആധിപത്യമില്ലെന്നും പാകിസ്ഥാനിലെ മുസ്ലീം ജനത മനസ്സിലാക്കും.
- പാകിസ്ഥാനുമായി സഹോദരങ്ങൾ എന്ന നിലയിലുള്ള സഹകരണത്തിനായി എത്രത്തോളം ക്ഷമയോടുകൂടി നാം പ്രവർത്തിക്കു

ന്നുവോ അത്രത്തോളം സുരക്ഷിതമായി നമുക്ക് അന്തിമമായി പുന രേകീകരിക്കുന്നതിനുള്ള പാലം നമുക്ക് പണിയാനാകും.

പുരോഗമനവാദികളുടെ സഹായത്തോടെയും പിന്തിരിപ്പന്മാരുടെ എതിർപ്പ് നേരിട്ടുമുള്ള ഇന്ത്യയുടെ ഇരുഭാഗങ്ങളിലെയും സാധാരണജ നങ്ങൾ നീതിക്കും ജനാധിപത്യത്തിനും വേണ്ടിയുള്ള പൊതുവായ സമരം അന്തിമമായി സാമ്രാജ്യത്വം ഇതേവരെ ചെയ്തവയെയെല്ലാം അസാധു വാക്കും; ലീഗ് നേതാക്കൾ ആവശ്യപ്പെട്ടതും കോൺഗ്രസ് അംഗീകരി ച്ചതും ഇതുതന്നെയാണ്; സ്വതന്ത്രമായും സമ്മർദ്ദങ്ങൾക്കു വഴങ്ങിയും അന്തിമമായി ഐക്യത്തിനിടയാക്കും.

ആഗസ്ത് 15 ന് ഇവിടെ നാം ആഘോഷങ്ങളിൽ ഏർപ്പെട്ടിരിക്കു മ്പോൾ നാട്ടുരാജാക്കന്മാരാണ്, ഇന്ത്യയിലെ ജനങ്ങളല്ല, നാട്ടുരാജ്യ ങ്ങൾക്കുള്ളിൽ ആഹ്ലാദിക്കുന്നത്.

നാട്ടുരാജ്യങ്ങൾക്ക് സ്വാതന്ത്ര്യം എന്ന ബ്രിട്ടീഷ് പ്രഖ്യാപനം ഇന്ത്യൻ സ്വാതന്ത്ര്യത്തിനുതന്നെ എതിരായ ഒരടിയാണ്.

നാട്ടുരാജാക്കന്മാരെ പ്രീതിപ്പെടുത്തുന്നത് സ്വേച്ഛാധിപത്യത്തിൻ കീഴിൽ ദുരിതങ്ങളിലേക്ക് നമ്മുടെ ജനങ്ങളിൽ ഒരു വിഭാഗത്തെ തള്ളി വീഴ്ത്തലാണ്. നമ്മുടെ ഭൂപ്രദേശത്തിൽ ഒരു ഭാഗത്തെ ബ്രിട്ടീഷ് മൂലധ നത്തിന്റെ കടന്നാക്രമണത്തിനായി വിട്ടുകൊടുക്കലാണ്; നമ്മുടെ വിദേ ശനയത്തെയും സൈനിക നയത്തെയും സ്വാധീനിക്കാൻ ബ്രിട്ടീഷ് പാവ കളെ അനുവദിക്കലാണ്.

> ആഗസ്ത് 15 ന് നാം നാട്ടുരാജ്യങ്ങളിലെ ജനങ്ങളുടെ ധീരോദാ ത്തമായ പോരാട്ടങ്ങളെ നന്ദിപൂർവ്വം അഭിവാദ്യം ചെയ്യേണ്ടതാണ്; ആ പോരാട്ടങ്ങളാണ് നാട്ടുരാജാക്കന്മാരെ ഭരണഘടനാ നിർമ്മാ ണസമിതിയിൽ ചേരുന്നതിന് നിർബ്ബന്ധിതരാക്കിയത്.
>
> ഉത്തരവാദിത്വഭരണം നേടുന്നതിനും ഭരണഘടനാ നിർമ്മാണസ ഭയ്ക്കുവേണ്ടിയും ഇന്ത്യൻ യൂണിയനിൽ ചേരുന്നതിനുമായുമുള്ള നാട്ടുരാജ്യങ്ങളിലെ ജനങ്ങളുടെ സമരങ്ങൾക്ക് പരിപൂർണ്ണപി ന്തുണ പ്രതിജ്ഞ ചെയ്യേണ്ടത് നമ്മുടെ കടമയാണ്.
>
> നാട്ടുരാജ്യങ്ങളെ ഉപയോഗിച്ച് ഇടങ്കോലിടാനുള്ള ബ്രിട്ടീഷ് നീക്ക ങ്ങളെ തകർക്കാനും ഇന്ത്യയെ ഇനിയും ശിഥിലമാക്കുന്നത് തട യാനുമുള്ള ഏകമാർഗ്ഗമാണിത് എന്നാണ് സാമാന്യയുക്തിനിർദ്ദേ ശിക്കുന്നത്.

ഇന്ത്യൻ സ്വാതന്ത്ര്യത്തിനു നേരെയുള്ള വെല്ലുവിളിയാണ് നാട്ടുരാ ജ്യങ്ങളുടെ സ്വാതന്ത്ര്യം; അതുപോലെ ഇന്ത്യൻ ജനാധിപത്യത്തിനു നേരെയുള്ള വെല്ലുവിളിയാണ് നാട്ടുരാജ്യങ്ങളിലെ സ്വേച്ഛാധിപത്യം. അതിനെ നാം നേരിടണം.

പുരോഗമനപരമായ ഒരു ലോകം എന്ന ലക്ഷ്യത്തിനായാണ് ഇന്ത്യൻ ദേശീയപ്രസ്ഥാനം നില്ക്കുന്നത്; എല്ലാ ജനവിഭാഗങ്ങളുമായുള്ള സുഹൃദ് ബന്ധത്തിനായും എല്ലാ സാമ്രാജ്യത്വശക്തികളെയും എതിർക്കുന്നതിനായുമാണ് അത് നില്ക്കുന്നത്.

നമ്മുടെ ദേശീയ ഗവൺമെന്റ് വരുന്നതോടെ ധൈര്യപൂർവ്വം ഇത് നടപ്പാക്കാനുള്ള സമയം സമാഗമമാവുകയാണ്.

നമ്മുടെ രാജ്യത്ത് ബ്രിട്ടീഷ് സാമ്രാജ്യത്വം ചെയ്തു കൂട്ടിയ കുറ്റകൃത്യങ്ങളെല്ലാമുണ്ടായിട്ടും നമ്മുടെ ദേശീയ പ്രസ്ഥാനം ബ്രിട്ടീഷ് ജനതയോട് ശത്രുതയൊന്നും വച്ചുപുലർത്തുന്നില്ല; ബ്രിട്ടീഷ് ജനതയിലെ ഉത്തമരായ ആളുകളെല്ലാം പ്രത്യേകിച്ച് തൊഴിലാളി പ്രസ്ഥാനം നമ്മുടെ ദേശീയ വികാരങ്ങളോട് അനുഭാവമുള്ളവരാണ്.

ആഗസ്ത് 15 ന് ബ്രിട്ടീഷ് സാമ്രാജ്യത്തിനുള്ളിൽ ഇന്ത്യയെ നിർത്തുന്നതിനായി നടത്തുന്ന ഇടങ്കോലിടലുകൾ അവസാനിപ്പിക്കുന്നതിന് തങ്ങളുടെ ഗവൺമെന്റിനെ നിർബ്ബന്ധിതരാക്കാൻ ബ്രിട്ടീഷ് ജനതയോട് നാം അഭ്യർത്ഥിക്കും; നാട്ടുരാജ്യങ്ങളുടെ സ്വാതന്ത്ര്യം അംഗീകരിക്കരുതെന്ന് പ്രതിജ്ഞ ചെയ്യിക്കാനും ഇന്ത്യക്ക് ലഭിക്കാനുള്ള സ്റ്റെർലിങ് കുടിശ്ശിക കൃത്യമായി നല്കാനും ബ്രിട്ടീഷ് സൈന്യത്തെയും ഓഫീസർമാരെയും പിൻവലിക്കാനും അങ്ങനെ ഇൻഡോ ബ്രിട്ടീഷ് സൗഹൃദത്തിനുള്ള ഉറച്ച അടിത്തറ സൃഷ്ടിക്കാനും ബ്രിട്ടീഷ് ജനത തങ്ങളുടെ ഗവൺമെന്റിനെ നിർബ്ബന്ധിതരാക്കണം; ഇന്ത്യൻ സ്വാതന്ത്ര്യത്തെ ആത്മാർത്ഥമായി അംഗീകരിക്കുന്നതിനെയും നമ്മുടെ രാഷ്ട്രങ്ങളുടെ തുല്യതയെയും അടിസ്ഥാനമാക്കിയും നമ്മുടെ രണ്ടു രാജ്യങ്ങളിലെയും ജനങ്ങളുടെ പരസ്പരതാല്പര്യങ്ങൾ കണക്കിലെടുത്തുമാണ് ഇൻഡോ- ബ്രിട്ടീഷ് സൗഹൃദം ഉണ്ടാക്കേണ്ടത്.

> ഏഷ്യയിലെ ഓരോ വിമോചന പോരാട്ടത്തെയും സജീവമായി പിന്താങ്ങുന്നതിന് പ്രതിജ്ഞാബദ്ധമായി നിന്നിരുന്നതാണ് നമ്മുടെ ദേശീയ പ്രസ്ഥാനം. അടിയന്തര സഹായം ആവശ്യപ്പെട്ടിരിക്കുകയാണ് ഇൻഡോനേഷ്യ. അതുപോലെതന്നെയാണ് വിയത്നാമും. ഡച്ച് വിമാനങ്ങൾക്ക് ഇന്ത്യൻ വിമാനത്താവളങ്ങൾ തുറന്നുകൊടുക്കില്ലെന്ന് പണ്ഡിറ്റ് നെഹ്റു വാഗ്ദാനം നല്കിയിട്ടുണ്ട്. ഫ്രഞ്ചുകാരോടും ഇതുതന്നെ ചെയ്യേണ്ടത് ആവശ്യമാണ്. ഫ്രഞ്ചു കപ്പലുകളും ഡച്ച് കപ്പലുകളും നമ്മുടെ തുറമുഖങ്ങൾ ഉപയോഗിക്കുന്നു; ഇവിടെനിന്ന് പല സാധനങ്ങളും കയറ്റിക്കൊണ്ട് പോകുന്നുമുണ്ട്. ഇന്ത്യൻ സമുദ്രാതിർത്തി ഫ്രഞ്ച്-ഡച്ച് സാമ്രാജ്യത്വവാദികൾക്കു തുറന്നുകൊടുക്കരുത്.

ആഗസ്ത് 15 ന് ഫ്രഞ്ച് ഇന്ത്യയിലെ നമ്മുടെ സഹോദരങ്ങൾ ചന്ദർനാഗോർ, പോണ്ടിച്ചേരി, കാരയ്ക്കൽ യാനം, മാഹി എന്നീ അഞ്ച് പട്ട

ണങ്ങളിലും ഇന്ത്യൻ യൂണിയനിൽ ചേർന്നുകൊണ്ട് ഇന്ത്യയുടെ ഹൃദയത്തിലേക്ക് മടങ്ങിവരാനുള്ള തങ്ങളുടെ ദൃഢനിശ്ചയം പ്രകടിപ്പിക്കും. നമ്മളിൽ നിന്നെല്ലാം അവർക്ക് ഊഷ്മളമായ സ്വീകരണം നല്കണം; ദേശീയ ഗവൺമെന്റിൽനിന്നും സമ്പൂർണ്ണ പിന്തുണ വാഗ്ദാനം നല്കണം.

പോർച്ചുഗീസ് ഫാസിസ്റ്റുകൾ ഗോവ കൈവശം വച്ചിരിക്കുകയാണ്; എല്ലാ ജനകീയ പ്രക്ഷോഭങ്ങളെയും ഒന്നടങ്കം അടിച്ചമർത്തുകയാണ്. അവിടെയുള്ള നമ്മുടെ സഹോദരങ്ങളും ഇന്ത്യയിൽ ചേരാൻ ആഗ്രഹിക്കുന്നു.

ഐക്യരാഷ്ട്ര സഭയിൽ പുരോഗതിയുടെയും ലോകസമാധാനത്തിന്റെയും ലക്ഷ്യങ്ങളെ അളവറ്റവിധം ശക്തിപ്പെടുത്തുന്നതിന് ജനാധിപത്യലോകം ഒന്നടങ്കം ഇന്ത്യയെ ഉറ്റുനോക്കുകയാണ്; ആംഗ്ലോ-അമേരിക്കൻ പിന്തിരിപ്പന്മാരുടെ ആക്രമണപദ്ധതികൾക്കെതിരെ നാം നിലപാടെടുക്കുന്നതിനെയാണ് അവയെല്ലാം ഉറ്റുനോക്കുന്നത്. ഏഷ്യയുടെ കാര്യത്തിലായാലും ലോകത്തിന്റെയാകെ കാര്യമായാലും നമ്മുടെ പങ്ക് വളരെയേറെ മഹത്തായതാണ്; സോവിയറ്റ് യൂണിയനുമായും കിഴക്കൻ യൂറോപ്പിലെ പുത്തൻ ജനാധിപത്യരാജ്യങ്ങളുമായും അടുത്ത സഹകരണമുണ്ടാകണമെന്ന് ഞങ്ങൾ ആഹ്വാനം ചെയ്യുന്നു.

ആഗസ്ത് 15 ന് നമ്മുടെ രാജ്യത്തിന് സമ്പൂർണ്ണസ്വാതന്ത്ര്യം നേടുന്നതിനും നമ്മുടെ മഹത്തായ ജനതയ്ക്ക് വേണ്ടിയും ജനങ്ങളിലൂടെയും യഥാർത്ഥ ജനാധിപത്യം കെട്ടിപ്പടുക്കുന്നതിനും നമ്മുടെ മാതൃഭൂമിയുടെ സ്വമേധയായുള്ള പുനരേകീകരണത്തിലേക്കുള്ള ആദ്യ ചുവടുവയ്പ്പെന്ന നിലയിൽ ഇന്ത്യയും പാകിസ്ഥാനും തമ്മിലുള്ള സാഹോദര്യാടിസ്ഥാനത്തിലുള്ള സഹകരണം സ്ഥാപിക്കുന്നതിനും ലോകത്തിന്റെയാകെ കൂടിയാലോചനാ വേദികളിൽ നമ്മുടെ അന്തസ്സും ഉത്തരവാദിത്വവും ഉയർത്തിപ്പിടിക്കുന്നതിനും കമ്യൂണിസ്റ്റുപാർട്ടി ദേശീയ പ്രസ്ഥാനത്തോട് തോളോട് തോളുരുമ്മി നിന്ന് പൊരുതാൻ സ്വയം സമർപ്പിച്ചിരിക്കുകയാണ്.

1921 ൽ അഹമ്മദാബാദിൽ ചേർന്ന ഇന്ത്യൻ നാഷണൽ കോൺഗ്രസിന്റെ 36-ാമത് സമ്മേളനത്തിൽ വിതരണം ചെയ്ത കമ്യൂണിസ്റ്റുപാർട്ടി ഓഫ് ഇന്ത്യയുടെ മാനിഫെസ്റ്റോ

പ്രിയപ്പെട്ട നാട്ടുകാരെ,

ദേശീയ ജീവിതത്തിന്റെയും പുരോഗതിയുടെയും ഭാവിയെ ഗുരുതരമായി ബാധിക്കുന്ന വിവിധ പ്രശ്നങ്ങളെക്കുറിച്ച് തീരുമാനിക്കുന്നതിന് നമ്മുടെ രാജ്യത്തിന്റെ ചരിത്രത്തിലെ അതീവ നിർണ്ണായകമായ സന്ദർഭത്തിലാണ് നിങ്ങളിവിടെ ചേർന്നിരിക്കുന്നത്. ഇന്ത്യയെന്ന ഈ രാഷ്ട്രം മഹത്തായ ഒരു വിപ്ലവത്തിന്റെ തൊട്ടുമുൻപിലായാണ് ഇന്ന് നില്ക്കുന്നത്; അതൊരു രാഷ്ട്രീയ വിപ്ലവം മാത്രമല്ല, സാമ്പത്തികവും സാമൂഹികവുമായ വിപ്ലവം കൂടിയാണ്. മഹത്തായ ഈ ഉപദ്വീപിൽ അധിവസിക്കുന്ന മാനവരാശിയിലെ വലിയൊരു വിഭാഗം വരുന്നവർ ഒരു നിശ്ചിത ലക്ഷ്യത്തോടെ മുന്നോട്ടുപോകാൻ ആരംഭിച്ചിരിക്കുന്നു; സാമ്പത്തികവും രാഷ്ട്രീയവുമായ അടിച്ചമർത്തലിന്റെ ഫലമായുണ്ടായ നൂറ്റാണ്ടുകളായി നിലനില്ക്കുന്ന സാമൂഹിക സ്തംഭനാവസ്ഥയെ തുടർന്ന് ഈ നാട്ടിലെ ജനങ്ങൾ ഉണർന്നെണീക്കുകയാണ്. ഈ പ്രക്ഷോഭത്തിന്റെ തലപ്പത്ത് നാഷണൽ കോൺഗ്രസ് സ്വയം പ്രതിഷ്ഠിക്കപ്പെട്ടിരിക്കുകയാണ്. വളരെ ക്ലേശകരമായ ഒരു കടമയാണ് നിങ്ങൾ ഏറ്റെടുത്തിരിക്കുന്നത്; നിങ്ങൾക്കുമുന്നിലുള്ള വഴി ഏറക്കുറെ തരണം ചെയ്യാനാവാത്തത്ര ദുഷ്കരമായ തടസ്സങ്ങളോടുകൂടിയതും അപകടകരവും കുഴപ്പം പിടിച്ചതുമായ കെണികളോടു കൂടിയതുമായ പ്രശ്നങ്ങളാണ്. ദേശീയ വിമോചനം എന്ന ലക്ഷ്യത്തിലേക്ക് ഇന്ത്യയിലെ ജനങ്ങളെ നയിക്കുകയെന്ന ദൗത്യം മഹത്തായതാണ്; ആ മഹത്തായ ദൗത്യമാണ് നിങ്ങൾ ഏറ്റെടുത്തിരിക്കുന്നത്. വ്യർത്ഥമായ ചർച്ചകളിൽ സമയം പോക്കുകയും നിരർത്ഥകവും നിഷ്ഫലവുമായ പ്രമേയങ്ങൾ പാസാക്കുകയും ചെയ്യുന്ന ഒഴിവുകാല ആൾക്കൂട്ടമായി തുടരാൻ ഇനിയൊരിക്കലും നാഷണൽ

കോൺഗ്രസിന് ആവില്ല; ഒരു രാഷ്ട്രീയ പ്രസ്ഥാനമായി അത് മാറിക്കഴിഞ്ഞു- ദേശീയ വിമോചന പ്രക്ഷോഭത്തിന്റെ നായകനാണത്. പുതുതായി കൈവരിച്ച രാഷ്ട്രീയ പ്രാധാന്യം കോൺഗ്രസിനെ സ്വന്തം ദാർശനിക പശ്ചാത്തലത്തിൽ മാറ്റംവരുത്താൻ നിർബ്ബന്ധിതമാക്കുന്നു; ആത്മനിഷ്ഠമായ ഒരു വേദിയായി അതിന് ഇനിയും തുടരാനാവില്ല; അതിന്റെ ആലോചനാവിഷയങ്ങളും തീരുമാനങ്ങളുമെല്ലാം രാജ്യത്ത് നിലനില്ക്കുന്ന വസ്തുനിഷ്ഠ സാഹചര്യങ്ങളുടെ അടിസ്ഥാനത്തിലാണ് തീരുമാനിക്കപ്പെടേണ്ടത്; അതൊരിക്കലും അതിന്റെ നേതാക്കളുടെ ഇഷ്ടാനിഷ്ടങ്ങൾക്കും മുൻവിധികൾക്കും സങ്കല്പനങ്ങൾക്കും അനുസരിച്ചായിരിക്കരുത്. കോൺഗ്രസിലെ നാഷണൽ (ദേശീയം) എന്നത് പേരിൽ മാത്രമായിരിക്കുകയും അതിന്റെ നേതൃത്വത്തിലുള്ള ചെറിയൊരു ഗ്രൂപ്പിന്റെ അഭിപ്രായങ്ങളും ആഗ്രഹാഭിലാഷങ്ങളും പ്രകടിപ്പിക്കാനുള്ള ഒരു രാഷ്ട്രീയ ഉപകരണം ആയിരുന്നപ്പോൾ അതങ്ങനെയായിരുന്നു. മേത്ത-ഗോഖലെ-ബോസ്-ബാനർജി കൂട്ടുകെട്ട് ആധിപത്യം പുലർത്തിയിരുന്ന പഴയ കോൺഗ്രസ് നിർജ്ജീവമാവുകയും പ്രായോഗിക രാഷ്ട്രീയത്തിന്റെ മണ്ഡലത്തിൽനിന്ന് പിൻവാങ്ങുകയും ചെയ്തെങ്കിൽ, ഈയാളുകൾ സ്വന്തം പ്രതിച്ഛായയിൽ ഈ രാഷ്ട്രത്തെ കെട്ടിപ്പടുക്കാൻ ആഗ്രഹിച്ചതുകൊണ്ടാണത്; തങ്ങൾ പ്രവർത്തനം നടത്തേണ്ട ഭൗതിക പശ്ചാത്തലത്തെക്കുറിച്ച് അവർ പരിഗണിച്ചില്ലെന്നു മാത്രമല്ല അവർക്കതിനു കഴിയുകയുമില്ലായിരുന്നു; ജനങ്ങളുടെ ഹൃദയമിടിപ്പ് മനസ്സിലാക്കുന്നതിൽ അവർ പരാജയപ്പെട്ടു; തങ്ങൾ ചിന്തിക്കുന്നതിനെയും തങ്ങളുടെ ആഗ്രഹത്തെയും കുറിച്ചുമാത്രമേ അവർക്ക് അറിയാമായിരുന്നുള്ളൂ; കോൺഗ്രസ് പ്രതിനിധാനം ചെയ്യുന്നതായി അവർ അവകാശപ്പെട്ടിരുന്ന രാഷ്ട്രത്തിലെ ജനങ്ങളെക്കുറിച്ച് മനസ്സിലാക്കാൻ അവർ ഒരിക്കലും താല്പര്യം കാണിച്ചില്ല; ജനങ്ങളുടെ ക്ഷേമത്തെക്കുറിച്ചും അവരുടെ പുരോഗതിയെക്കുറിച്ചുമെല്ലാം ചിന്തിക്കേണ്ടതുണ്ടെന്ന് അവർ കരുതിയിരുന്നില്ല. രാജ്യത്തെ ജനസാമാന്യത്തിന്റെ ആവശ്യങ്ങളെക്കുറിച്ച് പരിഗണിക്കാത്തതുകൊണ്ടാണ് പഴയ കോൺഗ്രസ് രാഷ്ട്രീയമായ പാപ്പരത്തത്തിൽ പെട്ടുപോയത്; ഭരണപരവും സാമ്പത്തികവുമായ പരിഷ്കാരങ്ങൾക്കുവേണ്ടി കോൺഗ്രസ് മുന്നോട്ടുവെയ്ക്കുന്ന ഡിമാൻഡുകൾ തെരുവിലിറങ്ങിയ മനുഷ്യരുടെ താല്പര്യങ്ങൾ പ്രതിഫലിക്കുന്നതായിരിക്കണമെന്ന് അത് കണക്കാക്കി; മിതവാതി പാർട്ടിയിലെ 'പഴമക്കാർ' വിശ്വസിച്ചത് രാഷ്ട്രത്തിന്റെ നേതൃത്വത്തെ സംബന്ധിച്ചിടത്തോളം ബുദ്ധിശക്തിയും പഠിപ്പും വേണമെന്നുള്ളത് അലംഘനീയമായ കല്പനയാണെന്നാണ്. എല്ലാ പ്രസ്ഥാനങ്ങൾക്കും ശക്തി നല്കുന്നതും അധിനാധാരമായതുമായ സാമൂഹികശക്തികളെ സംബന്ധിച്ച ധാരണയുടെ സമ്പൂർണ്ണമായ അഭാവത്തിൽ നിന്നോ വികലമായ ധാരണയിൽ നിന്നോ ഉരുവംകൊള്ളുന്ന ശോചനീയമായ ഈ ആത്മനിഷ്ഠയാണ് ഇന്ത്യൻ ദേശീയതയുടെ അഭിവന്ദ്യരായ പിതാക്കളെ തങ്ങളുടെ തന്നെ കുട്ടികളെ

വഞ്ചിക്കുന്ന അവസ്ഥയിലെത്തിച്ചത്; അത് അവരുടെ തന്നെ നാശത്തിനും അധഃപതനത്തിനും രാഷ്ട്രീയമായ മരണത്തിനുമാണ് ഇടയാക്കിയത്. പുതിയ കോൺഗ്രസിന്റെ നേതാക്കളായ നിങ്ങൾ അതേ പിശക് ആവർത്തിക്കാതിരിക്കാൻ വേണ്ട ജാഗ്രത പുലർത്തണം; കാരണം അതേ പിശക് ആവർത്തിച്ചാൽ അതേ ദുരന്തം തന്നെയാകും ഫലം.

നിസ്സഹകരണകക്ഷിയുടെ നേതൃത്വത്തിൻ കീഴിൽ കോൺഗ്രസിന്റെ പരിപാടി സാദ്ധ്യമായേടത്തോളം ചുരുങ്ങിയ കാലത്തിനുള്ളിൽ സ്വരാജ്യം കൈവരിക്കുകയെന്നതാണ്. ഭരണഘടനാപരമായ പ്രക്ഷോഭങ്ങൾകൊണ്ട് ചില്ലറ പരിഷ്കാരങ്ങൾ നേടിയെടുക്കുകയെന്ന പഴയ ദുർബ്ബലമായ അടവ് ഉപേക്ഷിക്കുകയാണ്. അഭിമാനപൂർവ്വവും ദൃഢനിശ്ചയത്തോടുകൂടിയും കോൺഗ്രസ് 'ഒരു വർഷത്തിനുള്ള സ്വരാജ്യം' എന്ന മുദ്രാവാക്യം ശക്തമായി ഉന്നയിക്കുകയാണ്. ഈ ബാനറിനുകീഴിൽ ഒന്നിച്ചണിനിരക്കാനാണ് ഇന്ത്യയിലെ ജനങ്ങളോട് ആവശ്യപ്പെടുന്നത്; ലക്ഷ്യത്തിൽ എത്തിച്ചേരുന്നതുവരെ ഈ ബാനർ ഉയർത്തിപ്പിടിച്ചുകൊണ്ട് മുന്നോട്ടു മാർച്ച് ചെയ്യാനാണ് അവരോട് നിർദ്ദേശിക്കുന്നത്. ഇതു തികച്ചും മഹത്തായ ലക്ഷ്യം തന്നെയാണ്. തങ്ങൾ തന്നെ ഭരണം നടത്തുകയെന്ന അവകാശത്തിനായി ഇന്ത്യൻ ജനത പൊരുതുന്നത് സ്വാഭാവികം തന്നെയാണ്. എന്നാൽ കോൺഗ്രസിന്റെ പ്രവർത്തനം രാഷ്ട്രത്തിന്റെ നേതാവെന്ന നിലയിൽ ഈ ലക്ഷ്യം ചൂണ്ടിക്കാണിക്കുക മാത്രമല്ല, മറിച്ച് പടിപടിയായി ഈ ലക്ഷ്യം കൈവരിക്കാൻ ജനങ്ങളെയാകെ നയിക്കുകയുമാണ്. കഴിഞ്ഞവർഷത്തെ അതിന്റെ പ്രവർത്തനങ്ങളിൽനിന്ന് കോൺഗ്രസ് സ്വന്തം കടമയെന്തെന്ന് മനസ്സിലാക്കിയതായി വ്യക്തമാകുന്നു; അത് നടപ്പാക്കുന്നതിനുള്ള ഏറ്റവും മികച്ച വഴിയേതെന്ന് ഇപ്പോൾ കോൺഗ്രസ് കണ്ടെത്താൻ ശ്രമിക്കുകയുമാണ്. സ്വരാജ്യത്തിനായി പൊരുതാൻ ജനങ്ങൾ ആവേശഭരിതരായി രംഗത്തിറങ്ങുകയാണ്; ഈ സമരത്തിൽ അവരെ യോജിപ്പിച്ചണിനിരത്തണം; കാരണം ജനങ്ങളുടെ ഐക്യം കൂടാതെ ഈ ലക്ഷ്യം നേടാനാവില്ല. എന്തുകൊണ്ടാണ് പഴയ കോൺഗ്രസ് അപകീർത്തിപ്പെടുത്തപ്പെട്ടത്? കാരണം, ദേശീയപ്രശ്നത്തെ അതൊരിക്കലും ജനങ്ങൾക്കുവേണ്ടിയുള്ള ജീവൽ പ്രശ്നമാക്കി മാറ്റിയിരുന്നില്ല. പഴയ നേതാക്കൾക്കു കീഴിൽ കോൺഗ്രസ് രാഷ്ട്രീയമായ പാണ്ഡിത്യപ്രദർശനത്തിന്റെയും ചില്ലറ പരിഷ്കാരങ്ങളുടെയും ചെളിക്കുണ്ടിൽ അകപ്പെട്ടിരിക്കുകയായിരുന്നു. ഇതിന്റെ സ്ഥാനത്ത് കേവല ആദർശവാദത്തെയും രാഷ്ട്രീയ വിഭ്രാന്തിയെയും സ്ഥാപിക്കുകയാണെങ്കിൽ പഴയതിനെക്കാൾ മെച്ചപ്പെട്ട ഫലമൊന്നും പ്രതീക്ഷിക്കാനാവില്ല. സ്വന്തം പേര് സാർത്ഥകമാക്കുന്നതിനുവേണ്ടിയും അതിനു മുന്നിലുള്ള പ്രയാസകരമായ കടമ നിറവേറ്റുന്നതിനു കഴിയുന്നതിനുവേണ്ടിയും ഒരുപിടി വ്യക്തികളുടെ മനോവികാരത്തിനും ആദർശവാദത്തിനും അനുസരിച്ച്, അവ എത്രമാത്രം മഹത്തും ദേശാഭിമാനപരവുമാണെങ്കിൽ പോലും, ഒതുങ്ങിനില്ക്കാൻ അനുവദിക്കാൻ പാടില്ല; ശരി

ക്കുമുള്ള മൂർത്തമായ വസ്തുതകളെയാണ് അത് കണക്കിലെടുക്കേണ്ടത്; ജനങ്ങളുടെ നിത്യജീവിതത്തെക്കുറിച്ച് അവരുടെ ദുരിതങ്ങളെയും ആഗ്രഹങ്ങളെയുംകുറിച്ച് അവധാനതയോടെ അത് അവലോകനം നടത്തണം. നമ്മുടേത് വെറുമൊരു രാഷ്ട്രീയക്കളിയല്ല; മഹത്തായ ഒരു സാമൂഹിക സമരമാണിത്.

നാഷണൽ കോൺഗ്രസിന്റെ 36-ാമത് സമ്മേളനത്തിനു മുന്നിലുള്ള ഏറ്റവും വലിയ പ്രശ്നം ദേശീയമായ ലക്ഷ്യത്തിൽ ജനങ്ങളുടെ പൂർണ്ണ മനസ്സോടെയുള്ള പിന്തുണ എങ്ങനെ ഉറപ്പാക്കാം എന്നതാണ് - അജ്ഞതയിൽ ആണ്ടുകിടക്കുന്ന ജനകോടികളെ എങ്ങനെ സ്വരാജ്യം എന്ന ബാനറിനു പിന്നിൽ അണിനിരത്തും എന്നതാണ് പ്രശ്നം. ഈ പ്രശ്നം പരിഹരിക്കുന്നതിനായി ആദ്യം വേണ്ട കാര്യം ബഹുജനങ്ങളെ ദുരിതത്തിലാക്കുന്നതെന്താണെന്ന് അറിയുകയാണ്; അവർക്ക് എന്താണ് വേണ്ടതെന്ന് മനസ്സിലാക്കുകയാണ്. അവരുടെ ഭൗതികമായ നിലനില്പിന്റെ അടിയന്തര പരിതസ്ഥിതി മെച്ചപ്പെടുത്താൻ ആവശ്യമായതെന്ത്? ജനകോടികളുടെ പ്രായോഗിക നേതൃത്വത്തിലേക്കുവരാൻ കോൺഗ്രസിനു കഴിയണമെങ്കിൽ അതിന്റെ പരിപാടിയിൽ ജനങ്ങളെ നേരിട്ടു ബാധിക്കുന്ന പ്രശ്നങ്ങൾക്കുള്ള പരിഹാരം കാണാനുള്ള നിർദ്ദേശങ്ങൾ ഉൾപ്പെടുത്തണം.

ബഹളം കൂട്ടിക്കൊണ്ടിരിക്കുന്ന, നിരുത്തരവാദികളായ ആയിരക്കണക്കിനു വിദ്യാർത്ഥികളെയും ഇടത്തരംവർഗ്ഗത്തിൽപ്പെട്ട നിരവധി ബുദ്ധിജീവികളെയും അവരെ പിന്തുടരുന്ന നൈമിഷികവും ഭ്രാന്തവുമായ സംസ്കാരത്തിന് അടിമപ്പെട്ട അജ്ഞരായ ജനക്കൂട്ടമല്ല ഒരു രാഷ്ട്രത്തിന്റെ രാഷ്ട്രീയ സംഘടനയുടെ സാമൂഹ്യഅടിത്തറയാകേണ്ടത്: അങ്ങനെ കഴിയുകയുമില്ല. നഗരങ്ങളിലെ അദ്ധ്വാനിക്കുന്ന ജനങ്ങളെയും ഗ്രാമങ്ങളിലെ മൂകരായ ദശലക്ഷങ്ങളെയും പ്രസ്ഥാനത്തിന്റെ ഭാഗമായി കൊണ്ടുവന്നാൽ മാത്രമേ അതിന് കരുത്താർജ്ജിക്കാനാകൂ. ഈ ബഹുജനസംഘടന എങ്ങനെ സാക്ഷാൽക്കരിക്കാമെന്ന് കോൺഗ്രസിനു മുന്നിലുള്ള സുപ്രധാനമായ ഒരു പ്രശ്നമാണ്. ദേശീയ സ്വാതന്ത്ര്യം അവരുടെ ദുരിതങ്ങൾക്ക് അറുതിവരുത്തുമെന്ന് ഫാക്ടറികളും പാടങ്ങളിലും പണിയെടുക്കുന്ന മനുഷ്യരെ എങ്ങനെ ബോദ്ധ്യപ്പെടുത്താനാകും? സമ്പന്നരായ ഇന്ത്യാക്കാരുടെ (ദേശീയ പ്രസ്ഥാനത്തിന്റെ നേതാക്കളായ അവരിൽ ചിലരല്ല) ഉടമസ്ഥതയിലുള്ള മില്ലുകളിലും ഫാക്ടറികളിലും ജോലി ചെയ്യുന്ന ലക്ഷക്കണക്കിനു തൊഴിലാളികൾ അസ്സഹനീയമായ സാഹചര്യത്തിലാണ് ജീവിക്കുന്നതെന്നും അവർ കലാപം ചെയ്യാനിടയാകുന്ന വിധത്തിലാണ് അവരോട് പെരുമാറുമെന്നതെന്നുമുള്ളത് വസ്തുതയല്ലെന്ന് അവരെ എങ്ങനെ ബോദ്ധ്യപ്പെടുത്താനാകും? നിശ്ചയമായും കാര്യശേഷിയും വിവേകവുമുള്ള ആളുകൾ ദേശീയമായ ലക്ഷ്യത്തിന്റെ പേരിൽ അസൗകര്യപ്രദമായ ഇത്തരം ചോദ്യങ്ങളെ അവഗണിക്കും. "നമുക്ക് ആദ്യം വിദേശ മേധാവിത്തത്തെ ഇല്ലാതാക്കാം." എന്നതായി

രിക്കും ഈ രാഷ്ട്രീയക്കാരുടെ വാദഗതി, ഇത്തരത്തിൽ ജാഗ്രതപുലർത്തുന്ന രാഷ്ട്രീയ സൂക്ഷ്മദൃക്കുകൾ ഉയർന്നവർഗ്ഗങ്ങളോട് മുഖസ്തുതി പറഞ്ഞേക്കാം; എന്നാൽ ദരിദ്രരായ തൊഴിലാളികളും കർഷകരും പട്ടിണിയിലാണ്. അവരെ സമരത്തിലിറക്കണമെങ്കിൽ, അവരുടെ ഭൗതിക സാഹചര്യം മെച്ചപ്പെടുത്തുന്നതിനായിരിക്കണം. അതുകൊണ്ട് ജനസംഖ്യയിൽ മഹാഭൂരിപക്ഷം വരുന്നവരുടെ താല്പര്യങ്ങൾക്കനുയോജ്യമായതും അതേത്തുടർന്ന് അവരാകെ ബോധപൂർവ്വമായ പോരാട്ടത്തിലേക്ക് ആവേശപൂർവ്വം കുതിച്ചുചാടാൻ ഇടംവരുത്തുന്നതുമായ മുദ്രാവാക്യമാണ് "കൃഷിഭൂമി കർഷകനും തൊഴിലാളിക്ക് ഭക്ഷണവും" എന്നത്. ദേശീയ സ്വയംനിർണ്ണയാവകാശമെന്ന കേവലം പ്രബോധനം അവരെ നിഷ്ക്രിയരാക്കുകയേയുള്ളൂ; വ്യക്തിഗതമായ ആവശ്യങ്ങളും പ്രേരണകളും അവരുടെ ആവേശം കെടുത്തും.

ഖിലാഫത്തിന്റെ പേരിലും സെവ്റെസ് ഉടമ്പടി പുതുക്കണമെന്നാവശ്യപ്പെട്ടും. ജനകീയ ആവേശം നിലനിർത്താമെന്നും ഉയർത്തിക്കൊണ്ടുവരാമെന്നും എങ്ങനെയാണ് കോൺഗ്രസിന് പ്രതീക്ഷിക്കാൻ കഴിയുന്നത്? ഇത്തരം മുദ്രാവാക്യങ്ങൾക്കു പിന്നിലുള്ള ഉന്നതമായ രാഷ്ട്രീയം പണ്ഡിതരായ ബുദ്ധിജീവികൾക്ക് അനായാസം മനസ്സിലാകും; എന്നാൽ വിദേശഭരണാധികാരികളും ഒപ്പം നമ്മുടെതന്നെ മതസ്ഥാപനങ്ങളും സാമൂഹ്യസ്ഥാപനങ്ങളും കൂടി അജ്ഞതയിൽ മുക്കിയിട്ടിരിക്കുന്ന ഇന്ത്യൻ ജനസാമാന്യത്തെ സംബന്ധിച്ചിടത്തോളം അവർക്ക് മനസ്സിലാകുന്നതിനും അപ്പുറമാണ്. കോൺഗ്രസിന്റെ നിർദ്ദേശങ്ങൾ അംഗീകരിപ്പിക്കുന്നതിനായി ജനങ്ങളുടെ അജ്ഞതയെ പ്രയോജനപ്പെടുത്തുകയെന്ന ചോദ്യം ചെയ്യപ്പെടേണ്ട സിദ്ധാന്തത്തെ അടിസ്ഥാനപ്പെടുത്തിയുള്ള ഇത്തരം പ്രചരണം കൊണ്ട് നിശ്ചിത ഫലമുണ്ടാക്കാമെന്ന് പ്രതീക്ഷിക്കാനാവില്ല. ഇന്ത്യയിലെ ജനകോടികളെയാകെ ദേശീയ സ്വാതന്ത്ര്യത്തിനായുള്ള സമരത്തിൽ അണിനിരത്തുകയാണ് ലക്ഷ്യമെങ്കിൽ, അവരുടെ അജ്ഞതയെ ചൂഷണം ചെയ്തുകൊണ്ട് അതിനു കഴിയില്ല. ആദ്യമായി അവരുടെ ബോധനിലവാരം ഉയർത്തണം, എന്തിനു വേണ്ടിയാണ് അവർ പോരാടുന്നതെന്ന് അവർ അറിഞ്ഞിരിക്കണം. അവരുടെ പോരാട്ടത്തിന്റെ ലക്ഷ്യങ്ങളിൽ അവരുടെ അടിയന്തരാവശ്യവും കൂടി ഉൾപ്പെട്ടിരിക്കണം. തെരുവിൽ കഴിയുന്ന മനുഷ്യന്റെ ആവശ്യം എന്താണ്? അവന്റെ ഒരേയൊരു അഭിലാഷം നിത്യേന തനിക്ക് രണ്ടുനേരത്തെ ഭക്ഷണം ലഭിക്കുകയെന്നതാണ്; അതാകട്ടെ അവന് അപൂർവ്വമായി മാത്രമേ ലഭിക്കാറുള്ളൂ. ഈ രാഷ്ട്രത്തിലെ 90 ശതമാനം, വരുന്ന ജനങ്ങളും അത്തരത്തിൽ പെടുന്നവരാണ്. ആയതിനാൽ ഈ ജന സാമാന്യത്തിന്റെ താല്പര്യങ്ങളെ അടിസ്ഥാനപ്പെടുത്തിയുള്ളതല്ലാത്ത ഒരു പ്രസ്ഥാനത്തിനും അപ്രതിരോദ്ധ്യമായ കരുത്തോ ശാശ്വതമായ പ്രാധാന്യമോ നേടാനാവില്ലെന്നത് വ്യക്തമാണ്. കോൺഗ്രസിന്റെ പരിപാടി വൈകാരികമായ പൊടിപ്പും തൊങ്ങലുകളുമെല്ലാം ഉപേക്ഷിക്കപ്പെട്ടതായിരിക്കണം; കേവല ആദർശ

വാദത്തിന്റെ കൊടുമുടിയിൽനിന്നും അതിനെ താഴേക്ക് വലിച്ചിറക്കണം. സാധാരണമനുഷ്യരുടെ ഭൗതിക ജീവിതത്തിന് അനുപേക്ഷണീയമായ കാര്യങ്ങളെ കുറിച്ചായിരിക്കണം. അതിൽ പറയേണ്ടത്; അദ്ധ്വാനിക്കുന്ന ബഹുജനങ്ങളുടെ ആഗ്രഹാഭിലാഷങ്ങൾ പ്രതിദ്ധ്വനിക്കുന്നതാകണം അത്; ഇന്ത്യൻ ജനതയുടെ പോരാട്ടത്തിന്റെ ലക്ഷ്യം എന്തെന്ന് തിരയേണ്ടത് മെസൊപ്പൊട്ടാമിയയിലെയോ അറേബ്യയിലെയോ കോൺസ്റ്റാന്റിനോപ്പിളിലെയോ ഏതെങ്കിലും അജ്ഞതഭൂപ്രദേശത്തിലായിരിക്കരുത്; അതവരുടെ തൊട്ടടുത്ത്, ചുറ്റുവട്ടത്ത് തന്നെ ഉള്ളതായിരിക്കണം – അവരുടെ കുടിലുകളിൽ, അവരുടെ ഭൂമിയിൽ, അവരുടെ ഫാക്ടറിയിൽ. പട്ടിണികിടക്കുന്ന മനുഷ്യർ കേവല ആദർശനത്തിനായി പൊരുതുമെന്ന് പ്രതീക്ഷിക്കാനാവില്ല. ത്യാഗത്തിന്റെയും സഹനത്തിന്റെയും മൂർത്തിമദ്ഭാവമായ ജനങ്ങളോട് കോൺഗ്രസ് വീണ്ടും ത്യജിക്കുവാനും സഹിക്കുവാനും മാത്രം പറയുന്നത് ശരിയല്ല. കാലങ്ങൾ നീണ്ട ജനങ്ങളുടെ സഹനത്തിന്റെ അന്ത്യത്തിന്റെ ആദ്യാടയാളങ്ങൾ കോൺഗ്രസിന്റെ വീക്ഷണത്തിനകത്ത് ഉണ്ടായിരിക്കണം. അവരെ അവരുടെ സാമ്പത്തിക പോരാട്ടങ്ങളിൽ സഹായിക്കണം. സാമ്പത്തികവും സാമൂഹികവുമായ പുനഃനിർമ്മിതിയുടേതായ കൃത്യമായൊരു പരിപാടി രൂപീകരിക്കുന്ന കാര്യത്തിൽ കോൺഗ്രസ് ഇനിയും വൈകിക്കൂട. ദുരിതമനുഭവിക്കുന്ന ജനങ്ങളുടെ അടിയന്തര ക്ലേശങ്ങൾ പരിഹരിക്കുന്നതിനായുള്ള അത്തരമൊരു സൃഷ്ടിപരമായ പരിപാടിയുടെ രൂപീകരണമാണ്, ദുരിതപൂർണ്ണമായ അവസ്ഥയിൽനിന്നുള്ള അവരുടെ പുരോഗതി പ്രദാനംചെയ്യുന്ന ഒരു പരിപാടിയുടെ രൂപീകരണമാണ് 36–ാം കോൺഗ്രസിന്റെ പ്രഥമ കടമ.

'പ്രഗത്ഭരായ അഭിഭാഷകരുടെ സംവാദ സദസ്സായി മാറുന്നത് കോൺഗ്രസ് അവസാനിപ്പിക്കണം.' എന്ന മിസ്റ്റർ. ഗാന്ധിയുടെ പ്രഖ്യാപനം വളരെ ശരിയായിരുന്നു; പക്ഷേ, അതേ ശ്വാസത്തിൽ അദ്ദേഹം കുറിച്ചതുപോലെ, അത് കച്ചവടക്കാരുടെയും ഉല്പാദകരുടെയും ഒരവയവമായിരിക്കണം, അതിന്റെ സ്വഭാവത്തിൽ യാതൊരു മാറ്റവും ഉണ്ടാവുകയില്ല, ഭൂരിപക്ഷം ജനങ്ങളുടെ താല്പര്യങ്ങളെ കണക്കിലെടുത്തുകൊണ്ട് യാതൊരു മാറ്റവും സ്വഭാവത്തിൽ വരുത്തുവാൻ സാധിക്കുകയില്ല. അതുവരെയുണ്ടായിരുന്നതിൽനിന്നും അത് അല്പംപോലും കൂടുതൽ ദേശീയമാവുകയുമില്ല. കൂടുതൽ മഹത്തായൊരു അന്ത്യം കൈവരിക്കാൻപോലും അതിനാവുകയില്ല. ഒരു വർഗ്ഗത്തിന്റെ അതായത് കച്ചവടക്കാരുടെയും ഉല്പാദകരുടെയും വർഗ്ഗത്തിന്റെ താല്പര്യങ്ങളെ പ്രതിനിധീകരിക്കുകയും പ്രതിരോധിക്കുകയുമാണ് കോൺഗ്രസ് ചെയ്യുന്നതെങ്കിൽ, സാധാരണ ജനങ്ങളെ സംരക്ഷിക്കുവാൻ അതിനു കഴിയില്ല എന്നല്ല, അതിലത് പരാജയപ്പെടും. ഈ പരാജയത്തിന്റെ അനന്തരഫലം, രാജ്യത്തെ ഭൂരിപക്ഷം ജനങ്ങളിൽനിന്നുമുള്ള കോൺഗ്രസിന്റെ വേർപിരിയലാകും. കച്ചവടക്കാർക്കും ഉല്പാദകർക്കും തനിച്ച് ദേശീയ സ്വാതന്ത്ര്യസമരത്തെ വിജയത്തിലേക്കു നയിക്കുവാൻ സാധിക്കില്ല; പ്രസ്ഥാ

നത്തിന് ഗണ്യമായൊരു കരുത്തുണ്ടാക്കുവാൻ ബുദ്ധിജീവികൾക്കും ചെറുകിട കച്ചവടക്കാർക്കും കഴിയുകയുമില്ല. അപ്പോൾ ഇവിടെ ഏറ്റവും അനിവാര്യം ജനകീയ ഊർജ്ജമാണ്; ബഹുജനങ്ങളുടെ ബോധപൂർവ്വമായ പ്രവർത്തനത്തിലൂടെ മാത്രമേ രാജ്യത്തെ സ്വതന്ത്രമാക്കുവാൻ, സ്വരാജ് യാഥാർത്ഥ്യമാക്കുവാൻ നമുക്ക് സാധിക്കുകയുള്ളൂ. കോൺഗ്രസിന് അതിന്റെ ദൗത്യം നിർവ്വഹിക്കണമെങ്കിൽ ജനകീയ ഊർജ്ജത്തെ ഉണർത്തേണ്ടതെങ്ങനെയെന്നും, അചഞ്ചലമായ പ്രവർത്തനമണ്ഡലത്തിലേക്ക് ജനങ്ങളെ നയിക്കേണ്ടതെങ്ങനെയെന്നും കോൺഗ്രസ് അറിയണം. എന്നാൽ ജനകീയ താല്പര്യമെന്തെന്ന് വേണ്ടവിധത്തിൽ മനസ്സിലാക്കുന്നതിൽ വരുത്തിയിരിക്കുന്ന ശോചനീയമായ അനാസ്ഥയും കോൺഗ്രസിന്റെ തന്ത്രം വെളിപ്പെടുത്തുന്നു. ജനങ്ങളുടെ അജ്ഞതയെ ചൂഷണം ചെയ്യാമെന്ന് കോൺഗ്രസ് വിചാരിക്കുകയും ജനങ്ങൾ അതിന്റെ നേതൃത്വത്തെ കണ്ണുമടച്ച് പിന്തുടരണമെന്ന അത് ആശിക്കുകയും ചെയ്യുന്നു. ഇത് സംഭവിച്ചുകൂട. നേതാവ് അനുയായിയുടെ താല്പര്യങ്ങളോട് നിസ്സംഗത പുലർത്തിയാൽ രണ്ടും വളരെവേഗംതന്നെ ഛിന്നഭിന്നമായി നിലംപതിക്കും. ജനങ്ങൾ ഉണരുകയാണ്; അവർ ധീരതയുടെ അടയാളങ്ങൾ കാണിക്കുകയാണ്; തങ്ങളുടെതന്നെ താല്പര്യത്തിനുവേണ്ടി പോരാടുവാനുള്ള സന്നദ്ധത അവർ പ്രകടിപ്പിക്കുകയാണ്. യഥാസ്ഥാനത്തു വയ്ക്കേണ്ട കേവലം ആയുധമായി മാത്രം അവയെ കാണുന്ന പരിപാടി നിഷ്ഫലമാണെന്ന് ഉടൻ തെളിയും. ധനികവർഗ്ഗത്തിന്റെ രാഷ്ട്രീയ ഉപകരണമായി മാറുകയെന്ന വലിയ തെറ്റ് കോൺഗ്രസ് വരുത്തുകയാണെങ്കിൽ രാജ്യത്തെ നേതൃത്വത്തിന്റെ സംജ്ഞയെ അതില്ലാതാക്കും. ഇനിയും പരാജയപ്പെട്ടിട്ടില്ലാത്ത സാമൂഹിക ശക്തികൾ നിരന്തരമായി പ്രവർത്തനത്തിലാണ്; തങ്ങളുടെ സാമ്പത്തികവും സാമൂഹികവുമായ താല്പര്യങ്ങളെക്കുറിച്ച് തൊഴിലാളികളെയും കർഷകരെയും ഈ സാമൂഹിക ശക്തികൾ ബോദ്ധ്യവാന്മാരാക്കും; ഈ തൊഴിലാളികളും കർഷകരും വൈകാതെതന്നെ അവരുടേതായ രാഷ്ട്രീയ പാർട്ടി കെട്ടിപ്പടുക്കും; ഉയർന്ന വർഗ്ഗത്തിലെ രാഷ്ട്രീയക്കാർക്ക് വഴിതിരിച്ചുവിടാൻ സാധിക്കാത്ത രാഷ്ട്രീയ പ്രസ്ഥാനമാകും അത്.

നിസ്സഹകരണത്തിന് രാജ്യത്തെയാകെ ഏകീകരിക്കുവാൻ കഴിയുകയില്ല. നമുക്കു മുന്നിലുള്ള വസ്തുതകളിലേക്ക് നോക്കാൻ നാം ധൈര്യപ്പെടുകയാണെങ്കിൽ അത് പരാജയപ്പെട്ടുവെന്ന് കാണാനാകും. അത് പരാജയപ്പെടുകതന്നെ ചെയ്യും, കാരണം അത് സാമ്പത്തിക നിയമങ്ങളെ കണക്കിലെടുത്തിട്ടില്ല. നിസ്സഹകരണം ശക്തമായൊരു ആയുധമാണെന്നു തെളിയിക്കാൻ കഴിയുന്ന ഒരേയൊരു സാമൂഹികവർഗ്ഗം തൊഴിലാളിവർഗ്ഗമാണ്; എന്നാൽ, 'ഫാക്ടറി തൊഴിലാളികളെ രാഷ്ട്രീയമായി ഉപയോഗിക്കുന്നത് അപകടകരമാണെന്ന് നിസ്സഹകരണത്തിന്റെ പ്രവാചകർതന്നെ പ്രഖ്യാപിച്ചു. അതുകൊണ്ടുതന്നെ സാമൂഹിക-സാമ്പത്തിക നിലവെച്ചു

നോക്കുമ്പോൾ നിസ്സഹകരണത്തെ വിജയമാക്കാൻ കഴിയുമായിരുന്ന ഒരേയൊരു വിഭാഗത്തെ തുടക്കത്തിൽതന്നെ അതിൽനിന്നും മാറ്റി നിർത്തി. അതിന്റെ കാരണം കണ്ടെത്താൻ അധികദൂരമൊന്നും പോകേണ്ടതില്ല; കച്ചവടക്കാരുടെയും ഫാക്ടറി ഉടമകളുടെയും താല്പര്യങ്ങൾ സംരക്ഷിക്കുന്നവർ അബോധപൂർവ്വമായി തങ്ങളുടെ ധാരണയെത്തന്നെ വഞ്ചിക്കുകയാണ്; ചൂഷണം ചെയ്യാനുള്ള സ്വത്തുടമവർഗ്ഗത്തിന്റെ അവകാശത്തെ ചോദ്യം ചെയ്യുന്നതിന് കൂലിവേലക്കാരെ പ്രോത്സാഹിപ്പിക്കണം. നിസ്സഹകരണം നടപ്പാക്കാൻ ഇവർ ആവശ്യപ്പെടുന്ന മറ്റു വർഗ്ഗങ്ങൾ നിലനില്ക്കുന്ന സംവിധാനത്തെ സാമ്പത്തികമായി ആശ്രയിക്കുന്നവരാണ്. ഉന്നതാധികാരികൾ അതിനെ 'പൈശാചികം' എന്നു പഴിക്കുന്നുണ്ടെങ്കിൽപോലും അവരെ അതിൽനിന്നും മാറ്റിനിർത്താനാവില്ല.

നിസ്സഹകരണം, പോരാടുവാൻ, അല്ലെങ്കിൽ വിദേശ ബ്യൂറോക്രസിയെ അമ്പരപ്പിക്കുവാൻ അനുയോജ്യമായ ആയുധമാണെന്ന് തെളിയിക്കപ്പെട്ടാം; പക്ഷേ, ശരിക്കും അത് വിനാശകരമായ ഒന്നാണ്. വിദേശാധിപത്യത്തിന്റെ സാദ്ധ്യമായ അന്ത്യം എന്നൊന്നും പറഞ്ഞാൽ ജനങ്ങൾക്കതൊരു മതിയായ പ്രചോദനമാകുകയില്ല. സ്വരാജ്യം നേടിയെടുത്താൽ എന്തുപ്രയോജനമാണ് തങ്ങൾക്കുണ്ടാവുക എന്ന് അവരോട് വ്യക്തമായി പറഞ്ഞ് ബോദ്ധ്യപ്പെടുത്തണം. ഭൗതിക അസ്തിത്വത്തിന്റേതായ പ്രശ്നം പരിഹരിക്കാൻ ദേശീയ സ്വയംഭരണം സഹായിക്കുമെന്ന് അവരെ ബോദ്ധ്യപ്പെടുത്തണം. ശൂന്യമായ വാക്കുകൾകൊണ്ടോ അടിസ്ഥാനമില്ലാത്ത വാഗ്ദാനങ്ങൾകൊണ്ടോ ലക്ഷ്യം കാണാൻ സാധിക്കുകയില്ല; ജനങ്ങളുടെ ദുരിതം ഇല്ലാതാക്കുന്നതിനുവേണ്ടിയുള്ള പ്രവർത്തനങ്ങൾവഴി കോൺഗ്രസ് അത് ജനങ്ങൾക്ക് കാണിച്ചുകൊടുക്കണം; ഭാവിയിൽ യാഥാർത്ഥ്യമാക്കപ്പെടുന്നു. എന്നാൽ ഇന്ന് അമൂർത്തമായ സ്വാതന്ത്ര്യത്തിന്റെ പേരിൽ ദരിദ്രരുടെ അടിയന്തരാവശ്യങ്ങൾ കോൺഗ്രസ് കാണാതിരുന്നുകൂടാ.

സ്വദേശ ഉല്പാദകരുടെ താല്പര്യങ്ങളെ സംരക്ഷിക്കുന്നതിനും അഭിവൃദ്ധിപ്പെടുത്തുന്നതിനുംവേണ്ടിയുള്ള സ്വദേശിക്യാമ്പയ്നും ബഹിഷ്കരണ പരിപാടിയും പൊള്ളയാണ്. ബ്രിട്ടീഷുമുതലാളിത്തവർഗ്ഗത്തിന് പരിക്കേല്പിക്കുന്നതിലും അങ്ങനെ ബ്രിട്ടീഷ് ഗവൺമെന്റിനുമേൽ പരോക്ഷമായൊരു സമ്മർദ്ദം ചെലുത്തുന്നതിലും അത് വിജയം കണ്ടേക്കാം; തെറ്റായ സാമ്പത്തിക ശാസ്ത്രത്തെ അടിസ്ഥാനപ്പെടുത്തിയുള്ളതാണെങ്കിലും, അന്തിമവിജയത്തിനുള്ള സാദ്ധ്യതകൾ കണ്ടറിയേണ്ടതാണ്. പക്ഷേ, കോൺഗ്രസിന്റെ ബാനറിനുകീഴിൽ ജനങ്ങളെ ഒന്നിച്ചുകൊണ്ടുവരുന്നതിനുള്ള ഒരു മുദ്രാവാക്യമെന്ന നിലയിൽ ബഹിഷ്കരണം പരാജയമാണെന്ന് തീർപ്പായിരിക്കുന്നു; കാരണം അത് രാജ്യത്തെ ജനസംഖ്യയിലെ ഭൂരിപക്ഷത്തിന്റെ സാമ്പത്തിക സാഹചര്യത്തോട് യോജിക്കുന്നില്ല. മാത്രമല്ല അതിന് കടകവിരുദ്ധമായതുമാണ്. വിദേശ വസ്ത്രങ്ങൾ കത്തിക്കുന്നതിനായുള്ള ഭ്രാന്തമായ ആവേശത്തെ അടിസ്ഥാനപ്പെടുത്താ

നാണ് കോൺഗ്രസ് തീരുമാനിക്കുന്നതെങ്കിൽ, അത് പൂഴിമണലിൽ കോട്ട കെട്ടുന്നതു പോലെയാകും. അത്തരം ആവേശങ്ങൾ അധികനാൾ നീണ്ടു നില്ക്കില്ല; ജനങ്ങൾക്ക് വസ്ത്രത്തിനു ക്ഷാമം അനുഭവപ്പെടുന്ന സമയം ഉടനുണ്ടാവും; കമ്പോളത്തിൽ കുറഞ്ഞ വിലയ്ക്ക് വിദേശ വസ്ത്രം ലഭ്യമാകുന്നിടത്തോളം, അത് വാങ്ങി ധരിക്കുന്നതിനുപകരം നഗ്നരായി നടക്കുവാൻ ദരിദ്രർ തീരുമാനിക്കുവാനുള്ള യാതൊരു സാദ്ധ്യതയുമില്ല. മ്യൂസിയത്തിലെ കാഴ്ചവസ്തുവായി ചർക്ക നീക്കംചെയ്യപ്പെട്ടുകഴിഞ്ഞു; യന്ത്രങ്ങളുടേതായ ഈ കാലത്ത്, 320 ദശലക്ഷം വരുന്ന മനുഷ്യരുടെ ആവശ്യം നികത്തുന്നതിനുവേണ്ടി അതിനെ നവീകരിക്കാം എന്നു കരുതുന്നത് തികച്ചും കാല്പനികം മാത്രമാണ്. ബഹിഷ്കരണത്തിന്, ഉല്പാദകരുടെ പിന്തുണ ലഭിക്കും. എന്നാൽ ഉപഭോക്താക്കളിൽനിന്നും വിശ്വസിക്കാവുന്ന വിധത്തിലുള്ളൊരു പ്രതികരണം അതിന് ഒരിക്കലും കിട്ടുകയില്ല. ധനാഢ്യരായ ബുദ്ധിജീവികളെ സംബന്ധിച്ചിടത്തോളം ആത്മാവിനെ ശുദ്ധീകരിക്കുകയെന്ന സിദ്ധാന്തം വളരെ നല്ലതാണ്, എന്നാൽ പട്ടിണി കിടക്കുന്ന ദശലക്ഷക്കണക്കിനു മനുഷ്യർക്കിടയിൽ അതിനു ലഭിച്ചേക്കാവുന്ന സ്വീകാര്യത ശാശ്വതമല്ല. ഭൗതികാവശ്യങ്ങൾക്ക് അതിരുകളില്ല. ഭൗതികമായ കാരണങ്ങൾക്കും ആവശ്യങ്ങൾ കണക്കിലെടുക്കാതെ ഒരു രാഷ്ട്രീയ പ്രസ്ഥാനത്തിന് മുന്നോട്ടുപോകാൻ കഴിയില്ല. ഇന്ത്യൻ സംസ്കാരം പൂർണ്ണമായും ആത്മീയമാണെന്നും, മനുഷ്യരാശിയിലെ മറ്റെല്ലാവരുടെയും ഭാഗധേയം നിർണ്ണയിക്കുന്ന അതേ ഭൗതിക നിയമത്തിനു വിധേയമല്ല ഇന്ത്യൻ ജനതയെന്നും പറയുന്നവർക്ക് തെറ്റ് പറ്റിയിരിക്കുന്നു.

ഗൗരവമേറിയതും ആത്യന്തികവുമായ ഏതൊരു ലക്ഷ്യത്തിനു വേണ്ടി, പ്രതീക്ഷിച്ചതിന്റെ ചെറിയൊരു ഭാഗമെങ്കിലും നേടാൻ നിസ്സഹകരണം പരിപാടിക്ക് കഴിഞ്ഞു എന്നു പറയുവാൻ സാധിക്കില്ല. നിസ്സഹകരണത്തിന്റെ പാതയിൽ 36-ാമത് കോൺഗ്രസ് ഒരു പടികൂടി മുന്നോട്ടു പോകേണ്ടതുണ്ട്. തങ്ങളുടെ അപജയം അവർ തിരിച്ചറിയണം. ഖിലാഫത്ത് പ്രക്ഷോഭം ഉണർത്തിയ ജനകീയാവേശവും ദിനംപ്രതി നിസ്സഹകരണത്തിനില്ലാതായിക്കൊണ്ടിരിക്കുന്ന ജനകീയാവേശവും കോൺഗ്രസിന്റെ നേതാക്കൾ നിരീക്ഷിക്കേണ്ടതുണ്ട്. പട്ടികയിൽ ലക്ഷക്കണക്കിനുപേരുടെ പേരു ചേർക്കുന്നതും തിലക്-സ്വരാജ് ഫണ്ട് ഉയർത്തുന്നതും കോൺഗ്രസിന്റെ ജനപിന്തുണയുടെ വ്യക്തമായ പ്രതിഫലനമായി കണ്ടുകൂടാ. റാങ്കുകളുടെ സാദ്ധ്യതയെ സംബന്ധിച്ച ഉറപ്പില്ലായ്മയും നിസ്സഹകരണത്തിന്റെ ലക്ഷ്യത്തെ സംബന്ധിച്ച മർക്കടമുഷ്ടിയും പ്രസിലും വേദിയിലുമുള്ള ഉത്തരവാദപ്പെട്ട കോൺഗ്രസ് നേതാക്കൾ ആവർത്തിച്ച് വ്യക്തമാക്കിയിട്ടുള്ളതാണ്. കോൺഗ്രസിൽ ചേരുന്നതിന് രജിസ്റ്റർ ചെയ്യുകയും സ്വരാജ് ഫണ്ടിലേക്ക് ഒരു രൂപ അടയ്ക്കുകയും ചെയ്യണമെന്ന നിബന്ധന, ഒരംഗം സമരത്തിൽ സജീവ പങ്കാളിയാകാൻ തയ്യാറാണെന്ന് അർത്ഥമാകുന്നില്ല. കൃത്രിമമായി ഊതിപ്പെരുപ്പിച്ച ജനകീയാവേശത്തെ

സജീവമായി നിലനിർത്തുന്നതിനുവേണ്ടി കോൺഗ്രസ് നേതാക്കൾ ഉത്തേജനസ്വഭാവമുള്ള പുതിയ വ്യതിയാനങ്ങളെ അന്വേഷിച്ചുകൊണ്ടിരിക്കുകയാണ്. പക്ഷേ, ബോധപൂർവ്വമോ അല്ലാതെയോ ജനകീയ അസംതൃപ്തിയുടെ യഥാർത്ഥ കാരണത്തിനുമേൽ അവർ കൈവെക്കുന്നില്ല; ബോധനിലവാരമുയർത്തി ജനങ്ങളുടെ അസംതൃപ്തി വളർത്താൻ സഹായിക്കുന്നുമില്ല അവർ. അതിനുപകരം മറ്റൊരു നിരുത്തരവാദപരമായ നടപടി കൈക്കൊണ്ടിരിക്കുന്നു. വാർഷിക സമ്മേളനത്തിനുവേണ്ടി കാത്തുനില്ക്കാതെ അഖിലേന്ത്യാ കമ്മിറ്റി സിവിൽ നിയമലംഘനത്തിന് അംഗീകാരം നല്കി. പക്ഷേ, നിസ്സഹകരണത്തിന്റെ കാഴ്ചപ്പാടിനേക്കാൾ മെച്ചപ്പെട്ട ഒരു രീതിയിൽ അത് നടപ്പിലാക്കുവാൻ സാധിക്കുമോ എന്ന കാര്യത്തിൽ സിവിൽ നിയമലംഘനത്തിന്റെ പ്രമേയം എഴുതിത്തയ്യാറാക്കിയവർക്കുതന്നെ സംശയമാണ് എന്ന് അതിന്റെ ഭാഷ തന്നെ വ്യക്തമാക്കുന്നു. 'ഗവൺമെന്റ് സേവനങ്ങൾ ഉപേക്ഷിച്ച് സ്വയം പിന്താങ്ങുവാൻ തയ്യാറുള്ളവർ' എന്ന് പ്രമേയം പറയുന്നു. മോശം ശമ്പളമാണെങ്കിലും അതില്ലാതെ ദിവസവും ജീവിതത്തിന്റെ രണ്ടറ്റം കൂട്ടിമുട്ടിക്കാൻ കഴിയാത്ത ഗവൺമെന്റ് ജീവനക്കാരന്റെ അനുപാതം ഏകദേശം 90 ശതമാനമുണ്ടെന്നിരിക്കെ, ഈ പുതിയ പ്രഖ്യാപനത്തിനോടുള്ള പ്രഖ്യാപനം വളരെ ഗംഭീരമാകുമെന്ന് പ്രതീക്ഷിക്കാൻ സാധിക്കില്ല.

സിവിൽ നിയമലംഘനം, നടപ്പിൽ വരുത്തുമ്പോൾ, അതൊരുതരം ദേശീയ പണിമുടക്കായി മാറും. എല്ലാവരും പണിയെടുക്കുന്നത് നിർത്തുകയാണെങ്കിൽ ഗവൺമെന്റ് സ്തംഭനാവസ്ഥയിലാകും. എന്നാൽ എല്ലാവരും ഈ ആഹ്വാനത്തോട് കൃത്യമായി പ്രതികരിക്കുമെന്ന് കോൺഗ്രസിന് തീർച്ചയുണ്ടോ? അങ്ങനെ തീർച്ചയുണ്ടെങ്കിൽ, ജനങ്ങളുടെ ഭൗതികസാഹചര്യത്തെക്കുറിച്ചും അതുപോലെതന്നെ, സാമൂഹിക ശക്തികളെയും രാഷ്ട്രീയ പ്രവർത്തനങ്ങളെയുമൊക്കെ നിർണ്ണയിക്കുന്ന സാമ്പത്തിക നിയമങ്ങളെക്കുറിച്ചുമുള്ള മൂഢതയാണ് അത് വെളിപ്പെടുത്തുന്നത്. എല്ലാവരും സിവിൽ-മിലിറ്ററി തൊഴിലുകൾ ഉപേക്ഷിക്കുമ്പോൾ പതിനായിരക്കണക്കിനു ജനങ്ങൾക്ക് ജീവിതമാർഗ്ഗമില്ലാതെയാകും; അവർക്കെല്ലാവർക്കും തൊഴിൽ കണ്ടെത്തിനല്കാൻ സാധിക്കുന്നൊരു സ്ഥിതിയിലാണോ കോൺഗ്രസ്? ഗവൺമെന്റ് ഡിപ്പാർട്ടുമെന്റുകളിലെ ജീവനക്കാരായ താഴ്ന്ന ഇടത്തരം വർഗ്ഗത്തിന് കായിക തൊഴിലുമായി ഒരിക്കലും പൊരുത്തപ്പെടാൻ കഴിയില്ലെന്ന കാര്യവും മറക്കരുത്. സാഹചര്യത്തിന്റെ സങ്കീർണ്ണതയെ കോൺഗ്രസ് നേതാക്കൾ വാഴ്ത്തുന്നതായാണ് കാണുന്നത്; കാരണം മിസ്റ്റർ ഗാന്ധിയുടെ വാക്കുകളിൽ, 'പട്ടാളത്തിൽനിന്നു ജോലിയുപേക്ഷിച്ചുപോകുന്ന സൈനികർക്ക് തൊഴിൽ നല്കാൻ അവർക്ക് സാദ്ധ്യമല്ല.' ആസാം തോട്ടം തൊഴിലാളികളുടെ കൂട്ടപ്പലായനത്തിന്റെ ദുരന്താത്മകമായ ഫലങ്ങൾ ഇപ്പോഴും നമ്മുടെയുള്ളിൽ ഉണ്ടെന്നിരിക്കെ, അതേ സമരതന്ത്രം ഭാവിയിൽ ഇതേ ഫലമുണ്ടാക്കില്ലെന്ന് എങ്ങനെ കരുതാനാകും? ജനകീയ വികാരപ്രകടനങ്ങൾ (demonstration) കൊണ്ടുമാത്രം ഒരു രാജ്യത്തിന്റെ രാഷ്ട്രീയ ആയുധത്തിന് അതിന്റെ കടമ നിർവ്വഹിക്കാനാവില്ല. നമ്മുടെ ലക്ഷ്യം ഗവൺമെന്റിനെ ശല്യപ്പെടുത്തുന്നതിൽ മാത്രമായി ചുരുങ്ങിപ്പോകരുത്; നമ്മൾ പൊരുതുന്നത് സ്വാതന്ത്ര്യത്തിനുവേണ്ടിയാണ്. കോൺഗ്രസിന്റെ പ്രവർത്തനങ്ങൾ നിർണ്ണയിക്കുന്നത് സൃഷ്ടിപരമായ പരിപാടിയാകാതെ സ്വാതന്ത്ര്യം യാഥാർത്ഥ്യമാക്കാനാവില്ല; കോൺഗ്രസിന്റെ നേതൃത്വം കൂടുതൽ ഉത്തരവാദിത്വപരവും പ്രമാണിത്വസ്വഭാവമില്ലാത്തതുമായി മാറാതെ അത് യാഥാർത്ഥ്യമാക്കാനാവില്ല.

നിസ്സാരമായി പറഞ്ഞാൽ, സിവിൽ നിയമലംഘന പ്രമേയം കോൺഗ്രസിനെ പരിഹാസകഥാപാത്രമാക്കുന്നതിൽ കലാശിക്കും. കാരണം, ശുഭാപ്തിവിശ്വാസത്തിനും ആവേശത്തിനുമെല്ലാമപ്പുറം, രാജ്യത്തെ എല്ലാ വിഭാഗങ്ങളുടെയും എല്ലാ വർഗ്ഗങ്ങളുടെയും താല്പര്യങ്ങളെ കോൺഗ്രസ് പ്രതിനിധീകരിക്കുന്നില്ല രാജ്യത്തിന്റെ മഹാഭൂരിപക്ഷം വരുന്ന തൊഴിലാളികളുടെയും കർഷകരുടെയും ഭൗതികക്ഷേമത്തിനുവേണ്ടി കോൺഗ്രസ് വളരെ കുറച്ചുമാത്രമല്ലേ സംസാരിക്കുന്നുള്ളൂ? പ്രസംഗിക്കുന്നതിനനുസരിച്ച് സുനിശ്ചിതവും ശാശ്വതവുമായ പ്രവർത്തനത്തിലൂടെ അവ പ്രാവർത്തികമാക്കുന്നില്ലെങ്കിൽ പിന്നെ അങ്ങനെ വലിയവായിൽ വർത്തമാനം പറഞ്ഞിട്ടെന്തുകാര്യം? ദുർബ്ബലമായ ഇത്തരം സമരതന്ത്രങ്ങളിലൂടെയൊന്നും ജനങ്ങളുടെ ആവേശമുണർത്താനാവില്ല; ഗവൺമെന്റിനെ ഭയപ്പെടുത്താനുമാവില്ല. അത് ഉടനടി അല്ലെങ്കിൽ പതുക്കെ വക്താവിന് അവമതിപ്പുണ്ടാക്കുകയേ ഉള്ളൂ. ഖലീഫ വാഴ്ച വീണ്ടെടുത്തില്ലെങ്കിൽ ജിഹാദ് പ്രഖ്യാപിക്കുമെന്നുള്ള ഭീഷണി കൂടുതൽ കൂടുതൽ ശക്തിപ്പെടുന്നു, സ്വരാജ് സ്ഥാപിക്കുന്നത് വൈകിപ്പിക്കുന്നത് ഓരോ മാസം കഴിയുംതോറും ചിന്തിക്കുന്ന മനുഷ്യരുടെയുള്ളിൽ ആത്മവിശ്വാസം ഉണ്ടാക്കുവാൻ കഴിയാതാക്കുന്നു. കോൺഗ്രസിന്റെ ഇത്തരം വിടുവായത്തപരമായ പ്രമേയങ്ങൾ, ബാലിശമായ വാക്കുകളുടെ മണ്ഡലത്തിൽനിന്നും എന്തുകൊണ്ട് പുറത്തുചാടുന്നില്ല? സാമൂഹികരൂപങ്ങളുടെ കളിക്കനുസൃതമായല്ല കോൺഗ്രസ് അതിന്റെ അടവുകൾ നിശ്ചയിക്കുന്നത് എന്നതാണതിനു കാരണം.

നഗരങ്ങളിൽ പണിമുടക്കുകളിലൂടെയും ഗ്രാമപ്രദേശങ്ങളിൽ കാർഷിക കലാപത്തിലൂടെയും പ്രകടിപ്പിക്കപ്പെടുന്ന ജനകീയ ഊർജ്ജത്തിന്റെ വലിയതോതിലുള്ള നുരഞ്ഞുപൊങ്ങൽ, കോൺഗ്രസിന്റെ ശരിക്കുപറഞ്ഞാൽ, നിസ്സഹകരണ പ്രക്ഷോഭത്തിന്റെ ഫലമാണെന്ന തരത്തിൽ ചിന്തിക്കുന്നതിന് ഓരോരുത്തരെയും പ്രലോഭിപ്പിക്കുകയും അത്തരത്തിൽ കബളിപ്പിക്കുകയുമാണ് കോൺഗ്രസ് ചെയ്യുന്നത്. അല്ലാ, 'പൈശാചികമായ പാശ്ചാത്യ സംസ്കാര'ത്തിനെതിരെയുള്ള നിന്ദാപരമായ പ്രസംഗങ്ങളുടെ ഫലമല്ല അത്; പഞ്ചാബിലെ പിഴവുകളുടെ സ്ഥിരമായ ആവർത്തനവുമല്ല; നിഷ്ക്രിയമായി വിധിക്കു കീഴടങ്ങുന്ന വികാരത്തെ ഒരിക്കലും മൊത്തത്തിലായും ഒന്നു പിടിച്ചുലച്ച, ദുരിതംപേറുന്ന

ജനങ്ങളുടെ അസംതൃപ്തിയെ ഉണർത്തിയ ഖിലാഫത്തിന്റെ അമൂർത്തമായ ഫോർമുലയുടെ ഫലവുമല്ല. ദേശീയ സമരത്തിന്റെ യഥാർത്ഥ കരുത്തും അതിന്റെ ഗാംഭീര്യത്തിന്റെ പ്രകടനവുമായി മാറിയ ഘടകമായ ഈ ഉയർത്തെഴുന്നേല്പിന്റെ കാരണം അവർ നേരിടുന്ന നൂറ്റാണ്ടുകൾ നീണ്ട സാമ്പത്തികചൂഷണവും സാമൂഹികാടിമത്തവുമാണ്. ബഹുജന പ്രക്ഷോഭം നടന്നത് സമ്പന്നവർഗ്ഗത്തിനെതിരായിട്ടാണ്; ദേശീയത അവിടെ കണക്കാക്കപ്പെട്ടിരുന്നില്ല. ഈ ചൂഷണം രൂക്ഷമായിട്ട് കാലങ്ങളായി, എന്നാൽ യുദ്ധകാലത്തെ സാമ്പത്തിക പ്രതിസന്ധി അതിനെ കൂടുതൽ സുദൃഢമാക്കി. യുദ്ധത്തിനുശേഷം, തുറന്ന കലാപമായി പൊട്ടിപ്പുറപ്പെട്ട, ജനങ്ങൾക്കിടയിലെ പ്രക്ഷുബ്ധമായ അസംതൃപ്തി, കോൺഗ്രസ് പറയുന്നതുപോലെ, ഗവൺമെന്റ് അതിന്റെ വാഗ്ദാനങ്ങളിൽനിന്ന് പിന്നോട്ടുപോയതുകൊണ്ടല്ല; മറിച്ച് യുദ്ധാനന്തരമുണ്ടായ അസാധാരണമായ വ്യാപാരഅഭിവൃദ്ധി, ജനങ്ങൾക്ക് പൊറുതിമുട്ടുന്നതോതിലേക്ക് സാമ്പത്തിക ചൂഷണം തീവ്രമാക്കുകയും, ക്ഷമയുടെ നെല്ലിപ്പലകയാകെ തകരുകയും ചെയ്തതുകൊണ്ടാണ്.

പുതുതായി വികസിച്ച വ്യവസായങ്ങൾ, ലക്ഷക്കണക്കിന് തൊഴിലാളികളെ ജനനിബിഡമായ നഗരങ്ങളിലേക്കെത്തിച്ചു; അവിടെ അവർ മൊത്തത്തിൽ പ്രതിഷേധിക്കേണ്ട, പ്രക്ഷോഭങ്ങളിലേർപ്പെടേണ്ട സാഹചര്യത്തിലേക്ക് വലിച്ചെറിയപ്പെട്ടു. കച്ചവടക്കാർക്കും ഉല്പാദകർക്കും ലഭിച്ച പൊടുന്നനെയുള്ള സമൃദ്ധി അതിനോടൊപ്പം തന്നെ തൊഴിലാളികളുടെ ദാരിദ്ര്യവും ദുരന്തവും വർദ്ധിപ്പിച്ചു. പ്രൊവിഡൻസ് ആജ്ഞാപിച്ച തങ്ങളുടെ ഇതുവരെയുള്ള ദുരന്താത്മകമായ വിധിയോട് വിടപറയാനുള്ള പുതിയ കാഴ്ചപ്പാടുകൾ നഗരജീവിതം തൊഴിലാളികൾക്ക് തുറന്നുകൊടുത്തു. സമ്പത്തിന്റെയും ക്ഷേമത്തിന്റെയും അസമത്വം കൂടുതൽ പ്രകടമായി. ഇന്ത്യൻ കർഷകജനസാമാന്യത്തിന്റെ സവിശേഷലക്ഷണമായ ഉദാസീനമായ വിധിക്ക് കീഴടങ്ങലിൽനിന്ന് തൊഴിലാളി മോചിതനായി. അവൻ വിധിയോട് കലഹിച്ചു. ഇത്തരം പരിതസ്ഥിതികൾക്കു കീഴിൽ, അവൻ നടത്തിയ കലാപം ഏതെങ്കിലുമൊരു ഗവൺമെന്റിനെതിരായുള്ളതല്ല; അത് അവനെ ദുരിതക്കയത്തിലേക്ക് തള്ളിയിടുന്ന നിഷ്ഠുരമായ വ്യവസ്ഥിതിക്കെതിരായുള്ളതായിരുന്നു. ജനകീയ കലാപം അമ്പരപ്പിക്കുംവിധത്തിൽ പടർന്നുപിടിക്കുകയാണ്. ഇതിന്റെ സന്ദേശം പല വഴികളിലൂടെ അതിവേഗം ഗ്രാമങ്ങളിലെത്തി; അത് കാർഷിക കലാപങ്ങളിൽ കലാശിച്ചു; ഇന്നത് കാട്ടുതീപോലെ രാജ്യമാകെ പടർന്നുപിടിക്കുകയാണ്. വസ്തുനിഷ്ഠ സാഹചര്യങ്ങളാൽ സൃഷ്ടിക്കപ്പെട്ട സാമൂഹിക ശക്തികളുടെ വികാസമാണിവ. ഈ ശക്തികളെ സൃഷ്ടിച്ചത് തങ്ങളാണെന്ന നാട്യം രാഷ്ട്രീയ പ്രസ്ഥാനം കൈവെടിയണം; എന്നാൽ അവയുടെ ഉജ്ജ്വലമായ മുന്നേറ്റങ്ങൾക്കുമുന്നിൽ തലകുനിക്കുകയും അവയുടെ പ്രവർത്തനത്തെയും പ്രതിപ്രവർത്തനത്തെയും അംഗീകരിക്കുകയും വേണം. ഈ സാമൂഹ്യശക്തികളാണ് രാഷ്ട്രീയ പ്രസ്ഥാനത്തിന്

സാമർത്ഥ്യവും യഥാർത്ഥശക്തിയും പ്രദാനം ചെയ്യുന്നത്. വാസ്തവത്തിൽ ഓരോ രാഷ്ട്രീയ പ്രസ്ഥാനവും ചില സാമൂഹ്യശക്തികളുടെ വികാസത്തിന്റെ അനന്തരഫലമാണ്.

തൊഴിലാളികളുടെയും കർഷകരുടെയും സാമ്പത്തികാവശ്യങ്ങൾക്കുവേണ്ടിയുള്ള സമരങ്ങളിലേക്ക് അവരെ നയിക്കുന്നതിന് കോൺഗ്രസ് എന്താണ് ചെയ്തത്? ബഹുജനപ്രക്ഷോഭത്തെ സ്വന്തം രാഷ്ട്രീയ ലക്ഷ്യങ്ങൾക്കായി ചൂഷണം ചെയ്യാൻ മാത്രമാണ് അത് ഇതേവരെ ശ്രമിച്ചത്. ഓരോ പണിമുടക്കിലും ഓരോ കർഷകകലാപത്തിലും നിസ്സഹകരണക്കാർ രാഷ്ട്രീയമായ ഒരു പ്രകടനത്തിനുവേണ്ടി പണിമുടക്കിയവരുടെ സാമ്പത്തികതാല്പര്യങ്ങൾ ബലികൊടുക്കുകയാണ്. ബൗദ്ധികവും പ്രത്യയശാസ്ത്രപരവും ഭൗതികവുമായ താല്പര്യരാഹിത്യം കാരണം കോൺഗ്രസ് സ്വരാജ് ആവശ്യപ്പെടുകയും സാധാരണ ജനങ്ങൾ സദാ അതിനൊപ്പം ശക്തമായി പിന്തുരടുകയും ചെയ്യുന്നു. ദാരിദ്ര്യംകൊണ്ടു ബുദ്ധിമുട്ടുന്ന തൊഴിലാളികളും കർഷകരും സർവ്വവിധത്യാഗങ്ങളും സഹിക്കണമെന്നാഹ്വാനം ചെയ്യാൻ കോൺഗ്രസിനൊരു മടിയുമില്ല – ദേശീയ ക്ഷേമത്തിന്റെ പേരിലാണ് അവർ ത്യാഗം ചെയ്യേണ്ടത്; എന്നാൽ ആ ത്യാഗങ്ങൾ വിദേശ ഭരണാധികാരികൾക്ക് ഹാനികരമാകുമെന്നതിലേറെ സ്വദേശികളായ സമ്പന്നർക്ക് പ്രയോജനപ്രദമാകാനാണ് കൂടുതൽ സാദ്ധ്യത. രാഷ്ട്രത്തിന്റെ രാഷ്ട്രീയ നേതൃത്വമാണ് തങ്ങളെന്നാണ് കോൺഗ്രസ് അവകാശപ്പെടുന്നത്; എന്നാൽ കോൺഗ്രസിന്റെ ഓരോ നടപടിയും മഹാഭൂരിപക്ഷം വരുന്ന ജനസാമാന്യത്തിന്റെ ഭൗതികമായ താല്പര്യങ്ങളെക്കുറിച്ചുള്ള അതിന്റെ അജ്ഞതയോ അലംഭാവമോ ആണ് പ്രകടിപ്പിക്കുന്നത്. ബഹുജനങ്ങളുടെ നിത്യജീവിതപ്രശ്നങ്ങളുയർത്തിയുള്ള സമരങ്ങൾ നടത്താനുള്ള ശേഷിയും താല്പര്യവും കോൺഗ്രസ് പ്രകടിപ്പിക്കാത്തിടത്തോളം അതിന് ബഹുജനങ്ങളുടെ ചിട്ടയോടുകൂടിയതും ബോധപൂർവ്വവുമായ പിന്തുണയാൽ കഴിയില്ല. നിശ്ചയമായും, കോൺഗ്രസിന്റെ നേതൃത്വത്തിലോ അതുകൂടാതെയോ തൊഴിലാളികളും കർഷകരും തങ്ങളുടെ സാമ്പത്തികവും സാമൂഹികവുമായ സമരങ്ങൾ തുടരുമെന്നും ക്രമേണ അവർക്കാവശ്യമുള്ളത് അവർ പിടിച്ചടക്കുമെന്നും മറക്കാൻ പാടില്ല. ബഹുജനങ്ങൾക്ക് കോൺഗ്രസിന്റെ നേതൃത്വത്തെക്കൊണ്ട് വലിയ ആവശ്യമൊന്നുമില്ല; എന്നാൽ കോൺഗ്രസിന്റെ രാഷ്ട്രീയ വിജയം പൂർണ്ണമായും ആശ്രയിച്ചിരിക്കുന്നത് ബഹുജനങ്ങളുടെ ബോധപൂർവ്വമായ പിന്തുണയെയാണ്. ബഹുജനങ്ങളുടെ ഭൗതികതാല്പര്യങ്ങൾ സംരക്ഷിക്കുന്നതിന് യാതൊന്നും ചെയ്യാതെ നിരുപാധികമായ അവരുടെ നേതൃത്വം ഏറ്റെടുക്കാമെന്ന് കോൺഗ്രസ് കരുതരുത്.

മഹാത്മജിയുടെ വ്യക്തിഗതമായ സവിശേഷ സ്വഭാവം അദ്ദേഹത്തെ ബഹുജനങ്ങൾ ആരാധിക്കുന്നതിന് ഇടയാക്കുന്നു; തങ്ങളുടെ കൂലിയിൽ തുച്ഛമായ വർദ്ധനയെങ്കിലും നേടിയെടുക്കുന്നതിന് സമരത്തിലേർപ്പെടുന്ന

പണിമുടക്കുകാർ "മഹാത്മജി കി ജയ്" എന്ന് ഉച്ചത്തിൽ വിളിച്ചേക്കാം. യഥാർത്ഥത്തിൽ തങ്ങൾ എന്തിനുവേണ്ടിയാണോ പൊരുതുന്നത് അതുമായി വ്യക്തമായ എന്തെങ്കിലും ബന്ധമൊന്നുമില്ലാത്ത കാര്യങ്ങളിൽ പോലും എന്തും ചെയ്യാൻ കലാപത്തിന്റേതായ ആദ്യ ആവേശത്തിൽ അവർ തയ്യാറായേക്കും; പുതുതായി അവരിൽ ഉയർന്നുവന്ന ആവേശം കാലങ്ങളായുള്ള പട്ടിണികൊണ്ട് അവരിൽ വീർപ്പുമുട്ടിനിന്നിരുന്നതാണ്; അത് സർവ്വതും ചുട്ടെരിക്കാൻ അവരെ പ്രേരിപ്പിക്കുന്നതാണ്; എന്നാൽ അവർ ശാന്തമായ മനസ്സോടെയിരിക്കുമ്പോൾ എന്തിനുവേണ്ടിയായിരിക്കും അവർ ആവശ്യപ്പെടുന്നത്? രാഷ്ട്രീയമായ സ്വയംഭരണാവകാശമോ ഖിലാഫത്തിന്റെ പുനഃസ്ഥാപനമോ ആയിരിക്കില്ല അത്. അവരുടെ ചെറിയവയെങ്കിലും പ്രധാനപ്പെട്ട നിത്യജീവിതാവശ്യങ്ങളാണ് പോരാട്ടത്തിന് അവരെ നിർബ്ബന്ധിതരാക്കുന്നത്. നഗരങ്ങളിലെ തൊഴിലാളികൾ ഉയർന്നകൂലിയും കുറഞ്ഞ ജോലി സമയവും മെച്ചപ്പെട്ട ജീവിതസാഹചര്യങ്ങളുമാണ് ആവശ്യപ്പെടുന്നത്; ദരിദ്രരായ കർഷകർ പൊരുതുന്നത് ഭൂമി സ്വന്തമായി ലഭിക്കുന്നതിനും അമിതപാട്ടത്തിൽനിന്നും നികുതികളിൽ നിന്നുമുള്ള മോചനത്തിനും ഭൂപ്രഭുക്കൾ നടത്തുന്ന അമിതമായ ചൂഷണത്തിന് പരിഹാരമുണ്ടാക്കാനുമാണ്. അവർ കലാപം നടത്തുന്നത് സാമൂഹികവും സാമ്പത്തികവുമായ ചൂഷണത്തിനെതിരെയാണ്; ചൂഷകൻ ഏതു ദേശീയ വിഭാഗത്തിൽപെട്ടവരാണെന്നത് അവരെ സംബന്ധിച്ചിടത്തോളം ഒരു വ്യത്യാസവുമില്ല. യഥാർത്ഥ വസ്തുനിഷ്ഠ വിപ്ലവ ശക്തികളുടെ സ്വഭാവം ഇത്തരത്തിലാണ്; രാജ്യത്തെ രാഷ്ട്രീയ ഭരണ സംവിധാനത്തിലെ ഏതൊരുമാറ്റവും ഈ ശക്തികളെ ബാധിക്കും. കോൺഗ്രസ് ഇത് എത്രത്തോളം നേരത്തെ മനസ്സിലാക്കുന്നുവോ അത്രത്തോളം നല്ലത്.

ഉണർന്നെണീക്കുന്ന ജനകീയ ഊർജ്ജത്തിനുമേൽ സ്വയം കയറിയിരിക്കാതെ ബഹുജനങ്ങളുടെ നേതൃത്വം ഏറ്റെടുക്കാനാണ് കോൺഗ്രസ് ആഗ്രഹിക്കുന്നതെങ്കിൽ അതിന്റെ മുൻഗാമിയുടെ കളങ്കം പങ്കുവയ്ക്കുന്നതിന് ഉയിരറ്റ ഭൂതകാലത്തേക്ക് അതിവേഗം അത് തരം താഴ്ത്തപ്പെടും. ബഹുജനങ്ങളുടെ ബോധപൂർവ്വമായ പിന്തുണ ഉറപ്പാക്കുന്നതിന് കടുത്ത രാഷ്ട്രീയവും വലിയ ആദർശങ്ങളുമായല്ല കോൺഗ്രസ് അവരെ സമീപിക്കേണ്ടത്; മറിച്ച് അവരുടെ അടിയന്തരാവശ്യങ്ങൾക്ക് പരിഹാരം കാണുന്നതിന് അവരെ സഹായിക്കാനുള്ള സന്നദ്ധതയുമായാണ്; എന്നിട്ട് ക്രമേണ അവരെ മുമ്പോട്ട് നയിക്കുകയാണ് വേണ്ടത്. ഖിലാഫത്ത് മുറവിളിയോ ബഹിഷ്കരണപ്രമേയമോ 'കൈയിൽ ചർക്കയുമായി വേദങ്ങളിലേക്ക് മടങ്ങിപ്പോക്ക്' എന്ന ശുദ്ധ അസംബന്ധസിദ്ധാന്തമോ ഇടത്തരം വർഗ്ഗക്കാരായ ബുദ്ധിജീവികളും ചെറുകിട കച്ചവടക്കാരും ദേശീയ പണിമുടക്ക് പ്രഖ്യാപിക്കുന്ന പദ്ധതിയോ ഒന്നുമല്ല രാജ്യത്തെ ജനങ്ങളിൽ മഹാഭൂരിപക്ഷത്തെയും കോൺഗ്രസിനു പിന്നിൽ അണിനിരത്തുന്നത്. വാക്കുകൾക്ക് ആളുകളെ

പോരാട്ടത്തിനിറക്കാനാവില്ല. ചെറുക്കാനാവാത്ത വസ്തുനിഷ്ഠ ശക്തികളുടെ സമ്മർദ്ദത്താലാണ് അതിന് കഴിയുന്നത്. അടിച്ചമർത്തപ്പെട്ടവരും പാപ്പരീകരിക്കപ്പെട്ടവരും ദുരിതം പേറുന്നവരുമായ തൊഴിലാളികളും കർഷകരും പോരാട്ടത്തിന് നിർബ്ബന്ധിതരാണ്; കാരണം അവർക്ക് പ്രതീക്ഷിക്കാൻ ബാക്കിയൊന്നുമില്ല. കോൺഗ്രസിനു പിന്നിൽ തൊഴിലാളികളും കർഷകരുമുണ്ടായിരിക്കണം; പ്രത്യക്ഷത്തിൽതന്നെ വലിയ വലിയ ലക്ഷ്യങ്ങൾക്കായി, അതായത് ദേശീയ താല്പര്യം എന്ന് പറയപ്പെടുന്നതിനായി അവരെ ബലികൊടുക്കുന്നത് അവസാനിപ്പിക്കുമ്പോൾ മാത്രമേ, ജനങ്ങളുടെ ശരിയായ വിശ്വാസം നേടിയെടുക്കാൻ കോൺഗ്രസിനു കഴിയൂ (ദേശീയതാല്പര്യമെന്നപേരിൽ യഥാർത്ഥത്തിൽ കച്ചവടക്കാരുടെയും ഫാക്ടറി ഉടമകളുടെയും ഭൗതികമായ അഭിവൃദ്ധി എന്നാണ് അർത്ഥമാക്കുന്നത്). ഇന്ത്യയുടെ അടിത്തറയെത്തന്നെ പിടിച്ചുകുലുക്കുന്ന ഒരു വിപ്ലവത്തിന് കോൺഗ്രസ് നേതൃത്വം നല്കുമെന്ന ഒരു വിപ്ലവത്തിന് കോൺഗ്രസ് നേതൃത്വം നല്കുമെന്നാണെങ്കിൽ, കേവലം പ്രകടനങ്ങളിലും താല്ക്കാലികമായ ആവേശം കാണിക്കലിലും മാത്രമായി വിശ്വാസമർപ്പിക്കാനാവില്ല. കാൺപൂരിലെ തൊഴിലാളികൾ തങ്ങളുടെ അടിയന്തരാവശ്യങ്ങൾ മുന്നോട്ടുവച്ചത് പ്രകടമായതുപോലുള്ള ട്രേഡ് യൂണിയനുകളുടെ ഡിമാന്റുകൾ കോൺഗ്രസ് ഏറ്റെടുക്കണം; കിസാൻസഭയുടെ പരിപാടിയെ സ്വന്തം പരിപാടിയായി ഏറ്റെടുക്കാൻ കോൺഗ്രസിനു കഴിയണം. അങ്ങനെയാകുമ്പോൾ ഒരു പ്രതിബന്ധത്തിനും കോൺഗ്രസ്സിനെ തടയാനാകാത്ത സമയം എത്രയുംവേഗം സമാഗതമാകും. അപ്പോൾ ഒരു നിശ്ചിതതീയതിയിൽ സ്വരാജ് പ്രഖ്യാപിക്കാൻ കഴിയില്ലെന്നും കാരണം അതിനായി ത്യാഗം ചെയ്യാൻ ജനങ്ങൾ ഇനിയും തയ്യാറായിട്ടില്ലെന്നും കോൺഗ്രസിന് വിലപിക്കേണ്ടതായി വരില്ല. അപ്പോൾ തങ്ങളുടെ ഭൗതികതാല്പര്യത്തിനായി ബോധപൂർവ്വം പൊരുതുന്ന ജനങ്ങളുടെയാകെ അപ്രതിരോദ്ധ്യമായ കരുത്തിന്റെ പിന്തുണ കോൺഗ്രസിനുണ്ടാകും. അങ്ങനെ ചെയ്യുന്നതിൽ പരാജയപ്പെട്ടാൽ നിസ്സഹകരണത്തിനായുള്ള ആവേശമെല്ലാമുണ്ടെങ്കിലും സെവ്റിസ് ഉടമ്പടി പുതുക്കുന്നതിനുള്ള നിശ്ചയദാർഢ്യമുണ്ടെങ്കിലും അക്രമരാഹിത്യ സിദ്ധാന്തത്തിൽ മുറുകെപ്പിടിച്ചാലും, ജനങ്ങളുടെ താല്പര്യങ്ങൾക്കായി പൊരുതുകയെന്ന ലക്ഷ്യത്തോടെ ജനസാമാന്യത്തിന്റെ അണികളിൽനിന്നും വളർന്നുവരുന്ന മറ്റൊരു സംഘടനയ്ക്കായി കോൺഗ്രസിന് വഴിമാറികൊടുക്കേണ്ടതായി വരും. രാജ്യമൊന്നടങ്കം പിന്നിലണിനിരക്കണമെന്ന് കോൺഗ്രസിന് ആഗ്രഹമുണ്ടെങ്കിൽ, അത് ഒരു ചെറിയവർഗ്ഗത്തിന്റെ താല്പര്യത്തിനായി അന്ധമായി നില്ക്കരുത്; 'കച്ചവടക്കാരുടെയും ഫാക്ടറി ഉടമകളുടെയും' കാണപ്പെടാത്ത കരങ്ങളാൽ അത് വഴികാട്ടപ്പെടാൻ പാടില്ല; 'പ്രതിഭാശാലികളായ അഭിഭാഷകരെ' കോൺഗ്രസിൽ കരം പ്രതിഷ്ഠിക്കാനും പാടില്ല; ബ്രിട്ടീഷ് ചെകുത്താൻമാരുടെ സ്ഥാനത്ത് ഇവരെയൊന്നും പ്രതിഷ്ഠിക്കുകയല്ല വേണ്ടത്. നിസ്സഹകരണത്തിന്റെ

ബാനറിനു കീഴിൽ കോൺഗ്രസ് വിപ്ലവശക്തികളെ ശിഥിലീകരിക്കുമ്പോൾ ബഹുജനങ്ങളെ വഴിതെറ്റിക്കാനായി പ്രതിവിപ്ലവവിഭാഗങ്ങൾ കളത്തിലിറങ്ങിയിരിക്കുകയാണ്. നോക്കൂ, തൊഴിലാളികളുടെ വിപ്ലവാവേശം ആറിത്തണുക്കുകയാണ്; പണിമുടക്ക് പ്രക്ഷോഭം ദുർബ്ബലമാകുന്നത് അതാണ് കാണിക്കുന്നത്; ട്രേഡ് യൂണിയനുകൾ പരിഷ്കരണവാദികളുടെയും അതിസാഹസികരുടെയും സർക്കാർ ഏജന്റുമാരുടെയും കൈകളിൽപെടുകയാണ്; ദരിദ്ര കർഷകർക്ക് അടിയന്തരമായ ആശ്വാസമെത്തിച്ചുകൊണ്ട് അമൻസഭകൾ അവരുടെ ശ്രദ്ധയാകർഷിച്ചിരിക്കുകയാണ്. പ്രസ്ഥാനത്തിന്റെ കരുത്തെവിടെയാണെന്ന് ഗവൺമെന്റിനറിയാം; ബഹുജനങ്ങളെ കോൺഗ്രസിൽ നിന്നകറ്റാൻ അത് ശ്രമിച്ചുകൊണ്ടിരിക്കുകയാണ്. വിദഗ്ദ്ധകരങ്ങളാൽ കരുനീക്കപ്പെടുന്ന ഈ സമർത്ഥമായ നയത്തിനെ വൈകാരികമായ അഭ്യർത്ഥനകൾകൊണ്ടും വാചകക്കസർത്തുകൾ കൊണ്ടും നേരിടാനാവില്ല. അതേനിലയിൽതന്നെ സമർത്ഥമായ നീക്കങ്ങൾകൊണ്ടേ അതിനെ നേരിടാനാകൂ. ബഹുജനങ്ങളുടെ ബോധനിലവാരം ഉയർത്തണം; അവരെ പോരാട്ടത്തിൽ ഉറപ്പിച്ചു നിർത്താനുള്ള ഏകവഴി അതുമാത്രമാണ്.

രാജ്യത്തെങ്ങുമുള്ള പ്രിയപ്പെട്ടവരെ, ഹിന്ദു-മുസ്ലീം ഐക്യത്തെക്കുറിച്ച് ചില വാക്കുകൾകൂടി; കോൺഗ്രസ് പരിപാടിയിൽ അത് പ്രമുഖ സ്ഥാനം പിടിച്ചിട്ടുണ്ടല്ലോ! ഇന്ത്യയിലെ ജനങ്ങൾ നെടുകെ പിളർക്കപ്പെട്ടിരിക്കുകയാണ്. അസംഖ്യം വിഭാഗങ്ങളായി, മതങ്ങളായി, വംശങ്ങളും ജാതികളുമായി ഭിന്നിക്കപ്പെട്ടിരിക്കുകയാണ്. കൃത്രിമവും വൈകാരികവുമായ പ്രചാരണങ്ങൾകൊണ്ട് ഈ വിള്ളലുകൾ അടയ്ക്കാൻ ശ്രമിക്കുന്നത് യാതൊരു പ്രതീക്ഷയ്ക്കും വകയില്ലാത്ത കടമയാണ്. എന്നാൽ ഭാഗ്യവശാൽ, ചില യാഥാസ്ഥിതികരായ ദേശസ്നേഹികളെ സംബന്ധിച്ചിടത്തോളം അവർ കരുതുന്നത് ഈശ്വരേച്ഛയാൽ സൃഷ്ടിക്കപ്പെട്ടത് എന്നാണ്. ഒരുപക്ഷേ, വലിയ അപചയം തന്നെയായിരിക്കാം. ഏകജാതീയമായ രണ്ട് ഭാഗങ്ങളിൽ സമാന്തരമായി ഈ അസംഖ്യം വിഭാഗങ്ങളെല്ലാം പെട്ടെന്ന് ഭിന്നിപ്പിച്ച കരുത്തുറ്റ ഒരു ശക്തിയുണ്ടായിരിക്കുക. ഇത് സാമ്പത്തിക ശക്തിയാണ്. സ്വത്തുടമവർഗ്ഗം സ്വത്തില്ലാതാക്കപ്പെട്ടവരെ ചൂഷണം ചെയ്യുകയാണ്. ഈ ശക്തി ഇന്ത്യയിൽ പ്രവർത്തനത്തിലേർപ്പെട്ടിരിക്കുകയാണ്. ഈ രണ്ട് മഹത് വർഗ്ഗങ്ങളെയും തമ്മിൽ അകറ്റി നിർത്തുന്നതിന് ഇവർ വേർപിരിക്കപ്പെടുകയാണ്. കർക്കശമായവിധം ഈ ശക്തി പ്രവർത്തിക്കുന്നത് ഹിന്ദുതൊഴിലാളികളെയും ഹിന്ദുകർഷകരെയും തങ്ങളുടെ മുസ്ലീം സഖാക്കളുമായി അധികമധികം അടുപ്പിക്കുകയാണ്. ഇതുമാത്രമാണ് ഹിന്ദു-മുസ്ലീം ഐക്യത്തിന്റെ ഒരേയൊരു ഏജൻസി. ഈ സാമൂഹിക-സാമ്പത്തിക ശക്തിയുടെ നിഷ്കരുണമായ മുന്നേറ്റത്തെ ആശ്രയിക്കാൻ വേണ്ടത്ര ധൈര്യമുള്ളവർക്ക് മുസൽമാൻമാരെ പശുവിനെ ആദരിക്കാൻ പ്രേരിപ്പിക്കണമെന്ന് അജ്ഞരായ ഹിന്ദുകർഷകരെ ബോധ്യപ്പെടുത്തുന്നതിനെയോ തങ്ങളുടെ ആത്മാ

വിനെ മോചനം ലഭിക്കുന്നതും ഭൂമിയിലെ ജീവിത ദുരിതങ്ങൾക്ക് അറുതിവരുത്തുന്നതും ഖിലാഫത്ത് വീണ്ടെടുക്കുന്നതിനെയോ തുർക്കികൾ അർമേനിയരെ കീഴ്പ്പെടുത്തുന്നതിനെയോ ആശ്രയിച്ചാണെന്ന ഭ്രാന്തമായ വാദങ്ങളുടെ പിന്നാലെ പോകേണ്ടതായി വരില്ല. വൈകാരികത കൊണ്ട് ഹിന്ദു-മുസ്ലീം ഐക്യം ഊട്ടിയുറപ്പിക്കാനാവില്ല. ഇത് സാമ്പത്തിക ശക്തികളുടെ വികാസത്തിലൂടെ പ്രായോഗികമായിട്ടേ സാക്ഷാൽക്കരിക്കപ്പെടാനാവൂ.

പ്രിയപ്പെട്ട നാട്ടുകാരെ, കോൺഗ്രസ് പ്രതിഫലിപ്പിക്കുന്നത് ഈ നാടിന്റെ ആവശ്യങ്ങളെ ആയിരിക്കട്ടെ; കുറച്ചാളുകൾ മാത്രമുള്ള വർഗ്ഗത്തിന്റെ ആഗ്രഹാഭിലാഷങ്ങളാകരുത്. കോൺഗ്രസ് രാഷ്ട്രീയ ചൂതാട്ടത്തിൽ ഏർപ്പെടുന്നതും രാജ്യത്ത് വികസിച്ചു വരുന്ന സാമൂഹ്യ ശക്തികളോടുള്ള പ്രതികരണത്തിൽ ചാഞ്ചാടുന്നതും അവസാനിപ്പിക്കട്ടെ! വിദേശചൂഷണം അവസാനിപ്പിക്കാൻ കോൺഗ്രസ് ആഗ്രഹിക്കുന്നത് തദ്ദേശീയരായ സ്വത്തുടമവർഗ്ഗത്തിന്റെ കുത്തക സുരക്ഷിതമാക്കാനല്ലെന്നും മറിച്ച് ഇന്ത്യൻ ജനതയുടെയാകെ രാഷ്ട്രീയവും സാമ്പത്തികവും സാമൂഹികവുമായ എല്ലാ ചൂഷണങ്ങളിൽനിന്നും മോചിപ്പിക്കാനാണെന്നും പ്രവൃത്തിയിലൂടെ തെളിയിക്കട്ടെ. ജനങ്ങളെയാണ് കോൺഗ്രസ് യഥാർത്ഥത്തിൽ പ്രതിനിധാനം ചെയ്യുന്നതെന്നും ഓരോ ഘട്ടത്തിലും അവരെ നയിക്കാൻ അതിനു കഴിയുമെന്നും അത് വ്യക്തമാക്കട്ടെ! അങ്ങനെയാണെങ്കിൽ കോൺഗ്രസിൽ രാഷ്ട്രത്തിന്റെ നേതൃത്വം സുരക്ഷിതമായിരിക്കും; ചില വ്യക്തികളുടെ ഇംഗിതാനുസരണം തെരഞ്ഞെടുക്കപ്പെടുന്ന ഏതെങ്കിലും പ്രത്യേകദിവസമല്ലാതെ, ബഹുജനങ്ങളുടെ ബോധപൂർവ്വമായതും നിശ്ചയദാർഢ്യത്തോടെയുള്ളതുമായ പ്രക്ഷോഭത്തിലൂടെ സ്വരാജ് നേടാനും കഴിയും.

(എം എൻ റോയിയും അബനി മുഖർജിയും എഴുതിയത്. എം എൻ റോയി വിദേശത്തുനിന്ന് അയച്ചത്)

www.ingramcontent.com/pod-product-compliance
Lightning Source LLC
LaVergne TN
LVHW090305051026
849518LV00005B/1650
* 9 7 8 8 1 1 9 1 3 1 0 2 0 *